# വെള്ളത്തിൽ മീനുകളെന്നപോൽ

## മാർക്സിസ്റ്റ് ക്ലാസ്സിക്കുകളുടെ പഠനങ്ങൾ

Nadakkavu, Kozhikode, Kerala, 673011
www.insightpublica.com
e-mail: insightpublica@gmail.com
Title: **Vellathil Meenukalennapol**
Author: **Puthalath Dinesan**
(Malayalam)
First Edition: October 2024
This Edition February 2025
Copyright © Reserved
All rights reserved.
Printed and Published by
InsightinPublica Printers & Publishers Pvt. Ltd.
ISBN 978-93-5517-872-5
₹650

# വെള്ളത്തിൽ മീനുകളെന്നപോൽ

മാർക്സിസ്റ്റ് ക്ലാസ്സിക്കുകളുടെ പഠനങ്ങൾ

പുത്തലത്ത് ദിനേശൻ

# വിമോചനത്തിന്റെ സൗന്ദര്യ വീഥികൾ

വെള്ളത്തിൽ മീനുകൾ എന്നതുപോലെയാണ് വിപ്ലവകാരികളുടെ ജൈവജീവിതമെന്ന് മാർക്സിസം വിഭാവനം ചെയ്യുന്നു. അന്യന്റെ വാക്കുകൾ സംഗീതം പോലെ പുലരുന്ന നാളുകളാണ് വിമോഹനമായ ആ കമ്യൂണിസ്റ്റ് ലോകക്രമത്തെക്കുറിച്ചുള്ള സർഗാത്മകമായസങ്കല്പങ്ങളും. സമത്വത്തെക്കുറിച്ചുള്ള മാർക്സിന്റെ വിസ്മയിപ്പിക്കുന്ന ഈ കാഴ്ചയുടെ ധീരമായ വെളിച്ചം എത്ര മനോഹരമാണ്.

ലോകം മുതലാളിത്തത്തിന്റെയും കോർപ്പറേറ്റിസത്തിന്റെയും പിടി യിലമരുമ്പോൾ മാർക്സിസത്തിന്റെ ഈ വാക്കുകൾ മാനവരാശിയുടെ വിമോചനത്തിന്റെ ആകാശവീചികളെ സ്പർശിക്കുന്നു. കഴിച്ചുമൂടിയെന്ന് മുതലാളിത്തം ഉദ്ഘോഷിക്കുമ്പോഴും തിരിച്ച വരില്ലെന്ന് വിരുദ്ധർ പ്രസ്താവിക്കുമ്പോഴും എല്ലാ രാജ്യങ്ങളിൽ നിന്നും മഴയിരമ്പം പോലെ ഇപ്പോഴും തൊഴിലാളിവർഗത്തിന്റെ ശബ്ദം മുഴങ്ങുന്നു. ലോകജനത യുടെ വിമോചന ശബ്ദം ഇന്നും മാർക്സിസം തന്നെ. ചെറിയ ചെറിയ ചെറുത്തു നിൽപ്പുകളിൽപ്പോലുമുണ്ട് ലോകത്തെ പുനക്രമീകരിക്കാനുള്ള അതിന്റെ ഊർജം. പ്രത്യയശാസ്ത്രങ്ങളുടെ അന്തകനായി ആഗോള വൽക്കരണം അരങ്ങടക്കിവാഴുമ്പോഴും പ്രതീക്ഷയുടെ വിളക്ക് ഇന്നും മാർക്സിസം തന്നെ.

ലിബറലിസ്റ്റുകൾ ക്ലാസിക്കൽ മാക്സിസത്തിന്റെ ചതിക്കുഴികൾ ഓർമ്മിപ്പിക്കുന്ന കാലം കൂടിയാണിത് എന്ന് നാം ഓർക്കണം. ഇവിടെയാണ് സഖാവ് ദിനേശൻ പുത്തലത്ത് മാർക്സിസത്തിന്റെ മോഹലോകത്തെക്കുറിച്ചുള്ള ദാർശനികമായ പ്രത്യാശയെ ജ്വലിപ്പി ച്ച് നിർത്തുന്ന ഒരു ഗ്രന്ഥരചനയ്ക്ക് തയ്യാറാവുന്നത്. ക്ലാസ്സിക് മാർക്സിസ്റ്റ് ആചാര്യന്മാരുടെ കൃതികളെ സൂക്ഷ്മവും ഗഹനവുമായി വിലയിരുത്തുന്ന ഒരു ബൃഹത് ഗ്രന്ഥം. മാർക്സിസ്റ്റ് പഠിതാക്കൾക്കും വിദ്യാർത്ഥികൾക്കും ആയി അദ്ദേഹം തയ്യാറാക്കിയിരിക്കുന്നത്. പുസ്തകത്തിനു അവതാരിക എഴുതിയ എസ് ആർ പി ക്കും വിലപ്പെട്ട ഈപുസ്തകം പ്രസിദ്ധീകരി ക്കാൻ ഇൻസൈറ്റ് പബ്ലിക്കേഷ്ന് നൽകിയ പുത്തലത്ത് ദിനേശനും നന്ദി.

സുമേഷ് ഇൻസൈറ്റ്

കോഴിക്കോട് ജില്ലയിലെ വടകര സ്വദേശി. എസ്. എഫ്. ഐ യുടെ സംസ്ഥാന പ്രസിഡന്റും, അഖിലേന്ത്യാ വൈസ് പ്രസിഡന്റും ആയിരുന്നു. കാലികറ്റ് യൂണിവേഴ്സിറ്റി യൂണിയൻ ജനറൽ സെക്രട്ടറിയും എസ് എഫ് ഐ യുടെ മുഖമാസികയുമായ സ്റ്റുഡന്റിന്റെ പത്രാധിപരും ആയിരുന്നു. മുഖ്യമന്ത്രിയുടെ പൊളിറ്റിക്കൽ സെക്രട്ടറിയായും പ്രവർത്തി ച്ചിട്ടുണ്ട്. നിലവിൽ സി പി ഐ (എം) ന്റെ സംസ്ഥാന സെക്രട്ടറിയേറ്റ് അംഗവും ദേശാഭിമാനിയുടെ ചീഫ് എഡിറ്ററും ഇ എം എസ് അക്കാദ മിയുടെ ഫാക്കൽറ്റിയും മാർക്സിസ്റ്റ് സംവാദത്തിന്റെ എഡിറ്ററും ആണ്.

വടക്കൻ പാട്ടിന്റെ കുലപതി എന്നറിയപ്പെടുന്ന ടി എച്ച് കുഞ്ഞി രാമൻ നമ്പ്യാരുടെയും, പി പി ദേവിയമ്മയുടെയും മകൻ. ജീവിതപങ്കാളി ഡോ: യമുന കീനേരി. മക്കൾ: റോസ, ആസാദ്.

**പുത്തലത്ത് ദിനേശൻ**

# ഉള്ളടക്കം



## കാൾ മാർക്സ്



## ഫ്രെഡറിക് ഏംഗൽസ്



## വ്ലാഡിമിർ ഇലിച്ച് ലെനിൻ

# ജോസഫ് സ്റ്റാലിൻ



# മാവോ സെ തുങ്



# പോൾ ലഫാർഗ്



# ജോർജി ദിമിത്രോവ്



അനുബന്ധം

# അവതാരിക

## എസ്. രാമചന്ദ്രൻപിള്ള

പുത്തലത്ത് ദിനേശൻ എഴുതിയ വെള്ളത്തിൽ മീനകളെന്ന പോൽ എന്ന ഈ പുസ്തകം മാർക്സിസത്തെപറ്റി അറിയാൻ താൽപര്യമുള്ളവർക്ക് ഒരു നല്ല പാഠപുസ്തകമാണ്. മലയാള ഭാഷയ്ക്ക് ഒരു വലിയ മുതൽക്കൂട്ടുമാണ്. കാൾ മാർക്സ്, ഫെഡറിക് ഏംഗൽസ്, ലെനിൻ, മാവൊസെയ്ത്തുങ്ങ്, പോൾ ലഫാർഗ്, ജോർജി മിഖാലി യോവിച്ച് ദിമിത്രോവ് എന്നിവരെഴുതിയ സുപ്രധാന കൃതികളെ ആഴത്തിൽ പഠിച്ച് ഓരോ കൃതികളിലും അവർ എത്തിച്ചേർന്ന മുഖ്യ നിഗമനങ്ങളെ അതാത് കൃതികളുടെ പേരുകൾ തലക്കെട്ടായി നൽകി ലളിതമായി വിവരിക്കുകയാണ് പുത്തലത്ത് ദിനേശൻ ഈ പുസ്തകത്തിൽ ചെയ്തിരിക്കുന്നത്.

മാർക്സിയൻ ദർശനവും സാമ്പത്തിക-സാമൂഹിക-രാഷ്ട്രീയ-സാം സ്കാരിക വിഷയങ്ങളെ പറ്റിയുള്ള മാർക്സിയൻ കാഴ്ചപ്പാടുകളും അവ എങ്ങനെയാണ് പ്രയോഗിക്കേണ്ടത് എന്ന കാര്യവും ഈ പുസ്തകത്തിൽ നന്നായി വിവരിക്കുന്നു. ആ മൂലകൃതികൾ വായിക്കുവാനും ഈ പുസ്തകം പ്രചോദനം നൽകുന്നു.

മാർക്സിന്റെ സിദ്ധാന്തങ്ങൾ വികസിച്ചുവരുന്ന ഘട്ടങ്ങളിൽ എഴുത പ്പെട്ട "1844-ലെ സാമ്പത്തികവും തത്വശാസ്ത്രപരവുമായ കയ്യെഴുത്ത് കൃതികൾ," "ഫൊയർബാഹിന്റെ തീസീസുകൾ," "ജർമ്മൻ പ്രത്യയ ശാസ്ത്രം," "വിശുദ്ധ കുടുംബം" എന്നീ കൃതികളെ ഈ പുസ്തകം പരിചയ പ്പെടുത്തുന്നുണ്ട്. ഈ അധ്യായങ്ങളിൽ ഇവ നിർവ്വഹിച്ച മുഖ്യ കടമകൾ എന്തെന്നും വിവരിക്കുന്നുണ്ട്.

"1844-ലെ സാമ്പത്തികവും തത്വശാസ്ത്രപരവുമായ കയ്യെഴുത്ത് കൃതികൾ" എന്ന അധ്യായത്തിന്റെ തുടക്കത്തിൽ തന്നെ മാർക്സിന്റെ

ഈ പേരിലുള്ള കൃതിയുടെ പ്രധാന്യമെന്തെന്ന് വിവരിക്കുന്നു. 26 വയസ്സുള്ളപ്പോഴാണ് മാർക്സ് ഈ കൃതിക്ക് രൂപം നൽകിയത്. കാൾ മാർക്സിന്റെ ചിന്തകൾ പുതിയ അറിവുകളുടെ പശ്ചാത്തലത്തിൽ നിരന്തരം വികസിച്ച് മുന്നേറിയതാണെന്നും ആ വികാസത്തെപ്പറ്റി മനസ്സിലാക്കാൻ മാർക്സിന്റെ കൃതി സഹായകമാണെന്നും ഇതിൽ എടുത്തുപറയുന്നു.

"ഫൊയർബാഹിന്റെ തീസീസുകൾ" എന്ന കൃതി വൈരുദ്ധ്യാത്മക ഭൗതികവാദ കാഴ്ചപ്പാടിൽ മാർക്സ് എത്തിച്ചേർന്നതിനെ വിവരിക്കുന്നു. ഫൊയർബാഹിന്റെ യാന്ത്രികവാദ സമീപനത്തിന്റെ പരിമിതികൾ എന്തെന്ന് വ്യക്തമാക്കുന്ന പതിനൊന്ന് കുറിപ്പുകളാണ് ഫൊയർബാ ഹിന്റെ തീസീസുകളെന്ന മാർക്സിന്റെ കൃതിയിലുള്ളത്. സിദ്ധാന്തവും പ്രയോഗവും തമ്മിലുള്ള ബന്ധത്തെയും അടിമുടി വിപ്ലവപ്രവർത്തന ത്തിലേക്ക് നീങ്ങേണ്ടതിന്റെ പ്രാധാന്യവും മാർക്സിന്റെ ഈ കൃതി ഓർമ്മ പ്പെടുത്തുന്നു. ലോകത്തെ വ്യാഖ്യാനിക്കുകയല്ല, മാറ്റിമറിക്കുകയാണ് വേണ്ടതെന്ന അവസാന തീസീസിലെ നിഗമനം, മാർക്സിസത്തിന്റെ അടിസ്ഥാന ശിലകളിൽ ഒന്നായി തീർന്നുവെന്ന്, പുത്തലത്ത് ദിനേശൻ ഈ അധ്യായത്തിൽ സൂചിപ്പിക്കുന്നു.

"ജർമ്മൻ പ്രത്യയശാസ്ത്ര"മെന്ന അധ്യായത്തിൽ മാർക്സിന്റെയും ഏംഗൽസിന്റെയും വളർച്ചയുടെ സുപ്രധാന ഘട്ടത്തിൽ രചിച്ച കൃതിയാണ് അതെന്ന് വിവരിക്കുന്നു. ആശയവാദ ചിന്താഗതികൾ ശക്തിയായി പ്രചരിപ്പിച്ചുകൊണ്ടിരുന്ന ഹെഗലിന്റെ വാദഗതികളിലെ യും ഫൊയർബാഹിന്റെ യാന്ത്രിക ഭൗതികവാദ ചിന്താഗതികളിലെയും ദൗർബല്യങ്ങൾ പരിശോധിച്ച് മാർക്സിയൻ ദർശനം വികസിപ്പിക്കുക യാണ് മാർക്സും ഏംഗൽസും ചെയ്തത്. ഈ നിലയിൽ "മാർക്സിസത്തിന്റെ അടിവേരുകൾ" എന്ന ഈ പുസ്തകത്തിലെ ഓരോ അധ്യായവും അതിൽ പരാമർശിക്കപ്പെടുന്ന മൂലകൃതികളുടെ പശ്ചാത്തലവും ഉള്ളടക്കവും അവ നിർവ്വഹിക്കുന്ന കടമകളും എന്തെല്ലാമാണെന്ന് വ്യക്തമാക്കുന്നു.

"വിശുദ്ധ കുടുംബം" എന്ന അധ്യായത്തിൽ ചിന്തയെയും, വികാ രങ്ങളേയും വേർതിരിച്ച് നിർത്തുന്ന രീതി ശരിയെല്ലന്ന മാർക്സിന്റെ കാഴ്ചപ്പാടിനെ പരിചയപ്പെടുത്തുന്നുണ്ട്. മനുഷ്യനെന്ന ജൈവികത യുടെ ഭാഗമായി നിലകൊള്ളുന്നതാണ് ചിന്തയും, വികാരങ്ങളമെല്ലാം. മനുഷ്യന്റെ സ്വഭാവവിശേഷങ്ങളായി അവയെ കാണുന്ന മാർക്സിന്റെ സമീപനത്തെ ഇവിടെ പരിചയപ്പെടുത്തുന്നുണ്ട്. മാർക്സ് പിൽക്കാലത്ത് ഏറ്റവും ശക്തമായി ഉന്നയിച്ച അന്യവൽക്കരണത്തിന്റെ പ്രശ്നം ഇതിൽ മുന്നോട്ടുവെക്കുന്നതായി നിരീക്ഷിക്കുന്നുണ്ട്. മാർക്സിയൻ സൗന്ദര്യ

 വെള്ളത്തിൽ മീനുകളെന്നപോൽ

ശാസ്ത്രത്തിന്റെ അടിസ്ഥാനമിടുന്ന ഗ്രന്ഥങ്ങളിലൊന്നായാണ് ഇതിനെ ഇതിൽ നിരീക്ഷിക്കുന്നത്. മാർക്സിസം എന്നത് മുതലാളിത്തത്തിന്റെ സാമ്പത്തിക ഘടനയോടുള്ള വിമർശനത്തിന്റെ മാത്രം അടിസ്ഥാനത്തിലുള്ളതല്ല. മുതലാളിത്തം മുന്നോട്ടവെക്കുന്ന രാഷ്ട്രീയത്തോടും, സൗന്ദര്യ ശാസ്ത്രത്തോടും ഉൾപ്പെടേയുള്ള സമഗ്രമായ വിമർശനമായിരുന്നു അത്. ഈ പുസ്തകത്തെ പരിചയപ്പെടുത്തുന്ന ഘട്ടത്തിൽ ദിനേശൻ അക്കാര്യം ഓർമ്മപ്പെടുത്തുന്നുണ്ട്.

"കമ്മ്യൂണിസ്റ്റ് മാനിഫെസ്റ്റോ," "മൂലധനം," "കുടുംബം, സ്വകാര്യ സ്വത്ത്, ഭരണകൂടം എന്നിവയുടെ ഉത്ഭവം," "പ്രകൃതിയുടെ വൈരു ദ്ധ്യാത്മകത," "ആന്റിഡ്യൂറിങ്," "വൈരുദ്ധ്യത്തെക്കുറിച്ച്," "സ്വത്തിന്റെ പരിണാമ ചരിത്രം" തുടങ്ങിയ കൃതികൾ മാർക്സിസത്തിന്റെ അടിസ്ഥാ നപരമായ കാഴ്ചപ്പാടുകൾ വിവരിക്കുന്ന കൃതികൾ എന്ന നിലയിൽ വളരെ പ്രധാനപ്പെട്ടവയാണ്. മാർക്സിസത്തിന്റെ ഉപജ്ഞാതാക്കൾ നിലവിലുണ്ടായിരുന്ന സാമ്പത്തിക-സാമൂഹിക-രാഷ്ട്രീയ-സാംസ്കാരിക സ്ഥിതിഗതികളെ വിശകലനം ചെയ്ത് എങ്ങനെ ശരിയായ നിഗമനങ്ങ ളിൽ എത്തിയെന്ന് ഈ പേരിലുള്ള അധ്യായങ്ങളിൽ വിവരിക്കുന്നു. മാർക്സിസത്തിന്റെ അടിസ്ഥാനപരമായ കാഴ്ചപ്പാടുകളെ വിവരിക്കുന്ന മൂലകൃതികളിലെ മുഖ്യവിശകലനങ്ങളെയും നിഗമനങ്ങളെയും മനസ്സി ലാക്കുവാൻ ഈ അധ്യായങ്ങൾ വളരെ സഹായിക്കുന്നു. ഞാൻ ഈ അധ്യായങ്ങളിലെ വിവരണങ്ങളിലേക്ക് കടക്കുന്നില്ല. മാർക്സിസം എന്തെന്ന് മനസ്സിലാക്കുവാൻ ഈ അധ്യായങ്ങൾ വീണ്ടും വീണ്ടും വായിക്കുവാൻ വായനക്കാരോട് ഞാൻ അഭ്യർത്ഥിക്കുന്നു.

മാർക്സ് ഇന്ത്യയെ കുറിച്ച് പഠിക്കുന്നതിൽ ഏറെ ശ്രദ്ധിച്ചിരുന്നു. അതിന്റെ സാക്ഷ്യപത്രമാണ് മാർക്സിന്റെ ഇന്ത്യാചരിത്രകുറിപ്പുകൾ. അതിനെയും സവിശേഷമായ രീതിയിൽ ഇതിൽ പരിചയപെടുത്തി യിട്ടുണ്ട്. ഇന്ത്യയിലെ ഒന്നാമത്തെ സ്വാതന്ത്ര്യസമരത്തെപ്പറ്റി മാർക്സിന് വിശദമായി എഴുതാൻ പറ്റിയത് ഈ തയ്യാറെടുപ്പിന്റെ ഭാഗമായാണ് എന്ന് കാണാം.

"സാമ്രാജ്യത്വം മുതലാളിത്തത്തിന്റെ പരമോന്നത ഘട്ടം," "രാഷ്ട്രങ്ങ ളുടെ സ്വയംനിർണ്ണയാവകാശം," "ധാന്യ നികുതി" തുടങ്ങിയ ലെനിന്റെ കൃതികളെ പറ്റിയുള്ള അധ്യായങ്ങൾ മാർക്സിസത്തിന്റെ വികാസത്തെ പറ്റി വിവരിക്കുന്നു. "സാമ്രാജ്യത്വം മുതലാളിത്തത്തിന്റെ പരമോന്നത ഘട്ട"മെന്ന ലെനിന്റെ കൃതി മാർക്സിസ്റ്റ് സമീപനത്തെ വികസിപ്പിക്കുന്ന ഉജ്ജ്വല സംഭാവനയായി ഇതിൽ എടുത്തുപറയുന്നു. സൈദ്ധാന്തികവും പ്രായോഗികവുമായ രംഗത്ത് ലെനിൻ നൽകിയ സംഭാവനകളുടെ

അടിസ്ഥാനത്തിലാണ് മാർക്സിസം ലെനിനിസം എന്ന പ്രയോഗം തന്നെ നിലവിൽ വന്നത്. അതുകൊണ്ടാണ് ലെനിനിസത്തെ സാമ്രാജ്യത്വ കാലത്തെ മാർക്സിസം എന്ന് വിശേഷിപ്പിക്കുന്നതായും ഈ പുസ്തകം ചൂണ്ടികാണിക്കുന്നു.

"രാഷ്ട്രങ്ങളുടെ സ്വയം നിർണ്ണയാവകാശം" എന്ന കൃതിയെ വിവരിക്കുന്ന അധ്യായം ലോക കമ്മ്യൂണിസ്റ്റ് പ്രസ്ഥാനത്തിനകത്ത് അന്ന് ഉയർന്നുവന്ന ചർച്ചകളും എത്തിച്ചേർന്ന നിഗമനങ്ങളും എന്തെന്ന് വിവരിക്കുന്നു. ലെനിന്റെ ഈ കൃതി ദേശീയ പ്രശ്നത്തെ ഓരോ രാഷ്ട്രത്തിന്റെയും സാഹചര്യത്തിന്റെ അടിസ്ഥാനത്തിൽ കൈകാര്യം ചെയ്യപ്പെടേണ്ട ഒന്നായി വ്യക്തമാക്കുന്നു. മാർക്സിസത്തിന്റെ പ്രയോഗം സ്ഥലകാലത്തിനനുസരിച്ച് രൂപപ്പെടുത്തേണ്ട ഒന്നാണ്. ഇന്ത്യയിലെ ദേശീയ പ്രശ്നം കൈകാര്യം ചെയ്യുന്നതിന് കമ്മ്യൂണിസ്റ്റ് മാർക്സിസ്റ്റ് പാർടി 1972-ൽ മധുരയിൽ നടന്ന 9-ാം പാർടി കോൺഗ്രസ്സിൽ എത്തിച്ചേർന്ന നിഗമനങ്ങളെയും ഈ പുസ്തകത്തിൽ വിവരിച്ചിട്ടുണ്ട്.

"ധാന്യ നികുതി" എന്ന കൃതിയെപ്പറ്റിയുള്ള അധ്യായത്തിൽ 1917-ലെ ഒക്ടോബർ വിപ്ലവത്തെ തുടർന്ന് സോവിയറ്റ് യൂണിയന്റെ സ്ഥിതിഗതികളിലും സാമ്പത്തിക നയങ്ങളിലും വന്ന മാറ്റങ്ങളെ വ്യക്തമാക്കുന്നു. പുത്തൻ സാമ്പത്തിക നയങ്ങൾ നടപ്പിലാക്കാൻ ലെനിന്റെ നേതൃത്വത്തിൽ സോവിയറ്റ് കമ്മ്യൂണിസ്റ്റ് പാർടി നീങ്ങുകയുണ്ടായി. പുത്തൻ സാമ്പത്തിക നയം കാർഷിക മേഖലയിൽ എങ്ങനെ പ്രവർത്തിക്കുന്നുവെന്ന് ഈ അധ്യായത്തിൽ വിവരിക്കുന്നു. സോഷ്യലിസം കെട്ടിപ്പടുക്കുന്നതിന്റെ പ്രാഥമിക ഘട്ടത്തിൽ നടപ്പിലാക്കേണ്ടിവരുന്ന നിരവധി പ്രായോഗിക പ്രശ്നങ്ങളെ വിലയിരുത്തുന്ന ഒന്നായി ലെനിനിന്റെ കൃതിയെ വിശേഷിപ്പിക്കാം. ഇന്ന് ചൈനയിൽ നടക്കുന്ന സോഷ്യലിസ്റ്റ് നിർമ്മാണ പ്രക്രിയയുമായി ബന്ധപ്പെട്ട ചില നിലപാടുകളുടെ അടിസ്ഥാനം ലെനിന്റെ കൃതികളിൽ കാണാമെന്ന് ഈ അധ്യായത്തിൽ സൂചിപ്പിക്കുന്നു. നമ്മുടെ മുമ്പിലുള്ള മൂർത്ത സാഹചര്യങ്ങളെ പരിശോധിച്ചുകൊണ്ട് പരിഹരിക്കേണ്ടത് എന്താണെന്ന് തിരിച്ചറിയണം. അതിന്റെ അടിസ്ഥാനത്തിൽ ഉചിതമായ ഇടപെടലുകൾ സ്വീകരിക്കുകയാണ് വേണ്ടതെന്നും ഈ അധ്യായത്തിൽ എടുത്തുപറയുന്നു.

"ഫ്രാൻസിലെ വർഗ്ഗസമരങ്ങൾ," "ല്യുയി ബോണപ്പാർടിന്റെ ബ്രൂമയർ 18," "ജർമ്മനിയിലെ വിപ്ലവവും പ്രതിവിപ്ലവവും," "ഇന്ത്യയുടെ സ്വാതന്ത്ര്യസമര ചരിത്രം" എന്നീ കൃതികളെ പറ്റിയുള്ള അധ്യായങ്ങൾ ചില പ്രധാനപ്പെട്ട ചരിത്ര സംഭവങ്ങളെ മാർക്സും ഏംഗൽസും എങ്ങനെ

 വെള്ളത്തിൽ മീനകളെന്നപോൽ

വിലയിരുത്തിയെന്നും ഏതെല്ലാം നിഗമനങ്ങളിൽ എത്തിച്ചേർന്നുവെ ന്നും വിവരിക്കുന്നു. മാർക്സിയൻ അർത്ഥശാസ്ത്രത്തിന്റെയും ചരിത്രപര മായ ഭൗതികവാദത്തിന്റെയും കാഴ്ചപ്പാടുകളുടെ അടിസ്ഥാനത്തിൽ രാഷ്ട്രീയ പ്രശ്നങ്ങളെ വിശകലനം ചെയ്ത് തയ്യാറാക്കിയവയാണ് "ഫ്രാൻസിലെ വർഗ്ഗ സമരങ്ങൾ". "ല്യൂയി ബോണപ്പാർട്ടിന്റെ ബ്രൂമയർ 18," "ജർമ്മനിയിലെ വിപ്ലവവും പ്രതിവിപ്ലവവും," "ഇന്ത്യയുടെ സ്വാത ന്ത്ര്യസമര ചരിത്രം" എന്നീ പുസ്തകങ്ങൾ.

"ഫ്രാൻസിലെ വർഗ്ഗസമരങ്ങൾ" എന്ന കൃതിയെപറ്റിയുള്ള അധ്യാ യത്തിൽ 1848 മുതൽ 1850 വരെ നോയെറൈനിഷെ സെറ്റുംഗ് എന്ന പത്രത്തിൽ പ്രസിദ്ധീകരിച്ച ലേഖന പരമ്പരകൾ ഒന്നിച്ച ചേർത്താണ് മൂലകൃതി തയ്യാറാക്കിയതെന്ന് വിവരിക്കുന്നു. വിപ്ലവങ്ങളെ ചരിത്ര ത്തിന്റെ ചാലകശക്തിയായി ഇതിൽ കാണുന്നു. തൊഴിലാളിവർഗ്ഗ സർവ്വാധിപത്യമെന്ന കാഴ്ചപ്പാടും തൊഴിലാളി-കർഷക സഖ്യമെന്ന ആശയവും ഫ്രാൻസിലെ വർഗ്ഗസമരങ്ങളെന്ന ഈ കൃതിയിൽ മുന്നോ ട്ടുവയ്ക്കുന്നു. തൊഴിലാളിവർഗ്ഗ സർവ്വാധിപത്യത്തെക്കുറിച്ചുള്ള വിശദമായ കാഴ്ചപ്പാട് ഇത് മുന്നോട്ടുവയ്ക്കുന്നു. തൊഴിലാളി-കർഷക ഐക്യത്തിന്റെ പ്രാധാന്യം എടുത്ത് പറയുന്നതിനാലും ബൂർഷ്വാസിക്കകത്തെ വിവിധ വിഭാഗങ്ങൾ തമ്മിലുള്ള സംഘർഷങ്ങളെ സംബന്ധിച്ച് വ്യക്തമാക്ക ന്നതിനാലും ഈ കൃതിക്ക് മാർക്സിസ്റ്റ് ക്ലാസിക്കുകളിൽ സുപ്രധാനമായ സ്ഥാനമുണ്ടെന്ന് ഈ അധ്യായത്തിൽ വ്യക്തമാക്കുന്നു.

"ല്യൂയി ബോണാപ്പാർട്ടിന്റെ ബ്രൂമയർ 18" എന്ന അധ്യായം ഈ കൃതിയുടെ പ്രാധാന്യത്തെ വിവരിക്കുന്നു. ല്യൂയി ബോണാപ്പാർട്ടിന്റെ ബ്രൂമയർ 18 എന്ന മാർക്സിന്റെ ഗ്രന്ഥം മാർക്സ്, ഏംഗൽസ് ദ്വന്ദം രചിച്ച ചരിത്രകൃതികളിൽ ഏറ്റവും പ്രധാനമായ ഒന്നായി ഇ.എം.എസ് എടു ത്തുപറഞ്ഞത് ഇതിൽ സൂചിപ്പിക്കുന്നുണ്ട്. ചരിത്രപരമായ ഭൗതിക വാദത്തിന്റെ അടിസ്ഥാനത്തിൽ രാഷ്ട്രീയ സംഭവങ്ങളെ വിശകലനം ചെയ്ത കൃതി എന്ന നിലയിലും ദാർശനിക രംഗത്തും ഇതിന് വലിയ സ്ഥാനമുണ്ട്. അതിനാൽ മാർക്സിസ്റ്റ് ക്ലാസിക്കുകളുടെ കൂട്ടത്തിൽ ശ്ര ദ്ധേയമായ ഒന്നാണിതെന്നും പുത്തലത്ത് ദിനേശൻ വിലയിരുത്തുന്നു. ഈ വിലയിരുത്തലുകളെല്ലാം മൂലകൃതികൾ വായിക്കുവാൻ വലിയ പ്രേരണയാണ് നൽകുന്നത്.

"ജനാധിപത്യ വിപ്ലവത്തിൽ സോഷ്യൽ ഡമോക്രസിയുടെ രണ്ട് അടവുകൾ," "എന്തു ചെയ്യണം," "ഇടതുപക്ഷ ബാലാരിഷ്ടത," "ഒരടി മുന്നോട്ട് രണ്ടടി പിന്നോട്ട്," "തൊഴിലാളിവർഗ്ഗ വിപ്ലവവും വഞ്ചകനായ കൗട്സ്കിയും," "നാട്ടുമ്പുറത്തെ പട്ടിണിപ്പാവങ്ങളോട്" എന്നീ കൃതിയെ
വെള്ളത്തിൽ മീനുകളെന്നപോൽ 

പറ്റിയുള്ള അധ്യായങ്ങൾ മാർക്സിസം പ്രയോഗിക്കുന്നതുമായി ബന്ധപ്പെ ട്ട വിഷയങ്ങൾ ചർച്ച ചെയ്യുന്നു. "സോഷ്യൽ ഡമോക്രസിയുടെ രണ്ട് അടവുകൾ" എന്ന അധ്യായത്തിൽ മാർക്സിസം സ്ഥലകാലത്തിനന സരിച്ച് പ്രയോഗിക്കപ്പെടേണ്ട ഒന്നായി എടുത്തുപറയുന്നു. വരട്ടുതത്ത്വവാ ദപരമായ സമീപനങ്ങളിൽ നിന്നും കമ്മ്യൂണിസ്റ്റുകൾ വിമോചിക്കപ്പെ ടേണ്ടതിന്റെ പ്രാധാന്യവും ലെനിൻ ഈ കൃതിയിൽ മുന്നോട്ടവച്ചിട്ടുണ്ട്. ഇന്ത്യയിലെ സംസ്ഥാന സർക്കാരുകളെ കുറിച്ചുള്ള സി.പി.ഐ.(എം) ന്റെ കാഴ്ചപ്പാട് 1967-ൽ രൂപപ്പെടുത്തിയത് മൂലകൃതിയിൽ ലെനിൻ മുന്നോട്ടവച്ച ആശയങ്ങളുടെ അടിസ്ഥാനത്തിലാണെന്നും ഈ അധ്യാ യത്തിൽ സൂചിപ്പിക്കുന്നു.

"എന്തു ചെയ്യണ"മെന്ന കൃതിയെ പറ്റിയുള്ള അധ്യായത്തിൽ മൂലകൃ തിയിൽ ലെനിൻ കൈകാര്യം ചെയ്ത വിഷയങ്ങളാകെ വിവരിച്ചിട്ടുണ്ട്. റഷ്യയിലെ കമ്മ്യൂണിസ്റ്റ് പാർടിയുടെ വളർച്ചയുടെ ഒരു സവിശേഷ ഘട്ടത്തിൽ അഭിമുഖീകരിച്ച പ്രശ്നങ്ങൾക്ക് എങ്ങനെ പരിഹാരം കാണാനാകും എന്ന വിഷയമാണ് ലെനിൻ ഈ കൃതിയിൽ ചർച്ച ചെയ്തത്. ഏറ്റവും പുരോഗമനപരമായ ഒരു സിദ്ധാന്തത്താൽ നയിക്ക പ്പെടുന്ന പാർടിക്ക് മാത്രമേ മുന്നണിയിൽ നിന്ന് പോരാടാൻ കഴിയുക യുള്ള എന്നും ലെനിൻ ഈ കൃതിയിൽ എടുത്തുപറയുന്നു.

"ഒരടി മുന്നോട്ട് രണ്ടടി പിന്നോട്ട്" എന്ന കൃതിയെ പറ്റിയുള്ള അധ്യായവും മാർക്സിസത്തെ പ്രായോഗികമാക്കുന്നതിനുള്ള പ്രവർത്തന പദ്ധതികൾ ഓരോ രാജ്യത്തിന്റെയും സവിശേഷ സാഹചര്യത്തിന നുസരിച്ച് രൂപപ്പെടുത്തേണ്ട ഒന്നായി ലെനിൻ ചൂണ്ടികാട്ടിയതായി വിവരിക്കുന്നു. റഷ്യൻ സാഹചര്യത്തിനനുസരിച്ച് ഒരു വിപ്ലവ പരിപാടി രൂപപ്പെട്ടതിന്റെ രേഖയാണ് ഈ മൂലകൃതി സൂചിപ്പിക്കുന്നത്. മാർക്സിസ ത്തെ പ്രായോഗികമാക്കുന്നതിന് ഒരു ഉറച്ച സംഘടനാ സംവിധാനം ഉണ്ടാവുക എന്നത് പ്രധാനമാണ്. ഈ സംഘടനാ സംവിധാനത്തെ സംബന്ധിച്ച കാഴ്ചപ്പാടുകളെയും അതിനെതിരായി ഉയർന്നുവന്ന വിമർശനങ്ങളെയുംതുറന്നുകാട്ടുകയുമാണ് ലെനിൻ ഈ കൃതിയിൽ ചെയ്യുന്നത്. ലെനിനിസ്റ്റ് സംഘടനാ തത്ത്വം വിവരിക്കുന്ന പ്രധാനപ്പെട്ട ഒരു കൃതിയാണിതെന്നും ഈ അധ്യായത്തിൽ സൂചിപ്പിച്ചിട്ടുണ്ട്.

"ഇടതുപക്ഷ കമ്മ്യൂണിസം ഒരു ബാലാരിഷ്ടത" എന്ന കൃതി സോവിയേറ്റ് റഷ്യയിലെ വിപ്ലവം കഴിഞ്ഞതിന് ശേഷം ലെനിൻ എഴുതിയ പുസ്തകമാണ്. ഈ പുസ്തകത്തിൽ ഇടത് തീവ്രവാദപരമായ സമീപനം വിപ്ലവ പ്രസ്ഥാനത്തെ ഏത് തരത്തിലാണ് ദുർബലപ്പെ ടുത്തുന്നത് എന്ന പ്രശ്നമാണ് മുഖ്യമായും കൈകാര്യം ചെയ്യുന്നത്.

   വെള്ളത്തിൽ മീനുകളെന്നപോൽ

അതോടൊപ്പം വലതുപക്ഷ അവസരവാദപരമായ നയത്തേയും വിവിധ രാജ്യങ്ങളിലെ വിപ്ലവപ്രസ്ഥാനത്തിന്റെ അന്നത്തെ ശക്തി ദൗർബല്യങ്ങളും പ്രധാന പരിശോധനാ വിഷയമാണ്.

"തൊഴിലാളിവർഗ്ഗ വിപ്ലവവും വഞ്ചകനായ കൗട്സ്കിയും" എന്ന അധ്യായത്തിൽ വലതുപക്ഷ കാഴ്ചപ്പാടുകൾക്കെതിരായി ലെനിൻ നടത്തിയ ആശയസമരത്തിന്റെ ഭാഗമാണ് മൂലകൃതിയെന്ന് വ്യക്ത മാക്കുന്നു. തൊഴിലാളിവർഗ്ഗ സർവ്വാധിപത്യത്തിൽ ഭരണകൂടത്തെ സംബന്ധിച്ച മാർക്സിസ്റ്റ് ധാരണകൾ വ്യക്തമാക്കുന്ന കൃതിയായി ഇതിനെ വിലയിരുത്തുന്നു.

"നാട്ടിൻപുറത്തെ പട്ടിണിപ്പാവങ്ങളോട്" എന്ന ലെനിന്റെ കൃതി നാട്ടുംപുറത്ത് വർഗ്ഗസമരം ഏത് രീതിയിലാണ് സംഘടിപ്പിക്കേണ്ടത് എന്നതിനെ സംബന്ധിച്ച കാഴ്ചപ്പാടാണ് മുന്നോട്ടുവയ്ക്കുന്നതെന്ന് ഈ അധ്യായം ഓർമ്മപ്പെടുത്തുന്നു. 1903-ലാണ് ലെനിൻ ഈ പുസ്തകം എഴുതിയത്. ജന്മിമാർ, കർഷക ബൂർഷ്വാസി, ഇടത്തരം കൃഷിക്കാർ, അർദ്ധ തൊഴിലാളികൾ, തൊഴിലാളികൾ എന്നിങ്ങനെ ഗ്രാമീണ ജനതയുടെ വിശദമായ പഠനമാണ് ഈ കൃതി നിർവ്വഹിക്കുന്നത്. ഗ്രാമീണ ദരിദ്രരെ പട്ടണ പ്രദേശങ്ങളിലെ വ്യവസായ തൊഴിലാളിക ളുടെ സംഘടിത സമരവുമായി കൂട്ടിയിണക്കാനുള്ള ശ്രമമാണ് ഇതിൽ ഉടനീളം ഉള്ളത്. തൊഴിലാളി-കർഷക ഐക്യം എന്ന രാഷ്ട്രീയ സമീ പനത്തിന്റെ മാർഗ്ഗ രേഖ കൂടിയാണ് ഈ കൃതി. അതിന്റെ ഭാഗമായി, തൊഴിലാളി വർഗ്ഗത്തിന്റെ നേതൃത്വത്തിൽ കർഷക-കർഷക തൊഴി ലാളികൾ വിപ്ലവകരമായ സമരങ്ങളില്ലൂടെ ഫ്യൂഡൽ മേധാവിത്വത്തെ തകർത്ത് ജനാധിപത്യവ്യവസ്ഥ നിലവിൽ വരുത്താനുള്ള മുന്നണി രൂപപ്പെടുത്തുന്നതിന്റെ സൈദ്ധാന്തിക അടിത്തറയും ഇതിൽ മുന്നോട്ട വയ്ക്കുന്നു. തൊഴിലാളിവർഗ്ഗ പ്രസ്ഥാനത്തിന്റെ ചരിത്രത്തിലെ സുപ്രധാന കൃതിയായിട്ടാണ് ഇതിനെ വിവരിക്കുന്നത്.

സ്റ്റാലിന്റെ ഭാഷാശാസ്ത്രവും മാർക്സിസവും എന്ന പ്രവദയിൽ പ്ര സിദ്ധീകരിച്ച ചോദ്യോത്തരങ്ങൾ ഇതിൽ ചേർത്തിട്ടുണ്ട്. മേൽപ്പര യായി ഭാഷയെ എന്തു കൊണ്ട് കാണാനാവില്ല എന്ന കാര്യം ഇതിൽ വ്യക്തമാക്കുന്നു. സ്റ്റാലിന്റെ മാർക്സിസത്തിലെ അഗാധമായ അറിവ് വ്യക്തമാക്കുന്നതാണ് ഇത്. ഏറെ ചർച്ച ചെയ്യപ്പെടാതെ പോയതും അതെസമയം ഏറെ പ്രസക്തമായതുമായ ഇത്തരം പല പുസ്തകങ്ങ ളെയും പരിചയപ്പെടുത്തുന്നു എന്നതും ഈ പുസ്തകത്തിന്റെ മറ്റൊരു സവിശേഷതയാണ്.

മൂലധനത്തിന്റെ സാഹിത്യപരാമർശങ്ങളെന്ന അധ്യായത്തിൽ മൂല ധനത്തിൽ പരാമർശിച്ചിട്ടുള്ള ഗ്രീക്ക്, ഇംഗ്ലീഷ്, സ്പാനിഷ്, പോർച്ചുഗീസ്, ജർമ്മൻ, ഫ്രഞ്ച് കൃതികളെപ്പറ്റിയുള്ള വിവരങ്ങളാണ് ഉൾപ്പെടുത്തിയിരി ക്കുന്നത്. മൂലധനം വളരെ ശ്രദ്ധാപൂർവ്വം പഠിക്കാതെ ഇങ്ങനെയൊരു അധ്യായം ആർക്കും രചിക്കാനാകില്ല.

വികസിത മുതലാളിത്ത രാജ്യങ്ങളിൽ വിപ്ലവമുണ്ടാകും എന്ന കാഴ്ച പ്പാടാണ് മാർക്സിനുണ്ടായത്. ലെനിനാവട്ടെ മുതലാളിത്തത്തിന്റെ ദുർബലമായ കണ്ണിയിൽ അടിച്ച് വിപ്ലവമുണ്ടാക്കുക എന്ന രീതി പ്രയോ ഗികമാക്കി. ഇവ തമ്മിൽ വൈരുദ്ധ്യമുണ്ടെന്ന കാഴ്ചപ്പാടിനെ അവസാന ലേഖനത്തിൽ പരിശോധിക്കുന്നുണ്ട്. മാർക്സിസം പ്രയോഗിക്കുന്നത് ഓരോ സാഹചര്യം അനുസരിച്ചാണെന്ന കാഴ്ചപ്പാട് ഇവിടെ ദിനേശൻ മുന്നോട്ട് വെക്കുന്നുണ്ട്. റഷ്യയിൽ വിപ്ലവം സാധ്യമാകുന്നതിനെ സംബന്ധിച്ച ചോദ്യത്തിന് മാർക്സ് നൽകുന്ന മറുപടി ഉദ്ധരിച്ചുകൊണ്ട് മാർക്സിസ്റ്റ് സമീപനത്തിൽ നിന്ന് കൊണ്ട് തന്നെ ഇതിന് ഉത്തരം കണ്ടെത്താനാവുമെന്ന കാര്യവും ഇവിടെ ഓർമ്മപെടുത്തുന്നുണ്ട്.

"വെള്ളത്തിൽ മീനകളെന്നപോൽ" എന്ന ഈ പുസ്തകത്തിലെ വിവിധ അധ്യായങ്ങളിൽ പരാമർശിക്കുന്ന എല്ലാ കൃതികളും മൂലധനം എന്ന കൃതിയെ പഠിച്ചതുപോലെ പഠിച്ച് തയ്യാറാക്കിയവയാണ്. ഈ പുസ്തകം രചിച്ചതിന് ഞാൻ പുത്തലത്ത് ദിനേശനെ അഭിനന്ദിക്കുന്നു. മാർക്സിസത്തെ അറിയാൻ താൽപര്യമുള്ളവർക്ക് "വെള്ളത്തിൽ മീന കളെന്നപോൽ" എന്ന കൃതി ഒരു നല്ല പാഠപുസ്തകമാണ്.

# എഴുത്തുകാരന്റെ കുറിപ്പ്

'വെള്ളത്തിൽ മീനുകളെന്നപോൽ' എന്ന ഈ പുസ്തകം മാർക്സിസ്റ്റ് ക്ലാസിക്കുകളെ പരിചയപ്പെടുത്തുന്ന ഒന്നാണ്. മാർക്സിസം കാലഹരണപ്പെട്ടതാണെന്നും, ഇന്ത്യൻ സാഹചര്യങ്ങ ൾക്ക് അനുയോജ്യമായത് അല്ലെന്നുമുള്ള ചർച്ചകൾ എപ്പോഴും ഉയർന്നുകേൾക്കാറുണ്ട്. ഈ ചർച്ചകൾ ഗൗരവമായി ഉന്നയിക്കുന്ന വർ പോലും പലരും പറയുന്ന കാര്യങ്ങൾ ആവർത്തിക്കുകയാണ് ചെയ്യുന്നത്. ഇത്തരം ചർച്ചകളെ മനസ്സിലാക്കുകയെന്ന ലക്ഷ്യത്തോ ടെയാണ് മാർക്സും, ഏംഗൽസും അവരുടെ കൃതികളിൽ പറഞ്ഞ കാര്യങ്ങളെന്താണെന്ന് പഠിക്കാൻ നിശ്ചയിക്കുന്നത്.

ഇ.എം.എസും, കെ ദാമോദരനും എഴുതിയ പല പുസ്തകങ്ങളുമാണ് അതിന് മുൻപ് ഇക്കാര്യത്തിൽ വഴികാട്ടിയായി നിന്നത്. അങ്ങനെ യാണ് കമ്മ്യൂണിസ്റ്റ് മാനിഫെസ്റ്റോയിലേക്കും, മൂലധനത്തിലേക്കുമെ ല്ലാം കടക്കുന്നത്. ഇവയുടെ വായന ഒരു പുതിയ ലോകമാണ് മുന്നിൽ തുറന്നുവെച്ചത്. മൂലധനത്തിന്റെ വായന അക്ഷരാർത്ഥത്തിൽ പുതിയ കാഴ്ചകൾ തുറന്നുവെക്കുകയായിരുന്നു. മുതലാളിത്തം മണ്ണിനേയും, മനുഷ്യനേയും ചൂഷണം ചെയ്യുന്നതിനായി അതിന്റെ സാങ്കേതിക വിദ്യ വികസിപ്പിക്കുകയാണ് എന്ന വാചകം തുറന്ന് തന്നത് ഒരു വലിയ ലോകമായിരുന്നു. മുതലാളിത്തത്തിന്റെ പ്രവർത്തനരീതിയും, ദൗർബ ല്യങ്ങളും പരിശോധിക്കുന്ന കൃതി എന്ന നിലയിൽ കണ്ട മൂലധനം വൈവിധ്യമാർന്ന മേഖലകളിലെ കാഴ്ചകളെ രൂപപ്പെടുത്തിയത് കൂടിയാണെന്ന് തിരിച്ചറിയുകയായിരുന്നു. മാർക്സിസത്തിനെതിരായ വിമർശനം ഉന്നയിക്കുന്നവർ മാർക്സിനെ പഠിച്ചില്ലയെന്ന് മനസ്സിലായ അനുഭവം കൂടിയായിരുന്നു അത്.

എ.കെ.ജി. സെന്റർ ലൈബ്രറിയിലെ മാർക്സിസ്റ്റ് ക്ലാസിക്കുകളെ ല്ലാം തുടർന്ന് വായനക്കെടുത്തു. മാർക്സും, ഏംഗൽസും, ലെനിനും വായനകളിൽ നിറഞ്ഞുനിന്നു. സാമ്രാജ്യത്വകാലത്തെ മാർക്സിസമെന്ന്

വിശേഷിപ്പിക്കുന്ന ലെനിന്റെ കൃതികളിലേക്കും ആ വായന നീണ്ടു. മാവോയുടെ സവിശേഷമായ വിപ്ലവതന്ത്രങ്ങളെ അറിയുന്നതിലേക്കും ചൈനീസ് സമൂഹത്തിലെ വൈരുദ്ധ്യങ്ങളെ വിശകലനം ചെയ്യുന്ന രീതി മനസ്സിലാക്കി. മാർക്സിസത്തെ ചൈനീസ് സാഹചര്യത്തിനനുസരിച്ച് രൂപപ്പെടുത്തുന്നതിനുള്ള മാവോയുടെ അസാധാരണമായ പാടവത്തെ യും അത് കാണിച്ചുതന്നു. അത് വളർന്നു. പോൾലെഗാഫിലേക്കും, ദിമിത്രോവിലേക്കുമെല്ലാം ആ വായന നീണ്ടു.

മാർക്സിസത്തിന് അന്യമെന്ന് പലരും പ്രചരിപ്പിച്ച പരിസ്ഥിതി പ്രശ്നവും സ്ത്രീ പ്രശ്നവും ജാതി പ്രശ്നവും എല്ലാം ആ കാലത്തു നിന്നുകൊണ്ടു തന്നെ മാർക്സും, ഏംഗൽസും വിശകലനം ചെയ്തത് മനസ്സിലാക്കാനായി. നവോത്ഥാനത്തിന്റെ വഴികളെക്കുറിച്ചുള്ള ഏംഗൽസിന്റെ ചിന്തകളും പുതിയ ദിശാബോധം നൽകി.

പ്രായോഗിക രാഷ്ട്രീയ പ്രവർത്തനത്തിന് വലിയ ഉൾക്കാഴ്ചയായി അവ മാറുകയും ചെയ്തു. വൈവിധ്യമാർന്ന പ്രവർത്തനരീതികളായിരു ന്നു ഇവർ ആവിഷ്ക്കരിച്ചതെന്നും വ്യക്തമായി. ഉദാഹരണമായി നികുതി നിഷേധമെന്നത് സമരരൂപമെന്ന നിലയിൽ മാർക്സും ഏംഗൽസും വികസിപ്പിച്ചെടുക്കുന്നുണ്ട്. 1848-ൽ ജർമ്മനിയിൽ വിപ്ലവപ്രസ്ഥാന ത്തിനുനേരെ നടന്ന ആക്രമണത്തിന് പ്രത്യാക്രമണം സംഘടിപ്പിക്ക ന്നതിന് മാർക്സും ഏംഗൽസും ഉയർത്തിയ പ്രധാന മുദ്രാവാക്യം നികുതി നിഷേധമായിരുന്നു. വിപ്ലവകാലത്ത് ഉയർന്നുവന്ന ജനപ്രതിനിധിസഭ അംഗീകരിച്ച പ്രമേയത്തിൽ ഇങ്ങനെ പ്രസ്താവിക്കുകയുണ്ടായി. "പ്രധാ നമന്ത്രി ബ്രാന്റൻ ബർഗിനെ ഈ സഭ രാജ്യദ്രോഹിയായി മുദ്ര കുത്തി യതിനാൽ ആ ഗവൺമെന്റിന് നികുതി കൊടുക്കാനുള്ള ബാദ്ധ്യത ജനങ്ങൾക്കില്ലാതായിരിക്കുന്നു. അതുകൊണ്ട് നികുതി കൊടുക്കുന്നത് തന്നെ രാജ്യദ്രോഹമാകും. നികുതി കൊടുക്കാതെ ഇരിക്കുന്നത് പൗര ന്മാരുടെ കടമയുമായിരിക്കും."

മാർക്സിസ്റ്റ് ക്ലാസിക്കുകളെ ഇങ്ങനെ ഉൾക്കൊള്ളുന്ന ഘട്ടത്തിലാണ് കർഷക തൊഴിലാളി യൂണിയന്റെ സംസ്ഥാന സെക്രട്ടറിയായിരുന്ന എം.വി. ഗോവിന്ദൻ മാസ്റ്റർ കർഷക തൊഴിലാളി മാസികയിൽ മാർക്സിസ്റ്റ് ക്ലാസിക്കുകളെക്കുറിച്ച് എഴുതണമെന്ന് പറയുന്നത്. തുടർന്ന് കുറേ മാർക്സിസ്റ്റ് ക്ലാസിക്കുകളെക്കുറിച്ച് അതിലെഴുതി. മാഷ് സെക്രട്ടറി സ്ഥാനം മാറിയതോടെ എഴുതാനുള്ള സമ്മർദ്ദം ഇല്ലാതായ തോടെ എഴുത്ത് നിർത്തി. പക്ഷേ വായന തുടർന്നു. അതിന്റെ ബാക്കി പത്രമാണ് ഈ പുസ്തകം. മാർക്സിസ്റ്റ് ക്ലാസിക്കുകൾ എന്തു പറയുന്നുവെ ന്നത് ഓർമ്മപ്പെടുത്തുകയാണ് ഈ പുസ്തകം. അതിന്റെ ഗഹനമായ വശങ്ങളോ, പ്രയോഗത്തിന്റെ സാധ്യതകളോ ഒന്നും ഇതിൽ ഏറെ

ആഴത്തിൽ ചർച്ച ചെയ്യുന്നില്ല. എന്നാൽ മാർക്സിസ്റ്റ് സൈദ്ധാന്തികർ മുന്നോട്ടുവെച്ച വഴികളിലെല്ലാം ഇത് വെളിച്ചം നൽകുന്നുണ്ട്. മാർക്സി സ്റ്റ് ക്ലാസിക്കുകൾ നൽകിയ തെളിച്ചം രാഷ്ട്രീയ പ്രവർത്തനത്തിന്റെ കരുത്തായി ഇന്നും നിലകൊള്ളുന്നു. എം.എസ്. ദേവദാസിന്റെ ലോക കമ്മ്യൂണിസ്റ്റ് പ്രസ്ഥാനത്തിന്റെ ചരിത്രം, ഇ.എം.എസിന്റെ മാർക്സ്, ഏംഗൽസ് വിചാര പ്രപഞ്ചം എന്നീ പുസ്തകങ്ങൾ ഇത് തയ്യാറാക്കുന്ന തിന് വെളിച്ചം നൽകിയിട്ടുണ്ട്. പല പുസ്തകങ്ങളും മാർക്സും ഏംഗൽസും ഒന്നിച്ചെഴുതി ഒരാളുടെ പേരിൽ പ്രസിദ്ധീകരിച്ചതാണ്. ഒരാൾ എഴുതി മറ്റൊരാളുടെ പേരിലും പ്രസിദ്ധീകരിച്ചിട്ടുണ്ട്. പൊതുവിൽ സംയുക്തകൃ തികൾ എന്ന കരുതുന്നവ മാർക്സിന്റെ പേരിലാണ് ഇതിൽ ഉൾപ്പെടുത്തി യത്. പല പുസ്തകങ്ങളുടെയും മുഖവുരകൾ ശ്രദ്ധേയമാണ്. അവയെല്ലാം ചേർത്താണ് ചില പുസ്തകങ്ങളെ വിശകലനം ചെയ്തത്.

ഓരോ പുസ്തകത്തെയും ഒരു യൂണിറ്റായി എടുത്താണ് ഇതിൽ ചെയ്തിരിക്കുന്നത്. അതുകൊണ്ട് ഒരു അധ്യായത്തിൽ ഉള്ള ചില കാര്യങ്ങൾ മറ്റേതിൽ ആവർത്തിക്കുന്നത് കാണാം. ചില പുസ്തകങ്ങൾ ഒന്നായി എടുക്കേണ്ടതുണ്ട്. ഫ്രാൻസിലെ വർഗ്ഗസമരം, ബ്രൈമർ 18, ജർമ്മനിയിലെ വിപ്ലവവും പ്രതിവിപ്ലവവും എന്നിവ അത്തരത്തിൽ പെടുന്നതാണ്. അതിൽ കാണുന്ന ആവർത്തനങ്ങൾ അതുകൊണ്ട് ഉണ്ടായതാണ് എന്ന് കാണണം.

അനുബന്ധമായി വിപ്ലവകാഴ്ചപ്പാടുകൾ മാർക്സിന്റേയും ലെനിന്റേയും എന്ന ലേഖനം കൊടുത്തിട്ടുണ്ട്. മാർക്സിസം ഓരോ നാടിന്റേയും സവിശേഷതയെ മനസിലാക്കിയാണ് പ്രയോഗിക്കേണ്ടത് എന്ന അടിസ്ഥാന പാഠം ഓർമ്മപ്പെടുത്താനാണ്. അത് നിരന്തരം വിക സിച്ചുകൊണ്ടിരിക്കുന്ന ഒന്നാണെന്നും സോഷ്യലിസ്റ്റ് പ്രയോഗത്തിൽ ഇന്ന് അഭിമുഖീകരിക്കുന്ന പ്രശ്നങ്ങളും അവ പരിഹരിക്കുന്നതിനുമുള്ള പ്രായോഗിക പ്രവർത്തനങ്ങളെയും പരിചയപെടുത്താനുമാണ്.

കർഷക തൊഴിലാളി മാസികയിൽ വന്ന ഘട്ടത്തിൽ തന്നെ ഇത് പുസ്തകമാക്കണമെന്ന് പലരും പറഞ്ഞിരുന്നു. പലവിധ തിരക്കുകളാൽ അതിന് കഴിഞ്ഞില്ല. അതിനിടയിലാണ് എസ്.എഫ്.ഐ കാലത്ത് പരിചയമുണ്ടായിരുന്ന സുമേഷ് (ഇൻസൈറ്റ് പബ്ലിക്ക) എന്റെ എഴു ത്തുകളെല്ലാം പുസ്തകമാക്കി മാറ്റണമെന്ന് കഴിഞ്ഞ നാലുവർഷത്തോ ളമായി നിർബന്ധിക്കുന്നുണ്ടായിരുന്നു. എപ്പോൾ കാണുമ്പോഴും ആ നിർബന്ധം തുടർന്നു. എന്റെ ജീവിതസഖിയുടെ തുടർച്ചയായ നിർബ ന്ധവും, പ്രോത്സാഹനവും അത് നൽകിയ ഊർജ്ജവും, ഈ പുസ്തകം ഈ ഘട്ടത്തിൽ പുറത്തുവരുന്നതിന് പ്രധാന കാരണമായിട്ടുണ്ട്.

മാർക്സിസ്റ്റ് ക്ലാസിക്കുകളെക്കുറിച്ച് എഴുതിയ കാര്യങ്ങൾ എസ്. ആർ. പിയെ കാണിക്കുകയുണ്ടായി. നിർബന്ധമായും ഇത് പ്രസിദ്ധീകരിക്കണമെന്ന് സ്നേഹത്തോടെ പറയുകയുണ്ടായി. എങ്കിൽ അവതാരിക എഴുതുമോ എന്ന ആവശ്യത്തിന് പൂർണ്ണ സമ്മതം അപ്പോൾ തന്നെ പറയുകയും ചെയ്തു. അങ്ങനെ ഇവയെല്ലാം വായിച്ച ശേഷം അവതാരികയും, അഭിനന്ദനവും നൽകുകയും ചെയ്തു. ഈ പുസ്തകം തയ്യാറാക്കുന്നതിന് എ.കെ.ജി. സെന്ററിലെ സഹപ്രവർത്തകരും ഏറെ സഹായിക്കുകയുണ്ടായി. ബാലാജിയും, പ്രവിതയും, അഖില്യമെല്ലാം നൽകിയ സഹായങ്ങളില്ലായിരുന്നുവെങ്കിൽ ഇങ്ങനെയൊന്ന് പുറത്ത് വരില്ലായിരുന്നു. ഇതിന് സഹായിച്ച എല്ലാവർക്കും ഹൃദയം നിറഞ്ഞ നന്ദി രേഖപ്പെടുത്തുന്നു. പ്രധാനപ്പെട്ട ചില പുസ്തകങ്ങൾ ഇനിയും ചേർക്കാനുണ്ട്. പിൽക്കാല വികാസങ്ങളും പരിചയപ്പെടുത്തേണ്ടവയാണ്. അവയെല്ലാം തയ്യാറാക്കുന്നുണ്ട്. അത് പിന്നീടൊരിക്കൽ പ്രസിദ്ധീകരിക്കുന്നതാണ്. മാർക്സിസ്റ്റ് കൃതികളിലേക്കുള്ള ഒരു പ്രവേശിക എന്നതാണ് ഇത് കൊണ്ട് ഉദ്ദേശിച്ചത്. കൂടുതൽ അവകാശവാദങ്ങൾ ഒട്ടുംതന്നെ ഇല്ല. പോരായ്മകൾ ചൂണ്ടിക്കാണിച്ചാൽ ഭാവിയിൽ തിരുത്തി മുന്നോട്ടുപോകുമെന്ന ഉറപ്പോടെ...

പുത്തലത്ത് ദിനേശൻ

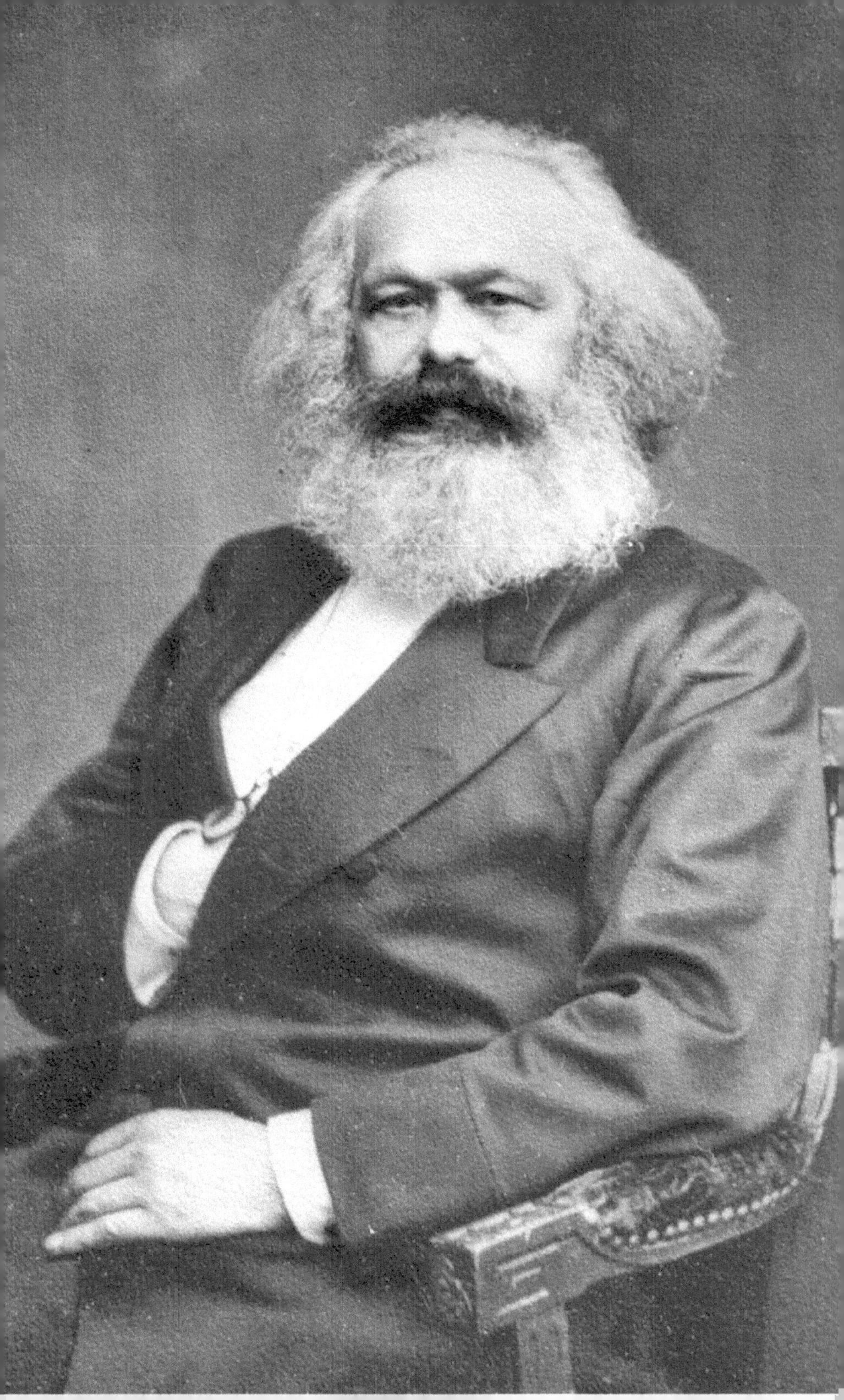

# കാൾ മാർക്സ്

മാർക്സ് ചരിത്രപരമായ ഭൗതികവാദ സിദ്ധാന്ത ത്തിന് അടിത്തറയിട്ടന്ന പുസ്തകമാണിത്. മുതലാ ളിത്ത സമൂഹത്തിനകത്തെ അന്യവൽക്കരണം എന്ന പ്രശ്നവും സ്ത്രീ–പുരുഷ ബന്ധത്തെ സംബന്ധിച്ച കാഴ്ചപ്പാടുകളും ഇതിൽ മുന്നോട്ട് വെക്കുന്നുണ്ട്.

# 1844-ലെ സാമ്പത്തികവും, തത്വശാസ്ത്രപരവുമായ കയ്യെഴുത്ത് പ്രതികൾ

**26**വയസ്സുകാരനായ മാർക്സിന്റെ ചിന്തകളാണ് 1844-ലെ സാമ്പ ത്തികവും, തത്വശാസ്ത്രപരവുമായ കൈയെഴുത്ത് പ്രതികൾ എന്ന പുസ്തകത്തില്ലുള്ളത്. കാൾ മാർക്സിന്റെ ചിന്തകൾ പുതിയ അറിവുകളുടെ പശ്ചാത്തലത്തിൽ നിരന്തരം വികസിച്ച് മുന്നേറിയ താണ്. അതിന്റെ വികാസങ്ങൾ മനസ്സിലാക്കുന്നതിന് ഇത് ഏറെ സഹായകവുമാണ്.

മൂലധനത്തിന്റെ മൂന്നാം വോള്യം തയ്യാറാക്കുന്ന പ്രവർത്തനത്തി ലാണ് മാർക്സിന്റെ മരണ ശേഷം ഏംഗൽസ് ഊന്നിയത്. 1932-ൽ ജർമ്മൻ സോഷ്യലിസ്റ്റ് ഡമോക്രാറ്റിക്ക് പാർടിയുമായി ബന്ധമുണ്ടായി രുന്ന സീഗ്ഫ്രീഡ് ലാന്റ്ഡ്ഷുട്ടം, ജേക്കബ് പീറ്റർ മേയറും ചേർന്നാണ് ഇതിന്റെ അദ്യ പതിപ്പ് പുറത്തിറക്കിയത്. ഹിറ്റ്ലറുടെ ആധിപത്യം ശക്തിപ്പെട്ടന്ന എന്നറിഞ്ഞപ്പോൾ ഈ കയ്യെഴുത്ത് പ്രതികൾ ഉൾപ്പെടെ ആംസ്റ്റഡാമിലേക്ക് മാറ്റപ്പെടുകയായിരുന്ന.

മാർക്സിന് 17 വയസുണ്ടായിരുന്ന കാലത്ത് ജോലി തെരഞ്ഞെടുക്ക ന്നത് സംബന്ധിച്ച് ഒരു ചെറുപ്പക്കാരന്റെ നിരീക്ഷണമെന്ന പ്രബന്ധം എഴുതുകയുണ്ടായി. നമ്മുടെ വ്യക്തിപരമായ പൂർണ്ണതയല്ല മനുഷ്യ സമൂഹത്തിന്റെ ക്ഷേമമാണ് ജോലി തെരഞ്ഞെടുക്കുന്നതിൽ നമ്മെ വെള്ളത്തിൽ മീനുകളെന്നപോൽ

നയിക്കേണ്ടത് എന്ന തന്റെ നിലപാട് അതിൽ മുന്നോട്ടുവെക്കുന്നുണ്ട്. ജനങ്ങൾ മാതൃകയായി കണക്കാക്കി അനുകരിക്കുന്നവരെല്ലാം മനുഷ്യ സമൂഹത്തിന്റെ നന്മകളവേണ്ടി ത്യാഗം ചെയ്യുന്നവരാണ് എന്നും മാർക്സ് ഇതിൽ ഓർമ്മിപ്പിക്കുന്നു. ഈ കാഴ്ചപ്പാടിൽ നിന്നുകൊണ്ടുള്ള മാർക്സി ന്റെ അന്വേഷണം 26-ാമത്തെ വയസ്സിൽ ഏത് ദിശയിലാണ് വികസി ച്ചെത്തിയത് എന്ന് വ്യക്തമാക്കുന്നുണ്ട് ഈ കയ്യെഴുത്ത് പ്രതികൾ.

മുതലാളിത്ത സമൂഹത്തിനകത്ത് തൊഴിലാളി വർഗ്ഗത്തിന് സംഭവി ക്കുന്ന അന്യവൽക്കരണമെന്ന ആശയം ഇതിൽ അവതരിപ്പിക്കുന്നു. തൊഴിലാളിയുടെ അധ്വാന ഫലമായി ഉണ്ടാകുന്ന ഉത്പന്നങ്ങൾ അവർക്ക് അന്യമായി മാറുകയാണ് ചെയ്യുന്നത്. ഈ അവസ്ഥയിൽ നിന്ന് ലോകത്തെ മാറ്റണമെങ്കിൽ മുതലാളിത്ത സാമൂഹ്യ വ്യവസ്ഥ അവസാനിപ്പിച്ച് സമത്വത്തിന്റേതായ ലോകം രൂപപ്പെടുത്തേണ്ടതുണ്ട് എന്ന ദിശയിലേക്ക് ഇത് വികസിക്കുന്നു. കൂലി വർദ്ധനവ് ഉണ്ടായതു കൊണ്ട് പ്രശ്നങ്ങൾ പരിഹരിക്കില്ലെന്ന് മാർക്സ് ഇതിൽ ഓർമ്മപ്പെടുത്തു ന്നുണ്ട്. കൂലി വർദ്ധിപ്പിച്ചാൽ അടിമ ജോലിക്ക് മെച്ചപ്പെട്ട പ്രതിഫലം ലഭിക്കുകയെന്ന അവസ്ഥയുണ്ടാകും. എന്നാൽ അതുകൊണ്ട് തൊഴി ലാളിക്ക് മാനുഷികമായ നിലനിൽപ്പോ, അന്തസോ ഉണ്ടാകില്ല. അതു ണ്ടാകണമെങ്കിൽ മുതലാളിത്തം മുന്നോട്ടുവെക്കുന്ന കൂലിവേല തന്നെ ഇല്ലാതാകേണ്ടതുണ്ടെന്ന് മാർക്സ് വിവരിക്കുന്നു.

അന്യവൽക്കരണമെന്ന ഈ ആശയം മുന്നോട്ടുവെക്കുന്നതിന് തൊഴിലിനേയും, കൂലിയേയും, മൂലധനത്തേയും ഒക്കെ കുറിച്ചുള്ള പ്രതിഭാസങ്ങളുടെ സാമൂഹ്യവും, സാമ്പത്തികവുമായ അടിത്തറകൾ മാർക്സ് ഇതിൽ പരിശോധിക്കുന്നുണ്ട്. മൂലധനത്തിൽ പിൽക്കാലത്ത് അവതരിപ്പിക്കപ്പെടുന്ന ആശയങ്ങളുടെ നാമ്പുകൾ ഇതിൽ കാണാം.

നാട്ടുവാഴിത്ത ഭൂസ്വത്താണ് ചരക്ക് ഉത്പാദനത്തിനുള്ള ചരിത്ര പരമായ സാധ്യതയും, ആവശ്യകതയും ഉയർത്തിക്കൊണ്ടുവന്നത്. മുതലാളിത്ത സമൂഹത്തിലെ സ്വകാര്യസ്വത്തിന്റെ ഉത്ഭവത്തിലേക്കാണ് ഇതിലൂടെ മാർക്സ് എത്തിച്ചേരുന്നത്.

സ്ത്രീ-പുരുഷ ബന്ധത്തിന്റെ സ്വഭാവത്തിൽ നിന്നും മനുഷ്യ പുരോഗ തിയുടെ എല്ലാ തലങ്ങളും വിലയിരുത്താനാകുമെന്നും മാർക്സ് നിരീക്ഷി ക്കുന്നുണ്ട്. മനുഷ്യന്റെ അസ്ഥിത്വത്തിൽ എത്രത്തോളം ഒരു സാമൂഹ്യ ജീവി കുടികൊള്ളുന്നുവെന്ന് ഈ ബന്ധങ്ങൾ വെളിപ്പെടുത്തുന്നതായും വ്യക്തമാക്കുന്നു.

# കാൾ മാർക്സ്

"പുരുഷന് സ്ത്രീയോടുള്ള ബന്ധമാണ് മനുഷ്യജീവിക്ക് മനുഷ്യജീവി യോടുള്ള ഏറ്റവും നൈസർഗികമായ ബന്ധം. അതുകൊണ്ട് മനുഷ്യന്റെ നൈസർഗികമായ പെരുമാറ്റം എത്രത്തോളം മാനുഷികമായി മാറിയി രിക്കുന്നുവോ അവരിലുള്ള മാനുഷികസത്ത അത്രത്തോളം നൈസർ ഗികമായ സത്തയായി മാറിയിരിക്കുന്നു. അവന്റെ മാനുഷികപ്രകൃതം അവനെ സംബന്ധിച്ച് എത്രത്തോളം നൈസർഗികമായിട്ടുണ്ട് എന്ന് ഈ ബന്ധം വെളിപ്പെടുത്തുന്നു. മനുഷ്യന്റെ ആവശ്യത്തോളം എത്ര ത്തോളം മാനുഷികമായ ഒരു ആവശ്യമായി മാറിയിരിക്കുന്നുവെന്ന്, അതുകൊണ്ട് ഒരു വ്യക്തി എന്ന നിലയിൽ മറ്റുള്ള വ്യക്തി എത്രത്തോളം അവന് ഒരു ആവശ്യമായി മാറിയിരിക്കുന്നുവെന്നും, അതേസമയം അവന്റെ വ്യക്തിപരമായ അസ്തിത്വത്തിൽ എത്രത്തോളം ഒരു സാമൂഹ്യ ജീവി ആണ് എന്നും, ഈ ബന്ധം വെളിപ്പെടുത്തുന്നുണ്ട്."

സ്ത്രീവിമോചനമെന്നത് മനുഷ്യസമൂഹത്തിന്റെ മുഴുവൻ ഉത്തരവാദി ത്തമായി മാർക്സ് കാണുന്നു. മനുഷ്യനും പ്രകൃതിയും തമ്മിലുള്ള പരസ്പര ബന്ധത്തേയും ഇതിൽ സൂചിപ്പിക്കുന്നുണ്ട്. "സമൂഹവും മനുഷ്യനും, പ്രകൃതിയും തമ്മിലുള്ള സമ്പൂർണ്ണമായ ഐക്യമാണ് പ്രകൃതിയുടെ യഥാർത്ഥമായ ഉയർത്തെഴുന്നേൽപ്പ്. മനുഷ്യന്റെ യുക്തിപൂർവ്വമായ പ്രകൃതിവാദവും, പ്രകൃതിയുടെ യുക്തിപൂർണ്ണമായ മാനവികവാദവും" എന്നും മാർക്സ് ഇതിൽ നിരീക്ഷിക്കുന്നുണ്ട്. പണത്തിന്റെ സ്വഭാവത്തെ വിശകലനം ചെയ്യുന്നതിന് ഷേക്സ്പിയർ കൃതികളിൽ നിന്നുള്ള നിരവധി ഉദാഹരണങ്ങൾ ഉദ്ധരിക്കുന്നുണ്ട്. മാർക്സിസ്റ്റ് ചിന്തയുടെ വികാസപ രിണാമം മനസ്സിലാക്കുന്നതിനും പ്രയോഗത്തിന്റെ സാധ്യതകളെ ഓർമ്മപ്പെടുത്തുന്ന നിരവധി ഉദാഹരണങ്ങളും ഇതിനകത്തുണ്ട്.

വ്യത്യസ്തമായ നിരവധി വീക്ഷണ കോണിലൂടെ മാർക്സിന്റെ ഈ കൃതി വിലയിരുത്തപ്പെട്ടിട്ടുണ്ട്. ല്യൂയി അൽത്തൂസറിനെ പോലെയു ള്ളവർ മാർക്സിന്റെ ചിന്തകളുടെ പ്രാഥമിക കാലത്തെ ഉത്പന്നമെന്ന നിലയിൽ ഇതിനെ നിരീക്ഷിച്ചിട്ടുണ്ട്. ആദ്യകാല മാർക്സും, പിൽക്കാല മാർക്സും എന്ന ചർച്ചയും ഇതിന്റെ പശ്ചാത്തലത്തിൽ രൂപപ്പെട്ടിട്ടുണ്ട്. ഹെഗലിന്റെ വൈരുദ്ധ്യാത്മക രീതി ഉപയോഗിച്ച് മാർക്സ് നടത്തിയ രാഷ്ട്രീയ സാമ്പത്തിക ഘടനയുടെ വായനയാണ് അമേരിക്കൻ ഗവേഷ കയായ മാർഗററ്റ് ആലിസ് ഫേ കയ്യെഴുത്ത് പ്രതികളിൽ കാണുന്നത്. മാർക്സിന്റെ ക്രമം പുസ്തകപ്രസാധകർ അവഗണിച്ചതുമൂലം ചില പതി പ്പുകൾ പരാജയപ്പെട്ടു എന്ന വിമർശനവും ഉയർന്നുവന്നിട്ടുണ്ട്.

# കാൾ മാർക്സ്

ഇ.എം.എസ് ഈ പുസ്തകത്തെ സംബന്ധിച്ച് വിശകലനം ചെയ്യു ന്നുണ്ട്. ഹെഗലിന്റെ ആശയവാദത്തിൽ നിന്ന് വൈരുദ്ധ്യാത്മക ഭൗതികവാദത്തിലേക്ക് മാറിക്കൊണ്ടിരിക്കുകെയായിരുന്ന മാർക്സ്. തന്റെ പഠനങ്ങളിലൂടെ ഭൗതികവാദപരമായ ദർശനത്തിന്റെ അടിത്തറ അർത്ഥശാസ്ത്രമാണെന്ന് അദ്ദേഹം മനസ്സിലാക്കുന്നു. അതിന്റെ അടി സ്ഥാനത്തിൽ ബൂർഷ്വാ ശാസ്ത്രകാരന്മാരുടെ രചനകളെല്ലാം ആഴത്തിൽ പഠിക്കുന്നു. അതിന്റെ ഭാഗമായി കുറിപ്പുകളെഴുതി സൂക്ഷിക്കാനും തുടങ്ങുന്നു. അങ്ങനെയാണ് 1844-ലെ ദാർശനികവും, അർത്ഥശാസ്ത്ര പരവുമായ കുറിപ്പുകളിലേക്കെത്തുന്നത്. വൈരുദ്ധ്യാത്മകവും, ചരിത്ര പരവുമായ ഭൗതികവാദത്തിന് രൂപം നൽകുന്നതിന്റെ ഭാഗമായാണ് അർത്ഥശാസ്ത്ര പഠനത്തിലേക്ക് മാർക്സ് കടന്നതെന്നർത്ഥം. മാർക്സിയൻ ചിന്തകളുടെ ആവിർഭാവവും, വികാസവും മനസ്സിലാക്കുന്നതിന് ഏറെ സഹായകമാകുന്നു എന്നതാണ് ഇതിന്റെ സവിശേഷത.

ചരിത്രപരമായ ഭൗതികവാദത്തെ കുറിച്ചുള്ള മാർക്സി ന്റെ കാഴ്ചപ്പാടുകൾ ഇതിലാണ് വികസിച്ചവരുന്നത്. സംസ്കാരത്തെ വരേണ്യതയിൽ നിന്ന് മോചിപ്പിച്ച് ജനകീയ വഴികളിലേക്ക് നയിക്കുന്ന സൗന്ദര്യശാസ്ത്ര പരമായ കാഴ്ചപ്പാടുകളുടെ അടിത്തറ ഒപ്പം ഇതിൽ മുന്നോട്ട് വയ്ക്കുന്നു. മനുഷ്യരുടെ ഉള്ളിൽ തന്നെ നിലനിൽക്കുന്നതാണ് സ്നേഹമെന്നും ഇതിൽ വിശ ദീകരിക്കുന്നു.

# വിശുദ്ധ കുടുംബം

യുവ ഹെഗലിയന്മാരുടെ കാഴ്ചപ്പാടുകളെ പിന്നിട്ട് ഫൊയർബാ ഹിന്റെ ഭൗതികവാദ കാഴ്ചപ്പാടുകളെ വിമർശനാത്മകമായി പരിശോധിച്ചുകൊണ്ടാണല്ലോ മാർക്സും ഏംഗൽസും തങ്ങളുടെ കാഴ്ച പ്പാടുകളിലേക്ക് എത്തിച്ചേരുന്നത്. ഈ വളർച്ചയിൽ 1845 മുതൽ 1848 വരേയുള്ള കാലം അതിപ്രധാനമായ ഒരു ഘട്ടത്തെയാണ് കുറി ക്കുന്നത്. 1848-ലെ കമ്മ്യൂണിസ്റ്റ് മാനിഫെസ്റ്റോ എഴുതുന്നതിനുള്ള കാഴ്ചകൾ രൂപീകരിക്കപ്പെടുന്ന ഘട്ടം കൂടിയാണിത്.

മാർക്സിനും ഏംഗൽസിനും തങ്ങളുടെ നിഗമനങ്ങളെ മുന്നോട്ട വെക്കുന്നതിന് മതവിരുദ്ധമെന്ന് പ്രഖ്യാപിച്ച് പുരോഗമനപരമെന്ന് അവകാശപ്പെടുന്ന പല കാഴ്ചപ്പാടുകളേയും തുറന്നുകാട്ടേണ്ടി വന്നിട്ടുണ്ട്. മാർക്സിസത്തിന്റെ അടിത്തറ രൂപപ്പെടുന്ന ഈ ഘട്ടത്തിൽ അതിന്റെ ഭാഗമായുള്ള നിരവധി പുസ്തകങ്ങൾ ഇവർ എഴുതുന്നുണ്ട്. അത്തരത്തിൽ പ്പെട്ട ഒരു കൃതിയാണ് വിശുദ്ധ കുടുംബം.

നവഹെഗലിയന്മാരും, സഹോദരന്മാരമായിരുന്ന ബ്രൂണോ ബോവറുടേയും, ഹെഡ്ഗാർ ബോവറുടേയും കാഴ്ചപ്പാടുകളെ തുറന്നുകാട്ടി

തന്റേതായ നിലപാട് സ്ഥാപിക്കുകയാണ് ഇതിൽ ചെയ്യുന്നത്. പുരോ ഗമനപരമായ ആശയങ്ങളും കാഴ്ചപ്പാടുകളും ബുദ്ധിജീവികളുടെ ചർച്ച കളിൽ ഒതുങ്ങി നിൽക്കേണ്ടതല്ലെന്ന കാഴ്ചപ്പാട് ഇതിൽ മുന്നോട്ടുവെ ക്കുന്നു. സൗന്ദര്യ ശാസ്ത്രത്തിന്റെ മണ്ഡലത്തിലുൾപ്പെടെ തൊഴിലാളി വർഗ്ഗത്തിന്റെ കാഴ്ചപ്പാടുകളും, സമീപനങ്ങളുമാണ് ശാസ്ത്രീയമായി ഉള്ള തെന്ന നിലപാടും അവതരിപ്പിക്കുന്നു. ഇത്തരത്തിൽ സംസ്കാരത്തിന്റ ജനകീയ കാഴ്ചപ്പാട് മുന്നോട്ടുവെക്കുന്നു എന്ന പ്രത്യേകതയും 'വിശുദ്ധ കുടുംബ'ത്തിനുണ്ട്. മാർക്സിന്റെ സൗന്ദര്യ ശാസ്ത്രപരമായ കാഴ്ചപ്പാടുകളുടെ അടിത്തറയാണ് ഇതിൽ മുന്നോട്ടുവെക്കുന്നത്. സംസ്കാരത്തെ വരേണ്യ തയിൽ നിന്ന് മോചിപ്പിച്ച് ജനകീയമായ വഴികളിലേക്ക് നയിക്കുന്ന മാർക്സിന്റെ ചിന്തകൾ ഈ കൃതിയിൽ അവതരിപ്പിക്കപ്പെടുന്നു.

ജനകീയതയും, ജനപ്രിയതയും തമ്മിലുള്ള വ്യത്യസ്തതയും വർത്ത മാനകാലത്ത് ഏറെ ചർച്ച ചെയ്യപ്പെട്ട ഒന്നാണ്. തൊഴിലാളികളുടെ ഇന്ദ്രിയ ബന്ധം പോലെ തന്നെ അവരുടെ കർത്തൃത്വപരമായ ബന്ധങ്ങ ളേയും ഉയർത്തിപ്പിടിച്ചുകൊണ്ട് അതിനെ ജനകീയ സംസ്കാരത്തിന്റെ അടിസ്ഥാനമായി മാറ്റുന്ന സമീപനം ഇവിടെ മുന്നോട്ടുവെക്കപ്പെടുന്നു. ജനകീയ സംസ്കാരം എന്നത് തൊഴിലാളികളുടെ സാമൂഹ്യവും, രാഷ്ട്രീയ വുമായ ഇടപെടലിനെയാണ് മുന്നോട്ടുവെക്കുന്നത്. അവരുടെ കർത്തൃത്വ ത്തിന്റെ തലത്തെ മുന്നോട്ടുവെക്കുകയും ചെയ്യുന്നു. എന്നാൽ ജനപ്രിയ സംസ്കാരം തൊഴിലാളിയെ ഒരു ഉപകരണമായോ, വസ്തുവായോ കാണുന്നു. ഈ വ്യത്യസ്തതയെ അതിന്റെ ആഴങ്ങളിൽ ചെന്നുകൊണ്ട് മാർക്സ് ഇതിൽ പരിശോധിക്കുന്നുണ്ട്.

ലോകത്തെ മാറ്റിമറിക്കാൻ ശേഷിയുള്ള തന്റെ കഴിവിനെ തിരിച്ചറി യാതെ ഉപകരണമാക്കപ്പെടുകയും അനേകം വസ്തുക്കളുടെ കൂട്ടത്തിൽ ഒന്നായി തൊഴിലാളിയെ കാണുന്നതിനേയും ഇത് തുറന്നുകാട്ടുന്നു. തൊഴിലാളിയുടെ സ്വയം കർത്താവാകാനുള്ള ശേഷിയെ തിരിച്ചറിയാ നാവാതെ വസ്തു വൽക്കരണത്തിലേക്ക് അവരെ നയിക്കുന്ന പ്രശ്നം ഇതിൽ അവതരിപ്പിക്കപ്പെടുന്നു. തൊഴിലാളികൾ സൃഷ്ടിക്കുന്ന വസ്തു ക്കളിൽ നിന്ന് അവർ സ്വയം അന്യമായിത്തീരുന്ന, മാത്രമല്ല അത്തരം വസ്തുക്കൾ അവരെ തന്നെ ഭരിക്കുകയും ചെയ്യുന്നു. ഇത്തരത്തിൽ വിശുദ്ധ കുടുംബത്തിൽ മുന്നോട്ടുവെക്കുന്ന അന്യവൽക്കരണത്തിന്റെ കാഴ്ച മാർക്സിന്റെ ചിന്താ പദ്ധതികളുടെ അടിസ്ഥാനമായി പിൽക്കാല ത്ത് മാറുകയും ചെയ്യുന്നുണ്ട്.

കാൾ മാർക്സ്

മാർക്സിന്റെ മുതലാളിത്തത്തോടുള്ള വിമർശനം അതിന്റെ സാമ്പ ത്തിക അടിത്തറയോട്ടും, അതിൽ നിന്നും വികസിക്കുന്ന ചൂഷണത്തോ ട്ടും മാത്രമാണെന്ന നിലയിൽ ചുരുക്കിക്കാണുന്ന സാമ്പത്തികമാത്ര വാദങ്ങളുണ്ട്. എന്നാൽ യഥാർത്ഥത്തിൽ അത് മാത്രമായിരുന്നില്ല മാർക്സിന്റെ വിമർശനങ്ങൾ. മുതലാളിത്തം മുന്നോട്ടുവെക്കുന്ന രാഷ്ട്രീയ ത്തോട്ടും, സൗന്ദര്യ ശാസ്ത്രത്തോട്ടും ഉൾപ്പെടെ സമഗ്രമായ വിമർശന മായിരുന്നു അത്. അത്തരം വിയോജിപ്പുകളെ വിശുദ്ധ കുടുംബം എന്ന കൃതി മുന്നോട്ടുവെക്കുന്നു.

അറിവിനെ നിസംഗമായ ഒന്നായി കാണുന്ന രീതിയാണ് ബോവർ സഹോദരന്മാർക്ക് ഉണ്ടായിരുന്നത്. സമൂഹത്തിന്റെ ഇടപെടലുകളിൽ നിന്ന് മാറി നിന്ന് ധ്യാനത്തിലെന്നപോലെ രൂപപ്പെടുന്ന ഒന്നായി അറിവിനെ അവർ കാണുന്നു. ഈ സമീപനത്തെ മാർക്സ് രൂക്ഷമായി വിമർശിക്കുന്നു. സമൂഹത്തിൽ നിന്നും, അധ്വാനത്തിൽ നിന്നും മാറി നിൽ ക്കുന്ന ഒന്നായി അറിവിനേയും, മനുഷ്യന്റെ സൗന്ദര്യ ബോധത്തേയും മാറ്റി നിർത്തുന്ന സമീപനങ്ങളിലെ അശാസ്ത്രീയതയെ ഇവിടെ മാർക്സ് തുറന്നുകാട്ടുന്നു.

അറിവിനെ സമൂഹത്തിൽ നിന്നും, മനുഷ്യന്റെ ജൈവികതയിൽ നിന്നും മാറ്റിത്തീർക്കുന്നതിന്റെ ഭാഗമായാണ് പ്രേമത്തെ ജീവിത ത്തിൽ നിന്നും ബോവർ സഹോദരന്മാർ മാറ്റി നിർത്തുന്നതെന്ന് മാർക്സ് നിരീക്ഷിക്കുന്നു. പ്രേമം യഥാർത്ഥത്തിൽ മനുഷ്യനോടൊപ്പമുള്ള ഒരു വികാരമാണെന്ന് മാർക്സ് പറയുന്നുണ്ട്. എന്നാൽ അത് അറിവിനെ നിസ്സംഗമാക്കുകയും, തകർക്കുകയും ചെയ്യുന്ന ഒന്നായാണ് ബോവർ സഹോദരന്മാർ കാണുന്നത്. ഫ്രഞ്ച് നോവലുകളെ വിശകലനം ചെയ്യുന്ന ഘട്ടത്തിൽ പ്രേമം പോലുള്ള ബാലിശമായ കാര്യങ്ങളെ ചർച്ച ചെയ്ത് നോവലിന്റെ ഗൗരവം തന്നെ നഷ്ടപ്പെടുത്തുന്നുവെന്ന വിമർശനം ബോവർ സോഹോദരന്മാർ അവതരിപ്പിക്കുന്നുണ്ട്. പ്രേമത്തെക്കുറിച്ച ുള്ള അവരുടെ അഭിപ്രായം ഇങ്ങനെയാണ് രേഖപ്പെടുത്തിയത്.

"പ്രേമം എന്നത് നിർണ്ണായക സ്വഭാവമുള്ള ഒരു ദേവതയാണ്. എല്ലാ ദേവതമാരേയും പോലെ മനുഷ്യനെ പൂർണ്ണമായി ആവേശിക്കാൻ അവൾ കൊതിക്കുന്നു. അത് ആവേശിക്കുന്ന മനുഷ്യന്റെ ആത്മാവ് മാത്ര മല്ല ശരീരത്തെ തന്നെ സമർപ്പിച്ചാലെ അവൾ തൃപ്തയാകൂ. പ്രേമാരാധന വേദനയാണ്. ഈ ആരാധനയുടെ ഔന്നത്യം ആത്മഹത്യയാണ്," എന്ന സമീപനമാണ് ഇവർ മുന്നോട്ടുവെക്കുന്നത്.

# കാൾ മാർക്സ്

ബോവർ സഹോദരന്മാർ മുന്നോട്ടവെക്കുന്ന ഈ കാഴ്ചപ്പാടിനെ നിശിതമായി വിമർശിക്കുകയും, തുറന്നുകാട്ടുകയും ചെയ്യുന്നുണ്ട് മാർക്സ്. പ്രേമത്തെ ദേവതയാക്കി, മതപരമായ വിഷയമാക്കി ദൈവശാസ്ത്ര വിമർശനത്തിന് വിധേയമാക്കുന്ന രീതിയാണ് ബോവർ സഹോദര ന്മാർ പിന്തുടരുന്നതെന്ന് മാർക്സ് വ്യക്തമാക്കുന്നു. ഇതിലൂടെ ആശയ തലങ്ങളിൽ അവതരിപ്പിക്കപ്പെടുന്ന ഒന്ന് എന്ന നിലയിൽ നിന്ന് മനുഷ്യ പ്രകൃതിയുടെ ഭാഗമെന്ന നിലയിലേക്ക് പ്രേമത്തെ സ്ഥാപിക്ക കയാണ് മാർക്സ് ചെയ്യുന്നത്.

മനുഷ്യനോടൊപ്പം അതിന്റെ സ്വഭാവമായി അവരിൽ രൂഢമാ യിത്തന്നെ നിൽക്കുന്ന ഒന്നായാണ് പ്രേമത്തെ മാർക്സ് കാണുന്നത്. പ്രണയമെന്നത് മനുഷ്യാവസ്ഥയുടെ ഭാഗമാണ്. മനുഷ്യൻ/പ്രണയം എന്ന ദ്വന്ദത്തെ മാർക്സ് നിരാകരിക്കുന്നു. പകരം മനുഷ്യരിൽ ഉൾച്ചേർന്ന ഒന്നായാണ് പ്രണയത്തെ കാണുന്നത്. ചിന്തയേയും, വികാരത്തേയും രണ്ടായിക്കാണുന്ന സമീപനത്തെ ഇവിടെ മാർക്സ് വിമർശിക്കുന്നു. അറിവും, അനുഭൂതിയും രണ്ടല്ലെന്നും മാർക്സ് ഓർമ്മപ്പെടുത്തുന്നു. പ്രേമം എന്നത് വിമർശനേതരമായ ഒരു ഭൗതികവാദിയാണെന്നും മാർക്സ് ഓർമ്മിപ്പിക്കുന്നുണ്ട്.

പ്രേമം എന്നത് ഗൗരവമായ വിഷയമല്ലെന്നും, അത് ദുർബലന്മാര ടേയും സ്ത്രൈണമായ കാഴ്ചപ്പാടുള്ളവരുടേയും വിഷയമാണ് എന്ന സമീപനത്തെ ഇവിടെ മാർക്സ് നിരാകരിക്കുന്നു. മനുഷ്യന്റെ പ്രവൃത്തിയി ലാകെ ഉൾച്ചേർന്ന് നിൽക്കുന്ന ഒന്നായും മാർക്സ് പ്രേമത്തെ കാണുന്നു. സ്ത്രീക്കും, പുരുഷനുമെല്ലാം ബാധകമായ ഒന്നായും അതിനെ വിലയി രുത്തുന്നു.

വികാരങ്ങളെ മാറ്റി നിർത്തി ശുദ്ധമായ ചിന്തമാത്രമുള്ള ഒന്നായി മനുഷ്യനെ കാണുന്ന രീതിയെയാണ് മാർക്സ് ഇവിടെ വിമർശിക്കുന്നത്. മനുഷ്യൻ എന്നത് ചിന്തയും, വികാരങ്ങളും, അനുഭൂതിയുമെല്ലാം ചേർന്ന ഒന്നാണെന്ന കാഴ്ചപ്പാടാണ് ഇവിടെ മാർക്സ് മുന്നോട്ടവെക്കുന്നത്. ജീവിതം എന്നത് ജനാധിപത്യപരവും, സർഗാത്മകവും, ആഹ്ലാദകര വും, വൈകാരികമായ കൂടിച്ചേരലുകളുടേയും ഒന്നാണെന്ന അടിസ്ഥാന കാഴ്ചകളാണ് വിശുദ്ധ കുടുംബത്തിൽ മാർക്സ് മുന്നോട്ടവെക്കുന്നത്. വിപ്ലവം എന്നുള്ളത് മനുഷ്യന്റെ ഇത്തരം ജീവിതത്തിന് തടസ്സമായി നിൽക്കുന്ന സാമ്പത്തികവും, സാമൂഹ്യവും ഉൾപ്പെടേയുള്ള എല്ലാവിധ വിവേചനങ്ങളേയും തട്ടിമാറ്റാനുള്ള ഒരു ഇടപെടലാണെന്ന കാഴ്ചയും ഇതിൽ മുന്നോട്ടവെക്കുന്നു.

 വെള്ളത്തിൽ മീനുകളെന്നപോൽ

കാൾ മാർക്സ്

വിശുദ്ധ കുടുംബം മാർക്സിയൻ സൗന്ദര്യ ശാസ്ത്രത്തിന്റെ അടിസ്ഥാ നവും മനുഷ്യനെ അതിന്റെ ജൈവികതയിൽ കാണാത്ത എല്ലാ സിദ്ധാന്തങ്ങളേയും തുറന്നുകാട്ടുകയും ചെയ്യുന്ന ഒന്നായും മാറുന്നു. മാർക്സിയൻ സൗന്ദര്യ ശാസ്ത്ര പഠനത്തിനുള്ള അടിസ്ഥാന ഗ്രന്ഥമായി വിശുദ്ധ കുടുംബത്തെ കാണാനാകും. മാർക്സിയൻ സൗന്ദര്യ ശാസ്ത്രത്തി ന്റെ അടിവേരുകളെ വ്യക്തമാക്കുന്ന കൃതി എന്ന പ്രാധാന്യവും വിശുദ്ധ കുടുംബത്തിനുണ്ട്.

ഭക്ഷണം ഉൾപ്പെടെയുള്ള ഭൗതികാവശ്യങ്ങൾ നിറവേറ്റുന്നതിന് വേണ്ടി മനുഷ്യർ തങ്ങളുടെ ചുറ്റുപാടും നടത്തിയ ഇടപെടലുകളാണ് സാമൂഹ്യ മാറ്റത്തിന് അടിസ്ഥാനമായി തീരുന്നത്. അതിന്റെ ഭാഗമായാണ് ചിന്തകളും അന്വേഷണങ്ങളും എല്ലാം രൂപപ്പെടുന്നത് എന്നും ഇതിൽ വ്യക്തമാക്കുന്നു.

# ജർമ്മൻ പ്രത്യയശാസ്ത്രം

മാർക്സിന്റേയും, ഏംഗൽസിന്റേയും വളർച്ചയുടെ സുപ്രധാന ഘട്ട മെന്ന നിലയിൽ വിലയിരുത്തപ്പെടുന്ന കൃതിയാണ് ജർമ്മൻ പ്രത്യയശാസ്ത്രം. പ്രസാധകരെ ലഭിക്കാതെ ഏറെ ബുദ്ധിമുട്ടിയ കൃതി കൂടിയാണ് ജർമ്മൻ പ്രത്യയശാസ്ത്രം. ആശയവാദ ചിന്താഗതികൾ ശക്തമായി പ്രചരിപ്പിച്ചുകൊണ്ടിരുന്ന ഹെഗലിന്റെ വാദഗതിക ളുടെയും ഫൊയർബാഹിന്റെ ഭൗതികവാദ ചിന്താഗതികളുടേയും ദൗർബല്യങ്ങൾ പരിശോധിച്ച് തന്റേതായ വഴിയിലൂടെ മാർക്സും, ഏംഗൽസും നീങ്ങുന്നതാണ് ഇതിൽ കാണുന്നത്.

ചിന്തയെ പ്രഥമ സ്ഥാനത്ത് പ്രതിഷ്ഠിച്ച് അതിൽ അഭിരമിക്കുന്ന രീതികളെ വിമർശിച്ചുകൊണ്ടാണ് പുസ്തകം ആരംഭിക്കുന്നത് തന്നെ. വെള്ളം ഭൂമിയിൽ പ്രളയമായി നിലനിൽക്കുന്നത് ഗുരുത്വാകർഷണ ത്തിന്റെ ഫലമാണ്. ഗുരുത്വാകർഷണത്തിന്റെ ആശയത്തെക്കുറിച്ച് വിശകലനം ചെയ്ത് പോരാടിയതുകൊണ്ട് ജനങ്ങൾ മുങ്ങി മരിക്കാതി രിക്കില്ലല്ലോ. തത്വചിന്തകന്മാരുടെ ചിന്തയിൽ വിപ്ലവം നടക്കുകയും, പ്രയോഗത്തിൽ നടക്കാതിരിക്കുകയും ചെയ്യുന്ന രീതികൊണ്ട് പ്രയോ ജനമില്ലെന്ന് ഇതിൽ ഓർമ്മപ്പെടുത്തുന്നു.

സമൂഹത്തിൽ നിലനിന്ന വിവിധങ്ങളായ ആശയങ്ങൾക്കെതിരെ ചിന്താതലത്തിൽ വിമർശനം ഉന്നയിച്ചുകൊണ്ടാണ് മുമ്പുള്ള പല


വെള്ളത്തിൽ മീനുകളെന്നപോൽ

കാൾ മാർക്സ്

ദാർശനികരും മുന്നോട്ടുപോയത്. എന്നാൽ ഇതിൽ നിന്നും വ്യത്യ
സ്തമായി മനുഷ്യനിൽ നിന്ന് അവരുടെ ഭൗതിക സാഹചര്യത്തിൽ
നിന്നുമാണ് മാർക്സ് തന്റെ അന്വേഷണം ആരംഭിക്കുന്നത്. മാനവ ചരി
ത്രത്തിലൂടെ നടക്കുന്ന അന്വേഷണമാണ് മാർക്സ് മുന്നോട്ടുവെക്കുന്നത്.
മനുഷ്യൻ ജീവിക്കുന്നുവെന്ന് ഉറപ്പുവരുത്തുന്നത് അവരുടെ ശരീരവും,
ചുറ്റുപാടും തമ്മിലുള്ള ബന്ധത്തിന്റെ അടിസ്ഥാനത്തിലാണ്.

മനുഷ്യനേയും, മൃഗങ്ങളേയും വേർതിരിക്കുന്ന സുപ്രധാനമായ
ഘടകം ജീവിതോപാധികൾ കണ്ടെത്തുന്നതിനുള്ള വ്യത്യാസമാണ്.
സ്വയം മനുഷ്യൻ തന്റെ ശരീരം കൊണ്ട് ജീവിത ഉപാധികൾ ഉൽപ്പാദി
പ്പിക്കുന്നു. ഇതിലൂടെ അവരവരുടെ ജീവിതത്തെ രൂപപ്പെടുത്തുകയാണ്
ചെയ്യുന്നത്. ഉത്പാദനമെന്നത് ജീവിതം തന്നെയാണ്. അതിന്റെ
വിവിധ ആവശ്യങ്ങളെ നിറവേറ്റുന്നതാണ് ഉത്പാദനം. ഇത്തരം
ആവശ്യങ്ങൾ നിർണ്ണയിക്കുമ്പോൾ രണ്ട് കാര്യങ്ങൾ നടക്കുന്നുണ്ട്.
ഒന്ന് ഭക്ഷണം ഉൾപ്പെടെയുള്ള ആവശ്യങ്ങൾ നിറവേറ്റുകയെന്ന പ്രശ്നം,
രണ്ടാമതായി അതിനായി വിവിധ തരത്തിലുള്ള ഉപകരണങ്ങളും,
അസംസ്കൃത വസ്തുക്കളും ഉണ്ടാക്കുകയെന്ന കാര്യവും. ഇത്തരം ഉത്പാ
ദനത്തിലൂടെ നിലവിലുള്ള പല ആവശ്യങ്ങളും പരിഹരിക്കപ്പെടുന്നു.
പുതിയ ആവശ്യങ്ങൾ ഉയർന്നുവരുന്നു. അവയെ തൃപ്തിപ്പെടുത്തുന്നതിന്
പുതിയ ഉപകരണങ്ങളേയും, വസ്തുക്കളേയും തേടിപ്പോകുന്നു.

ജീവിക്കാനുള്ള ഉത്പാദനം മാത്രമല്ല മനുഷ്യ സമൂഹത്തെ നില
നിർത്താനുള്ള പുനരുൽപ്പാദനവും ഇതോടൊപ്പം നടക്കുന്നുണ്ട്.
ഇതിന്റെ ഭാഗമായി കുടുംബം ഉൾപ്പെടെയുള്ള സ്ഥാപനങ്ങൾ രൂപപ്പെ
ട്ടുവരുന്നു. ഇത്തരത്തിലുള്ള ഉത്പാദനങ്ങൾ ജൈവ ബന്ധങ്ങളേയും,
സാമൂഹ്യ ബന്ധങ്ങളേയും രൂപപ്പെടുത്തുന്നു. സാമൂഹ്യ ബന്ധത്തിന്റെ
അടിസ്ഥാനം വ്യക്തികൾ തമ്മിൽ രൂപപ്പെടുന്ന സഹകരണമാണ്.
ഇങ്ങനെ മനുഷ്യർ തമ്മിലുള്ള സഹകരണത്തിലൂടെ രൂപപ്പെടുന്ന
അധ്വാനത്തേയും, അസംസ്കൃത വസ്തുക്കളേയും, ഊർജ്ജത്തേയുമെല്ലാം
ചേർത്തുകൊണ്ട് ഉത്പാദന ശക്തിയെന്ന പദപ്രയോഗത്തിലേക്ക്
മാർക്സ് എത്തിച്ചേരുന്നു.

മനുഷ്യരുടെ ആവശ്യങ്ങളും, അത് നിറവേറ്റുന്നതിന് സൃഷ്ടിക്കപ്പെ
ട്ടുന്ന ഉത്പാദന രീതിയും സാമൂഹ്യ ഘടനയെ നിർണ്ണയിക്കുകയും
ചെയ്യുന്നു. ഇത്തരത്തിൽ ചരിത്രപരമായ ഭൗതികവാദത്തിന്റെ
ആശയങ്ങളിലേക്ക് മാർക്സ് എത്തിച്ചേരുകയാണ്. ഇത്തരത്തിലുള്ള

കാൾ മാർക്സ്

ഭൗതികമായ ബന്ധങ്ങൾ ബോധത്തെ തന്നെ നിർണ്ണയിക്കുകയും ചെയ്യുന്നു. ഭാഷയുൾപ്പെടെ രൂപപ്പെടുന്നത് ഇത്തരത്തിലുള്ള പരസ്പര ബന്ധത്തിന്റെ ഭാഗമായാണ്. അതോടൊപ്പം അതിന്റെ ആവശ്യവു മായിത്തീരുന്നു. അങ്ങനെ നോക്കുമ്പോൾ ബോധം എന്നത് തന്നെ ഒരു സാമൂഹ്യ ഉത്പന്നമായി മാറുന്നതായി മാർക്സ് നിരീക്ഷിക്കുന്നു. ഇത്തരം വളർച്ചക്കിടയിൽ തങ്ങളെക്കുറിച്ചും, പ്രകൃതിയെക്കുറിച്ചുമുള്ള ബോധങ്ങളും പ്രത്യക്ഷപ്പെടുന്നു. ഇതിന്റെ അടിസ്ഥാനത്തിൽ തത്വചി ന്തകളും, സൈദ്ധാന്തിക വിചാരങ്ങളുമെല്ലാം ഉയർന്നുവരുന്നു. ഇങ്ങനെ സാമൂഹ്യ ബന്ധങ്ങളിൽ നിന്ന് മനുഷ്യ സമൂഹം രൂപപ്പെടുന്നു.

ഉത്പാദനവും, ആവശ്യങ്ങളും, ജനസംഖ്യയും വർദ്ധിച്ചുവരുന്ന തോടെ അധ്വാന വിഭജനത്തിന്റേതായ പ്രശ്നങ്ങൾ ഉയർന്നുവരുന്നു. ഈ പ്രവൃത്തി വിഭജനത്തിൽ നിന്ന് അധ്വാനവും, ഉത്പാദനവും, ആസ്വാദനവുമെല്ലാം വേർതിരിയുന്ന സ്ഥിതിയുണ്ടാകുന്നു. അങ്ങനെ ഉത്പാദന ശക്തികളും, അതിന്റെ ഭാഗമായി നിലനിൽക്കുന്ന സാമൂഹ്യ ബന്ധങ്ങളും തമ്മിലുള്ള വൈരുദ്ധ്യങ്ങളും രൂപപ്പെടുന്നു. അധ്വാന വിഭജ നത്തിൽ നിന്ന് അടിമത്വം വികസിച്ച വരുന്നു. ഈ അടിമത്തം ആദ്യം പ്രത്യക്ഷപ്പെടുന്നത് കുടുംബത്തിലാണ്. ഇത്തരം വിഭജനത്തിൽ നിന്ന് സ്വകാര്യ സ്വത്ത് രൂപപ്പെടുകയും ചെയ്യുന്നു. വ്യക്തികളുടെ താൽപ ര്യങ്ങളും സമൂഹത്തിന്റെ ആവശ്യങ്ങളും തമ്മിലുള്ള വൈരുദ്ധ്യങ്ങളെ കൂട്ടിയോജിപ്പിക്കുന്നതിന് ഭരണകൂടങ്ങളും രൂപപ്പെട്ടുവരുന്നു.

ഉത്പാദനത്തിന്റെ വികാസത്തിന്റെ ഭാഗമായി സ്വത്തുടമ സമ്പ്ര ദായങ്ങളും രൂപപ്പെട്ടുവരുന്നു. ആദ്യഘട്ടത്തിൽ ഗോത്ര സ്വത്ത് എന്ന നിലയിലാണ് അത് രൂപപ്പെട്ടത്. അടുത്ത ഘട്ടമായി പ്രാചീന സമുദായ ങ്ങളുടെ സ്വത്തായും അത് ഉയർന്നുവരുന്നു. പിന്നീട് ഫ്യൂഡൽ സ്വത്തുടമ രൂപങ്ങളും വളർന്നുവരുന്നു. ഫ്യൂഡൽ സ്വത്തുടമ ബന്ധങ്ങളോടൊപ്പം നഗരങ്ങളിൽ ഗിൽഡുകളുടെ പ്രവർത്തനവും ശക്തിപ്പെടുന്നു. പട്ടണ ങ്ങൾ തമ്മിലുള്ള കൊണ്ടുകൊടുക്കലുകൾ വർദ്ധിക്കുകയും, സാങ്കേതിക വിദ്യകൾ വരെ കൈമാറ്റം ചെയ്യപ്പെടുന്ന സ്ഥിതിയുമുണ്ടാകുന്നു. ഉത്പാദനം വർദ്ധിച്ചതോടെ എല്ലാ രാജ്യങ്ങളും അവരുടെ ഉത്പാദ നത്തെ സംരക്ഷിക്കാനും, വിപണനം വർദ്ധിപ്പിക്കാനുമുള്ള ശ്രമങ്ങൾ ആരംഭിക്കുന്നു. ഇത് വൻകിട വ്യവസായങ്ങൾ രൂപപ്പെടുന്നതിന് ഇടയാ ക്കുന്നു. സ്വാഭാവികമായി വളർന്നുവരുന്ന നഗരങ്ങൾക്ക് പുറമേ പെട്ടന്ന് വികസിച്ചുവരുന്ന നഗരങ്ങളും രൂപപ്പെട്ടുവരുന്നു. ഗ്രാമങ്ങളുടെ മേൽ

     വെള്ളത്തിൽ മീനുകളെന്നപോൽ

നഗരങ്ങളുടെ ആധിപത്യവും വളർന്നുവരുന്നു. എല്ലാ പ്രദേശങ്ങളിലും പുതിയ വർഗ്ഗങ്ങളും വളർന്നുവന്നു.

ലോകത്ത് വന്ന ഇത്തരം മാറ്റങ്ങളുടെ അടിസ്ഥാനത്തിൽ മാർക്സും, ഏംഗൽസും വർഗ്ഗങ്ങളേയും, വർഗ്ഗ സമരങ്ങളേയും കുറിച്ചുള്ള അന്വേഷ ണത്തിലേക്ക് കടക്കുകയാണ് ചെയ്യുന്നത്. സമൂഹത്തിൽ വ്യക്തികൾ മുതലാളിമാരായിത്തീരുമ്പോഴാണ് മുതലാളി വർഗ്ഗമുണ്ടാവുന്നത്. ഇവർ വർഗ്ഗമായിത്തീരുന്നത് തങ്ങൾക്കെതിരായി നിൽക്കുന്ന ഏതെങ്കിലും വിഭാഗവുമായി ഏറ്റുമുട്ടേണ്ടി വരുമ്പോഴാണ്. മുതലാളിവർഗ്ഗം അധികാര ത്തിലേക്കെത്തുമ്പോൾ അവരുടേതായ ആശയങ്ങൾ പ്രചരിപ്പിക്കുന്നു. വ്യക്തി സ്വാതന്ത്ര്യമുൾപ്പെടേയുള്ള ആശയങ്ങൾ അവർ മുന്നോട്ടുവെ ക്കുന്നു.

സമൂഹത്തിലെ മാറ്റങ്ങളുടെ അടിസ്ഥാനം രൂപപ്പെടുന്നത് അവിടുത്തെ വർഗ്ഗങ്ങൾ തമ്മിലുള്ള വൈരുദ്ധ്യങ്ങളിൽ നിന്നാണ്. മുതലാളിത്ത സമൂഹത്തിൽ മനുഷ്യന്റെ അധ്വാനവും, സാങ്കേതിക വിദ്യകളുമെല്ലാം മൂലധനത്തിന്റെ ഭാഗമായിത്തീരുന്നു. സ്വന്തം അധ്വാന ശക്തിയും, ഉപകരണങ്ങളും എല്ലാം പണയപ്പെടുത്തിയവരായി ബഹു ഭൂരിപക്ഷവും മാറുന്നു. ഇത്തരമൊരു അവസ്ഥയെ മാറ്റിമറിക്കുന്നതിന് മനുഷ്യൻ അവരുടെ അധ്വാനത്തെ സഹകരണാടിസ്ഥാനത്തിൽ പുനഃസംഘടിപ്പിക്കേണ്ടിവരും. അത്തരത്തിൽ രൂപപ്പെട്ടുവരുന്ന സാമൂഹ്യ മുന്നേറ്റം സോഷ്യലിസത്തിലേക്കും, കമ്മ്യൂണിസത്തിലേക്കും എത്തിച്ചേരുന്നു.

സാമൂഹ്യ മാറ്റത്തിന്റെ അടിസ്ഥാനമെന്നത് ചിന്താമണ്ഡലത്തിൽ നടക്കുന്ന വിപ്ലവമല്ല. മനുഷ്യജീവിതത്തിൽ ഭക്ഷണമുൾപ്പെടേയുള്ള ഭൗതിക ആവശ്യങ്ങൾ നിറവേറ്റുന്നതിനുവേണ്ടി മനുഷ്യർ തങ്ങളുടെ ചുറ്റുപാടിൽ നടത്തിയ ഇടപെടലുകളാണ് മാറ്റത്തിന് അടിസ്ഥാന മായിത്തീർന്നത്. അതിന്റെ ഭാഗമായി രൂപംകൊണ്ടതാണ് വിവിധ തരത്തിലുള്ള ചിന്തകളും, അന്വേഷണങ്ങളുമെല്ലാം എന്നും ഇതിൽ വ്യക്തമാക്കുന്നു. ചുരുക്കത്തിൽ ഭൗതിക ഉത്പാദനമാണ് ചരിത്രത്തി ന്റെ വികാസത്തിനും, മുന്നോട്ടുപോക്കിനും അടിസ്ഥാനമായി നിൽക്കു ന്നതെന്ന് വ്യക്തമാക്കുകയാണ് ജർമ്മൻ പ്രത്യയശാസ്ത്രത്തിൽ മാർക്സ് ചെയ്യുന്നത്.

മനുഷ്യരും ചുറ്റുപാടുകൾ തമ്മിലുള്ള ബന്ധവും അതിലൂടെ മനുഷ്യരുടെ പ്രവർത്തനത്തിൽ ഉണ്ടാകു ന്ന മാറ്റങ്ങളെയും കാണാൻ ഫൊയർബാഹിന് കഴി യുന്നില്ലെന്ന വിമർശനം മാർക്സ് ഇതിൽ അവതരി പ്പിക്കുന്നു. തത്വചിന്തകർ പലരീതിയിലും ലോകത്തെ വ്യാഖ്യാനിച്ചിട്ടേ ഉള്ളൂ അവയെ മാറ്റിമറിക്കുകയാണ് പ്രധാനം എന്ന മാർക്സിന്റെ പ്രസിദ്ധമായ പ്രഖ്യാ പനം ഇതിലാണ് വരുന്നത്.

# ഫൊയർബാഹിന്റെ തിസീസുകൾ

**1845**-ൽ ഫൊയർബാഹിന്റെ സിദ്ധാന്തങ്ങളെ സംബന്ധിച്ച് മാർക്സ് എഴുതിയ കുറിപ്പുകളാണ് ഫൊയർബാഹിന്റെ തിസീസുകൾ എന്ന പേരിൽ പ്രസിദ്ധീകരിച്ചത്. ലോകത്തെ ദർശ നങ്ങളുടെ ചരിത്രം പരിശോധിച്ചാൽ രണ്ട് തരം സിദ്ധാന്തങ്ങളെ കാണാവുന്നതാണ്. ഒന്ന് ആശയവാദവും, മറ്റൊന്ന് ഭൗതികവാദവും. ഇവ തമ്മിലുള്ള ഏറ്റുമുട്ടലുകളാണ് ചരിത്രത്തിൽ ഉണ്ടായിട്ടുള്ളത്. ആശയവാദം മാർക്സിന്റെ കാലത്ത് ഏറ്റവും വികസിച്ചത് ഹെഗ ലിലായിരുന്നു. അക്കാലത്തെ ഭൗതികവാദ ചിന്തകളിൽ ഏറ്റവും പ്രമുഖനായിരുന്നു ല്യൂദ്‌വിൻ ഫൊയർബാഹ്.

അദ്ദേഹത്തിന്റെ ഭൗതികവാദ വിശകലനങ്ങൾ ആദ്യഘട്ടങ്ങളിൽ മാർക്സിനെ നല്ല നിലയിൽ സ്വാധീനിച്ചിരുന്നു. എന്നാൽ പിന്നീട് അദ്ദേഹത്തിൽ വികസിച്ച യാന്ത്രികവാദ സമീപനത്തെ മാർക്സ് ശക്തമായി വിമർശിച്ചു. ഭൗതിക വസ്തുക്കൾ ഒരു പ്രത്യേക രീതിയിൽ കൂടിച്ചേരുമ്പോഴാണ് ഓരോ സ്വഭാവങ്ങൾ രൂപപ്പെടുന്നതെന്ന കാഴ്ചപ്പാ ടായിരുന്ന ഫൊയർബാഹ് മുന്നോട്ടുവെച്ചത്. യന്ത്രത്തിന്റെ വസ്തുക്കൾ

കൂടിച്ചേരുമ്പോൾ യന്ത്രം എന്ന സ്വഭാവം ആർജ്ജിക്കുന്നതുപോലെ മനുഷ്യരുടെ സ്വഭാവവും രൂപപ്പെടുന്നത് അവയവങ്ങൾ എന്ന ഭൗതിക വസ്തുക്കൾ ചേരുന്നത് കൊണ്ടാണ് എന്ന സമീപനമാണ് അവതരിപ്പിച്ചത്. അതുകൊണ്ട് ഇദ്ദേഹത്തിന്റെ കാഴ്ചപ്പാട് യാന്ത്രിക ഭൗതികവാദം എന്ന നിലയിൽ അറിയപ്പെടുന്നു.

യാന്ത്രിക ഭൗതികവാദത്തിന്റെ പരിമിതി പുതിയ സ്വഭാവങ്ങൾ എന്തുകൊണ്ട് രൂപപ്പെടുന്നുവെന്നും, മാറ്റങ്ങൾക്ക് അടിസ്ഥാനമെന്ത് എന്നും മനസ്സിലാക്കാൻ കഴിയാത്തതാണെന്ന് മാർക്സ് വിലയിരുത്തുന്നുണ്ട്. യന്ത്ര സമാനമായി മനുഷ്യനെ കാണുമ്പോൾ അത് പ്രവർത്തിക്കുന്നതിന് ഒരു ശക്തി വേണമെന്നിടത്തേക്ക് അത് എത്തിച്ചേരുന്നു. ഇത്തരത്തിൽ പുറമെ ഭൗതികവാദമാണെങ്കിലും, ആശയവാദത്തിന്റെ തലത്തിലേക്ക് എത്തിച്ചേരുന്ന ഒന്നായി ഇതിനെ മാർക്സ് വിലയിരുത്തുന്നു. യാന്ത്രിക ഭൗതികവാദത്തിന്റെ ഈ പരിമിതി വ്യക്തമാക്കിക്കൊണ്ട് വൈരുദ്ധ്യാത്മക ഭൗതികവാദ കാഴ്ചപ്പാട് വികസിപ്പിക്കുകയാണ് മാർക്സ് ചെയ്യുന്നത്.

ഫൊയർബാഹിന്റെ ഇത്തരം യാന്ത്രികവാദ സമീപനത്തിന്റെ പരിമിതികൾ വ്യക്തമാക്കുന്ന 11 കുറിപ്പുകളാണ് ഫൊയർബാഹിന്റെ തിസീസുകൾ എന്നറിയപ്പെടുന്നത്. മനുഷ്യരുടെ വിവിധങ്ങളായ ശേഷികളെ പ്രകൃതിദത്തമായ എന്തോ ഒന്നായി കാണുന്ന രീതിയാണ് ഫൊയർബാഹ് പിന്തുടരുന്നത്. എന്നാൽ മനുഷ്യനും, ചുറ്റുപാടും തമ്മിലുള്ള ബന്ധവും, അതിലൂടെ മനുഷ്യരുടെ പ്രവർത്തനങ്ങളിലുണ്ടാകുന്ന മാറ്റങ്ങളേയും ഈ സിദ്ധാന്തം കാണുന്നില്ല. ഇത്തരത്തിൽ മനുഷ്യന്റെ ഇച്ഛാശക്തിയേയും, ഇടപെടലിനുള്ള ശേഷിയേയും കാണുന്നില്ല എന്ന ദൗർബല്യം ഫൊയർബാഹിന്റെ ചിന്തകൾക്ക് ഉണ്ടെന്ന് മാർക്സ് നിരീക്ഷിക്കുന്നു.

ചിന്തയെ വസ്തുനിഷ്ഠമായ യാഥാർത്ഥ്യമായി പരിഗണിക്കാമെന്ന പ്രശ്നവും ഇതിൽ ചർച്ച ചെയ്യുന്നുണ്ട്. സത്യം എന്നകാര്യത്തെ എങ്ങനെയാണ് കാണേണ്ടത് എന്ന കാര്യവും ഇതിൽ ഉയർന്നുവരുന്നുണ്ട്. ഒരു വസ്തുത സത്യമാണെന്ന് പരിശോധിക്കപ്പെടേണ്ടത് അത് പ്രയോഗത്തിൽ കൊണ്ടുവരുമ്പോൾ എങ്ങനെ ആയിത്തീരുന്നുവെന്നതിന്റെ അടിസ്ഥാനത്തിലാകണം. സിദ്ധാന്തവും പ്രയോഗവും എന്ന യാഥാർത്ഥ്യത്തിലേക്ക് ഇവിടെ മാർക്സ് നടന്നടുക്കുകയാണ്.

കാൾ മാർക്സ്

മനുഷ്യൻ സാഹചര്യങ്ങളുടെ സൃഷ്ടി മാത്രമായി കാണുന്ന യാന്ത്രിക ഭൗതികവാദികളുടെ നിലപാടിനേയും ഇതിൽ ചോദ്യം ചെയ്യുന്നു. സാഹചര്യങ്ങൾ സൃഷ്ടിക്കുന്ന മാറ്റവും, മനുഷ്യരുടെ പ്രവർത്തനവും തമ്മിലുള്ള പൊരുത്തമാണ് വിപ്ലവ പ്രയോഗമെന്നത്. സാഹചര്യങ്ങൾ എന്ന് നാം വിശേഷിപ്പിക്കുന്നത് മനുഷ്യർ തന്നെ സൃഷ്ടിക്കുന്ന ഒന്നാണ്. നമ്മൾ പാരമ്പര്യമെന്നും, നാട്ടുനടപ്പെന്നുമെല്ലാം വിശേഷിപ്പിക്കുന്നത് ഒരുകാലത്ത് ഒരു ജനത നിർമ്മിച്ചതാണ്. അവയെ പിന്തുടരുന്നത് കൊണ്ടാണ് മാറ്റത്തിന് വിധേയമാവാത്തത് എന്ന തോന്നൽ ഉണ്ടാ കുന്നത്. യഥാർത്ഥത്തിൽ ജീവിതസാഹചര്യങ്ങൾ മാറുമ്പോൾ നമ്മുടെ ആചാരങ്ങൾക്കും, സമ്പ്രദായങ്ങൾക്കുമെല്ലാം മാറ്റമുണ്ടാകുമെന്ന് മാർക്സ് ഓർമ്മപ്പെടുത്തുന്നു. ഇത്തരത്തിൽ സാഹചര്യങ്ങളുടെ സൃഷ്ടി മാത്രമല്ല അവയെ രൂപപ്പെടുത്തുന്നതിനുള്ള ശേഷി കൂടി മനുഷ്യനുണ്ട്. അത്തരം ഇടപെടലുകളിലൂടെ ജീവിത സാഹചര്യങ്ങൾ മാറിമറിയുമ്പോൾ ഉണ്ടാകുന്ന ഒന്നാണ് സത്യം എന്നും മാർക്സ് ഓർമ്മിപ്പിക്കുന്നു. ഇങ്ങനെ നിരന്തരമായ ഇടപെടലിലൂടെ മാറുന്ന ഒന്നാണ് നാം ശ്വാശ്വതമായത് എന്ന നിലയിൽ അവതരിപ്പിക്കുന്ന സത്യം എന്ന് മാർക്സ് ഇവിടെ വ്യക്തമാക്കുന്നു.

മനുഷ്യനിൽ രൂപപ്പെടുന്ന അന്യവൽക്കരണത്തിന് മതത്തെ കേന്ദ്ര സ്ഥാനത്ത് സ്ഥാപിച്ചുകൊണ്ടുള്ള നിലപാടാണ് ഫൊയർബാഹ് മുന്നോട്ടുവെക്കുന്നത്. അതായത് വിശ്വാസി-അവിശ്വാസി എന്ന യുക്തിവാദ സിദ്ധാന്തങ്ങളുടെ അടിസ്ഥാനപരമായ കാഴ്ചപ്പാടിലേ ക്കാണ് ഫൊയർബാഹ് എത്തുന്നത്. എന്നാൽ ഇതിനെ മാർക്സ് നിഷേ ധിക്കുന്നു. അന്യവൽക്കരണം എന്നത് സമൂഹത്തിലുണ്ട്. അത്തരമൊരു സ്ഥിതിവിശേഷമുണ്ടാകുന്നത് സാമൂഹ്യ വൈരുദ്ധ്യങ്ങളിൽ നിന്നാണ്.

മനുഷ്യരെ ദുരിതത്തിലേക്ക് നയിക്കുന്നത് മനുഷ്യർ തന്നെ ഉണ്ടാക്ക ന്ന സാമൂഹ്യ ഘടനയാണ്. ഇത്തരത്തിൽ ഉണ്ടാകുന്ന പ്രശ്നങ്ങളെ മറിക ടക്കാൻ പ്രപഞ്ച ശക്തിയിൽ വിശ്വാസമർപ്പിക്കുക എന്ന നിലപാടാണ് മതങ്ങൾ പൊതുവിൽ മുന്നോട്ടുവെക്കുന്നത്. സമൂഹത്തിൽ രൂപപ്പെടുന്ന അന്യവൽക്കരണത്തിന്റേയും, ദുരിതങ്ങളുടേയും ഈ പ്രശ്നം അവസാനി പ്പിക്കണമെങ്കിൽ ഫൊയർബാഹ് നിർദ്ദേശിക്കുന്നതുപോലെ മതങ്ങൾ ഇല്ലാതായതുകൊണ്ട് കാര്യമില്ല. സമൂഹത്തിലെ വിവിധങ്ങളായ ചൂഷ ണങ്ങൾ ഇല്ലാതാക്കുകയെന്നതാണ് വേണ്ടത്. അതിനാൽ നമ്മുടെ മുന്നിലുള്ള ചൂഷണങ്ങളെ വിമർശിക്കുകയും, അതിന് ആധാരമാകുന്ന

വൈരുദ്ധ്യങ്ങളെ വിപ്ലവ പ്രവർത്തനത്തിലൂടെ ഇല്ലാതാക്കുകയുമാണ് ചെയ്യേണ്ടത്. എങ്കിൽ മാത്രമേ എല്ലാ തരത്തിലുമുള്ള അന്യവൽക്കര ണവുമില്ലാത്ത സമൂഹ സൃഷ്ടി സാധ്യമാവുകയുള്ളൂ. അതുകൊണ്ട് തന്നെ മതത്തെ തകർത്ത് അന്യവൽക്കരണം ഇല്ലാതാക്കാമെന്ന ഫൊയർ ബാഹിന്റെ കാഴ്ചപ്പാടിനെ മാർക്സ് തള്ളിക്കളയുന്നു.

മനുഷ്യർ അമൂർത്തമായ ചിന്തകൾക്ക് പകരം ഇന്ദ്രിയബന്ധമായ ചിന്തകൾ മുന്നോട്ടുവെക്കണമെന്ന ഫൊയർബാഹിന്റെ കാഴ്ചപ്പാടിനെ യും മാർക്സ് തള്ളിക്കളയുന്നു. മനുഷ്യരുടെ ഇന്ദ്രിയങ്ങളിലൂടെ നടത്തുന്ന ഇടപെടലുകൾ യഥാർത്ഥത്തിൽ പ്രായോഗിക പ്രവർത്തനങ്ങളാണ്. കാര്യങ്ങളെ നാം അറിയുകയും, കേൾക്കുകയും എല്ലാം ചെയ്യുന്നത് ചുറ്റു പാടിൽ നാം പ്രായോഗികമായ ഇടപെടൽ നടത്തുന്നതുകൊണ്ടാണ്. ഈ വസ്തുത മനസ്സിലാക്കാതെ ഇന്ദ്രിയബന്ധമായ ചിന്തകളെ മുന്നോ ട്ടുവെക്കുകയാണ് ഫൊയർബാഹ് ചെയ്യുന്നത്. ഇന്ദ്രിയങ്ങളിലൂടെ വിവ രങ്ങളെത്തുന്നത് പ്രായോഗികമായി മുമ്പിൽ പ്രവർത്തനങ്ങൾ നടക്ക ന്നതുകൊണ്ടാണ്. ഈ പ്രായോഗിക പ്രവർത്തനങ്ങളെ വിശകലനം ചെയ്യാതെ ഇന്ദ്രിയബന്ധമായ ഇടപെടലിനെക്കുറിച്ച് വിശകലനം ചെയ്യുന്നത് തെറ്റായ രീതിയാണെന്ന് മാർക്സ് ഇവിടെ സ്ഥാപിക്കുന്നു.

ഫൊയർബാഹ് മതസത്തയെ മാനവികസത്തയായി മുന്നോട്ട വെക്കുന്നുണ്ട്. ഇങ്ങനെ എല്ലാ സമൂഹത്തിലും നിലനിൽക്കുന്ന പൊതു സ്വഭാവമായി മാനവസത്ത മാറുകയും ചെയ്യുന്നു. ഈ മാനവസത്ത വ്യക്തികളിൽ നിലനിൽക്കുന്നതായി അദ്ദേഹം വിലയിരുത്തുന്നു. ഇങ്ങനെ വ്യക്തികളുടെ കൂട്ടായ്മയായി മാനവസത്തയെ കാണുന്ന രീതിയാണ് ഫൊയർബാഹ് മുന്നോട്ടുവെക്കുന്നത്. എന്നാൽ മാർക്സ് മാനവസത്തയെ വിലയിരുത്തുന്നത് സാമൂഹ്യബന്ധങ്ങളുടെ ഭാഗമെന്ന നിലയിലാണ്. സാമൂഹ്യബന്ധങ്ങളാണ് എല്ലാവിധ മാനവസത്തകളു ടേയും അടിസ്ഥാനമെന്ന് മാർക്സ് വ്യക്തമാക്കുന്നു. മനുഷ്യൻ സാമൂഹ്യ ബന്ധങ്ങളുടെ സമുച്ചയമാണെന്ന കാഴ്ചപ്പാടിലേക്ക് അങ്ങനെ മാർക്സ് എത്തിച്ചേരുന്നു.

മതവികാരത്തിന്റെ ഉറവിടം എന്നത് സാമൂഹ്യ ബന്ധങ്ങളാണെ ന്ന് അടുത്ത തിസീസിൽ മാർക്സ് ഓർമ്മിപ്പിക്കുന്നു. സവിശേഷമായ സാമൂഹ്യ ബന്ധങ്ങളിൽ നിന്ന് രൂപപ്പെടുന്ന യാഥാർത്ഥ്യമാണ് മതം. ഇങ്ങനെ ഒറ്റപ്പെട്ട് നിൽക്കുന്ന ഒന്ന് എന്ന നിലയിൽ വിലയിരുത്തുന്ന കാര്യങ്ങളെ സാമൂഹ്യ ഘടനയുടെ ഭാഗമായി വിലയിരുത്തുന്ന രീതി ഈ

തിസീസിലൂടെ മാർക്സ് അവതരിപ്പിക്കുന്നു.

ഏത് സിദ്ധാന്തവും ശരിയാണെന്ന് നിശ്ചയിക്കപ്പെടുന്നത് അതിന്റെ പ്രയോഗത്തിലാണ്. പ്രയോഗത്തെ കേന്ദ്ര സ്ഥനത്ത് കൊണ്ടവരുന്ന നിലപാടായി ഇത് മാറുന്നു. സിവിൽ സമൂഹമെന്നത് വ്യക്തികളുടെ കൂടി ച്ചേരലുകളാണെന്ന കാഴ്ചപ്പാടിനേയും മാർക്സ് നിഷേധിക്കുന്നു. ഓരോ സമൂഹ്യ ഘടനയുമാണ് ആത്യന്തികമായി അതാത് കാലത്തെ സിവിൽ സമൂഹത്തെ രൂപപ്പെടുത്തുന്നത്. അതുകൊണ്ട് സിവിൽ സമൂഹമെന്നത് ഒറ്റപ്പെട്ട് നിൽക്കുന്ന വ്യക്തികളുടെ കൂടിച്ചേരലുകളല്ലെന്നും, മറിച്ച് സാമൂഹ്യ ഘടനയുടെ രീതിക്കനുസരിച്ച് രൂപപ്പെടുന്ന ഒന്നാണെന്നും മാർക്സ് നിരീക്ഷിക്കുന്നു.

ഓരോ സമൂഹത്തിലേയും മാനവികത എന്നത് മതത്തിന്റെ ഭാഗമായി രൂപം കൊള്ളുന്ന ഒന്നായി ഫൊയർബാഹ് പറയുന്നുണ്ട്. എന്നാൽ ഇത്തരം ആശയങ്ങളും രൂപപ്പെടുന്നത് സാമൂഹ്യ ബന്ധങ്ങ ളുടെ ഉത്പന്നമായാണ് എന്ന് മാർക്സ് നിരീക്ഷിക്കുന്നു. ഓരോ സമൂ ഹത്തിലേയും നിയമങ്ങളും, ചട്ടങ്ങളും, സാഹിത്യവുമെല്ലാം ഇത്തരം സാമൂഹ്യ ബന്ധങ്ങളുടെ ഉത്പന്നമാണ്. ചരിത്രപരമായ ഭൗതികവാ ദത്തിൽ അവതരിപ്പിക്കുന്ന അടിത്തറ-മേൽപ്പുര സിദ്ധാന്തത്തിന്റെ സമീപനമാണ് ഇവിടെ വ്യക്തമാകുന്നത്.

പതിനൊന്നാമത്തെ തിസീസിലാണ് മാർക്സ് വിപ്ലവകരമായ പ്രസിദ്ധ പ്രഖ്യാപനം നടത്തുന്നത്.

"തത്വചിന്തകർ പല രീതിയില്ലും ലോകത്തെ വ്യാഖ്യാനിച്ചിട്ടേയുള്ളൂ, അവയെ മാറ്റിമറിക്കുകയാണ് പ്രധാനം."

ആശയങ്ങളെ വിശദീകരിച്ച് പോകുന്ന ഭൗതികവാദ സമീപനത്തി ന്റെ ദൗർബല്യങ്ങളെ ഇവിടെ തുറന്നുകാട്ടുകയാണ് മാർക്സ് ചെയ്യുന്നത്. ഫൊയർബാഹിന്റെ ഭൗതികവാദമുൾപ്പെടെയുള്ളവ വ്യാഖ്യാനങ്ങൾ നടത്തുക മാത്രമാണ് ചെയ്യുന്നതെന്ന് മാർക്സ് നിരീക്ഷിക്കുന്നു. ഇതിൽ നിന്നും വ്യത്യസ്തമായി ലോകത്തെ വ്യാഖ്യാനിക്കുക മാത്രമല്ല അവയെ മാറ്റിമറിക്കുന്നതിനുള്ള വിപ്ലവം നടത്തുക കൂടിയാണ് ചെയ്യേണ്ടത്. അതുവരെ മാറ്റിനിർത്തപ്പെട്ടിരുന്ന പ്രയോഗികമെന്ന കാഴ്ചപ്പാടിനെ കേന്ദ്ര സ്ഥാനത്തേക്ക് കൊണ്ടവരികയാണ് ഇതിലൂടെ മാർക്സ് ചെയ്യ ന്നത്. അതിലൂടെ എല്ലാ സിദ്ധാന്തങ്ങളും, ആത്യന്തികമായി സമൂഹത്തെ മാറ്റിമറിക്കുന്നതിനുള്ള ഉപാധിയായി രൂപപ്പെടുത്തേണ്ടതുണ്ടെന്ന കാഴ്ചയിലേക്ക് മാർക്സ് എത്തുന്നു.

# കാൾ മാർക്സ്

മാർക്സ് ഒരു ഭൗതികവാദിയായിരുന്നെങ്കിലും യാന്ത്രിക ഭൗതിക വാദിയായിരുന്നില്ല. മനുഷ്യനെ ഒരു യന്ത്രസമാനമായി കാണുകയും അതിന്റെ ചലനത്തിലൂടെയാണ് ലോകത്തിലെ മാറ്റങ്ങളെന്ന വാദത്തെ അതുകൊണ്ട് തന്നെ തള്ളിക്കളയുന്നു. എല്ലാ വസ്തുക്കളിലും, പ്രതിഭാ സങ്ങളിലും വിരുദ്ധമായ ശക്തികൾ നിലകൊള്ളുന്നുണ്ട്. അവയുടെ ഐക്യവും, സമരവുമാണ് വസ്തുക്കളടെ നിലനിൽപ്പിനും, പുരോഗതി ക്കും അടിസ്ഥാനമെന്ന വിലയിരുത്തലിലേക്ക് മാർക്സ് എത്തിച്ചേരുന്നു. സാമൂഹ്യബന്ധങ്ങളാണ് എല്ലാത്തിനും അടിസ്ഥാനമായി നിൽക്കുന്ന തെന്ന കാഴ്ചപ്പാട് അവതരിപ്പിക്കുന്നിടത്തേക്ക് ഫൊയർബാഹിന്റെ തിസീസുകളെ സംബന്ധിച്ച മാർക്സിന്റെ പരിശോധന എത്തിച്ചേരുകയും ചെയ്യുന്നു. ഇത്തരത്തിൽ വൈയക്തികമായ തലത്തിൽ നിന്നുകൊണ്ട് പ്രശ്നങ്ങളെ കാണുന്ന രീതിക്ക് പകരം സാമൂഹ്യവ്യവസ്ഥയുമായി ബന്ധ പ്പെടുത്തി വിശകലനം ചെയ്യുന്ന രീതി ഇതിലൂടെ വികസിപ്പിക്കുന്നു. സിദ്ധാന്തവും പ്രയോഗവും തമ്മിലുള്ള ബന്ധത്തേയും അതിലൂടെ വിപ്ലവ പ്രവർത്തനത്തിലേക്ക് നീങ്ങേണ്ടതിന്റെ പ്രാധാന്യവും ഇത് ഓർമ്മപ്പെ ടുത്തുന്നു. ലോകത്തെ വ്യാഖ്യാനിക്കുകയല്ല മാറ്റിമറിക്കുകയാണ് വേണ്ട തെന്ന അവസാനത്തെ തിസീസിലെ നിഗമനം മാർക്സിസത്തിന്റെ അടിസ്ഥാനശിലകളിൽ തന്നെ ഒന്നാണ്.

ചരിത്രത്തിൽ മുതലാളിത്തത്തിന്റെ സ്ഥാനം അടയാ ളപ്പെടുത്തുന്ന കൃതി. സാമൂഹ്യമാറ്റങ്ങളെയും ഇത് വിശകലനം ചെയ്യുന്നു. തൊഴിലാളിവർഗ്ഗം വിപ്ലവ ത്തിന്റെ മുന്നണിപ്പടയാളിയായി മാറുന്നത് എന്ത് കൊണ്ടെന്ന് വിശകലനം ചെയ്യുന്നു. ഒപ്പം കമ്മ്യൂണിസ്റ്റ് പാർട്ടിയുടെ ആവശ്യകതയും വിലയിരുത്തി കാര്യപ രിപാടി മുന്നോട്ട് വെയ്ക്കുന്നു.

# കമ്മ്യൂണിസ്റ്റ് മാനിഫെസ്റ്റോ

**1847**-ൽ ലണ്ടനിൽവെച്ച് ചേർന്ന കമ്മ്യൂണിസ്റ്റ് ലീഗിന്റെ യോഗം മാർക്സിനെയും ഏംഗൽസിനെയും ഒരു മാനി ഫെസ്റ്റോ തയ്യാറാക്കാൻ ചുമതലപ്പെടുത്തി. അതിന്റെ അടിസ്ഥാ നത്തിലാണ് 1848 ജനവരിയിൽ കമ്മ്യൂണിസ്റ്റ് മാനിഫെസ്റ്റോ എഴുതപ്പെട്ടത്. ഇതിന്റെ കൈയെഴുത്തുപ്രതി ജർമ്മൻ ഭാഷയിലാണ് തയ്യാറാക്കിയിരുന്നത്.

കമ്മ്യൂണിസത്തെ ഉന്മൂലനം ചെയ്യാൻ എല്ലാ ശക്തികളും ഒന്നി ച്ചുചേർന്നിരിക്കുന്ന ഘട്ടത്തിൽ കമ്മ്യൂണിസ്റ്റ് പാർടി മുന്നോട്ടവയ്ക്കുന്ന പരിപാടികളെന്തെന്ന് ജനങ്ങളെ അറിയിക്കാനാണ് ഇത് എഴുതുന്ന തെന്ന് മാർക്സും ഏംഗൽസും ആമുഖത്തിൽ വ്യക്തമാക്കുന്നുണ്ട്. നാല് അധ്യായങ്ങളായാണ് ഇത് രചിക്കപ്പെട്ടിട്ടുള്ളത്.

ഒന്നാം അധ്യായം ബൂർഷ്വകളും തൊഴിലാളികളും എന്ന തലക്കെ ട്ടിലാണ്. നാളിതുവരെ നിലനിന്നിട്ടുള്ള എല്ലാ സമുദായങ്ങളുടെയും ലിഖിത ചരിത്രം വർഗസമരങ്ങളുടെ ചരിത്രമാണ് എന്ന് ഇടക്കത്തിൽ തന്നെ രേഖപ്പെടുത്തുന്നുണ്ട്. ഇത് പറഞ്ഞശേഷം ഫ്യൂഡൽ സമുദായ ത്തിന്റെ നഷ്ടാവശിഷ്ടങ്ങളിൽനിന്ന് രൂപപ്പെട്ട മുതലാളിത്തത്തിന്റെ സവിശേഷതയും പ്രാധാന്യവും ചരിത്രപരമായ വീക്ഷണത്തിന്റെ

 വെള്ളത്തിൽ മീനുകളെന്നപോൽ

അടിസ്ഥാനത്തിൽ വ്യക്തമാക്കുന്നു.

ബൂർഷ്വാസി ലോകത്തിനു നൽകിയ സംഭാവനയെ സംബന്ധിച്ചുള്ള ചരിത്രപരമായ വിശകലനമാണ് പിന്നീട് വരുന്നത്. എല്ലാറ്റിനെയും ചരിത്രവൽക്കരിക്കുക എന്ന മാർക്സിസ്റ്റ് സമീപനത്തിന്റെ ഉദാത്ത മാതൃകയാണ് ഇവിടെ കാണുന്നത്. മാനിഫെസ്റ്റോയിൽ ഇങ്ങനെ പറയുന്നുണ്ട്: "ചരിത്രപരമായി നോക്കുമ്പോൾ ബൂർഷ്വാസി ഏറ്റവും വിപ്ലവകരമായ ഒരു പങ്കുവഹിച്ചിട്ടുണ്ട്; മനുഷ്യന്റെ പ്രവർത്തനങ്ങൾക്ക് എന്തെല്ലാം നേടാനാകുമെന്ന് ആദ്യമായി കാണിച്ചത് ബൂർഷ്വാസി യാണ്. ഈജിപ്തുകാരുടെ പിരമിഡുകളുടേയും റോമാക്കാരുടെ ജലസം ഭരണ വിതരണ പദ്ധതികളേയും വളരെയേറെ അതിശയിപ്പിക്കുന്ന മഹാത്ഭുതങ്ങൾ അത് സാധിച്ചിട്ടുണ്ട്." ചരിത്രത്തിൽ നിർവ്വഹിച്ച ഈ ഗുണപരമായ നേട്ടങ്ങളെ എടുത്തുപറയുന്ന ആദ്യ ഭാഗത്തിനുശേഷം അതിന്റെ ദൗർബല്യങ്ങളിലേക്ക് പിന്നീട് പ്രവേശിക്കുന്നു.

മുതലാളിത്തത്തിന്റെ പ്രധാന ദൗർബല്യമായി മാർക്സും ഏംഗൽസും കാണുന്നത് എല്ലാറ്റിനെയും വാണിജ്യവൽക്കരിക്കുന്ന അതിന്റെ സവി ശേഷതയാണ്. "മനുഷ്യനും മനുഷ്യനും തമ്മിൽ, നഗ്നമായ സ്വാർത്ഥമോ ഴികെ, ഹൃദയശൂന്യമായ രൊക്കം പൈസ ഒഴികെ, മറ്റൊരു ബന്ധവും അത് ബാക്കിവെച്ചില്ല" എന്നു പറയുന്നത് ഈ അർത്ഥത്തിലാണ്. മാത്രമല്ല, "കുടുംബത്തിന്റെ വൈകാരിക മൂടുപടം എടുത്തുമാറ്റുകയും കുടുംബബന്ധത്തെ വെറും ഒരു പണത്തിന്റെ ബന്ധമായി ചുരുക്കുകയും" ചെയ്തിരിക്കുന്നതായും അത് നിരീക്ഷിക്കുന്നു. നഗരങ്ങളുടെ വാഴ്ച്ച്യ് ഗ്രാമ ങ്ങളെ കീഴ്പ്പെടുത്തുന്നതും കർഷക പ്രധാനമായ രാജ്യങ്ങളെ ബൂർഷ്വാ രാഷ്ട്രങ്ങൾക്കും പൗരസ്ത്യരെ പാശ്ചാത്യർക്കും വിധേയപ്പെടുത്തിയതിന്റെ കാര്യവും ഇതിൽ വിശദീകരിക്കുന്നുണ്ട്. ഇത്തരത്തിൽ ബൂർഷ്വാസി കൊണ്ടുവന്ന ചൂഷണത്തിന്റെ സ്വഭാവങ്ങളെ മാനിഫെസ്റ്റോ അക്കമിട്ട് നിരത്തുന്നു.

ബൂർഷ്വാസിക്ക് ഭൂമുഖത്ത് നിലനിൽക്കണമെങ്കിൽ ചില പ്ര ത്യേകതകൾ കാത്തുസൂക്ഷിക്കേണ്ടതുണ്ടെന്നും ഓർമ്മപ്പെടുത്തുന്നു. "ഉത്പാദന ഉപകരണങ്ങളിലും തദ്വാര ഉത്പാദന ബന്ധങ്ങളിലും അതോടൊപ്പം സാമൂഹ്യബന്ധങ്ങളിലൊട്ടാകെയും നിരന്തരം പരി വർത്തനം വരുത്താതെ ബൂർഷ്വാസിക്ക് നിലനിൽക്കാനാവില്ലെന്ന്" നിരീക്ഷണവും മുമ്പോട്ട് വയ്ക്കുന്നു. മുതലാളിത്തം സാമ്രാജ്യത്വമായി വികസിക്കുമെന്നതിന്റെ സൂചനകളും ഇത് നൽകുന്നുണ്ട്.

"ഉത്പന്നങ്ങൾക്ക് അനസ്യൂതം വിപുലപ്പെടുന്ന ഒരു കമ്പോളം കണ്ടുപിടിക്കേണ്ടതിന്റെ ആവശ്യം ബൂർഷ്വാസിയെ ഭൂമണ്ഡലമെങ്ങും ഓടിക്കുന്നു. അതിന് എല്ലായിടത്തും കൂട്ടുകെട്ടണം. എല്ലായിടത്തും പാർപ്പുറപ്പിക്കണം. എല്ലായിടത്തും ബന്ധങ്ങൾ സ്ഥാപിക്കണം,"എന്ന വാക്കുകൾ ഇതാണ് വ്യക്തമാക്കുന്നത്. ഇങ്ങനെ നിരന്തരം കമ്പോളം വിപുലപ്പെടുത്താനും അതിലൂടെ നിലനിൽക്കാനും രാഷ്ട്രീയ ആധിപത്യം സ്ഥാപിക്കാനുമുള്ള ബൂർഷ്വാസിയുടെ സ്വഭാവമാണ് ഇവിടെ അനാവരണം ചെയ്യുന്നത്.

സമൂഹത്തിന്റെ വളർച്ചയ്ക്കുള്ള കാരണത്തെ സംബന്ധിച്ച് മാനിഫെസ്റ്റോ ഇങ്ങനെ വിശദീകരിക്കുന്നു.

"ചുരുക്കി പറഞ്ഞാൽ ഫ്യൂഡൽ സ്വത്തുടമാ ബന്ധങ്ങൾ വളർന്ന കഴിഞ്ഞ ഉത്പാദനശക്തികളുമായി പൊരുത്തപ്പെടാത്ത നിലവന്നു. അവ ചങ്ങലക്കെട്ടുകളായി മാറി. അവയെ ഭേദിക്കേണ്ടതായി വന്നു. അവ ഭേദിക്കപ്പെട്ടുകയും ചെയ്തു. അവയുടെ സ്ഥാനത്ത് സ്വതന്ത്രമ ത്സരം കടന്നുവന്നു. അതിനെ തുടർന്ന് അതിന് അനുയോജ്യമായ ഒരു സാമൂഹ്യ-രാഷ്ട്രീയ സംവിധാനവും ബൂർഷ്വാവർഗത്തിന്റെ സാമ്പ ത്തിക-രാഷ്ട്രീയ ആധിപത്യവും സ്ഥാപിതമായി.''

ഇങ്ങനെ ഉത്പാദനശക്തികളും ഉത്പാദന ബന്ധങ്ങളും തമ്മിലുള്ള വൈരുധ്യമാണ് സാമൂഹ്യമുന്നേറ്റത്തിന് അടിസ്ഥാനമായി തീർന്നത് എന്ന, അതുവരെ മുന്നോട്ടുവയ്ക്കപ്പെടാത്ത കാഴ്ചപ്പാട് മാനിഫെസ്റ്റോ അവതരിപ്പിക്കുന്നു.

ഫ്യൂഡലിസത്തെ തകർത്ത് രൂപപ്പെട്ട മുതലാളിത്ത സാമൂഹ്യവ്യ വസ്ഥ തകർന്നേ മതിയാവൂ എന്ന് ശാസ്ത്രീയമായ നിഗമനങ്ങളുടെ അടിസ്ഥാനത്തിൽ മാനിഫെസ്റ്റോയിൽ വ്യക്തമാക്കുന്നു. "സ്വന്തം മന്ത്രശക്തികൊണ്ട് പാതാള ലോകത്ത് നിന്ന് വിളിച്ചുകൊണ്ടുവന്ന ശക്തികളെ നിയന്ത്രിച്ചുനിർത്താൻ കഴിയാതായ ഒരു മന്ത്രിവാദിനിയെ പ്പോലെയാണ്'' മുതലാളിത്തമെന്ന് മാർക്സും ഏംഗൽസും വിശദീകരി ക്കുന്നു. എന്തുകൊണ്ടാണ് ഇങ്ങനെയൊരു സാഹചര്യം ഉണ്ടാകുന്നത് എന്ന കാര്യവും തുടർന്ന് വിശദീകരിക്കുന്നു.

സ്വന്തം മരണത്തെ വിളിച്ചു വരുത്താനുള്ള ആയുധങ്ങൾ ഊട്ടിയുണ്ടാ ക്കുക മാത്രമല്ല, ബൂർഷ്വാസി ചെയ്തിരിക്കുന്നത്. ആയുധങ്ങൾ എടുത്ത് പ്രയോഗിക്കാനുള്ള തൊഴിലാളിവർഗ്ഗത്തേയും അത് സൃഷ്ടിച്ചു. മുതലാ ളിത്തത്തിനെതിരായ പോരാട്ടം തൊഴിലാളിവർഗ്ഗത്തിനാണ് മുന്നോട്ട്

കൊണ്ടുപോകാൻ കഴിയുക എന്നതിന്റെ കാരണവും വിവരിക്കുന്നുണ്ട്.

"ആധുനിക വ്യവസായത്തിന് മുമ്പിൽ മറ്റ വർഗങ്ങളെല്ലാം ക്ഷയിക്ക കയും ഒടുവിൽ തിരോഭവിക്കുകയും ചെയ്യുന്നു. തൊഴിലാളിവർഗ്ഗമാണ് അതിന്റെ സവിശേഷവും സാരവത്ത്മായ ഉൽപന്നം." ബൂർഷ്വാസിക ളിൽ ഒരു വിഭാഗം തന്നെ ഈ മുന്നേറ്റത്തിൽ പങ്ക് ചേരുന്ന കാര്യവും തുടർന്ന് എഴുതുന്നു.

"ചരിത്രപരമായ ഈ പ്രസ്ഥാനത്തെയാകെ താത്വികമായി ഗ്ര ഹിക്കാൻ കഴിവുണ്ടാക്കത്തക്ക നിലയിലേക്ക് സ്വയം ഉയർന്നിട്ടുള്ള ബൂർഷ്വാ പ്രത്യയ ശാസ്ത്രജ്ഞന്മാരിൽ ഒരു വിഭാഗം തൊഴിലാളിവർഗ്ഗ ത്തിന്റെ ഭാഗത്തേക്ക് പോകുന്നു." ഇങ്ങനെ തൊഴിലാളിവർഗ്ഗത്തിന്റെ നേതൃത്വത്തിൽ മറ്റ വിഭാഗങ്ങൾ കൂടി ചേർന്നുകൊണ്ട് നടക്കുന്ന സമര ത്തെക്കുറിച്ചും മാനിഫെസ്റ്റോ പറയുന്നുണ്ട്.

തൊഴിലാളിപ്രസ്ഥാനത്തിന് മറ്റ വിഭാഗങ്ങളിൽനിന്നുള്ള വ്യത്യസ്ത തയും മാർക്സും ഏംഗൽസും ഇങ്ങനെ ചൂണ്ടിക്കാട്ടുന്നുണ്ട്.

"തൊഴിലാളി പ്രസ്ഥാനങ്ങളാവട്ടെ ബഹുഭൂരിപക്ഷത്തിന്റെ താൽപര്യങ്ങൾക്കുവേണ്ടിയുള്ള ബഹുഭൂരിപക്ഷത്തിന്റെ സ്വതന്ത്ര വും ബോധപൂർവ്വവുമായ പ്രസ്ഥാനമാണ്. തങ്ങളുടെ മുകളിലുള്ള ഔദ്യോഗിക സമൂഹത്തിന്റെ എല്ലാ അട്ടികളേയും വായുവിലേക്ക് എട്ട ത്തെറിയാതെ ഇന്നത്തെ നമ്മുടെ സമൂഹത്തിന്റെ ഏറ്റവും താഴത്തെ തട്ടായ തൊഴിലാളി വർഗ്ഗത്തിന് അനങ്ങാനാവില്ല. സ്വയം എഴുന്നേൽ ക്കാനാവില്ല." ഇങ്ങനെ സമൂഹത്തെ ആകമാനം വിമോചിപ്പിക്കുന്ന പ്രസ്ഥാനമായാണ് തൊഴിലാളി പ്രസ്ഥാനം ഉയർന്നുവരുന്നതെന്ന് മാനിഫെസ്റ്റോ തറപ്പിച്ച പറയുന്നു.

ഇത്തരം ഒരു മാറ്റത്തിന് സുശക്തമായ കമ്മ്യൂണിസ്റ്റ് പാർടിയുടെ ആവശ്യം രണ്ടാം അദ്ധ്യായത്തിൽ പറയുന്നു. ഈ സംഘടനയുടെ മൂന്ന് ലക്ഷ്യങ്ങളെ കുറിച്ച് തുടർന്ന് അക്കമിട്ട് പറയുന്നുണ്ട്. ഒന്നാമ തായി, തൊഴിലാളികളെ ഒരു വർഗപരമായി അത് സംഘടിപ്പിക്കുക. രണ്ടാമതായി, ബൂർഷ്വാ മേൽക്കോയ്മയെ മറിച്ചിടുക, മൂന്നാമതായി, തൊഴിലാളിവർഗ്ഗം രാഷ്ട്രീയ അധികാരം പിടിച്ച പറ്റുക. സ്വകാര്യ സ്വ ത്തിന്റെ ഉന്മൂലനമാണ് കമ്മ്യൂണിസ്റ്റുകാരുടെ ഏറ്റവും സുപ്രധാനമായ ലക്ഷ്യമെന്ന് മാനിഫെസ്റ്റോ പ്രഖ്യാപിക്കുന്നു. "കമ്മ്യൂണിസ്റ്റുകാരുടെ സിദ്ധാന്തത്തെ ഒറ്റവാചകത്തിൽ ഇങ്ങനെ ചുരുക്കി പറയാം. സ്വകാര്യ സ്വത്ത് ഇല്ലാതാക്കൽ."

പിന്നീട് വിശകലനം ചെയ്യപ്പെടുന്നത് മൂലധനത്തെ സംബന്ധിച്ചുള്ള കാഴ്ചപ്പാടുകളാണ്. മൂലധനം എന്നുള്ളത് സാമൂഹ്യ ഉൽപന്നമാണെന്നും അത് ചിലർ തങ്ങളുടെ കൈവശമാക്കി വച്ചിരിക്കുകയാണ് എന്നും രേഖപ്പെടുത്തുന്നു.

"കൂലി എന്നത് ഒരു തൊഴിലാളി എന്ന നിലയ്ക്ക് കഷ്ടിച്ച് നിലനിർ ത്താൻ കേവലം ആവശ്യമായ ഉപജീവനാംശമാണെന്നും ഇത് വ്യക്ത മാക്കുന്നു.''

കമ്മ്യൂണിസ്റ്റുകാർക്കെതിരായി അക്കാലത്ത് ഉയർന്നുവന്ന വിമർശ നങ്ങൾക്കുള്ള മറുപടിയാണ് പിന്നീടുള്ള ഭാഗത്തുള്ളത്. അതിന് ശേഷം കമ്മ്യൂണിസ്റ്റുകാരുടെ കാര്യപരിപാടി എന്ന നിലയിൽ പത്ത് പരിപാ ടികൾ മുന്നോട്ട് വെയ്ക്കുന്നു. കമ്മ്യൂണിസ്റ്റ് സമൂഹം സ്ഥാപിക്കുന്നതിന് എന്തുകൊണ്ടാണ് ശ്രമിക്കുന്നത് എന്ന കാര്യവും ഈ അദ്ധ്യായത്തിന്റെ അവസാനഭാഗത്ത് വിശദീകരിക്കുന്നുണ്ട്.

"വർഗ്ഗങ്ങളും വർഗ്ഗ വൈരങ്ങളുമുള്ള പഴയ ബൂർഷ്വാ സമുദായത്തി ന്റെ സ്ഥാനത്ത്, ഓരോരുത്തരും സ്വതന്ത്രമായി വളർന്നു വന്നാൽ മാത്രം എല്ലാവരും സ്വതന്ത്രരായി വളരുന്ന ഒരു സമുദായം നമുക്ക് ലഭിക്കുന്നതായിരിക്കും.'' എന്ന് പറഞ്ഞുകൊണ്ടാണ് ആ അദ്ധ്യായം അവസാനിപ്പിക്കുന്നത്.

ഈ പുസ്തകത്തിന്റെ മൂന്നാം അദ്ധ്യായം 'സോഷ്യലിസ്റ്റ് സാഹിത്യവും കമ്മ്യൂണിസ്റ്റ് സാഹിത്യവും' എന്ന പേരിലാണ്. ഇതിൽ വിവിധങ്ങളായ സാങ്കൽപ്പിക സോഷ്യലിസ്റ്റ് ആശയങ്ങളുടെ പരിമിതികളിലേക്കാണ് മാർക്സും ഏംഗൽസും വിരൽ ചൂണ്ടുന്നത്. ബൂർഷ്വാ സമുദായത്തിന്റെ നിലനിൽപ്പ് സുരക്ഷിതമാക്കുന്നതിന് ബൂർഷ്വാസിയിലെ ഒരു വിഭാഗം സാമൂഹ്യമായ പരാതികൾ പരിഹരിക്കണമെന്ന് ആഗ്രഹിക്കുന്നുണ്ട്. അത്തരം പരിഷ്കൃതവാദപരമായ പ്രസ്ഥാനങ്ങളെ കുറിച്ചും സാങ്കൽ പ്പിക സോഷ്യലിസ്റ്റ് സിദ്ധാന്തങ്ങളെ കുറിച്ചും ഈ ഭാഗം വിശദീകരി ക്കുന്നുണ്ട്.

നാലാം അദ്ധ്യായമാവട്ടെ അക്കാലത്തെ ചില പ്രായോഗിക രാഷ്ട്രീയ പ്രശ്നങ്ങളിലേക്കാണ് വിരൽ ചൂണ്ടുന്നത്. ഓരോ നാട്ടിലേയും രാഷ്ട്രീയ പാർടികളോട് എന്ത് സമീപനം സ്വീകരിക്കണം എന്ന വിഷയമാണ് ഇതിൽ ഉന്നയിക്കപ്പെടുന്നത്. അതിന്റെ അടിസ്ഥാനത്തിൽ ഒരു പൊതുനിഗമനത്തിൽ എത്തിച്ചേരുകയും ചെയ്യുന്നു. "ചുരുക്കത്തിൽ കമ്മ്യൂണിസ്റ്റുകാർ എല്ലായിടത്തും നിലവിലുള്ള സാമൂഹ്യ-രാഷ്ട്രീയ

ക്രമങ്ങൾക്കെതിരായി എല്ലാ വിപ്ലവ പ്രസ്ഥാനങ്ങളേയും പിന്താങ്ങുന്ന" എന്ന കാര്യം പറയുന്നു. സർവ്വരാജ്യ തൊഴിലാളികളേ സംഘടിക്കുവിൻ എന്ന ആഹ്വാനത്തോടെയാണ് മാനിഫെസ്റ്റോ അവസാനിക്കുന്നത്.

മാനിഫെസ്റ്റോയെപ്പോലെത്തന്നെ പ്രധാനമാണ് മാനിഫെസ്റ്റോ യിലെ വിവിധ പതിപ്പുകൾക്ക് മാർക്സും ഏംഗൽസും എഴുതിയിട്ടുള്ള മുഖ വുരകളും അടിക്കുറിപ്പുകളും. ഇത് പിൽക്കാലത്തെ അനുഭവങ്ങളുടെയും കണ്ടെത്തലുകളുടെയും അടിസ്ഥാനത്തിൽ തങ്ങളുടെ കാഴ്ചപ്പാടുകൾ കാലോചിതമാക്കുന്നതിന്റെ ഭാഗമായി കൂട്ടിച്ചേർത്തതാണ്.

1871-ലെ പാരീസ് കമ്മ്യൂണിന്റെ അനുഭവപാഠങ്ങളിൽ നിന്നുകൊണ്ട് മാർക്സ് 1872-ലെ ജർമ്മൻ പതിപ്പിലെഴുതിയ മുഖവുരയിൽ ഒരു പുതിയ സമീപനം കൂട്ടിച്ചേർക്കുന്നുണ്ട്.

"മുമ്പുള്ളവർ തയ്യാറാക്കി വെച്ചിട്ടുള്ള ഭരണക്കൂടം കൈവശപ്പെടുത്തി സ്വന്തം ആവശ്യങ്ങൾക്കുവേണ്ടി അതിനെ അതേപടി ഉപയോഗി ക്കുവാൻ തൊഴിലാളി വർഗ്ഗത്തിന് സാധ്യമല്ല." തൊഴിലാളിവർഗ്ഗം അധികാരം പിടിച്ചാൽ മാത്രം പോര അതിന്റെ സർവ്വാധിപത്യം സ്ഥാപിക്കേണ്ടതിന്റെ പ്രാധാന്യം ഈ ആമുഖത്തിലൂടെയാണ് കൂട്ടി ചേർക്കപ്പെടുന്നത്. മാനിഫെസ്റ്റോയിലെ ചില ഭാഗങ്ങൾ വിപുലപ്പെ ടുത്തേണ്ടതിന്റേയും കാലോചിതമാക്കേണ്ടതിന്റേയും പ്രാധാന്യം ഈ മുഖവുരയിൽ തന്നെ വ്യക്തമാക്കുന്നുണ്ട്. സോഷ്യലിസ്റ്റ് സാഹിത്യത്തെ പറ്റി പറയുന്ന ഭാഗം താത്വികമായി ശരിയാണെങ്കിലും അതിന്റെ പ്രാ യോഗികവശം രാഷ്ട്രീയ സ്ഥിതിഗതികൾ പാടെ മാറിയതു കാരണം കാലഹരണപ്പെട്ടുപോയിരിക്കുന്നു എന്നും വ്യക്തമാക്കുന്നുണ്ട്. 1888-ലെ ഇംഗ്ലീഷ് പതിപ്പിനുള്ള ഏംഗൽസിന്റെ കുറിപ്പിലാണ് എല്ലാ സമൂഹങ്ങ ളുടെയും ചരിത്രം എന്നതിന് ലിഖിത ചരിത്രം മുഴുവനും എന്ന വിശദീക രണം നൽകുന്നത്.

കേവലം ഒരു വരട്ടുവാദപരമായ സിദ്ധാന്തം എന്ന നിലയിലല്ല മാർക്സിസത്തെ മാർക്സും ഏംഗൽസും കണ്ടത് എന്ന് ഇതെല്ലാം വ്യക്ത മാക്കുന്നു. അനുഭവങ്ങൾ വെച്ചുകൊണ്ട് സിദ്ധാന്തത്തെ നവീകരിക്കാനും അടിസ്ഥാന നിലപാടുകളിൽ ഉറച്ചുനിന്നുകൊണ്ട് വർഗ്ഗസമരത്തെ വിപ്ല വലപ്പെടുത്താനുമുള്ള നിലപാട് ഇവർ സ്വീകരിച്ചു. മാനിഫെസ്റ്റോയിൽ പിൽക്കാലത്ത് വരുത്തിയ മാറ്റങ്ങൾ ഈ കാഴ്ചപ്പാടിനെ വ്യക്തമാക്കി ത്തരുന്നു.

ഭരണകൂടത്തെ സംബന്ധിച്ച മാർക്സിസ്റ്റ് കാഴ്ചപ്പാടുകൾ മുന്നോട്ടവയ്ക്കുന്ന കൃതി. തൊഴിലാളിവർഗ്ഗം മറ്റ് വിഭാഗങ്ങളുമായി ഐക്യമുണ്ടാക്കേണ്ടതിന്റെ പ്രാധാന്യം വ്യക്തമാക്കുന്ന ചരിത്രപരമായ ഭൗതിക വാദത്തിന്റെ അടിസ്ഥാനത്തിൽ രാഷ്ട്രീയ സംഭവ ങ്ങളെ ഇതിൽ വിശകലനം ചെയ്യുന്നു.

# ലൂയി ബോണപാർട്ടിന്റെ ബ്രൂമേയർ പതിനെട്ട്

**1847**-ൽ അതിരൂക്ഷമായ സാമ്പത്തിക പ്രതിസന്ധി ഫ്രാൻസ്, ജർമ്മനി, ബെൽജിയം, അമേരിക്ക തുടങ്ങിയ പാശ്ചാത്യ രാജ്യങ്ങളെ പിടിച്ചു കുലുക്കുകയുണ്ടായി. സാമ്പത്തിക പ്രതിസന്ധി നിമിത്തം ജനജീവിതം തകർന്ന ഈ കാലഘട്ടത്തിൽ വ്യവസ്ഥാപിത ഗവൺമെന്റുകളെ അട്ടിമറിച്ചുകൊണ്ട് വിപ്ലവങ്ങളുടെ പരമ്പര തന്നെ പൊട്ടിപ്പുറപ്പെട്ടു. കമ്മ്യൂണിസ്റ്റ് മാനിഫെസ്റ്റോ പ്രസി ദ്ധീകരിക്കപ്പെട്ടന്നയും ഈ കാലഘട്ടത്തിലാണ്. ഈ വിപ്ലവത്തിന്റെ ഏറ്റവും പ്രധാനപ്പെട്ട ഒരു കേന്ദ്രമായിരുന്ന ഫ്രാൻസ്. ഫ്രാൻസിലെ ഈ സമരങ്ങളെ വിലയിരുത്തിക്കൊണ്ട് മാർക്സ് എഴുതിയ പ്രസിദ്ധ മായ പുസ്തകമാണ് ലൂയി ബോണപാർട്ടിന്റെ ബ്രൂമേയർ പതിനെട്ട് എന്നത്. ബ്രൂമേയർ എന്നത് ഫ്രഞ്ച് റിപ്പബ്ലിക്കൻ കലണ്ടറിലെ ഒരു മാസമാണ്.

ഈ പുസ്തകം എഴുതാൻ ഇടയായ സാഹചര്യം മാർക്സ് വിശദീക രിക്കുന്നുണ്ട്: "അകാലചരമം അടഞ്ഞ എന്റെ സുഹൃത്ത് ജോസഫ് വൈഡെമെയർ (അദ്ദേഹം അമേരിക്കൻ ആഭ്യന്തര യുദ്ധകാലത്ത് സെന്റ് ലൂയി ജില്ലയിലെ സൈനിക മേധാവിയായിരുന്നു.) 1852

കാൾ മാർക്സ്

ജനുവരി-1 തൊട്ട് ന്യൂയോർക്കിൽ നിന്ന് ഒരു രാഷ്ട്രീയ വാരിക പ്രസിദ്ധീ കരിക്കാൻ ഉദ്ദേശിച്ചിരുന്നു. അധികാര കൈയ്യേറ്റത്തിന്റെ ഒരു ചരിത്രം അതിലേക്ക് എഴുതാൻ അദ്ദേഹം അഭ്യർത്ഥിക്കുകയുണ്ടായി. അതനു സരിച്ച് ഫെബ്രവരി മധ്യം വരെ ല്യുയി ബോണപ്പാർട്ടിന്റെ ബ്രൂമേയർ പതിനെട്ട് എന്ന ശീർഷകത്തിൽ ഞാൻ അദ്ദേഹത്തിന് ആഴ്ചതോറും ലേഖനങ്ങൾ അയച്ചുകൊണ്ടിരുന്നു. അതിനിടയിൽ വൈഡെമെയുടെ ആദ്യപദ്ധതി നടന്നില്ല. അതിനുപകരം അദ്ദേഹം 1852 വസന്തത്തിൽ "ദി റെവൊല്യൂസിയൊൻ' എന്നൊരു മാസിക പ്രസിദ്ധീകരിക്കാൻ തുടങ്ങി. അതിന്റെ പ്രഥമ ലക്കത്തിലെ ഉള്ളടക്കം എന്റെ ബ്രൂമേയർ പതിനെട്ടാണ്."

1848-49-ലെ യൂറോപ്യൻ വിപ്ലവത്തിന് തുടക്കം കുറിച്ച ഫ്രാൻസ്, പ്ര തിവിപ്ലവത്തിലൂടെ സ്വേച്ഛാധിപത്യത്തിലേക്ക് നീങ്ങിയതെങ്ങനെയെ ന്ന് ചരിത്രപരമായ ഭൗതികവാദത്തിന്റെ കാഴ്ചപ്പാടോടെ ഈ കൃതിയിൽ വിശദീകരിക്കുന്നു. ഈ പുസ്തകത്തിന്റെ മൂന്നാം പതിപ്പിന് ഏംഗൽസ് എഴുതിയ മുഖവുരയിൽ ഈ കാര്യം ചൂണ്ടികാണിക്കുന്നുണ്ട്. "ചരിത്രത്തി ന്റെ മഹത്തായ ചലനനിയമം ആദ്യം കണ്ടുപിടിച്ചത് മാർക്സ് ആയിരുന്നു. ആ നിയമമനുസരിച്ച് ചരിത്രത്തിലെ എല്ലാ സമരങ്ങളും - അവ രാഷ്ട്രീയ മായാലും കൊള്ളാം മതപരമായാലും കൊള്ളാം ദാർശനികമായാലും കൊള്ളാം മറ്റേത് ഐഡിയോളജിക്കൽ മേഖലയിലായാലും കൊള്ളാം - യഥാർത്ഥത്തിൽ അവയെല്ലാം സാമൂഹ്യവർഗങ്ങളുടെ സമരങ്ങളെ ഏറെക്കുറെ പ്രതിനിധാനം ചെയ്യുന്നു. കൂടാതെ ഈ വർഗങ്ങൾ തമ്മിലു ള്ള സഹവർത്തിത്തവും സംഘട്ടനങ്ങളും ആശ്രയിച്ച് നിൽക്കുന്നത് ഈ വർഗങ്ങളുടെ സാമ്പത്തിക നില, അവയുടെ ഉത്പാദനരീതി, അതിൽ നിന്ന് ഉളവാകുന്ന വിനിമയരീതി എന്നിവയിലാണ്."

ഇങ്ങനെ സാമ്പത്തിക അടിത്തറയും അതിന്മേൽ കെട്ടിപ്പടുക്കുന്ന ആശയങ്ങളുടേതായ മേൽപ്പുരയും തമ്മിലുള്ള അന്യോന്യബന്ധവും ഇതിൽ വിശദീകരിച്ചു. തുടർന്ന് ഭരണകൂടത്തെ സംബന്ധിച്ചുള്ള ആശയത്തെ വിശദീകരിക്കുകയും അതിന്റെ വിവിധ രൂപങ്ങളെ പരി ചയപ്പെടുത്തുകയും ചെയ്തു.

ബൂർഷ്വാ ചരിത്രകാരന്മാരും മാർക്സിസ്റ്റ് ചരിത്രകാരന്മാരും തമ്മിൽ മറ്റൊരു തരത്തിൽ പറഞ്ഞാൽ ബൂർഷ്വാ രാഷ്ട്രീയക്കാരും തൊഴിലാളി വർഗ രാഷ്ട്രീയക്കാരും തമ്മിലുള്ള പ്രധാന വ്യത്യാസം ഇതിൽ വിശ ദീകരിക്കുന്നുണ്ട്. തൊലിപ്പുറമെ കാണുന്ന കാര്യങ്ങളാണ് ബൂർഷ്വാ

ചരിത്രകാരന്മാർ വിശദീകരിക്കുക. അതാണ് ചരിത്രമായി അവതരിപ്പി ക്കുക. മാർക്സിസ്റ്റുകാരാവട്ടെ സാമൂഹ്യയാഥാർത്ഥ്യങ്ങളുടെ ഉള്ളിലേക്ക് കടന്ന് അതിന്റെ വസ്തുതകളെ വിശദീകരിക്കും. ബൂർഷ്വാ രാഷ്ട്രീയക്കാർ രാഷ്ട്രീയരംഗത്ത് പ്രവർത്തിക്കുന്ന നേതാക്കളുടേയും അനുയായികള ടേയും ആഗ്രഹങ്ങൾ മാത്രമാണ് കണക്കിലെടുക്കുന്നത്. എന്നാൽ മാർക്സിസ്റ്റ് രാഷ്ട്രീയമാവട്ടെ സാമൂഹ്യയാഥാർത്ഥ്യത്തെയും.

ഫ്രാൻസിലെ അക്കാലത്തെ സ്ഥിതിഗതികൾ ഈ പശ്ചാത്തല ത്തിൽ നിന്നുകൊണ്ട് പരിശോധിക്കുകയാണ് ഈ പുസ്തകത്തിൽ. അതായത് 1848-ൽ ഡിസംബർ 10-ാം തീയതി ഒരു ജനഹിത പരിശോധനയില്ലൂടെ ദേശീയ അസംബ്ലിയുടെ പ്രസിഡന്റായി ല്വയി ബോണപ്പാർട്ട് തെരഞ്ഞെടുക്കപ്പെട്ടു. ഇയാൾ സാക്ഷാൽ നെപ്പോളി യന്റെ മരുമകനാണ്. ആദ്യം അത്ര അപകടകാരിയായി ജനങ്ങൾക്ക് തോന്നാതിരുന്ന ഇദ്ദേഹം 1851 ഫെബ്രുവരി 2-ാം തീയതി പാർലമെന്റ് പിരിച്ചുവിട്ടു. ഫ്രാൻസിൽ തന്റെ ഏകാധിപത്യഭരണം സ്ഥാപിക്കുകയും ചെയ്തു. ഒരു വർഷം കഴിഞ്ഞ് അയാൾ ഫ്രാൻസിലെ ചക്രവർത്തിയായി സ്വയം പ്രഖ്യാപിച്ചു.

ഈ കാലഘട്ടത്തേയും തുടർന്നുള്ള സംഭവങ്ങളേയും വിലയിരുത്തി ക്കൊണ്ട് അതിന്റെ പാഠങ്ങൾ തൊഴിലാളിവർഗ്ഗ പ്രസ്ഥാനത്തിന് താത്വികമായി ക്രോഡീകരിച്ചുകൊണ്ടും മാർക്സും ഏംഗൽസും എഴുതുക യുണ്ടായി. ഈ പരമ്പരയിൽ മൂന്ന് പുസ്തകങ്ങളാണ് ഉള്ളത്.

1. ഫ്രാൻസിലെ വർഗ്ഗസമരങ്ങൾ 1848 മുതൽ 1850 വരെ.

2. ല്വയി ബോണപാർട്ടിന്റെ ബ്രുമേയർ 18-ാം തീയതി.

3. ഏംഗൽസ് എഴുതിയ ജർമ്മനിയിലെ വിപ്ലവവും പ്രതിവിപ്ലവ വും.

1848 റിപ്പബ്ലിക്കൻ വിപ്ലവത്തെ ബൂർഷ്വാസി വഞ്ചിച്ചതിനെ തുടർന്ന് വിവിധ വർഗങ്ങളും പാർടികളും ഗ്രൂപ്പുകളും തമ്മിൽ നടന്ന സംഘർഷങ്ങ ളും സമരങ്ങളുമാണ് ഈ പുസ്തകത്തിനാധാരം. ഇതിന്റെ അടിസ്ഥാന ത്തിൽ രണ്ട് മൂന്ന് വർഷം കൊണ്ട് ജനാധിപത്യത്തിന്റെ അട്ടിമറിയിലും സ്വേച്ഛാധിപത്യത്തിന്റെ പുനഃസ്ഥാപനത്തിലും എങ്ങനെ എത്തിച്ചേർ ന്നു എന്ന കാര്യവും ഇതിൽ നമുക്ക് കാണിച്ചുതരികയാണ്.

ഫ്രെഞ്ച് ഭരണരാഷ്ട്രീയത്തിന്റെ അടിക്കടിയുള്ള മാറ്റങ്ങളേയും കരണം മറിച്ചിലുകളുടേയും വിശദാംശങ്ങളാണ് ഈ പുസ്തകത്തി ന്റെ ആദ്യഭാഗത്ത് വിശകലനം ചെയ്യുന്നത്. ഫ്രെഞ്ച് രാഷ്ട്രീയത്തിൽ

 വെള്ളത്തിൽ മീനുകളെന്നപോൽ

# കാൾ മാർക്സ്

ഗവേഷണാത്മകമായ താൽപര്യമില്ലാത്ത ഒരാൾക്ക് ഈ ഭാഗം അത്രയേറെ പ്രധാനമായതോ താൽപര്യം ജനിക്കുന്നതായോ തോന്നുകയില്ല. എന്നാൽ ഇതിന്റെ വിശകലനത്തിലൂടെ ശാസ്ത്രീയമായ വിപ്ലവസിദ്ധാന്തത്തെ കൂടുതൽ ശക്തിപ്പെടുത്തുന്നതിനും പരിപോഷിപ്പിക്കുന്നതിനും പ്രായോഗിക തലത്തിൽ തൊഴിലാളി വർഗ പ്രസ്ഥാനത്തെ മുന്നോട്ട് നയിക്കുന്നതിനും ഇടയായ പല പുതിയ നിഗമനങ്ങളും മാർക്സ് മുന്നോട്ടുവെയ്ക്കുന്നുണ്ട്.

ഫ്രാൻസിലെ സംഭവവികാസങ്ങളെ വിശകലനം ചെയ്തുകൊണ്ട് തൊഴിലാളി വർഗത്തിന്റെ സഖ്യശക്തികൾ ആര് എന്ന് ഇതിലൂടെ മാർക്സ് കണ്ടെത്തുന്നു. 1848-ൽ ജൂണിൽ പാരീസിലെ തൊഴിലാളിക്കലാപങ്ങൾ പരാജയപ്പെടുന്നതിനുള്ള പ്രധാനപ്പെട്ട കാരണമായി അദ്ദേഹം കണ്ടെത്തുന്നത് നാട്ടിൻപുറത്തെ കൃഷിക്കാരുടേയും പാരീസിലെ ഇടത്തരം ജനവിഭാഗങ്ങളുടേയും പിന്തുണ തൊഴിലാളികൾക്ക് ലഭിച്ചില്ല എന്നതാണ്.

എന്നാൽ പിന്നീട് കർഷകരേയും ഷാപ്പടമകളേയും ഹോട്ടൽ ഉടമസ്ഥരേയും ബൂർഷ്വാസി ദ്രോഹിക്കാൻ തുടങ്ങിയതോടെ തങ്ങളേയും മർദ്ദിക്കുന്ന ഒരു സംവിധാനമാണ് ബൂർഷ്വാസിയുടേതെന്ന് അവർ തിരിച്ചറിയാൻ തുടങ്ങിയ കാര്യവും വ്യക്തമാക്കുന്നുണ്ട്. സാമ്പത്തിക പ്രതിസന്ധിയുടെ സാഹചര്യത്തിൽ ഫ്രഞ്ച് സമൂഹത്തിൽ വർഗസമരം ശക്തിപ്പെട്ടപ്പോൾ ഇത്തരം വിഭാഗങ്ങൾ തൊഴിലാളിവർഗ്ഗത്തോട് സഹകരിക്കേണ്ടി വരുന്ന കാര്യവും വിശദീകരിക്കുന്നുണ്ട്.

ഇവിടെ കർഷക-തൊഴിലാളി ഐക്യം മുതലാളിത്ത ശക്തികൾക്കെതിരായി രൂപപ്പെടുന്നതിന്റെ കാരണങ്ങളും വ്യക്തമാക്കുന്നുണ്ട്:

"മൂലധനത്തിന്റെ (എന്നു വെച്ചാൽ മുതലാളിത്തത്തിന്റെ) തകർച്ചയിലൂടെ മാത്രമേ കർഷകന് ഉയരാൻ കഴിയൂ. മുതലാളിത്ത വിരുദ്ധരായ ഒരു തൊഴിലാളിവർഗ ഗവൺമെന്റിന് മാത്രമേ അയാളുടെ സാമ്പത്തിക ദുരിതവും സാമൂഹ്യമായ അധോഗതിയും ഉന്മൂലനം ചെയ്യാൻ കഴിയൂ."

ഇത്തരത്തിൽ പൊതുശത്രുവിനെതിരായുള്ള ഐക്യനിര എന്ന നിലയിൽ മുതലാളിത്തത്തിനെതിരായുള്ള സമരത്തിൽ തൊഴിലാളി-കർഷക ഐക്യത്തിന്റെ അടിത്തറ മാർക്സ് വിശദീകരിക്കുന്നു.

ഫ്രഞ്ച് കർഷകരുടെ സ്ഥിതിയെക്കുറിച്ച് തുടർന്ന് വ്യക്തമാക്കുന്നുണ്ട്. ഫ്രഞ്ച് സമൂഹത്തിൽ അക്കാലത്ത് ഏറ്റവും വലിയ വിഭാഗമായിരുന്ന

കൃഷിക്കാർ. ഫ്രഞ്ച് വിപ്ലവത്തിന് ശേഷം അവരിൽ ബഹുഭൂരിപക്ഷവും ചെറിയ ഭൂമിയുടെ ഉടമസ്ഥരായി തീർന്നു. എന്നാൽ മുതലാളിത്ത വളർച്ചയുടെ കാലഘട്ടത്തിൽ അവരുടെ സാമ്പത്തിക നില മെച്ചപ്പെ ട്ടിരുന്നു. മാത്രമല്ല ഫണ്ടികക്കാരുടെ കടബാധ്യത കൊണ്ടും നികുതി ഭാരം കൊണ്ടും അവരുടെ ചെറിയ ഭൂമി തന്നെ പണയപ്പെടുത്തി കൊടുക്കേണ്ട നിലയും ഉണ്ടായി. അങ്ങനെ അവരുടെ സാമ്പത്തിക നില വർഷം തോറും ബുദ്ധിമുട്ടിലായി.

ഇത്തരം സ്ഥിതി വിശേഷങ്ങളെ വിശദമായി വിവരിച്ചശേഷം കർഷകരുടെ സവിശേഷത അദ്ദേഹം വ്യക്തമാക്കുന്നുണ്ട്. കർഷക ജനസാമാന്യത്തിന് ചെറുകിട സ്വത്തുക്കളോട് താൽപര്യമുണ്ട്. ഈ സവിശേഷത ഉപയോഗപ്പെടുത്തിയാണ് കർഷകജനസാമാന്യത്തെ തനിക്ക് പിന്നിൽ അണിചേർക്കാൻ ല്യയി ബോണപാർട്ടിന് കഴിഞ്ഞത്. എന്നാൽ ഇതോടൊപ്പം തന്നെ ഫ്യൂഡൽ വിരുദ്ധ സമരത്തിന്റെ പാരമ്പര്യവും അവർക്കുണ്ട്. ഇത് തിരിച്ചറിഞ്ഞ് തൊഴിലാളി വർഗവും അതിന്റെ രാഷ്ട്രീയനേതൃത്വവും കർഷകരെ സംഘടിപ്പിച്ച് മുന്നോട്ട് കൊണ്ട് പോകേണ്ടതിന്റെ പ്രാധാന്യവും ഇതിലുണ്ട്. ഫ്രാൻസിലെ കർഷകരുടെ നില വ്യക്തമാക്കിക്കൊണ്ട് മാർക്സ് ഇങ്ങനെ എഴുതുന്നു:

"ചെറുകിട സ്വത്തിന്റെ സാമ്പത്തിക വളർച്ചയുടെ ഫലമായി കർഷ കർക്ക് സമൂഹത്തിലെ മറ്റവർഗങ്ങളുമായി ഉണ്ടായിരുന്ന ബന്ധത്തിൽ സമൂലമായ ഒരു മാറ്റം ഉണ്ടായിരിക്കുന്നു. നെപ്പോളിയന്റെ കീഴിൽ വികസിച്ച സ്വതന്ത്രമായ കിടമത്സരത്തിനും പട്ടണങ്ങളിൽ സമാരംഭിച്ച വൻകിട വ്യവസായത്തിനും അനുബന്ധം എന്ന നിലയിലാണ് അന്ന് നാട്ടിൻ പുറങ്ങളിൽ ഭൂമി ഇണ്ടം ഇണ്ടമായി വീതിച്ച കൊടുത്തത്.... എന്നാൽ ഫ്യൂഡൽ പ്രഭുക്കന്മാരുടെ സ്ഥാനം 19-ാം നൂറ്റാണ്ടിൽ ഇതു വരെയുള്ള കാലം കൊണ്ട് പട്ടണത്തിലെ ഫണ്ടിക വ്യാപാരികളാണ് ഇപ്പോൾ പിടിച്ചെടുത്തിരിക്കുന്നത്. ഭൂമിയിൽ നിന്ന് തട്ടിയെടുത്തിരുന്ന ഫ്യൂഡൽ നിർബന്ധ പിരിവുകളുടെ സ്ഥാനത്ത് ഇപ്പോൾ ഭൂപണയ സമ്പ്രദായം വന്നിരിക്കുന്നു. പ്രഭവർഗത്തിന്റെ ഭൂസ്വത്ത് ബൂർഷ്വാ മൂല ധനത്തിന് വഴി മാറി കൊടുത്തിരിക്കുന്നു... അതുകൊണ്ട് കർഷകരുടെ താൽപര്യങ്ങൾ നെപ്പോളിയന്റെ കീഴിൽ ബൂർഷ്വാസിയുടേയും മൂലധന ത്തിന്റേയും താൽപര്യങ്ങളുമായി ഇണങ്ങിയിരുന്നതുപോലെ ഇപ്പോൾ അവ ഇണങ്ങുന്നില്ല. മറിച്ച് ഇപ്പോൾ അവ ബൂർഷ്വാ താൽപര്യങ്ങൾക്ക് വിരുദ്ധമായി തീർന്നിട്ടുണ്ട്. ബൂർഷ്വാ വ്യവസ്ഥയെ ഉള്ളതെറിയാൻ കഴിവും

കടമയുമുള്ള നഗരത്തിലെ തൊഴിലാളി വർഗത്തിലാണ് കർഷകർ ഇപ്പോൾ സ്വാഭാവികമായി തങ്ങളുടെ ബന്ധുവിനേയും നേതാവിനേയും കണ്ടെത്തുന്നത്." 1789 ലെ ഫ്രഞ്ച് വിപ്ലവത്തിന് ശേഷവും 1848 മുതൽ 1851 വരെയുള്ള ഫ്രാൻസിലെ വിപ്ലവ പ്രതിവിപ്ലവ അനുഭവങ്ങളും വിലയിരുത്തിക്കൊണ്ട് മുതലാളിത്തത്തെ തകർക്കുന്നതിന് തൊഴിലാളി വർഗത്തിന്റെ നേതൃത്വത്തിൽ കർഷക വിഭാഗങ്ങൾ അണിനിരന്ന് മുന്നോട്ട് പോകേണ്ടതിന്റെ പ്രാധാന്യം ഇവിടെ ഊന്നിപ്പറയുന്നു.

ബൂർഷ്വാസിയിൽ തന്നെ വിവിധ വിഭാഗങ്ങൾ ഉണ്ട് എന്ന കാര്യം മാർക്സ് ഇതിൽ വ്യക്തമാക്കുന്നു. ഫ്രാൻസിൽ അക്കാലത്ത് ഏറ്റവും പ്രതിവിപ്ലവകാരിയായ വിഭാഗത്തെയാണ് ല്യുയി ബോണപ്പാർട്ട് പ്രതി നിധീകരിച്ചത്. എന്നാൽ ഏറ്റവും പ്രതിവിപ്ലവകാരിയായ ഇവർക്ക് ജനാ ധിപത്യത്തിന്റെ മുഖംമൂടി ഇടാൻ കഴിഞ്ഞ കാര്യവും വെളിപ്പെടുത്തുന്നു.

ഫ്രാൻസിലെ വിപ്ലവത്തിന്റെ അനുഭവങ്ങളിൽ നിന്ന് മറ്റൊരു പ്രധാനപ്പെട്ട ആശയത്തിലേക്കും ഇവിടെ മാർക്സ് എത്തിച്ചേരുന്നുണ്ട്. ഭരണകൂടവും തൊഴിലാളിവർഗ്ഗ വിപ്ലവവും തമ്മിലുള്ള ബന്ധമാണ് അത്. തൊഴിലാളി വർഗത്തിന്റെ സർവ്വാധിപത്യമെന്ന ആശയത്തിന്റെ രൂപീകരണം ഇവിടെ കാണാവുന്നതാണ്. ഇതിനെ സംബന്ധിച്ച് മാർക്സ് ഇങ്ങനെ പറയുന്നു: "തൊഴിലാളി വർഗം വിപ്ലവകരമായ സോഷ്യലി സത്തിന് ചുറ്റും - കമ്മ്യൂണിസത്തിന് ചുറ്റം - കൂടുതൽ കൂടുതൽ അണി നിരക്കുന്നു. ഈ സോഷ്യലിസം വിപ്ലവത്തിന്റെ നിരന്തര സ്വഭാവം പ്രഖ്യാപിക്കുന്നു. പൊതുവിൽ വർഗഭേദങ്ങളാകെയും അവയ്ക്ക് ആസ്പദ മായ ഉത്പാദന ബന്ധങ്ങളാകെയും, ഈ ഉത്പാദന ബന്ധങ്ങൾക്ക് അനുഗുണമായ സാമൂഹ്യബന്ധങ്ങളേയും ഉച്ചാടനം ചെയ്യുക, പ്രസ്തുത സാമൂഹ്യബന്ധങ്ങളിൽ നിന്ന് രൂപം കൊണ്ടിട്ടുള്ള ആശയങ്ങളെ ആകെ രൂപാന്തരപ്പെടുത്തുക, ഇതെല്ലാം സഫലമാക്കുന്നതിന് തൊഴിലാളി വർഗത്തിന്റെ സർവ്വാധിപത്യം ഒരു അനിവാര്യമായ ഇടക്കാല ഘട്ട മാണെന്ന് അത് പ്രഖ്യാപിക്കുന്നു." ഇത്തരത്തിൽ തൊഴിലാളിവർഗ്ഗ സർവ്വാധിപത്യത്തെ സംബന്ധിച്ചുള്ള വിശകലനത്തിലേക്ക് മാർക്സ് എത്തിച്ചേരുന്നു.

തൊഴിലാളി വർഗ വിപ്ലവം വിജയിക്കണമെങ്കിൽ ബൂർഷ്വാ ഭരണ കൂടത്തോട് തൊഴിലാളി വർഗം എന്ത് സമീപനം സ്വീകരിക്കണം എന്ന് മാർക്സ് ഇതിൽ വ്യക്തമാക്കുന്നുണ്ട്. തൊഴിലാളി വർഗത്തി ന്റെ നേതൃത്വത്തിലുള്ള യഥാർത്ഥ ജനകീയ വിപ്ലവം പൂർണ്ണമായി

# കാൾ മാർക്സ്

വിജയിപ്പിക്കണമെങ്കിൽ എല്ലാ പഴയ ചൂഷണ വർഗങ്ങളുടേയും കയ്യിലെ മർദ്ദനോപകരണമായിരുന്ന ഭരണയന്ത്രത്തെയാകെ തകർ ക്കേണ്ടതുണ്ട്. അതുവരെ നടന്ന എല്ലാ വിപ്ലവങ്ങളും ഈ ഭരണയന്ത്ര ത്തെ തകർത്ത് നശിപ്പിക്കുന്നതിന് പകരം അതിനെ മേൽക്കുമേൽ പരിപോഷിപ്പിച്ചിട്ട് മാത്രമേ ഉള്ളൂ എന്നും മാർക്സ് വ്യക്തമാക്കുന്നു.

ഭരണകൂടത്തെ സംബന്ധിച്ചുള്ള മാർക്സിന്റെ ഈ നിഗമനത്തെ യും കമ്മ്യൂണിസ്റ്റ് മാനിഫെസ്റ്റോവിൽ പരാമർശിച്ച കാര്യത്തേയും വിശകലനം ചെയ്തുകൊണ്ട് ലെനിൻ ഇങ്ങനെ പറഞ്ഞു: "മാനിഫെ സ്റ്റോവിലെ നിരീക്ഷണത്തിന് വളരെ അമൂർത്തവും വളരെ പൊതുവി ല്ലുള്ളതുമായ സ്വഭാവമാണ് ഉണ്ടായിരുന്നത്. ല്യൂയി ബോണപ്പാർട്ടിനെ സംബന്ധിച്ച മാർക്സിന്റെ കൃതിയിലാവട്ടെ വളരെ വ്യക്തവും വിശദവും പ്രായോഗികവുമായ പരാമർശമാണ് ഉള്ളത്. ഇതേവരെ നടന്ന എല്ലാ വിപ്ലവങ്ങളും ഭരണകൂടത്തെ പൂർണ്ണമാക്കുകയാണ് ചെയ്തത്. ഇനി അതിനെ തച്ച തകർക്കുക തന്നെ വേണം. ഈ നിഗമനം ഭരണകൂടം സംബന്ധിച്ച മാർക്സിസ്റ്റ് സിദ്ധാന്തത്തിന്റെ മുഖ്യവും മൗലികവുമായ അംശമാണ്." ലെനിൻ വിശേഷിപ്പിച്ചതുപോലെ ഭരണകൂടത്തെ സംബ ന്ധിച്ച മാർക്സിസ്റ്റ് സിദ്ധാന്തത്തിന്റെ മുഖ്യവും മൗലികവുമായ അംശം വിശകലനം ചെയ്ത എന്ന നിലയിലും ഈ പുസ്തകത്തിന് മാർക്സിയൻ സിദ്ധാന്തങ്ങളുടെ ചരിത്രത്തിൽ വലിയ സ്ഥാനമുണ്ട്.

1848-ലെ ഫെബ്രുവരി വിപ്ലവത്തോട് കൂടി ല്യൂയി ബ്ലാങ്ക് എന്ന പെറ്റി ബൂർഷ്വാ സോഷ്യലിസ്റ്റ് നേതാവ് ബൂർഷ്വാ താൽകാലിക ഗവൺമെ ന്റിൽ മന്ത്രിയായി ചുമതലയേറ്റ പ്രശ്നം വിശകലനം ചെയ്യുന്നുണ്ട്. വർഗ ങ്ങൾ തമ്മിലുള്ള സഹകരണത്തിലൂടേയും ബൂർഷ്വാ ഗവൺമെന്റുകൾ തൊഴിലാളി സംഘടനകൾക്ക് ചെയ്യുന്ന ചില സഹായത്തിലൂടേയും സോഷ്യലിസം സ്ഥാപിക്കാമെന്ന വ്യാമോഹം തെറ്റാണെന്ന് ഈ അനുഭവത്തിലൂടെ മാർക്സ് വ്യക്തമാക്കുന്നു.

ഭാഷാ പഠനവുമായി ബന്ധപ്പെട്ട ഒരു നിരീക്ഷണം ഇതിൽ പരാമർ ശിച്ച് പോകുന്നുണ്ട്. "ഒരു പുതിയ ഭാഷ പഠിക്കുന്ന ഒരു തുടക്കക്കാരൻ എപ്പോഴും മനസ്സിൽ അതിനെ തന്റെ മാതൃഭാഷയിലേക്ക് പരിഭാഷ പ്പെടുത്തുന്നു. പഴയത് മനസ്സിലോർക്കാതെ പുതിയത് കൈകാര്യം ചെയ്യുവാനും പുതിയ ഭാഷ ഉപയോഗിക്കുമ്പോൾ മാതൃഭാഷ മറക്കാനും കഴിയുമ്പോൾ മാത്രമാണ് അയാൾ പുതിയ ഭാഷയുടെ ചേതന സ്വാം ശീകരിക്കുകയും അത് നിർബാധം സംസാരിക്കാനുള്ള കഴിവ് സമ്പാ ദിക്കുകയും ചെയ്യുന്നത്."

 വെള്ളത്തിൽ മീനകളെന്നപോൽ

# കാൾ മാർക്സ്

ഫ്രാൻസിലെ വിപ്ലവവുമായി ബന്ധപ്പെട്ട് പിന്നീട് ഏംഗൽസ് പ്രസിദ്ധീകരിച്ച ഒരു ലേഖന പരമ്പരയും ഇതിനോട് ചേർത്ത് വായിക്കേണ്ടതുണ്ട്. ബോണപ്പാർട്ടിന്റെ അധികാര കയ്യേറ്റത്തിന് ഉത്തരവാദിത്തം വഹിക്കേണ്ടത് പാരീസിലെ തൊഴിലാളി വർഗമാണെന്ന് അടിസ്ഥാനരഹിതമായ ആരോപണം അക്കാലത്ത് ഉയർന്നുവരികയുണ്ടായി. ഈ ലേഖന പരമ്പരയിൽ ഇതിന് ഏംഗൽസ് മറുപടി നൽകി. ഫ്രഞ്ച് ബൂർഷ്വാസിയാണ് ബോണപ്പാർട്ടിന്റെ ഏകാധിപത്യം സ്ഥാപിക്കാൻ സഹായിച്ചത്. അതിനുള്ള കാരണമാവട്ടെ ഫ്രഞ്ച് വിപ്ലവത്തിനകത്ത് തൊഴിലാളി വർഗത്തിന്റെ സ്വാധീനശക്തി വർദ്ധിക്കാൻ തുടങ്ങിയതാണ്. ഫ്രഞ്ച് ബൂർഷ്വാസിയെ സംബന്ധിച്ചിടത്തോളം ല്വയി ബോണപ്പാർട്ടിന്റെ സ്വേച്ഛാധിപത്യം സ്ഥാപിക്കുന്നത് തടയുകയല്ല തൊഴിലാളി വർഗത്തിന്റെ മുന്നേറ്റം തടയുകയാണ് വേണ്ടിയിരുന്നത്. അതിനാലാണ് ഇത്തരം ഒരു ഏകാധിപത്യരീതി ല്വയി ബോണപ്പാർട്ടിന് സ്ഥാപിക്കാനായത് എന്നും ഏംഗൽസ് വിശദീകരിക്കുന്നു.

ഈ പുസ്തകത്തെ കുറിച്ച് ഇ.എം.എസ് എഴുതിയത്, "ല്വയി ബോണ പാർട്ടിന്റെ ബ്രുമേയർ പതിനെട്ട് എന്ന മാർക്സിന്റെ ഗ്രന്ഥം മാർക്സ്-ഏംഗൽസ് ദ്വന്ദം രചിച്ച ചരിത്രകൃതികളിൽ ഏറ്റവും പ്രധാനമായ ഒന്നാണ്," എന്നാണ്. കർഷക-തൊഴിലാളി ഐക്യത്തിന്റെ പ്രാധാന്യം ഊന്നിപ്പറയുകയും ഭരണക്കൂടത്തെ സംബന്ധിച്ചുള്ള മാർക്സിസ്റ്റ് കാഴ്ചപ്പാടുകൾക്ക് കൃത്യത പകരുകയും ചെയ്തത് ഈ പുസ്തകത്തിലാണ്. ചരിത്രപരമായ ഭൗതികവാദത്തിന്റെ അടിസ്ഥാനത്തിൽ രാഷ്ട്രീയ സംഭവങ്ങളെ വിശകലനം ചെയ്ത കൃതി എന്ന നിലയിൽ ഇതിന് ദാർശനിക രംഗത്തും വലിയ സ്ഥാനമുണ്ട്. ഇത്തരത്തിൽ മാർക്സിസ്റ്റ് ക്ലാസിക്കുകളുടെ കൂട്ടത്തിൽ ശ്രദ്ധേയമായ ഒന്നായി ല്വയി ബോണപ്പാർട്ടിന്റെ ബ്രുമേയർ പതിനെട്ട് മാറുന്നു. ഇതിനോട് ചേർത്ത് വായിക്കേണ്ട ഒന്നാണ് ജർമ്മനിയിലെ വിപ്ലവവും പ്രതിവിപ്ലവവും എന്ന പുസ്തകം. ഈ പുസ്തകത്തിൽ മാർക്സ് വിശദീകരിച്ച കാര്യങ്ങൾ വ്യക്തമാവണമെങ്കിൽ ആദ്യഭാഗത്ത് അദ്ദേഹം വിശദീകരിക്കുന്ന ഫ്രാൻസിന്റെ അക്കാലത്തെ രാഷ്ട്രീയ ചിത്രം കൂടി മനസ്സിലാക്കേണ്ടതുണ്ട്. ഫ്രാൻസിൽ ഫെബ്രുവരി വിപ്ലവത്തിലൂടെ ല്വയി ഫിലിപ്പിന്റെ രാജവാഴ്ചയെ അട്ടിമറിച്ചുകൊണ്ട് ഒരു പുതിയ ബൂർഷ്വാ ഗവൺമെന്റ് അധികാരത്തിൽ വന്നു. എന്നാൽ ഫ്രാൻസിനെ ഒരു റിപ്പബ്ലിക്കായി പ്രഖ്യാപിക്കുവാൻ അവർ മടിച്ച് നിന്നു. ഈ ഘട്ടത്തിൽ പാരീസിലെ തൊഴിലാളികളുടെ നേതാവ് ഗവൺമെന്റിന്റെ ആസ്ഥാനത്ത് ചെന്ന്

റിപ്പബ്ലിക് ഉടൻ പ്രഖ്യാപിക്കണമെന്ന് ആവശ്യപ്പെടുകയുണ്ടായി. ഫ്രഞ്ച്വിപ്ലവകാലത്ത് പ്രസിദ്ധമായ ഫ്രാൻസ് ഒരു റിപ്പബ്ലിക്, സ്വാതന്ത്ര്യം, സമത്വം, സാഹോദര്യം എന്ന മുദ്രാവാക്യങ്ങളും അവർ മുന്നോട്ട് വെച്ചു. പ്രായപൂർത്തിയായ പുരുഷന്മാർക്ക് വോട്ടവകാശമെന്ന ആവശ്യവും മുന്നോട്ട് വെക്കുകയുണ്ടായി. അതിന് മുമ്പ് വരെ തൊഴിലാളികൾ ക്ക് പ്രാതിനിധ്യം ഇല്ലാതിരുന്ന ദേശീയ ഗാർഡുകളിൽ അവർക്ക് പ്രവേശനം കിട്ടി. മാത്രമല്ല, രണ്ട് ലക്ഷം തൊഴിലാളികൾക്ക് ജോലി കിട്ടത്തക്കവിധം തൊഴിൽ ശാലകൾ സ്ഥാപിച്ചു. ഇതൊക്കെ ചെയ്യാൻ അക്കാലത്ത് അവർ നിർബന്ധിതമായത് സ്വമനസാലേ ആയിരുന്നില്ല, മറിച്ച്, ശക്തമായ തൊഴിലാളി സമ്മർദ്ദത്തിന്റെ ഫലമായിരുന്നു.

ഫ്യൂഡലിസത്തെ തകർക്കാനുള്ള വിപ്ലവത്തിൽ തങ്ങളുടെ ബന്ധു ക്കളായ തൊഴിലാളികളുടെ ശക്തി കഴിവതും വേഗം തകർക്കാൻ മുതലാളിവർഗവും അതിന്റെ ഗവണ്മെന്റും വട്ടം കൂട്ടി. ഈ ഘട്ടത്തിൽ മുമ്പത്തേക്കാൾ വിപ്ലമായ വോട്ടവകാശത്തിന്റെ അടിസ്ഥാനത്തിൽ അധികാരത്തിൽ വന്നവർ ഉൾനാടുകളിലെ കർഷകജനതയെ കബളി പ്പിച്ചുകൊണ്ട് അവരുടെ വോട്ട് വാങ്ങി വന്നവരായിരുന്നു. യാഥാസ്ഥി തികരായ ബൂർഷ്വാപ്രതിനിധികളായിരുന്ന ഇവരിൽ ബഹുഭൂരിപക്ഷ വും. ഈ സാഹചര്യം ഉപയോഗിച്ച് തൊഴിലാളികൾക്കെതിരായി ശക്തമായ നടപടികൾ സ്വന്തം വർഗതാൽപര്യം സംരക്ഷിക്കുന്നതിന് ബൂർഷ്വാസി ആരംഭിച്ചു.

24,000 പേരടങ്ങുന്ന ഒരു ഗുണ്ടാസംഘത്തെ തന്നെ ഇവർ സംഘ ടിപ്പിച്ചു. ഇവർക്ക് മൊബൈൽ ഗാർഡുകൾ എന്ന് പേരിട്ടുകയും ചെയ്തു. ഇവർ ആദ്യം തന്നെ തൊഴിലാളികളുടെ സമ്മർദ്ദത്തിന് വഴങ്ങി ഗവൺ മെന്റ് നടപ്പിലാക്കിയ ദേശീയ തൊഴിൽശാലകൾ തുടർച്ചയായി ആക്രു മിച്ചു. ഇതിൽ പ്രതിഷേധിച്ച് തൊഴിലാളികൾ കലാപത്തിന് നേതൃത്വം കൊടുത്തു. ഇതിന് നേതൃത്വം കൊടുത്തവരെ സർക്കാർ ജയിലിൽ അടച്ചു. 1848 ജൂൺ 22-ാം തീയതി തൊഴിലാളികൾ തിരിച്ചടിച്ചു. ഈ സംഭവത്തെ മാർക്സ് വിശേഷിപ്പിച്ചത്, ആധുനിക സമൂഹത്തെ വിഭജി ച്ചിട്ടുള്ള രണ്ട് വർഗങ്ങൾ തമ്മിൽ നടന്ന മഹത്തായ സമരമെന്നാണ്. പക്ഷെ തൊഴിലാളികളുടെ പോരാട്ടം വിജയിച്ചില്ല. മൂവായിരം തൊഴിലാ ളികളെ സർക്കാരിന്റെ പട്ടാളം ക്രൂരമായി കൊലചെയ്തു. ആയിരങ്ങളെ തടവറയിലിട്ടു. അങ്ങനെ പ്രക്ഷോഭം താത്ക്കാലികമായി കെട്ടടങ്ങി.

തൊഴിലാളി-കർഷക ഐക്യത്തിന്റെ പ്രാധാന്യവും ബൂർഷ്വാസിക്കകത്തെ വിവിധ വിഭാഗങ്ങൾ തമ്മിലുള്ള സംഘർഷങ്ങളെയും വ്യക്തമാക്കുന്ന കൃതി. മുതലാളിത്ത ചൂഷണം കാർഷികമേഖലയിൽ എങ്ങനെ ഇടപെടുന്നു എന്ന കാര്യവും ഇതിലുണ്ട്. വിപ്ലവങ്ങൾ ചരിത്രത്തിന്റെ ചാലകയന്ത്രങ്ങളെന്ന് മാർക്സ് ഇതിൽ പറയുന്നു.

# ഫ്രാൻസിലെ വർഗസമരങ്ങൾ

മാർക്സും ഏംഗൽസും കേവലമായ ഒരു സിദ്ധാന്തം രൂപീകരിച്ച് മനുഷ്യരാശിക്ക് നൽകുകയല്ല ചെയ്തത്. ആ സിദ്ധാന്തത്തിന്റെ അടിസ്ഥാനത്തിൽ തങ്ങളുടെ മുമ്പിൽ വരുന്ന രാഷ്ട്രീയ ചലനങ്ങളെ വിശകലനം ചെയ്യുകയും അതിന്റെ അടിസ്ഥാനത്തിൽ സിദ്ധാന്തത്തെത്തന്നെ കൂടുതൽ വികസിപ്പിക്കുകയുമാണ് ചെയ്തത്. ഈ സമീപനം വ്യക്തമാക്കുന്ന മാർക്സിന്റെ പ്രസിദ്ധമായ പുസ്തകമാണ് ഫ്രാൻസിലെ വർഗസമരങ്ങൾ 1848 മുതൽ 1850 വരെ എന്നത്. നോയെ റൈനിഷെ സൈറ്റുംഗ് എന്ന പത്രത്തിൽ പ്രസിദ്ധീകരിച്ച ലേഖന പരമ്പരയാണ് ഈ പുസ്തകം. "വിപ്ലവങ്ങൾ ചരിത്രത്തിന്റെ ചാലകയന്ത്രങ്ങളാണെ"ന്നത് മാർക്സ് എഴുതുന്നത് ഈ പുസ്തകത്തിലാണ്.

ഇതിന്റെ സവിശേഷത 1895 ലെ പതിപ്പിന് ഏംഗൽസ് എഴുതിയ മുഖവുരയിൽത്തന്നെ വ്യക്തമാക്കുന്നുണ്ട്.

"തന്റെ ഭൗതികവാദപരമായ ധാരണയുടെ അടിസ്ഥാനത്തിൽ നില വില്ലുള്ള സാമ്പത്തിക സ്ഥിതിയിൽനിന്ന് സമകാലീന ചരിത്രത്തിന്റെ ഒരംശത്തെ വിശദീകരിക്കാനുള്ള മാർക്സിന്റെ ആദ്യത്തെ സംരംഭമാണ്

ഇവിടെ പുനഃപ്രകാശനം ചെയ്യുന്ന കൃതി. കമ്മ്യൂണിസ്റ്റ് മാനിഫെസ്റ്റോ യിൽ പ്രസ്തുത സിദ്ധാന്തത്തെ ഒരു പൊതു രൂപരേഖ എന്ന നിലയ്ക്ക് ആധുനിക ചരിത്രത്തിലൊട്ടാകെ പ്രയോഗിക്കുകയുണ്ടായി... നേരെമ റിച്ച്, ഇവിടെയാവട്ടെ, ഏതാനും വർഷങ്ങൾ നീണ്ടുനിന്ന - യൂറോപ്പിനെ ഒട്ടാകെ സംബന്ധിച്ചിടത്തോളം നിർണ്ണായകവും അതേസമയം ലാക്ഷണികവുമായ - സംഭവവികാസങ്ങളുടെ ഗതിയിലെ ആന്തരിക കാര്യകാരണ ബന്ധത്തെ വെളിപ്പെടുത്തുക എന്നതായിരുന്ന പ്രശ്നം. അക്കാരണത്താൽ ഗ്രന്ഥകാരന്റെ ധാരണയനുസരിച്ച് രാഷ്ട്രീയ സംഭ വങ്ങളെ അവസാന വിശകലനത്തിൽ സാമ്പത്തിക സ്വഭാവമാർന്ന കാരണങ്ങളുടെ പ്രവർത്തനഫലമായി ചുരുക്കുക എന്നതായിരുന്ന പ്രശ്നം."

ഏംഗൽസ് സൂചിപ്പിക്കുന്നതുപോലെ 1848 മുതൽ 1850 വരെ ഫ്രാൻസിൽ നടന്ന സമരങ്ങളുടെ പിന്നിലുള്ള സാമ്പത്തിക ഘടക ങ്ങളെ വിശകലനം ചെയ്യുകയാണ് മാർക്സ് ഈ ലേഖനങ്ങളിൽ ചെയ്യു ന്നത്. 1847-ൽ അതിരൂക്ഷമായ സാമ്പത്തിക പ്രതിസന്ധി ഫ്രാൻസ് ഉൾപ്പെടെയുള്ള പാശ്ചാത്യരാജ്യങ്ങളിൽ പൊട്ടിപ്പുറപ്പെട്ടു. തുടർന്ന് വിവിധ രാജ്യങ്ങളിൽ വിപ്ലവം പൊട്ടിപ്പുറപ്പെട്ടു. 1848 ഫെബ്രുവരി 22-24 തീയതികളിൽ പാരീസിലെ പോരാളികളായ തൊഴിലാളികളുടെ നേതൃ ത്വത്തിൽ ല്യൂയി ഫിലിപ്പിന്റെ രാജവാഴ്ച യുത്തെറിഞ്ഞ് ഫ്രാൻസിൽ ഒരു റിപ്പബ്ലിക് പ്രഖ്യാപിച്ചു. എന്നാൽ, അധികാരത്തിൽ വന്ന സർക്കാർ ഫ്രാൻസിനെ ഒരു റിപ്പബ്ലിക്കായി പ്രഖ്യാപിക്കാൻ മടികാണിച്ചു. ഇതിൽ പ്രതിഷേധിച്ച് പാരീസിലെ തൊഴിലാളികളുടെ പ്രതിനിധിയായിരുന്ന റസ്പെയിൻ എന്ന സോഷ്യലിസ്റ്റ് നേതാവ് ഗവൺമെന്റിന്റെ ആസ്ഥാ നത്ത് ചെന്ന് ഒരു റിപ്പബ്ലിക് ഉടനെ പ്രഖ്യാപിക്കണമെന്ന് ആവശ്യ പ്പെട്ടു. ഇല്ലെങ്കിൽ താൻ രണ്ടലക്ഷം തൊഴിലാളികളുമായി സർക്കാർ ആസ്ഥാനത്തേക്ക് മാർച്ച് ചെയ്യുമെന്ന് പ്രഖ്യാപിച്ചു. തൊഴിലാളികളുടെ ശക്തമായ സമ്മർദ്ദത്തെത്തുടർന്ന് ചില നടപടികൾ ഈ സർക്കാരിന് സ്വീകരിക്കേണ്ടിവന്ന. പ്രായപൂർത്തിയായ എല്ലാ പുരുഷന്മാർക്കും വോട്ടവകാശം നൽകി. ദേശീയ ഗാർഡുകളിൽ തൊഴിലാളികൾക്കുകൂടി പ്രവേശനം അനുവദിക്കപ്പെട്ടു. രണ്ടലക്ഷം തൊഴിലാളികൾക്ക് ജോലി കിട്ടത്തക്കവിധം ദേശീയ തൊഴിൽശാലകൾ സ്ഥാപിച്ചു. അധ്വാനിക്കു ന്ന വർഗങ്ങളുടെ സ്ഥിതി മെച്ചപ്പെടുത്തുന്നതിന് വരുത്തേണ്ട മാറ്റങ്ങ ളെക്കുറിച്ച് പഠിക്കാൻ ഒരു കമ്മിറ്റിയെയും നിയോഗിച്ചു.

# കാൾ മാർക്സ്

തൊഴിലാളികളുടെ സമ്മർദത്തിന്റെ ഫലമായി ഇത്തരം ചില നീക്കങ്ങൾക്ക് സർക്കാർ തയ്യാറായെങ്കിലും തൊഴിലാളിവർഗ്ഗത്തെ തകർക്കാനുള്ള പദ്ധതികളും നടപ്പിലാക്കി. പുതുതായി തെരഞ്ഞെടു ക്കപ്പെട്ട ഫ്രഞ്ച് ദേശീയ അസംബ്ലി സമ്മേളിച്ചപ്പോൾ അവർ തൊഴി ലാളിവർഗ്ഗത്തിനെതിരെ നിലപാട് സ്വീകരിച്ചു. സമൂഹത്തിലെ മറ്റ് വിഭാഗങ്ങളിൽനിന്ന് 24,000 പേർ അടങ്ങുന്ന ഒരു ഗുണ്ടാസംഘത്തെ ഇവർ സംഘടിപ്പിച്ചു. ഇവരെ ഉപയോഗിച്ച് തൊഴിലാളികൾ പണിയെ ടുക്കുന്ന ദേശീയ തൊഴിൽശാലകളെ ആക്രമിച്ചു. ഇതിൽ ക്ഷുഭിതരായ തൊഴിലാളികൾ മേയ് 14-ന് ചെറിയൊരു കലാപം സംഘടിപ്പിച്ചു. അതിനെത്തുടർന്ന് അതിന്റെ നേതാക്കളെ ജയിലിലടച്ചു. എല്ലാ ദേശീയ തൊഴിൽശാലകളും അടച്ചുപൂട്ടപ്പെട്ടു. ഇതിൽ പ്രതിഷേധിച്ച് 1848 ജൂൺ 22-ന് തൊഴിലാളിവർഗ്ഗം ശക്തമായി തിരിച്ചടിച്ചു. "ആധുനിക സമൂഹത്തെ വിഭജിച്ചിട്ടുള്ള രണ്ട് വർഗങ്ങൾ തമ്മിൽ നടന്ന ഒന്നാമത്തെ മഹത്തായ പോരാട്ടം" എന്നാണ് പാരീസിലെ തൊഴിലാളികളുടെ ഈ കലാപത്തെ മാർക്സ് വിശേഷിപ്പിക്കുന്നത്. "ബൂർഷ്വാസിയെ ഉത്തെറി യുക, തൊഴിലാളിവർഗ്ഗത്തിന്റെ സർവ്വാധിപത്യം" എന്ന പോസ്റ്ററുകൾ എല്ലായിടത്തും പ്രത്യക്ഷപ്പെട്ടു.

ഇതിനെക്കുറിച്ച് മാർക്സ് ഈ പുസ്തകത്തിൽ ഇങ്ങനെ എഴുതുന്നു:

"തൊഴിലാളികൾ എങ്ങനെയാണ് അസദൃശമായ ധീരതയോട്ടും പാടവത്തോട്ടുംകൂടി, നേതാക്കന്മാരില്ലാതെ പൊതുവായി ആസൂത്രണം ചെയ്യ പ്ലാനൊന്നുമില്ലാതെ, ഒരു ഉട്ടുപോലും കൈമുതലായില്ലാതെ, മിക്കവാറും ആയുധങ്ങളൊന്നും കൂടാതെ അഞ്ചുദിവസത്തോളം പട്ടാള ത്തെയും മൊബൈൽ ഗാർഡുകളെയും, പിന്നെ പ്രവിശ്യകളിൽനിന്നും പാഞ്ഞെത്തിയ ദേശീയ ഗാർഡുകളെയുമെല്ലാം വരച്ചവരയിൽ നിർത്തി ചെറുത്തുനിന്നു എന്ന് എല്ലാവർക്കും അറിയാം."

തൊഴിലാളികളുടെ പോരാട്ടം വിജയിച്ചില്ല. കലാപം അടിച്ചമർ ത്തപ്പെട്ടു. ഫ്രഞ്ച് സർക്കാരിന്റെ യുദ്ധവകുപ്പമന്ത്രി ല്വയി ഏഴേനി കവൈഗ്നാക് എന്ന കൊലയാളിമന്ത്രിയുടെ ആജ്ഞ അനുസരിച്ച് മൂവായിരത്തിലേറെ തൊഴിലാളികളെ പട്ടാളം കൂട്ടക്കൊല ചെയ്തു. ആയിരങ്ങളെ തടവറയിലുമാക്കി.

യൂറോപ്പിനെ പ്രകമ്പനം കൊള്ളിച്ച ഈ ബഹുജന വിപ്ലവസമര ത്തിന്റെ അനുഭവങ്ങളെ അടിസ്ഥാനപ്പെടുത്തിക്കൊണ്ട് വിപ്ലവത്തെയും തൊഴിലാളിവർഗ്ഗ സർവ്വാധിപത്യത്തെ സംബന്ധിച്ചുള്ള കാഴ്ചപ്പാടിനെ

# കാൾ മാർക്സ്

വികസിപ്പിക്കുകയാണ് മാർക്സ് ഈ പുസ്തകത്തിൽ ചെയ്യുന്നത്. തൊഴി ലാളിവർഗ്ഗം രാഷ്ട്രീയാധികാരം പിടിച്ചെടുക്കേണ്ടത് അനിവാര്യമാണെ ന്ന കാര്യം ഇതിൽ അദ്ദേഹം വ്യക്തമാക്കുന്നു. തൊഴിലാളിവർഗ്ഗ സർവ്വാ ധിപത്യമെന്ന സംജ്ഞയും മാർക്സ് ആദ്യമായി പ്രയോഗിക്കുന്നത് ഈ കൃതിയിലാണ്. ആ സർവ്വാധിപത്യത്തിന്റെ സാമ്പത്തികവും രാഷ്ട്രീയവും പ്രത്യയശാസ്ത്രപരവുമായ കടമകൾ ഇതിൽ വെളിപ്പെടുത്തുന്നുണ്ട്.

ഈ കൃതിയുടെ ഏറ്റവും പ്രധാനപ്പെട്ട മറ്റൊരു സവിശേഷത തൊഴിലാളി-കർഷക സഖ്യമെന്ന ആശയത്തെ വികസിപ്പിക്കുന്നു എന്നതാണ്. ഫ്രാൻസിലെ വിപ്ലവസമരങ്ങളെ വിലയിരുത്തി കൊണ്ട് അദ്ദേഹം കർഷകരുടെ പങ്കാളിത്തത്തെ സംബന്ധിച്ച് വിശദീകരിക്ക ന്നുണ്ട്. പലപ്പോഴും കർഷകരാണ് റിപ്പബ്ലിക്കുകളെ നിലനിർത്തുകയും തകർക്കുകയും ചെയ്തത്. ഫിനാൻസ് പ്രഭുവർഗത്തിന്റെ ഭരണത്തിന്റെ ഫലമായി കർഷകജനവിഭാഗം അനുഭവിക്കുന്ന പ്രതിസന്ധി ഇതിൽ വ്യക്തമാക്കുന്നു. ഇവരുടെ താൽപര്യങ്ങൾ സംരക്ഷിക്കാൻ കർഷകർ ക്കുമേൽ കൂടുതൽ നികുതി ചുമത്തുന്ന സ്ഥിതി ഉണ്ടാകുന്നു. ഇത് ഫ്രെഞ്ച് കർഷകരുടെ ജീവിതം പ്രതിസന്ധിയിലാക്കുന്നു. ഫ്രെഞ്ച് കർഷകൻ ചെകുത്താനെ വരയ്ക്കുന്നത് നികുതി പിരിവുകാരന്റെ വേഷത്തിലാണ് എന്ന് മാർക്സ് പറയുന്നുണ്ട്. ഉദാഹരണമായി ഇത്തരം നികുതികൾ ഉണ്ടാക്കുന്ന പ്രശ്നങ്ങൾ വീഞ്ഞിന് മുകളിൽ ചുമത്തുന്ന നികുതി അടിസ്ഥാനപ്പെടുത്തി വിശദീകരിക്കുന്നുണ്ട്. മുതലാളിത്ത സർക്കാർ അവരുടെ വരുമാനം വർദ്ധിപ്പിക്കാൻ വീഞ്ഞിന് നികുതി ചുമത്തുന്നു. നികുതി കൂട്ടുമ്പോൾ ആളുകൾ വീഞ്ഞ് വാങ്ങുന്നത് ചുരുക്കുന്നു. അത് പട്ടണങ്ങളിലെ തൊഴിലാളിയെ വീഞ്ഞുവാങ്ങാൻ കഴിവില്ലാത്തവരും വീഞ്ഞ് ഉത്പാദകരായ കർഷകരെ വീഞ്ഞ് വിൽക്കാൻ കഴിവില്ലാത്ത വരുമാക്കുന്നു. ഇത് കർഷക ജനവിഭാഗത്തിന് പ്രതിസന്ധി സൃഷ്ടിക്കു ന്നു. കർഷകരുടെ പിന്തുണ ആഗ്രഹിക്കുന്ന സർക്കാരുകൾ വീഞ്ഞ് നികുതി റദ്ദാക്കുമെന്ന് വാഗ്ദാനം ചെയ്യുന്നു. കർഷകരെ കബളിപ്പിക്കുന്ന മാത്രയിൽ വീണ്ടും നികുതി കൊണ്ട് വരുന്നു. ഇങ്ങനെ ചാക്രികമായ പ്രതിഭാസം ഫ്രാൻസിൽ ആവർത്തിക്കുകയും അതിന്റെ ഫലമായി കർഷക ജനവിഭാഗങ്ങൾ തുടർച്ചയായി വഞ്ചിക്കപ്പെടുകയും ചെയ്യുന്ന തായി മാർക്സ് വ്യക്തമാക്കുന്നു. കർഷകരുടെ താൽപര്യമല്ല അവരെ മൂലധന ശക്തികൾ തങ്ങളുടെ താൽപര്യത്തിന് വേണ്ടി ഉപയോഗിക്കു ന്ന നിലയാണ് ഉണ്ടാകുന്നതെന്നും ഇതിലൂടെ മാർക്സ് വ്യക്തമാക്കുന്നു.

     വെള്ളത്തിൽ മീനകളെന്നപോൽ

# കാൾ മാർക്സ്

മുതലാളിത്തത്തിന്റെ വികാസം കാർഷിക മേഖലയിൽ ഉണ്ടാക്കുന്ന പ്രശ്നങ്ങളും ഇതോടൊപ്പം മാർക്സ് വ്യക്തമാക്കുന്നുണ്ട്.

"അതുകൊണ്ട് ജനസംഖ്യയും അതോടൊപ്പം ഭൂമിയുടെ വിഭജനവും വർദ്ധിക്കുന്ന തോതിൽ ഉത്പാദന ഉപകരണമായ ഭൂമിയുടെ വില കൂട്ടുകയും അതിന്റെ ഫലപുഷ്ടി കുറയുകയും കൃഷി അധഃപതിക്കുകയും കർഷകർ കടത്തിൽ മുങ്ങുകയും ചെയ്യുന്നു. അങ്ങനെ ഭവിഷ്യത്തായി തീരുന്നത് അതിന്റെ മുറയ്ക്ക് ഹേതുവായി തീരുന്നു. ഓരോ തലമുറയും അടുത്ത തലമുറയ്ക്ക് കൂടുതൽ കൂടുതൽ കടം വരുത്തി വയ്ക്കുന്നു. ഓരോ പുതിയ തലമുറയും ജീവിതം തുടങ്ങുന്നത് കൂടുതൽ പ്രതികൂലവും ദുസ്സഹ വുമായ സാഹചര്യങ്ങളിലാണ്. പണയം പണയത്തിന് ജന്മം നൽകുന്നു. തന്റെ ചെറിയ കൈവശ ഭൂമിയുടെ ഈടിന്മേൽ പുതിയ കടമെടുക്കാൻ, അതായത് അതിന്റെ മേൽ പുതിയ പണയം വെച്ചുകെട്ടാൻ, കർഷകന് അസാധ്യമായിത്തീരുമ്പോൾ അവൻ നേരിട്ട് ഫണ്ടികക്കാരന് ഇരയാ വുകയും ഫണ്ടിക പലിശ അത്രയും കൂടുതൽ വർദ്ധിക്കുകയും ചെയ്യുന്നു."

ഇങ്ങനെ കർഷകന്റെ ജീവിതം ദുരിത പൂർണ്ണമായി തീരുന്നു. 1840 ലെ സ്ഥിതിവിവരക്കണക്ക് വെച്ച് 25 ഫ്രാങ്ക് പോലും ആളോഹരി വരുമാനം ലഭിക്കാത്ത കർഷകരുടെ സ്ഥിതി ഇതിൽ വ്യക്തമാക്കുന്നു. ഇങ്ങനെ കർഷകരുടെ ജീവിതം മുതലാളിത്തത്തിന്റെ ഇടപെടലിന്റെ ഭാഗമായി ദുരിതപൂർണ്ണമായി തീരുന്നതായി ഫ്രാൻസിലെ സമരങ്ങളുടെ പശ്ചാത്തലത്തിൽ മാർക്സ് വിലയിരുത്തുന്നു. മുതലാളിത്ത ചൂഷണം കാർഷിക മേഖലയിൽ എങ്ങനെ വരുന്നു എന്ന കാര്യം വിശദീകരി ക്കുന്നു എന്നതാണ് ഫ്രാൻസിലെ വർഗസമരങ്ങളെന്ന ഈ പുസ്തക ത്തിന്റെ മറ്റൊരു പ്രാധാന്യം.

തൊഴിലാളിയുടേയും കർഷകന്റേയും പൊതുവായ ശത്രുവാണ് മുതലാളിത്തം. അത് തകർത്താൽ മാത്രമേ ഇരുവർക്കും വിമോചനം സാധ്യമാവുകയുള്ളൂ. അതുകൊണ്ട് മുതലാളിത്തത്തിനെതിരായുള്ള പോരാട്ടത്തിൽ തൊഴിലാളി-കർഷക ഐക്യത്തിന്റെ പ്രാധാന്യം മാർക്സ് ഇവിടെ വ്യക്തമാക്കുന്നു.

"പഴയ ഭാരങ്ങളുടെ കൂടെ റിപ്പബ്ലിക് പുതിയവ കൂട്ടിച്ചേർത്തപ്പോൾ ഫ്രഞ്ച് കൃഷിക്കാരുടെ സ്ഥിതി എന്തായെന്ന് മനസ്സിലാക്കാവുന്നതേ യുള്ളൂ. അവരുടെ മേലുള്ള ചൂഷണത്തിന് വ്യവസായ തൊഴിലാളി വർഗം അനുഭവിക്കുന്ന ചൂഷണത്തിൽ നിന്ന് രൂപത്തിൽ മാത്രമേ വ്യത്യാസമുള്ളൂ എന്ന് കാണാം. ചൂഷകർ ഒന്നുതന്നെയാണ് - മൂലധനം.

വ്യക്തികളായ മുതലാളിമാർ വ്യക്തികളായ കർഷകരെ പണയങ്ങ ളില്ലൂടെയും ഫണ്ടികയില്ലൂടെയും ചൂഷണം ചെയ്യുന്നു. മുതലാളി വർഗം കർഷക വർഗത്തെ സർക്കാർ നികുതികളില്ലൂടെ ചൂഷണം ചെയ്യുന്നു. മൂലധനം ഇഇവരെ കർഷകനെ സ്വന്തം മേധാവിത്വത്തിന് കീഴിൽ പിടിച്ചുനിർത്താൻ ഉപയോഗിച്ച മന്ത്രത്തകിടാണ് കർഷന്റെ സ്വത്തവ കാശം. ആ ന്യായം പറഞ്ഞാണ് അത് അവനെ വ്യവസായ തൊഴിലാളി വർഗത്തിനെതിരായി തിരിച്ചുവിട്ടത്. മൂലധനത്തിന്റെ പതനം മാത്രമേ കർഷകനെ ഉയർത്തൂ. ഒരു മുതലാളിത്ത വിരുദ്ധ തൊഴിലാളി വർഗ ഗവൺമെന്റിന് മാത്രമേ അവന്റെ സാമ്പത്തിക ദുരിതത്തിനും സാമൂഹ്യ അധഃപതനത്തിനും അറുതി വരുത്താൻ കഴിയൂ. വ്യവസ്ഥാപിത റിപ്പബ്ലിക് അവന്റെ സംയോജിത ചൂഷകരുടെ സർവ്വാധിപത്യമാണ്. സോഷ്യൽ ഡെമോക്രാറ്റിക് റിപ്പബ്ലിക്, ചുവപ്പ് റിപ്പബ്ലിക് അവന്റെ ബന്ധുക്കളുടെ സർവ്വാധിപത്യമാണ്.''

തൊഴിലാളികൾക്ക് വിമോചനം സാധ്യമാവണമെങ്കിൽ തൊഴിലാളി വർഗത്തിന്റെ നേതൃത്വത്തിൽ ഒരു സോഷ്യലിസ്റ്റ് സർക്കാർ അധികാര ത്തിൽ വരേണ്ടതിന്റെ പ്രാധാന്യമാണ് ഇവിടെ വ്യക്തമാക്കുന്നത്. ബൂർ ഷ്വാസിക്കകത്തുള്ള വിവിധ വിഭാഗങ്ങൾ തമ്മില്ലള്ള സംഘർഷത്തിന്റെ ചിത്രവും മാർക്സ് ഇതിൽ വിശദീകരിക്കുന്നുണ്ട്.

1895-ലെ പതിപ്പിനുവേണ്ടി ഏംഗൽസ് എഴുതിയ മുഖവുരയും ശ്രദ്ധേയമാണ്. തൊഴിലാളിവർഗ്ഗം വർഗസമര സിദ്ധാന്തം പ്രയോ ഗിച്ചതില്ലൂടെ ജർമ്മനിയില്ലണ്ടായിട്ടുള്ള അനുഭവങ്ങൾ ഏംഗൽസ് വിശദീകരിക്കുന്നുണ്ട്. തൊഴിലാളിവർഗ്ഗത്തെ ഒരു സോഷ്യലിസ്റ്റ് വിപ്ലവത്തിന് തയ്യാറാക്കുന്നതിന് നിയമവിധേയമായ എല്ലാ മാർ ഗങ്ങളെയും ഉപയോഗിക്കേണ്ടതിന്റെ പ്രാധാന്യവും മാർക്സ് ഇവിടെ വിശദീകരിക്കുന്നുണ്ട്. ജനാധിപത്യത്തിനുവേണ്ടിയുള്ള സമരത്തെ സോഷ്യലിസ്റ്റ് വിപ്ലവത്തിനുവേണ്ടിയുള്ള സമരവുമായി കൂട്ടിയോജി പ്പിക്കുന്നതിന്റെ പ്രശ്നവും മാർക്സ് ഇവിടെ വിശദമാക്കുന്നു. മൂർത്തമായ സാഹചര്യത്തിനനുസരിച്ച് സമരരൂപം തെരഞ്ഞെടുക്കേണ്ടതിന്റെ പ്രാധാന്യവും വിശദീകരിക്കുന്നുണ്ട്. തൊഴിലാളിവർഗ്ഗം ഇഷ്ടപ്പെടുന്നത് സമാധാനപരമായ സമരമാണ്. എന്നാൽ, ഭരണാധികാരി വർഗം ബലപ്രയോഗം നടത്തിയാൽ സമാധാനപരമല്ലാത്ത പ്രയോഗങ്ങൾ നടത്തേണ്ടിവരുമെന്ന മാർക്സിസത്തിന്റെ മൗലിക കാഴ്ചപ്പാട് ഏംഗൽസ് ഇതിൽ വ്യക്തമാക്കുന്നുണ്ട്.

# കാൾ മാർക്സ്

"1848-ലെ സമരരീതി ഇന്ന് എല്ലാ കാര്യത്തിലും കാലഹരണപ്പെ ട്ടിരിക്കുന്നു. ഈ അവസരത്തിൽ കൂടുതൽ സൂക്ഷ്മമായി പരിശോധി ക്കേണ്ട ഒരു കാര്യമാണത്" എന്നു പറഞ്ഞുകൊണ്ട് അത്തരമൊരു പരിശോധനയ്ക്കാണ് പിന്നീടുള്ള ഭാഗത്ത് ഏംഗൽസ് മുതിരുന്നത്. ജർമ്മ നിയിലെ കമ്മ്യൂണിസ്റ്റ് പാർടി സാർവ്വത്രിക വോട്ടവകാശം എങ്ങനെ ഉപയോഗപ്പെടുത്തണമെന്ന് കാണിച്ചുകൊടുത്തതിലൂടെ അവർ എല്ലാ രാജ്യങ്ങളിലുമുള്ള തങ്ങളുടെ സഖാക്കൾക്ക് പുതിയൊരായുധം - ഏറ്റവും മൂർച്ചയുള്ള ആയുധങ്ങളിലൊരെണ്ണം - നൽകി എന്ന് ഏംഗൽസ് വ്യ ക്തമാക്കുന്നു.

പാർലമെന്ററി ജനാധിപത്യത്തിന്റെ പ്രയോഗത്തെക്കുറിച്ച് ഏംഗൽസ് ഇങ്ങനെ വ്യക്തമാക്കുന്നുണ്ട്.

"എന്നാൽ, സാർവ്വത്രിക വോട്ടവകാശത്തിന്റെ ഈ വിജയകരമായ വിനിയോഗത്തോടെ തൊഴിലാളിവർഗ്ഗത്തിന്റെ തികച്ചും പുതിയൊരു സമരരീതി പ്രവർത്തനപഥത്തിൽ വന്നു. ആ രീതി വളരെ വേഗം കൂടുതൽ വികസിക്കുകയും ചെയ്തു. ബൂർഷ്വാസിയുടെ ഭരണം സംഘ ടിപ്പിക്കപ്പെട്ടിട്ടുള്ളത് എന്തിലാണോ, ആ ഭരണകൂടസ്ഥാപനങ്ങൾ തൊഴിലാളിവർഗ്ഗത്തിന് അവയ്ക്കെതിരായിത്തന്നെ പൊരുതാൻ കൂടുതൽ അവസരം നൽകുന്നുണ്ടെന്ന് വെളിപ്പെട്ടു." ഇത്തരത്തിൽ വൈരുദ്ധ്യാത്മകമായി പ്രശ്നത്തെ സമീപിക്കുകയാണ് ഏംഗൽസ് ഇവിടെ.

ബഹുജനങ്ങളെ വിദ്യാഭ്യാസം ചെയ്യിക്കുക എന്നത് പ്രധാനമാണെ ന്ന കാര്യവും അനുഭവങ്ങളുടെ പശ്ചാത്തലത്തിൽ നിന്നുകൊണ്ട് വ്യക്ത മാക്കുന്നുണ്ട്. "ബോധമില്ലാത്ത ബഹുജനങ്ങളുടെ തലപ്പത്ത് നിന്നുകൊ ണ്ട് ബോധവാന്മാരായ ചെറുന്യൂനപക്ഷങ്ങൾ നടത്തുന്ന വിപ്ലവങ്ങളുടെ കാലം കഴിഞ്ഞു. സാമൂഹ്യ വ്യവസ്ഥയുടെ സമ്പൂർണ്ണ രൂപാന്തരമാണ് പ്രശ്നം എന്നുള്ളിടത്ത് ബഹുജനങ്ങൾ തന്നെ അതിൽ പങ്കെടുക്കണം. എന്തിനുവേണ്ടിയാണ് സമരം ചെയ്യുന്നതെന്ന്, എന്തിനുവേണ്ടിയാണ് തങ്ങൾ ജീവൻ വരെ ബലിയർപ്പിച്ചുകൊണ്ട് ഇറങ്ങിത്തിരിച്ചിരിക്കുന്ന തെന്ന് അവർ അറിഞ്ഞിരിക്കണം. കഴിഞ്ഞ 50 വർഷത്തെ ചരിത്രം നമ്മെ പഠിപ്പിച്ചിട്ടുള്ള കാര്യമാണത്. എന്നാൽ, എന്തു ചെയ്യണമെന്ന് ബഹുജനങ്ങൾക്ക് മനസ്സിലാകണമെങ്കിൽ ദീർഘവും വാശിയേറിയതു മായ പ്രവർത്തനം ആവശ്യമാണ്."

വിപ്ലവപ്രസ്ഥാനം കെട്ടിപ്പടുക്കുക എന്നത് കേവലമായ നിയമവിരുദ്ധമായ രീതിയില്ലൂടെയാണ് എന്ന് തെറ്റിദ്ധരിക്കരുതെന്നും ഏംഗൽസ് പറയുന്നുണ്ട്. നമ്മൾ നിയമവിരുദ്ധമായ രീതിയില്ലൂടെയും അട്ടിമറിയില്ലൂടെയും വളരുന്നതിനേക്കാൾ എത്രയോ കൂടുതൽ നന്നായി തഴച്ചവളരുന്നത് നിയമവിധേയമായ രീതിയില്ലൂടെയാണ് എന്ന് ഓർമ്മ പ്പെടുത്താനും ഏംഗൽസ് തയ്യാറാവുന്നു. ചുരുക്കത്തിൽ ബഹുജനങ്ങളെ ബോധവൽക്കരിച്ച് മുന്നോട്ടുവരികയും വിപ്ലവാശയത്തിന പിന്നിൽ ബഹുജനങ്ങളെ അണിനിരത്തുകയും അങ്ങനെ വിശാലപ്രസ്ഥാനമാ ക്കി അതിനെ വളർത്തിയെടുക്കേണ്ടതിന്റെയും പ്രാധാന്യമാണ് ഇവിടെ വ്യക്തമാക്കുന്നത്.

ഈ അനുഭവങ്ങളുടെ പശ്ചാത്തലത്തിൽ നിന്നുകൊണ്ട് ഫ്രാൻസിലെ കമ്മ്യൂണിസ്റ്റ് പാർടി പഠിച്ച പാഠങ്ങളെക്കുറിച്ചും വിശ ദീകരിക്കുന്നുണ്ട്. "കർഷകരെ ആദ്യമേ സ്വപക്ഷത്താക്കിയില്ലെങ്കിൽ തങ്ങൾക്ക് സ്ഥായിയായ വിജയം നേടാനാവില്ലെന്ന് സോഷ്യലിസ്റ്റുകൾ കൂടുതൽ കൂടുതൽ മനസ്സിലാക്കുന്നുണ്ട്." കർഷക-തൊഴിലാളി ഐക്യ ത്തിന്റെ പ്രാധാന്യം അടിവരയിട്ട പറഞ്ഞുകൊണ്ട് ബഹുജനപ്രസ്ഥാനം വളർന്നു വികസിക്കുമ്പോൾ അത് അധികാരത്തിലെത്തുന്ന അവസരം വരും. അത്തരം ഘട്ടത്തിൽ ഭരണാധികാരിവർഗം അധികാരം വിടാൻ തയ്യാറായില്ലെങ്കിൽ ബലപ്രയോഗത്തിന്റെ സാഹചര്യം വേണ്ടിവരുമെ ന്നും വ്യക്തമാക്കുന്നുണ്ട്.

ഈ മുഖവുര പ്രസിദ്ധീകരിക്കുന്നതിന മുമ്പ് അതിന്റെ "അതിവിപ്ലവ പരത" മയപ്പെടുത്തണമെന്നും കുറെക്കൂടി ജാഗ്രത പാലിക്കണമെന്നും ജർമ്മൻ സോഷ്യൽ ഡെമോക്രാറ്റിക് പാർട്ടിയുടെ നിർവ്വാഹകസമിതി ഏംഗൽസിനെ നിർബന്ധിച്ചു. ഇതിനെത്തുടർന്ന് പ്രൂഫിലെ ചില ഭാഗങ്ങൾ വെട്ടിക്കളയാനും ചില നിർവ്വചനങ്ങളിൽ മാറ്റം വരുത്താനും ഏംഗൽസ് നിർബന്ധിതനായി. ഇതേത്തുടർന്ന് പുറത്തുവന്ന മുഖവുരയെ അടിസ്ഥാനപ്പെടുത്തി ഏംഗൽസ് നിയമവിധേയത്വത്തെ പൂജിക്കുന്ന ആളാണ് എന്ന വിമർശനം ചിലർ ഉന്നയിക്കുകയുണ്ടായി. ഇതിൽ രോഷാകുലനായ ഏംഗൽസ് തന്റെ മുഖവുര പൂർണ്ണരൂപത്തിൽത്തന്നെ പ്രസിദ്ധീകരിക്കണമെന്ന് ആവശ്യപ്പെട്ടു. എന്നാൽ, ഈ കൃതി 1930-ൽ സോവിയറ്റ് യൂണിയനിൽ ഇറക്കിയപ്പോഴാണ് ഏംഗൽസിന്റെ മുഖവുര പൂർണ്ണരൂപത്തിൽ ആദ്യമായി പ്രസിദ്ധീകരിച്ചത്.

കാൾ മാർക്സ്

തൊഴിലാളിവർഗ്ഗ സർവ്വാധിപത്യത്തെക്കുറിച്ചുള്ള കാഴ്ചപ്പാട് മുന്നോട്ടുവയ്ക്കുന്നു എന്നതിനാലും തൊഴിലാളി-കർഷക ഐക്യത്തിന്റെ പ്രാധാന്യം എടുത്തുപറയുന്നതിനാലും ബ്യർഷ്വാസിക്കത്തെ വിവിധ വിഭാഗങ്ങൾ തമ്മിലുള്ള സംഘർഷങ്ങളെ സംബന്ധിച്ച് വ്യക്തമാക്കു ന്നതിനാലും ഈ കൃതിക്ക് മാർക്സിസ്റ്റ് ക്ലാസിക്കുകളിൽ സുപ്രധാനമായ സ്ഥാനമുണ്ട്.

മുതലാളിത്തത്തിന്റെ പ്രവർത്തനരീതി വിശകലനം ചെയ്യുന്ന മാർക്സിസ്റ്റ് ക്ലാസിക്. പരിസ്ഥിതി പ്രശ്നം, സ്ത്രീ പ്രശ്നം, ജാതി പ്രശ്നം തുടങ്ങിയവയെല്ലാം ഇതിൽ വിശകലനം ചെയ്യുന്നു. മുതലാളിത്തത്തിന്റെ അനിവാര്യമായ തകർച്ച എന്തുകൊണ്ടെന്ന് വിശദീകരിക്കുന്ന കൃതി.

# മൂലധനം

**തൊ**ഴിലാളിവർഗ്ഗത്തിന്റെ ബൈബിൾ എന്ന് ഏംഗൽസ് വിശേഷിപ്പിച്ച പുസ്തകമാണ് മൂലധനം. ല്വയി അൽത്തുസർ മാനവചരിത്രത്തിൽ ഉണ്ടായിട്ടുള്ളതിൽവെച്ച് ഏറ്റവും മഹത്തായ മൂന്ന് ശാസ്ത്രീയ കണ്ടുപിടുത്തങ്ങളിൽ ഒന്ന് ഉൾക്കൊള്ളുന്ന കൃതി എന്നാണ് വിലയിരുത്തുന്നത്. ഗ്രീക്കുകാരുടെ ഗണിതശാസ്ത്രത്തേയും ഗലീലിയോവിന്റെ ഭൗതികശാസ്ത്രത്തേയുമാണ് ഇതിന്റെ ഗണത്തിൽപെടുത്തുന്ന ശാസ്ത്രീയ കണ്ടുപിടുത്തമായി അദ്ദേഹം വിശേഷിപ്പിക്കുന്നത്. ലോകത്തെ ചിന്തകരെ ഏറെ അത്ഭുതപ്പെടുത്തുകയും ജനതയെ പോരാട്ടത്തിന്റെ പാതയിലേക്ക് നയിക്കുന്നതിനും പ്രചോദനമായ ആശയ അടിത്തറ രൂപീകരിച്ച എന്ന നിലയിൽ ഇതിന്റെ സ്ഥാനം ചരിത്രത്തിൽ പ്രധാനമാണ്.

മൂലധനത്തിന്റെ ഒന്നാമത്തെ വോള്യം മാർക്സ് തന്നെയാണ് പ്രസിദ്ധീകരിക്കുന്നത്. രണ്ടാമത്തെ വോള്യം അച്ചടിക്കാൻ പറ്റിയ തരത്തിൽ രൂപപ്പെടുത്തുന്നതിനു മുമ്പുതന്നെ മാർക്സ് മരണപ്പെട്ടു. മാർക്സിന്റെ കൈയെഴുത്തു പ്രതി പിന്നീട് പരിശോധിച്ച് പ്രസിദ്ധീകരണത്തിന് തയ്യാറാക്കുന്നത് ഏംഗൽസാണ്. മാർക്സ് മരണപ്പെട്ട് രണ്ടു കൊല്ലം കഴിഞ്ഞപ്പോൾ 1885-ൽ രണ്ടാം വോള്യം പ്രസിദ്ധപ്പെടുത്തി. 1894-ൽ മൂന്നാം വോള്യം പ്രസിദ്ധീകരിക്കുന്നതും ഏംഗൽസ് തന്നെയാണ്.

# കാൾ മാർക്സ്

മൂലധനത്തിന് നാലാമതൊരു വോള്യം കൂടി ഉണ്ട്. പക്ഷെ, അതിന്റെ രണ്ടാമത്തെ കരടുപോല്യം പൂർത്തീകരിക്കുന്നതിനുമുമ്പ് മാർക്സ് മരണ പ്പെട്ടു. മാർക്സ് ആദ്യം എഴുതിയത് ഈ ഭാഗമായിരുന്നു. ജനങ്ങളുടെ മുമ്പാകെ മുന്നോട്ടുവയ്ക്കാൻ ഉദ്ദേശിച്ചതിൽനിന്നും വ്യത്യസ്തമായാണ് താൻ ഈ പുസ്തകം പ്രസിദ്ധീകരിക്കുന്നതെന്ന് മാർക്സ് തന്നെ ഒരിടത്ത് പ്രസ്താവിക്കുന്നുണ്ട്. നാലാം വോള്യത്തിൽ ആദ്യത്തെ മൂന്ന് വോള്യങ്ങ ളിൽ ആവിഷ്കരിക്കപ്പെട്ട അർത്ഥശാസ്ത്ര സിദ്ധാന്തങ്ങളുടെ ചരിത്രപ രമായ പരിണാമത്തെ വിമർശനാത്മകമായ രീതിയിൽ അവലോകനം ചെയ്യുകയാണ്. മൂന്നാം വോള്യത്തിന്റെ ആമുഖത്തിൽ നാലാം വോള്യം താൻ തന്നെ മുൻകൈ എടുത്ത് പ്രസിദ്ധീകരിക്കുന്ന കാര്യം ഏംഗൽസ് സൂചിപ്പിച്ചിരുന്നു. "ഞാൻ കഴിയുന്നതും വേഗത്തിൽ നാലാം വോള്യത്തി ന്റെ പണി ആരംഭിക്കാൻ പോവുകയാണ് - മിച്ചമൂല്യ സിദ്ധാന്തത്തിന്റെ ചരിത്രം എന്നതിനെ പറ്റി." എന്നാൽ വായനകാർക്ക് നൽകിയ ഈ വാഗ്ദാനം പൂർത്തീകരിക്കുന്നതിന് മുമ്പ് ഏംഗൽസ് നിര്യാതനായി. 1905- 10 കാലത്ത് മിച്ചമൂല്യസിദ്ധാന്തങ്ങൾ എന്ന പേരിൽ അത് അപൂർവ്വ രൂപത്തിൽ ജർമ്മൻഭാഷയിൽ പ്രസിദ്ധീകരിക്കുകയും ചെയ്തു. കൗട്സ്കി ആയിരുന്നു ഇതിന്റെ പ്രസിദ്ധീകരണത്തിന് മുൻകൈ എടുത്തത്. ഇത് പൂർണ്ണമായും തയ്യാറാക്കപ്പെടാത്തയുകൊണ്ടതന്നെ മൂന്ന് വോള്യങ്ങൾ എന്ന രീതിയിലാണ് മൂലധനത്തെ പൊതുവിൽ കണക്കാക്കപ്പെടുന്നത്. മൂന്ന് വോള്യത്തിനെ ആസ്പദമാക്കിയാണ് ഈ വിവരണം തയ്യാറാക്കി യിരിക്കുന്നത്.

മാർക്സ് തന്റെ കൃതികൾ എഴുതുന്നത് ജർമ്മൻ ഭാഷയിലാണ്. ഫ്രഞ്ചും അദ്ദേഹത്തിന് നന്നായി വഴങ്ങുമായിരുന്നു. അക്കാലത്തെ മാർക്സിന്റെ ഭാഷാപരിജ്ഞാനത്തെ സംബന്ധിച്ച് ഏംഗൽസ് മൂലധനത്തിന്റെ നാലാം ജർമ്മൻ പതിപ്പിന്റെ മുഖവുരയിൽ ഇങ്ങനെ എഴുതുന്നുണ്ട്. "1843-45 കാലത്ത് മാർക്സിന് ഇംഗ്ലീഷ് വേണ്ടത്ര മനസ്സിലാക്കാൻ കഴി ഞ്ഞിരുന്നില്ല. അക്കാലത്ത് ഇംഗ്ലീഷ് ധനശാസ്ത്ര കൃതികൾ ഫ്രഞ്ച് പരി ഭാഷയിലാണ് അദ്ദേഹം വായിച്ചിരുന്നത്." അതായത് മാതൃഭാഷയായ ജർമ്മനാണ് പ്രധാനമായും മാർക്സിന്റെ ചിന്തകൾ പുറത്ത് വരുന്നതിന് ഉപാധിയായി തീർന്നത്.

മൂലധനം എന്തിനുവേണ്ടി എഴുതപ്പെട്ടുന്നു എന്ന കാര്യം ജർമ്മൻ ഭാഷയില്ലുള്ള ഒന്നാം പതിപ്പിൽ മാർക്സ് തന്നെ വ്യക്തമാക്കുന്നുണ്ട്. "ആധുനിക സാമൂഹ്യ വ്യവസ്ഥയുടെ ചലനം സംബന്ധിച്ച സാമ്പത്തിക

നിയമം ആവിഷ്കരിക്കലാണ് ഈ ഗ്രന്ഥത്തിന്റെ ആത്യന്തികമായ ഉദ്ദേശം.'' ആ ഉദ്ദേശം ആത്യന്തികമായി നിർവ്വഹിക്കപ്പെട്ടു എന്ന് മൂലധനം ലോകത്ത് ഉയർത്തിവിട്ട ചർച്ചകൾ വ്യക്തമാക്കുന്നുണ്ട്.

മുതലാളിത്ത ക്രമത്തിന്റെ അടിസ്ഥാനങ്ങളെ വിശകലനം ചെയ്യ കയാണല്ലോ മൂലധനത്തിൽ ചെയ്യുന്നത്. ഇതിൽ സ്വകാര്യസ്വത്തി നനേരെയുള്ള എതിർപ്പിനെ ച്ചണ്ടിക്കാണിച്ച് മാർക്സ് അത് നിരവധി ശത്രുക്കളെ ഉണ്ടാക്കുമെന്ന കാര്യം സൂചിപ്പിക്കുന്നുണ്ട്.

മൂലധനം വായിക്കുക അത്ര എളപ്പമല്ലെന്ന കാര്യം മാർക്സ് തന്നെ പറയുന്നുണ്ട്. ഇത് സംബന്ധിച്ച് അദ്ദേഹം സാഹിത്യ ഭാഷയിൽ ഇങ്ങനെ പറയുന്ന:

"ശാസ്ത്രജ്ഞാനത്തിലേക്ക് യാതൊരു രാജപാതയുമില്ല. ശാസ്ത്ര ത്തിന്റെ കിഴക്കാംളക്കായ പാതകളില്ലൂടെയുള്ള ക്ഷീണിപ്പിക്കുന്ന കയറ്റത്തെ ഭയപ്പെടാത്തവർക്ക മാത്രമേ അതിന്റെ പ്രകാശമാനമായ കൊട്ടമുടിയിൽ ചെന്നെത്താൻ കഴിയൂ.''

മൂലധനം ഖണ്ഡശ്ശയായി പ്രസിദ്ധീകരിക്കുന്നതിനു പുറപ്പെട്ട ഫ്രഞ്ച് പതിപ്പിനുള്ള മുഖവുരയിലാണ് മാർക്സ് ഇക്കാര്യം പറയുന്നത്. അതിനൊരു കാരണമായി അദ്ദേഹം പറയുന്നത്, ഞാൻ ഉപയോഗിച്ചി ട്ടുള്ളതും ധനശാസ്ത്രജ്ഞന്മാർ ഇതുവരെ ഉപയോഗിച്ചിട്ടില്ലാത്തതുമായ പരിശോധനാമാർഗം അത് ഉപയോഗിക്കുന്ന എന്നതാണ്. പക്ഷെ, അന്നത്തെ കാലത്ത് ഉപയോഗിച്ച പദങ്ങൾ ഇന്ന് സാമാന്യമായി ഉപയോഗിക്കപ്പെട്ടുന്നതുകൊണ്ട് വായന അന്നത്തെപ്പോലെ അത്ര ദുഷ്കരമാണെന്ന്പറയാനാവില്ല.

ബൂർഷ്വാ അർത്ഥശാസ്ത്രജ്ഞന്മാർ നിലവില്ലുള്ള സാമൂഹിക-സാമ്പ ത്തികവ്യവസ്ഥയെ പരിശോധിക്കാനും വിവരിക്കാനുമാണ്‌ഇനിഞ്ഞത്. മുതലാളിത്തത്തെ ശാശ്വതമായി നിലനിൽക്കുന്ന ഒരു സാമൂഹ്യവ്യവ സ്ഥ എന്ന നിലയിലാണ് അവർ കരുതിയിരുന്നത്. എന്നാൽ മാർക്സ് ഇതിൽ നിന്നും വ്യത്യസ്തമായ ഒരു വഴി സ്വീകരിച്ചു. മുമ്പുണ്ടായിരുന്ന സാമൂഹ്യവ്യവസ്ഥകളിൽ നിന്ന് എങ്ങനെയാണ് മുതലാളിത്തം രൂപ പ്പെട്ട് വന്നത് എന്നും അതിന്റെ വളർച്ചയില്ലൂടെ സോഷ്യലിസത്തിലേയ്ക്കും കമ്മ്യൂണിസത്തിലേയ്ക്കും ആ സാമൂഹ്യവ്യവസ്ഥ എങ്ങനെ പരിവർത്തനം ചെയ്യുന്നുവെന്നും കണ്ടെത്തി.

വർത്തമാനകാലത്ത് സാമ്പത്തിക പ്രതിസന്ധി ലോകത്തെ ബാധി ച്ചപ്പോൾ ഇതിന്റെ കാരണം തേടി ലോകജനത ചികഞ്ഞുനോക്കിയത്

മൂലധനത്തിലായിരുന്നു. ഇതിനു കാരണം മാർക്സ് സ്വീകരിച്ച മേൽപ റഞ്ഞ സമീപനമായിരുന്നു. മുതലാളിത്തത്തിന്റെ നിലനിൽപ്പും ദൗർ ബല്യങ്ങളും പ്രതിസന്ധികളും ലോകത്തിനു മുമ്പാകെ തുറന്നുകാട്ടിയ ആധികാരിക ഗ്രന്ഥമായിരുന്നു മൂലധനം എന്നർത്ഥം. മുതലാളിത്ത വ്യവസ്ഥയുടെ സാമ്പത്തിക പ്രതിസന്ധിയെക്കുറിച്ചുള്ള മാർക്സിന്റെ നിരീക്ഷണങ്ങൾ ശരിയായിരുന്നുവെന്ന് അക്കാലത്തുതന്നെ സ്റ്റോക്ക് എക്സ്ചേഞ്ചുകളുടെ തകർച്ച തെളിയിച്ചിട്ടുള്ളതാണ്.

അക്കാലത്ത് മൂലധനത്തിന്റെ ജർമ്മൻ പതിപ്പിന്റെ മുഖവുരയിൽ മാർക്സ് ഇങ്ങനെ എഴുതി:

"മുതലാളിത്ത സമൂഹത്തിന്റെ പുരോഗതിയിൽ അന്തർലീനമായിട്ട ുള്ള വൈരുദ്ധ്യം ബൂർഷ്വാസിയുടെ പ്രായോഗിക ജീവിതത്തിൽ അവർ ക്കുതന്നെ ഏറ്റവുമധികം ബോധ്യപ്പെടുന്ന ഘട്ടങ്ങളാണ് ആനുകാലിക സാമ്പത്തിക പ്രതിസന്ധികൾ. ഈ പ്രതിസന്ധിയിലൂടെയാണ് ആധുനിക വ്യവസായങ്ങൾ മുന്നോട്ടുനീങ്ങുന്നത്. ഈ പോക്കിന്റെ മൂർദ്ധന്യബിന്ദുവാണ് സാർവത്രിക പ്രതിസന്ധി. ആ പ്രതിസന്ധി ഒരി ക്കൽക്കൂടി അടുത്തുവരികയാണ്. അത് എന്നും അതിന്റെ പ്രാഥമിക ഘട്ടത്തിൽ എത്തിയിട്ടേയുള്ളൂ. എന്നാൽ, ആ പ്രതിസന്ധിയുടെ വ്യാപകമായ സ്വഭാവവും അതിന്റെ പ്രവർത്തനത്തിന്റെ തീക്ഷ്ണതയും കൂടി ചേർന്ന് ഇന്നത്തെ പുതിയ 'പരിശുദ്ധ' പ്രസ്സോ ജർമ്മൻ സാമ്രാ ജ്യത്തിൽ ക്ഷണംപോലെ മുളച്ചുപൊന്തുന്ന പുത്തൻകൂറ്റ് പണ്ഡിതന്മാരുടെ തലയിലേക്കുകൂടി വൈരുദ്ധ്യവാദത്തെ അടിച്ചുകേറ്റിക്കൊണ്ടിരിക്കുക യാണ്."

മുതലാളിത്ത പ്രതിസന്ധിയുടെ ഇത്തരത്തിലുള്ള അഗാധതകളിലേ ക്ക് കടന്നുചെല്ലുന്നു എന്നതുകൊണ്ടാണ് മുതലാളിത്ത പ്രതിസന്ധിയുടെ കാരണം തേടി ബൂർഷ്വാ പണ്ഡിതന്മാരും ബഹുജനങ്ങളും മൂലധനത്തി ലേക്ക തിരിയുന്നത്.

ഒന്നാം വോള്യത്തിൽ മുതലാളിത്ത സമൂഹത്തിന്റെ അടിസ്ഥാന ഘടകമായ ചരക്കിന്റെ പരിശോധനയാണ് നടത്തുന്നത്. പണവും മൂലധനവും എങ്ങനെയാണ് ഉത്ഭവിക്കുന്നത് എന്ന വിശദീകരണ ത്തിലൂടെ മുതലാളിത്ത ഉത്പാദനക്രമത്തിന്റെ ചൂഷണ സ്വഭാവത്തെ അത് തുറന്നുകാട്ടുന്നു. രണ്ടാം വോള്യത്തിലാവട്ടെ ഉത്പാദനത്തിലേക്ക് പ്രവേശിക്കുന്ന മൂലധനം വീണ്ടും മൂലധനമായി മാറുന്ന മൂലധനത്തിന്റെ പരിക്രമണമാണ് ചർച്ച ചെയ്യുന്നത്. അതായത് മൂലധനത്തിന്റെ

പരിക്രമണമാണ് ഇതിൽ വിശദീകരിക്കപ്പെടുന്നത്. മൂന്നാം വോള്യ ത്തിൽ മൂലധനം വികസിക്കുമ്പോൾ അത് കൈക്കൊള്ളുന്ന വിവിധ രൂപങ്ങളെയും അതിലൂടെ രൂപപ്പെടുന്ന മുതലാളിത്ത പ്രതിസന്ധിയെ യും പരിചയപ്പെടുത്തുന്നു. ചുരുക്കത്തിൽ, മുതലാളിത്തത്തിന്റെ ചൂഷണ സ്വഭാവവും അതിന്റെ തകർച്ച അനിവാര്യമാണെന്ന യാഥാർത്ഥ്യത്തി ലേക്കും മാർക്സ് നമ്മെ എത്തിക്കുന്നു.

മൂലധനം ആരംഭിക്കുന്നത് ചരക്കിന്റെ ഘടകങ്ങളെ വിശകലനം ചെയ്തുകൊണ്ടാണ്. അത് ഇങ്ങനെ ആരംഭിക്കുന്നു: "മുതലാളിത്ത രീതി യില്ലുള്ള ഉത്പാദനം നിലവില്ലുള്ള സമുദായങ്ങളിലെ സമ്പത്ത്, ചരക്ക കളുടെ കൂറ്റൻ കുമ്പാരമായിട്ടാണ് പ്രത്യക്ഷപ്പെടുന്നത്. സമ്പത്തിന്റെ യൂണിറ്റ് ഏകമായ ചരക്കാണ്. തന്മൂലം നമ്മുടെ അന്വേഷണം ചരക്കി ന്റെ വിശകലനം മുതൽ ആരംഭിക്കണമെന്ന്'' പറഞ്ഞുകൊണ്ടാണ് മാർക്സ് തുടങ്ങുന്നത്.

ചരക്ക് എന്നത് വിൽക്കാൻവേണ്ടി ഉണ്ടാക്കുന്നതാണ്. എന്നാൽ ഉപയോഗമുള്ള സാധനങ്ങളേ ചരക്കാവുകയുള്ളൂ. അത് കൈമാറ്റം ചെയ്യുമ്പോൾ പകരം മറ്റ ചരക്കോ വിലയോ വാങ്ങുന്നവർ നൽകാൻ തയ്യാറാവേണ്ടതുണ്ട്. അതായത്, ഉപയോഗമൂല്യവും വിനിമയ മൂല്യവും ഉള്ളവയാണ് ചരക്കുകൾ. ചരക്ക് വിറ്റ് പണം വാങ്ങി മറ്റൊരു ചരക്ക് വാങ്ങുക എന്നതായിരുന്ന മുതലാളിത്ത പൂർവ്വ കാലഘട്ടത്തിലെ സംവിധാനം. എന്നാൽ ഇതിന് മാറ്റം വരുന്നു. ലാഭത്തിൽ വിൽക്കാൻ വേണ്ടി ചരക്ക് വാങ്ങുന്ന സമ്പ്രദായം നിലവിൽ വരുന്നു. മുതലാളിത്ത ത്തിന്റെ സവിശേഷത ഇതാണ്. അതായത് ചരക്ക്-പണം-ചരക്ക് എന്ന രീതിയ്ക്ക് പകരം പണം-ചരക്ക്-പണം എന്ന രീതി നിലവിൽ വരുന്നു.

ഒരു വസ്തുവിനെ ചരക്കായി മാറ്റുന്നതിന് ഇടയാകുന്നത് അതിൽ അധ്വാനം പ്രയോഗിക്കപ്പെടുന്നത് കൊണ്ടാണ്. ഈ അധ്വാനമാണ് വസ്തുവിന് മൂല്യം നിർണ്ണയിക്കുന്നത്. തുടർന്ന് മൂലധനം രൂപീകരിക്കപ്പെട്ട നത് എങ്ങിനെ എന്നും അതിന്റെ അടിസ്ഥാന ഘടകങ്ങൾ എന്താണ് എന്നതിനെ സംബന്ധിച്ചുമുള്ള ശാസ്ത്രീയ കാഴ്ചപ്പാട് മൂലധനത്തിൽ അവതരിപ്പിക്കുന്നു.

മുതലാളിമാർ പണം ഉപയോഗിച്ച് ഉത്പാദനം നടത്തി ചരക്കുണ്ടാ ക്കി കമ്പോളത്തിൽ വിൽക്കുന്നു. ഈ പ്രക്രിയയിൽ ഉത്പാദനത്തിന് ഉപയോഗിച്ച പണത്തേക്കാൾ കൂടുതൽ തുക അവർക്ക് ലഭിക്കുന്നു.

ഈ കൂടുതൽ പണം എങ്ങനെയാണ് മുതലാളിക്ക് ലഭിക്കുന്നത്? ഈ അടിസ്ഥാന ചോദ്യത്തിന് ഉത്തരം നൽകി എന്നതാണ് അർത്ഥശാ സ്ത്രത്തിലുള്ള മാർക്സിന്റെ ഏറ്റവും പ്രധാനപ്പെട്ട സംഭാവന.

മനുഷ്യന്റെ അധ്വാനിക്കാനുള്ള കായികവും മാനസികവുമായ ശേഷി യ്ക്കാണ് അധ്വാനശക്തിയെന്നു പറയുന്നത്. ഇത് ഒരു മൂല്യം പ്രദാനം ചെയ്യുന്നുണ്ട്. അധ്വാനശക്തിക്ക് മുതലാളി ഒരു മൂല്യം വേതനം എന്ന നിലയിൽ തൊഴിലാളിക്ക് നൽകുന്നുണ്ട്. തൊഴിലാളിയുടെ അധ്വാനശ ക്തി പ്രദാനം ചെയ്യുന്ന മൂല്യത്തേക്കാൾ കുറവായിരിക്കും ഇത്. ഇതിനെ മാർക്സ് മിച്ചമൂല്യം എന്ന് വിശേഷിപ്പിച്ചു. ഇത് കുന്നുകൂട്ടിയാണ് മുതലാളി മൂലധനം സ്വരൂപിക്കുന്നത്. മുതലാളിത്ത സമൂഹത്തിലെ എല്ലാ സാമ്പ ത്തിക വിഭാഗത്തിനും ലഭിക്കുന്ന ലാഭവും പലിശയും പാട്ടവും എല്ലാം വീതിക്കപ്പെടുന്നത് ഈ മിച്ച മൂല്യത്തിൽ നിന്നാണ്.

തൊഴിലാളിയിൽനിന്ന് മുതലാളി വാങ്ങിയ അധ്വാനശക്തിയെ ഉപയോഗിക്കണമെങ്കിൽ അസംസ്കൃത പദാർത്ഥങ്ങളും ഉപകരണ ങ്ങളും യന്ത്രങ്ങളും കൂടി വേണം. ഇത് യഥാർത്ഥത്തിൽ മുൻകാലത്തു ണ്ടായ അധ്വാനത്തിന്റെ ഫലമാണ്. എന്നാൽ തൊഴിലാളിയുടെ അധ്വാനശക്തി കൂടി ചേർന്നാലേ അധ്വാന പ്രക്രിയ നടക്കുകയുള്ളൂ. തൊഴിലാളിയുടെ അധ്വാനത്തെ മാർക്സ് വിശേഷിപ്പിക്കുന്നത് സജീവ അധ്വാനമെന്നതാണ്.

ഇവ കൈക്കലാക്കാൻ മുതലാളി ചെലവിട്ടിട്ടുള്ള മൂല്യ(പണം) ത്തെയാണ് മൂലധനം എന്നു വിളിക്കുന്നത്. ഈ മൂലധനത്തിന് രണ്ട് ഭാഗങ്ങളുണ്ട്. ഒന്ന്; സ്ഥിര മൂലധനം, രണ്ടാമത്തേത്; അസ്ഥിര മൂലധനം. ഉത്പാദനത്തിന് ആവശ്യമായ പണിയായുധങ്ങളും യന്ത്രങ്ങളും വാങ്ങാൻ ചെലവിടുന്നതാണ് സ്ഥിരമൂലധനം. അധ്വാനശക്തി വിലയ്ക്കു വാങ്ങാൻ മുടക്കിയ മൂല്യം ഉത്പന്നത്തിൽ വീണ്ടും പ്രത്യക്ഷപ്പെടുന്നു ണ്ട്. ഇതിനെ അസ്ഥിര മൂലധനം എന്നു വിളിക്കുന്നു. ഉദാഹരണമായി തൊഴിലാളി എട്ടുമണിക്കൂറാണ് ജോലി ചെയ്യുന്നതെന്നു കൂട്ടുക. തൊഴി ലാളിക്ക് ലഭിക്കുന്ന കൂലി എന്നത് അവർ നാലുമണിക്കൂർ ജോലി ചെയ്യുമ്പോൾ ഉൽപ്പാദിപ്പിക്കുന്ന മൂല്യത്തിന് സമമായിരിക്കും. നാലുമ ണിക്കൂർ ജോലി ചെയ്യുമ്പോൾ ഉൽപ്പാദിപ്പിക്കുന്ന മൂല്യം മുതലാളിക്ക് മിച്ചമൂല്യമായി ലഭിക്കുന്നു. ഇതിനെ മാർക്സ് മിച്ചോൽപ്പാദന പ്രക്രിയ എന്നു വിളിക്കുന്നു. മുതലാളി തൊഴിലാളിക്ക് നൽകിയതിനേക്കാൾ കൂടുതൽ മൂല്യം തൊഴിലാളിയിൽനിന്നും പിടിച്ചെടുക്കുന്നു എന്നർത്ഥം. ഇതാണ് മുതലാളിയുടെ സമ്പത്തിന്റെ അടിസ്ഥാനം.

വെള്ളത്തിൽ മീനുകളെന്നപോൽ

# കാൾ മാർക്സ്

മുതലാളി-തൊഴിലാളി വർഗങ്ങൾ തമ്മിലുള്ള സംഘട്ടനത്തിന്റെ അഥവാ വർഗസമരത്തിന്റെ പ്രശ്നം മുതലാളിത്തത്തിൽ അന്തർലീന മായിട്ടുണ്ട് എന്നാണ് ഈ പ്രക്രിയ പരിചയപ്പെടുത്തുന്നതിലൂടെ മാർക്സ് വ്യക്തമാക്കുന്നത്. കൂലി കുറച്ച് മിച്ചോൽപ്പാദനം വർദ്ധിപ്പിക്കാൻ മുതലാളി ആഗ്രഹിക്കുന്നു. അതേസമയം തൊഴിലാളി കൂലി വർദ്ധിപ്പിക്ക ന്നതിന് ശ്രമിക്കുന്നു. അധ്വാനസമയം കഴിയുന്നത്ര നീട്ടാൻ മുതലാളിയും കഴിയുന്നത്ര കുറയ്ക്കാൻ തൊഴിലാളിയും ശ്രമിക്കുന്നു. ഈ സംഘർഷം മുതലാളിത്തവ്യവസ്ഥയുടെ അടിസ്ഥാന സ്വഭാവമാണ്. അതായത്, വർഗസമരത്തിന്റെ ഈ രീതി മുതലാളിത്ത വ്യവസ്ഥ ഉള്ളിടത്തോളം കാലം നിലനിൽക്കും എന്നതാണ് മാർക്സിന്റെ മറ്റൊരു പ്രധാനപ്പെട്ട നിഗമനം.

മിച്ചമൂല്യം വർദ്ധിപ്പിക്കാനുള്ള നിരവധി വഴികൾ മുതലാളിത്തം സ്വീ കരിക്കുന്നു. അതിൽ പ്രധാനപ്പെട്ട ഒന്നാണ് അധ്വാനത്തിന്റെ ഉത്പാദ നക്ഷമത വർദ്ധിപ്പിക്കുന്നതിന് ഉത്പാദനോപകരണങ്ങളും യന്ത്രങ്ങളും പരിഷ്കരിക്കുക എന്നത്. അതോടൊപ്പംതന്നെ സ്ത്രീകളെയും കുട്ടിക ളെയും പണിക്ക് നിശ്ചയിച്ച് അവർക്ക് കുറഞ്ഞ കൂലി നൽകി കൂടുതൽ മിച്ചമൂല്യം തട്ടിയെടുക്കുന്ന കാര്യവും മാർക്സ് ചൂണ്ടിക്കാണിക്കുന്നുണ്ട്.

അധ്വാനശക്തിയുടെ മൂല്യത്തിന് നൽകുന്ന പണരൂപമാണ് കൂലി. അധ്വാനശക്തി ഉൽപ്പാദിപ്പിക്കുവാൻ ആവശ്യമായ അധ്വാനത്തിന്റെ മൂല്യമാണ് പണത്തിന്റെ രൂപത്തിൽ കൂലിയായി പ്രത്യക്ഷപ്പെട്ട ന്നത്. അതുകൊണ്ടുതന്നെ ഇവ കൂട്ടാനും കുറയ്ക്കാനും മുതലാളിയും തൊഴിലാളിയും തമ്മിൽ ഏറ്റുമുട്ടും. ഇത് നിശ്ചയിക്കുന്നത് ഇരുവരും തമ്മിലുള്ള ബലാബലത്തിന്റെ അടിസ്ഥാനമാണ്.

സമൂഹത്തിലെ എല്ലാ മുതലാളിമാരും ചേർന്ന് സ്വായത്തമാക്കുന്ന മിച്ചമൂല്യം മുതലാളിത്തത്തിന്റെ പൊതു സ്വത്താണ്. അതിലൊരം ശമാണ് വ്യവസായ മുതലാളിക്ക് കിട്ടുന്നത്. ബാക്കി ഭാഗങ്ങൾ മുത ലാളിത്തത്തിന്റെ ഭാഗമായി നിൽക്കുന്ന വ്യാപാരമുതലാളി, ബാങ്ക് മുതലാളി, മുതലാളിത്ത ഭൂവുടമ, മുതലാളിത്ത സമൂഹത്തെ നിലനിർ ത്തുന്ന ഭരണകൂടത്തിന്റെ ചെലവ് എന്നിവയെല്ലാം ഉൾക്കൊള്ളുന്നു. മിച്ചമൂല്യത്തിന്റെ ഒരു പങ്ക് ഇവർക്ക് കൊടുക്കാൻ മുതലാളിമാർക്ക് ബാധ്യതയുണ്ട്. ഇതിലൂടെ മറ്റൊരു പ്രധാനപ്പെട്ട കാര്യത്തിൽ കൂടി മാർക്സ് എത്തിച്ചേരുന്നു. മിച്ചമൂല്യവും തൊഴിലാളിവർഗ്ഗത്തിന് ലഭിക്ക ന്ന അധ്വാനശക്തിയുടെ മൂല്യവും (കൂലി) തമ്മിലുള്ള വൈരുധ്യമാണ്

  വെള്ളത്തിൽ മീനുകളെന്നപോൽ

# കാൾ മാർക്സ്

മുതലാളിത്ത സമൂഹത്തിന്റെ സാമ്പത്തികാടിത്തറ. അതായത്, മുത ലാളി-തൊഴിലാളി വർഗങ്ങൾ തമ്മിലുള്ള ഏറ്റുമുട്ടലിന്റെ സത്ത.

തൊഴിലാളി അധ്വാനശക്തി വിൽക്കുന്നു. അതിൽനിന്ന് കിട്ടുന്ന വില ഉപയോഗിച്ച് തന്റെ അധ്വാനശക്തിയെ പുനരുൽപ്പാദിപ്പിക്കുകയും ചെയ്യുന്നു. എന്നാൽ, മുതലാളി മിച്ചമൂല്യത്തിലൊരുഭാഗം മൂലധനമാക്കി മാറ്റി കൂടുതൽ മിച്ചമൂല്യമുണ്ടാക്കുന്നു. ഇതിനെ മാർക്സ് ക്രമപ്രവൃദ്ധമായ തോതിലുള്ള മുതലാളിത്ത ഉത്പാദനം എന്ന് വിളിക്കുന്നു.

കുറഞ്ഞ വിലയ്ക്ക് അധ്വാനശക്തി ലഭിക്കണമെങ്കിൽ കൂടുതൽപേർക്ക് തൊഴിലില്ലാതിരിക്കുക എന്നത് മുതലാളിത്തത്തിന്റെ ആവശ്യമാണ്. അതിനാൽ തൊഴിലില്ലായ്മ എന്നത് മുതലാളിത്ത ഉത്പാദനത്തിന്റെ ആവശ്യവും അനിവാര്യമായ സ്വഭാവവുമാണ്. മുതലാളിത്തത്തിന്റെ ഭാവിയെ സംബന്ധിച്ചാണ് ഒന്നാം വോള്യത്തിന്റെ അവസാന അധ്യായം വിവരിക്കുന്നത്. മുതലാളിത്ത സിദ്ധാന്തത്തിന്റെ ചുരു ക്കമാണ് ആ അധ്യായത്തിൽ നൽകിയിരിക്കുന്നത്. മുതലാളിത്തം വളർന്നത് ചെറുകിട സ്വത്തടമസ്ഥരിൽനിന്ന് ബലപ്രയോഗത്തിലൂടെ അവ തട്ടിയെടുത്തുകൊണ്ടാണ്. തട്ടിയെടുക്കപ്പെട്ട ഈ സ്വത്തുക്കൾ തൊഴിലാളിവർഗ്ഗത്തിന്റെ നേതൃത്വത്തിൽ പിടിച്ചെടുത്ത് ചെറുകിട സ്വത്തടമസ്ഥർക്ക് തിരിച്ചനൽകുകയോ സമൂഹത്തിന്റെ പൊതുസ്വ ത്താക്കുകയോ ചെയ്യും. ഇതിനെ മാർക്സ് ആലങ്കാരിക ഭാഷയിൽ അപഹർത്താക്കൾ അപഹരിക്കപ്പെട്ടും എന്ന് വിശേഷിപ്പിക്കുന്നു. ഈ പ്രക്രിയയിലൂടെ തൊഴിലാളിവർഗ്ഗ സർവ്വാധിപത്യം സ്ഥാപിച്ച് കമ്മ്യൂണിസ്റ്റ് സമൂഹത്തിന്റെ ഒന്നാം ഘട്ടത്തിലൂടെ രണ്ടാം ഘട്ടത്തിലേ ക്കെയ്ത്തുമെന്ന് മാർക്സും ഏംഗൽസും ലെനിനും വ്യക്തമാക്കുന്നുണ്ട്.

ഒന്നാം വോള്യത്തിന്റെ അവസാനത്തേതിനു തൊട്ടുമുമ്പുള്ള അധ്യാ യത്തിൽ മുതലാളിത്തത്തിന് സംഭവിക്കുന്ന മാറ്റങ്ങളും അതിന്റെ പരിണിതിയും വ്യക്തമാക്കുന്നുണ്ട്. അതിന്റെ ഫലം മാർക്സ് ഇങ്ങനെ എഴുതുന്നു: "ലോക കമ്പോളത്തിന്റെ വലക്കെട്ടിലേക്ക് എല്ലാ ജനതയും വലിച്ചിഴയ്ക്കപ്പെടുന്നു. അതോടുകൂടി മുതലാളിത്തവാഴ്ചയുടെ സാർവ്വദേ ശീയ സ്വഭാവവും വളർന്ന് വികസിക്കുന്നു. ഈ പരിവർത്തന പ്രക്രി യയുടെ എല്ലാ മെച്ചങ്ങളെയും അവിഹിതമായി കൈയ്യടക്കുകയും തങ്ങളുടെ കുത്തകയാക്കുകയും ചെയ്യുന്ന മൂലധന പ്രഭുക്കളുടെ എണ്ണം നിരന്തരം കുറയുന്നതോടുകൂടിത്തന്നെ മറുവശത്ത് ദുരിതവും മർദ്ദനവും അടിമത്തവും കുന്നുകൂടുന്നു. പക്ഷെ, അതോടൊപ്പംതന്നെ എക്കാലവും

വർദ്ധിച്ചവരുന്ന അംഗസംഖ്യയോട്ടുകൂടിയ മുതലാളിത്ത ഉത്പാദനപ്ര ക്രിയയുടെ തന്നെ മെക്കാനിസം കൊണ്ട് സുശിക്ഷതവും ഏകീഭ്രതവും സംഘടിതവ്വമായിത്തീരുന്ന തൊഴിലാളിവർഗ്ഗത്തിന്റെ കലാപവും വളരുന്നു. മൂലധനത്തിന്റെ കുത്തക അതോടൊപ്പവും അതിന കീഴിലും ജന്മം കൊള്ളുകയും വളർന്ന് വികസിക്കുകയും ചെയ്ത ഉത്പാദന രീതി യുടെമേൽ ഒരു കാൽച്ചങ്ങലക്കെട്ടായിത്തീരുന്നു. ഉത്പാദനോപാധി കളുടെ കേന്ദ്രീകരണവും അധ്വാനത്തിന്റെ സാമൂഹ്യവൽക്കരണവും അവസാനം മുതലാളിത്ത പുറന്തൊണ്ടുമായി പൊരുത്തപ്പെടാതായി ത്തീരുന്ന ഒരു ഘട്ടമെത്തുന്നു. ആ പുറന്തൊണ്ട് പൊട്ടിത്തെറിക്കുന്നു. മുതലാളിത്ത സ്വകാര്യ സ്വത്തിന്റെ മരണമണി മുഴങ്ങുന്നു. സ്വത്ത് പിടിച്ചെടുത്തിരുന്നവരുടെ സ്വത്ത് പിടിച്ചെടുക്കുന്നു.''

ഇവിടെ മുതലാളിത്തം സാമ്രാജ്യത്വമായി മാറുന്ന പ്രക്രിയയും അതിന് അനിവാര്യമായി സംഭവിക്കുന്ന തകർച്ചയെയും കുറിച്ചുള്ള വിശദീകരണമാണ് നൽകുന്നത്. ഈ അധ്യായത്തിൽ മുന്നോട്ടവച്ച കാര്യങ്ങളെ വ്യക്തമാക്കിക്കൊണ്ടാണ് രണ്ടും മൂന്നും വോള്യങ്ങൾ മാർക്സ് എഴുതിയത്.

മുതലാളിത്തം സമ്പത്ത് കുന്നുകൂട്ടുന്നതിനും തൊഴിലാളി അനുദിനം ദരിദ്രവൽക്കരിക്കപ്പെട്ടുകയും ചെയ്യുന്ന പ്രക്രിയയുടെ ഉത്ഭവമാണ് ഒന്നാം വോള്യത്തിൽ നാം കണ്ടത്. ഈ പ്രക്രിയയുടെ അനുക്രമമായ വളർച്ച എങ്ങനെയാണ് ഉണ്ടാകുന്നത് എന്ന കാര്യമാണ് രണ്ടാം ഭാഗത്തിൽ ഉള്ളത്. മുതലാളിത്ത ഉത്പാദന പ്രക്രിയയുടെ ഭാഗമായി ഉണ്ടാക്കപ്പെ ട്ടുന്ന മിച്ചമൂല്യമടക്കം ഉത്പന്നമാകെ കൈവശപ്പെടുത്തുന്ന മുതലാളി അത് വീണ്ടും വിപണിയിലിറക്കി ഉത്പാദനപ്രക്രിയ നടത്തുന്ന കാര്യം ഇതിൽ വിശദീകരിക്കുന്നു. ഉത്പാദനവും ഇത്തരത്തിലുള്ള കൈമാറ്റവും തമ്മിൽ പ്രധാനമായൊരു വ്യത്യാസമുണ്ട്. ഉത്പാദനപ്രക്രിയയുടെ ഭാഗമായി മിച്ചമൂല്യം ഉണ്ടാകുന്നു. എന്നാൽ, പരിക്രമണ ഘട്ടത്തിൽ (വിതരണത്തിന്റെ ഘട്ടത്തിൽ) രൂപപ്പെട്ട ഉത്പന്നം മുതലാളിയുടെ കൈയിൽനിന്നും വ്യാപാരിയുടെയും പണമിടപാടുകാരുടെയും ഭൂവുടമ യുടെയും മറ്റ നിരവധി ഇടത്തട്ടുകാരുടെയും കൈയിലേക്ക് മാറ്റപ്പെടുന്നു.

ചരക്കുകൾ ഉൽപ്പാദിപ്പിച്ചുകഴിഞ്ഞാൽ അവ വിതരണം ചെയ്യുന്ന തിനിടയിൽ വീണ്ടും മൂലധനം ആവശ്യമായി വരും. ഇതിനെയാണ് പരിക്രമണ മൂലധനം എന്നു പറയുന്നത്. ഉത്പാദനത്തിനായുള്ള മൂലധനത്തെ നിശ്ചിത മൂലധനം എന്നും വിശേഷിപ്പിക്കപ്പെടുന്നു. ഒരു

# കാൾ മാർക്സ്

ചരക്ക് ഉൽപ്പാദിപ്പിച്ചുകഴിഞ്ഞാൽ അത് വിറ്റുതീർന്നുകഴിഞ്ഞാൽ മുത ലാളിക്ക് ലാഭം കിട്ടും. എന്നാൽ, അത് വിറ്റുതീരുന്നതുവരെ ഉത്പാദനം നടത്താൻ മൂലധനം ആവശ്യമായി വരും. ഈ മൂലധനത്തെയാണ് കരുതൽ മൂലധനം എന്ന് പറയുന്നത്. ഇത്തരത്തിൽ നിശ്ചിത മൂലധനവും പരിക്രമണ മൂലധനവും കരുതൽ മൂലധനവും ഉൾപ്പെടുന്ന മൂലധനത്തെയാണ് മൊത്തം സാമൂഹ്യ മൂലധനം എന്ന് മാർക്സ് വിശേ ഷിപ്പിക്കുന്നത്. മൊത്തം സാമൂഹ്യ മൂലധനം എന്നു പറയുമ്പോൾ മാർക്സ് ഉദ്ദേശിക്കുന്നത് ഓരോ രാജ്യത്തുമുള്ള മൊത്തം സാമൂഹ്യ മൂലധനം എന്ന അർത്ഥത്തിലാണ്. ഒരു രാജ്യത്തുള്ള ചൂഷക-ചൂഷിത വിഭാഗങ്ങളും അതിനകത്തുതന്നെയുള്ള വിവിധ രാജ്യങ്ങളിലെ ചൂഷകരും ചൂഷിതരും തമ്മിലുള്ള ബന്ധവും ഉൾപ്പെട്ടിരിക്കുന്ന.

ഈ മൊത്തം സാമൂഹ്യ മൂലധനത്തിന് ഉത്പാദന ഉപകരണങ്ങൾ നിർമ്മിക്കുന്നതും ഉപഭോഗ ചരക്കുകൾ നിർമ്മിക്കുന്നതുമെന്ന രണ്ട് വിഭാ ഗങ്ങളുണ്ട്. മുതലാളിത്ത ഉത്പാദനത്തിന് ആവശ്യമായ അസംസ്കൃത പദാർത്ഥങ്ങൾ നിർമ്മിക്കുന്നത് കൃഷിയിലാണ്. യന്ത്രോപകരണങ്ങൾ അതുപോലുള്ള മറ്റ സഹായ സാമഗ്രികൾ എന്നിവയും വ്യവസായരംഗ ത്തെ ഉത്പാദനത്തിന് ആവശ്യമാണ്. ഈ രണ്ടിനെയും ഉൾപ്പെടുത്തി യാണ് ഒന്നാം വകുപ്പെന്ന് മാർക്സ് വിളിക്കുന്നത്. ഈ മേഖലയിലൂടെ ഉൽപ്പാദിപ്പിക്കപ്പെടുന്ന ചരക്കുകൾ ഉപയോഗിക്കുന്നതിനെ രണ്ടാം വകുപ്പെന്നും മാർക്സ് വിശേഷിപ്പിക്കപ്പെടുന്നു. അതായത്, ഉപഭോഗ ചരക്ക് നിർമ്മാണ മേഖല. ഒന്നാം വകുപ്പിലെ ഉത്പന്നങ്ങളാണ് രണ്ടാം വകുപ്പിലെ ഉത്പാദനച്ചരക്കുകൾ. രണ്ടാം വകുപ്പിൽ ഉൽപ്പാദിപ്പിക്ക പ്പെടുന്ന ഉപഭോഗ ചരക്കുകൾ ഒന്നാം വകുപ്പിലെ ഉപഭോഗത്തിന് ആവശ്യമാണ്. ഇങ്ങനെ ഇവയുടെ മൊത്തം ഉത്പാദനവും അന്യോന്യം കൈമാറ്റം ചെയ്യപ്പെടുന്ന പ്രക്രിയയും വിശദമായ പരിശോധനയ്ക്ക് മാർക്സ് ഇതിൽ വിധേയമാക്കുന്ന. ഇതിൽനിന്ന് സാമ്പത്തിക കുഴപ്പത്തിന്റെ പ്രശ്നങ്ങളിലേക്ക് മാർക്സ് എത്തിച്ചേരുന്ന.

നിശ്ചിത മൂലധനം ഉത്പാദന പ്രക്രിയയുടെ ഓരോ ഘട്ടമെത്തുമ്പോ ഴും പുനരുൽപ്പാദിപ്പിക്കപ്പെടുന്നില്ല. അതിന്റെ വില തേയ്മാനം എന്ന രീതിയിൽ സ്ഥാനം പിടിക്കുന്ന. നിശ്ചിത മൂലധനത്തിൽ ഒരു പ്രധാന ഭാഗം യന്ത്രോപകരണങ്ങൾ പുനരുൽപ്പാദിപ്പിക്കുന്നതിനായി ഏതാനും വർഷങ്ങൾക്കുശേഷം ഉപയോഗിക്കപ്പെടുന്ന. ഇങ്ങനെ യന്ത്രങ്ങളുടെ പുനരുൽപ്പാദനം നടക്കുമ്പോൾ യന്ത്രോപകരണങ്ങൾ നിർമ്മിക്കുന്ന

മേഖല സജീവമാകുന്നു. അവിടെ കൂടുതൽ ഉത്പാദനം നടക്കുന്നു. ഇതിന്റെ ഫലമായി രണ്ടാം വകുപ്പിലെ ചരക്കുകളുടെ ആവശ്യം വർദ്ധിക്കുന്നു. ഇതാകെ സമ്പദ്ഘടനയെ ചലനാത്മകമാക്കുന്നു. പക്ഷെ, ഇത് അധികകാലം നീണ്ടുനിൽക്കില്ല. യന്ത്രോപകരണങ്ങളുടെ നവീകരണം കഴിഞ്ഞാൽ ഒന്നാം വകുപ്പിലെ ഉത്പാദനം കുറയുന്നു. ഇതിന്റെ ഫലമായി അതിൽ പണിയെടുക്കുന്ന തൊഴിലാളികളുടെ ഉപഭോഗവും കുറയുന്നു. ഇത് ആ മേഖലയെയും പ്രതിസന്ധിയിലാക്കുന്നു. ഇതിന്റെ ഫലമായി തൊഴിലാളികളുടെ എണ്ണം കുറയുന്നു. അവർ തമ്മിലുള്ള മത്സരമാണെങ്കിൽ വർദ്ധിക്കുകയും ചെയ്യുന്നു. മുതലാളിത്ത സമൂഹമാകെ ഇതിന്റെ ഫലമായി പ്രതിസന്ധിയിലാകുന്നു.

എന്നാൽ ഈ പ്രതിസന്ധി അധികകാലം നീണ്ടുനിൽക്കില്ല. യന്ത്രോപകരണങ്ങൾ വീണ്ടും പുനർനിർമ്മിക്കപ്പെടേണ്ടിവരുന്നു. മേൽ സൂചിപ്പിച്ച കാരണങ്ങളാൽ സമ്പദ്ഘടന വീണ്ട സജീവമാകുന്നു. ഇങ്ങനെ മുതലാളിത്തം വീണ്ടും സജീവമാകുന്നു. ഇതൊരു ചാക്രിക പ്രക്രിയയാണ്. വീണ്ടെടുപ്പ്, മാന്ദ്യം, വീണ്ടും പ്രതിസന്ധി ഈ നില മുതലാളിത്തത്തിന്റെ കൂടെപ്പിറപ്പാണ്. എന്നാൽ ഈ പ്രക്രിയ കൊണ്ട് മുതലാളിത്തം തനിയെ തകരുകയില്ല. ഓരോ പ്രതിസന്ധിയിൽനിന്നും അവ കരകയറുന്നു. പക്ഷെ വീണ്ടും പ്രതിസന്ധി എന്ന അവസ്ഥയിൽ നിന്ന് അതിന് ഒഴിഞ്ഞുമാറാനാവില്ല. ഈ നിയമം വിശദീകരിക്കുന്നു എന്നതാണ് മൂലധനത്തിന്റെ രണ്ടാം വോള്യത്തിന്റെ പ്രസക്തി.

മൂന്നാം വോള്യത്തിൽ മുതലാളിത്തം അനിവാര്യമായി തകർന്നവീഴുന്നതിനുള്ള കാരണങ്ങളെക്കുറിച്ചുള്ള വിശദീകരണങ്ങളിലേക്കാണ് മാർക്സ് ചെന്നെത്തുന്നത്. ഈ വോള്യത്തിൽ മുതലാളിയും തൊഴിലാളിയും തമ്മിലുള്ള ബന്ധത്തോടൊപ്പംതന്നെ വിവിധ വിഭാഗങ്ങളിൽപ്പെട്ട മുതലാളിമാരും ജനങ്ങളും തമ്മിലുള്ള ബന്ധത്തെക്കുറിച്ച് പരിശോധിക്കുന്നു. മുതലാളിമാർ, ഭൂപ്രഭുക്കൾ, പണമിടപാട്ടുകാർ, ബാങ്കർമാർ എന്നിവർ ഒരുഭാഗത്തും വ്യവസായത്തൊഴിലാളികൾ, കർഷകത്തൊഴിലാളികൾ, പണിയെടുക്കുന്ന മറ്റ ജനവിഭാഗങ്ങൾ എന്നിവർ മറുഭാഗത്തും, ഈ വിധത്തിലുള്ള വർഗബന്ധങ്ങൾ മനുഷ്യസമൂഹത്തെയും വിവിധ രാജ്യങ്ങളെയും എങ്ങനെ ബാധിക്കുന്നു എന്ന വിഷയമാണ് മൂന്നാം വോള്യത്തിൽ പഠനത്തിന് വിധേയമാക്കുന്നത് എന്നു കാണാം.

ഒന്നാം വോള്യത്തിലെ മിച്ചമൂല്യവും രണ്ടാം വോള്യത്തിലെ മൊത്തം സാമൂഹ്യ മൂലധനവും തമ്മിലുള്ള അനുപാതത്തെ മൂന്നാം

വോല്യത്തിൽ മാർക്സ് ലാഭം എന്ന് വിശേഷിപ്പിക്കുന്നു. മിച്ചമൂല്യത്തെ അപേക്ഷിച്ച് എത്രയോ കുറവാണ് ലാഭത്തോത്. ഇവ രണ്ടിനെയും കൂട്ടിക്കുഴയ്ക്കാനാണ് ബൂർഷ്വാ സാമ്പത്തിക ശാസ്ത്രജ്ഞന്മാർ ശ്രമിക്കുന്നത്. അധ്വാനശക്തിയിൽനിന്നുണ്ടാകുന്ന ഉത്പാദനത്തെ മുതലാളി ഇറക്കിയ മൊത്തം മൂലധനവുമായി തട്ടിച്ചുകൊണ്ട് മാർക്സ് വിളിക്കുന്ന ഒന്നാണ് മുടക്ക് വില എന്നത്. ഈ അപഗ്രഥനത്തിൽനിന്ന് രണ്ടു കാര്യമാണ് മാർക്സ് വ്യക്തമാക്കുന്നത്. ഒന്ന്, മുതലാളിയുടെ ദൃഷ്ടിയിൽ ലാഭമായിക്കാണുന്ന സംഖ്യ തൊഴിലാളിയുടെ ദൃഷ്ടിയിൽ മിച്ചമൂല്യമാണ് അഥവാ ചൂഷണമാണ്. ഉത്പാദനോപകരണങ്ങൾ, അധ്വാനശക്തി എന്നിവ കൈവശപ്പെടുത്താൻ വേണ്ടി മുതലാളി ഇറക്കുന്ന മൊത്തം സംഖ്യയുടെ അനുപാതവുമായാണ് മുതലാളിക്ക് ലാഭമുണ്ടാകുന്നത്. അതായത് ഒരു വസ്തുവിനെ മുതലാളിയും തൊഴിലാളിയും വീക്ഷിക്കുന്നത് വ്യത്യസ്ത രീതിയിലാണ്. മിച്ചമൂല്യത്തെ തൊഴിലാളി ചൂഷണത്തിന്റെ ഉത്ഭവമായും മുതലാളി ലാഭത്തിന്റെ ഉത്ഭവമായും കാണുന്നു. ഈ ലാഭ ത്തിന്റെ വിവിധ രൂപപരിണാമങ്ങളുടെ പരിശോധനയാണ് പിന്നീട്ടുള്ള ഭാഗത്ത് മാർക്സ് നടത്തുന്നത്. നേരത്തെ മിച്ചമൂല്യം വർദ്ധിപ്പിക്കുന്നതിന് മുതലാളി ഉപയോഗിച്ച സമീപനങ്ങളെ വീണ്ടും വിശദീകരിക്കുകയാണ് ചെയ്യുന്നത്.

താൻ മുടക്കുന്ന മൂലധനത്തിന് എന്ത് ലാഭം കിട്ടുമെന്നാണ് മുതലാളി നോക്കുന്നത്. അത് കൂട്ടാനുള്ള തത്രപ്പാടിലാണ് അദ്ദേഹം. അതുകൊണ്ട് മുതലാളിയുടെ ലാഭത്തോത് മാർക്സ് അപഗ്രഥിച്ച മിച്ചമൂല്യ തോതിനേ ക്കാൾ എത്രയോ കുറവായിരിക്കും. അതുകൊണ്ടാണ് മിച്ചമൂല്യവും മിച്ചമൂല്യത്തോളവും അവഗണിച്ച് ലാഭവും ലാഭത്തോളവും മാത്രം കണക്കി ലെടുക്കാനാണ് ബൂർഷ്വാ അർത്ഥശാസ്ത്രകാരന്മാർ പരിശ്രമിക്കുന്നത്.

ഈ വോല്യത്തിന്റെ അടുത്ത ഭാഗത്തേക്കെത്തുമ്പോൾ അധ്വാനമൂ ല്യസിദ്ധാന്തത്തിൽനിന്നും മിച്ചമൂല്യസിദ്ധാന്തത്തിൽ നിന്നും കമ്പോള ത്തിന്റെ രീതിശാസ്ത്രത്തിലേക്ക് എത്തുകയാണ് മാർക്സ് ചെയ്യുന്നത്. ഒരു ഉത്പന്നത്തിന്റെ വില നിർണ്ണയിക്കുന്നത് മുതലാളിത്ത ഉത്പാദനത്തി ന്റെ വിവിധമേഖലകളിലെ ലാഭത്തോളുകളുടെ ശരാശരിയും ഉത്പാ ദനത്തിനുവേണ്ടി മുടക്കിയ മൊത്തം മൂലധനത്തിന്റെ ശരാശരിയും ചേർന്നാണെന്ന് മാർക്സ് വിശദീകരിക്കുന്നു.

കമ്പോളവില ഉത്പാദന വിലയിൽനിന്നും ഏറിയും കുറഞ്ഞുമിരി ക്കും. കൂടുതൽ വിലയ്ക്ക് വിൽക്കുന്നതിന് കൂടുതൽ ലാഭം കിട്ടും. കുറഞ്ഞ

വിലയ്ക്ക് വിൽക്കുമ്പോൾ നഷ്ടവുമായിരിക്കും. ഇതിന് പ്രധാന കാരണം കമ്പോളവിലയെ നിയന്ത്രിക്കുന്ന ഘടകങ്ങളിലൊന്ന് വിൽപ്പനച്ചരക്കി നുള്ള ആവശ്യക്കാരും അതിന്റെ ലഭ്യതയും തമ്മിലുള്ള അന്തരമാണ്. ആവശ്യം കൂട്ടുകയും ഉത്പാദനം കുറയുകയും ചെയ്യുമ്പോൾ വില വർദ്ധിക്കുന്നു. എന്നാൽ, ഉത്പാദനം കൂട്ടുകയും ആവശ്യം കുറയുകയും ചെയ്യുമ്പോൾ വില താഴുകയും ചെയ്യുന്നു. കമ്പോളവില മൂല്യത്തിന് ചുറ്റും കറങ്ങുകയാണ് ചെയ്യുന്നത്. മൊത്തത്തിലെടുത്താൽ ഇതിന്റെ യഥാർ ത്ഥമൂല്യം ലഭ്യമാകും. ഒരിക്കലും പഞ്ചസാരയുടെ വില സ്വർണ്ണത്തോളം എത്താത്തത് അതുകൊണ്ടാണ്.

എന്തുകൊണ്ട് അധികലാഭമുണ്ടാകുന്നു എന്ന കാര്യത്തിന് മാർക്സ് നൽകുന്ന മറുപടി സ്ഥിരമൂലധനത്തേക്കാൾ കൂടുതൽ അസ്ഥിരമൂല ധനം ഉള്ളിടത്ത് ലാഭം ഏറിവരും എന്നതാണ്. വ്യാവസായികമായി പിന്നോക്കം നിൽക്കുന്ന രാജ്യങ്ങളിലേക്ക് വികസിത മുതലാളിത്ത രാജ്യങ്ങളിൽ നിന്ന് മൂലധനം ഒഴുകുന്നതിന് കാരണം ഇതാണെന്ന് മാർക്സ് വിശദീകരിക്കുന്നു.

ലാഭത്തിന്റെ തോത് കുറയാതിരിക്കാൻ മുതലാളി ചൂഷണം അഥവാ മിച്ചോൽപ്പാദനം വർദ്ധിപ്പിക്കുന്നു. കൂലി കുറയ്ക്കുന്നു. അസംസ്കൃത പദാർ ത്ഥങ്ങളെപ്പോലെ സ്ഥിരം മൂലധന ഘടകങ്ങളുടെ വില കുറയ്ക്കുന്നു. തൊഴിലില്ലായ്മ വർദ്ധിപ്പിച്ച് കുറഞ്ഞ വിലയ്ക്ക് അധ്വാനശക്തി ലഭിക്കുന്ന തിനുള്ള പദ്ധതികൾ ചെയ്യുന്നു. പിന്നോക്ക രാജ്യങ്ങളിലേക്ക് മൂലധനം കയറ്റി അയയ്ക്കാനും അതുവഴി മിച്ചമൂല്യം വർദ്ധിപ്പിക്കാനും കഴിയുന്നു. മാത്രമല്ല, മൂലധനത്തിനുവേണ്ടി കടം വാങ്ങുന്നതിന പകരം ഓഹരിമൂല ധനം വർദ്ധിപ്പിക്കുക വഴി ലാഭത്തിന്റെ കാര്യത്തിൽ മുതലാളിത്തത്തിന് അനുകൂലമായ സ്ഥിതിവിശേഷമുണ്ടാകുന്നു.

മുതലാളിത്ത സമൂഹത്തിൽ ഉത്പാദനവും പരിക്രമണവും (വിതരണം) നടക്കണമെങ്കിൽ രണ്ട് തരത്തിലുള്ള മൂലധനം കൂടി ആവശ്യമുണ്ട്. അതാണ് വാണിജ്യ മൂലധനവും പണമിടപാട് മൂലധനവും. ഉത്പാദന മൂലധനത്തിന് വാണിജ്യമൂലധനത്തിന്റെ സഹായം ആവശ്യ മായി വരുന്നത് യന്ത്രോപകരണവും അസംസ്കൃത വസ്തുക്കളും ശേഖരി ച്ചുവയ്ക്കാനാണ്. അങ്ങനെ ശേഖരിക്കുമ്പോൾ മാത്രമേ ആ മൂലധനം ഉത്പാദന മൂലധനമാവുകയുള്ളൂ. മാത്രമല്ല, ഉത്പന്നം കമ്പോളത്തിൽ വിൽക്കണമെങ്കിൽ വാണിജ്യമൂലധനത്തിന്റെ സഹായം ആവശ്യമുണ്ട്. വാണിജ്യമൂലധനത്തിന്റേതെന്നപോലെ പണമിടപാട് മൂലധനത്തിന്റെ

സഹായവും ആവശ്യമുണ്ട്. ഉത്പാദനോപകരണങ്ങളും അസംസ്കൃത വസ്തുക്കളും അധ്വാനശക്തിയും വാങ്ങണമെന്നുണ്ടെങ്കിൽ അത് കൈയി ലില്ലാത്ത മുതലാളിക്ക് പണമിടപാട് മൂലധനത്തിന്റെ ഉടമയിൽനിന്ന് കടം വാങ്ങണം. അതുപയോഗിച്ച് ഉത്പാദനം നടത്തി അവ വിറ്റ കഴിഞ്ഞാൽ പണമുടമയിൽനിന്ന് കടമെടുത്ത സംഖ്യ പലിശസഹിതം കൊടുത്തുതീർക്കുന്നു. ഇത് കാണിക്കുന്നത് ഉത്പാദന മൂലധനമെന്ന പോലെ മുതലാളിത്തവ്യവസ്ഥയുടെ അനിവാര്യമായ ഭാഗമാണ് വാണി ജ്യമൂലധനവും പണമിടപാട് മൂലധനവുമെന്നർത്ഥം.

വ്യവസായമുതലാളിയും വ്യാപാരമുതലാളിയും പണമിടപാട്ടുമുത ലാളിയും അന്യോന്യം സഹവർത്തിക്കുമ്പോൾ മാത്രമേ മുതലാളിത്തം മുന്നോട്ടുപോകൂ എന്നർത്ഥം. ചരിത്രപരമായി നോക്കിയാൽ മുമ്പുതന്നെ ഉണ്ടായിരുന്ന ഒന്നാണ് വാണിജ്യമൂലധനവും പണമിടപാട് മൂലധനവും. എന്നാൽ, ഇവയ്ക്ക് സമൂഹത്തിൽ മേധാവിത്വമുണ്ടായിരുന്നുവെന്ന് പറയാ നാവില്ല. ഭരണാധികാരികൾ പോലും ഇവരിൽനിന്ന് അന്ന് പണം വാങ്ങിയിരുന്നു എന്നർത്ഥം. മൂലധനത്തിന്റെ പരിക്രമണത്തിൽ വാണി ജ്യമൂലധനവും പണമിടപാട് മൂലധനവും അവരുടേതായ സംഭാവനകൾ നൽകുന്നു. അതുകൊണ്ട് അവയ്ക്ക് ലഭിക്കുന്നതാണ് വാണിജ്യലാഭവും പലിശയുമെന്നർത്ഥം.

പണമിടപാട് മൂലധനം നടത്തുന്നയാൾ കൈയിലുള്ള പണം ഉപയോഗിച്ച് കൂടുതൽ പണത്തെ സൃഷ്ടിക്കുകയാണ് ചെയ്യുന്നത്. ഉത്പാദനപ്രക്രിയയിൽ പലിശ കടം കൊടുക്കുന്ന മൂലധനത്തിന് നേരിട്ട് ബന്ധമില്ല. എന്നാൽ, മിച്ചമൂല്യം ലാഭമായിത്തീരുമ്പോൾ പണമി ടപാട് മൂലധനത്തിന്റെ ഉടമയ്ക്ക് കിട്ടുന്ന പങ്കാണ് പലിശ എന്നർത്ഥം. പലിശയുള്ള പണം മൂലധനമാകുമ്പോഴേക്കും അത് പണമൂലധനരൂപം കൈക്കൊള്ളുന്നു. അതിന്റെ ഫലമായി ഉത്പാദന മൂലധനത്തിന്റെ ഉടമ നടത്തുന്ന ചൂഷണത്തിന്റെ ഫലം ഇവർക്കും ലഭിക്കുന്നു എന്നർത്ഥം. പണം കൊടുക്കുന്ന രീതി പല തരത്തിലുള്ളതാണ്. പ്രമാണങ്ങൾ വഴിയും മറ്റും കടം കൊടുക്കുന്ന രീതി നിലനിൽക്കുന്നുണ്ട്. ഈ പ്രമാണ ങ്ങൾക്ക് നാണ്യങ്ങളുടെയും കറൻസികളുടെയും പിൻബലം ലഭിക്കുന്നമു ണ്ട്. ഇങ്ങനെ വാണിജ്യമുതലാളിയും ഉത്പാദന മുതലാളിമാരും തമ്മി ലുള്ള കൈമാറ്റത്തിന്റെ രീതി മാർക്സ് വിശദീകരിക്കുന്നുണ്ട്. ഈ പ്രശ്നം ലെനിൻ പിന്നീട് സാമ്രാജ്യത്വം മുതലാളിത്തത്തിന്റെ ഉയർന്ന രൂപം എന്ന ഗ്രന്ഥത്തിൽ സവിശേഷമായി പ്രതിപാദിക്കുന്നുണ്ട്. ഇന്നത്തെ

രീതി അന്നത്തേതിൽനിന്നും ഒരുപാട് മാറിയിട്ടുണ്ട് എന്നർത്ഥം. പക്ഷെ അടിസ്ഥാനം മേൽ പറഞ്ഞ തലത്തിൽ തന്നെയാണ്.

മുതലാളിത്ത സമൂഹത്തിന്റെ മറ്റൊരു വിഭാഗമായ ഭൂവുടമകളെ സംബന്ധിച്ചാണ് പിന്നീട് മാർക്സ് വിശദീകരിക്കുന്നത്. അവർക്ക് ലഭിക്കുന്ന വരുമാനം ലാഭമോ പലിശയോ അല്ല തറപ്പാട്ടമാണെന്ന വസ്തുത മാർക്സ് വിശദീകരിക്കുന്നു. ഉത്പാദനക്ഷമതയും വിപണന സൗകര്യവും മറ്റ പ്രസക്ത ഘടകങ്ങളും വേണ്ടത്ര കാര്യക്ഷമമല്ലാത്തതിനാൽ ഉത്പാദനക്ഷമത കുറഞ്ഞവയ്ക്ക് പാട്ടമില്ല. ഉത്പാദനക്ഷമതയ്ക്കനുസരിച്ച് പാട്ടം കൂടുതൽ ലഭിക്കുന്നു. ഇതിനെയാണ് വ്യാവർത്തകപ്പാട്ടം എന്ന് മാർക്സ് വിളിക്കുന്നത്. എന്നാൽ, ഉത്പാദനക്ഷമത കുറഞ്ഞവയ്ക്കപോലും പാട്ടം ഈടാക്കാൻ ഭൂസ്വത്തിൽ അവകാശമുള്ള മുതലാളിത്ത ഭൂവുടമയ്ക്ക് സാധ്യമാണ്. ഇതാണ് കേവല പാട്ടം. അധ്വാനശക്തിയെപ്പോലെതന്നെ എല്ലാറ്റിനെയും ചരക്കാക്കി മാറ്റുക എന്നതാണ് മുതലാളിത്തത്തിന്റെ മറ്റൊരു സവിശേഷത. ഭൂസ്വത്തിനെയും ചരക്കാക്കി മാറ്റുന്ന മുതലാളിത്തത്തിന്റെ സവിശേഷതയെ മാർക്സ് ഇവിടെ വിശദീകരിക്കുന്നുണ്ട്.

തൊഴിലാളിക്ക് കൂലി, മൂലധനമുടമയ്ക്ക് പലിശ അടക്കമുള്ള ലാഭം, ഭൂവുടമയ്ക്ക് പാട്ടം എന്നീ മൂന്ന് ആദായങ്ങളാണ് മുതലാളിത്ത സമൂഹത്തിലുള്ളത്. ഇതിന്റെ ഉറവിടങ്ങളെ സംബന്ധിച്ച് ബൂർഷ്വാ ശാസ്ത്രജ്ഞന്മാരും മാർക്സിസ്റ്റ് ധനശാസ്ത്രജ്ഞന്മാരും തമ്മിൽ അഭിപ്രായഭിന്നതയുണ്ട്. മാർക്സ് അധ്വാനത്തെയും മൂലധനത്തെയും കാണുന്നത് വസ്തുവായിട്ടല്ല, ഓരോ തരത്തിലുള്ള സാമൂഹ്യബന്ധത്തിലാണ്. ഇത് വിശദീകരിക്കുന്ന 52-ാം അധ്യായത്തോടെയാണ് മൂലധനത്തിന്റെ മൂന്നാം വോള്യം അവസാനിക്കുന്നത്. അവിടെവെച്ച് മൂലധനം അപൂർണ്ണമായി അവസാനിക്കുന്നു. ഈ നിരീക്ഷണം ഇങ്ങനെയാണ് മാർക്സ് നടത്തുന്നത്: "അധ്വാനശക്തിയുടെ മാത്രം ഉടമകൾ, മൂലധനത്തിന്റെ ഉടമകൾ, ഭൂവുടമകൾ എന്നിവയുടെ വരുമാനത്തിന്റെ ഉറവിടങ്ങൾ യഥാക്രമം കൂലി, ലാഭം, തറപ്പാട്ടം എന്നിവയാണ്. മറ്റ വാക്കുകളിൽ പറഞ്ഞാൽ, കൂലിവേലക്കാർ, മുതലാളിമാർ, ഭൂവുടമകൾ എന്നിവരാണ് ആധുനിക ഉത്പാദനരീതിയിൽ അധിഷ്ഠിതമായ ആധുനിക സമൂഹത്തിലെ മൂന്ന് വലിയ വർഗങ്ങളായിത്തീരുന്നത്."

ഇങ്ങനെ ഇതിന്റെ അടിസ്ഥാനങ്ങളെ പറഞ്ഞുകൊണ്ടാണ് അപൂർണ്ണമായി ഇതിന്റെ കൈയെഴുത്തുപ്രതി അവസാനിക്കുന്നത്. അതിനുശേഷം അനുബന്ധം എന്ന നിലയിൽ ചില കാര്യങ്ങൾ

കാൾ മാർക്സ്

ഏംഗൽസ് എടുത്തു പറയുന്നുണ്ട്. മൂലധനത്തിന്റെ ഒന്നാം വോള്യവും മൂന്നാം വോള്യവും തമ്മിൽ വൈരുദ്ധ്യമുണ്ടെന്ന ബൂർഷ്വാസിയുടെ വാദത്തെ ഏംഗൽസ് ഇതിൽ തള്ളിക്കളയുന്ന. മാർക്സിസത്തിന്റെ ആശയവാദപരമായ എല്ലാവിധ വളച്ചൊടിക്കലിനും എതിരായി പ്ര യോഗിക്കാവുന്ന ഒന്നാന്തരം ഒരു ആയുധമാണ് 'മൂല്യത്തിന്റെ നിയമവും ലാഭനിരക്കും' എന്ന പേരില്ലുള്ള ഈ അനുബന്ധം. രണ്ടാം ഭാഗമെന്ന നിലയിൽ അതിനുശേഷം ഇതിന്റെ കൂടെ 'സ്റ്റോക്ക് എക്ചേഞ്ച്' എന്ന ഒരു അധ്യായവും കൂട്ടിച്ചേർക്കുന്ന. കോളനൈസേഷന്റെ പ്രശ്നം ഇവിടെ അദ്ദേഹം വിശദീകരിക്കുന്നുണ്ട്. ഏഴാം ഖണ്ഡികയിൽ ഇങ്ങനെ പറയുന്ന: "പിന്നീട് കോളനൈസേഷൻ. ഇന്ന് അവ തികച്ചും സ്റ്റോക്ക് എക്ചേഞ്ചിന്റെ കീഴിലായിരിക്കുന്ന. അതിന്റെ താൽപ്പര്യം വച്ചുകൊ ണ്ടാണ് വൻകോയ്മകൾ ഏതാനും കൊല്ലങ്ങൾക്കുമുമ്പ് ആഫ്രിക്ക പങ്കു വച്ചത്. ഫ്രഞ്ചുകാർ ട്യൂണീസും തോങ്കിനും പിടിച്ചടക്കിയത്. ആഫ്രിക്ക നേരിട്ട് കമ്പനികൾക്ക് പാട്ടത്തിന കൊടുത്തു. (നൈജർ, തെക്കേ ആഫ്രിക്ക, ജർമ്മൻ തെക്ക-പടിഞ്ഞാറൻ ആഫ്രിക്ക, ജർമ്മൻ കിഴക്ക നാഫ്രിക്ക). മാഷോണാലാൻഡ്ഡും നാറ്റാളും റോഡ്സ് പിടിച്ചെടുത്തതും സ്റ്റോക്ക് എക്ചേഞ്ചിനവേണ്ടിത്തന്നെ."

ഇങ്ങനെ സാമ്രാജ്യത്വത്തിന്റെ തലത്തിലേക്ക് മൂലധനം വികസി ക്കുന്ന പ്രക്രിയ ചൂണ്ടിക്കാണിച്ചുകൊണ്ട് മൂന്നാം വോള്യവും അവസാനി ക്കുകയാണ്. മുതലാളിത്തത്തിന്റെ പ്രവർത്തനരീതികളെ വിശകലനം ചെയ്യുകയും അതിന്റെ ശക്തിദൗർബല്യങ്ങളെ ശാസ്ത്രീയമായി പുറത്തു കൊണ്ടുവരികയും ചെയ്തു എന്നതാണ് ഇതിന്റെ സവിശേഷത. മാത്രമല്ല, മുതലാളിത്തം അനിവാര്യമായി എന്തുകൊണ്ട് തകരുമെന്നും സോഷ്യ ലിസവും കമ്മ്യൂണിസവും അനിവാര്യമായിത്തീരുന്നതിന്റെ അടിസ്ഥാന കാരണങ്ങളും ഇതിൽ വിശദീകരിക്കുന്ന.

ഫ്യൂഡലിസത്തിൽ നിന്ന് മുതലാളിത്തത്തിലേക്കുള്ള വളർച്ചയുടെ തലം ഇതിൽ വ്യക്തമാക്കുന്ന. കാർഷിക മേഖലയിൽ എങ്ങനെ യാണ് മുതലാളിത്തം വികസിക്കുന്നത് എന്ന കാര്യവും ഇതിൽ അഭി സംബോധന ചെയ്യപ്പെടുന്ന. മൂലധനത്തിന്റെ ഒന്നാം വോള്യത്തിൽ ഇംഗ്ലണ്ടിലെ കർഷകതൊഴിലാളികൾ അനുഭവിക്കുന്ന ബുദ്ധിമുട്ടുകൾ മാർക്സ് പ്രത്യേകം രേഖപ്പെടുത്തുന്നുണ്ട്. ആ സമൂഹത്തിലെ ഏറ്റവും ചൂഷണമനുഭവിക്കുന്ന വിഭാഗമായാണ് അവരെ പരിചയപ്പെടുത്തു ന്നത്. അക്കാലത്തെ നിരവധി സ്ഥിതിവിവരകണക്കുകൾ മാർക്സ്

ഇതിനായി ഉദ്ധരിക്കുന്നുണ്ട്. മൂലധനം ഉടനീളം പരിശോധിക്കുമ്പോൾ അക്കാലത്തെ സർക്കാരുകളുടേയും ബൂർഷ്വാ സാമ്പത്തിക ശാസ്ത്ര ജ്ഞന്മാരുടേയും കണക്കുകൾ ഉദ്ധരിച്ച കൊണ്ട് അവയെ ശരിയായ രീതിയിൽ വിശകലനം ചെയ്തുകൊണ്ടാണ് തന്റെ നിഗമനങ്ങളിൽ എത്തിച്ചേരുന്നത്.

മൂലധനം വിശകലനം ചെയ്യുന്നത് മുതലാളിത്തത്തിന്റെ സാമ്പ ത്തിക ഘടകങ്ങളെ മാത്രമല്ല സാഹിത്യം, രാഷ്ട്രീയം, സംസ്കാരം തുടങ്ങി അതിന്റെ വിവിധ മുഖങ്ങളിലേക്ക് അത് വിരൽ ചൂണ്ടുന്നുണ്ട്. അത്തര ത്തിൽ പ്രധാനപ്പെട്ട ഒന്നാണ് പരിസ്ഥിതിയുമായി ബന്ധപ്പെട്ടത്. മൂലധനത്തിൽ ഇങ്ങനെ പറയുന്നുണ്ട്. "എല്ലാ സമ്പത്തിന്റേയും മൂല സ്രോതസുകളായ മണ്ണിനേയും തൊഴിലാളിയേയും ഊറ്റിക്കുടിച്ചുകൊണ്ട് മാത്രമാണ് മുതലാളിത്ത ഉത്പാദനം സാങ്കേതിക വിദ്യ വളർത്തുകയും ഒരു സമസ്തസൃഷ്ടിയായി വിവിധ പ്രക്രിയകളെ സംയോജിപ്പിക്കുകയും ചെയ്യുന്നത്."മുതലാളിത്തം എന്നത് പ്രകൃതിയേയും തൊഴിലാളിയേയും ചൂഷണം ചെയ്യുന്ന ഒന്നാണ് എന്ന കാഴ്ചപ്പാട് മൂലധനം തന്നെ മുന്നോട്ട് വെക്കുന്നുണ്ട് എന്നർത്ഥം.

ലാഭക്കണ്ണോടെ മുതലാളിത്തം ഇടപെടുന്നത് കാർഷികമേഖലയേ യും തൊഴിലാളികളേയും ബാധിക്കുന്ന പ്രശ്നവും മാർക്സ് മൂലധനത്തിൽ വിശദീകരിക്കുന്നുണ്ട്. അത് ഇത്തരത്തിലാണ്. "മുതലാളിത്ത കൃഷിയി ലുണ്ടായ എല്ലാ പുരോഗതിയും, തൊഴിലാളിയെ മാത്രമല്ല മണ്ണിനേയും കൊള്ളയടിക്കുന്ന കലയിലെ ഒരു പുരോഗതിയാണ്. തൽക്കാലത്തേ ക്ക് മണ്ണിന്റെ വളക്കൂറ് ഉയർത്തുന്നതിലുണ്ടായ എല്ലാ പുരോഗതിയും ആ വളക്കൂറിന്റെ ശാശ്വതമായ ഉറവിടങ്ങളെ വറ്റിക്കുന്നതിലേക്കുള്ള ഒരു പുരോഗതിയാണ്. അമേരിക്കൻ ഐക്യനാട്ടുകളിൽ എന്ന പോലെ, ആധുനിക വ്യവസായത്തിന്റെ അടിത്തറയിന്മേൽ ഒരു രാജ്യം എത്ര ത്തോളം കൂടുതൽ അതിന്റെ വികസനം തുടങ്ങുന്നുവോ അത്രത്തോളം കൂടുതൽ സത്വരമാണ് ഈ നശീകരണ പ്രക്രിയ."

അതേ അവസരത്തിൽ പ്രകൃതിയെ തൊടാൻ പാടില്ലെന്ന വാദത്തേയും മാർക്സ് ഖണ്ഡിക്കുന്നുണ്ട്. മാത്രമല്ല അത് മനുഷ്യന്റെ നിലനിൽപിന് വേണ്ടി പ്രകൃതി അടിച്ചേൽപ്പിച്ച ഉപാധിയാണെന്നും അത് വ്യക്തമാക്കുന്നു. "അധ്വാന പ്രക്രിയ എന്നത് ഉപയോഗമൂല്യങ്ങളെ ഉത്പാദിപ്പിക്കുക എന്ന ഉദ്ദേശത്തോടുകൂടി ചെയ്യുന്ന മനുഷ്യപ്രവർത്ത നമാണ്. പ്രകൃതി വിഭവങ്ങളെ മാനുഷിക ആവശ്യങ്ങൾക്കുവേണ്ടി മാറ്റി

എടുക്കുക എന്ന പ്രക്രിയയാണ് അത്. മനുഷ്യനും പ്രകൃതിക്കുമിടയിൽ ഭൗതിക പദാർത്ഥങ്ങളെ വിനിമയം ചെയ്യാൻ അവശ്യോപാധിയാണ് അത്. മനുഷ്യന്റെ നിലനിൽപിന് വേണ്ടി പ്രകൃതി അടിച്ചേൽപിച്ച ഒരു ശാശ്വത ഉപാധിയാണ്." പ്രകൃതിവാദത്തിന്റെ യാന്ത്രികതയിൽ നിന്ന് വിമോചിപ്പിച്ചുകൊണ്ടുള്ള നിലപാടാണ് ഇത് എന്ന് പ്രത്യേകം പറയേണ്ടതില്ലല്ലോ.

ഇന്ത്യയിലെ സവിശേഷമായ സാമൂഹ്യപ്രശ്നങ്ങളും മൂലധനത്തിൽ കടന്നുവന്നിട്ടുണ്ട്. അവയിൽ പലതും ബ്രിട്ടനിൽ നിന്നുകൊണ്ട് ലഭിച്ചിട്ടു ള്ള വിജ്ഞാനത്തിന്റെ അടിസ്ഥാനത്തിലാണ്. ഇന്ത്യയിലെ ജാതിവ്യവ സ്ഥയുടെ സവിശേഷതകൾ ഇതിൽ മുന്നോട്ട് വെക്കുന്നുണ്ട്. ഇന്ത്യയിലെ കുടിൽ വ്യവസായത്തിന്റേയും തുണിനെയ്ത്തിന്റേയും സവിശേഷതകളും ഇതിലുണ്ട്. ഇതിൽ മാർക്സ് ഇങ്ങനെ ഇക്കാര്യം രേഖപ്പെടുത്തുന്നുണ്ട്.

"സൗന്ദര്യത്തിലും നേർമയിലും ഡാക്കായിലെ മസ്ലിൻ തുണികളേയും അഴിവില്ലാത്ത വർണ്ണ ഭംഗിയിൽ കൊറോമാൻഡൽ പ്രദേശത്തെ കാലിക്കോ തുടങ്ങിയ തുണിത്തരങ്ങളേയും അതിശയിക്കാൻ ഇന്നുവരെ കഴിഞ്ഞിട്ടില്ല. എങ്കിലും അവയെല്ലാം ഉത്പാദിപ്പിക്കപ്പെട്ട നത് മൂലധനം, യന്ത്രങ്ങൾ, തൊഴിൽ വിഭജനം തുടങ്ങി യൂറോപ്പിലെ നിർമ്മാണ വ്യവസായങ്ങൾ ഏർപ്പെട്ടിരിക്കുന്നവർക്കുള്ള അനുകൂല സാഹചര്യങ്ങൾ ഒന്നുമില്ലാതെയാണ്." തുടർന്ന് അതിന്റെ സവിശേ ഷതകൾ ഏറെ വിശദമായി തന്നെ മാർക്സ് രേഖപ്പെടുത്തുന്നുണ്ട്.

ഇന്ത്യൻ സമൂഹത്തെ സംബന്ധിച്ചും മാർക്സ് വ്യക്തമാക്കുന്നുണ്ട്.

"ഇന്ത്യയിലെ ചെറിയ അതിപ്രാചീന സമുദായങ്ങൾ ഭൂമിയുടെ പൊതുവായ കൈവശാവകാശത്തേയോ കൃഷിയുടേയും കൈത്തൊഴില് കളുടേയും കൂട്ടിയിണക്കലിനേയോ അടിസ്ഥാനപ്പെടുത്തിയവായിരുന്നു. ഇത്തരം സമുദായങ്ങളിലെ അധ്വാന വിഭജന രീതി മാറ്റാനാവുമായി രുന്നില്ല." തുടർന്ന് ഇന്ത്യയിലെ വിവിധ തൊഴിലുകളെ സംബന്ധിച്ച് വിശദീകരിക്കുന്നുണ്ട്. ഇവ വിശദീകരിച്ചതിന് ശേഷം അദ്ദേഹം എത്തി ച്ചേരുന്ന നിഗമനം ഇതാണ്. "ഏഷ്യാറ്റിക് ഭരണകൂടങ്ങൾ അനവരതം നശിക്കുകയും വീണ്ടും തളിരിട്ടുകയും ചെയ്യും. ഭരണവംശങ്ങളും നിര ന്തരമായി മാറി വരും. സമൂഹത്തിലെ സാമ്പത്തിക ഘടകങ്ങളുടെ ഘടന രാഷ്ട്രീയ അന്തരീക്ഷത്തിലെ കൊട്ടങ്കാറ്റുകൾക്ക് അതീതമായി വർത്തിക്കുന്നു." ഇത്തരത്തിൽ മാറ്റത്തിന് വിധേയമാവാത്ത ഒരു സമൂഹം എന്ന നിലയില്ലുള്ള കാഴ്ചപ്പാടാണ് ഇന്ത്യൻ സൊസൈറ്റിയെ

സംബന്ധിച്ച് അക്കാലത്തെ അറിവുകൾ വെച്ചുകൊണ്ട് മൂലധനത്തിൽ വിലയിരുത്തിയിരിക്കുന്നത്.

ലോകത്തിലെ വിവിധ സമൂഹങ്ങളിലെ ഉത്പാദനത്തേയും മറ്റം സൂക്ഷ്മമായ പരിശോധനയ്ക്ക് വിധേയമാക്കിക്കൊണ്ടാണ് മാർക്സ് മുന്നോട്ട് പോകുന്നത്. അക്കാലത്തെ സാഹിത്യകൃതികളുടെ സവിശേ ഷതകളിലൂടെയും ഇത് കടന്ന് പോകുന്നുണ്ട്. ഇവയെല്ലാം പരിചയപ്പെ ടുത്തിക്കൊണ്ട് നാളത്തെ ലോകം സോഷ്യലിസത്തിന്റേതാണ് എന്ന് സ്ഥാപിക്കുന്നതിനുള്ള ശാസ്ത്രീയ അടിത്തറയാണ് ഈ പുസ്തകത്തിലൂടെ നിർവ്വഹിക്കപ്പെട്ടിട്ടുള്ളത്. മുതലാളിത്തം കടുത്ത സാമ്പത്തിക പ്രതിസ ന്ധിയിലേക്ക് നീങ്ങിയ വർത്തമാനകാലത്ത് അതിന്റെ ഉത്തരം തേടി ലോകത്താകമാനമുള്ള ജനത മൂലധനത്തിലേക്ക് നീങ്ങിയത് മേൽപ്പ റഞ്ഞ രീതിയിലുള്ള വിശകലനങ്ങൾ അതിൽ ഉൾച്ചേർന്നതിനാലാണ്.

മൂലധനം സാമ്പത്തികശാസ്ത്രത്തെ അടിസ്ഥാനപ്പെ
ടുത്തിയുള്ള പുസ്തകമായാണ് പൊതുവെ വിലയിരുത്തു
ന്നത്. സാമ്പത്തിക ഘടനയെ സംബന്ധിച്ച് വില
യിരുത്തുമ്പോൾ വിശ്വസാഹിത്യത്തിലെ നിരവധി
പരാമർശങ്ങൾ മാർക്സ് ഇതിൽ ഉൾച്ചേർത്തിട്ടുണ്ട്.

# 'മൂലധന'ത്തിലെ സാഹിത്യ
# പരാമർശങ്ങൾ

മുതലാളിത്ത സമ്പദ്‌വ്യവസ്ഥയുടെ സവിശേഷതകളാണ് മാർക്സ്
മൂലധനത്തിൽ വിശദീകരിക്കുന്നത്. മുതലാളിത്ത സാമ്പത്തിക
ഘടനയെ സംബന്ധിച്ച് വിശദീകരിക്കുന്ന ഘട്ടത്തിൽ അക്കാലത്തെ
നിരവധി സാഹിത്യ കൃതികളിലെ പരാമർശങ്ങളും കാഴ്ചപ്പാട്ടുകളും
മാർക്സ് ഇതിൽ ഉപയോഗിക്കുന്നുണ്ട്. ഗ്രീക്ക് സാഹിത്യം തൊട്ട്
അക്കാലത്തെ പ്രസിദ്ധമായ നിരവധി സാഹിത്യ കൃതികൾ ഇതിൽ
പരാമർശവിഷയമാകുന്നു. ഏച്ചുകൂട്ടിയല്ല അതിൽ ഉൾച്ചേർത്തുകൊ
ണ്ടാണ് ഇതിന്റെ അവതരണമെന്ന സവിശേഷതയുമുണ്ട്.

മാർക്സ് സാഹിത്യസംബന്ധമായ ഗ്രന്ഥങ്ങളൊന്നും എഴുതിയിട്ടി
ല്ലെങ്കിലും അദ്ദേഹത്തിന്റെ പരാമർശങ്ങളിൽ നിന്ന് സാഹിത്യത്തോ
ട്ടുള്ള സമീപനം വ്യക്തമാകുന്നുണ്ട്. ഇതിനെ ഉൾക്കൊണ്ടുകൊണ്ടാണ്
ഇ.എം.എസ് പിൽക്കാലത്ത് സാഹിത്യസമീപനത്തെ സംബന്ധിച്ച
കാഴ്ചപ്പാട് അവതരിപ്പിച്ചത്. ഇതു സംബന്ധിച്ച് സാംസ്കാരിക രംഗവും
വിപ്ലവ പ്രസ്ഥാനവും എന്ന പ്രസംഗത്തിൽ ഇ.എം.എസ് ഇങ്ങനെ
പറയുന്നുണ്ട്.

മാർക്സും ഏംഗൽസും ഒരു ഫ്രഞ്ച് സാഹിത്യകാരനായിരുന്ന ബൽസാ
ക്കിനെക്കുറിച്ചെഴുതി. അദ്ദേഹം ആശയപരമായി നോക്കിയാൽ

പിന്തിരിപ്പൻ വർഗത്തിന്റെ പ്രതിനിധിയാണ്. പക്ഷേ, അദ്ദേഹം ഒരു കലാകാരനാണ്. കലാകാരനായതുകൊണ്ട് അദ്ദേഹം സമൂഹത്തെ സത്യസന്ധമായിക്കണ്ടു. അതിന്റെ ഫലമായി അദ്ദേഹത്തിന്റെ രചന നിലവില്ലുള്ള സമൂഹമേധാവിത്വത്തിനെതിരായ കലാപത്തിനുള്ള ആഹ്വാനമായിത്തീർന്നു.

ഇതുതന്നെ പിന്നീട് ലെനിൻ ടോൾസ്റ്റോയിയെക്കുറിച്ചും പറഞ്ഞു. റഷ്യൻ വിപ്ലവത്തിന്റെ കണ്ണാടിയാണ് ടോൾസ്റ്റോയിയുടെ നോവലുകൾ എന്നാണ് ലെനിൻ പറഞ്ഞത്. ടോൾസ്റ്റോയി ആശയപരമായി ഒരു പിന്തിരിപ്പനാണ്. പക്ഷേ, അദ്ദേഹമൊരു കലാകാരനാണ്. അതുകൊണ്ട് സമൂഹത്തെ സത്യസന്ധമായിക്കണ്ടു.

ടോൾസ്റ്റോയിയുടെ യുദ്ധവും സമാധാനവും എന്ന നോവൽ അത്യു ജ്ജ്വലമാണ്. അദ്ദേഹമൊരു ഫ്യൂഡൽവർഗത്തിന്റെ പ്രതിനിധിയാണ്. ഫ്യൂഡൽബന്ധത്തിന്റേതായ ആശയങ്ങളാണ് അദ്ദേഹത്തിനുണ്ടായി രുന്നത്. അദ്ദേഹത്തിന്റെ സങ്കൽപ്പങ്ങൾ, സ്വപ്നങ്ങൾ മുതലായതെ ല്ലാം ഫ്യൂഡൽവർഗത്തിന്റേതായിരുന്നു. പക്ഷേ, അദ്ദേഹം യുദ്ധവും സമാധാനവും എന്ന ആ ബൃഹദ്ഗ്രന്ഥമായ നോവൽ എഴുതിയപ്പോൾ അതിൽ വന്നത് റഷ്യൻ സമൂഹമാണ്, റഷ്യൻ സമൂഹത്തിനകത്ത് വളർന്നുകൊണ്ടിരിക്കുന്ന വിപ്ലവശക്തികളാണ്. അതുകൊണ്ടാണ് ലെനിൻ ടോൾസ്റ്റോയിയുടെ നോവലുകളെ റഷ്യൻ വിപ്ലവത്തിന്റെ കണ്ണാടി എന്നു വിളിച്ചത്.

ഈ വൈരുധ്യം പല സാഹിത്യകാരന്മാരിലും കാണാം. എന്തുകൊ ണ്ട്? ഓരോ ആളും അതതു കാലത്തെ, അതത് രാജ്യത്തെ, നിലവില്ലുള്ള സമൂഹത്തിന്റെ സൃഷ്ടിയാണ്. കലാകാരന്മാരുമതേ, രാഷ്ട്രീയക്കാരുമതേ, ദാർശനികരുമതേ, രാജാക്കന്മാരും ചക്രവർത്തിമാരും പട്ടാളമേധാവി കളുമൊക്കെയതേ -- അവരെല്ലാം ഒരു വർഗത്തിന്റെ സൃഷ്ടിയാണ്.

പക്ഷേ, കലാകാരൻ ഒരു ഉത്തമകലാകാരനാണെങ്കിൽ, ആ കലാകാരന് തന്റെ വർഗപരിമിതികൾക്കതീതമായി സമൂഹത്തെ ആകെ കാണാൻ കഴിയും. അതാണ് ബൽസാക്കിന്റെ കാര്യത്തിൽ മാർക്സും ഏംഗൽസും ടോൾസ്റ്റോയിയുടെ കാര്യത്തിൽ ലെനിനും ചൂണ്ടി ക്കാണിച്ചത്.''

സാഹിത്യകൃതികളെ സംബന്ധിച്ച സമീപനം മാത്രമല്ല സാഹി ത്യഗ്രന്ഥങ്ങളേയും അവയിൽ പ്രതിപാദിക്കുന്ന ജീവിത വീക്ഷണങ്ങ ളേയും എത്ര അഗാധമായാണ് മാർക്സ് ഉൾക്കൊണ്ടിട്ടുള്ളത് എന്ന്

മൂലധനത്തിൽ നിന്നുതന്നെ വ്യക്തമാകുന്നുണ്ട്. മൂലധനത്തിന്റെ ഒന്നാം വോള്യം മാർക്സ് തന്നെയാണ് എഡിറ്റ് ചെയ്തത്. രണ്ടും മൂന്നും വോള്യങ്ങൾ ഏംഗൽസാണ് പ്രസിദ്ധീകരിക്കുന്നത്. മാർക്സ് തന്നെ പ്രസിദ്ധീകരിച്ച ഒന്നാം വോള്യം സാഹിത്യ പരാമർശങ്ങളാൽ ഏറെ സമ്പന്നമാണ്.

ഗ്രീക്ക് സാഹിത്യത്തെ മാർക്സ് ഏറെ എടുത്തു പറഞ്ഞിട്ടുണ്ട്. ഹോമറും സോഫോക്ലിസും എല്ലാം മാർക്സിന്റെ ചിന്താമണ്ഡലത്തിൽ നിറഞ്ഞു നിൽക്കുന്നു. ഈസോപ്പ് കഥകൾ പോലുള്ളവയും മാർക്സിന്റെ കണ്ണിൽ പെടാതെ പോയില്ല. ജർമ്മൻ, സ്പാനിഷ്, പോർച്ചുഗൽ, ഫ്രഞ്ച്, ഇംഗ്ലീഷ് തുടങ്ങിയ ഭാഷകളിലെ സാഹിത്യകൃതികളെല്ലാം മൂലധനത്തിൽ പലവിധത്തിൽ പരാമർശവിധേയമാകുന്നുണ്ട്. ഷേക്സ്പിയറുടെ നാട കങ്ങളിലെ പല ഭാഗങ്ങളും മുതലാളിത്തത്തിന്റെ സവിശേഷതകളെ വിലയിരുത്തുന്നതിന് വേണ്ടി ദീർഘമായിത്തന്നെ ഉദ്ധരിക്കുന്നുണ്ട്. ഗെയ്ഥെയുടെ ഫോസ്റ്റിലെ നിരവധി ഉദ്ധരണികളും ഇതിൽ ഉണ്ട്.

മുതലാളിത്തത്തിന്റെ സവിശേഷത വിശദീകരിച്ചശേഷം അത് സാഹിത്യകൃതികളിലെ ചില കഥാപാത്രങ്ങളുമായി താരതമ്യപ്പെടു ത്തുന്ന രീതി ചില ഭാഗങ്ങളിൽ കാണാം. താൻ ചൂണ്ടിക്കാണിക്കുന്ന സാമ്പത്തിക അവസ്ഥ പ്രസ്തുത സാഹിത്യകൃതിയിൽ പരാമർശിക്കുന്ന അവസ്ഥ തന്നെയാണ് എന്നും താരതമ്യത്തിലൂടെ മാർക്സ് വ്യക്തമാക്കു ന്നു. പഴഞ്ചൊല്ലുകളും ശൈലികളുമെല്ലാം പല ഭാഗത്തും നിറഞ്ഞുനിൽ ക്കുന്നുണ്ട്. ഒരു സാഹിത്യ സിദ്ധാന്തവും ആ നിലയിൽ മാർക്സ് ഇതിൽ അവതരിപ്പിക്കുന്നില്ല. എന്നാൽ, സാഹിത്യകൃതികളോടുള്ള സമീപനം എന്തായിരിക്കണം എന്ന് വിരൽ ചൂണ്ടുന്നതാണ് മൂലധനത്തിലെ സാഹിത്യ പരാമർശങ്ങൾ.

## ഗ്രീക്ക് കൃതികളിൽ നിന്നുള്ള പരാമർശങ്ങൾ

മുതലാളിത്ത സമുദായത്തിലെ സമ്പത്ത്, ചരക്കുകളുടെ കൂറ്റൻ കൂമ്പാരമായിട്ടാണ് പ്രത്യക്ഷപ്പെടുന്നത് എന്ന് പ്രഖ്യാപിച്ചുകൊണ്ടാണ് മൂലധനം ആരംഭിക്കുന്നത്. ഇത് സംബന്ധമായ വിശദീകരണത്തിലേ ക്ക് മാർക്സ് കടക്കുമ്പോൾ ഒരു വസ്തുവിന്റെ മൂല്യം അനേകം ഭിന്ന വസ്തു ക്കളുടെ രൂപത്തിൽ പ്രകാശിപ്പിക്കുന്നുണ്ട് എന്ന് പറയുന്നു. ഹോമറുടെ കൃതികളിലും ഇത്തരമൊരു അവസ്ഥയുണ്ടെന്ന് മാർക്സ് നിരീക്ഷിക്കുന്നു. ഇത് ഹോമറിന്റെ കൃതികളിലെ സാമ്പത്തികവ്യാഖ്യാനത്തിന്റെ തലത്തിലേക്ക് വിരൽ ചൂണ്ടുന്നു.

## കാൾ മാർക്സ്

സാമൂഹ്യ ഉത്പാദനത്തിന്റെ ഭാഗമായി വിവിധ ശാഖകൾ ഉണ്ടാ കുന്നതിന്റെ ഭാഗമായി ചരക്കുകൾ നന്നായി ഉണ്ടാകുന്ന സാഹചര്യ ത്തെക്കുറിച്ച് മാർക്സ് മൂലധനത്തിൽ പറയുന്നുണ്ട്. ഈ സാഹചര്യത്തിൽ മനുഷ്യർ അവരുടെ താൽപ്പര്യവും കഴിവുകളുമനുസരിച്ച് ഏതെങ്കിലും പ്രവർത്തനരംഗങ്ങൾ തെരഞ്ഞെടുക്കുന്ന എന്നും തുടർന്ന് പറയുന്ന. അതിനുശേഷം അടിക്കുറിപ്പായി ഹോമറിന്റെ ഒഡീസിയിലുള്ള "ആളുകൾ ഭിന്നരുചിക്കാരാണ്. ചിലർ ഒരു വസ്തുവിനേയും മറ്റ ചിലർ വേറൊന്നിനേയും ഇഷ്ടപ്പെടുന്ന" എന്ന കാര്യം രേഖപ്പെടുത്തുന്ന. അതോടൊപ്പം, ആർക്കിലോസിന്റെ സാക്സ് എംപിരികസിൽ നിന്നും ഉള്ള "പലതരം ആളുകൾക്ക് പലതരം ജോലികളിൽ നിന്നാണ് ആനന്ദം ഉളവാകുന്നത്" എന്ന കാര്യവും രേഖപ്പെടുത്തുന്ന.

എല്ലാം പണത്തിന്റെ അടിസ്ഥാനത്തിൽ കണക്കാക്കപ്പെടുക എന്ന പ്രശ്നവും സ്വർണ്ണം പണത്തിന്റെ പകരമായിത്തീരുകയും ചെയ്യുന്ന കാര്യവും അവതരിപ്പിച്ചുകൊണ്ട് ഇങ്ങനെ മൂലധനത്തിൽ രേഖപ്പെടു ത്തുന്നു.

"സാമ്പത്തികവും ധാർമ്മികവുമായ ക്രമങ്ങളെ തകിടം മറിക്കുന്ന എന്ന നിലയ്ക്ക്, ഭൂമിയുടെ അന്തരാളങ്ങളിൽ നിന്നും പ്ലൂട്ടസിനെ (പാതാള ദേവത) മുടിയിൽ പിടിച്ച് വലിച്ച പുറത്തുകൊണ്ടുവന്ന ആധുനിക സമുദായം, അതിന്റെ സ്വന്തം ജീവിതത്തിന്റെ പ്രമാണത്തിന്റെ ഉജ്ജ്വല അവതാരമെന്നപോലെ, അതിന്റെ പരിശുദ്ധ താലമെന്ന പോലെ, സ്വർണ്ണത്തെ സ്വീകരിക്കുന്ന."

അഥീനിയോസ് ലാഭക്കൊതി പ്ലൂട്ടോയെ പോലും ഭൂഗർഭത്തിൽ നിന്ന് പുറത്തേക്ക് വലിച്ചുകൊണ്ടുവരാൻ ആഗ്രഹിക്കുന്ന എന്ന കാര്യവും രേഖപ്പെടുത്തിയിട്ടുണ്ട്. ഗ്രീക്ക് സാഹിത്യത്തിൽനിന്ന് മേൽപ്പ റഞ്ഞ കാര്യം വിശദീകരിച്ചശേഷം അടിക്കുറിപ്പായി സോഫോക്ലീസിന്റെ പ്രസിദ്ധമായ ആന്റിഗണിയിലെ ഒരു ഭാഗം ഉദ്ധരിക്കുന്നുമുണ്ട്. അത് ഇങ്ങനെയാണ്:

"ലോകത്തിൽ എന്തെല്ലാം വഷളത്തരങ്ങളുണ്ടോ അവയിൽ ഏറ്റവും വല്യത് പണമാണ്. പട്ടണങ്ങൾ നശിപ്പിക്കുന്നതും മനുഷ്യരുടെ കുടുംബ ബന്ധങ്ങളെ ഛേദിക്കുന്നതും പണംമാത്രമത്രെ! അത് നൈസർഗ്ഗി കമായ പരിശുദ്ധിയെ വികൃതപ്പെടുത്തുകയും ഭ്രഷ്ട് കൽപിക്കുകയും ചെയ്യുന്ന; എന്നതന്നെയല്ല, മനുഷ്യനെ നാണം കെട്ടവനാക്കുന്ന."

# കാൾ മാർക്സ്

സമ്പത്തിനെ പ്രധാനമായി കണക്കാക്കുന്ന ഒരു സമൂഹത്തിന്റെ ആപത്തുകളെ സംബന്ധിച്ച് സൂചിപ്പിക്കുന്നതിനാണ് സോഫോക്ലീസി ന്റെ പ്രസിദ്ധമായ ആന്റിഗണിയിലെ ഈ ഭാഗം മാർക്സ് അവതരിപ്പിക്ക ന്നത്. അതുവഴി ആന്റിഗണി എന്ന നാടകത്തിന്റെ ഒരു വ്യാഖ്യാനമായി ഇത് മാറുകയും ചെയ്യുന്നുണ്ട്.

ഗ്രീക്ക് പുരാണത്തിലെ ഒരു കഥാപാത്രമാണ് സിസിഫസ്. നാറാണത്ത് ഭ്രാന്തനെ പോലെ പാറക്കല്ല് ഉരുട്ടി മലമുകളിലേക്ക് കയറ്റി അവിടെ നിന്ന് കീഴോട്ട് ഉരുട്ടുക എന്ന സ്വഭാവമായിരുന്ന ഈ കഥാപാത്രത്തിന്. ഈ കഥാപാത്രത്തെ മാർക്സ് ഓർമ്മിപ്പിക്കുന്ന ഭാഗമുണ്ട് മൂലധനത്തിൽ.

"പണത്തിന്റെ പരിണാമാത്മകമായ പരിമിതത്വവും ഗുണപരമായ അപാരതയും തമ്മിലുള്ള ഈ പ്രതിയോഗിത, പണം ശേഖരിച്ച് കൂട്ടുന്നതിന്,സിസിഫസിനെ പോലെ ഭഗീരഥപ്രയത്നം ചെയ്യാൻ പൂഴിവെയ്ക്കാരനും നിരന്തരമായ ഉത്തേജനം നൽകുന്നു. പിടിച്ചടക്കി ക്കഴിഞ്ഞ ഓരോ രാജ്യത്തേയും പിടിച്ചടക്കാനുള്ള മറ്റൊരു രാജ്യത്തി ന്റെ അതിർത്തി രേഖയായി മാത്രം കാണുന്ന ഒരു വിജിഗീഷുവിനെ പോലെയാണ് അയാളും.''

പണം സമ്പാദിക്കുന്നതിന് ഭഗീരഥപ്രയത്നം ചെയ്യുന്ന അവസ്ഥ യിലേക്ക് മാറുന്ന സ്ഥിതിയെ സൂചിപ്പിക്കുന്നതിന് വേണ്ടിയാണ് ഈ കഥാപാത്രത്തെ മാർക്സ് അവതരിപ്പിക്കുന്നത്.

ഒരു സാധനത്തിന്റെ മൂല്യത്തെ എപ്പോഴെങ്കിലും പണത്തിന്റെ രൂപത്തിൽ നിശ്ചയിക്കേണ്ട പ്രശ്നം വരുമ്പോൾ പണം 'കണക്കുവെ ക്കാനുള്ള നാണയ'മായിട്ടാണ് സേവനമനുഷ്ഠിക്കുന്നത് എന്ന് മാർക്സ് പറയുന്നു. തന്റെ ഈ വാദത്തെ അവതരിപ്പിക്കുന്നതിന് ഗ്രീക്കിലെ അഥീനിയൻസിന്റെ ഡെയ്പ്നോസ് സോഫിസ്റ്റിക്ക് എന്നതിലെ ഒരു ഭാഗത്തെ പരാമർശിക്കുകയും ചെയ്യുന്നു. എന്തിനാണ് ഗ്രീക്കുകാർ പണം ഉപയോഗിച്ചതെന്ന് അനാർക്കലീസിനോട് ചോദിച്ചപ്പോൾ അദ്ദേഹം മറുപടി പറഞ്ഞു "കണക്കുവെക്കുന്നതിന്.'' ഇത്തരത്തിൽ ഈ ആശയം മാർക്സ് അവതരിപ്പിക്കുന്നു.

മൂലധനത്തിലേക്കുള്ള പണത്തിന്റെ പരിവർത്തനത്തെ ചരക്കുക ളുടെ വിനിമയത്തെ ക്രമീകരിക്കുന്ന നിയമങ്ങളുടെ അടിസ്ഥാനത്തിൽ മാർക്സ് വിശദീകരിക്കുന്നുണ്ട്. ഇവിടെയാണ് ഈസോപ്പ് കഥകളിൽ

നിന്നുള്ള "ഇത് റോഡ്ആണ് ഇവിടെ ചാടിയാലും" എന്ന കാര്യം അവത രിപ്പിക്കുന്നത്. ഈസോപ്പ് കഥകളിൽ ഒന്നിൽ റോഡ്സ് ദ്വീപിൽവെച്ച് ഒരിക്കൽ താനൊരു വലിയ ചാട്ടം ചാടി എന്ന് ഒരാൾ വീമ്പടിച്ചു. ആ വീമ്പടിച്ച നിൽക്കുന്നവന്റെ ഉള്ള കള്ളി തുറന്നുകാട്ടുന്നതിനാണ് മേൽപ്പ റഞ്ഞ പ്രയോഗം കഥയിൽ നടത്തുന്നത്. ആ സംഭവത്തെയാണ് മാർക്സ് ഇവിടെ സൂചിപ്പിക്കുന്നത്.

തൊഴിൽ വിഭജനവുമായി ബന്ധപ്പെട്ട കാര്യങ്ങൾ മാർക്സ് മൂലധന ത്തിൽ അവതരിപ്പിക്കുന്നുണ്ട്. അതിൽ സ്പാർട്ടക്കാരും അഥീനിയക്കാ രും തമ്മിലുള്ള യുദ്ധത്തിന്റെ പശ്ചാത്തലത്തിൽ ഉയർന്നുവന്ന ചില കാര്യങ്ങൾ അനുസ്മരിക്കുന്നു. അഥീനിയക്കാരെ പൗലാപ്പൊനേഷ്യൻ യുദ്ധത്തിന് ആഹ്വാനം ചെയ്യുകൊണ്ട് നടത്തുന്ന പ്രസംഗത്തിൽ പെരിക്ലിസിനെ കൊണ്ട് തുസിഡൈഡസ് പറയിക്കുന്ന കാര്യം ഇവിടെ കടന്നുവരുന്നു. മൂലധനത്തിൽ അത് ഇങ്ങനെയാണ് രേഖപ്പെടുത്തുന്നത്.

"സ്വന്തം ഉപയോഗത്തിന് വേണ്ടി വസ്തുക്കൾസ്വയം ഉത്പാദിപ്പിക്ക ന്ന ആളുകൾ യുദ്ധ കാലത്ത് അവരുടെ സമ്പത്തിനേക്കാൾ കൂടുതൽ എളുപ്പത്തിൽ ജീവൻ അപകടത്തിലാക്കാൻ തയ്യാറാകുന്നു."

ഭൗതിക ഉത്പാദനത്തെ സംബന്ധിച്ചിടത്തോളം തൊഴിൽ വിഭജന ത്തേക്കാൾ സ്വയം സമ്പൂർണ്ണതയായിരുന്നു അവരുടെ ആദർശമെന്നും മാർക്സ് ഇവിടെ പറഞ്ഞുവെക്കുന്നുമുണ്ട്.

പുതിയ യന്ത്രങ്ങൾ നിർമ്മിക്കപ്പെട്ടുമ്പോൾ ഉണ്ടാകുന്ന മാറ്റങ്ങളെ സംബന്ധിച്ച് മൂലധനത്തിൽ പരിശോധിക്കുന്നുണ്ട്. ആ ഘട്ടത്തിൽ സിസറോയുടെ കാലത്ത് ജീവിച്ചിരുന്ന ഗ്രീക്ക് കവിയായ അന്തിപ ത്രോസ് എഴുതിയ കാവ്യത്തെ സൂചിപ്പിച്ചശേഷം മാർക്സ് ഇങ്ങനെ പറയുന്നുണ്ട്.

"അന്ന് കണ്ടുപിടിക്കപ്പെട്ട ധാന്യം പൊടിക്കുന്ന ജല ചക്രത്തെ - എല്ലാ യന്ത്രങ്ങളടേയും പ്രാക് രൂപമായ ഒരു കണ്ടുപിടിത്തമായിരുന്ന അത് - അടിമപ്പെണ്ണങ്ങളുടെ സ്വാതന്ത്ര്യദായകനായും സുവർണ്ണയുഗ ത്തിന്റെ പുനഃപ്രതിഷ്ഠകനായും വാഴ്ത്തി."

ഇത്തരത്തിൽ വാഴ്ത്തിയ കവിതയെ അടിക്കുറിപ്പായി നൽകുന്നതിനും മാർക്സ് തയ്യാറാവുന്നു. അത് ഇങ്ങനെയാണ്.

"എപ്പോഴും ധാന്യം പൊടിക്കുന്ന കൈകൾക്കൊ-
രല്ലമിളവു കൊടുത്തുകൊണ്ടേ

കാൾ മാർക്സ്

"മെല്ലെ മൃദുവായിനിയൊന്നുറങ്ങുവിൻ
മില്ലിലെക്കൊച്ച തരുണിമാരേ
പാഴിൽ വിളംബരം ചെയ്യ‌കൊള്ളട്ടെ പൃ-
ങ്കോഴിയുദയമായെന്ന കാര്യം!
കല്പിച്ച ദേവ നീ നിങ്ങൾതൻ വേലക-
ളുപസരഃകന്യമാർ ചെയ്യ‌കൊള്ളാൻ.
ചന്തമായിത്തുള്ളിക്കളിക്കുന്നിതാ ജല
ചക്രങ്ങളിലവർ മന്ദമന്ദം
ചുറ്റുന്നിലകളോടച്ചതണ്ടങ്ങനെ
കട്ടിത്തിരികൽ കറങ്ങുമാരേ
പൂർവ്വികന്മാരുടെ ജീവിതസൗഭഗ-
മീവിധം നമ്മളനുഭവിക്ക;
ദേവിയരുളിയ ഭാഗ്യങ്ങൾ വിശ്രമ-
പൂർവ്വകമിന്നു നാമാസ്വദിക്ക."

ഉപകരണങ്ങളുടെ കണ്ടുപിടുത്തം മനുഷ്യന്റെ ജീവിതത്തിൽ ഉണ്ടാ ക്കുന്ന മാറ്റങ്ങൾ കൂടി വിശദീകരിക്കുന്നതിന് ആണ് ഈ കവിതയെ മാർക്സ് ഉപയോഗപ്പെടുത്തുന്നത്.

ആദ്യത്തെ കച്ചവട നഗരങ്ങളുടേയും കച്ചവട രാഷ്ട്രങ്ങളുടേയും കച്ചവടം, ഒരു ശുദ്ധ വാഹകവാണിജ്യമെന്ന നിലയിൽ തങ്ങൾ ഇടനിലക്കാരായി വർത്തിച്ച ഉത്പാദക രാജ്യങ്ങളുടെ കാടത്തത്തെ ആധാരമാക്കിയായിരുന്നു എന്ന് മൂലധനത്തിൽ പറയുന്നുണ്ട്. ഇവിടെ ഇക്കാര്യത്തെ എപ്പിക്യൂറസിന്റെ ദേവതകളുമായാണ് മാർക്സ് താരതമ്യ പ്പെടുത്തുന്നത്.

മൂന്നാം വോല്യത്തിൽ മുതലാളിത്തത്തിന്റെ പരമാവധി മിച്ചം നേടു വാനുള്ള പോരാട്ടത്തെ കുറിച്ച് പറയുന്നുണ്ട്. ഇത് വിശദീകരിക്കുന്നിടത്ത് "ഗ്രീക്കുകാർ ഗ്രീക്കുകാരെ നേരിടുമ്പോൾ വടംവലി നടക്കുന്നുവെന്ന് പറയുന്നുണ്ട്. 17-ാം നൂറ്റാണ്ടിൽ നഥാനിയൽ ലീ എഴുതിയ ട്രാജഡി യിലെ വാക്കുകളിലെ ശൈലിയാണ് ഇവിടെ മാർക്സ് സ്വീകരിച്ചത് എന്ന് കാണാം.

പ്ലാറ്റോയുടെയും അരിസ്റ്റോട്ടിലിന്റെയും കൃതികളിൽ നിന്നും ചിന്തക ളിൽ നിന്നുമുള്ള പല ഭാഗങ്ങളും മൂലധനത്തിൽ ചർച്ച ചെയ്യപ്പെടുന്നുണ്ട്.

# ഇംഗ്ലീഷ് സാഹിത്യത്തിൽ നിന്നുള്ള പരാമർശങ്ങൾ

ചരക്കുകളുടെ രഹസ്യം ആകെ തന്നെ അധ്വാനത്തിന്റെ ഉത്പന്നങ്ങൾ ചരക്കുകളുടെ രൂപം കൈക്കൊള്ളുന്ന കാലത്തോളമാണ്. അവയെ വലയം ചെയ്ത് നിൽക്കുന്ന ഇന്ദ്രജാലവും ഇരട്ടസ്വഭാവമുമെല്ലാം ഉത്പാദനത്തിന്റെ മറ്റ് രൂപങ്ങളെ പരിശോധിക്കാൻ തുടങ്ങുന്നതോടുകൂടി അപ്രത്യക്ഷമാകുന്നു എന്ന് മാർക്സ് പറയുന്നുണ്ട്. ഇവിടെയാണ് ഡാനിയൽ ഡാഫോവിന്റെ പ്രസിദ്ധമായ റോബിൻസൺ ക്രൂസോവിനെ സംബന്ധിച്ച് മാർക്സ് എഴുതുന്നത്. പ്രസിദ്ധ സാമ്പത്തിക ശാസ്ത്രജ്ഞനായ റിക്കാഡോയും ഈ കൃതിയെക്കുറിച്ച് പരാമർശിക്കുന്നുണ്ട്. മൂലധനത്തിൽ ആ കൃതിയെപ്പറ്റിയുള്ള ഒരു ദീർഘമായ പരാമർശം തന്നെയുണ്ട്. അത് ഈ വിധമാണ്.

"അർത്ഥശാസ്ത്രജ്ഞന്മാർക്ക് വളരെ ഇഷ്ടപ്പെട്ട ഒരു വിഷയമാണ് റോബിൻസൺ ക്രൂസോവിന്റെ അനുഭവങ്ങൾ,'' അതുകൊണ്ട്, അയാളുടെ ദ്വീപിൽ ചെന്ന് അയാളെ ഒന്ന് നോക്കാം. ക്രൂസോ മിതവ്യയ ശീലനാണെങ്കിലും, അയാൾക്ക് ചില ആവശ്യങ്ങളൊക്കെ തൃപ്തിപ്പെടുത്തേണ്ടതുണ്ട്. അതുകൊണ്ട് പണിയായുധങ്ങളും വീട്ടുസാമാനങ്ങളും നിർമ്മിക്കുക, ആടുകളെ വളർത്തുക, മീൻ പിടിക്കുക, നായാട്ടുക തുടങ്ങിയ പല തരത്തിലുള്ള ജോലികൾ അയാൾക്കും ചെയ്യേണ്ടി വന്നു. അയാളുടെ പ്രാർത്ഥനകളും മറ്റും നാം കണക്കിലെടുക്കുന്നില്ല. കാരണം അവ അയാൾക്ക് സന്തോഷമുണ്ടാക്കുന്ന ജോലികളാണ്, ഒരു വിനോദമായിട്ടാണ് അയാൾ അവയെ കണക്കാക്കിയിരിക്കുന്നത്. അയാൾക്ക് പലതരം ജോലികൾ ചെയ്യാനുണ്ടെങ്കിലും, അയാളുടെ അധ്വാനത്തിന്റെ രൂപമെന്തായാലും അവയെല്ലാം ഒരു റോബിൻസൺ ക്രൂസോ ചെയ്യുന്ന ജോലികൾ മാത്രമാണെന്നും അതുകൊണ്ട് മനുഷ്യാധ്വാനത്തിന്റെ വിഭിന്ന രീതികളല്ലാതെ മറ്റൊന്നുമല്ലെന്നും അയാൾക്കറിയാം. തന്റെ പലതരം ജോലികൾക്ക് കൃത്യമായ സമയം വീതിക്കുവാൻ ആവശ്യം തന്നെ അയാളെ നിർബന്ധിക്കുന്നു. തന്റെ സാമാന്യ പ്രവർത്തനത്തിൽ ഏതെങ്കിലും ഒരു പ്രത്യേക ജോലി മറ്റൊന്നിനേക്കാൾ കൂടുതൽ സമയമെടുക്കുന്നുണ്ടെങ്കിൽ, പ്രയോജനകരമായ ഉദ്ദിഷ്ടഫലം നേടുന്നതിന് തരണം ചെയ്യേണ്ട വിഷമതകളുടെ ഏറ്റക്കുറച്ചിലായിരുന്നു അതിന് കാരണം. ഇത് നമ്മുടെ ചങ്ങാതിയായ ക്രൂസോ വളരെ വേഗം അനുഭവത്തിൽ നിന്നും പഠിക്കുന്നു. അയാൾ തന്റെ പൊളിഞ്ഞ കപ്പലിൽ നിന്ന് ഒരു ഘടികാരവും കണക്ക പുസ്തകവും പേനയും

മഷിയും രക്ഷപ്പെടുത്തിയിട്ടുണ്ട്. ഒരു തനി ബ്രിട്ടീഷുകാരനെ പോലെ, അയാൾ എല്ലാറ്റിനും കണക്ക് വെക്കാൻ തുടങ്ങുന്നു. തന്റെ കൈവശം എന്തെല്ലാം ഉപയോഗയോഗ്യമായ സാധനങ്ങൾ ഉണ്ടെന്നും അവ ഉത്പാദിപ്പിക്കുന്നതിന് ആവശ്യമായ ജോലികൾ എന്തെല്ലാമായിരു ന്നുവെന്നും സാധനങ്ങളുടെ നിശ്ചിത സംഖ്യകൾ നിർമ്മിക്കുന്നതിന് ശരാശരി എത്ര അധ്വാനസമയം ചെലവായിട്ടുണ്ടെന്നും ക്രൂസോ തന്റെ കണക്ക് പുസ്തകത്തിൽ എഴുതിവെച്ചിട്ടുണ്ട്. റോബിൻസൺ ക്രൂസോ താൻ സ്വന്തമായി സൃഷ്ടിച്ചിട്ടുള്ള സമ്പത്തായ ഈ വസ്തുക്കൾ തമ്മിലു ള്ള ബന്ധങ്ങളെല്ലാം അവിടെ അത്രയും ലളിതവും സ്പഷ്ടവുമാണ്. മി. സെഡ്ലി ടെയ്ലർക്കപോലും അനായാസേന അവ മനസ്സിലാക്കാൻ സാധിക്കും. എന്നിരുന്നാലും മൂല്യനിർണ്ണയത്തിന് അത്യാവശ്യമായ എല്ലാം തന്നെ ആ ബന്ധങ്ങളിൽ അടങ്ങിയിരിക്കുന്നു.

"ഇനി നമുക്ക് സൂര്യപ്രകാശത്തിൽ കുളിച്ച നിൽക്കുന്ന റോബിൻസൺ ക്രൂസോയുടെ ദ്വീപിൽ നിന്നും അന്ധകാരത്തിൽ മൂടിയ യൂറോപ്യൻ മധ്യ യുഗങ്ങളിലേക്ക് പോവുക. അവിടെ സ്വതന്ത്രനായ മനുഷ്യന് പകരം എല്ലാവരും ആശ്രിതന്മാരായിട്ടാണ് കാണപ്പെടുന്നത്."

പരസ്പര ആശ്രിതത്വത്തിന്റെ മധ്യകാല അവസ്ഥയെ ച്ചണ്ടിക്കാ ണിക്കാനാണ് തുടർന്നുള്ള ഭാഗം മാർക്സ് ഉപയോഗിക്കുന്നത്. ഈ പരാമർശത്തിൽ ബ്രിട്ടീഷുകാരുടെ സ്വഭാവ സവിശേഷതകളെക്കുറിച്ച് നർമ്മബോധത്തോടെ അവതരിപ്പിക്കുന്നതിനും മാർക്സ് ശ്രദ്ധിക്കുന്നുണ്ട്.

പണം എല്ലാറ്റിനേയും തട്ടിനിരത്തുന്ന കാര്യം മാർക്സ് മൂലധനത്തിൽ എടുത്തുപറയുന്നുണ്ട്. മാത്രമല്ല പണത്തിന്റെ ഭാഗമായി സ്വർണ്ണം മാറുന്ന സ്ഥിതിയെയും വിശദീകരിക്കുന്നുണ്ട്. ഈ ഭാഗത്താണ് പണത്തിന്റെ ആധിപത്യത്തെ സൂചിപ്പിക്കുന്നതിന് കൂടി സഹായകമാകുന്ന വിധം ഷേക്സ്പിയറുടെ ടൈമൺ ഓഫ് ഏതൻസിലെ ഒരു ഭാഗം ഉദ്ധരിച്ചിരി ക്കുന്നത്. അത് ഇങ്ങനെയാണ്.

"കാഞ്ചനം, പീതവും പ്രശോഭിതവും അമൂല്യവുമായ കാഞ്ചനം! ഇതിന്റെ ആധിക്യം കറുപ്പിനെ വെളുപ്പാക്കും, അശ്രുദ്ധിയെ ശ്രുദ്ധ മാക്കും, തെറ്റിനെ ശരിയും; മ്ലേച്ഛതയെ മഹത്ത്വം; വാർദ്ധക്യത്തെ താരുണ്യവും ഭീരുവിനെ വീരനും ആക്കിത്തീർക്കും.. ദേവികളെ, എന്താണ് ഇത്? എന്തുകൊണ്ടാണ് ഇത് നിങ്ങളുടെ പുരോഹിതരേ യും ദേവന്മാരേയും നിങ്ങളുടെ വശത്തുനിന്നും തട്ടിക്കൊണ്ടുപോകു ന്നത്? ബലിഷ്ടരായ ആളുകളുടെ തലയ്ക്കടിയിൽ നിന്ന തലയണകൾ

വലിച്ചെട്ടുത്തുകളയുന്നത്?

ഈ മഞ്ഞയടിമ മതങ്ങളെ നെയ്ക്കിണക്കുകയും പൊട്ടിച്ചെറിയുകയും ചെയ്യും: ശപ്പന്മാരെ അനുഗ്രഹിക്കും: പഴക്കം ചെന്ന കുഷ്ഠത്തെ പൂജ്യമാക്കും; നിയമപാലകർ സഭയില്ലുള്ളപ്പോൾ മോഷ്ടാക്കൾക്ക് സ്ഥാനവും പ്രതാപവും ഉപചാരവും ലോകസമ്മതിയും നൽകും. വൃദ്ധ വിധവയ്ക്ക് വിവാഹവും ഉണ്ടാക്കുന്നതിതുതന്നെ ...പാഴ് മണ്ണേ, മനുഷ്യരാശിയുടെ പൊതുവേശ്യയേ, നീ വരൂ' (ഷേക്സ്പിയർ, ടൈമൺ ഓഫ് ഏതെൻസ്)

ഏത് വൃത്തികേടുകളേയും ന്യായീകരിക്കാനും, ഏത് ഔന്നിത്യത്തേയും അതല്ലാതാക്കി മാറ്റാനും സമ്പത്തുകൊണ്ട് എന്തിനേയും ന്യായീകരിക്കുന്ന മുതലാളിത്തത്തിന്റെ ചെയ്തികളെ പരിചയപ്പെടുത്തുന്നതിനുമാണ് ഷേക്സ്പിയറുടെ കൃതി ഇവിടെ പരാമർശിക്കുന്നത്.

തൊഴിലാളികളും ഫാക്ടറി ഇൻസ്പെക്ടർമാരും ഫാക്ടറിയിലെ ആരോഗ്യത്തിന്റെയും ധാർമ്മികബോധത്തിന്റെയും അടിസ്ഥാനത്തിൽ പ്രതിഷേധം നടത്തിയ കാര്യം മൂലധനത്തിൽ പറയുന്നുണ്ട്. ഇത്തരം സമരങ്ങളോട് അന്ന് മുതലാളിത്തം കാണിച്ച രീതികളെ മാർക്സ് വിമർശിക്കുന്നുണ്ട്. ഈ ഭാഗത്താണ് ഷേക്സ്പിയറുടെ പ്രസിദ്ധമായ 'വെനീസിലെ വ്യാപാരി' എന്ന നാടകത്തിലെ ഷൈലോക്കിന്റെ പ്രസംഗത്തിൽനിന്നുള്ള ഭാഗം ഉദ്ധരിക്കുന്നത്. അത് ഇങ്ങനെയാണ്:

"എന്റെ കർമ്മഫലം എനിക്ക തന്നെ!

എന്നാൽ നിയമം നടപ്പാക്കുക

അവധി പൂർത്തിയായ പണയത്തിനുള്ള

പിഴ അടപ്പിക്കുക, പ്രമാണം കൈപ്പറ്റുക!"

മാനുഷികമായ എല്ലാ രീതികളേയും കാറ്റിൽ പറത്തുന്ന കഥാപാത്രമാണല്ലോ ഷൈലോക്ക്. ഷൈലോക്കിനെ അവതരിപ്പിക്കുന്നതിലൂടെ മുതലാളിത്തതിന്റെ മനുഷ്യത്വവിരുദ്ധമായ മുഖം കൂടി അനാവരണം ചെയ്യുകയാണ് ഇവിടെ.

ഷൈലോക്ക് എന്ന കഥാപാത്രം രൂപപ്പെടുന്ന പശ്ചാത്തലത്തെ കുറിച്ചും മാർക്സ് മൂലധനത്തിൽ പറയുന്നത് ഇവിടെ പ്രസക്തമാണ്. അത് ഇങ്ങനെയാണ്.

"അമേരിക്കൻ ആഭ്യന്തര യുദ്ധം പൊട്ടിപ്പുറപ്പെടുന്നതിന് അൽപം മുമ്പ്, അടിമയുടമയുടെ സ്വാധീനത്തിൻ കീഴിൽ, ന്യൂ മെക്സിക്കോ സ്റ്റേറ്റിൽ ഏർപ്പെടുത്തിയ നിയമത്തിൽ, മുതലാളി തൊഴിലാളിയുടെ

അധ്വാനശക്തി വിലക്ക് വാങ്ങിയിരിക്കയാൽ "തൊഴിലാളി അയാളുടെ മുതലാളിയുടെ പണമാണ്" എന്ന് പറഞ്ഞിട്ടുണ്ട്. റോമൻ പ്രഭുസ്ഥാനീ യർക്കും ഇതേ വീക്ഷണം തന്നെയാണ് ഉണ്ടായിരുന്നത്. സാധാരണ ക്കാർക്ക് അവർ കടം നൽകാറുണ്ട്. ഒരിക്കൽ കടം നൽകിക്കഴിഞ്ഞാൽ അധർമ്മണ്ണന്റെ ചോരയിലും മാംസത്തിലും അവർക്കത് വസൂലാക്കാം. ആ നിലയ്ക്ക് ചോരയും മാംസവും "അവരുടെ പണമായിരുന്നു." അതു കൊണ്ടാണ് ഷൈലോക്കിന്റെ "പത്തുമേശയ്ക്കുള്ള" നിയമമുണ്ടായത്.

ഇത്തരത്തിൽ ഒരു കഥാപാത്രം രൂപപ്പെടുന്ന പശ്ചാത്തലത്തിലേ ക്കും മാർക്സ് എത്തിച്ചേരുന്നു. കഥാപാത്രങ്ങളെ സമൂഹത്തിന്റെ പ്രതി ഫലനമായി കാണുന്ന രീതിയാണ് ഇവിടെയുള്ളത്. 'അതേ അവന്റെ ചങ്ക് അതാണ് ആധാരവ്യവസ്ഥ' എന്നുള്ള കാര്യത്തെ സംബന്ധിച്ചും ഷൈലോക്കിലൂടെ ഓർമ്മിപ്പിക്കുന്നതിലൂടെ മുതലാളിത്തത്തിന്റെ ഭീകരമുഖം അനുഭവവേദ്യമാക്കാനാണ് മാർക്സ് ശ്രമിക്കുന്നത്.

ചരക്കുകളുടെ മൂല്യത്തിന്റെ വസ്തുനിഷ്ഠത ഒരു കാര്യത്തിൽ ക്വിക്ലി മദാമ്മയിൽനിന്ന് ഭിന്നമാണ് എന്ന് മൂലധനത്തിൽ പറയുന്നുണ്ട്. ഷേക്സ്പിയറുടെ ഹെൻട്രി നാലാമൻ എന്ന നാടകത്തിലെ ഒരു കഥാ പാത്രമാണ് ക്വിക്ലി മദാമ്മ.

ആധുനിക വ്യവസായത്തിന്റെ സാങ്കേതിക ആവശ്യങ്ങളും അതിന്റെ മുതലാളിത്തരൂപത്തിൽ അന്തർഭവിച്ചിട്ടുള്ള സാമൂഹ്യ സ്വഭാവവും തമ്മി ലുള്ള വൈരുധ്യത്തെപ്പറ്റി മാർക്സ് സൂചിപ്പിക്കുന്നുണ്ട്. ഈ വൈരുധ്യം തൊഴിലാളികളുടെ നിലനിൽപ്പിന്റെ എല്ലാ സ്ഥിരതയേയും സുരക്ഷി തത്വത്തേയും ഏതു വിധത്തിലാണ് തകർക്കുന്നത് എന്നും വ്യക്തമാ ക്കുന്നുണ്ട്. തുടർന്ന്, അത് അയാളുടെ കൈകളിൽനിന്ന് അധ്വാനോ പകരണങ്ങളെ എടുത്തുമാറ്റുന്നു. അയാളുടെ ഉപജീവനമാർഗങ്ങളെ ഇല്ലാതാക്കുന്നു എന്നും പറയുന്നു. ഇവിടെ അടിക്കുറിപ്പായി എന്റെ ഉപജീവനമാർഗങ്ങൾ നീ തട്ടിയെടുക്കുമ്പോൾ നീ എന്റെ ജീവിതവും തട്ടിയെടുക്കുന്നു എന്ന ഷേക്സ്പിയറുടെ പരാമർശം ഇവിടെ കൊടുത്തി ട്ടുണ്ട്.

## സ്പാനിഷ് കൃതികളിൽ നിന്ന്

ചരക്കുകളുടെ വിനിമയത്തെ കുറിച്ച് വിശദീകരിക്കുന്ന ഭാഗത്താണ് 1605 ൽ എഴുതപ്പെട്ട പ്രസിദ്ധമായ സ്പാനിഷ് നോവലായ മിഗ്ഗയെൽ ഡി സെർവാന്റ്സിന്റെ ഡോൺ കിക്ലോട്ട് എന്ന ആഖ്യായയിലെ മാറ്റി നോണിനെ പരാമർശിക്കുന്നത്. ഒരു ചരക്ക് ഏതൊരു തരത്തിലുള്ള

മറ്റൊരു ചരക്കമായി കൈമാറാൻ തയ്യാറാണ് എന്ന അവതരിപ്പിക്ക
മ്പോൾ ആണ് മാർക്സ് ഈ കഥാപാത്രത്തെ പരാമർശിക്കുന്നത്. ഇത്
ഇങ്ങനെ രേഖപ്പെടുത്തുന്നു.

"ഒരു ചരക്ക് ജന്മനാ എല്ലാറ്റിനേയും തട്ടിനിരപ്പാക്കുന്നു. എല്ലാ
റ്റിനോടും അതിന് പരമപുച്ഛമാണ്. മറ്റേതൊരു ചരക്കമായും അത്
മാറിറ്റോണിനേക്കാൾ അറപ്പുണ്ടാക്കുന്ന ഒരു വസ്തുവാണെങ്കിലും,
സ്വന്തം ആത്മാവിനെ മാത്രമല്ല ശരീരത്തേയും കൈമാറാൻ അത്
എല്ലായ്പ്പോഴും തയ്യാറാണ്."

ഇവിടെ പരാമർശിക്കപ്പെടുന്ന മാറ്റിനോൺ ഈ നോവലിലെ വൃത്തി
കെട്ട കഥാപാത്രമായാണ് പൊതുവിൽ കണക്കാക്കപ്പെടുന്നത്. ഒരു
ചരക്ക് ഏത് വസ്തുവുമായും കൈമാറാൻ തയ്യാറാണ് എന്ന കാര്യത്തെ
വ്യക്തമാക്കുകയാണ് ഇതിലൂടെ മാർക്സ് ചെയ്യുന്നത്.

## പോർച്ചഗീസ് കൃതികളിൽ നിന്ന്

ചിലയിടത്ത് പഴമൊഴികളേയും ഫലപ്രദമായി തന്റെ കാഴ്ചപ്പാടുകൾ
അവതരിപ്പിക്കുന്നതിന് മാർക്സ് ഉപയോഗിക്കുന്നുണ്ട്. മൂലധനം പണമ്രു
പത്തിലുള്ള സമ്പത്തായിട്ടാണ് വ്യാപാരിയുടേയും ഫണ്ടികക്കാരന്റേയും
അടുത്ത് പ്രത്യക്ഷപ്പെടുന്നത് എന്ന് പറഞ്ഞശേഷം അടിക്കുറിപ്പിൽ
രണ്ട് പോർച്ചഗീസ് പഴമൊഴികൾ മാർക്സ് രേഖപ്പെടുത്തുന്നുണ്ട്. അത്
ഇതാണ്, "ഉടമയായ പ്രഭുവില്ലാത്ത ഭൂമിയില്ല," "പണത്തിന് മീതെ
യജമാനനമില്ല." പോർച്ചഗീസിലെ ഈ പഴമൊഴി മലയാളത്തിലെ
"പണത്തിനുമീതെ പരുന്തും പറക്കില്ല" എന്നപഴമൊഴിയെ ഓർമ്മി
പ്പിക്കുന്നുമുണ്ട്. പണം എല്ലാ ബന്ധങ്ങളേയും നിയന്ത്രിക്കുന്ന പ്രശ്നം
കമ്മ്യൂണിസ്റ്റ് മാനിഫെസ്റ്റോവിൽ മാർക്സ് രേഖപ്പെടുത്തിയിട്ടുണ്ടല്ലോ.
അക്കാര്യമാണ് ഇവിടെ ആവർത്തിക്കുന്നത്.

## ജർമ്മൻ കൃതികളിൽനിന്ന്

ക്ലാസിക്കൽ രീതിക്കാരായ മുതലാളിമാർ വ്യക്തിപരമായ ഉപഭോ
ഗത്തെ സ്വന്തം ചുമതലയോട് കാട്ടുന്ന പാപമായാണ് കാണുന്നത്.
മാത്രമല്ല അത് മൂലധനസഞ്ചയത്തിൽ നിന്നുള്ള നിവർത്തനമായും
മുദ്രകുത്തുന്നു. പരിഷ്കൃതനായ മുതലാളിക്ക് മൂലധന സഞ്ചയത്തെ
സുഖത്തിൽ നിന്നുള്ള 'നിവർത്തന'മായും കാണാൻ കഴിയുന്ന എന്നും
മാർക്സ് രേഖപ്പെടുത്തുന്നുണ്ട്. അതിനശേഷം ഗോയ്ഥേയുടെ ഫൗസ്റ്റിൽ
ഉള്ള കാര്യം രേഖപ്പെടുത്തുന്നുണ്ട്.

കാൾ മാർക്സ്

"അവന്റെ അന്തരംഗത്തിൽ

രണ്ടാത്മക്കൾ കുടികൊള്ളുന്നു;

ഹാ കഷ്ടം! അതിലൊന്ന് മറ്റേതിനെ

എപ്പോഴും വിട്ടകലുന്നു."

തുടർന്ന് മുതലാളിത്ത ഉത്പാദത്തിന്റെ ചരിത്രപരമായ ഉദയത്തിൽ ഓരോ പുത്തൻ മുതലാളിയും ഈ ഘട്ടം വ്യക്തിപരമായി തന്നെ കടന്ന പോവേണ്ടതായിട്ടുണ്ട് എന്ന കാര്യവും ഓർമ്മിപ്പിക്കുന്നു. അത്യാർത്തി യും സമ്പന്നരായി തീരാനുള്ള മോഹവുമായിരുന്നു അവരെ നയിച്ച വികാരങ്ങൾ. എന്നാൽ മുതലാളിത്തോൽപാദനത്തിന്റെ പ്രോഗതി സുഖങ്ങളുടെ ഒരു ലോകം സൃഷ്ടിക്കുക മാത്രമല്ല ചെയ്യുന്നത്. ഊഹക്ക ച്ചവടവും വായ്പാ സമ്പ്രദായവും വഴി പെട്ടെന്ന് പണക്കാരാനാവാനുള്ള നൂറുവഴികളും അത് ഇറന്നുവെക്കുന്നു. മുതലാളിത്തത്തിന്റെ ഈ ഭിന്ന തകളെ ഇറന്ന് കാണിക്കുകയാണ് ഇവിടെ.

ഇണിയെന്ന ഒറ്റ ചരക്കിന് മറ്റെല്ലാ ചരക്കുകളുമായി നേരിട്ടുള്ള വിനിമയക്ഷമതയെന്ന സ്വഭാവം കിട്ടിയതായി തോന്നുന്ന കാര്യം മൂലധനത്തിൽ രേഖപ്പെടുത്തുന്നുണ്ട്. മറ്റെല്ലാ ചരക്കുകൾക്കും ആ സ്വഭാവം നിഷേധിക്കപ്പെടുന്ന കാര്യവും വിശദീകരിച്ചിട്ടുണ്ട്. ഇതിന്റെ അടിക്കുറിപ്പായി പ്രുദോന്റെ സോഷ്യലിസ്റ്റ് രീതിയെ സംബന്ധിച്ച് വിമർശിക്കുന്നുണ്ട്. അതിന്റെ ഭാഗമായി ഇങ്ങനെ പറയുന്നു. "പ്രുദോനും അദ്ദേഹത്തിന്റെ അനുയായികളും ചെയ്തിട്ടുള്ളതുപോലെ മറ്റൊരു കൂട്ടരും ഒരിക്കലും ശാസ്ത്രമെന്ന വാക്കുകൊണ്ട് ഇത്രയേറെ കളി കളിച്ചിട്ടില്ല. കാരണം,

"ചിന്തയുടെ അഭാവത്തിൽ

വാക്കുകൾ ആ സ്ഥാനം കയ്യേൽക്കുന്നു."

എന്ന ഗീഥേയുടെ 'ഫൗസ്റ്റ്' എന്ന നാടകത്തിൽനിന്നുള്ള ഭാഗം ഉദ്ധ രിക്കുന്നു. പ്രുദോന്റെ ആശയങ്ങൾ കേവലം വാചകമടി മാത്രമാണെന്ന് ഇതിലൂടെ മാർക്സ് വ്യക്തമാക്കുന്നു.

മുതലാളിത്ത സഞ്ചയത്തിന്റെ പൊതു നിയമത്തിന്റെ ദൃഷ്ടാന്തങ്ങൾ പറയുന്ന ഘട്ടത്തിൽ ഫോർച്യുണിസ്റ്റിന്റെ മടിശ്ശീലയെ സംബന്ധിച്ച് മാർക്സ് രേഖപ്പെടുത്തുന്നുണ്ട്. അയാളുടെ മടിശ്ശീല ഒരിക്കലും ഒഴിയാറില്ല എന്ന സവിശേഷതയുണ്ട്. ഈ കഥാപാത്രത്തെ അവതരിപ്പിച്ചുകൊണ്ട് മൂലധനം കുന്നുകൂട്ടപ്പെടുന്ന അവസ്ഥയെ വിശേഷിപ്പിക്കുക കൂടിയാണ്

ഇവിടെ മാർക്സ് ചെയ്യുന്നത്.

മൂലധനം ഉരുപ്പടിയായി മാറുമ്പോൾ അത് മൂലധനമാണ്. അത് പണത്തെ ഗർഭം ധരിച്ചിരിക്കുകയാണെന്ന് മാർക്സ് പറയുന്നുണ്ട്. ഇവിടെ ഗോയ്ഥേയുടെ ഫ്രോസ്റ്റിനെ മാർക്സ് സൂചിപ്പിക്കുന്നുണ്ട്.

## ഫ്രഞ്ച് കൃതികളിൽനിന്ന്

മുതലാളിത്ത ഉത്പാദന ശക്തികൾ കൃഷിയെ കയ്യടക്കുന്നതോടെ പുറംതള്ളപ്പെടുന്ന കാർഷികജനതയെ അവർ നഗരത്തിലേക്ക് ആട്ടിപ്പായിക്കപ്പെടുന്ന കാര്യം മാർക്സ് മൂലധനത്തിൽ വിശദീകരിക്കുന്നുണ്ട്. ഈ മാറ്റം നിരവധി പ്രശ്നങ്ങൾ രൂപപ്പെടുത്തുന്നതായും മാർക്സ് നിരീക്ഷിക്കുന്നു. ഇക്കാര്യം പറയുന്നിടത്ത് 1846 ൽ ഒഴ്വവീറിയസിൽ പിയറിഡുപോണ്ട് എഴുതിയ കവിത ഉദ്ധരിക്കുന്നുണ്ട്.

"ഓടവക്കിൽ, കുപ്പക്കുമ്പാരമദ്ധ്യത്തിൽ

ഇരുട്ടിൻ കാമുകനാം മൂങ്ങ സസുഖം വാഴുന്നു.

നീചനാകും ചോരനെപ്പോലെ

നാമോ, ജീർണ്ണ വസ്ത്രാങ്കിതരായി

പൊട്ടിപ്പൊളിഞ്ഞതാം കൂട്ടിൽ

കഴിഞ്ഞീടുന്നു, ദുഃഖിതരായിട്ടെപ്പോഴും."

മൂലധനത്തിന്റെ രണ്ടാം വോള്യത്തിൽ മുതലാളിത്ത ഉത്പാദനം ആധിപത്യം പുലർത്തുന്ന ഒരു സമൂഹത്തിൽ മുതലാളി അല്ലാത്ത ഉത്പാദകൻ പോലും മുതലാളിത്തത്തിന്റേതായ ധാരണകളുടെ പിടി യിലാണെന്ന് മാർക്സ് രേഖപ്പെടുത്തുന്നു. ഈ കാര്യം വ്യക്തമാക്കുന്നതിന് ബൽസാക്കിനെയാണ് മാർക്സ് ആശ്രയിക്കുന്നത്. മൂലധനത്തിൽ അത് ഇങ്ങനെ രേഖപ്പെടുത്തുന്നു.

"ബൽസാക്ക് എന്ന നോവലെഴുത്തുകാരൻ അദ്ദേഹത്തി ന്റെ അവഗാഢമായ യാഥാർത്ഥ്യ ഗ്രഹണത്തിന് പൊതുവിൽ വിഖ്യാതനാണ്. ഇദ്ദേഹം തന്റെ ഒടുവിലത്തെ നോവലായ ലെസ് പെയിസൻസ് പാവപ്പെട്ട കൃഷിക്കാരൻ അയാൾക്ക് പണം കടംകൊ ടുക്കുന്ന ഫണ്ടികക്കാരനുവേണ്ടി സൗജന്യമായി നിരവധി കൊച്ചുകൊച്ച ജോലികൾ ചെയ്യുന്നതെങ്ങനെയാണെന്നും തന്റെ ഫണ്ടികക്കാരന്റെ സന്മോഭാവം നിലനിർത്തുന്നതിന് അയാൾ എത്രയധികം ഉൽകണ്ഠ കാണിക്കുന്നുവെന്നും തന്റെ സ്വന്തം അധ്വാനത്തിന് രൊക്കം പണം

ചെലവൊന്നുമില്ലാത്തയുകൊണ്ട് അയാൾ ആ ഫണ്ടികക്കാരന് പ്രതി ഫലമൊന്നും കിട്ടാതെ എന്തെങ്കിലും കൊടുക്കുകയാണെന്ന ബോധം പോലും ആ കൃഷിക്കാരന് എങ്ങനെ ഉണ്ടാകുന്നില്ലെന്നും വളരെ മനോഹരമായി വർണ്ണിച്ചിട്ടുണ്ട്. ഫണ്ടികക്കാരനെ സംബന്ധിച്ചിട ത്തോളം അയാൾ ഒരു കല്ലുകൊണ്ട് രണ്ട് പട്ടികളെ എറിഞ്ഞു വീഴ്ത്തുന്നു. അയാൾക്ക് കൂലിയായി പണമൊന്നും കൊടുക്കുന്നില്ല. അതേസമയം സ്വന്തമായി അധ്വാനിക്കാനുള്ള അവസരം നഷ്ടപ്പെടുത്തിയിട്ട് ക്രമേണ നശിക്കുന്ന തന്റെ ഫണ്ടിക വ്യാപാരത്തിന്റെ ചിലന്തി വലക്കെട്ടിൽ കൂടുതൽ ഗാഢമായി കുടുങ്ങുകയും ചെയ്യുന്നു.''

ബൽസാക്കിന്റെ കൃതിയെ അടിസ്ഥാനപ്പെടുത്തി ഒരു സാമൂഹ്യവ്യവ സ്ഥ ഒരു വ്യക്തിയുടെ സ്വഭാവത്തെ നിർണ്ണയിക്കുന്നു എന്ന കാര്യമാണ് മാർക്സ് മുന്നോട്ട് വെക്കുന്നത്. മാത്രമല്ല തന്റെ ആശയങ്ങൾ സാഹിത്യ കൃതികളിൽ എങ്ങനെ ഇഴകിച്ചേരുന്നു എന്ന കാര്യം അവതരിപ്പിക്കപ്പെ ടുന്നു. ബൈബിളിലെ നിരവധി കഥകളേയും പഴമൊഴികളേയും രേഖ പ്പെടുത്തിക്കൊണ്ട് തന്റെ ആശയങ്ങൾ മാർക്സ് വിശദീകരിക്കുന്നുണ്ട്. ഏദൻ തോട്ടത്തിലെ വിലക്കപ്പെട്ട കനി പറിച്ച തിന്നുന്നതിനിടയിൽ ദൈവഭയംകൊണ്ട് ആദം സ്വന്തം തൊണ്ടയിൽ പിടിച്ചപോയെന്നും അങ്ങനെയാണ് തൊണ്ടയിൽ മുഴ ഉണ്ടായത് എന്നുമുള്ള ഗ്രാമ്യഭാഷ്യം വരെ മാർക്സ് അവതരിപ്പിക്കുന്നുണ്ട്.

കാവ്യാത്മകമായ, മറ്റ പലരും അവതരിപ്പിച്ച, നിരവധി പ്രയോഗ ങ്ങളെ കണ്ടെത്തി അവതരിപ്പിക്കുന്നതിനും മാർക്സ് തയ്യാറാകുന്നുണ്ട്. പണത്തെക്കുറിച്ച് പറയുന്ന ഭാഗത്ത് അവതരിപ്പിച്ച രണ്ട് പ്രയോഗങ്ങൾ ശ്രദ്ധിച്ചാൽ ഇത് മനസ്സിലാകും. ഓഗിയാറിന്റെ "പണം ഒരു കവിളത്ത് ജന്മനായുള്ള ഒരു ചോരപ്പാടോടുകൂടിയാണ് ലോകത്തിലേക്ക് കടന്ന വരുന്നത്'' എന്നതും "മൂലധനം കടന്നുവരുന്നത് ആപാദശീർഷം രോമകൂപങ്ങളിൽനിന്ന് ചെളിയും ചോരയും ഇറ്റിച്ചുകൊണ്ടാണ്'' എന്നുള്ള ടി.ജെ. ടർണ്ണിംഗിന്റെ പ്രയോഗവും ഉദ്ധരിക്കുന്നതിലൂടെ മാർക്സ് ചെയ്യുന്നത്.

മൂലധനത്തിലെ ഈ സാഹിത്യ പരാമർശം സാഹിത്യത്തിലുള്ള മാർ ക്സിന്റെ അഗാധമായ അറിവ് വ്യക്തമാക്കുന്നതാണ്. പ്രാചീന കൃതികളെ എങ്ങനെ സമീപിക്കണം എന്നയു സംബന്ധിച്ച വ്യക്തമായ ച്ചുണ്ടുപലക കൂടിയാണ് ഇത്. പ്രാചീന സാഹിത്യത്തെ പുതിയ കാഴ്ചപ്പാടിന്റെ അടിസ്ഥാനത്തിൽ വിലയിരുത്തുന്നതിനും അവ ആധുനിക കാലത്ത്

എങ്ങനെ വായിക്കപ്പെടണം എന്ന പാഠവും ഇത് നൽകുന്നുണ്ട്. തന്റെ കാലത്തെ ജനത സ്വാംശീകരിച്ച അറിവുകളെ ഉൾക്കൊണ്ടുകൊണ്ടുള്ള മാർക്സിന്റെ ഇടപെടൽ കൂടിയായി ഇത് മാറ്റുന്നുണ്ട്. സ്വന്തം മുരിങ്ങാ ച്ചുവട്ടിൽ നിന്നുകൊണ്ടുള്ള ആകാശം കാണുന്ന രീതിയാണ് ഇത്. നാടിന്റെ സംസ്കാരവും സാഹിത്യവുമെല്ലാം സാമ്പത്തിക ശാസ്ത്രവുമായി ക്കൂടി ബന്ധപ്പെട്ട് കിടക്കുന്നതാണ് എന്നും ഇത് ഓർമ്മപ്പെടുത്തുന്നു. സാഹിത്യം സാമ്പത്തിക പ്രശ്നങ്ങളെക്കൂടി ഉൾച്ചേർക്കുന്നത് കണ്ടെത്തു ന്നതിന് മാർക്സിസ്റ്റ് നിരൂപകർക്ക് കഴിയേണ്ടതുണ്ട് എന്ന കാര്യവും ഇത് മുന്നോട്ടുവയ്ക്കുന്നുണ്ട്.

മാർക്സ് ഇന്ത്യയെക്കുറിച്ച് പഠിക്കുന്നതിനായി തയ്യാറാക്കിയ കുറിപ്പുകളുടെ സമാഹാരമാണ് ഈ പുസ്തകം. ഇന്ത്യയെ സൂക്ഷ്മമായി മനസ്സിലാക്കാൻ മാർക്സ് ശ്രമിച്ചിരുന്നുവെന്നതിന്റെ നേർ സാക്ഷ്യപത്രമാണ് ഈ കുറിപ്പുകൾ. കേരളം ഉൾപ്പെടെ ഇതിൽ പരാമർശ വിഷയമാണ്.

# ഇന്ത്യാ ചരിത്രക്കുറിപ്പുകൾ

മാർക്സ് ഇന്ത്യയെക്കുറിച്ച് മനസ്സിലാക്കാൻ ശ്രമിച്ചില്ല എന്ന വിമർശനം പലരും ഉന്നയിച്ചുകാണാറുണ്ട്. എന്നാൽ ഇന്ത്യയെക്കുറിച്ച് പഠിക്കാൻ മാർക്സ് ഏറെ താൽപര്യം പ്രകടിപ്പിച്ചിരുന്നു. അതിന്റെ നേർ സാക്ഷ്യപത്രമാണ് മാർക്സിന്റെ ഇന്ത്യ ചരിത്രക്കുറിപ്പുകൾ.

664-ൽ തുടങ്ങി 1858 വരേയുള്ള ഇന്ത്യൻ ഉപഭൂഖണ്ഡത്തിൽ നടന്ന സംഭവ വികാസങ്ങളാണ് ഇതിൽ രേഖപ്പെടുത്തുന്നത്. അറേബ്യൻ മേഖലയിൽ നിന്നും ഇന്ത്യയിലേക്കുണ്ടായ കടന്നുവരവിനെ രേഖപ്പെടുത്തിക്കൊണ്ടാണ് കുറിപ്പുകൾ ആരംഭിക്കുന്നത്. മുഹമ്മദ് കാസിമിന്റെ സിന്ധ് അക്രമണം തൊട്ടുള്ള പടയോട്ടങ്ങളുടെ ചരിത്രം തന്നെ ഇത് ഉൾക്കൊള്ളുന്നുണ്ട്. പേർഷ്യൻ മേഖലയും, ഇന്ത്യയും തമ്മിലുള്ള ബന്ധത്തിന്റെ അടിത്തറയിൽ നിന്നുകൊണ്ടാണ് ഇന്ത്യൻ സമൂഹത്തെ മാർക്സ് പരിചയപ്പെടുത്തുന്നത്.

മുഹമ്മദ് ഗസ്നി, അലാവുദ്ദീൻ ഖിൽജി, കുത്തബ്ദീൻ ഐബക്, ഇൽത്തുമിഷ്, ബാൽബൻ തുടങ്ങിയ സുൽത്താനേറ്റുകളുടെ ഉയർച്ചയും, തകർച്ചയുമെല്ലാം ഇതിലുണ്ട്. അവരുടെ സവിശേഷതകളും എടുത്തുപറയുന്നുണ്ട്. റസിയ സുൽത്താന്റെ ജീവിതവും അബിസ്സിനിയൻ അടിമയുമായുള്ള പ്രണയബന്ധവും, തുടർന്നുണ്ടായ കലഹങ്ങളും വെള്ളത്തിൽ മീനുകളെന്നപോൽ

പ്രതിപാദിക്കുന്നുണ്ട്. രജപുത്ര രാജാക്കന്മാരുടേയും, അവർക്കിടയിലുള്ള സംഘർഷങ്ങളുടേയും കഥകളും ഇതിൽ പ്രതിപാദ വിഷയങ്ങളാണ്.

ഇബ്രാഹിം ലോധിയെ പരാജയപ്പെടുത്തി ബാബർ ഇന്ത്യയിൽ ഭരണം സ്ഥാപിച്ചതും മുഗൾ രാജാക്കന്മാരുടെ ഭരണ സവിശേഷതയും വിലയിരുത്തുന്നുണ്ട്. ഇന്ത്യയിൽ മുഗൾ സാമ്രാജ്യം വികസിച്ചവരുന്ന വഴികളിലൂടെയുള്ള യാത്ര കൂടിയാണ് ഈ കുറിപ്പുകൾ. വെടിമരുന്നുകളും, അമ്പുകളും ഉപയോഗിച്ച് സാമ്രാജ്യ വിസ്തൃതിക്കായി മുഗൾ രാജാക്കന്മാർ നടത്തിയ യുദ്ധങ്ങളുടെ പരമ്പര അക്കമിട്ട് രേഖപ്പെടുത്തുന്നുണ്ട്.

മുഗളർക്കിടയിലെ അധികാര തർക്കങ്ങളും, അവയുടെ പരിണതിയും തുടർന്ന് വരുന്നുണ്ട്. ഹുമയൂണിന്റെ പരാജയവും, ഷേർഷയുടെ അധികാര ആരോഹണവും ഒപ്പമുണ്ട്. റോഡുകളുടെ വികസനമുൾപ്പെടെ ഷേർഷ നടത്തിയ പരിഷ്കാരങ്ങളുടെ രേഖാചിത്രവും അവതരിപ്പിക്കുന്നുണ്ട്. ഹുമയൂണിന്റെ പരാജയവും 1542 ഒക്ടോബർ 14-ന് ഹമീദ എന്ന നൃത്തം ചെയ്യുന്ന പെൺകുട്ടി അക്ബറിന് ജന്മം നൽകിയ കാര്യവും തുടർന്ന വരുന്നുണ്ട്.

അക്ബറിന്റെ ഭരണകാലഘട്ടത്തെ സവിശേഷമായി തന്നെ പ്രതി പാദിച്ചിട്ടുണ്ട്. തന്റെ സാമ്രാജ്യ വികസനത്തിനായി അക്ബർ നടത്തിയ യുദ്ധങ്ങളും രേഖപ്പെടുത്തിയിട്ടുണ്ട്. രജപുത്ര രാജാക്കന്മാരുമായും, എല്ലാ മത വിശ്വാസങ്ങളുമായും ചേർന്ന നിന്നുകൊണ്ട് നടത്തിയ പ്രവർത്ത നങ്ങളും മാർക്സ് പരിചയപ്പെടുത്തുന്നുണ്ട്. അബ്ദൾ ഫൈസിയുടേയും, അബ്ദൾ ഫസലിന്റേയും നേതൃത്വത്തിൽ സംസ്കൃത ഭാഷയിൽ നിന്നും രാമായണവും, മഹാഭാരതവും പേർഷ്യയിലേക്ക് പരിഭാഷപ്പെടുത്തി യതിനെപ്പറ്റിയും എടുത്ത് പറയുന്നുണ്ട്. പോർച്ചഗീസ് പാതിരിയെ ക്ഷണിച്ചുവരുത്തി അവരുടെ സുവിശേഷങ്ങളും അക്ബർ വിവർത്തന ത്തിന് വിധേയമാക്കി. രാജാ ടോഡർമാരുടെ നേതൃത്വത്തിൽ നടന്ന റവന്യു പരിഷ്കാരങ്ങളിലേക്കും മാർക്സിന്റെ ശ്രദ്ധ തിരിയുന്നുണ്ട്.

ജഹാംഗീറിന്റേയും, ഷാജഹാന്റേയും ഭരണകാലത്തെ സവിശേഷ തകളും പ്രതിപാദിക്കുന്നുണ്ട്. മുഗൾ രാജവംശ കാലത്തെ അധികാര തർക്കങ്ങളും ഇതില്ുണ്ട്. ഔറംഗസേബും, ധാരാഷ്ടക്കോവും തമ്മിലുള്ള അധികാര വടംവലി മാർക്സ് കാണാതെ പോകുന്നില്ല. ശിവജിയും, ഔറംഗസേബും തമ്മിൽ നടന്ന ഏറ്റുമുട്ടലുകളും, മറാത്ത സാമ്രാജ്യത്തി ന്റെ ഉയർച്ചയും, താഴ്ചയുമെല്ലാം പഠനവിധേയമാക്കുന്നു.

<h1 style="text-align:center">കാൾ മാർക്സ്</h1>

ദക്ഷിണേന്ത്യയെക്കുറിച്ചുള്ള വിശദമായ പ്രതിപാദനവും ഇതിൽ കാണാവുന്നതാണ്. തമിഴ്, തെലുങ്ക് തുടങ്ങിയ ദക്ഷിണേന്ത്യൻ ഭാഷ കളെക്കുറിച്ചും വ്യക്തമാക്കുന്നുണ്ട്. ഒറീസയെക്കുറിച്ചും ഈ ഭാഗത്താണ് വിവരിക്കുന്നത്. കേരളത്തെക്കുറിച്ചുള്ള പരാമർശവും ഈ ഭാഗത്താണ് വരുന്നത്. അത് ഇങ്ങനെയാണ്:

"തിരുവിതാംകൂറും, കൊയമ്പത്തൂരും, മലബാറിന്റെ ഒരു ഭാഗവും ചേർന്നതാണ് ചേര എന്ന പേരുള്ള കൊച്ചു സംസ്ഥാനം. ഹിന്ദുക്കളിലെ ബ്രാഹ്മണന്മാർ കേരളത്തിൽ ആധിപത്യം സ്ഥാപിക്കുകയും, ജാതി വ്യവസ്ഥയുടെ അടിസ്ഥാനത്തിൽ ഭരണം സ്ഥാപിക്കുകയും ചെയ്തു. മലബാറിൽ മാത്രമല്ല കാനറ മേഖലയിലും ഇതിന് സമാനമായ സ്ഥിതി യുണ്ടാക്കി. അതിന് ശേഷം അത് വിവിധ മേഖലകളായി മാറ്റപ്പെടുകയും ചെയ്തു. മലബാർ കോഴിക്കോട്ടെ രാജാക്കന്മാരായ സാമൂതിരിമാരുടെ ആധിപത്യത്തിലേക്ക് എത്തിച്ചേർന്നു. കാനറ മേഖലയാവട്ടെ വിജയ നഗര രാജാക്കന്മാരുടെ ആധിപത്യത്തിൻ കീഴിലുമായി." മാർക്സിന്റെ ശ്രദ്ധയിൽ കേരളവും ഉണ്ടായിരുന്നുവെന്നർത്ഥം.

ഈസ്റ്റ് ഇന്ത്യാ കമ്പനിയുടെ പ്രതിനിധികൾ മുഗൾ രാജാക്കന്മാ രുടെ കൊട്ടാരത്തിൽ എത്തിച്ചേരുന്നതിന് തൊട്ടുള്ള ചരിത്രം മാർക്സ് രേഖപ്പെടുത്തുന്നുണ്ട്. ബംഗാളിൽ നിന്ന് തുടങ്ങി ഇന്ത്യയിൽ ആധിപത്യം സ്ഥാപിക്കുന്ന ബ്രിട്ടീഷ് ഈസ്റ്റ് ഇന്ത്യാ കമ്പനിയുടെ വളർച്ചയുടെ നാൾ വഴികൾ കൂടിയാണ് ഈ പുസ്തകം. ഈസ്റ്റ് ഇന്ത്യാ കമ്പനിയിലെ ഓരോ ഗവർണർ ജനറലിന്റെ കാലത്തും എങ്ങനെയാണ് ബ്രിട്ടീഷ് സാമ്രാ ജ്യത്വത്തിന്റെ വികാസവും, ഭരണ സംവിധാനത്തിന്റെ വികാസവും ഉണ്ടായതെന്നും രേഖപ്പെടുത്തുന്നുണ്ട്. മറ്റ് യൂറോപ്യൻ ശക്തികളുമായി ഉണ്ടായ വടം വലികളും പ്രതിപാദിക്കപ്പെടാതെ പോകുന്നില്ല.

മൈസൂർ സുൽത്താന്മാരായ ഹൈദരാലിയേയും, ടിപ്പു സുൽത്താനേ യും ഇതിൽ പരിചയപ്പെടുത്തുന്നുണ്ട്. ഹൈദരാലി മുഗൾ ഓഫീസറായ ഫാക് മുഹമ്മദിന്റെ മകനായിരുന്നു. 200 പേരുള്ള ഒരു സൈന്യത്തിന്റെ അധിപനും. പിന്നീട് മൈസൂർ സൈന്യത്തിന്റ ഭാഗമായി മാറി അവിടെ നിന്നും ഭരണാധികാരിയായി വളരുന്നതിന്റെ ചരിത്രം പ്രത്യേകമായി തന്നെ പ്രതിപാദിച്ചിട്ടുണ്ട്. മൈസൂർ സുൽത്താന്മാർ നടത്തിയ യുദ്ധ ങ്ങളും, മലബാർ പിടിച്ചെടുത്ത ചരിത്രവും തുടർന്ന് വിശദീകരിക്കുന്നു.

1782-ൽ ടിപ്പു പാലക്കാട്ടെ ബ്രിട്ടീഷ് സൈന്യത്തെ അക്രമിക്കുന്നു. ഈ ഘട്ടത്തിലാണ് 80-ാമത്തെ വയസിൽ ഹൈദരാലി മരണപ്പെടുന്നത്.

തുടർന്ന് ടിപ്പ മൈസൂരിലേക്ക് മടങ്ങുന്നു. പൂർണയ്യ എന്ന മന്ത്രി ടിപ്പ പാലക്കാട് നിന്നും മടങ്ങി വരുന്നതുവരെ ഹൈദരാലിയുടെ മരണം രഹസ്യമാക്കിവെച്ചുവത്രെ. ഒരു ലക്ഷം പേരുടെ സ്വശക്തമായ സൈന്യം ടിപ്പുവിനുണ്ടായിരുന്നതും അദ്ദേഹം നടത്തിയ പടയോട്ടങ്ങളും മാർക്സ് ഓർമ്മപ്പെടുത്തുന്നുണ്ട്. ടിപ്പ സുൽത്താന്റെ പരാജയവും കാണാതെ പോകുന്നില്ല.

ഇംഗ്ലീഷ് ഈസ്റ്റ് ഇന്ത്യാ കമ്പനിയുടെ ഭിന്നിപ്പിച്ച് കീഴടക്കുന്ന തന്ത്രം ഇന്ത്യയിൽ നടപ്പിലാക്കിയ രീതി ഇതിൽ കാണാവുന്നതാണ്. മറാത്ത ക്കാരുമായും, സുൽത്താന്മാരുമായും, സിഖുകാരുമായും ബ്രിട്ടീഷുകാർ നടത്തിയ യുദ്ധങ്ങളേയും പ്രതിപാദിക്കുന്നുണ്ട്. ഇന്ത്യയിലെ ഒന്നാം സ്വാ തന്ത്ര്യ സമരത്തിന്റെ വിശദമായ വിശദീകരണം മാർക്സ് നടത്തുന്നുണ്ട്. ഇവിടെ ധാൻസി റാണിയും, താന്തിയാ തോപ്പിയും, നാനാസാഹിബും എല്ലാം കടന്നുവരുന്നുണ്ട്. ഇന്ത്യയിലെ ഒന്നാം സ്വാതന്ത്ര്യ സമരത്തെ ശക്തമായി പിന്തുണച്ച മാർക്സിന്റെ നിലപാടുകളും ഇവിടെ കാണാവുന്ന താണ്. ഈസ്റ്റ് ഇന്ത്യാ കമ്പനിയിൽ നിന്നും 1858-ൽ ബ്രിട്ടീഷ് സർക്കാർ ഭരണം ഏറ്റെടുക്കുന്നതുവരേയുള്ള ചരിത്രം രേഖപ്പെടുത്തിയ ശേഷം കുറിപ്പുകൾ അവസാനിക്കുന്നു.

കൊളോണിയൽ ഭരണത്തിന്റേയും, കടുത്ത ചൂഷണത്തിന്റേയും ഭാഗമായി നിലനിൽക്കുന്ന ഇന്ത്യയെ മനസ്സിലാക്കാനാണ് ഈ കുറി പ്പുകളിൽ മാർക്സ് ശ്രമിച്ചത്. ബ്രിട്ടീഷ് കൊളോണിയലിസം ഇന്ത്യയിൽ നടത്തിക്കൊണ്ടിരിക്കുന്ന ചൂഷണത്തെ തുറന്നുകാട്ടിയാണല്ലോ മാർക്സ് നിരവധി ലേഖനങ്ങൾ അക്കാലത്ത് എഴുതിയത്. അതിന്റെയെല്ലാം അടിത്തറ ഈ കുറിപ്പുകൾ ആണെന്ന് വ്യക്തമാകുന്നുണ്ട്.

മാർക്സിന്റെ ഇന്ത്യാചരിത്രക്കുറിപ്പുകൾ ഇന്ത്യൻ സമൂഹത്തെക്കുറിച്ച ുള്ള വിശദമായ പഠനമല്ല, ആ പഠനത്തിലേക്കുള്ള വാതിലുകളായിരുന്നു. ഇന്ത്യ പഠനത്തിന് അദ്ദേഹം ആശ്രയിച്ചതാവട്ടെ ബ്രിട്ടീഷ് ചരിത്രകാര ന്മാരുടെ പുസ്തകങ്ങളും, പത്രങ്ങളുമായിരുന്നു. അതിന്റെ പരിമിതികൾ ഇതിൽ കാണാവുന്നതാണ്. മൂലധനം തയ്യാറാക്കുന്നതിന് ഗ്രുന്ദിരീസ് എങ്ങനെയായിരുന്നുവോ സഹായകമായത് അതുപോലെ ഇന്ത്യാ പഠനത്തിനുള്ള മാർക്സിന്റെ അടിസ്ഥാനമായിരുന്ന ഈ കുറിപ്പുകളെന്ന് കാണാം.

1857-ലെ ഇന്ത്യയിലെ ഒന്നാം സ്വാതന്ത്ര്യ സമര ത്തെക്കുറിച്ച്മാർക്സും ഏംഗൽസും എഴുതിയ ലേഖ നങ്ങളുടെ സമാഹാരം.

# ഇന്ത്യയുടെ ആദ്യത്തെ സ്വാതന്ത്ര്യസമരം

ഇന്ത്യയുടെ ആദ്യത്തെ സ്വാതന്ത്ര്യസമരം എന്ന പേരിൽ പ്രസി ദ്ധീകരിച്ചിട്ടുള്ള ഈ പുസ്തകം മാർക്സിന്റേയും ഏംഗൽസിന്റേ യും ലേഖന സമാഹാരമാണ്. വിവിധ ഘട്ടങ്ങളിലായി 1857-ലെ ഇന്ത്യൻ സ്വാതന്ത്ര്യസമരത്തെക്കുറിച്ച് എഴുതിയ ലേഖനങ്ങളാണ് ഈ സമാഹാരത്തിലുള്ളത്. ന്യൂയോർക്ക് ഡെയ്ലി ട്രിബ്യൂണിലാണ് ഇതിലേറെയും വന്നിട്ടുള്ളത്. 1853-ൽ ഇന്ത്യയിലെ സ്ഥിതിഗതി കളെ കുറിച്ച് എഴുതിയ ലേഖനങ്ങളും ഇന്ത്യാചരിത്ര കുറിപ്പുകളുടെ ഭാഗങ്ങളും മാർക്സും ഏംഗൽസും ഇത് സംബന്ധിച്ച് നടത്തിയ കത്തി ടപാട്ടുകളുടെ ഭാഗങ്ങളും ഈ സമാഹാരത്തിലുണ്ട്.

മാർക്സും ഏംഗൽസും മുതലാളിത്ത രാഷ്ട്രങ്ങളുടെ കൊളോണിയൽ നയത്തിലും അടിച്ചമർത്തപ്പെട്ട രാഷ്ട്രങ്ങളുടെ ദേശീയ വിമോചന സമരത്തിലും ഏറെ ശ്രദ്ധിച്ചിരുന്നു. ഇന്ത്യയുടേയും ചൈനയുടേയും ചരിത്രം പഠിക്കുന്നതിലേക്ക് അവരെ നയിച്ചത് ഈ കാഴ്ചപ്പാടാണ്. ഈ രണ്ട് രാജ്യങ്ങളുടേയും ഭാവിയും കൊളോണിയൽ നയങ്ങളുടെ ലക്ഷ്യവും തൊഴിലാളി വർഗത്തിന്റെ വിമോചനത്തിന്റെ കാഴ്ചപ്പാടിൽ നിന്നുകൊണ്ട് അവതരിപ്പിക്കുകയാണ് ഇതിൽ ചെയ്തത്. ഇന്ത്യയിലെ ഒന്നാം സ്വാതന്ത്ര്യസമരത്തിന്റെ കാരണങ്ങൾ, അതിന്റെ പരാജയ കാരണങ്ങൾ, യുദ്ധങ്ങൾ ഇവയുടെയെല്ലാം ചരിത്രപരമായ പ്രത്യാ ഘാതങ്ങൾ തുടങ്ങിയവയെല്ലാം ഈ ലേഖനങ്ങളിൽ കടന്നുവരുന്നുണ്ട്.

അതോടൊപ്പം തന്നെ ഇന്ത്യൻ സമൂഹത്തിലെ സവിശേഷതകൾ വിവരിക്കുന്നതിലും ശ്രദ്ധ ഊന്നുന്നുണ്ട്.

ബ്രിട്ടീഷ് ഈസ്റ്റ് ഇന്ത്യാ കമ്പനിയാണ് ഇന്ത്യയിൽ അധികാരം സ്ഥാപിച്ചത്. ഈസ്റ്റ് ഇന്ത്യാ കമ്പനിയുടെ പ്രമാണ പത്രം ബ്രിട്ടീഷ് പാർലമെന്റ് പുതുക്കി കൊടുക്കുന്നതുമായി ബന്ധപ്പെട്ട് മാർക്സ് എഴുതിയ ഇന്ത്യയിലെ ബ്രിട്ടീഷ് ഭരണം, ഈസ്റ്റ് ഇന്ത്യാ കമ്പനി അതിന്റെ ചരിത്രവും പരിണത ഫലങ്ങളും, ഇന്ത്യയിലെ ബ്രിട്ടീഷ് വാഴ്ചയുടെ ഭാവി ഫലങ്ങൾ എന്നീ ലേഖനങ്ങളോടെയാണ് ഈ സമാഹാരം ആരംഭിക്കുന്നത്. 1857 ലെ കലാപം അനിവാര്യമാക്കി തീർത്ത സാമ്പ ത്തിക-രാഷ്ട്രീയ പശ്ചാത്തലം അവർ വ്യക്തമാക്കുന്നുണ്ട്. ഇന്ത്യയുടെ സവിശേഷതയെ സംബന്ധിച്ച് മാർക്സ് ഇങ്ങനെ പറയുന്നുണ്ട്:

"സുഖഭോഗങ്ങളുടെ ലോകവും കഷ്ടപ്പാടുകളുടെ ലോകവും തമ്മി ല്ലുള്ള ഈ ചേരുവ, ഹിന്ദുസ്ഥാന്റെ പ്രാചീന മതപാരമ്പര്യങ്ങൾ വിഭാവനം ചെയ്തിട്ടുള്ള ഒന്നുമാണ്. അതിരുകടന്ന കാമാസക്തിയുടേയും അതേസമയം തന്നെ ആത്മപീഡനത്തോളം എത്തുന്ന സർവ്വാംഗപ രിത്യാഗത്തിന്റേയും മതമാണത്. ലിംഗാരാധനയുടേയും ആത്മബലിയ ടേയും മതമാണത്. ഭിക്ഷുവിന്റേയും അതേസമയം തന്നെ ദേവദാസിയ ടേയും മതമാണത്."

ഇത്തരത്തിൽ അന്നത്തെ ഇന്ത്യൻ സമൂഹത്തിന്റെ സവിശേഷത കളെ മാർക്സ് വിലയിരുത്തുന്നുണ്ട്. ബ്രിട്ടീഷുകാർ നടത്തിയ ചൂഷണം ഇന്ത്യയെ അങ്ങേയറ്റം ദാരിദ്ര്യത്തിലാഴ്ത്തുകയും ഇന്ത്യൻ സമ്പദ്‌വ്യവസ്ഥ യുടെ സമസ്തമേഖലയേയും തകർത്തതായും മാർക്സ് രേഖപ്പെടുത്തുന്നു. പ്രാചീന ഇന്ത്യയിലെ ഭരണരീതിയുടെ സവിശേഷത മാർക്സ് ഇങ്ങനെ രേഖപ്പെടുത്തുന്നു:

"ചരിത്രാതീതകാലം മുതൽക്ക് ഏഷ്യയിൽ ഗവൺമെന്റിന് മൂന്ന് വകു പ്പുകൾ മാത്രമാണ് ഉണ്ടായിരുന്നത്. ധനകാര്യം അഥവാ ആഭ്യന്തരമായ കൊള്ള, യുദ്ധം അഥവാ വിദേശങ്ങളിലുള്ള കൊള്ള, പൊതുമരാമത്ത് എന്നിങ്ങനെയാണ് ഈ വകുപ്പുകൾ വിഭജിക്കപ്പെട്ടിരുന്നത്."

ഇതിൽ ആദ്യത്തെ രണ്ട് വകുപ്പുകളും ബ്രിട്ടീഷുകാർ മുന്നോട്ട് കൊണ്ട് പോയെങ്കിലും ജലസേചനത്തിന്റെ കാര്യത്തിൽ വലിയ അവഗണന കാണിക്കുകയാണ് ചെയ്തത്. അതുകൊണ്ട് ഇന്ത്യൻ സമ്പദ്‌ഘടനയിലുണ്ടായ പ്രത്യാഘാതങ്ങൾ വിശദീകരിക്കുന്നുമുണ്ട്.

ഇന്ത്യയിൽ ജലസേചന സൗകര്യങ്ങൾ ഇല്ലെങ്കിൽ മണ്ണിന്റെ ഫലഭൂ യിഷ്ടത ഇല്ലാതായി തീരും. കൃഷി ഭൂമി തരിശായി മാറുകയും ചെയ്യും. മുമ്പ് ഉണ്ടായ ഇത്തരം അവസ്ഥയെ ഈ പശ്ചാത്തലത്തിൽ പരിച യപ്പെടുത്തുന്നുമുണ്ട്:

"സർവ്വസംഹാരാത്മകമായ ഒരൊറ്റ യുദ്ധം കാരണം ഒരു രാജ്യം നൂറ്റാണ്ടുകളോളം വിജനമായി പോകുന്നതിന്റേയും ആ രാജ്യത്തിന്റെ നാഗരികത ആകെ തന്നെ മണ്ണടിയുന്നതിന്റേയും രഹസ്യം ഇത് നമുക്ക് കാട്ടിത്തരുന്നുണ്ട്."

സർക്കാരിന്റെ സഹായത്തോടുകൂടി ജലസേചനപദ്ധതികൾ മുന്നോട്ട് വെച്ചില്ലെങ്കിൽ കൃഷി തകരുന്ന ഇന്ത്യയിൽ ബ്രിട്ടീഷുകാർ ജലസേചനത്തോട് കാണിച്ച വൈമുഖ്യം കാർഷിക മേഖലയെ തകർ ത്തതായി മാർക്സ് ചൂണ്ടിക്കാണിക്കുന്നു. ഇന്ത്യൻ സമ്പദ്ഘടനയുടെ മറ്റൊരു സവിശേഷതയെക്കുറിച്ച് മാർക്സ് ഇങ്ങനെ പറയുന്നു:

"എണ്ണമറ്റ നൂൽനൂൽപ്പുകാരേയും നെയ്ത്തുകാരേയും സൃഷ്ടിച്ച ചർക്കയും കൈത്തറിയുമായിരുന്ന ഈ സാമൂഹ്യഘടനയുടെ തിരിക്കുറ്റികൾ. ചരി ത്രാതീതകാലം മുതൽക്ക് ഇന്ത്യക്കാരന്റെ കരവിരുതുകൊണ്ട് നെയ്തെ ടുത്ത ഒന്നാന്തരം തുണിത്തരം മേടിച്ചിട്ട് പകരം അവിടേക്ക് സ്വന്തം സ്വർണ്ണവും തങ്കവും കയറ്റി അയയ്ക്കുകയാണ് യൂറോപ്പ് ചെയ്തിട്ടുള്ളത്."

യൂറോപ്പും ഇന്ത്യയും തമ്മിൽ ചരിത്രാതീതകാലം തൊട്ട് നിലനിന്ന ഈ ബന്ധം ഇന്ത്യയിലെ സ്വർണ്ണ കമ്പവുമായി മാർക്സ് ബന്ധിക്കുന്നുണ്ട്.

"ഇതാകട്ടെ ഭാരതീയ സമൂഹത്തിലെ ഒഴിച്ചുകൂടാനാവാത്ത ഒരു അംഗമായ സ്വർണ്ണ പണിക്കാരന് എത്രയും ആവശ്യമായ സാമഗ്രിയു മായിരുന്നു. സ്വർണ്ണത്തിനോടുള്ള ഭാരതീയരുടെ കമ്പമാവട്ടെ പറഞ്ഞ റിയിക്കാൻ ആവാത്തതുമാണ്. അർദ്ധനഗ്നനാണെങ്കിലും കാതിൽ ഒരു സ്വർണ്ണ കമ്മലോ, കഴുത്തിലൊരു സ്വർണ്ണമാലയോ ഇല്ലാത്തവർ അവർക്കിടയിൽ ദുർലഭമാണ്. കൈവിരലിലും കാൽവിരലിലും മോതി രമണിയുന്നതും അവിടെ സർവ്വ സാധാരണമാണ്. സ്ത്രീകളും കുട്ടികളും സ്വർണ്ണമോ വെള്ളിയോ കൊണ്ട് തീർത്ത തടിച്ച കൈവളകളും കാൽ വളകളും ധരിച്ചിരുന്നു. സ്വർണ്ണമോ വെള്ളിയോ കൊണ്ടുള്ള ദിവ്യവിഗ്ര ഹങ്ങളും മിക്കവീട്ടുകളിലും കാണാൻ കഴിഞ്ഞേക്കാം."

ഇത്തരത്തിൽ സഹവർത്തിത്തത്തോടുകൂടി യൂറോപ്പും ഇന്ത്യയും തമ്മിലുള്ള ബന്ധം ബ്രിട്ടീഷുകാരുടെ കൈയ്യേറ്റത്തോടെ തകർക്കപ്പെ ട്ടതായി മാർക്സ് ചൂണ്ടിക്കാണിക്കുന്നു:

വെള്ളത്തിൽ മീനുകളെന്നപോൽ

"എന്നാൽ ബ്രിട്ടീഷുകാരനായ കൈയ്യേറ്റക്കാരൻ ഇന്ത്യയുടെ ചർക്കയും കൈത്തറിയും തകർത്ത കളഞ്ഞു. യൂറോപ്യൻ വിപണിക ളിൽ നിന്ന് ഇന്ത്യൻ പരുത്തി തുണികളെ പുറന്തള്ളിക്കൊണ്ട് ഇതിന് തുടക്കമിട്ട ഇംഗ്ലണ്ട്, അതുകഴിഞ്ഞ് അവിടേക്ക് ട്വിസ്റ്റ് തുണിത്തരങ്ങൾ കടത്തിവിട്ടുകയും ഒടുവിൽ പരുത്തിയുടെ ആ ജന്മദേശത്തിനെ സ്വന്തം പരുത്തി തുണികൾ കൊണ്ട് മൂടുകയും ചെയ്തു."

ബ്രിട്ടീഷ് നയത്തിന്റെ ഫലമായി എന്താണ് ഇന്ത്യയിൽ സംഭവിച്ച തെന്ന് മാർക്സ് വ്യക്തമാക്കുന്നുണ്ട്:

"അതേസമയം ധാക്കയിലെ ജനസംഖ്യ ഒന്നരലക്ഷത്തിൽ നിന്ന് ഇരുപതിനായിരമായി ചുരുങ്ങി. സ്വന്തം തുണിത്തരങ്ങൾക്ക് പേരുകേട്ട ഇന്ത്യൻ പട്ടണങ്ങളുടെ അധഃപതനമായിരുന്നില്ല ഇതിന്റെ ഏറ്റവും വലിയ ദുരന്തം. ബ്രിട്ടീഷ് നീരാവി യന്ത്രവും ശാസ്ത്രവും കൂടിച്ചേർന്ന് കൃഷിയും നിർമ്മാണവും തമ്മിലുണ്ടായിരുന്ന ആ ഐക്യത്തെ ഇന്ത്യ യുടെ ഭൂമുഖത്ത് നിന്നാകെ തുടച്ച് നീക്കി കളഞ്ഞു."

ഇന്ത്യൻ സമ്പദ്ഘടനയുടെ ഈ തകർച്ച സാമൂഹ്യ ജീവിതത്തെ എങ്ങനെ മാറ്റിമറിച്ച എന്നും മാർക്സ് വ്യക്തമാക്കുന്നുണ്ട്. കൃഷിയുടേയും വ്യാപാരത്തിന്റേയും മുഖ്യാധാരമായ പൊതുമരാമത്തുകളുടെ കാര്യം കേന്ദ്രസർക്കാരിന് വിട്ടുകൊടുക്കുകയും കൃഷിയേയും നിർമ്മാണത്തേയും ഗാർഹികമായി സംയോജിപ്പിച്ചുകൊണ്ട് രാജ്യത്തുടനീളം കൊച്ചുകൊ ച്ച് കേന്ദ്രങ്ങളിലായി തിങ്ങിപ്പാർക്കുകയായിരുന്ന പതിവ്. ഇതിന്റെ ഫലമായി പണ്ടുകാലം മുതൽക്കേ ഇവിടെ പല സവിശേഷതകളോടും കൂടി ഗ്രാമവ്യവസ്ഥ എന്നൊരു സവിശേഷ രീതി രൂപംകൊണ്ടു. ഈ വ്യവസ്ഥയിൽ മേൽപറഞ്ഞ ഓരോ കൊച്ചുകേന്ദ്രത്തിനും സ്വതന്ത്രമായ സംഘടനാപരവും തനതുമായ ജീവിതവുമുണ്ടായിരുന്നു. ഇതിനെയാണ് മാർക്സ് ഗ്രാമസമ്പദ്‌വ്യവസ്ഥ എന്ന് വിളിക്കുന്നത്. ഇതിന്റെ അടിസ്ഥാ നത്തിൽ ഓരോ വിഭാഗത്തിന്റേയും തൊഴിലുകൾ എങ്ങനെ വിഭജിക്ക പ്പെട്ടിരിക്കുന്നുവെന്നും പറയുന്നു.

പൊതുവായ ഭരണരീതിക്ക് എന്തുമാറ്റം സംഭവിച്ചാലും ഗ്രാമത്തി ന്റെ ആഭ്യന്തര സമ്പദ്‌വ്യവസ്ഥയ്ക്ക് അതുകൊണ്ടൊന്നും യാതൊരു മാറ്റവും വരികയില്ല. ഏഷ്യാറ്റിക് സമ്പദ്‌വ്യവസ്ഥ എന്ന ആശയഗതി ഇതിലൂടെയാണ് മാർക്സ് അവതരിപ്പിക്കുന്നത്. കൈത്തറി നെയ്ത്തിന്റേയും കൈകൊണ്ടുള്ള നൂൽ നൂൽപ്പിന്റേയും കൈകൊണ്ടുള്ള കൃഷിയുടേയും സവിശേഷമായ സംയോജനത്തിന്റെ അടിസ്ഥാനത്തിലുള്ള കുടിൽ

വ്യവസായമായിരുന്ന ഈ കുടുംബ സമുദായങ്ങളുടെ അടിത്തറ. ഇതാണ് ആ സമുദായങ്ങൾക്ക് സ്വന്തം കാലിൽ നിൽക്കാനുള്ള ശക്തി നൽകിയത്. ബ്രിട്ടീഷുകാരന്റെ ഇടപെടൽ ഈ സാമ്പത്തികഘടനയെ തകർത്തുകളഞ്ഞു. ഇതിന് പ്രധാനപ്പെട്ട കാരണം മാർക്സ് ഇങ്ങനെ രേഖപ്പെടുത്തുന്നു:

"ഇതിനുള്ള കാരണം ബ്രിട്ടീഷ് കരം പിരിവുകാരന്റേയും ബ്രിട്ടീഷ് പട്ടാളക്കാരന്റേയും ക്രൂരമായ ഇടപെടലിനെക്കാൾ ഇംഗ്ലീഷ് ആവിയ ന്ത്രവും ഇംഗ്ലീഷ് സ്വതന്ത്രവ്യാപാരവുമാണെന്ന് പറയേണ്ടിയിരിക്കുന്നു."

അതായത് ഫ്യൂഡൽ ഉത്പാദന ഘടനയ്ക്ക് മുകളിൽ മുതലാളിത്ത ഉത്പാദന രീതികളുടെ കടന്നുവരവ് ഉണ്ടാവുകയും അതാണ് ഈ തകർ ച്ചയ്ക്ക് കാരണമായതെന്നും പറയുകയാണ് മാർക്സ് ഇവിടെ ചെയ്യുന്നത്. ഈ പ്രവൃത്തിയിലൂടെ ഏഷ്യയിൽ ഏറ്റവും വലിയ സാമൂഹ്യവിപ്ലവം നടപ്പിലായതായി മാർക്സ് രേഖപ്പെടുത്തുന്നു. ഇന്ത്യയിലെ സാമൂഹ്യനീ തിയുടെ പ്രത്യേകതകളെ മാർക്സ് ഇവിടെ രേഖപ്പെടുത്തുന്നുണ്ട്:

"ജാതി വ്യത്യാസങ്ങളും അടിമത്തവും കൊച്ചുകൊച്ച് സമുദായ ങ്ങളുടെ തീരാശാപമായിരുന്നുവെന്നും മനുഷ്യന് സാഹചര്യങ്ങളുടെ യജമാനനാക്കുന്നതിന് പകരം അവ അവനെ ബാഹ്യസാഹചര്യ ങ്ങളുടെ ദാസനാക്കുകയാണ് ചെയ്തതെന്നും സ്വയം വികസിതമായ ഒരു സാമൂഹ്യ അവസ്ഥയെ ഒരിക്കലും മാറ്റമില്ലാത്ത ഒരു സ്വഭാവിക തലയിലെഴുത്താക്കി മാറ്റുകയും അങ്ങനെ മൃഗപ്രായമായ ഒരു പ്രകൃതി പൂജയ്ക്ക് അവ ജന്മം നൽകുകയാണുണ്ടായതെന്നുമുള്ള വസ്തുതയും നാം വിസ്മരിക്കാൻ പാടില്ല. ഈ അധഃപതനം പ്രകൃതിയുടെ യജമാനനായ മനുഷ്യനെക്കൊണ്ട് ഹനുമാൻ എന്ന കുരങ്ങിന്റെയും ശബല (കാമധേനു) എന്ന പശുവിന്റെയും മുന്നിൽ സാഷ്ടാംഗപ്രണാമം ചെയ്യിച്ചു."

ഇന്ത്യൻ സമ്പദ്ഘടനയുടെ വളർച്ചയ്ക്ക് തടസമായിവർത്തിച്ച ആശയമണ്ഡലത്തിന്റെ തലത്തെ വിശദീകരിക്കുകയാണ് ഇവിടെ മാർക്സ് ചെയ്യുന്നത്. ഇന്ത്യൻ സമൂഹത്തിന്റേയും സമ്പദ്ഘടനയുടേയും വിശദമായ പരിശോധനയാണ് ഇതിലൂടെ മാർക്സ് നിർവ്വഹിക്കുന്നത്. ലേഖന സമാഹാരത്തിലെ പ്രധാനപ്പെട്ട ഉൾക്കാഴ്ചകൾ കൊണ്ട് ശ്ര ദ്ധേയമായ ഭാഗമാണിത്.

ഇന്ത്യയിലെ സ്ഥിതിഗതികളെ വിശദമായി മനസ്സിലാക്കികൊ ണ്ടാണ് മാർക്സ് ഇത്തരത്തിൽ തന്റെ ലേഖനങ്ങൾ എഴുതിയിട്ടുള്ളത്. ഈസ്റ്റ് ഇന്ത്യാ കമ്പനിയുമായി ബന്ധപ്പെട്ട നിയമനിർമ്മാണം

സംബന്ധിച്ച് ബ്രിട്ടീഷ് പാർലമെന്റിൽ നടന്ന ചർച്ചകളെ പരാമർശിച്ചു കൊണ്ടാണ് രണ്ടാമത്തെ ലേഖനം. ഇന്ത്യയിലെ പ്രശ്നം ഒരു മന്ത്രിസഭാ പ്രശ്നമായി മാറിയത് എങ്ങനെയെന്ന് വിശദീകരിക്കുന്നുമുണ്ട്.

ഇന്ത്യ പിടിച്ചടക്കുന്നതിനുള്ള ഉപകരണം എന്ന നിലയിലാണ് ഈസ്റ്റ് ഇന്ത്യാ കമ്പനിയെ മാർക്സ് ചിത്രീകരിച്ചിരിക്കുന്നത്. നാട്ടുരാജാ ക്കന്മാർ തമ്മിലുള്ള കലഹത്തേയും വിവിധ തരത്തിലുള്ള ഭിന്നിപ്പുകളേ യും മുതലെടുത്താണ് ബ്രിട്ടീഷുകാർ ഇന്ത്യയിൽ ആധിപത്യം സ്ഥാപി ച്ചതെന്ന് മാർക്സ് വ്യക്തമാക്കുന്നു. ഇന്ത്യയിലെ ബ്രിട്ടീഷ് ഭരണത്തിന്റെ ഭവിഷ്യത്തുകൾ എന്ന ലേഖനത്തിൽ ഇക്കാര്യം രേഖപ്പെടുത്തുന്നുണ്ട്:

"ഇന്ത്യയിൽ ബ്രിട്ടീഷ് ആധിപത്യം വരാനിടയായത് എങ്ങനെ യാണ്? പ്രവിശ്യകളിലെ മുഗൾ ഭരണാധികാരികൾ മഹത്തായ മുഗൾ സാമ്രാജ്യത്വത്തെ തകർത്തു. മറാത്തികൾ ഈ പ്രവിശ്യാധികാരികളെ തകർത്തു. അഫ്ഗാനികൾ മറാത്തരെ തകർത്തു. അങ്ങനെ എല്ലാവരും എല്ലാവർക്കുമെതിരായി മല്ലിടിച്ചുകൊണ്ടിരുന്നപ്പോൾ കടന്നുവന്ന ബ്രി ട്ടീഷുകാർ അവരെയെല്ലാം അമർത്തി.''

ഇന്ത്യയിൽ രൂപപ്പെട്ട ബ്രിട്ടീഷ് ആധിപത്യം ഇരട്ട ദൗത്യം നിർവ്വഹി ക്കുന്നതായി മാർക്സ് തുടർന്ന് പറയുന്നുണ്ട്:

"ഇംഗ്ലണ്ടിന് ഇന്ത്യയിൽ ഒരു ഇരട്ട ദൗത്യമാണ് നിറവേറ്റാൻ ഉള്ളത്. ഇതിലൊന്ന് സംഹാരാത്മകവും മറ്റേത് സൃഷ്ടിപരവുമാണ്. ഏഷ്യാ റ്റിക് സമൂഹത്തെ കടപുഴക്കി എറിയുക എന്നതാണ് ആദ്യത്തേത്. ഏഷ്യയിൽ പാശ്ചാത്യസമൂഹത്തിന്റെ ഭൗതിക അടിത്തറ പാവുക എന്നതാണ് രണ്ടാമത്തേത്.''

അതിന് മുമ്പ് ഇന്ത്യയിലേക്ക് കടന്നുവന്ന ജനവിഭാഗങ്ങളെല്ലാം ഇന്ത്യൻ സമൂഹത്തിൽ ലയിച്ച ചേരുകയാണ് ഉണ്ടായത്. അറബികളും തുർക്കികളും താർത്താറുകളും മുഗളന്മാരുമെല്ലാം ഇത്തരത്തിൽ ഇന്ത്യവ ത്ക്കരണത്തിന് വിധേയമാവുകയാണ് ഉണ്ടായത്. എന്നാൽ അതിൽ നിന്നും വ്യത്യസ്തമായി ബ്രിട്ടീഷുകാർ ഇവിടത്തെ നാടൻ സമുദായത്തെ തകർക്കുകയും നാടൻ വ്യവസായത്തെ വേരോടെ പിഴുതെറിയുകയും നാടൻ സമൂഹത്തിൽ മഹത്തരവും മഹോന്നതവുമായി ഉണ്ടായിരുന്ന സർവ്വതിനേയും നിലംപരിശാക്കുകയും ചെയ്യുകയായിരുന്നു.

ബ്രിട്ടീഷുകാർ ഉണ്ടാക്കിയ ഈ മാറ്റം ഇന്ത്യയുടെ വിമോചനത്തിന് അടിത്തറയായി മാറുമെന്നും മാർക്സ് വിലയിരുത്തുന്നുണ്ട്. ബ്രിട്ടീഷുകാർ തോക്കുകൊണ്ട് അടിച്ചേൽപ്പിച്ച ഐക്യം ഇനി വൈദ്യുതി കമ്പി മുഖേന

 വെള്ളത്തിൽ മീനുകളെന്നപോൽ

ഒന്നുകൂടി ദൃഢവും ശാശ്വതവുമാകും. ഉത്പന്നങ്ങൾ ഒരിടത്തുനിന്നും മറ്റൊ രിടത്ത് കൊണ്ട് പോകാനും വിനിമയം നടത്താനുമുള്ള സൗകര്യങ്ങൾ തീരെ ഇല്ലാത്തതുകൊണ്ടാണ് ഇന്ത്യയിലെ ഉത്പാദനശക്തികൾ തളർവാതം പിടിപെട്ട് കിടക്കുന്നത്. അതുകൊണ്ട് ഗതാഗത സൗക ര്യങ്ങൾ മെച്ചപ്പെടുത്തുന്നതിനുള്ള നടപടികൾ സ്വാഭാവികമായും ബ്രി ട്ടീഷുകാർ സ്വീകരിക്കും. ഇതിന്റെ ഫലമായി ഇന്ത്യയിൽ റെയിൽവേയും അതുവഴി ആധുനിക വ്യവസായവും ശക്തിപ്പെടും. അതിലൂടെ ഇന്ത്യ യിലെ ജാതി വ്യവസ്ഥയുടെ അടിത്തറയായി നിൽക്കുന്ന പരമ്പരാഗത പ്രവൃത്തി വിഭജനത്തെ അവ തട്ടിമാറ്റുമെന്നും മാർക്സ് നിരീക്ഷിക്കുകയു ണ്ടായി.

ബ്രിട്ടീഷുകാരുടെ ഇത്തരം പ്രവർത്തികളുടെ ഫലമായി ഇന്ത്യയിൽ ഒരു തൊഴിലാളി വർഗം ഉടലെടുക്കുമെന്നും അവർ പോരാട്ടങ്ങളിലൂടെ രാജ്യത്തെ വിമോചിപ്പിക്കുമെന്നുമുള്ള ആശയവും മുന്നോട്ട് വെക്കുന്നുണ്ട്.

ബ്രിട്ടീഷുകാരുടെ പ്രവർത്തനങ്ങൾ ഇന്ത്യൻ കൃഷിക്കാരുടെ ഭാരം വർദ്ധിപ്പിക്കുന്നതാണ്. ഇന്ത്യൻ ഫ്യൂഡലിസത്തിനെ സംരക്ഷിക്കുന്ന തരത്തിൽ സെമീന്ദാരി, റയട്ട്‌വാരി എന്നീ രണ്ട് തരം കൃഷി സമ്പ്രദാ യങ്ങളും നികുതി സമ്പ്രദായങ്ങളും ബ്രിട്ടീഷുകാർ കൊണ്ടുവന്ന കാര്യം എടുത്ത് പറയുന്നുണ്ട്. ഉദ്യോഗസ്ഥരിൽ നിന്ന് കൃഷിക്കാർ കടുത്ത അക്രമണം നേരിടുന്നുണ്ട്. ഇന്ത്യയിലെ മർദ്ദനങ്ങളെ പറ്റിയുള്ള അന്വേഷണം, ഇന്ത്യൻ കലാപം, ഇന്ത്യയിലെ നികുതികൾ മുതലായവ ലേഖനങ്ങളിൽ എടുത്ത് പറയുന്നുണ്ട്. ഇന്ത്യയിലെ ബ്രിട്ടീഷുകാരുടെ കൊള്ളനയവും കൊളോണിയൽ ചൂഷണത്തിന്റെ കാടൻ സമ്പ്രദായ വുമാണ് ഇന്ത്യൻ കലാപത്തെ ഊതിക്കത്തിച്ചതെന്ന് ഉദാഹരണങ്ങൾ സഹിതം വെളിപ്പെടുത്തുന്നു.

നാൽപ്പതിനായിരം വരുന്ന ഇംഗ്ലീഷ് സൈനികരാൽ നിയന്ത്രിത മായ രണ്ട് ലക്ഷം വരുന്ന ഇന്ത്യൻ പട്ടാളം 20 കോടി വരുന്ന ഇന്ത്യൻ ജനതയെ ചൊൽപടിക്ക് നിർത്താൻ ഉപയോഗിക്കപ്പെടുകയാണ് ഉണ്ടായത്. എന്നാൽ ഇന്ത്യൻ സൈന്യത്തിന്റെ രൂപീകരണം പുതിയ ഒരു സ്ഥിതി വിശേഷം സൃഷ്ടിച്ചതായി മാർക്സ് രേഖപ്പെടുത്തുന്നു.

"ഇന്ത്യൻ ജനതയ്ക്ക് അതിനുമുമ്പ് ഒരിക്കലും ഇല്ലാതിരുന്ന ചെറുത്ത് നിൽപിന് വേണ്ടിയുള്ള ആദ്യത്തെ പൊതുകേന്ദ്രം സംഘടിപ്പിച്ചുകൊ ട്ടു."

എന്നാണ് മാർക്സ് വിശേഷിപ്പിച്ചിട്ടുള്ളത്. ഈ ഇന്ത്യൻ സൈന്യമാണ് തങ്ങളുടെ ഏറ്റവും വലിയ കരുത്ത് എന്നായിരുന്ന ബ്രിട്ടീഷുകാർ വെള്ളത്തിൽ മീനുകളെന്നപോൽ

കരുതിയത്. എന്നാൽ ഈ പട്ടാളം തന്നെയാണ് തങ്ങൾക്കുള്ള ആപത്തിന്റെ പ്രധാനകേന്ദ്രം എന്നത് അവരെ ഞെട്ടിപ്പിച്ച് കളഞ്ഞ തായും ഇന്ത്യയിൽ നിന്ന് വന്ന ഒന്നാം സ്വാതന്ത്ര്യസമരത്തെ അടിസ്ഥാ നപ്പെടുത്തി വന്ന റിപ്പോർട്ടുകളെ വിശകലനം ചെയ്തുകൊണ്ട് മാർക്സ് പറയുന്നുണ്ട്.

ഇന്ത്യയിലെ സ്വാതന്ത്ര്യപോരാളികളും ബ്രിട്ടീഷുകാരും തമ്മിൽ നടത്തിയ യുദ്ധത്തിലെ സൈനിക തന്ത്രങ്ങളെ താരതമ്യപ്പെടുത്തി കൊണ്ടുള്ള നിരവധി ലേഖനങ്ങൾ ഈ സമാഹാരത്തിലുണ്ട്. ഇത് പ്രധാനമായും എഴുതിയത് ഏംഗൽസാണ്. ചെറുപ്പകാലത്ത് ലഭിച്ച സൈനിക പരിശീലനത്തിന്റേയും ഒരു പോരാളി എന്ന നിലയിൽ വിപ്ലവ പോരാട്ടങ്ങളിൽ സജീവമായി പങ്കെടുത്തതിന്റേയും അനുഭ വങ്ങൾ ഈ ലേഖനങ്ങൾക്ക് സഹായകരമായിട്ടുണ്ട്. ഡൽഹിയുടെ പതനത്തെ സംബന്ധിച്ച് ഏംഗൽസ് എഴുതിയ ലേഖനം ഇതിൽ ശ്രദ്ധേയമാണ്. യുദ്ധമുന്നണിയിൽ നിന്ന് വന്ന റിപ്പോർട്ടുകളേയും ദൃക് സാക്ഷി വിവരണങ്ങളേയും ആസ്പദമാക്കി തയ്യാറാക്കിയ ഈ ലേഖന ങ്ങൾ സൈനിക തന്ത്രങ്ങളെ കുറിച്ച് ഇവർക്കുള്ള അഗാധമായ അറിവ് വ്യക്തമാക്കുന്നു.

ഇന്ത്യക്കാർ നടത്തിയ ഈ ചെറുത്ത് നിൽപ്പിനെ കേവലമായ ശിപായികളുടെ ലഹള മാത്രമാണെന്നായിരുന്ന ബ്രിട്ടീഷുകാരുടെ അന്നത്തെ വാദം. എന്നാൽ ഇതിനെ ദേശീയ കലാപമായിട്ടാണ് മാർക്സും ഏംഗൽസും വിലയിരുത്തിയത്. കലാപത്തിന്റെ സ്വഭാവത്തെ ഇവർ വിശകലനം ചെയ്യുന്നുണ്ട്. ഈ കലാപത്തിലൂടെ ഉണ്ടായ പ്രധാന പ്പെട്ട കാര്യം ഇന്ത്യയിലെ വ്യത്യസ്ത ജനവിഭാഗങ്ങളേയും സാമൂഹ്യ വിഭാ ഗങ്ങളേയും അത് ഒന്നിച്ച് കൊണ്ടുവന്നു എന്നതാണ്. ഈ പ്രക്ഷോഭ ത്തിനോട് അക്കാലത്തെ ബ്രിട്ടീഷ് മാധ്യമങ്ങൾ എടുത്ത നിലപാടുകളെ മാർക്സ് രൂക്ഷമായി വിമർശിക്കുന്നുണ്ട്. ഈ കൊളോണിയൽ വിരുദ്ധ കലാപത്തിൽ ബഹുജനങ്ങൾ പങ്കെടുത്തത് പുറത്തറിയാതിരിക്കാൻ അക്കാലത്തെ ബ്രിട്ടീഷ് പത്രങ്ങൾ തങ്ങളാൽ ആവുന്നതെല്ലാം ചെയ്തു കാര്യവും പറയുന്നുണ്ട്. ഇന്ത്യയിലെ കാർഷികമേഖലയിൽ നിന്നാണ് ഈ സ്വാതന്ത്ര്യ പോരാട്ടത്തിന് വലിയ പിന്തുണ ലഭിച്ചതെന്ന കാര്യം പ്രത്യേകം എടുത്ത് പറയുന്നുണ്ട്. കാർഷിക കലാപം എന്ന നിലയിൽ കൂടിയുള്ള ഈ സമരത്തിന്റെ സ്വഭാവത്തെയാണ് ഇവിടെ വ്യക്തമാ ക്കുന്നത്.

# കാൾ മാർക്സ്

അക്കാലത്ത് ദശാബ്ദങ്ങളായി അനുവർത്തിച്ച് പോരുന്ന കരാറുകളെ മാനിക്കുവാൻ ബ്രിട്ടീഷുകാർ തയ്യാറാവാത്തതും ഈ സമരത്തിന് കാരണമായിത്തീർന്നിട്ടുണ്ട്. ഇന്ത്യൻ നാട്ടുരാജ്യങ്ങളെ കൈവശമാക്ക ന്നതിന് ഔദ്യോഗികമായി അംഗീകരിക്കപ്പെട്ട ഉടമ്പടികളെ പോലും അവർ കാറ്റിൽ പറത്തി. അവകാശികളില്ലാതെ മരിക്കുന്ന ഇന്ത്യൻ രാജാക്കന്മാരുടെ രാജ്യങ്ങൾ ബ്രിട്ടീഷുകാർ കീഴടക്കിയത് ഇന്ത്യയിലെ ഫ്യൂഡൽ ശക്തികളെ ബ്രിട്ടീഷ് വിരുദ്ധ കലാപത്തിന് ഇറക്കുന്നതിന് പ്രേരകമായി. ഈ സമരം വിജയിക്കുമെന്നായിരുന്നു സമരത്തിൽ പങ്കെടുത്ത ശക്തികൾ കരുതിയത്.

കലാപത്തിന് കേന്ദ്രീകൃതമായ നേതൃത്വവും കേന്ദ്രീകൃതമായ പട്ടാളവും ഉണ്ടായിരുന്നില്ല. ഇത് കലാപകാരികളുടെ ഇടയിൽ ആഭ്യ ന്തര കലാപത്തിന് പലപ്പോഴും ഇടവന്നിട്ടുണ്ട്. സുസംഘടിതമായ യൂറോപ്യൻ സൈന്യത്തോട് ഏറ്റുമുട്ടുന്നതിനുള്ള പരിചയക്കുറവ് പരാജ യത്തിന് കാരണമായിത്തീർന്നു. എങ്കിലും അവർ ധീരമായി പടപൊരു തിയതായി മാർക്സും ഏംഗൽസും വ്യക്തമാക്കുന്നുണ്ട്. ബ്രിട്ടീഷ് പട്ടാളം പരാജയപ്പെട്ട കലാപകാരികളോട് കാണിച്ച മൃഗീയമായ പെരുമാറ്റവും അവരിൽ നിന്ന് പിടിച്ചെടുത്ത നഗരങ്ങളിലും ഗ്രാമങ്ങളിലും നടത്തിയ കൊള്ളയുടെ ഞെട്ടിപ്പിക്കുന്ന വിവരങ്ങളും ഇന്ത്യയിലെ കലാപം എന്ന ലേഖനങ്ങളിൽ പ്രത്യേകിച്ചും വിശദീകരിക്കുന്നുണ്ട്.

ഈ കലാപം പരാജയപ്പെട്ടുവെങ്കിലും ദൂരവ്യാപകമായി അതുണ്ടാ ക്കിയ പ്രത്യാഘാതങ്ങളെ മാർക്സും ഏംഗൽസും വിലയിരുത്തുന്നുണ്ട്. ഇതിന്റെ ഫലമായി കൊളോണിയൽ അടിമത്തത്തോടുള്ള വിദ്വേഷ ത്തെ അത് പ്രകാശിപ്പിച്ചു. മാത്രമല്ല പിൽക്കാലത്ത് രാജ്യത്ത് നടക്കാൻ പോകുന്ന പോരാട്ടങ്ങൾക്ക് ആവേശം പകരുകയും ചെയ്തു. ബ്രിട്ടീഷ് കാരുടെ ഭരണരീതിയിലും ഈ കലാപം ചില മാറ്റങ്ങൾ വരുത്തുകയു ണ്ടായി. ഈസ്റ്റ് ഇന്ത്യാ കമ്പനിയെ പിന്നീട് പിരിച്ച് വിട്ടന്നതിന് ഇത് ഇടയാക്കുകയുണ്ടായി.

ഈ സ്വാതന്ത്ര്യപ്രസ്ഥാനത്തിന് താൽക്കാലികമായി തിരിച്ചടി ഉണ്ടായെങ്കിലും ദീർഘകാല അടിസ്ഥാനത്തിൽ വിജയം ഇന്ത്യക്കാർക്ക് തന്നെയായിരിക്കുമെന്ന് മാർക്സ് ദീർഘവീക്ഷണം ചെയ്യുന്നുണ്ട്. അതിന് രണ്ട് കാരണങ്ങളാണ് അദ്ദേഹം കണ്ടെത്തുന്നത്. ഒന്നുകിൽ ബ്രിട്ടനിൽ തന്നെ ഒരു തൊഴിലാളി വിപ്ലവം ഉണ്ടാവുക. അല്ലെങ്കിൽ വിദേശകൊ ളോണിയലിസ്റ്റുകൾക്കെതിരായി ഇന്ത്യൻ ജനതയുടെ വിമോചനസമരം

ഉണ്ടാകുക. ഇത് സംബന്ധിച്ച് മാർക്സ് ഇങ്ങനെ എഴുതുകയുണ്ടായി.

"ബ്രിട്ടീഷ് ബൂർഷ്വാസി ഇന്ത്യയിൽ അങ്ങിങ്ങായി വാരിവിതറിയിട്ടുള്ള പുതിയ സാമൂഹ്യശക്തികളുടെ ഗുണഫലങ്ങൾ ഇന്ത്യക്കാർക്ക് അനുഭവിക്കാറാകണമെങ്കിൽ ഗ്രേറ്റ് ബ്രിട്ടനിലെ ഇപ്പോഴത്തെ ഭരണാധികാരിവർഗത്തെ മാറ്റി തൽസ്ഥാനത്ത് ബ്രിട്ടീഷ് വ്യവസായ തൊഴിലാളി വർഗം അധികാരത്തിൽ വരണം. അല്ലെങ്കിൽ ഇന്ത്യക്കാർ തന്നെ വേണ്ടത്ര ശക്തി സംഭരിച്ച് ഇംഗ്ലീഷ് നുകത്തെ വലിച്ചെറിയണം."

ഇന്ത്യയിലെ സ്വാതന്ത്ര്യ പ്രസ്ഥാനത്തിന്റെ ഭാവി ഏത് തരത്തിലായിരിക്കുമെന്ന് ദീർഘവീക്ഷണം ചെയ്യുന്നതിനും മാർക്സും ഏംഗൽസും തയ്യാറാവുന്നുണ്ട്.

ഇന്ത്യയിലെ ഒന്നാം സ്വാതന്ത്ര്യസമരത്തെ കുറിച്ചുള്ള മാർക്സിന്റേയും ഏംഗൽസിന്റേയും നിഗമനങ്ങൾ പഠിക്കുമ്പോൾ ഇന്ത്യാ ചരിത്രക്കുറിപ്പും മാർക്സും ഏംഗൽസും തമ്മിൽ ഇക്കാര്യത്തിൽ നടത്തിയ എഴുത്തുകുത്തുകളും വായിക്കുക എന്നതും പ്രധാനമാണ്. ലേഖനങ്ങളിൽ പ്രതിപാദിച്ച കാര്യങ്ങളുമായി ബന്ധപ്പെട്ടുള്ള കാര്യങ്ങൾ ഇതിൽ ചർച്ച ചെയ്യുന്നുണ്ട്.

യൂറോപ്പിൽ നിന്നുകൊണ്ട് അക്കാലത്തെ പത്രങ്ങളിലും രേഖകളിലും മറ്റും ഉള്ള വിവരങ്ങളെ അടിസ്ഥാനപ്പെടുത്തിയാണ് ഇന്ത്യയെക്കുറിച്ച് മാർക്സും ഏംഗൽസും പഠിച്ചത്. അതുകൊണ്ട് തന്നെ അതിന്റേതായ ചില ദൗർബല്യങ്ങൾ ഈ പഠനങ്ങളെ ഇന്നിൽ നിന്നുകൊണ്ട് വായിക്കുമ്പോൾ കാണാവുന്നതാണ്. ഇന്ത്യയെ പോലുള്ള ഒരു രാജ്യത്തെ കുറിച്ച് അക്കാലത്ത് നിന്നുകൊണ്ട് പഠിക്കുന്നതിനും ശാസ്ത്രീയമായ നിരവധി നിഗമനങ്ങൾ മുന്നോട്ട് വെക്കുകയും ചെയ്യുന്ന ഈ ലേഖനങ്ങൾക്ക് ഏറെ പ്രാധാന്യമുണ്ട്. ഇന്ത്യൻ ചരിത്രത്തേയും മാർക്സിസത്തെ ഇന്ത്യൻ സാഹചര്യത്തിൽ പ്രയോഗിക്കാൻ പരിശ്രമിക്കുന്നവർക്കും ഉൾക്കാഴ്ചകൾ ലഭിക്കുന്നതിന് മാർക്സിന്റെ ഇന്ത്യാപഠനങ്ങൾ സഹായിക്കാതിരിക്കില്ല.

ഫ്രെഡറിക് ഏംഗൽസ്

ഫ്രാൻസിലും ജർമിനിയിലും 1840കളുടെ അവസാനം നടന്ന വിപ്ലവ പോരാട്ടങ്ങളുടെ കാരണങ്ങളും അവ പരാജയപ്പെടുന്നതിന് ഇടയായ സാഹചര്യവും വില യിരുത്തുന്ന കൃതി.

# ജർമ്മനിയിലെ വിപ്ലവവും പ്രതിവിപ്ലവവും

**1840**കളുടെ അവസാനം യൂറോപ്യൻ രാജ്യങ്ങൾക്കകത്ത് അതിരൂക്ഷമായ സാമ്പത്തിക പ്രതിസന്ധി പൊട്ടി പ്പുറപ്പെടുകയുണ്ടായി. ഇത് ആ രാജ്യങ്ങളിലെ സമ്പദ്ഘടനയിൽ മാത്രമല്ല രാഷ്ട്രീയ രംഗത്തും വലിയ തോതിലുള്ള പ്രത്യാഘാതം ഉണ്ടാക്കി. വ്യവസ്ഥാപിത ഗവൺമെന്റുകളെ അട്ടിമറിച്ചുകൊണ്ട് വിപ്ലവങ്ങളുടെ പരമ്പര തന്നെ പൊട്ടിപ്പുറപ്പെടുകയുണ്ടായി.

ഫ്രാൻസിലും ജർമ്മനിയിലും ഒക്കെ നടന്ന ഇത്തരം വിപ്ലവ പോരാ ട്ടങ്ങളുടെ കാരണങ്ങളും അവ പരാജയപ്പെടുന്നതിന് ഇടയായ സാഹ ചര്യങ്ങളും മാർക്സും ഏംഗൽസും വിശദമായി പരിശോധിക്കുകയുണ്ടായി. ചരിത്രപരമായ ഭൗതികവാദത്തിന്റേയും മാർക്സിയൻ അർത്ഥശാസ്ത്രത്തി ന്റേയും കാഴ്ചപ്പാടുകളുടെ അടിസ്ഥാനത്തിൽ ഈ രാഷ്ട്രീയ പ്രശ്നങ്ങളെ വിശകലനം ചെയ്യുകയാണ് ഇതിൽ ചെയ്യുന്നത്. ഫ്രാൻസിലെ സ്ഥി തിഗതികൾ മാർക്സ് വിശകലനം ചെയ്യുമ്പോൾ ജർമനിയിലെ സ്ഥിതി ഏംഗൽസ് വ്യക്തമാക്കി.

ജർമ്മനിയിൽ നടന്ന ഇത്തരം സംഭവവികാസങ്ങളാണ് ഈ പുസ്ത കത്തിൽ വിലയിരുത്തുന്നത്. അതോടൊപ്പം വിപ്ലവ പ്രവർത്തനത്തിൽ സായുധസമരത്തിന്റെ പ്രാധാന്യത്തെ വിശദീകരിക്കുകയും ചെയ്യുന്നു. സൈനികനായി പ്രവർത്തിച്ച അനുഭവമുള്ള ഏംഗൽസ് ഈ കാര്യം വെള്ളത്തിൽ മീനുകളെന്നപോൽ

വളരെ ഫലപ്രദമായി അനുഭവത്തിന്റെ പശ്ചാത്തലത്തിൽ വിശദീക രിക്കുന്നു.

1851-52 കാലത്ത് ന്യൂയോർക്ക് ഡെയ്ലി ട്രിബ്യൂണിൽ പ്രസിദ്ധീക രിച്ച ലേഖന പരമ്പരയാണ് ഈ പുസ്തകത്തിൽ അടങ്ങിയിരിക്കുന്നത്. ഈ കാലഘട്ടത്തിൽ മാർക്സ് ആവട്ടെ സാമ്പത്തിക ഗവേഷണത്തിൽ വ്യാപൃതനായിരുന്നു. അക്കാലത്ത് മാർക്സിന്റെ അപേക്ഷ പ്രകാരം ഏംഗൽസാണ് ഈ ലേഖനങ്ങളെല്ലാം എഴുതിയത്. എന്നാൽ പത്ര ത്തിന്റെ ഔദ്യോഗിക ലേഖകനായി പ്രവർത്തിച്ചിരുന്ന മാർക്സിന്റെ പേരിലാണ് അവ പ്രസിദ്ധീകരിച്ചിരുന്നത്. 1913-ൽ മാർക്സും ഏംഗൽസും തമ്മിലുള്ള കത്തിടപാടുകൾ പ്രസിദ്ധപ്പെടുത്തിയപ്പോളാണ് ഈ ലേഖനങ്ങളുടെ യഥാർത്ഥ കർത്താവ് ഏംഗൽസാണെന്ന കാര്യം പുറത്തറിയുന്നത്. അതിന് ശേഷം ഈ പുസ്തകത്തിന്റെ കർത്താവ് എന്ന നിലയിൽ ഏംഗൽസിനെയാണ് അറിയപ്പെടുന്നത്.

1848-ൽ ഫ്രാൻസിലെ പോലെ ജർമ്മനിയിൽ വിപ്ലവപ്രസ്ഥാനം ശക്തമായിരുന്നില്ല. അതുകൊണ്ട് ജർമ്മനി കേന്ദ്രമാക്കി വിപ്ലവപ്ര വർത്തനം സംഘടിപ്പിക്കുന്നതിന് മാർക്സും ഏംഗൽസും തീരുമാനിച്ചു. 1848-മാർച്ചിൽ കമ്മ്യൂണിസ്റ്റ് ലീഗിന്റെ കേന്ദ്രകമ്മിറ്റി നാനൂറോളം പ്രവർത്തകരെ ഒരോരുത്തരെയായി ജർമ്മനിയിലേക്ക് കടത്തി വിട്ടു. ഏപ്രിൽ ആരംഭത്തോടെ മാർക്സും ഏംഗൽസും കൂടി മാതൃരാജ്യത്ത് നടക്കുന്ന വിപ്ലവത്തിൽ പങ്കെടുക്കാനും പുറപ്പെട്ടു. ഇതിൽ കമ്മ്യൂണി സ്റ്റുകാർ സ്വീകരിക്കുന്ന അടവും തന്ത്രവും വ്യക്തമാക്കി കൊണ്ട് വളരെ പ്രധാനപ്പെട്ട ഒരു രേഖ അവർ തയ്യാറാക്കി. ജർമ്മനിയിൽ കമ്മ്യൂണിസ്റ്റ് പാർടിയുടെ ആവശ്യങ്ങൾ എന്ന പേരിലാണ് ഇത് പ്രസിദ്ധീകരിച്ചത്. ജർമ്മനിയിൽ വിപ്ലവത്തിന്റെ ഘട്ടം ആ അവസരത്തിൽ സോഷ്യലിസ ത്തിന്റേതായിരുന്നില്ലെന്നും ബൂർഷ്വാ ജനാധിപത്യത്തിന്റേതാണെന്നും ഇതിൽ ഏംഗൽസ് വിശദീകരിക്കുന്നു.

തൊഴിലാളികൾക്ക് പ്രാധാന്യം ഉണ്ടായിരുന്ന കൊളോണിയൽ നഗരമാണ് തങ്ങളുടെ പ്രധാന പ്രവർത്തനകേന്ദ്രമായി മാർക്സും ഏംഗൽസും തെരഞ്ഞെടുത്തത്. ജർമ്മനിയിലെ തൊഴിലാളി വർഗം അന്ന് രാഷ്ട്രീയമായും സംഘടനാപരമായും ശക്തമായിരുന്നില്ല. അതുകൊണ്ട് തന്നെ അതിനെ ശക്തിപ്പെടുത്തുന്ന നടപടികൾ അവർ സ്വീകരിച്ചു. വിശാലമായ ജനാധിപത്യപ്രക്ഷോഭങ്ങളിൽ പങ്കെടുക്കുന്നതോടൊപ്പം തൊഴിലാളി സംഘങ്ങൾ എല്ലായിടത്തും

സംഘടിപ്പിക്കുന്നതിനും തൊഴിലാളികൾക്ക് പ്രത്യേകം രാഷ്ട്രീയവി ദ്യാഭ്യാസം നൽകുന്നതിനും അവർ ഏറെ ശ്രദ്ധിച്ചു. മാത്രമല്ല ഇത്തരം പ്രവർത്തനങ്ങൾ സംഘടിപ്പിക്കാൻ തങ്ങളുടെ സഹപ്രവർത്തകരെ നിരന്തരമായി ഓർമ്മിപ്പിച്ചുകൊണ്ടിരുന്നു.

1848-ലെ മാർച്ച് വിപ്ലവത്തിന് ശേഷം ജർമ്മനിയിലും ബൂർഷ്വാസി അതിന്റെ അധികാരം കിട്ടിയപ്പോൾ ജനങ്ങളുടെ വിപ്ലവത്തെ വഞ്ചി ക്കുകയും പ്രതിലോമകാരികളുമായി സന്ധി ചെയ്യുകയും ചെയ്തു. ജൂൺ മാസത്തിൽ പ്രഷ്യൻ രാജാവ് ബർലിനിലെ ദേശീയ അസംബ്ലി പിരിച്ച വിട്ടു. 1849 മാർച്ച്-ഏപ്രിൽ മാസത്തോടുകൂടി ജർമ്മനിയുടെ മിക്കഭാഗ ങ്ങളിലും പ്രതിവിപ്ലവ ശക്തികൾ അധികാരം പിടിച്ചു. ബൂർഷ്വാസിക്ക് ഭൂരിപക്ഷമുള്ള ഫ്രാങ്ക്ഫർട്ടിലെ ദേശീയ അസംബ്ലിയും അവസാനം രാജാവിന് കീഴടങ്ങി. എല്ലാ ജനകീയ കലാപങ്ങളും പരാജയപ്പെട്ടു. ജർമ്മനിയിലെ കലാപം പരാജയപ്പെട്ടതിന് കാരണം ബൂർഷ്വാസി കാണിച്ച ഭീരുത്വവും നട്ടെല്ലില്ലായ്മയും വഞ്ചനയുമായിരുന്നു. ജർമ്മൻ വിപ്ലവത്തിന്റെ ആദ്യഘട്ടത്തിൽ വിപ്ലവത്തിന്റെ പുരോഗതിയെ സഹായിക്കുന്ന നിലപാടായിരുന്നു ബൂർഷ്വാസി സ്വീകരിച്ചത്. എന്നാൽ പിന്നീട് ബൂർഷ്വാസി ജനങ്ങളെ വഞ്ചിച്ച് ഫ്യൂഡൽ പ്രഭക്കളുമായി സന്ധി ചെയ്യുകയാണ് ഉണ്ടായത്.

വിപ്ലവത്തിന് തിരിച്ചടിയേറ്റ ഈ കാലഘട്ടത്തിൽ ഫ്രാങ്ക്ഫർട്ട്, ബാദൻ, ഫാൾസ് എന്നീ ജർമ്മൻ പ്രദേശങ്ങളിൽ വിപ്ലവ പ്രസ്ഥാന ത്തെ ശക്തിപ്പെടുത്താൻ മാർക്സ് ശ്രമിച്ചുവെങ്കിലും ആ പ്രയത്നം നിഷ്ഫ ലമായി. തുടർന്ന് അദ്ദേഹം പാരീസിലേക്ക് പോയി. അതിന് ശേഷവും ഏംഗൽസ് തെക്കൻ ജർമ്മനിയിൽ കീഴടങ്ങാതെ നിന്ന ഔഗസ്ത് വില്ലീഷ് എന്ന കമാൻഡറുടെ നേതൃത്വത്തിലുള്ള ഒരു വിപ്ലവ സേനാ വിഭാഗത്തിൽ യൂണിഫോറം ധരിച്ച പട്ടാള ഓഫീസറായി തന്നെ യുദ്ധം ചെയ്തു. പരാജയം ഉറപ്പായ ഘട്ടത്തിൽ 1849 ജൂലൈ 12-ാം തീയതി തന്റെ സേനാ വിഭാഗത്തോടൊപ്പം സ്വിറ്റ്സർലണ്ടിലേക്ക് കടക്കുകയും ചെയ്തു.

താൻ നേരിട്ട് പങ്കെടുത്ത 1848-49 കാലഘട്ടത്തിലെ ജർമ്മൻ വിപ്ലവത്തിന്റെ ഫലങ്ങളെ അവലോകനം ചെയ്യുകയാണ് ഏംഗൽസ് ഈ പുസ്തകത്തിൽ. ചരിത്രപരമായ ഭൗതികവാദത്തിന്റെ വീക്ഷണ കോണിലൂടെ അദ്ദേഹം ആ വിപ്ലവത്തിന്റെ പൂർവ്വോപാധികളേയും അതിന്റെ മുഖ്യ വികാസഘട്ടങ്ങളേയും, വിവിധ വർഗങ്ങളും കക്ഷികളും

അക്കാലത്ത് എടുത്ത നിലപാടുകളേയും ഇതിൽ വിശകലനം ചെയ്യുന്നു. ഈ വിശകലനത്തിന്റെ പശ്ചാത്തലത്തിൽ നിന്നുകൊണ്ട് തൊഴിലാളി വർഗത്തിന്റെ വിപ്ലവസമരങ്ങളുടെ അടവുകൾ സംബന്ധിച്ച തത്വങ്ങൾ പ്രതിപാദിക്കുകയും സായുധ കലാപത്തെ കുറിച്ചുള്ള മാർക്സിസ്റ്റ് സിദ്ധാ ന്തത്തിന്റെ അടിത്തറ മുന്നോട്ട് വെക്കുകയും ചെയ്തു.

പരാജയപ്പെട്ട വിപ്ലവപ്രവർത്തനങ്ങൾ പിന്നീട് കൂടുതൽ കരുത്തോടെ തിരിച്ച് വരുന്നതിനുള്ള പാഠങ്ങളാക്കി എങ്ങനെ മാറ്റാം എന്നതിന്റെ ഉദാഹരണമാണ് ഈ പുസ്തകം. വിപ്ലവ പ്രവർത്തനം എന്നത് അനുസ്യൂതമായി മുന്നോട്ട് പോകുന്ന ഒന്നല്ല. തിരിച്ചടിക ളേയും പ്രതിസന്ധികളേയും എല്ലാം എതിരിട്ടുകൊണ്ടാണ് മുന്നോട്ട് പോകുന്നത്. അത് ഓരോന്നും ഭാവിയിലെ പ്രസ്ഥാനത്തിന്റെ മുന്നോട്ട് പോക്കിന് ഏറെ സഹായകമാണ് താനും.

ഈ പുസ്തകത്തിന്റെ തുടക്കത്തിൽ ഏംഗൽസ് ഇങ്ങനെ പറയുന്നു: "യൂറോപ്യൻ വൻകരയിൽ നടന്ന വിപ്ലവ നാടകത്തിലെ ഒന്നാം അംഗം അവസാനിച്ചിരിക്കുന്നു. 1848-ലെ കൊടുങ്കാറ്റിന് മുമ്പുണ്ടായിരുന്ന മുമ്പത്തെ ഭരണാധികാരികൾ വീണ്ടും ഇന്നത്തെ ഭരണാധികാരിക ളായി." ഇത്തരത്തിൽ ഈ കാലഘട്ടത്തിലെ വിപ്ലവത്തേയും അതിന് സംഭവിച്ച തിരിച്ചടികളേയും വിശകലനം ചെയ്ത് കൊണ്ടാണ് ഇടക്ക ത്തിലേ ഏംഗൽസ് മുന്നോട്ട് പോകുന്നത്.

ഈ വിപ്ലവ സ്ഥിതിവിശേഷത്തെ വിശദീകരിച്ചശേഷം വ്യക്തി കേന്ദ്രീകൃതമാണ് വിപ്ലവങ്ങൾ എന്ന വാദത്തെ ഇതിൽ തള്ളിക്കളയുന്നു. ചുരുക്കം ചില പ്രക്ഷോഭകാരികളുടെ ദുഷ്ടബുദ്ധി കാരണമാണ് വിപ്ലവ ങ്ങൾ നടക്കുന്നതെന്ന അന്ധവിശ്വാസത്തിന്റെ കാലം പണ്ടേ കഴിഞ്ഞു എന്നും ഓർമ്മിപ്പിക്കുന്നു. ഇടർന്ന് ഇങ്ങനെ പറയുന്നുണ്ട്:

"ഒരു വിപ്ലവകരമായ കോളിളക്കം നടക്കുന്നതെവിടെയായാലും അതിന്റെ പിന്നിൽ എന്തെങ്കിലും സാമൂഹ്യ ആവശ്യം മറഞ്ഞു കിട പ്പുണ്ടാവുമെന്നും അത് തൃപ്തിപ്പെടുത്തുന്നതിനേ കാലഹരണപ്പെട്ട സ്ഥാപനങ്ങൾ തടസപ്പെടുത്തുകയാണെന്നും ഇന്ന് എല്ലാവർക്കും അറിയാം. ക്ഷിപ്രവിജയമുണ്ടാക്കത്തക്കവണ്ണം ആ ആവശ്യം വേണ്ടത്ര ശക്തമായോ സാർവത്രികമായോ ഇനി അനുഭവപ്പെട്ടില്ലെന്ന് വരാം. എന്നാൽ അതിനെ ബലം പ്രയോഗിച്ച് അടിച്ചമർത്താനുള്ള ഓരോ ശ്രമവും അതിനെ കൂടെക്കൂടെ ഊറ്റത്തോടെ മേലോട്ട് തള്ളുകയേ ഉള്ളൂ. അവസാനം അത് ചങ്ങല പൊട്ടിച്ചെറിയുന്നു."

ഇങ്ങനെ വിപ്ലവങ്ങള്‍ പരാജയപ്പെടുന്നതിലൂടെ എല്ലാറ്റിന്റേയും അന്ത്യമായി എന്ന് അര്‍ത്ഥമാക്കേണ്ടതില്ലെന്നും ഓരോ അടിച്ച മര്‍ത്തലില്‍ നിന്നും അതിനെ അതിജീവിച്ച് പ്രസ്ഥാനം മുന്നോട്ട് വരുമെന്നും ഏംഗല്‍സ് ഓര്‍മ്മിപ്പിക്കുന്നു. അതിനായി വിപ്ലവത്തിന്റെ പൊട്ടിത്തെറിക്കുന്നപോലെ അതിന്റെ പരാജയത്തിന് ഇടയാക്കിയ കാരണങ്ങളേയും പരിശോധിക്കുകയാണ് ചെയ്യേണ്ടത് എന്ന് അദ്ദേഹം ഓര്‍മ്മിപ്പിക്കുന്നു. അങ്ങനെ പരിശോധിക്കുമ്പോഴുള്ള മാര്‍ക്സിസ്റ്റ് സമീ പനത്തെക്കുറിച്ച് ഏംഗല്‍സ് ഇങ്ങനെ വ്യക്തമാക്കുന്നു:

"ചില നേതാക്കന്മാരുടെ ആകസ്മിക അഭിലാഷങ്ങളിലോ പാടവ ങ്ങളിലോ കുറവുകളിലോ അബദ്ധങ്ങളിലോ വഞ്ചനകളിലോ അല്ല, കോളിളക്കത്തില്‍പെട്ട രാഷ്ട്രങ്ങളില്‍ ഓരോന്നിന്റേയും പൊതുസാമൂഹ്യ വ്യവസ്ഥയിലും ജീവിത സാഹചര്യങ്ങളിലുമാണ് ആ കാരണങ്ങള്‍ തേടേണ്ടത്."

ഇത്തരത്തില്‍ പ്രശ്നങ്ങളെ വിശകലനം ചെയ്യുന്നതിന് വ്യക്ത്യാ ധിഷ്ഠിതമായ രീതി ഉപേക്ഷിച്ച് സമൂഹത്തിന്റെ വര്‍ഗബന്ധങ്ങളിലേ ക്കും അതിന്റെ വൈരുദ്ധ്യങ്ങളിലേക്കുമാണ് പോവേണ്ടത് എന്നും ഏംഗല്‍സ് ഓര്‍മ്മിപ്പിക്കുന്നു. "ഇന്ന മനുഷ്യനെ വിശ്വസിച്ചുകൂടാ എന്ന ഒരേ ഒരു വസ്തുത അറിയാമെന്നതാണ് ഒരു രാഷ്ട്രീയപാര്‍ടിക്ക് ആകെയുള്ള കൈമുതലെങ്കില്‍ അതിന്റെ ഭാവി പരമദയനീയം തന്നെ," എന്നും തുടര്‍ന്ന് പറയുന്നുണ്ട്. വ്യക്ത്യാധിഷ്ഠിതമായ വിദ്വേഷങ്ങളുടേയും പൊലിപ്പിക്കലിന്റേയും വിഗ്രഹവല്‍ക്കരണത്തിന്റേയും രീതികളില്‍ നിന്ന് വ്യത്യസ്തമാണ് മാര്‍ക്സിസ്റ്റ് സമീപനമെന്ന് ഇവിടെ ഏംഗല്‍സ് അടിവരയിടുന്നു.

ജര്‍മ്മനിയിലെ വിപ്ലവത്തിന്റെ അടിസ്ഥാനകാരണം തേടേണ്ടത് അവിട്ടത്തെ സാമൂഹ്യവും സാമ്പത്തികവുമായ സംഭവഗതികളിലാണെ ന്ന് ഏംഗല്‍സ് ഓര്‍മ്മിപ്പിക്കുന്നു. ഈ കാലഘട്ടത്തില്‍ ജര്‍മ്മനിയിലെ സാമ്പത്തിക സ്ഥിതിവിശേഷം ഏംഗല്‍സ് തുടര്‍ന്ന് വ്യക്തമാക്കുന്നുണ്ട്. "രാഷ്ട്രത്തിന്റെ ബഹുഭൂരിപക്ഷം ജനങ്ങളും പ്രഭുവര്‍ഗത്തിലോ ബൂര്‍ഷ്വാ സിയിലോ പെട്ടവരായിരുന്നില്ല. പട്ടണങ്ങളില്‍ ചെറുകിട കച്ചവടക്കാ രുടേയും കൈവേലക്കാരുടേയും വര്‍ഗവും, തൊഴിലാളികളും, ഗ്രാമങ്ങ ളില്‍ കര്‍ഷകരുമാണ് അവരില്‍ അടങ്ങിയിരിക്കുന്നത്. ജര്‍മ്മനിയില്‍ വന്‍കിട മുതലാളിമാരുടേയും വ്യവസായികളുടേയും വര്‍ഗത്തിന്റെ ദുര്‍ ബലമായ വികാസത്തിന്റെ ഫലമായി ചെറുകിട കൈവേലക്കാരുടേയും

കച്ചവടക്കാരുടേയും എണ്ണം അസാമാന്യമാംവിധം അധികമാണ്. വലിയ പട്ടണങ്ങളിൽ അവർ ജനസംഖ്യയുടെ ഏതാണ്ട് ഭൂരിപക്ഷം തന്നെ വരും. ചെറുപട്ടണങ്ങളിലാവട്ടെ സ്വാധീനശക്തിക്ക് വേണ്ടി മത്സരിക്കവാൻ കൂടുതൽ സമ്പന്നരായവർ രംഗത്തില്ലാത്തതുകൊണ്ട് അവർ പൂർണ്ണമായും ആധിപത്യം വഹിക്കുന്നു.'' ജർമ്മനിയിലെ അന്നത്തെ യഥാർത്ഥ സ്ഥിതിവിശേഷത്തെ ഇത്തരത്തിൽ വിശകലനം ചെയ്തുകൊണ്ടാണ് ഏംഗൽസ് തന്റെ നിഗമനങ്ങളിൽ എത്തിച്ചേരുന്നത്.

മേൽ സൂചിപ്പിച്ച രീതിയിൽ നിലനിന്ന സാമൂഹ്യബന്ധങ്ങളിൽ നിന്ന് എങ്ങനെയാണ് വിപ്ലവത്തിന് പശ്ചാത്തലമൊരുങ്ങിയത് എന്ന കാര്യം ഇതിൽ ഏംഗൽസ് വ്യക്തമാക്കുന്നുണ്ട്. ''സ്വന്തം ശക്തി മനസ്സിലാക്കിയ ബൂർഷ്വാസി തങ്ങളുടെ വാണിജ്യ ഇടപാടുകളേയും വ്യാവസായിക പ്രവർത്തനത്തേയും ഒരു വർഗമെന്ന നിലയ്ക്കുള്ള സംയുക്ത നടപടികളേയും വരിഞ്ഞു കെട്ടിയിരുന്ന ഫ്യൂഡൽ-ഉദ്യോഗസ്ഥ മേധാവിത്വ സ്വേച്ഛാധിപത്യത്തിന്റെ ചങ്ങലക്കെട്ടുകൾ കൂടുതൽ പേറാൻ സാധ്യമല്ലെന്ന് തീരുമാനിച്ചു. ഭൂപ്രഭുക്കളിൽ ഒരു വിഭാഗം കമ്പോളത്തിന് വേണ്ടിയുള്ള ചരക്കുകളുടെ ഉത്പാദകരായി മാറിയതിന്റെ ഫലമായി അവരുടേയും ബൂർഷ്വാസിയുടേയും താൽപര്യങ്ങൾ ഒന്നാവുകയും അവർ ബൂർഷ്വാസിയുമായി യോജിച്ച് നിൽക്കുകയും ചെയ്തു.'' ഇതോടൊപ്പം തന്നെ കർഷകർ ഫ്യൂഡൽ അക്രമപ്പിരിവുകളും ഫണ്ടികക്കാരുടേയും മറ്റും മർദ്ദനവും അനുഭവിച്ചിരുന്നു. പൊതുവില്ലുള്ള അസംതൃപ്തി പട്ടണ ങ്ങളിലെ തൊഴിലാളികളേയും ബാധിക്കുകയുണ്ടായി. മുതലാളിത്തത്തി നേയും സർക്കാരിനേയും എതിർത്തിരുന്ന തൊഴിലാളി വിഭാഗത്തിൽ സോഷ്യലിസത്തിന്റേയും കമ്മ്യൂണിസത്തിന്റേയും ആശയങ്ങളും സ്വാധീനം ചെലുത്തിയിരുന്നു. ഇത്തരത്തിൽ വിവിധ താൽപര്യങ്ങളിൽ നിന്ന് ഉടലെടുത്ത പ്രതിപക്ഷ ഘടകങ്ങളുടെ ഒരു സമ്മിശ്ര സഞ്ചയം നിലവിൽ ഉണ്ടായിരുന്നു. എങ്കിലും ഇതിന് നേതൃത്വം നൽകിയത് ബൂർ ഷ്വാസിയാണെന്നും ഏംഗൽസ് വ്യക്തമാക്കുന്നു.

ജർമ്മനിയിലെ അന്നത്തെ കാർഷിക മേഖലയേയും സൂക്ഷ്മ മായ പരിശോധനയ്ക്ക് വിധേയമാക്കുന്നുണ്ട്. കാർഷികമേഖലയിലെ വിവിധ വിഭാഗങ്ങൾ ചേർന്നാൽ ഗണ്യമായ ഭൂരിപക്ഷം ആ രാജ്യത്ത് ഉണ്ടാവും. എന്നാൽ ഈ വർഗത്തിനിടയിലെ ഉൾപ്പിരിവുകളെ തിരി ച്ചറിയുവാനും ഏംഗൽസ് ശ്രമിക്കുന്നുണ്ട്. കൂടുതൽ സമ്പന്നരായ കൃഷി ഉടമകൾ ഇവിടെ ഉണ്ട്. അവരിൽ ഓരോരുത്തരും കുറേ കർഷക

തൊഴിലാളികളെ പണിക്ക് വെക്കുകയും ചെയ്യുന്നു. രണ്ടാമത്തെ വിഭാഗം ചെറുകിട സ്വതന്ത്രകർഷകരാണ്. സ്വതന്ത്രമാണെന്ന് പറയുമെങ്കിലും ഇവരുടെ ഭൂമി ഫണ്ടികക്കാർക്ക് പണയപ്പെടുത്തിയ നിലയിലാണ് ഉള്ളത്. മൂന്നാമത്തെ വിഭാഗമാവട്ടെ ഫ്യൂഡൽ പാട്ടക്കാരാണ്. ഇവർ പാട്ടം കൊടുക്കുകയും ജന്മിക്ക് വേണ്ടി നിശ്ചിത ജോലികൾ ചെയ്യേ ണ്ടവരുമാണ്. നാലാമത്തെ വിഭാഗം കർഷകതൊഴിലാളികളാണ്. ദരിദ്രരും അർദ്ധ നഗ്നരും യജമാനന്മാരുടെ അടിമകളുമായിട്ടാണ് അവർ ജീവിക്കുന്നത്. ചെറുകിട സ്വതന്ത്രകർഷകർക്കും ഫ്യൂഡൽ പാട്ട ക്കാർക്കും കർഷകതൊഴിലാളികൾക്കും ജർമ്മനിയിൽ നടന്ന വിപ്ലവം ഉജ്ജ്വലമായ സാധ്യതകൾ നിറഞ്ഞ് നിന്ന പുതിയ ജീവിത പന്ഥാവ് തുറന്ന് കൊടുത്തതായി ഏംഗൽസ് വിശേഷിപ്പിക്കുന്നുണ്ട്.

അതേ അവസരത്തിൽ തന്നെ കാർഷിക ജനത ചിന്നി ചിത റിക്കിടക്കുന്നത് കൊണ്ട് സ്വതന്ത്രമായ പ്രസ്ഥാനത്തിൽ കൊണ്ട് വരുന്നതിനുള്ള പ്രയാസങ്ങളെ കുറിച്ചും ഏംഗൽസ് പറയുന്നുണ്ട്. അതുകൊണ്ട് തന്നെ നഗരങ്ങളിലെ ജനതയുടെ ഒരു പ്രാരംഭ ചോദന ഇവരുടെ മുന്നേറ്റത്തിന് അനിവാര്യമാണെന്ന സൂചനയും ഏംഗൽസ് നൽകുന്നുണ്ട്. ജർമ്മനി ചിതറി കിടക്കുന്നതുകൊണ്ടും ഓരോ മേഖലയു ടേയും രീതികൾ വ്യത്യസ്തമായതുകൊണ്ടും ഏകീകൃത ലക്ഷ്യത്തിന്റേയും പ്രവർത്തന ഐക്യത്തിന്റേയും പന്ഥാവിലേക്ക് കൊണ്ട് വരാനുള്ള പ്രയാസങ്ങളെ സംബന്ധിച്ചും എടുത്ത് പറയുന്നുണ്ട്. ജർമ്മനിയിലെ പ്രധാനപ്പെട്ട പ്രവിശ്യയായ പ്രഷ്യയുടെ പ്രത്യേകതകളേയും അതിന്റെ രീതികളേയും വിലയിരുത്തിക്കൊണ്ടാണ് തുടർന്ന് മുന്നോട്ട് പോകുന്നത്. മറ്റ് ജർമ്മൻ സ്റ്റേറ്റുകളുടേയും ആസ്ട്രിയയുടേയും സവിശേഷതകളെ വ്യക്തമാക്കുന്നതിനും പിന്നീട് മുതിരുന്നു. വിയന്ന, ബർലിൻ തുടങ്ങിയി ടങ്ങളിലെ സായുധകലാപത്തിന്റെ ചിത്രം പിന്നീട് വരയ്ക്കുന്നു. ഫ്രാങ്ക്ഫർ ട്ടിലെ നാഷണൽ അസംബ്ലി, പോളണ്ട്, ചെക്ക്, ജർമ്മൻ തുടങ്ങിയ വിഭാഗങ്ങളുടെ പ്രത്യേകതകളെ പരാമർശിക്കുകയാണ് തുടർന്നുള്ള ഭാഗങ്ങളിൽ. സായുധകലാപത്തിന്റെ സവിശേഷതകളും അതിന്റെ പ്രത്യേകതകളേയുമാണ് പിന്നീട്ടുള്ള ഭാഗത്ത് വിശകലനം ചെയ്യുന്നത്. ഇത്തരത്തിൽ ജർമ്മൻ വിപ്ലവത്തിന്റെ സമഗ്രമായ പരിശോധനയായി ഈ പുസ്തകം മാറുന്നു.

ജർമ്മനിയിലെ വിപ്ലവ മുന്നേറ്റത്തിനും തുടർന്നുണ്ടായ പ്രതിവിപ്ലവ ത്തിലും പെറ്റി ബർഷ്വാസി വഹിച്ച പങ്ക് എടുത്ത് പറയുന്നുണ്ട്. പെറ്റി

ബൂർഷ്വാസിയുടെ സ്വഭാവ സവിശേഷതകളേയും ഇതിൽ വിശദീകരിക്ക
ന്നുണ്ട്. "പെറ്റിബൂർഷ്വാസി വീമ്പടിക്കാൻ സമർത്ഥന്മാരാണെങ്കിലും പ്ര
വർത്തനത്തിന്റെ കാര്യത്തിൽ തീരെ കഴിവില്ലാത്തവരും എന്തെങ്കിലും
അപകടം നേരിടാൻ വളരെയേറെ മടിക്കുന്നവരുമാണ്." വിപ്ലവത്തിന്റെ
മുൻനിരയിൽ ആദ്യഘട്ടത്തിൽ ഈ വിഭാഗം ഉണ്ടായിരുന്നു. എന്നാൽ
പാർലമെന്ററി വ്യവസ്ഥയോട്ടുള്ള അന്ധമായ വിധേയത്വം വിപ്ലവപര
മായി ജനങ്ങളെ അണിനിരത്തുന്നതിൽ നിന്ന് മാറി നിൽക്കുന്ന നിലയും
ഈ വിഭാഗങ്ങളിൽ ഉണ്ടായി. ഈ ഘട്ടത്തിലാവട്ടെ വിപ്ലവപ്രസ്ഥാന
ത്തിന്റെ മുൻനിരയിൽ നിൽക്കാത്ത തൊഴിലാളി വർഗം ശക്തി സംഭ
രിച്ചതുമില്ല. എന്നാൽ രാജ്യത്തിന്റെയാകെ ശരിയായ താൽപര്യങ്ങളെ
തൊഴിലാളി വർഗം പ്രതിനിധീകരിക്കുന്നു എന്നും എടുത്ത് പറയുന്നു.

വിപ്ലവത്തിന് സൈനികമായ തന്ത്രവും സായുധമായ ശേഷിയും
ആവശ്യമാണെന്ന് ഏംഗൽസ് എടുത്ത് പറയുന്നുണ്ട്. "യുദ്ധത്തിലെ
ന്നപോലെ വിപ്ലവത്തിലും നിർണ്ണായക ഘട്ടത്തിൽ എല്ലാം ത്യജിച്ച്
പോരാടി മുന്നേറാനുള്ള സന്നദ്ധത നിർണ്ണായക"മാണെന്ന് അദ്ദേഹം
ച്ചൂണ്ടിക്കാണിക്കുകയുണ്ടായി. യുദ്ധമെന്ന പോലെ സായുധകലാപവും
കലയാണ് എന്ന് ഇവിടെ ഏംഗൽസ് ഓർമ്മിപ്പിക്കുന്നുണ്ട്.

വിപ്ലവവുമായി ബന്ധപ്പെട്ട പ്രശ്നങ്ങൾ കൈകാര്യം ചെയ്യമ്പോൾ
ദേശീയതയെ സംബന്ധിച്ചും വിശദീകരിക്കുന്നുണ്ട്. സ്ലാവ് ജനതയുടെ
ദേശീയ പ്രസ്ഥാനവും ഏംഗൽസിന്റെ പരാമർശത്തിന് വിധേയമാ
കുന്നുണ്ട്. ഈ ഘട്ടത്തിൽ ചെക്ക് കാരടക്കമുള്ള സ്ലാവ് ജനവിഭാഗം
ആസ്ട്രിയൻ സാമ്രാജ്യത്വത്തിനെതിരെ കലാപത്തിൽ ഏർപ്പെട്ടതിനെ
ഇതിൽ ന്യായീകരിക്കുന്നുണ്ട്. എന്നാൽ ഒരു ഘട്ടം കഴിഞ്ഞപ്പോൾ
ഫ്യൂഡൽ പ്രഭക്കളും മതമേധാവികളും ഇതിൽ മേൽക്കൈ നേടി.
ഹംഗറി ഇറ്റലി തുടങ്ങിയ പ്രദേശങ്ങളിലെ ദേശീയ വിമോചന പ്ര
സ്ഥാനത്തെ അടിച്ചമർത്താൻ ശ്രമിച്ചതിന്റെ അടിസ്ഥാനത്തിൽ ഈ
വീക്ഷണഗതിയിൽ മാറ്റം വരുത്തി.

എന്നാൽ ഇക്കാര്യത്തിൽ ചില പോരായ്മ സംഭവിച്ചിട്ടുണ്ട്. മുതലാ
ളിത്തത്തിന്റെ സഹജസ്വഭാവമായ കേന്ദ്രീകൃതനയം നിമിത്തം സ്ലാവ്
ജനവിഭാഗങ്ങളെ പോലുള്ള ദേശീയ ജനവിഭാഗങ്ങൾക്ക് അധികകാലം
ഒറ്റയ്ക്ക് നിൽക്കാൻ കഴിയില്ലെന്നും അവരെ കൂടുതൽ വലിയ രാഷ്ട്രങ്ങൾ
വിഴുങ്ങുമെന്നുമുള്ള വിലയിരുത്തലാണ് ഏംഗൽസ് നടത്തിയത്. യഥാർ
ത്ഥത്തിൽ ഇത് സ്ലാവ് ജനവിഭാഗങ്ങളുടെ ദേശീയവിപ്ലവ സാധ്യതകളെ

 വെള്ളത്തിൽ മീനുകളെന്നപോൽ

കുറച്ച് കാണുന്ന സമീപനമായിരുന്നു. യഥാർത്ഥത്തിൽ സംഭവിച്ചത് സ്ലാവ് ജനവിഭാഗങ്ങൾ ആസ്ട്രിയൻ സാമ്രാജ്യത്വത്തിൽ നിന്ന് മാറി നിന്ന് സ്വതന്ത്രഭരണക്കൂടം സ്ഥാപിക്കുകയായിരുന്നു.

യൂറോപ്പിൽ 1848-ൽ നടന്ന വിപ്ലവങ്ങളെ വിലയിരുത്തിക്കൊണ്ട് മാർക്സും ഏംഗൽസും എഴുതിയ പുസ്തകങ്ങളും അക്കാലത്തെ മാധ്യമ ങ്ങളിൽ എഴുതിയ എഴുത്തുകളിലൂടെയും ചില പ്രധാനപ്പെട്ട കാര്യങ്ങൾ മുന്നോട്ട് വെക്കുന്നതിന് മാർക്സിനും ഏംഗൽസിനും കഴിഞ്ഞു. പ്രധാ നമായും രണ്ട് കാര്യങ്ങളാണ് ഈ വിശകലനങ്ങളിലൂടെ പൂർത്തീ കരിക്കാനായത്. സമകാലീന രാഷ്ട്രീയത്തിൽ വൈരുദ്ധ്യാത്മകവും ചരിത്രപരവുമായ കാഴ്ചപ്പാട് പ്രയോഗിക്കുക എന്ന കല ഇതിലൂടെ അവർ സ്വായത്തമാക്കി. സിദ്ധാന്തവും പ്രയോഗവും തമ്മിലുള്ള ബന്ധം സംബന്ധിച്ച കാഴ്ചപാടുകൾക്ക് അവർ മൂർത്തരൂപം നൽകി.

രണ്ടാമതായി യൂറോപ്പിൽ നടന്ന വിപ്ലവം തകർക്കപ്പെട്ടപ്പോൾ നിരാശയിലായ പ്രവർത്തകർക്ക് രാഷ്ട്രീയ വിദ്യാഭ്യാസം നൽകുന്നതിനും കൂടുതൽ ആളുകളെ തങ്ങളുടെ പ്രസ്ഥാനത്തിലേക്ക് കൊണ്ട് വരുന്നതി നും ഈ ഇടപെടൽ സഹായകമായി. വിപ്ലവ പ്രവർത്തനത്തിന്റെ ഘട്ട ങ്ങളിൽ ഉണ്ടാകുന്ന തിരിച്ചടികൾ പ്രസ്ഥാനത്തെ ശിഥിലമാക്കാതെ കൂടുതൽ കരുത്തോടെ മുന്നോട്ട് കൊണ്ട് പോകുന്നതിന് സഹായകമായ വിധത്തിൽ എങ്ങനെ ഇടപെടാം എന്നതിന് ഉദാഹരണമാണ് ഇത്. സിദ്ധാന്തവും പ്രയോഗവും തമ്മിലുള്ള ബന്ധത്തിന്റെ മൂർത്ത രൂപങ്ങൾ എന്ന നിലയിൽ ഈ പുസ്തകം വിപ്ലവകാരിയെ സംബന്ധിച്ചിടത്തോളം പ്രധാനമായിത്തീരുന്നു.

ചരിത്രത്തിലെ നിർണായകഘടകമായി സ്ഥിതി ചെയ്യുന്നത് ഉത്പാദന പ്രത്യുത്പാദന പ്രക്രിയ യാണെന്ന് വ്യക്തമാക്കുന്ന കൃതി. സ്ത്രീവിമോചന ആശയങ്ങളുമായി ബന്ധപ്പെട്ട മാർക്സിസ്റ്റ് സമീപനം ഇതിൽ മുന്നോട്ട വയ്ക്കുന്നു.

# കുടുംബം, സ്വകാര്യസ്വത്ത്, ഭരണകൂടം എന്നിവയുടെ ഉത്ഭവം

മാർക്സിനോടൊപ്പം കമ്മ്യൂണിസ്റ്റ് ആശയം രൂപപ്പെടുത്തുന്നതി നും പ്രചരിപ്പിക്കുന്നതിനും ജീവിതം ഉഴിഞ്ഞുവച്ച വ്യക്തിത്വ മായിരുന്ന ഫ്രെഡറിക് ഏംഗൽസിന്റേത്. മാർക്സിന്റെ മരണശേഷം അദ്ദേഹത്തിന്റെ പുസ്തകങ്ങൾ പ്രസിദ്ധീകരിക്കുന്നതിലും ഇരുവരും ചർച്ച ചെയ്ത് രൂപപ്പെടുത്തിയ ആശയങ്ങൾ വെളിച്ചത്ത് കൊണ്ടുവര നതിനും ശിഷ്ടകാലമുള്ള തന്റെ ജീവിതം ഏംഗൽസ് നീക്കിവയ്ക്ക യുണ്ടായി. അതിന്റെ ഫലമായി പുറത്തുവന്ന പുസ്തകമാണ് കുടുംബം, സ്വകാര്യസ്വത്ത്, ഭരണകൂടം എന്നിവയുടെ ഉത്ഭവം.

1884-ൽ ഈ പുസ്തകത്തിന്റെ ഒന്നാം പതിപ്പിൽ ഈ പുസ്തകത്തെ ഏംഗൽസ് വിശേഷിപ്പിച്ചത് മാർക്സിന്റെ അന്ത്യാഭിലാഷം നിറവേറ്റുന്ന കൃതി എന്നാണ്. കാരണം, ഇതിന്റെ ആശയങ്ങൾ രൂപപ്പെടുത്തുന്ന തിൽ മാർക്സും സുപ്രധാനമായ പങ്കു വഹിച്ചിരുന്നു. ഈ പുസ്തകത്തിന് ആധാരമായിത്തീരുന്നത് ല്യൂയിസ്. എച്ച്. മോർഗന്റെ നരവംശശാസ്ത്ര സംബന്ധമായ ഗവേഷണങ്ങളാണ്. ഈ ഗവേഷണത്തിന്റെ പ്ര ത്യേകത 40 വർഷം മുമ്പ് ചരിത്രത്തെ സംബന്ധിച്ച് മാർക്സ് കണ്ടുപിടിച്ച ഭൗതികവാദ ധാരണയെ മോർഗൻ തന്റെ തനതായ മാർഗത്തിലൂടെ

അമേരിക്കയിൽ കണ്ടെത്തി എന്നതാണ്. കിരാതത്തെയും നാഗരി കതയെയും കുറിച്ച് മോർഗൻ നടത്തിയ താരതമ്യ പഠനം മാർക്സിന്റെ നിഗമനങ്ങളിലേക്ക് അദ്ദേഹത്തെ എത്തിക്കുകയാണ് ചെയ്തത്.

ചരിത്രത്തിലെ നിർണ്ണായക ഘടകമായി വർത്തിക്കുന്നത് പ്രത്യക്ഷ ജീവിതത്തിലെ ഉത്പാദന-പ്രത്യൽപ്പാദന പ്രക്രിയയാണ് എന്നതിന്റെ അടിസ്ഥാനത്തിൽ നിന്നുകൊണ്ടാണ് ഈ പുസ്തകം എഴുതപ്പെടുന്നത്. ഒരുവശത്ത് ആഹാരം, വസ്ത്രം, പാർപ്പിടം തുടങ്ങിയ മനുഷ്യന്റെ ജീവി തത്തിനാവശ്യമായ ഉപകരണങ്ങളുടെ ഉത്പാദനമാണ് നടക്കുന്നത്. മറുഭാഗത്താകട്ടെ, മനുഷ്യജീവികളുടെ ഉത്പാദനം തന്നെ നടക്കുന്നു. ഒരു നിശ്ചിത ചരിത്ര ഘട്ടത്തിലും ഒരു നിശ്ചിത രാജ്യങ്ങളിലുമുള്ള ആളുകളുടെ സാമൂഹ്യ സംഘടനാ രൂപങ്ങൾ എന്തായിരിക്കും എന്നത് ഈ രണ്ടുവിധ ഉത്പാദനങ്ങളെയും ആശ്രയിച്ച് നിൽക്കുന്ന സംഗതിയാണ്. ഒരുവശത്ത് അധ്വാനത്തിന്റെ വളർച്ചയുടെ ഘട്ടമാണ് ഇത് നിശ്ചയിക്കുന്നതെങ്കിൽ മറുവശത്ത് കുടുംബമായിരിക്കും ഇതിന് ആധാരമായിത്തീരുന്നത്. ചരിത്രം മുന്നോട്ടുപോകുമ്പോൾ പുതുതായി വളർച്ചപ്രാപിച്ച സാമൂഹ്യ വർഗങ്ങൾ തമ്മിലുള്ള ഏറ്റുമുട്ടലിൽപ്പെട്ട് സ്ത്രീ- പുരുഷ ബന്ധങ്ങളിൽ അധിഷ്ഠിതമായ പഴയ രീതികൾ ഛിന്നഭിന്നമാ യിപോകുകയും, തൽസ്ഥാനത്ത് പുതിയ രീതികൾ രൂപംകൊള്ളുകയും ചെയ്യും. ഇങ്ങനെ സാമൂഹ്യ മാറ്റങ്ങൾക്ക് അനുസൃതമായ വിധത്തിൽ മാറ്റപ്പെടുന്നതാണ് കുടുംബവും സമൂഹത്തിലെ മറ്റ സ്ഥാപനങ്ങളും എന്ന ചരിത്രപരമായ ഉൾക്കാഴ്ചയുടെ അടിസ്ഥാനത്തിലുള്ള വിശകലനമാണ് ഈ കൃതിയിൽ ഉള്ളത്.

മോർഗന്റെ കണ്ടുപിടിത്തങ്ങളെ വിശകലനം ചെയ്തുകൊണ്ടാണ് കുടുംബത്തിന്റെ പരിണാമങ്ങളെ ഏംഗൽസ് വിശകലനം ചെയ്യുന്നത്. മോർഗന്റെ കാലവിഭജനത്തെ ഏംഗൽസ് ഇത്തരത്തിലാണ് ചുരുക്കി എഴുതിയിട്ടുള്ളത്:

"കാടത്തം - പ്രകൃതിയിൽനിന്ന് കിട്ടുന്ന ഉത്പന്നങ്ങൾ അതേപടി എടുത്തുപയോഗിക്കുന്ന രീതിക്ക് മുൻതൂക്കമുണ്ടായിരുന്ന ഘട്ടം. പ്രകൃതി യിൽനിന്നുള്ള ഈ ഉത്പന്നങ്ങൾ എടുത്തുപയോഗിക്കാൻ സഹായി ക്കുന്ന സാധനങ്ങളാണ് മനുഷ്യൻ അന്ന് മുഖ്യമായി നിർമ്മിച്ചിരുന്നത്. കിരാതത്വം - മനുഷ്യൻ കന്നുകാലികൾ വളർത്താനും വയലിൽ കൃഷിയിറക്കാനുമുള്ള വിജ്ഞാനമാർജ്ജിച്ച ഘട്ടം. ഈ ഘട്ടത്തിൽ

മനുഷ്യപ്രയത്നത്തിലൂടെ പ്രകൃതിയുടെ ഉൽപ്പാദകത്വം വർദ്ധിപ്പിക്കാ
നുള്ള രീതികൾ അവൻ അഭ്യസിച്ചുകഴിഞ്ഞിരുന്നു. നാഗരികത - പ്രകൃ
തിയിൽനിന്നുള്ള ഉത്പന്നങ്ങൾ കൂടുതൽ സംസ്കരിക്കുന്നതിനെക്കുറിച്ചും
അതായത് വ്യവസായങ്ങളെക്കുറിച്ചും കലയെക്കുറിച്ചുമുള്ള അറിവ്
മനുഷ്യൻ നേടിക്കഴിഞ്ഞ ഘട്ടം.''

ഇങ്ങനെയുള്ള കാലഘടനയുടെ അടിസ്ഥാനത്തിൽ നിന്നുകൊണ്ട്
കുടുംബത്തിന്റെ വികാസത്തെ വിശകലനം ചെയ്യുകയാണ് മോർഗൻ
ചെയ്യുന്നത്. അദ്ദേഹത്തിന്റെ കാഴ്ചപ്പാടിന്റെ അടിസ്ഥാനത്തിൽ പ്രാ
ചീനകാലത്ത് ലൈംഗിക അരാജകത്വമെന്ന് ഇന്ന് തോന്നാവുന്ന
വിധത്തിലുള്ള രീതിയായിരുന്നു നിലനിന്നിരുന്നത്. കാടത്തിൽ
സംഘവിവാഹവും കിരാതാവസ്ഥയിൽ യുഗ്മ വിവാഹവും നാഗരികത
യിൽ ഏക ഭാര്യത്വവും അതിന്റെ അനുബന്ധമായ ജാരബന്ധവും വ്യഭി
ചാരവും നിലനിൽക്കുന്നു. അപരിഷ്കൃതാവസ്ഥയുടെ ഉന്നത ഘട്ടത്തിൽ
യുഗ്മ വിവാഹത്തിനും ഏകഭാര്യത്വത്തിനുമിടയിൽ അടിമപ്പെണ്ണങ്ങളുടെ
മേൽ പുരുഷന്മാർ നടത്തിയ ലൈംഗിക ആധിപത്യവും ബഹുഭാര്യത്വവും
ദൃശ്യമായിരുന്നു.

ഈ കാര്യങ്ങളെ വിശകലനം ചെയ്യുകൊണ്ട് "സന്താനോൽപ്പാദ
നത്തിനായി സ്ത്രീയും പുരുഷനും തമ്മിൽ നടത്തുന്ന പ്രവൃത്തിവിഭജന
മാണ് ലോകത്തിലെ ആദ്യത്തെ അധ്വാനവിഭജനം,'' എന്ന മാർക്സിന്റെ
നിഗമനം ഏംഗൽസ് എടുത്തുപറയുന്നുണ്ട്. ഇതിനു പുറമെ ഏംഗൽസ്
ഇതുകൂടി കൂട്ടിച്ചേർക്കുന്നു. ചരിത്രത്തിലെ ആദ്യത്തെ വർഗ വൈരുദ്ധ്യം
സ്ത്രീയും പുരുഷനും തമ്മിലുണ്ടായ വൈരുദ്ധ്യമായും, വർഗപരമായ
ആദ്യത്തെ മർദ്ദനം സ്ത്രീയുടെമേൽ പുരുഷൻ നടത്തുന്ന മർദ്ദനമായും
ഒത്തുപോകുന്നതാണ്. ഏക ദാമ്പത്യമെന്നത് ചരിത്രപരമായി മുന്നോ
ട്ടുള്ള മഹത്തായ ചുവടുവയ്പ്പായിരുന്നു എന്നത് ശരി തന്നെയാണ്.
പക്ഷേ, അതേസമയംതന്നെ, അടിമത്തത്തിനും സ്വകാര്യ സമ്പത്തിനും
അതോടൊപ്പം ഇന്നും അവസാനിച്ചിട്ടില്ലാത്ത പുതിയൊരു യുഗത്തിനും
അത് ജന്മം നൽകി. ഒരു വിഭാഗത്തെ ദുരിതത്തിലും മർദ്ദനത്തിലും
ആഴ്ത്തിക്കൊണ്ട മാത്രമേ മറ്റൊരു വിഭാഗത്തിന്റെ ഐശ്വര്യവും വളർച്ചയും
കൈവരിക്കാൻ കഴിയൂ എന്ന അവസ്ഥ ഇത് രൂപപ്പെടുത്തി.

ഇവിടെ ഏംഗൽസ് യഥാർത്ഥത്തിൽ ആധുനിക കുടുംബഘടനയെ
ചരിത്രപരമായ പരിതഃസ്ഥിതിയിൽ വച്ച് പരിശോധിക്കുകയാണ്
ചെയ്യുന്നത്. ഇന്നത്തെ കുടുംബഘടനയിലെ ഏക ദാമ്പത്യ രീതി

ചരിത്രപരമായി മുന്നോട്ടുള്ള ഒരു കാൽവെപ്പായി അദ്ദേഹം കാണുന്നു. മാത്രമല്ല, ഇത്തരമൊരു കുടുംബഘടനയ്ക്ക് മുൻകൈയ്യെടുത്തിട്ടുള്ളത് സ്ത്രീകൾ തന്നെയായിരിക്കുമെന്നും ഏംഗൽസ് വ്യക്തമാക്കുന്നുണ്ട്. ചരിത്രപരമായ ഈ വികാസത്തിന്റെ ദൗർബല്യങ്ങളെയും അദ്ദേഹം വിശദീകരിക്കുന്നുണ്ട്. ഈ സമ്പ്രദായത്തിനകത്ത് സ്ത്രീ യഥാർത്ഥത്തിൽ പുരുഷന്റെ അടിമയായിത്തീരുകയും അവന്റെ സ്വകാര്യ സ്വത്ത് എന്ന നിലയിൽ കാണുകയും തന്റെ സ്വത്തുക്കൾക്ക് തന്റേതായ പിന്തുടർച്ച ക്കാരനെ സൃഷ്ടിച്ചെടുക്കാനും വേണ്ടിയാണ് ഇത് ഉണ്ടാകുന്നതെന്നുമുള്ള വിമർശനം മുന്നോട്ടുവയ്ക്കുന്നുണ്ട്. ഇത് വെപ്പാട്ടി സമ്പ്രദായത്തെയും വേശ്യാവൃത്തിയെയും പ്രോത്സാഹിപ്പിക്കുകയും ചെയ്യുന്നുണ്ടെന്നും അദ്ദേഹം വ്യക്തമാക്കുന്നു. ഈ സമ്പ്രദായം പുരുഷന്മാർക്ക് അനുകൂ ലമായിട്ടുള്ളതാണ്.

പ്രാചീനകാലത്ത് ഗൃഹഭരണമെന്നത് ഭക്ഷണം തേടി കണ്ടുപിടി ക്കാനുള്ള പുരുഷന്മാരുടെ ചുമതല പോലെത്തന്നെ സാമൂഹ്യമായി ആവശ്യമായ ഒരു പൊതു പ്രയത്നം എന്ന രീതിയിൽ തന്നെയായിരുന്ന കണക്കാക്കപ്പെട്ടത്. പുരുഷാധിപത്യപരമായ രീതികൾ കടന്നുവന്ന തോടെ ഈ സ്ഥിതിക്ക് മാറ്റം വന്നു. ഗൃഹഭരണമെന്നത് സമൂഹത്തിന് താൽപ്പര്യമുള്ള ഒരു കാര്യമല്ലാതായിത്തീർന്നു. അതൊരു സ്വകാര്യ സേവനമായി പരിഗണിക്കപ്പെട്ടു. സാമൂഹ്യമായ ഉത്പാദനത്തിൽനിന്ന് ചവിട്ടി പുറത്താക്കപ്പെട്ട മുഖ്യ ഗൃഹപരിചാരക എന്നതായി സ്ത്രീയുടെ നില. പിന്നീട് മാതൃദായക സമുദായത്തിന് മാറ്റം വന്നു. മാതൃദായത്തിന്റെ പതനം പെണ്‍ജാതിയുടെ ആകെത്തന്നെയുള്ള ലോകചരിത്രപ്രധാന മായൊരു പരാജയമായിരുന്നു എന്ന് ഏംഗൽസ് എടുത്തുപറയുന്നുണ്ട്.

പ്രത്യക്ഷമായോ പരോക്ഷമായോ സ്ത്രീകളെ വീട്ടടിമയാക്കി താഴ്ത്തു ന്ന തരത്തിലുള്ളതാണ് ആധുനിക വ്യക്തിഗത കുടുംബം എന്ന കാര്യം എടുത്ത് പറയുന്നുണ്ട്. വീട്ടിനുള്ളിൽ പുരുഷൻ ബൂർഷ്വയായും ഭാര്യ തൊഴിലാളിവർഗ്ഗത്തിൽപ്പെട്ടവളുമായി മാറുന്ന പ്രക്രിയയെക്കുറിച്ച് പരാമർശമുണ്ട്. സ്ത്രീകളെ ഒന്നടങ്കം പൊതു മണ്ഡലത്തിൽ കൊണ്ടുവ രിക എന്നതാണ് ഇത്തരം കാര്യങ്ങൾക്കുള്ള പരിഹാരമെന്നും തുടർന്ന് ഏംഗൽസ് രേഖപ്പെടുത്തുന്നു.

ഈ വളർച്ച നേടിയിട്ടുള്ള ഏക ദാമ്പത്യ സമ്പ്രദായത്തെ തകർ ത്തുകൊണ്ട് പഴയ ലോകത്തേക്ക് തിരിച്ചപോവുകയാണ് ഇതിനുള്ള പ്രതിവിധിയെന്ന് ചിലരെങ്കിലും ധരിക്കുന്നുണ്ടെങ്കിൽ ഏംഗൽസ് അത്

നിഷേധിക്കുന്നു. ചരിത്രപരമായി വികസിച്ചവന്ന ഏക ദാമ്പത്യ സമ്പ്ര ദായത്തെ കൂടുതൽ ക്രിയാത്മകമായി വികസിപ്പിക്കുകയാണ് ഇതിനുള്ള പ്രതിവിധി. അത് എങ്ങനെ ഉണ്ടാകും? സ്വതന്ത്രരായ വ്യക്തികൾ പരസ്പര പ്രണയത്തിന്റെ അടിസ്ഥാനത്തിൽ ഒന്നായി കഴിയുകയും ജീവിക്കുകയും ചെയ്യുന്ന ഒരു അവസ്ഥയാണ് രൂപപ്പെടേണ്ടത്. കുടും ബഘടനയിലെ ഈ ദൗർബല്യം എങ്ങനെ പരിഹരിക്കപ്പെട്ടും എന്ന കാര്യത്തെ പറ്റി ഏംഗൽസ് ഇങ്ങനെ പറയുന്നുണ്ട്:

"പുതിയൊരു തലമുറ വളർന്നുവരുമ്പോൾ പണം കൊടുത്തോ മറ്റേതെങ്കിലും പ്രതാപത്തിനുള്ള ഉപാധികൾ മുഖേനയോ സ്ത്രീയെ വശപ്പെടുത്തുന്നതിന് ജീവിതത്തിലൊരിക്കലും അവസരമുണ്ടായി ട്ടില്ലാത്ത പുരുഷന്മാരുടെയും, ശരിയായ പ്രേമമൊഴിച്ചുള്ള മറ്റൊരു പരിഗണനയുടെയും പേരിൽ ഒരു പുരുഷന് ഒരിക്കൽപ്പോലും വഴങ്ങേ ണ്ടിവരികയോ സാമ്പത്തിക ഭവിഷ്യത്തുകളെക്കുറിച്ചോർത്ത് ഭയപ്പെട്ടിട്ട് സ്വന്തം പ്രാണപ്രിയന് തന്റെ സർവ്വസ്വവും കാഴ്ചവയ്ക്കുന്നതിൽനിന്ന് പിന്തിരിയേണ്ടിവരികയോ ചെയ്തിട്ടില്ലാത്ത സ്ത്രീകളുടെയും ഒരു തലമുറ വളർന്നുവരുമ്പോൾ അവർ ഈ പ്രശ്നത്തിന് പരിഹാരം കണ്ടെത്തി ക്കൊള്ളും."

ഇത്തരത്തിലുള്ള വ്യക്തിത്വങ്ങൾ രൂപപ്പെടുന്നതിനുള്ള സാമൂഹ്യ പശ്ചാത്തലം എന്തെന്ന കാര്യവും ഏംഗൽസ് വിശദീകരിക്കുന്നുണ്ട്. സ്വകാര്യ സ്വത്ത് ഉന്മൂലനം ചെയ്യപ്പെടുകയും കുട്ടികളുടെ സംരക്ഷണമട ക്കമുള്ള ഇന്നത്തെ കുടുംബത്തിന്റെ ഉത്തരവാദിത്വങ്ങൾ സമൂഹത്തിന്റെ മൊത്തത്തിലുള്ളതായി മാറിത്തീരുകയും ചെയ്യുന്ന ഒരു കാലഘട്ടമാണ് ഇതിന്റെ മുന്നുപാധിയെന്ന് വ്യക്തമാക്കുന്നു. സ്വകാര്യ സ്വത്ത് ഇല്ലാതാ കുന്നതോടെ അതിനെ അടിസ്ഥാനപ്പെടുത്തിയ കുടുംബ ഘടനയ്ക്കും മാറ്റം വരും. അത് ഒരു സോഷ്യലിസ്റ്റ് സാമൂഹ്യക്രമത്തിന്റെയും കമ്മ്യൂണിസ ത്തിലേക്കുള്ള മുന്നേറ്റത്തിന്റെയും കാലമായിരിക്കും.

സ്വകാര്യ സ്വത്തിന്റെ പരിണാമങ്ങൾ ഇതിൽ വിശദീകരിക്കുന്നുണ്ട്. ആദ്യഘട്ടത്തിൽ സമ്പത്ത് ഗണത്തിന്റെ കൈവശമായിരുന്നു. ചരിത്ര വികാസത്തിനിടയിൽ മനുഷ്യന്റെ ചെലവ് കഴിഞ്ഞ് അവന്റെ അധ്വാ നശക്തിയിൽനിന്ന് കാര്യമായ മെച്ചമുണ്ടാകുന്ന സ്ഥിതി കന്നുകാലി വളർത്തലും ലോഹപ്പണിയും നെയ്ത്തും കൃഷിയും സംഭാവന ചെയ്തു. ഇത് സ്വത്തുക്കളുടെ വളർച്ച ഉണ്ടാക്കി. കുടുംബത്തിൽ അന്ന് നിലവില്ല്യുണ്ടാ യിരുന്ന പ്രവൃത്തി വിഭജനപ്രകാരം ആഹാരവും അതിനാവശ്യമായ

ഉപകരണങ്ങളും കണ്ടെത്തേണ്ട ജോലി പുരുഷന്റേതായിരുന്നു. അതുകൊണ്ടുതന്നെ അവയുടെ ഉടമസ്ഥാവകാശവും പുരുഷന്റേതാ യിത്തീർന്നു. വിവാഹബന്ധം വേർപെട്ടെടുത്തുമ്പോൾ സ്ത്രീകൾക്ക് വീട്ട സാധനങ്ങൾ കൈവശം വയ്ക്കാൻ കഴിയുന്നതുപോലെ മേൽപ്പറഞ്ഞ വസ്തുക്കൾ കൊണ്ടുപോകാൻ പുരുഷനും അവകാശമുണ്ടായിരുന്നു. ഇത്തരത്തിൽ ആഹാരസാധനങ്ങളുടെയും പുതിയ അധ്വാന ഉപകര ണമായിത്തീർന്ന അടിമയുടെയും ഉടമസ്ഥാവകാശം പുരുഷനുതന്നെ നൽകുന്ന നിലയുണ്ടായി. എന്നാൽ അയാളുടെ മക്കൾക്ക് അതിന് അവകാശമുണ്ടായിരുന്നില്ല. മക്കൾ പിതാവിന്റെ ഗണത്തിൽപ്പെടാത്ത തുകൊണ്ടുതന്നെ അയാളുടെ സ്വത്ത് പുറത്തു കൊണ്ടുപോകാൻ അനു വദിച്ചിരുന്നില്ല. അതുകൊണ്ടുതന്നെ അതിന്റെ ആദ്യ അവകാശികൾ സഹോദരീ-സഹോദരന്മാരും സഹോദരീ സന്തതികളുമായിരുന്നു. സ്വത്ത് വർദ്ധിച്ചപ്പോൾ പുരുഷന് സ്ത്രീയേക്കാൾ കുടുംബത്തിൽ പ്രധാ നപ്പെട്ട സ്ഥാനമുണ്ടാക്കുകയും ചെയ്തു. ഈ സ്വത്ത് സ്വന്തം മക്കൾക്ക് ലഭിക്കണമെങ്കിൽ മാതൃദായ പിന്തുടർച്ചാവകാശത്തെ അട്ടിമറിക്കേണ്ട തുണ്ടായിരുന്നു. അങ്ങനെയാണ് പെൺവഴിക്കുള്ള വംശനിർണ്ണയവും താഴ്‌വഴിക്കുള്ള പിന്തുടർച്ചാവകാശവും തള്ളിയെറിയപ്പെട്ടത്. ദായക്രമ ത്തിന്റെയും സ്വകാര്യ സ്വത്തിന്റെ പരിണാമവുമെല്ലാം ഇത്തരത്തിലാണ് ഏംഗൽസ് വിശദീകരിക്കുന്നത്.

ഭരണകൂടത്തിന്റെ രൂപീകരണത്തെ സംബന്ധിച്ചും ഇതിൽ പ്രതിപാദിക്കുന്നുണ്ട്. ഭരണകൂടം നിർവ്വഹിക്കപ്പെടുന്ന ധർമ്മമെന്തെന്ന് ഏംഗൽസ് വ്യക്തമാക്കുന്നുണ്ട്. "സമുദായത്തിൽ പുതുതായി ഉണ്ടായിക്കൊണ്ടിരുന്ന വർഗ വിഭജനത്തെ മാത്രമല്ല, സ്വത്തുടമാ വർഗത്തിന് സ്വത്തില്ലാത്ത വർഗങ്ങളെ ചൂഷണം ചെയ്യാനും അവരെ അടക്കി ഭരിക്കാനുമുള്ള അവകാശത്തെക്കൂടി ശാശ്വതമാക്കുന്ന ഒരു സ്ഥാപനത്തിന്റേതായിരുന്നു ഈ കുറവ്. ഭരണകൂടമെന്ന സ്ഥാപനം കണ്ടുപിടിക്കപ്പെട്ടതോടെ ഈ കുറവ് തീരുകയും ചെയ്തു." വർഗാധിപത്യ ത്തിനുള്ള ഉപകരണം എന്ന നിലയിലാണ് ഏംഗൽസ് ഭരണകൂടത്തെ കാണുന്നത്. അത് രൂപപ്പെട്ടുവന്നതിന്റെ പശ്ചാത്തലവും വിശദമായി ത്തന്നെ ഏംഗൽസ് പ്രതിപാദിക്കുന്നുണ്ട്.

ഗണവ്യവസ്ഥയുടെ അവശിഷ്ടങ്ങളിൽനിന്നാണ് ഭരണകൂടം രൂപീ കരിക്കപ്പെടുന്നത്. ഗണത്തിനകത്ത് പ്രത്യക്ഷപ്പെട്ട വർഗ വൈരു ധ്യങ്ങൾ ഭരണകൂടത്തിന്റെ രൂപീകരണത്തിലേക്ക് നയിക്കുകയാണ്

ഉണ്ടായത്. ഭരണക്കൂടം രൂപീകരിക്കപ്പെട്ടത് സമൂഹ വികാസത്തിന്റെ ഒരു നിശ്ചിത ഘട്ടത്തിൽ സമൂഹം രൂപീകരിക്കുന്ന ഒരു ഉത്പന്നം എന്ന നിലയിലാണ്. ഒരിക്കലും പൊരുത്തപ്പെടാത്ത വൈരുധ്യങ്ങൾ സമൂഹത്തിൽ രൂപപ്പെട്ടപ്പോൾ അവ യോജിപ്പിക്കുവാൻ സമൂഹ ത്തിന് കഴിയാതാകുമ്പോഴാണ് ഭരണക്കൂടം രൂപീകരിക്കപ്പെടുന്നത്. സമൂഹത്തിലെ സംഘട്ടനത്തെ സമരസപ്പെടുത്തി നിയമക്രമത്തിന്റെ പരിധിയിൽ കൊണ്ടുവരിക എന്ന ലക്ഷ്യത്തോടെയാണ് ഇവ നിർമ്മി ക്കപ്പെടുന്നത്. സമൂഹത്തിനു മേലെ നിലയുറപ്പിക്കുന്നതും എന്നാൽ അതിന്റെ പൊതു താൽപ്പര്യത്തിൽനിന്ന് അന്യമായി നിൽക്കുകയും ചെയ്യുന്ന അധികാരശക്തിയായി ഭരണക്കൂടം രൂപപ്പെടുകയാണ് ചെയ്യു ന്നത്. ഗണസംവിധാനം രക്തബന്ധത്തിന്റെ അടിസ്ഥാനത്തിലായിരു ന്നുവെങ്കിൽ ഭരണക്കൂടം ജനതയെ പ്രദേശത്തിന്റെ അടിസ്ഥാനത്തിൽ വിഭജിക്കുകയാണ് ചെയ്യുന്നത്. സ്വയം സായുധശക്തിയായി സംഘടിച്ച് ജനങ്ങളിൽ നിന്ന് മാറിനിന്ന് ഒരു പൊതുശക്തിയെ സ്ഥാപിച്ച എന്നതാണ് ഭരണക്കൂടത്തിന്റെ സവിശേഷത.

ഭരണക്കൂടത്തെ നിലനിർത്തുന്നതിന് പൗരന്മാരുടെ സംഭാവന ആവശ്യമാണ്. നികുതികൾ രൂപപ്പെടുന്നത് അങ്ങനെയാണ്. നാഗരികത ശക്തിപ്രാപിക്കുന്നതോടെ നികുതികളിലൂടെ മാത്രം കാര്യ ങ്ങൾ നടത്താൻ കഴിയാതെ വരുമ്പോൾ ഭാവിപൗരന്മാരുടെ മുകളിലും ഭരണക്കൂടം ബാധ്യതയുണ്ടാക്കുന്നു. അതാണ് പൊതുകടമായി രൂപ പ്പെട്ടുവരുന്നത്. ഭരണക്കൂടങ്ങൾ പൗരന്മാർക്ക് പൊതുവിൽ അവരുടെ സമ്പത്ത് അനുസരിച്ച് അവകാശങ്ങൾ നൽകുകയാണ് ചെയ്യുന്നത്. അതുകൊണ്ടാണ് ഭരണക്കൂടം ഉള്ളവരെ സംരക്ഷിക്കുന്നതിനും ഇല്ലാ ത്തവരെ അടിച്ചമർത്തുന്നതിനും വേണ്ടി ഉള്ളതായിത്തീരുന്നത്. ഭരണ ക്കൂടത്തിന്റെ ഇത്തരം രീതികളെ സംബന്ധിച്ച് വിശദമായി ലെനിൻ ഭരണക്കൂടവും വിപ്ലവവും എന്ന പുസ്തകത്തിൽ വ്യക്തമാക്കുന്നുണ്ട്.

ഇങ്ങനെ ചരിത്രപരമായ ഭൗതികവാദത്തിന്റെ വികാസ നിയമമനു സരിച്ച് സമൂഹത്തിലെ ഓരോ സ്ഥാപനങ്ങളും എങ്ങനെ രൂപപ്പെട്ടുന്നു എന്ന വിശദമായ പരിശോധനയുടെ ഉദാഹരണമാണ് കുടുംബത്തി ന്റെയും സ്വകാര്യസ്വത്തിന്റെയും ഭരണക്കൂടത്തിന്റെ ഉത്ഭവത്തെക്കു റിച്ചുമുള്ള ഏംഗൽസിന്റെ ഈ കൃതി. ആധുനികകാലത്തെ നിരവധി പ്രശ്നങ്ങളെ വിശകലനം ചെയ്യുന്നതിന് ഈ ഗ്രന്ഥം സഹായകമാണ്. പ്രശ്നങ്ങളെ വ്യക്തിവൽക്കരിക്കുകയോ ആശയവാദത്തിന്റെ തലത്തിൽ

കൈകാര്യം ചെയ്യുകയോ അല്ല ഇതിൽ ചെയ്യുന്നത്. സ്ത്രീവിമോചന ആശയങ്ങളിൽനിന്ന് അകലെയാണ് മാർക്സിസമെന്ന ചില സ്ത്രീവിമോ ചനവാദികളുടെ വാദങ്ങൾക്ക് ശരിയായ മറുപടി കൂടിയാണ് ഏംഗൽ സിന്റെ ഈ പുസ്തകം.

ലോകത്തിൽ വികസിച്ചവന്ന ഓരോ വിജ്ഞാന ശാഖകളെയും അതിന്റെ സിദ്ധാന്തങ്ങളേയും അവ രൂപപ്പെട്ടുവന്ന സാമൂഹിക–സാമ്പത്തിക ബന്ധങ്ങ ളേയും വിശകലനം ചെയ്യുന്ന കൃതി.

# ആന്റി ഡ്യൂറിംഗ്

**1878**-ൽ പ്രസിദ്ധീകരിക്കപ്പെട്ട ഏംഗൽസിന്റെ പുസ്തകമാണ് ആന്റി ഡ്യൂറിംഗ്. കാൾ യൂജിൻ ഡ്യൂറിംഗ് എന്ന ചിന്തക ന്റെ സിദ്ധാന്തങ്ങൾക്കുള്ള മറുപടി എന്ന നിലയിലാണ് ഈ പുസ്തകം എഴുതപ്പെട്ടിട്ടുള്ളത്. ആന്റി ഡ്യൂറിംഗ് എഴുതപ്പെടാൻ ഇടയായ സാഹ ചര്യത്തെ സംബന്ധിച്ച് ഏംഗൽസ് ഇങ്ങനെ വിശദീകരിക്കുന്നു:

"ജർമ്മനിയിലെ സോഷ്യലിസ്റ്റ് പാർടിയിലെ രണ്ട് വിഭാഗങ്ങളായ ഐസനക്കർമാരും ലസ്സാലിയൻമാരും തമ്മിലുള്ള ലയനം നടന്ന ഉടനെയാണ് ഇത് സംഭവിച്ചത്. ലയനത്തോടെ അവരുടെ ശക്തി അത്യധികം വർദ്ധിക്കുക മാത്രമല്ല ഈ ശക്തിമുഴുവനും പൊതുശ ത്രുവിനെതിരായി വിനിയോഗിക്കുവാനുള്ള കഴിവ് നേടുകയും ചെയ്തു. ജർമ്മനിയിലെ സോഷ്യലിസ്റ്റ് പാർടി അതിവേഗം ഒരു ശക്തിയായി മാറുകയായിരുന്നു. എന്നാൽ അതിനെ ഒരു ശക്തിയാക്കുന്നതിനുള്ള ആദ്യത്തെ ഉപാധി പുതുതായി നേടിയ ഐക്യം തകരാൻ പാടില്ല എന്നായിരുന്നു. ഡോ. ഡ്യൂറിംഗാവട്ടെ തനിക്ക ചുറ്റം ഒരു സംഘം, ഭാവിയിലെ മറ്റൊരു പ്രത്യേക പാർടിയുടെ കേന്ദ്രം, രൂപീകരിക്കാൻ പരസ്യമായി രംഗത്തിറങ്ങി. അതുകൊണ്ട് ഞങ്ങൾക്കെതിരെ ഉയർ ത്തിയ വെല്ലുവിളി ഏറ്റെടുത്ത് ഞങ്ങൾക്കിഷ്ടപ്പെട്ടാലും ഇല്ലെങ്കിലും സമരം ചെയ്യുക എന്നത് അനിവാര്യമായി." അതായത് ഒരു ആശയ സമരത്തിന്റെ ഭാഗമായി എഴുതപ്പെട്ടതാണ് ഈ പുസ്തകം.

 വെള്ളത്തിൽ മീനകളെന്നപോൽ

ഈ പുസ്തകത്തിന്റെ ആമുഖത്തിൽ തന്നെ ഏംഗൽസ് ഇത് തയ്യാറാക്കുന്നതിന് മാർക്സ് നൽകിയ സംഭാവനയെ അനുസ്മരിക്കുന്നുണ്ട്. "ഈ പുസ്തകത്തിൽ അടങ്ങിയ വ്യാഖ്യാന മാതൃകയുടെ വീക്ഷണ രീതി കണ്ടുപിടിച്ചതും വികസിപ്പിച്ചതും മാർക്സാണ്. എനിക്ക് വളരെ ചെറിയൊരു സ്ഥാനമേ അതിലുള്ളൂ." ഇങ്ങനെ മാർക്സിന്റെ പങ്കാളിത്തം കൂടി ഇതിലുണ്ട് എന്ന് പറയുക മാത്രമല്ല ഈ പുസ്തകത്തിന്റെ പത്താം അധ്യായത്തിൽ ധനശാസ്ത്രത്തെ കുറിക്കുന്ന ഭാഗം മാർക്സ് തന്നെ എഴുതിയതാണ് എന്നും ഏംഗൽസ് ഓർമ്മിപ്പിക്കുന്നു. അത് ചുരുക്കിയിട്ടാണ് നൽകിയിട്ടുള്ളതെന്നും ഏംഗൽസ് പറയുന്നുണ്ട്. ഒന്നാം പതിപ്പ് പ്രസിദ്ധീകരിച്ച് രണ്ടാം പതിപ്പിലേക്കെഴ്ജമ്പോഴാണ് ഇത്തരത്തിൽ ഉള്ള ഒരു മാറ്റം വരുത്തിയതെന്ന കാര്യവും ഏംഗൽസ് പറയുന്നുണ്ട്.

ആന്റി ഡ്യൂറിങ്ങിന്റെ ഒരു ഭാഗമാണ് പിന്നീട് സോഷ്യലിസം സാങ്കൽപികവും ശാസ്ത്രീയവും എന്ന പുസ്തകമായി പുറത്തുവന്നത്. ശാസ്ത്രീയ സോഷ്യലിസത്തിന്റെ പ്രചരണത്തിൽ ഈ പുസ്തകം സുപ്രധാനമായ പങ്കാണ് വഹിച്ചത്. ആന്റി ഡ്യൂറിംഗിലെ മൂന്ന് അധ്യായങ്ങളാണ് ഇതിലുള്ളത്. ആമുഖത്തിലെ പൊതു കാര്യങ്ങൾ, സോഷ്യലിസത്തിന്റെ ഭാഗത്തിലെ ചരിത്രപരം, സിദ്ധാന്തപരം എന്നീ അധ്യായങ്ങളും ഇതിൽ ഉൾപ്പെട്ടിരിക്കുന്നു. മൂന്നാം പതിപ്പിലെത്തുമ്പോൾ ചില മാറ്റങ്ങൾ ആന്റി ഡ്യൂറിംഗിന്റെ പത്താം അധ്യായത്തിൽ വരുത്തിയിട്ടുണ്ട്. അതായത് സമകാലീന ദാർശനിക രംഗത്ത് പ്രത്യക്ഷപ്പെട്ട കാര്യങ്ങളെ കൂടി ഉൾക്കൊണ്ടുകൊണ്ടാണ് ഇന്നത്തെ നിലയിൽ ഈ പുസ്തകം പുറത്ത് വന്നിരിക്കുന്നത്.

ഈ പുസ്തകത്തിൽ പരാമർശിക്കപ്പെടുന്ന കാൾ യൂജിൻ ഡ്യൂറിംഗ് 1883 ജനുവരി 12-ന് ബർലിനിൽ ആണ് ജനിച്ചത്. ഗണിതശാസ്ത്രവും നിയമവും പഠിച്ച ഇദ്ദേഹം അഭിഭാഷകനായി ജോലി നോക്കി. അക്കാലത്ത് ഒരു പ്രത്യേക നേത്രരോഗം ബാധിച്ചതിന്റെ ഭാഗമായി ഇദ്ദേഹത്തിന് കാഴ്ചശക്തി പൂർണ്ണമായും നഷ്ടപ്പെട്ടു. പിന്നീട് തത്വശാസ്ത്രത്തേയും സാമ്പത്തിക ശാസ്ത്രത്തേയും സംബന്ധിച്ച പഠനങ്ങളിൽ മുഴുകുകയും ചെയ്തു. സോഷ്യലിസ്റ്റ് ആശയങ്ങളുടെ പേരിൽ നീത്ഷേയും ഇദ്ദേഹത്തെ വിമർശിച്ചിട്ടുണ്ട്. ഡ്യൂറിംഗ് അദ്ദേഹത്തിന്റെ ആശയങ്ങൾ ക്രോഡീകരിച്ചുകൊണ്ട് മൂന്ന് പുസ്തകങ്ങളാണ് പ്രസിദ്ധീകരിച്ചത്.

1.  അർത്ഥശാസ്ത്രത്തിന്റേയും സോഷ്യലിസത്തിന്റേയും വിമർശനാത്മക ചരിത്രം.

2.   ദർശനത്തിന്റെ പാഠ്യക്രമം.

3.   രാഷ്ട്രീയ സാമൂഹ്യ ചരിത്രത്തിന്റെ പാഠ്യക്രമം.

ഈ പുസ്തകങ്ങളിലെ ഡ്യൂറിംഗിന്റെ സമീപനം കേവല യുക്തി വാദത്തിന്റേയും ആശയവാദത്തിന്റേയും തലത്തിലുള്ളതായിരുന്നു. അതിനാൽ അത് മാർക്സിസ്റ്റ് കാഴ്ചപാടുകൾക്ക് എതിരുമായിരുന്നു. ഈ നിലപാടിനെ എതിർത്ത് തോൽപിക്കുക എന്നത് അന്നത്തെ സാഹചര്യത്തിൽ ഏറെ പ്രധാനമായിരുന്നു. ഈ ലക്ഷ്യത്തോടെയാണ് ഡ്യൂറിംഗിനെതിരെ എന്ന കൃതി എഴുതപ്പെട്ടിരിക്കുന്നത്. ആശയസംവാ ദത്തിൽ മാർക്സും ഏംഗൽസും പുലർത്തിയിരുന്ന ജനാധിപത്യപരമായ സമീപനത്തിന്റെ ദൃഷ്ടാന്തവും ഇതിൽ വ്യക്തമാവുന്നുണ്ട്. ഡ്യൂറിംഗിന്റെ മരണശേഷം ഇതിന്റെ രണ്ടാം പതിപ്പിന്റെ മുഖവുരയിൽ ഏംഗൽസ് ഇങ്ങനെ പറയുന്നു:

"എന്തെങ്കിലും മാറ്റങ്ങൾ വരുത്തുന്നതിന് മനഃസാക്ഷി എന്നെ അനു വദിച്ചില്ല. കാരണം ഈ പുസ്തകത്തിൽ തർക്കമാണ് നടക്കുന്നത്. എന്റെ എതിരാളിക്ക് അയാളുടെ വാദങ്ങൾ പരിഷ്കരിക്കാൻ സാധ്യമാകാതിരി ക്കെ ഞാൻ എന്റെ വാദങ്ങൾ പരിഷ്കരിക്കുന്നത് ശരിയല്ലെന്ന് ഞാൻ കരുതുന്നു. ഡ്യൂറിംഗിന്റെ മറുപടിക്ക് ഒരു മറുകുറി എഴുതാൻ മാത്രമേ എനിക്ക് അവകാശമുണ്ടായിരുന്നുള്ളൂ."

തങ്ങളുടെ മുമ്പിൽ വരുന്ന ഓരോ ആശയങ്ങളേയും പഠിക്കുന്നതിന് മാർക്സും ഏംഗൽസും കാണിച്ച ശുഷ്കാന്തി ഈ പുസ്തകത്തിന്റെ രണ്ടാം പതിപ്പിനുള്ള ആമുഖത്തിൽ നിന്ന് വ്യക്തമാണ്. ഏംഗൽസ് ഇങ്ങനെ എഴുതുന്നു:

"പ്രകൃതിയേയും ചരിത്രത്തേയും ഭൗതികവാദപരമായി സമീപി ക്കുന്നതിന് വേണ്ടി ബോധപൂർവ്വമായ വൈരുദ്ധ്യ ചിന്തയെ ജർമ്മൻ ആശയവാദത്തിൽ നിന്ന് രക്ഷപ്പെടുത്തുന്നതിന് വേണ്ടി ശ്രമിച്ചത് ഞാനും മാർക്സും മാത്രമാണ്. ഒരേ സമയം വൈരുദ്ധ്യാത്മകവും ഭൗതി കവാദപരവുമായ വീക്ഷണത്തിൽ ഗണിതശാസ്ത്രത്തിലും പ്രകൃതി ശാസ്ത്ര ത്തിലുമുള്ള അറിവ് അനിവാര്യമായിരുന്നു. മാർക്സിന് ഗണിതശാസ്ത്രം നന്നായി അറിയാമായിരുന്നു. എന്നാൽ പ്രകൃതിശാസ്ത്രത്തെ കുറിച്ചുള്ള അറിവ് പരിമിതമായിരുന്നു. ഇക്കാരണത്താൽ 'വ്യവസായത്തിൽ നിന്ന് പിരിഞ്ഞ് ലണ്ടനിലേക്ക്' താമസം മാറ്റിയപ്പോൾ ഞാൻ അതിനാവശ്യ മായ സമയം കണ്ടെത്തി. ഗണിതശാസ്ത്രത്തിനും പ്രകൃതിശാസ്ത്രത്തിനും ലീബിഗ് പറയുന്നതുപോലെ ഒരു പുനർജന്മം നേടി. എട്ട് വർഷം ഞാൻ

          വെള്ളത്തിൽ മീനുകളെന്നപോൽ

അതിനവേണ്ടി ചെലവഴിച്ച. ഡ്യൂറിംഗിന്റെ സിദ്ധാന്തങ്ങൾ കൈകാര്യം ചെയ്ത സമയത്ത് ഈ 'പുനർജന്മ'ത്തിന്റെ ഒത്ത നടക്കായിരുന്ന." മുമ്പിൽ വരുന്ന എല്ലാ സൈദ്ധാന്തിക പ്രശ്നങ്ങളേയും കൈകാര്യം ചെയ്യ ന്നതിന് മാർക്സും ഏംഗൽസും കാണിച്ച ശ്രുഷ്കാന്തിയാണ് ഇതിലൂടെ വ്യക്തമാവുന്നത്.

ഡ്യൂറിംഗിന്റെ നിലപാടുകൾക്കെതിരെയാണ് ഈ പുസ്തകം എഴുതിയത്. എന്നാൽ 1870-കളിൽ യൂറോപ്പിൽ സോഷ്യലിസ്റ്റ് ആശയങ്ങൾക്കെതിരെ പൊതുവായും മാർക്സിന്റേയും ഏംഗൽസിന്റേയും എഴുത്തുകൾക്കെതിരെ പ്രത്യേകിച്ചും ഉയർന്നവന്ന വിമർശനങ്ങളെ അതിന്റെ സമഗ്രതയിൽ പരിശോധിച്ച് വിശദീകരണം നൽകുവാനും ഇതിൽ ഇനിയുന്നുണ്ട്. അതുകൊണ്ട് തന്നെ മാർക്സിസത്തിന്റെ സിദ്ധാ ന്തവും പ്രയോഗവും വിളക്കി ചേർക്കുകയും സോഷ്യലിസ്റ്റ് ആശയങ്ങളെ ചിട്ടപ്പെടുത്തുകയും ചെയ്ത ഒരു പ്രാമാണിക ഗ്രന്ഥമായി ഇത് ചരിത്ര ത്തിൽ സ്ഥാനം പിടിക്കുന്നുണ്ട്.

ഈ പുസ്തകം മൂന്ന് ഭാഗങ്ങളായാണ് തയ്യാറാക്കപ്പെട്ടിട്ടുള്ളത്. ഒന്നാം ഭാഗത്തിന് തത്ത്വശാസ്ത്രമെന്നും രണ്ടാം ഭാഗത്തിന് അർത്ഥ ശാസ്ത്രമെന്നും മൂന്നാം ഭാഗത്തിന് സോഷ്യലിസം എന്നും പേർ കൊടുത്തിട്ടുണ്ട്. ഇതിന് പുറമെ പ്രൗഢമായ ഒരു ആമുഖം നൽകിയിട്ടുണ്ട്. വിശദീകരണ കുറി പ്പുകൾ, സൂചികകൾ എന്നിവ അനുബന്ധമായി നൽകിയിട്ടുണ്ട്.

ദർശനത്തെ കുറിച്ചാണ് ഒന്നാം ഭാഗം വിശദീകരിക്കുന്നത്. ഇതിന് പന്ത്രണ്ട് അധ്യായങ്ങളാണ് ഉള്ളത്. ഇതിൽ പ്രധാനമായും ദർശനത്തി ന്റെ അടിസ്ഥാന സമീപനങ്ങളും വൈരുദ്ധ്യാത്മക ഭൗതിക വാദത്തി ന്റെ നിയമങ്ങളും വിശദീകരിക്കുന്നു. വൈരുദ്ധ്യവാദം നിഷേധത്തിന്റെ നിഷേധം എന്നിവ പ്രത്യേകമായി തന്നെ വിശകലന വിധേയമാകുന്ന ണ്ട്.

രണ്ടാം ഭാഗം അർത്ഥശാസ്ത്രസംബന്ധമായിട്ടുള്ളതാണ്. ആധിപത്യം രൂപപ്പെടുന്നത് ബലപ്രയോഗത്തിലൂടെയാണ് എന്ന ഡ്യൂറിംഗിന്റെ സിദ്ധാന്തത്തെ ഇവിടെ വിമർശിക്കുന്നു. മാർക്സ് മൂലധനത്തിൽ വിശദീ കരിച്ച അധ്വാനം, മൂലധനം, മിച്ചമൂല്യം, സാമ്പത്തിക സിദ്ധാന്തങ്ങളുടെ വിമർശന ചരിത്രം എന്നിവയുടെ പ്രധാന വശങ്ങൾ ഈ ഭാഗത്താണ് കടന്നുവരുന്നത്.

മൂന്നാം ഭാഗം ചരിത്രത്തേയും ഭരണകൂടം, വിദ്യാഭ്യാസം, മതം, കുടുംബം ഉടങ്ങിയ കാര്യങ്ങളെയും സംബന്ധിച്ചാണ്. സാങ്കൽപിക

സോഷ്യലിസ്റ്റുകളുടെ പരിമിതികളും ഇതിൽ വിശദീകരിക്കുന്നുണ്ട്. ശാസ്ത്രീയമായ വിശകലനത്തിന്റെ അടിസ്ഥാനത്തിലല്ലാതെ സമത്വം സ്ഥാപിക്കുന്നതിനുള്ള ഇവരുടെ സംരംഭം എന്തുകൊണ്ട് പ്രായോഗി കമാവില്ലെന്ന് ഏംഗൽസ് വ്യക്തമാക്കുന്നു. അതോടൊപ്പം അക്കാ ലത്തെ ശാസ്ത്ര-സാങ്കേതിക രംഗത്തെ വികാസങ്ങളെ വിശദമായ അർത്ഥത്തിൽ പരിശോധിക്കുന്നതിനും അതിന്റെ അടിസ്ഥാനത്തിൽ കാഴ്ചപ്പാടുകൾ രൂപീകരിക്കുന്നതിനും ഏംഗൽസ് തയ്യാറാവുന്നുണ്ട്.

ചരിത്രപരമായ രീതിയിൽ നിന്നുകൊണ്ട് പ്രശ്നങ്ങൾ പരിശോധി ക്കുന്നതിൽ ഡ്യൂറിംഗിന് സംഭവിച്ച പോരായ്മകൾ ചൂണ്ടിക്കാട്ടുകയാണ് ഏംഗൽസ് പ്രധാനമായും ചെയ്യുന്നത്. ഭൗതിക ചുറ്റുപാടുകളിൽ സംഭവി ക്കുന്ന മാറ്റങ്ങളാണ് ചരിത്രത്തിന്റെ മുന്നോട്ട് പോക്കിന് ഇടയാക്കുന്ന തെന്ന് ഉദാഹരണം സഹിതം ഏംഗൽസ് വ്യക്തമാക്കുന്നു. അതായത് ഉത്പാദന ശക്തികളിൽ ഉണ്ടാകുന്ന വളർച്ച സ്വാഭാവികമായും ഉത്പാദന ബന്ധങ്ങളിൽ മാറ്റം സൃഷ്ടിക്കുന്നു. അതിന്റെ അടിസ്ഥാന ത്തിൽ ലോകം കൂടുതൽ കൂടുതൽ ഗുണപരമായി മുന്നോട്ട് നീങ്ങുന്നു. എന്നാൽ ഇതല്ല കേവലമായ ബലപ്രയോഗവും മറ്റുമാണ് ലോകത്തെ ആധിപത്യത്തിന്റെ അടിത്തറയായി തീർന്നിരിക്കുന്നതെന്നതാണ് ഡ്യൂ റിംഗിന്റെ വാദം. ഇത് തെറ്റാണെന്ന് ഏംഗൽസ് ഉദാഹരണസഹിതം വ്യക്തമാക്കുന്നു.

അടിമത്തത്തോടെയാണ് ഭൂതകാല ചരിത്രം ആരംഭിക്കുന്നതെ ന്ന് ഡ്യൂറിംഗ് പറയുന്നുണ്ട്. മാത്രമല്ല ഒരു മനുഷ്യൻ എങ്ങനെയാണ്, എന്തിനാണ് മറ്റൊരു മനുഷ്യനെ അടിമയാക്കുന്നത് എന്നതിന്റെ കാരണങ്ങൾ വിശദീകരിക്കുന്നതിലും ഡ്യൂറിംഗ് പരാജയപ്പെടുന്നു. സ്വ കാര്യസ്വത്തും അടിമയെ കൊണ്ട് ഉത്പാദിപ്പിക്കുകയും അത് മറ്റൊരു വിഭാഗം ഉപയോഗിക്കുകയും ചെയ്യുന്ന രീതി ഉണ്ടായതിന്റെ കാരണ ങ്ങൾ കണ്ടെത്തുന്നതിനും അദ്ദേഹത്തിന് കഴിയുന്നില്ല. ഇവിടെയാണ് ചരിത്രപരമായ ഭൗതികവാദത്തിന്റെ പശ്ചാത്തലത്തിൽ നിന്നുകൊണ്ട് ഏംഗൽസ് ഇതിന്റെ യഥാർത്ഥ കാരണങ്ങൾ വിശദീകരിക്കുന്നത്.

അടിമത്തത്തിന്റെ രൂപീകരണത്തെ സംബന്ധിച്ച് പറയുന്ന ഭാഗം തന്നെ ഇതിന് ഉദാഹരണമാണ്. ഒരാൾ മറ്റൊരാളെ അടിമയാക്കി ഉപയോഗപ്പെടുത്തുന്നതിന് രണ്ട് കാര്യങ്ങൾ വേണം. ഒന്ന് അടിമയുടെ അധ്വാനത്തിലുള്ള ഉപകരണങ്ങളും സാമഗ്രികളും, രണ്ടാമതായി അവന്റെ അവശ്യജീവിതത്തിനുള്ള ഉപാധികളും. അതുകൊണ്ട്

          വെള്ളത്തിൽ മീനുകളെന്നപോൽ

അടിമത്തം സാധ്യമാകണമെങ്കിൽ തന്നെ ഉത്പാദനം ഒരു നിശ്ചിത ഘട്ടത്തിൽ എത്തിയിരിക്കണം. വിതരണത്തിൽ അസമത്വമുണ്ടായി രിക്കുകയും വേണം. ഇത്തരത്തിൽ അടിമത്തം ഉണ്ടാവണമെങ്കിൽ തന്നെ അതിന് ഉതകുന്ന വിധം ഉത്പാദനത്തിൽ വളർച്ചയുണ്ടാവണം. അടിമത്തം രൂപീകരിക്കപ്പെടുന്നത് ബലപ്രയോഗത്തിലല്ല മറിച്ച് അത് രൂപപ്പെടുന്നതിന് ഇടയാക്കിയ ഭൗതിക ഉത്പാദനത്തിലാണെന്നും ഏംഗൽസ് വ്യക്തമാക്കുന്നു.

"ആദിമ കുലീന വർഗത്തിന്റെ രൂപവൽക്കരണം നടന്നത് പൊതു ഭൂഉടമസ്ഥതയുടെ അടിസ്ഥാനത്തിലായിരുന്നു. ഒരു തരത്തിലും ആദ്യം ബലപ്രയോഗത്തിലൂടെ ആയിരുന്നില്ല. മറിച്ച് സ്വമേധയാ നാട്ടുനടപ്പ് അനുസരിച്ചായിരുന്നു. സ്വകാര്യസ്വത്ത് സ്ഥാപിതമായിടത്തെല്ലാം അത് മാറിയ ഉത്പാദന വിനിമയ ബന്ധങ്ങളുടെ ഫലമായിരുന്നു. വർദ്ധിച്ച ഉത്പാദനത്തിന്റെയും വാണിജ്യവികസനത്തിന്റേയും താൽപര്യത്തിലും അങ്ങനെ സാമ്പത്തിക കാരണങ്ങളുടെ ഫലമെന്നനിലയിലായിരുന്നു. ഇതിൽ ബലപ്രയോഗം ഒരു പങ്കും വഹിച്ചിട്ടേയില്ല. ഒരു മോഷ്ടാവിന് മറ്റൊരാളുടെ മുതൽ കൈക്കലാക്കണമെങ്കിൽ സ്വകാര്യ സ്വത്ത് മുമ്പേ ഉണ്ടായിരിക്കണമെന്നത് വ്യക്തമാണ്. അതുകൊണ്ട് സ്വകാര്യസ്വത്ത് സൃഷ്ടിക്കാൻ ബലപ്രയോഗത്തിന് കഴിയില്ല. അത് കൈവശമാക്കാൻ കഴിഞ്ഞേക്കും."

ഇത്തരത്തിൽ വിശദീകരിച്ച ഏംഗൽസ് ആധുനിക മുതലാളി ത്തത്തിന്റെ അടിത്തറ വിശദീകരിക്കുന്നതിന് ഈ സിദ്ധാന്തത്തിന് കഴിയില്ലെന്ന് ഓർമ്മിപ്പിക്കുന്നു. "ദാസ്യവേലയുടെ ഏറ്റവും ആധുനിക രൂപമായ കൂലിവേലയിലൂടെ മനുഷ്യനെ ദാസ്യവേലയ്ക്ക് കീഴ്പ്പെടുത്തു ന്നത് വിശദീകരിക്കാൻ ബലപ്രയോഗത്തേയോ ബലപ്രയോഗത്തിൽ അടിസ്ഥാനമുള്ള സ്വത്തിനേയോ കൂട്ട് പിടിക്കാൻ കഴിയില്ല."

ചരിത്രപരമായ വികാസത്തിന്റെ ഭാഗമായാണ് ഓരോ സാമൂഹ്യവ്യ വസ്ഥയും രൂപപ്പെടുന്നത്. ആ രൂപപ്പെടുന്ന സാമൂഹ്യവ്യവസ്ഥ അതിന് മുമ്പുള്ളതിനേക്കാൾ മെച്ചമായി തീരുന്ന കാര്യവും ഏംഗൽസ് വിശദീ കരിക്കുന്നു. പ്രാചീന ഗോത്രസമുദായത്തിന്റെ കാലത്ത് ഗോത്രങ്ങൾ തമ്മിൽ ഏറ്റുമുട്ടമായിരുന്നു. ഈ ഏറ്റുമുട്ടലിൽ പിടിക്കപ്പെടുന്ന ആളുകളെ കൊല്ലുകയോ തിന്നുകയോ ഒക്കെ ചെയ്യുന്ന രീതിയായിരുന്നു ഉണ്ടായി രുന്നത്. എന്നാൽ ഉത്പാദന രീതികൾ വികസിക്കുകയും അതിന്റെ ഫലമായി ഒരാളെ അടിമയാക്കി വെച്ചാൽ തങ്ങളുടെ സമ്പത്ത്

വര്‍ദ്ധിക്കുമെന്ന അവസ്ഥ സംജാതമായതോടെ യുദ്ധത്തില്‍ പിടിക്ക പ്പെട്ടുന്നവരെ കൊല്ലുന്നതിന് പകരം അടിമയാക്കുന്ന നിലയുണ്ടായി. ഈ മാറ്റം യഥാര്‍ത്ഥത്തില്‍ ഇത്തരത്തില്‍ പിടിക്കപ്പെട്ടുന്നവരെ സംബന്ധിച്ചിടത്തോളം ഗുണപരമായിരുന്ന. കാരണം മരണത്തിന് പകരം ജീവിതം തന്നെ തിരിച്ച് കിട്ടുന്ന നിലയാണ് ഉണ്ടായത്. ഇത് സാമൂഹ്യ വളര്‍ച്ചയുടെ ഭാഗമായാണ് ഉണ്ടായത്. അതിലൂടെ ഡ്യൂറിംഗ് മുന്നോട്ടുവെച്ച ബലപ്രയോഗ സിദ്ധാന്തം എന്ന ചരിത്ര നിരപേക്ഷവും അശാസ്ത്രീയവുമായ കാഴ്ചപാടിനെ ഏംഗല്‍സ് തള്ളിക്കളയുന്ന.

തൊഴില്‍ വിഭജനത്തില്‍ നിന്നാണ് വര്‍ഗ വിഭജനത്തിന്റെ രൂപീക രണമെന്നും ഏംഗല്‍സ് വ്യക്തമാക്കുന്നുണ്ട്.

"അധ്വാനത്തില്‍ പൂര്‍ണ്ണമായി മുഴുകിക്കഴിയുന്ന ഈ മഹാഭൂരിപക്ഷ ത്തോടൊപ്പം നേരിട്ടുള്ള ഉത്പാദന ക്ഷമമായ അധ്വാനത്തില്‍ നിന്ന് സ്വതന്ത്രമായ ഒരു വര്‍ഗം ഉടലെടുക്കുന്ന. അവരാണ് അധ്വാനത്തെ നിയന്ത്രിക്കുന്നതും, ഭരണനിര്‍വഹണം, നീതി നിര്‍വ്വഹണം, ശാസ്ത്രം, കല തുടങ്ങിയ സമൂഹത്തിന്റെ പൊതുവായ കാര്യങ്ങള്‍ നിര്‍വഹിക്ക ന്നതും. അതുകൊണ്ട് തൊഴില്‍ വിഭജനമാണ് വര്‍ഗവിഭജനത്തിന്റെ അടിസ്ഥാനം.''

ചരിത്രത്തിന്റെ പ്രത്യേക ഘട്ടത്തില്‍ ഉയര്‍ന്നുവന്ന ഈ വര്‍ഗവിഭ ജനം അവസാനിപ്പിച്ച് വര്‍ഗരഹിതമായ അവസ്ഥയുണ്ടാവണമെങ്കില്‍ തൊഴിലാളിവര്‍ഗ്ഗം ഭരണാധികാരം പിടിച്ചെടുക്കുകയും തുടര്‍ന്ന് ഉത്പാ ദനോപാദികളെ രാഷ്ട്ര സ്വത്തായി മാറ്റിത്തീര്‍ക്കുകയും ചെയ്യണമെന്നും ഏംഗല്‍സ് വ്യക്തമാക്കുന്നുണ്ട്.

ചൂഷണത്തിന്റെ അടിസ്ഥാന കാര്യത്തെ വിലയിരുത്തുന്നതിനും ഡ്യൂറിംഗിന്റെ സിദ്ധാന്തത്തിന്റെ പോരായ്മ അദ്ദേഹം വിശദീകരിക്ക ന്നുണ്ട്. മുതലാളിത്തത്തില്‍ തൊഴിലാളിയുടെ മിച്ചാദ്ധ്വാനത്തെയാണ് മിച്ച മൂല്യമെന്ന് വിളിക്കുന്നത്. അദ്ധ്വാനശക്തി പ്രദാനം ചെയ്യുന്ന മൂല്യ ത്തില്‍ നിന്ന് അദ്ധ്വാനശക്തിയുടെ മൂല്യം കിഴിക്കുമ്പോഴാണ് മിച്ച മൂല്യം ലഭിക്കുക. മനുഷ്യന്റെ അധ്വാനിക്കാനുള്ള കായികവും മാനസികവുമായ ശേഷിയാണ് അധ്വാനശക്തി എന്ന് പറയുന്നത്. ഒരാള്‍ ഒരു കസേര നിര്‍മ്മിക്കുന്നുവെന്ന് കരുതുക. അതിന് നൂറ് രൂപയാണ് വില. അമ്പത് രൂപ തൊഴിലാളിക്ക് കൂലിയായും മുപ്പത് രൂപ അസംസ്കൃത വസ്തുക്കള്‍ ഉള്‍പ്പെടെയുള്ളവയുടെ വിലയായും വേണ്ടിവരുന്ന. ഇതില്‍ അവശേ ഷിക്കുന്ന ഇരുപത് രൂപയാണ് മുതലാളി ലാഭം എന്ന നിലയില്‍

 വെള്ളത്തില്‍ മീനുകളെന്നപോല്‍

എടുക്കുന്നത്. ഇങ്ങനെ മിച്ചമൂല്യത്തിലൂടെ ലഭിക്കുന്ന ലാഭം മുതലാളി സമ്പാദിച്ച് പുനർനിക്ഷേപം നടത്തുന്നു. ഇങ്ങനെ മൂലധനം കുന്നുകൂടുന്നു.

ഈ മിച്ചാധ്യാനം വിവിധ രീതിയിൽ തട്ടിയെടുത്താണ് സമ്പത്തിന്റെ ഉടമകൾ പാട്ടവും പലിശയും ലാഭവും പങ്കിട്ടെടുക്കുന്നത്. മിച്ചമൂല്യത്തെ സംബന്ധിച്ച് മാർക്സ് മുന്നോട്ട് വെച്ച കാഴ്ചപ്പാടുകൾ വിശദീകരിച്ചുകൊണ്ട് ഏംഗൽസ് ഡ്യൂറിംഗിന്റെ വാദത്തെ ഖണ്ഡിക്കുന്നു. അധ്വാനത്താൽ ഉത്പാദനം ഉണ്ടാവുകയും എന്നാൽ ബലം പ്രയോഗിച്ച് അവ വിതരണം ചെയ്യപ്പെടുന്ന രീതിയിൽ ച്ചൂഷണം നിലകൊള്ളുന്നു എന്ന ഡ്യൂറിംഗിന്റെ ലളിത സമവാക്യത്തെയാണ് ഇവിടെ തുറന്നുകാട്ടുന്നത്. ഡ്യൂറിംഗിന്റെ ഈ ബലപ്രയോഗ സിദ്ധാന്തത്തിന്റെ അശാസ്ത്രീയത ചൂണ്ടിക്കാണിച്ച കൊണ്ട് സമ്പത്തിന്റെ രൂപീകരണത്തിന്റേയും അതിന്റെ വിതരണത്തി ന്റേയും ശാസ്ത്രീയമായ അടിത്തറ മുന്നോട്ട് വെക്കുകയാണ് ഏംഗൽസ് ചെയ്യുന്നത്.

ഡ്യൂറിംഗ് മുതലാളിത്ത ഉത്പാദന സമ്പ്രദായം വളരെ നല്ലതാണെ ന്നും അതിന് നിലനിൽക്കാൻ കഴിയുമെന്നും പ്രസ്താവിക്കുന്നുണ്ട്. പക്ഷെ മുതലാളിത്ത വിതരണസമ്പ്രദായം തിന്മയാണെന്നും അതിനാൽ അവ അപ്രത്യക്ഷമായേ പറ്റൂ എന്നും വിശദീകരിക്കുന്നു. ഇത് മായാലോകത്തി ന്റെ പ്രയോഗത്തിൽ കൂടുതലൊന്നുമല്ലെന്ന് ഏംഗൽസ് വ്യക്തമാക്കുന്നു. മുതലാളിത്തത്തിന്റെ യഥാർത്ഥ ദൗർബല്യങ്ങളിലേക്ക് കടന്നു ചെല്ലു കയാണ് ഇതിന് മറുപടിയായി ഏംഗൽസ് ചെയ്യുന്നത്. മുതലാളിത്ത ത്തിന്റെ വൈരുദ്ധ്യവും ഏംഗൽസ് തുറന്ന് കാട്ടുന്നു: "സാമൂഹികമായ ഉത്പാദനവും മുതലാളിത്ത കൈക്കലാക്കലും തമ്മിലുള്ള വൈരുദ്ധ്യം തൊഴിലാളിവർഗ്ഗവും മുതലാളി വർഗവും തമ്മിലുള്ള ശത്രുതയായി പ്ര ത്യക്ഷപ്പെട്ടു." അതുകൊണ്ട് ഈ വൈരുദ്ധ്യം പരിഹരിക്കാൻ ഉത്പാദ നവും വിതരണവും സാമൂഹ്യവൽക്കരിക്കുക എന്നതാണ് ചെയ്യേണ്ടത്. അതിന് സോഷ്യലിസ്റ്റ് സാമൂഹ്യ വ്യവസ്ഥ അനിവാര്യമാണെന്നും ഏംഗൽസ് വ്യക്തമാക്കുന്നു.

അർത്ഥശാസ്ത്രം എന്നത് കേവലമായ ഒരു സാമ്പത്തിക ശാസ്ത്രം എന്ന നിലയിലല്ല കാണേണ്ടത് എന്ന കാര്യവും ഏംഗൽസ് ഓർമ്മി പ്പിക്കുന്നു.

"അതുകൊണ്ട് അർത്ഥശാസ്ത്രം അടിസ്ഥാനപരമായി ചരി ത്രപരമായ ശാസ്ത്രമാണ്. അതായത് ചരിത്രപരമായി, നിരന്തരം മാറിക്കൊണ്ടിരിക്കുന്ന വസ്തുക്കളെയാണ് അത് കൈകാര്യം

ചെയ്യുന്നത്. ഉത്പാദന-വിനിമയ വികാസത്തിലെ ഓരോ ഘട്ടത്തി ലേയും സവിശേഷ നിയമങ്ങൾ ഇതാദ്യം പഠിക്കുന്നു. ഈ പഠനം പൂർത്തിയാക്കിയ ശേഷമേ എല്ലാ സന്ദർഭങ്ങളിലും നടക്കുന്ന ഉത്പാ ദനത്തിനും വിനിമയത്തിനും പ്രസക്തമായ സാമാന്യ നിയമങ്ങൾ സ്ഥാ പിക്കാനാവൂ.'' അതുകൊണ്ട് അർത്ഥശാസ്ത്രത്തെ ഏംഗൽസ് ഇങ്ങനെ വിശദീകരിക്കുന്നു: "വിവിധ മനുഷ്യ സമൂഹങ്ങൾ ഉത്പാദിപ്പിക്കുകയും വിനിമയം ചെയ്യുകയും അവരുടെ ഉത്പന്നങ്ങൾ അതിനനുസൃതമായി വിതരണം ചെയ്യുകയും ചെയ്ത സാഹചര്യങ്ങളുടേയും രൂപങ്ങളുടേയും ശാസ്ത്രമാണ് അർത്ഥശാസ്ത്രം.''

നിയമങ്ങളും ആചാരസമ്പ്രദായങ്ങളുമെല്ലാം രൂപപ്പെട്ട് വരുന്നത് അതാത് കാലത്തെ ഉത്പാദന രീതികളിൽ നിന്നുമാണെന്ന് ഇവിടെ വിശദീകരിക്കുന്നു. ഉത്പാദന ബന്ധങ്ങളിൽ മാറ്റങ്ങൾ ഉണ്ടാകുമ്പോൾ സദാചാര നിയമങ്ങൾക്കുൾപ്പെടെ മാറ്റം വരും. ഇക്കാര്യം ഏംഗൽസ് ഇങ്ങനെ പറയുന്നുണ്ട്:

"മനുഷ്യൻ ബോധപൂർവ്വമായോ അല്ലാതെയോ തങ്ങളുടെ വർഗ പദവിക്കാധാരമായ പ്രായോഗിക ബന്ധങ്ങളിൽ നിന്നാണ് അന്തിമ മായി ധാർമ്മിക ആശയങ്ങൾ സ്വീകരിക്കുന്നത്. അതായത് തങ്ങൾ ഉത്പാദന വിനിമയങ്ങൾ നടത്തുന്ന സാമ്പത്തിക ബന്ധങ്ങളിൽ നിന്ന്.'' കാലഘട്ടത്തിനനുസരിച്ച് ഈ സദാചാര മൂല്യങ്ങൾ മാറുന്നതി ന്റെ ഉദാഹരണവും ശാശ്വത സത്യത്തെ പരാമർശിക്കുന്ന ഘട്ടത്തിൽ പറയുന്നുണ്ട്. "മോഷണത്തിനുള്ള പ്രേരണകൾ ഇല്ലാതായ ഒരു സമൂ ഹത്തിൽ അങ്ങേയറ്റം ഭ്രാന്തന്മാർ മാത്രം നീ മോഷ്ടിക്കരുത് എന്ന ശാശ്വത സത്യം പ്രഘോഷിപ്പിക്കുന്ന ധാർമ്മികാചാര്യനെ ജനങ്ങൾ എത്രമാത്രം പരിഹസിക്കും.'' "അന്തിമ വിശകലനത്തിൽ ഓരോ ഘട്ട ത്തിലും നിലവിലുള്ള സമൂഹത്തിന്റെ സാമ്പത്തിക സാഹചര്യങ്ങളുടെ ഉൽപന്നമായിട്ടാണ് ഇന്നുവരേയും എല്ലാ സദാചാര നിയമങ്ങളും എന്നും നമ്മൾ കരുതുന്നു.''

മതത്തെ സംബന്ധിച്ചുള്ള ഡ്യൂറിംഗിന്റെ വാദത്തെ ഏംഗൽസ് ഖണ്ഡിക്കുന്നുണ്ട്. ഡ്യൂറിംഗ് തന്റെ ഭാവി രാഷ്ടത്തിൽ മതങ്ങളുടെ സ്ഥാനം എന്തെന്ന് ഇത്തരത്തിലാണ് വിശദീകരിക്കുന്നത്.

"ഈ സ്വതന്ത്രസമൂഹത്തിൽ മതപരമായ ആരാധന സാധ്യമല്ല. കാരണം ബലികൊണ്ടും പ്രാർത്ഥനകൊണ്ടും പ്രീണിപ്പിക്കാവുന്ന, പ്രകൃതിക്ക് പിന്നിലും മുകളിലുമുള്ള, ജീവികളുണ്ടെന്ന പ്രാകൃതവും

 വെള്ളത്തിൽ മീനുകളെന്നപോൽ

ബാലിശവ്വമായ അന്ധവിശ്വാസത്തിനപ്പുറം ഇതിലെ ഓരോ അംഗവും പോയിട്ടുണ്ട്. അതുകൊണ്ട് ശരിയായി വിഭാവനം ചെയ്യപ്പെടുന്ന സോഷ്യലിസ്റ്റ് വ്യവസ്ഥിതിക്ക് മതപരമായ മാന്ത്രികവിദ്യകളുടെ എല്ലാ ഭാണ്ഡക്കെട്ടുകളേയും തന്മൂലം മതപരമായ ആരാധനയുടെ എല്ലാ അടിസ്ഥാന ഘടകങ്ങളേയും നിരോധിക്കേണ്ടിവരും.''

മതങ്ങളെ നിരോധിക്കണം എന്ന സമീപനമാണ് ഡ്യൂറിംഗ് മുന്നോട്ട് വെക്കുന്നത്. എന്നാൽ ഈ സമീപനത്തിന്റെ അശാസ്ത്രീയതയെ ഏംഗൽസ് തുറന്ന് കാട്ടുന്നു. മതങ്ങളെ സംബന്ധിച്ച് ഇങ്ങനെ വിശ ദീകരിക്കുന്നുണ്ട്:

''എല്ലാമതങ്ങളും മനുഷ്യരുടെ ദൈനംദിന ജീവിതത്തിൽ അവയ്ക്ക് മേൽ ആധിപത്യം പുലർത്തുന്ന ബാഹ്യശക്തികളുടെ മായികാ പ്രതിഫ ലനമല്ലാതെ മറ്റൊന്നുമല്ല. ഭൂമിയിലെ ശക്തികൾ പ്രകൃത്യാതീത ശക്തി കളുടെ രൂപം സ്വീകരിക്കുന്ന പ്രതിഫലനം. ചരിത്രത്തിന്റെ തുടക്കത്തിൽ പ്രകൃതി ശക്തികളെ കുറിച്ചായിരുന്നു ആദ്യം ചിന്തിക്കേണ്ടിയിരുന്നത്. അവ തുടർന്നുള്ള വികാസത്തിൽ വിവിധ ജനതകൾക്കിടയിൽ ഏറ്റവും വൈവിധ്യമാർന്ന പ്രതിരൂപങ്ങൾ സ്വീകരിച്ചു. ആദ്യത്തെ ഈ പ്രക്രി യയെ ഇന്തോ-യൂറോപ്യൻ ജനതകളുടെ കാര്യത്തിലെങ്കിലും, താരതമ്യ പുരാതന പഠനം വിശകലനം ചെയ്ത്, അതിന്റെ തുടക്കം ഇന്ത്യയിലെ വേദങ്ങളാണെന്ന് കണ്ടെത്തിയിട്ടുണ്ട്.''

ഇത്തരത്തിൽ മതങ്ങളുടെ രൂപീകരണത്തെ വിശദമായി തന്നെ പ്ര തിപാദിച്ചശേഷം അതിനെ നിരോധിക്കുക എന്നത് അശാസ്ത്രീയമാണെ ന്ന് ഏംഗൽസ് വ്യക്തമാക്കുന്നു. എന്നിട്ട് ഇങ്ങനെ വിശദീകരിക്കുന്നുണ്ട്:

''മനുഷ്യർ അവരെ കീഴ്പ്പെടുത്തുന്ന അന്യവും സ്വാഭാവികവും സാമൂ ഹികവുമായ ശക്തികൾക്ക് വിധേയരായിരിക്കുന്നിടത്തോളം കാലം സൗകര്യപ്രദവും സാർവത്രികമായി സ്വീകാര്യവുമായ രൂപത്തിൽ ഈ ശക്തികളുമായുള്ള മനുഷ്യരുടെ പ്രത്യക്ഷമായ, അതായത്, വൈകാരിക രൂപമായി മതത്തിന് തുടർന്നും നിലനിൽക്കാൻ കഴിയും.''

മതം രൂപപ്പെടുത്തുന്ന അടിത്തറ നിലനിൽക്കുമെന്നതിനാൽ അതിനെ നിരോധിക്കുക എന്നത് അശാസ്ത്രീയമാണെന്ന് ഡ്യൂറിംഗിന്റെ വാദത്തെ വിലയിരുത്തികൊണ്ട് ഏംഗൽസ് എത്തിച്ചേരുന്നു.

പാരിസ്ഥിതിക പ്രശ്നങ്ങളേയും ഇതിൽ സമീപിക്കുന്നുണ്ട്.

''ആവിയന്ത്രത്തിന്റേയും വൻകിട വ്യവസായത്തിലെ ഏതാണ്ട്

എല്ലാ ഉത്പാദന ശാഖകളുടേയും മുഖ്യ ആവശ്യം താരതമ്യേന ശുദ്ധമായ ജലമാണ്. എന്നാൽ ഫാക്ടറി, പട്ടണ ജലത്തെ മുഴുവൻ നാറുന്ന ദ്രാവക മാക്കി മാറ്റുന്നു," എന്നാണ് പറയുന്നത്. തുടർന്ന് ഇങ്ങനെ എഴുതുന്നുണ്ട്: "വായു, ജലം, ഭൂമി ഇവയുടെ ഇന്നത്തെ മലിനീകരണം ഇല്ലാതാക്ക ന്നതിന് പട്ടണവും നാട്ടിൻ പുറവും തമ്മില്ലുള്ള ലയനം ആവശ്യമാണ്. അത്തരം ഒരു ലയനത്തിന് മാത്രമേ പട്ടണങ്ങളിൽ ദുരിതം അനുഭവി ക്കുന്ന ജനങ്ങളുടെ അവസ്ഥയ്ക്ക് മാറ്റം വരുത്താനും കഴിയുകയുള്ളൂ." കാർഷിക സമ്പദ്ഘടന നിലനിൽക്കേണ്ടത് പാരിസ്ഥിതികമായ നിലനിൽപിന് കൂടി അനിവാര്യമാണ് എന്ന കാഴ്ചപാടിലേക്കാണ് ഏംഗൽസ് എത്തുന്നത്.

ഡ്യൂറിംഗിനെതിരെ എന്ന ഈ കൃതിയുടെ പ്രധാനപ്പെട്ട സവിശേഷത ഓരോ വിജ്ഞാന ശാഖയും അതിന്റെ സിദ്ധാന്തങ്ങളും അവ രൂപ പ്പെട്ട് വന്ന സാമൂഹ്യ-സാമ്പത്തിക ബന്ധങ്ങളും വിശദീകരിക്കുന്നു എന്നതാണ്. സാമൂഹ്യഘടനയിൽ നിന്നാണ് ദർശനവും രാഷ്ട്രീയവും ശാസ്ത്രവും എല്ലാം രൂപീകരിക്കപ്പെടുന്നത്. ഈ ബന്ധങ്ങളെ മനസ്സി ലാക്കുന്നതിന് ഡ്യൂറിംഗിന് കഴിയുന്നില്ലെന്ന് ഉദാഹരണം സഹിതം ഏംഗൽസ് വ്യക്തമാക്കുന്നു. ഇതിനെ വിവിധ വിജ്ഞാന ശാഖകളും സാമൂഹ്യബന്ധങ്ങളും തമ്മില്ലുള്ള വൈരുദ്ധ്യാത്മകമായ സമീപനത്തെ വ്യക്തമാക്കുന്നു എന്ന നിലയിൽ മാർക്സിസ്റ്റ് ക്ലാസിക്കുകളുടെ കൂട്ടത്തിൽ ആന്റി ഡ്യൂറിംഗ്ം സ്ഥാനം പിടിക്കുന്നു. ശാസ്ത്രത്തെ കേവലമായി കാണാതെ അത് ചരിത്ര ഘട്ടങ്ങളിൽ രൂപപ്പെടുകയും വികസിക്കുക യുമാണ് ചെയ്യുന്നത് എന്ന മാർക്സിസ്റ്റ് സമീപനം ഇതിൽ മുന്നോട്ടുവ യ്ക്കുന്നു. അതിലൂടെ കേവല വരട്ടുവാദപരമായ സമീപനങ്ങളിൽ നിന്ന് മാർക്സിസത്തെ മോചിപ്പിക്കുന്നതിനുള്ള നിലപാട് അവതരിപ്പിക്കുകയും ചെയ്യുന്നു.

ശാസ്ത്ര വികാസത്തെ ചരിത്രപരമായ ഭൗതിക വാദ
ത്തിന്റെ കൂടി പശ്ചാത്തലത്തിൽ ഇതിൽ വിശകലനം
ചെയ്യുന്നു. നവോത്ഥാനത്തെയും പരിസ്ഥിതി പ്രശ്ന
ത്തെയും കുറിച്ചുള്ള മാർക്സിസ്റ്റ് സമീപനം വ്യക്തമാ
ക്കുന്ന കൃതി.

# പ്രകൃതിയുടെ വൈരുദ്ധ്യാത്മകത

ഏം ഗൽസിന്റെ അപൂർണ്ണമായ കൃതിയാണ് പ്രകൃതിയുടെ
വൈരുദ്ധ്യാത്മകത. ഏതാനം ലേഖനങ്ങളും കുറിപ്പുകള
മായാണ് പ്രസ്തുത പുസ്തകം പുറത്തുവന്നിരിക്കുന്നത്. ഏംഗൽസിന്റെ
മരണശേഷം കൈയ്യെഴുത്തുപ്രതി ജർമ്മൻ സോഷ്യൽ ഡെമോ
ക്രാറ്റിക് പാർടിയുടെ പുരാവസ്തുശേഖരത്തിൽ 30 വർഷം കിടന്നു.
1925-ൽ സോവിയറ്റ് യൂണിയനിലാണ് ആദ്യമായി ഈ കൃതി
പ്രസിദ്ധീകരിക്കുന്നത്. ലെനിൻ പോലും ഈ പുസ്തകം കണ്ടിട്ടില്ല.

പ്രകൃതിയുടെ വൈരുദ്ധ്യാത്മകത എന്ന പുസ്തകത്തിലാണ് നവോ
ത്ഥാനത്തെ സംബന്ധിച്ചുള്ള കാഴ്ചപ്പാട്ടുകൾ ഏംഗൽസ് മുന്നോട്ട
വെക്കുന്നത്. 15-ാം നൂറ്റാണ്ടിന്റെ ഉത്തരാർദ്ധത്തിൽ ആരംഭിച്ചതാണ്
ഈ കാലമെന്ന് എംഗൽസ് വ്യക്തമാക്കുന്നു. നഗരവാസികളുടെ
പിന്തുണയോടെ രാജാക്കന്മാർ നാട്ടുവാഴിപ്രഭുക്കളുടെ അധികാരത്തെ
തകർത്തു. ദേശീയത അടിസ്ഥാനമാക്കിയ രാജാധിപത്യരാജ്യങ്ങൾ
അവർ സ്ഥാപിച്ചു. അവയ്ക്കുള്ളിലാണ് ആധുനിക യൂറോപ്പിന്റെ രാജ്യങ്ങ
ളും ആധുനിക ബൂർഷ്വാസമൂഹങ്ങളും വളർന്നുവന്നത്. നഗരവാസികളും
പ്രഭുക്കന്മാരും പരസ്പരം ഏറ്റുമുട്ടുന്ന സ്ഥിതിയുമുണ്ടായി. ഈ സ്ഥിതിവി
ശേഷത്തെ വിലയിരുത്തിയശേഷം ഈ മുന്നേറ്റം കർഷക തൊഴിലാളി
പ്രസ്ഥാനങ്ങളെയും വളർത്തിക്കൊണ്ടുവന്നതായി ഏംഗൽസ് നിരീ
ക്ഷിക്കുന്നു. അദ്ദേഹം ഇങ്ങനെ പറയുന്നു: 'അത് കലാപകാരികളായ
വെള്ളത്തിൽ മീനുകളെന്നപോൽ

കർഷകരെ അരങ്ങത്ത് കൊണ്ടുവന്നു എന്ന മാത്രമല്ല അതൊരു പുതു മയല്ലാതായി കഴിഞ്ഞിരുന്നു. ചെങ്കൊടി കയ്യിലും സാധനങ്ങൾ പൊതു ഉടമയിലാക്കണമെന്ന ആവശ്യം നാവിൻതുമ്പത്തുമുള്ള ആധുനിക തൊഴിലാളി വർഗ്ഗത്തിന്റെ പ്രാരംഭത്തെക്കൂടി അവരുടെ പിന്നാലെ രംഗത്തിറക്കി.'

നവോത്ഥാനപ്രസ്ഥാനങ്ങൾ ഉഴുതുമറിച്ചിട്ട മണ്ണിൽ കർഷകതൊഴി ലാളി പ്രസ്ഥാനങ്ങൾ ഉയർന്നു വന്നുവെന്നാണ് ഏംഗൽസ് നിരീക്ഷി ക്കുന്നത്. സമാനമായ സ്ഥിതി തന്നെയാണ് നമ്മുടെ സംസ്ഥാനത്തും ഉണ്ടായതെന്ന് ഇവിടെ ചേർത്ത് വായിക്കാവുന്നതാണ്. ഈ മുന്നേറ്റം പുതിയ ആശയങ്ങൾക്കും ചിന്തകൾക്കും രൂപം നൽകിയതായും അദ്ദേഹം നിരീക്ഷിക്കുന്നു. സാഹിത്യം, കല, ശാസ്ത്രം എന്നീ രംഗത്തും വലിയ കുതിപ്പുകളുണ്ടായതായി തുടർന്നു പറയുന്നുണ്ട്.

മാനവരാശി കണ്ടിട്ടുള്ള ഏറ്റവും മഹത്തായ പുരോഗമന വിപ്ലവമാ ണിതെന്നും തുടർന്നു രേഖപ്പെടുത്തുന്നു. അതിന്റെ നേതൃത്വത്തെ കുറിച്ച് ഏംഗൽസ് ഇങ്ങനെ പറയുന്നു:

"ബൂർഷ്വാസിയുടെ ആധുനിക വാഴ്ചയ്ക്ക് അടിത്തറയിട്ടവരെ ബൂർഷ്വാ പരിമിതികൾ തൊട്ടുതീണ്ടിയിരുന്നില്ല. നേരേമറിച്ച് ആ കാലത്തിന്റെ സാഹസിക സ്വഭാവം അവരെ വിവിധ തോതുകളിൽ ആവേശം കൊള്ളിക്കുകയാണ് ചെയ്തത്."

ഇത്തരത്തിൽ ഫ്യൂഡൽ കാലത്ത് നിന്ന് ആധുനിക കാലത്തേക്കുള്ള സർവതോന്മുഖമായ വളർച്ചയ്ക്ക് അടിത്തറയിട്ടതാണ് നവോത്ഥാനമെ ന്ന് ഏംഗൽസ് ഇതിൽ വ്യക്തമാക്കുന്നു. അങ്ങനെ നവോത്ഥാനത്തെ കുറിച്ചുള്ള മാർക്സിസ്റ്റ് സമീപനം മുന്നോട്ട് വെക്കുന്ന പുസ്തകമായി പ്രകൃ തിയിലെ വൈരുദ്ധ്യാത്മകത മാറുന്നു. അറിവുകളെ ലോകംമുഴുവൻ എത്തിക്കുന്നതിന് അറബികൾ നല്കിയ സംഭാവനയും സവിശേഷത യും ഒപ്പം വിശദമാക്കുന്നുണ്ട്

മാർക്സിന്റെയും ഏംഗൽസിന്റെയും കൃതികളിൽ ശാസ്ത്ര-സാങ്കേതിക രംഗത്തെ പുരോഗതിയെക്കുറിച്ച് വ്യക്തമാക്കുന്നുണ്ട്. എന്നാൽ പ്രകൃ തിശാസ്ത്രത്തെ ഒരു പ്രത്യേക പഠനവിഷയമായി കണക്കിലെടുക്കുന്ന രീതി മാർക്സ് ആരംഭിക്കുന്നത് 1851 ലാണ്. സാങ്കേതികവിദ്യയെക്കുറി ച്ചും കൃഷിശാസ്ത്രത്തെക്കുറിച്ചും സമഗ്രമായ അറിവ് നേടാനുള്ള പഠനം ഈ കാലത്ത് അദ്ദേഹം ആരംഭിക്കുന്നുണ്ട്. ഈ പഠനം സാങ്കേതിക വിജ്ഞാനത്തിന്റെ ചരിത്രത്തെയും കാർഷിക രസതന്ത്രത്തെയും

 വെള്ളത്തിൽ മീനുകളെന്നപോൽ

പിന്നീട് ഗണിതശാസ്ത്രത്തെയും കുറിച്ചുള്ള വിശകലനമായി മാറ്റുകയും ചെയ്യുന്നുണ്ട്.

വ്യാവസായിക വിപ്ലവത്തിന്റെ തുടർച്ചയായി ലോകത്ത് ഉണ്ടായി ട്ടുള്ള ശാസ്ത്ര-സാങ്കേതികരംഗത്തെ നേട്ടങ്ങളെ വിലയിരുത്തിക്കൊ ണ്ടാണ് ഈ പുസ്തകം എഴുതിയിരിക്കുന്നത്. ശാസ്ത്രത്തിന്റെ ഈ മുന്നേ റ്റത്തിൽ മൂന്ന് പ്രധാനപ്പെട്ട നിയമങ്ങൾ സുപ്രധാന പങ്ക് വഹിച്ചിട്ടുണ്ട്. കോശസിദ്ധാന്തം, ഊർജ്ജസംരക്ഷണ നിയമം, ഡാർവിന്റെ പരിണാമ സിദ്ധാന്തം എന്നിവയാണ് ഈ മഹത്തായ കണ്ടുപിടുത്തങ്ങൾ.

പ്രകൃതിശാസ്ത്രത്തെക്കുറിച്ചുള്ള ഏംഗൽസിന്റെ പഠനത്തിന് ഉത്തേജനം നൽകുന്നത് ചാൾസ് ഡാർവിന്റെ ജീവിവർഗങ്ങളെ കുറി ച്ചുള്ള ഉത്ഭവം എന്ന കൃതിയാണ്. മാർക്സ് ഈ പുസ്തകം വായിക്കുന്നത് ഏംഗൽസ് വായിച്ചതിനുശേഷമാണ്. ഇതിനെ സംബന്ധിച്ച് മാർക്സ് ഏംഗൽസിന് ഇങ്ങനെ എഴുതി. "നമ്മുടെ വീക്ഷണത്തിന് പ്രകൃതി ചരി ത്രപരമായ അടിത്തറ നൽകുന്ന ഗ്രന്ഥമാണ് ഡാർവിന്റേത്." ഇതിന്റെ അടിസ്ഥാനത്തിൽ പ്രകൃതിയുടെ വൈരുധ്യാത്മകതയെക്കുറിച്ച് പഠി ക്കാനുള്ള പദ്ധതി 1873-ലാണ് രൂപപ്പെടുന്നത്. മാർക്സിന്റെ മരണശേഷം മൂലധനത്തിന്റെ പ്രസിദ്ധീകരണത്തിലും തൊഴിലാളിവർഗ്ഗത്തിന്റെ രാഷ്ട്രീയ പ്രവർത്തനത്തിലും മുഴുകിയതിനാൽ ഈ പുസ്തകം പൂർത്തീ കരിക്കുന്നതിന് ഏംഗൽസിന് കഴിഞ്ഞില്ല. എങ്കിലും ഈ മേഖലയിലെ മാർക്സിസത്തിന്റെ അടിസ്ഥാന നിലപാടുകൾ വിശദമാക്കുന്നതിന് ഇതിൽ കഴിയുന്നുണ്ട്.

പുസ്തകത്തിന്റെ ആമുഖത്തിൽ മനുഷ്യന്റെ ഉത്പാദനരംഗത്തുണ്ടായ മാറ്റം വിവിധ മേഖലയിൽ വരുത്തിയ പരിവർത്തനങ്ങൾ ഊന്നിപ്പറ ഞ്ഞുകൊണ്ടാണ് തുടങ്ങുന്നത്. വൻകിട വ്യവസായത്തിന്റെ ആരംഭ ത്തോടെ ലോകത്ത് വന്ന മാറ്റങ്ങൾ അതിൽ വിശദീകരിക്കുന്നു:

"നിർമ്മാണത്തൊഴിലാണല്ലോ ആധുനിക വൻകിട വ്യവസായ ത്തിന് ഇടക്കം കുറിച്ചത്. മനുഷ്യമനസ്സുകളുടെമേൽ പള്ളിക്കുണ്ടായിരുന്ന സർവാധിപത്യം തകർക്കപ്പെട്ടു. പ്രൊട്ടസ്റ്റന്റ് മതം സ്വീകരിച്ച ഭൂരിപക്ഷം ജർമ്മാനിക് ജനതകളും പ്രത്യക്ഷമായിത്തന്നെ അത് വലിച്ചെറിഞ്ഞു. ലത്തീൻ ജനതകൾക്കിടയിലാകട്ടെ, അറബികളിൽനിന്നെടുത്തളും പുതുതായി കണ്ടുപിടിക്കപ്പെട്ടതുമായ യവന തത്വചിന്തയിൽനിന്നും പോഷണം ലഭിച്ചതുമായ സ്വതന്ത്ര ചിന്തയുടെ ഉന്മേഷദായകമായ ഒരു ചൈതന്യം കൂടുതൽ കൂടുതൽ വേരൂന്നി. അത് 18-ാം നൂറ്റാണ്ടിലെ

ഭൗതികവാദത്തിന് കളമൊരുക്കി. മാനവരാശി അദ്യവരെ കണ്ടിട്ടുള്ള തിൽവച്ച് ഏറ്റവും മഹത്തായ പുരോഗമന വിപ്ലവമായിരുന്നു അത്. അതികായകന്മാരെ - ചിന്താശക്തിയിലും വികാരപരതയിലും സ്വഭാ വബലത്തിലും സാർവത്രികതയിലും പാണ്ഡിത്യത്തിലും അതികായക ന്മാരായിട്ടുള്ളവരെ - ആവശ്യമായി വരികയും സൃഷ്ടിക്കുകയും ചെയ്യ ഒരു കാലമായിരുന്നു അത്.''

അത്തരത്തിൽ ലോകത്തുണ്ടായ കണ്ടുപിടുത്തങ്ങൾ മനുഷ്യന്റെ ചിന്തകളേയും കാഴ്ചപ്പാടുകളേയും എങ്ങനെ മാറ്റി മറിച്ച എന്ന് വ്യക്ത മാക്കുന്നു. ചിന്താപരമായ വളർച്ചയ്ക്ക് കാരണം ഉത്പാദനശക്തികളുടെ വളർച്ചയും അതിലൂടെ ഉണ്ടായ സാമൂഹ്യ മാറ്റവുമാണെന്ന് വ്യക്തമാക്ക ന്നു. സാമ്പത്തിക ഘടനയെ മാറ്റിനിർത്തിയുള്ള നവോത്ഥാന ചിന്ത കളേയും നവോത്ഥാന ചിന്തകളുടെ പ്രാധാന്യത്തെ നിഷേധിക്കുന്ന സാമ്പത്തികവാദത്തെയും ഏംഗൽസ് ഇവിടെ വിമർശിക്കുകയാണ് ചെയ്യുന്നത്.

ഉത്പാദനരംഗത്ത് ഉണ്ടായ മാറ്റമാണ് പ്രകൃതി ശാസ്ത്രത്തിന്റെ വളർ ച്ചയുടെ അടിസ്ഥാനം. ആ ശാസ്ത്രം ആവട്ടെ അക്കാലത്തെ സംബന്ധി ച്ചിടത്തോളം അടിമുടി വിപ്ലവകരമായ ഒന്നായിരുന്നു. അതിന്റെ നില നിൽപിനും വളർച്ചയ്ക്കും വേണ്ടി അതിന് വലിയ സമരങ്ങൾ നടത്തേണ്ടി വന്നിട്ടുണ്ട്. ശാസ്ത്രം ഇക്കാലത്ത് നേരിട്ട പ്രതിസന്ധികളെ സംബന്ധിച്ച് ഏംഗൽസ് വ്യക്തമാക്കുന്നുണ്ട്.

"സെർവിറ്റസ് രക്തചംക്രമണം കണ്ടുപിടിക്കുന്നതിന്റെ വക്കത്ത് എത്തിയപ്പോഴാണ് കാൽവിൻ അദ്ദേഹത്തെ ചിതക്കൂറ്റിയിൽ കെട്ടി ദഹിപ്പിച്ചത്. രണ്ടമണിക്കൂർ മുഴുവൻ അദ്ദേഹത്തെ ജീവനോടെ പൊരിച്ചു. മതദ്രോഹ വിചാരണക്കാർ ജോർദാനൊ ബ്രൂനോയെ ജീവനോടെ ദഹിപ്പിക്കുന്നതുകൊണ്ട് തൃപ്തിപ്പെട്ടു. കോപ്പർനിക്കസിന്റെ അനശ്വരകൃതിയുടെ പ്രസിദ്ധീകരണമെന്ന വിപ്ലവ നടപടിയിലൂടെ യാണ് പ്രകൃതിശാസ്ത്രം അതിന്റെ സ്വാതന്ത്ര്യം പ്രഖ്യാപിക്കുകയും ഒരു തരത്തിൽ പറഞ്ഞാൽ മാർപ്പാപ്പയുടെ കൽപ്പന കത്തിച്ചകളയുമെന്ന ലൂതറുടെ പ്രവൃത്തി ആവർത്തിക്കുകയും ചെയ്തത്. ശങ്കിച്ചും മരണശയ്യ യിൽ കിടന്നുകൊണ്ടുമാണെങ്കിലും കോപ്പർനിക്കസ് പ്രകൃതിസംബ ന്ധമായ പുരോഹിതാധികാരത്തെ ആ കൃതിയിലൂടെ വെല്ലുവിളിച്ചു. അന്നുതൊട്ടാണ് പ്രകൃതിശാസ്ത്രം മതതത്വശാസ്ത്രത്തിൽ നിന്നും വിമുക്ത മായത്. ചില പ്രത്യേക അവകാശവാദങ്ങളെച്ചൊല്ലിയുള്ള പോരാട്ടം

ഇന്നുവരെ നീണ്ടുനിന്നിട്ടുണ്ടെന്നതും പലരുടെയും മനസ്സിലും അത് തെല്ലും അവസാനിച്ചിട്ടില്ലെന്നതും ശരിതന്നെ. എങ്കിലും അന്നുതൊട്ട് ശാസ്ത്രങ്ങളുടെ വികാസം അതിവേഗം പുരോഗമിച്ചു.”

ശാസ്ത്രത്തിന്റെ വികാസത്തെ ഫ്യൂഡൽ ഘടനയെ പിന്തുണയ്ക്കുന്ന മതമേധാവികൾ ശക്തമായി എതിർത്തു. എന്നാൽ അതിനെ മറിക ടന്ന് ശാസ്ത്രം വളർന്നു. ഈ ശാസ്ത്രത്തിന്റെ വളർച്ച പ്രകൃതി മാറ്റത്തിന് വിധേയമാണ് എന്ന കാഴ്ചപ്പാടിലേക്ക് ജനതയെ നയിച്ചു.

1755-ൽ പുറത്തുവന്ന, പ്രകൃതിയുടെ സാമാന്യചരിത്രവും ആകാശ ത്തെ സംബന്ധിച്ച സിദ്ധാന്തവും എന്ന, കാന്റിന്റെ കൃതിയാണ് പ്രകൃതി ശാസ്ത്രത്തിന്റെ ഈ മുന്നേറ്റത്തിന് അടിസ്ഥാനമിട്ടത്. ഇതിലൂടെ ഭൂമിയും സൗരയൂഥമാകത്തന്നെയും പ്രത്യേക ഘട്ടത്തിൽ രൂപീകരിക്കപ്പെട്ടതാ ണെന്ന് തെളിയിക്കപ്പെട്ടു. ഇതുണ്ടാക്കിയ വലിയ പരിവർത്തനമാണ് പിൽക്കാലത്തെ കണ്ടുപിടിത്തങ്ങളുടെ അടിത്തറയായി നിലനിന്നത്. ഇതിലൂടെ പ്രപഞ്ചം നിലനിൽക്കുന്നതാണെന്നും പ്രകൃതി ഉണ്ടാവുക യും ഇല്ലാതാവുകയും ചെയ്യുന്ന ഒന്നാണെന്നും ഉള്ള പുതിയ ധാരണയ്ക്ക് അടിത്തറയിട്ടു.

മനുഷ്യോൽപ്പത്തിയെക്കുറിച്ചുള്ള ഏംഗൽസിന്റെ അധ്വാനസിദ്ധാ ന്തം ഈ രംഗത്തെ ഏറ്റവും ഉജ്ജ്വലമായ സംഭാവനയാണ്. മനുഷ്യന്റെ ശരീരം ഉണ്ടാകുന്നതിനും മനുഷ്യസമൂഹത്തിന്റെ രൂപീകരണത്തിലും അധ്വാനവും അധ്വാനോപകരണങ്ങളുടെ ഉത്പാദനവും വഹിച്ച പങ്കി നെപ്പറ്റി ഏംഗൽസ് വ്യക്തമാക്കി. ‘കുരങ്ങിൽനിന്ന് മനുഷ്യനിലേക്കുള്ള പരിവർത്തനത്തിൽ അധ്വാനം വഹിച്ച പങ്ക്’ എന്ന അധ്യായത്തിൽ ഇക്കാര്യം കൃത്യമായും വിശദീകരിക്കുന്നുണ്ട്. അധ്വാനമാണ് മനുഷ്യനെ സൃഷ്ടിച്ചിട്ടുള്ളതെന്ന് ഒരു പരിധിവരെ അംഗീകരിക്കേണ്ടിവരുമെന്നും പറയുന്നുണ്ട്.

“കുരങ്ങുകളുടെ ചാടിക്കയറ്റം കൈകൾക്കും കാലുകൾക്കും ഭിന്നമായ ജോലികൾ നിർവ്വഹിച്ചു. നിരപ്പുള്ള തറയിലൂടെ നീങ്ങുക എന്നത് അവയുടെ ജീവിതരീതികൾക്ക് ആവശ്യമായി വന്നപ്പോൾ ഈ കുര ങ്ങുകൾ കൈകൾ (നടക്കുമ്പോൾ) ഉപയോഗിക്കുക എന്ന ശീലത്തിൽ നിന്ന് ക്രമേണ വിട്ടുപോരുകയും കൂടുതൽ കൂടുതൽ നിവർന്നുനിൽക്കുന്ന നില കൈക്കൊള്ളുകയും ചെയ്തു. കുരങ്ങിൽനിന്നും മനുഷ്യനിലേക്കുള്ള നിർണ്ണായകമായ ചുവടുവയ്പ്പ് ഇതായിരുന്നു.”

അധ്വാനത്തിന്റെ ഭാഗമായാണ് മനുഷ്യന്റെ കൈകൾ സ്വതന്ത്ര മായിത്തീർന്നതെന്ന കാര്യവും ഈ ഭാഗത്ത് രേഖപ്പെടുത്തുന്നു. "കൈ അധ്വാനത്തിനുള്ള ഉപകരണം മാത്രമല്ല, അധ്വാനത്തിന്റെ സന്തതി കൂടിയാണ്," എന്ന് ഏംഗൽസ് വ്യക്തമാക്കുന്നു.

അധ്വാനത്തിൽനിന്ന തന്നെയാണ് ഭാഷ വികസിച്ചതെന്നും ഏംഗൽസ് വ്യക്തമാക്കുന്നു. "ആദ്യം അധ്വാനം, അതേത്തുടർന്നും പിന്നീട് അതോടൊപ്പവും സ്ഫുടമായ സംസാരം - അങ്ങേയറ്റം അത്യ ന്താപേക്ഷിതമായ ഈ രണ്ട് ചോദനകളുടെ സ്വാധീനത്തിലാണ് കുരങ്ങിന്റെ തലച്ചോറ് അത്രതന്നെ സാദൃശ്യമെങ്കിലും അതിനേക്കാൾ എത്രയോ വലുതും തികവുറ്റതുമായ മനുഷ്യന്റെ തലച്ചോറായി ക്രമേണ രൂപാന്തരപ്പെട്ടത്." ഇതിലൂടെ മനുഷ്യന്റെ രൂപീകരണം തന്നെ അധ്വാ നത്തിന്റെ രീതികളുമായി ബന്ധപ്പെട്ടുകിടക്കുകയാണ് എന്ന് ഏംഗൽസ് പറയുന്നുണ്ട്.

ചുറ്റുപാടിനെ കുറിച്ച് ഇങ്ങനെ സ്വയം മനസ്സിലാക്കുന്ന മനുഷ്യൻ പ്രകൃതിയെ തന്റെ ആവശ്യങ്ങൾക്ക് വേണ്ട രീതിയിൽ രൂപപ്പെടുത്തു ന്നുണ്ട്. പ്രകൃതിയുടെ രീതികൾക്കു മുകളിൽ തന്റേതായ മേധാവിത്വം മനുഷ്യൻ നടത്തുമ്പോൾ അതിന്റെ പേരിൽ വീമ്പ് നടിച്ച് നടക്കേണ്ട കാര്യമില്ലെന്ന് ഏംഗൽസ് ഓർമ്മിപ്പിക്കുന്നുണ്ട്. ഈ കാര്യം അദ്ദേഹം ഇങ്ങനെ വ്യക്തമാക്കുന്നു.

"എങ്കിലും പ്രകൃതിയുടെമേൽ നമ്മൾ, മനുഷ്യർ നേടിയ വിജയത്തെ ച്ചൊല്ലി അതിരുകടന്ന ആത്മപ്രശംസ നടത്തേണ്ടതില്ല. അത്തരം ഓരോ വിജയത്തിനും പ്രകൃതി നമ്മോട് പകവീട്ടുന്നുണ്ട്. ഓരോ വിജയവും ഒന്നാമത് ഉളവാക്കുന്നത് നമ്മൾ പ്രതീക്ഷിച്ച ഫലങ്ങളാണെ ന്നതു ശരിതന്നെ. എന്നാൽ, രണ്ടാമതും മൂന്നാമതും അതുളവാക്കുന്നത് തികച്ചും വ്യത്യസ്തവും അപ്രതീക്ഷിതവും പലപ്പോഴും ആദ്യത്തേതിനെ തട്ടിക്കഴിക്കുന്നതുമായ ഫലങ്ങളാണ്. മെസപ്പൊട്ടോമിയയിലും ഗ്രീസിലും ഏഷ്യാ മൈനറിലും കൃഷിഭൂമിക്കുവേണ്ടി വനങ്ങളെ നശിപ്പി ച്ചവർ വനങ്ങളോടൊപ്പം നനവിന്റെ ശേഖരണ കേന്ദ്രങ്ങളെയും സംഭ രണികളെയും കൂടി ഇല്ലാതാക്കുന്നതിലൂടെ ആ രാജ്യങ്ങളുടെ ഇന്നത്തെ അനാഥാവസ്ഥയ്ക്ക് അടിത്തറയിടുകയായിരുന്നു എന്ന് തങ്ങൾ ഒരിക്കലും ഊഹിച്ചിരുന്നില്ല."

ഇങ്ങനെ പാരിസ്ഥിതിക പ്രശ്നങ്ങളുടെ അടിസ്ഥാന കാരണ ങ്ങളിലേക്ക് ഇവിടെ ഏംഗൽസ് കടക്കുകയാണ്. നാഗരികതയുടെ

വികാസം പ്രകൃതിയില്ലുണ്ടാക്കിയ ആഘാതങ്ങളെക്കുറിച്ച് സൂചന നൽകിക്കൊണ്ടാണ് ഈ വിഷയത്തിലേക്ക് കടക്കുന്നത്. ആധുനിക മുതലാളിത്തത്തിന്റെ ലാഭേച്ഛയോടെയുള്ള ഇടപെടൽ ഇത്തരം പ്രശ്ന ങ്ങളെ രൂക്ഷമാക്കുന്ന എന്ന ദിശയിലേക്ക് അദ്ദേഹം വിരൽ ച്ചണ്ടുന്നു.

ശാസ്ത്രത്തിന്റെ വിവിധ ശാഖകളിലേക്ക് തുടർന്നുള്ള ഭാഗങ്ങളിൽ ഏംഗൽസ് കടക്കുന്നുണ്ട്. ജ്യോതിശാസ്ത്രത്തിന്റെ മേഖലയിലെ ഗവേ ഷണങ്ങളെയും അതിന്റെ പ്രത്യേകതകളെയും ഇതിൽ വിശദീകരിക്ക ന്നുണ്ട്. എല്ലാ ശാസ്ത്രങ്ങളും പരസ്പരം ബന്ധപ്പെട്ട കിടക്കുകയാണെന്നും ഒന്നിന്റെ പഠനത്തിലൂടെ മറ്റൊന്നിലേക്ക് വികസിക്കുന്ന രീതിയെ ഇവിടെ ഏംഗൽസ് പരിചയപ്പെടുത്തുന്നുണ്ട്.

"പ്രകൃതി ശാസ്ത്രത്തിന്റെ പ്രത്യേകം പ്രത്യേകം ശാഖകളുടെ അനുക്ര മമായ വികാസത്തെ കുറിച്ച് പഠിക്കണം - ഒന്നാമത്, ജ്യോതിശാസ്ത്രം - ഋതുക്കൾ കാരണം അത് കാലിവളർത്തലും കൃഷിയും നടത്തി വന്ന ജനതകൾക്ക് തികച്ചും അനുപേക്ഷണീയമായിരുന്നു. ഗണിതശാസ്ത്രത്തി ന്റെ സഹായത്തോട്ടുക്കൂടി മാത്രമേ ജ്യോതിശാസ്ത്രത്തിന് വളരാൻ കഴിയൂ. അതുകൊണ്ട് ഗണിതശാസ്ത്രവും കൈകാര്യം ചെയ്യേണ്ടിവന്നു. തുടർന്ന് കാർഷിക വികസനത്തിന്റെ ഒരു പ്രത്യേക ഘട്ടത്തിൽ ചില രാജ്യ ങ്ങളിൽ (ഈജിപ്തിൽ ജലസേചനത്തിന് വേണ്ടി വെള്ളം പൊക്കൽ) വിശേഷിച്ച് പട്ടണങ്ങളുടെയും വലിയ കെട്ടിടങ്ങളുടെ നിർമ്മാണത്തി ന്റേയും ആവിർഭാവത്തോടെ കൈത്തൊഴിലിന്റെ വളർച്ചയോട്ടം കൂടി ബലതന്ത്രവും വളർന്നുവന്നു. താമസിയാതെ അത് കപ്പലോട്ടത്തിനും യുദ്ധത്തിനും കൂടി ആവശ്യമായി വന്നു. അതിനും ഗണിതശാസ്ത്രത്തിന്റെ സഹായം വേണമെന്നുള്ളതുകൊണ്ട് അത് ആ ശാസ്ത്രത്തിന്റെ വികാസ ത്തിനും ഇടവരുത്തുന്നു. അങ്ങനെ തുടക്കം തൊട്ട് തന്നെ ശാസ്ത്രങ്ങളുടെ ഉൽഭവത്തേയും വികാസത്തേയും നിർണ്ണയിച്ചത് ഉത്പാദനമാണ്."

ശാസ്ത്ര വികാസത്തിന്റെ അടിസ്ഥാനമായ ഉത്പാദനത്തിന്റെ ഘടകങ്ങളെ വിശകലനം ചെയ്ത ഏംഗൽസ് തന്റെ കൈയ്യെഴുത്ത് പ്രതിയുടെ മാർജിനിൽ ഇങ്ങനെ എഴുതിയിട്ടുണ്ട്. "ഉത്പാദനത്തിന് ശാസ്ത്രത്തോട്ടുള്ള കടപ്പാടിനെ കുറിച്ചാണ് ഇത്ര നാളും വീമ്പടിച്ചിട്ട ള്ളത്. എന്നാൽ ശാസ്ത്രത്തിന് ഉത്പാദനത്തോട്ടുള്ള കടപ്പാട് അതിലും എത്രയോ കൂടുതലാണ്." ഇങ്ങനെ ശാസ്ത്രവും ഉത്പാദനവും തമ്മിലുള്ള ബന്ധങ്ങളെ കുറിച്ചുള്ള സൂചനയും ഇതില്ലുണ്ട്.

വൈരുദ്ധ്യവാദ നിയമങ്ങൾ പ്രകൃതിയുടെ യഥാർത്ഥ വികാസ നിയമങ്ങളാണെന്നും അതുകൊണ്ട് അവ പ്രകൃതിശാസ്ത്രത്തിനു കൂടി ബാധകമാണെന്നും അദ്ദേഹം വ്യക്തമാക്കുന്നു. ജീവികളുടെ പരിണാമത്തിന് ചുറ്റുപാടുകൾക്കും ജീവസന്ധാരണ പ്രവർത്തനങ്ങൾക്കുമുള്ള പങ്കും ഏംഗൽസ് ഊന്നിപ്പറയുന്നുണ്ട്.

ജീവനെ സംബന്ധിച്ചുള്ള കാഴ്ചപ്പാടും അന്നത്തെ കാലത്ത് നിന്നുകൊണ്ട് വിലയിരുത്തുന്നുണ്ട്. "അജൈവ പ്രകൃതിയിൽനിന്ന് ജീവൻ എങ്ങനെ ഉണ്ടായി എന്ന് വിശദീകരിക്കുക എന്നതാണ് വളരെ പ്രധാനപ്പെട്ടത്. ശാസ്ത്രത്തിന്റെ ഇന്നത്തെ വികാസഘട്ടത്തിൽ അതിന്റെ അർത്ഥം ഇത്രമാത്രമാണ്: അജൈവ വസ്തുക്കളിൽനിന്ന് പ്രോട്ടീൻ വസ്തുക്കൾ നിർമ്മിക്കുക. രസതന്ത്രം ഈ കടമയുടെ നിർവ്വഹണത്തിന്റെ അടുത്തെത്തിക്കൊണ്ടിരിക്കുകയാണെങ്കിലും അതിപ്പോഴും വളരെ അകലെയാണ്." മനുഷ്യന് ജീവനെ നിർമ്മിക്കാനാവുമെന്ന ദീർഘവീക്ഷണത്തിലേക്കാണ് ഇത് എത്തിച്ചേരുന്നത്. ക്ലോണിങ്ങിലേക്കും മറ്റും വികസിച്ച ഇന്നത്തെ വിജ്ഞാന ശാഖകളുടെ വികാസത്തെ ഇവിടെ കൂട്ടിവായിക്കണം.

തത്വശാസ്ത്രവും ശാസ്ത്രത്തിന്റെ വിവിധ മേഖലകളുടെ പഠനത്തിലൂടെയുമാണ് പിന്നീട് ഈ പുസ്തകം കടന്നുപോകുന്നത്. വസ്തുനിഷ്ഠമെന്ന് പറയപ്പെടുന്ന വൈരുദ്ധ്യാത്മകത പ്രകൃതിയിലൊട്ടാകെ പ്രാബല്യത്തിലുണ്ട് എന്ന കാര്യവും വിശദീകരിക്കുന്നു. നുറുങ്ങുകളായി കിടക്കുന്ന പിന്നീടുള്ള ഭാഗങ്ങളിൽ വിവിധ ശാസ്ത്രശാഖകളുടെ വികാസവും അതിനകത്തെ വൈരുദ്ധ്യാത്മക സമീപനങ്ങളേയും ഏംഗൽസ് വിശദീകരിക്കുന്നുണ്ട്. രസതന്ത്രം, ജീവശാസ്ത്രം, തത്വശാസ്ത്രം തുടങ്ങിയ എല്ലാ മേഖലകളിലേക്കും ഈ പഠനം കടക്കുന്നുണ്ട്.

പ്രായോഗികാവശ്യങ്ങളാണ്, അതായത് ഉത്പാദനമാണ് പ്രകൃതിശാസ്ത്രത്തിന്റെ വികാസത്തെ നിർണ്ണയിക്കുന്നത്. ഈ വസ്തുത തെളിയിക്കുന്നതിന് ആധാരമായി ഒരുപാട് ഉദാഹരണങ്ങൾ ഇതിൽ നിരത്തുന്നു. തത്വശാസ്ത്രവും പ്രകൃതിശാസ്ത്രവും തമ്മിലുള്ള ബന്ധത്തെക്കുറിച്ചുള്ള സമഗ്രമായ പഠനമായി ഇത് മാറുകയാണ്. ദാർശനികനായ കാന്റ് ആണ് പ്രകൃതിശാസ്ത്ര പഠനത്തിന്റെ വാതിലുകൾ മലർക്കെ തുറന്നതെന്ന ഏംഗൽസിന്റെ നിരീക്ഷണം ഇവിടെ കൂട്ടിവായിക്കണം.

മാർക്സിയൻ ദർശനം വിപുലമായ തലങ്ങളിലേക്ക് വികസിക്കുന്നതാണ് ഈ പുസ്തകത്തിൽ നാം കാണുന്നത്. പ്രകൃതിയിൽ



വെള്ളത്തിൽ മീനുകളെന്നപോൽ

വൈരുദ്ധ്യാത്മകത എങ്ങനെയാണ് പ്രവർത്തിക്കുന്നത് എന്ന് വിവിധ ശാസ്ത്രശാഖകളുടെ വിശകലനത്തിലൂടെ ഇതിൽ വ്യക്തമാക്കുന്നു. പ്രകൃതി സംരക്ഷണത്തേയും പരിസ്ഥിതിയേയും കുറിച്ച് മാർക്സിസം നിശബ്ദമാണെന്ന് വിളിച്ച് കൂവുന്ന കേവല പരിസ്ഥിതി വാദികൾക്ക് മറുപടി കൂടിയാണ് ഈ പുസ്തകം. ശാസ്ത്രത്തിന്റെ പിൽക്കാല വികാസ ത്തിന്റെ സാധ്യതകളെ ഇത് ദീർഘവീക്ഷണം ചെയ്യുന്നു. അന്നത്തെ ശാസ്ത്രത്തിന്റെ പരിമിതിക്കകത്ത് വെച്ച് വിശകലനം ചെയ്യതിന്റെ ചില പരിമിതികൾ ദൃശ്യമാണെങ്കിലും ശാസ്ത്രത്തെ സംബന്ധിച്ച സമഗ്രമായ ദർശനമായി ഇത് മാറുന്നു. ശാസ്ത്രവികാസത്തെ ചരിത്രപരമായ ഭൗതി കവാദത്തിന്റെ കൂടി പശ്ചാത്തലത്തിൽ നിന്നുകൊണ്ട് വിശകലനം ചെയ്യുന്നതാണ് ഈ പുസ്തകം.

മാർക്സിന്റെ സംഭാവനകളെ വിശകലനം ചെയ്തു കൊണ്ട് ഏംഗൽസ് നടത്തിയ അനുസ്മരണമാണ് ഇത്. മാനവചരിത്രത്തിന്റെ വികാസനിയമത്തെ മാർക്സ് കണ്ടെത്തി എന്ന് ഏംഗൽസ് ഇതിൽ പറയുന്നുണ്ട്. ശാസ്ത്രത്തെ ചരിത്രപരമായ ചാലക ശക്തിയായും വിപ്ലവശക്തിയായും ഉപയോഗപ്പെടു ത്തിക്കൊണ്ടാണ് മാർക്സിന്റെ കാഴ്ചകൾ വികസിച്ച തെന്നും ഏംഗൽസ് ഓർമ്മപ്പെടുത്തുന്നു.

# കാൾ മാർക്സിന്റെ ശവകുടീരത്തിനരികിൽ ചെയ്ത പ്രസംഗം

**മാ**ർച്ച് 14- ന് ഉച്ചതിരിഞ്ഞ് രണ്ടേമുക്കാൽ മണിക്ക് ഇന്ന ജീവിച്ചിരിപ്പുള്ളവരിൽ വച്ചേറ്റവും മഹാനായ ചിന്തകൻ ചിന്തിക്കാതായി. കഷ്ടിച്ച് രണ്ടു മിനിട്ട് സമയത്തേക്കേ അദ്ദേഹം തനിച്ചായിരുന്നുള്ളൂ. ഞങ്ങൾ മടങ്ങിവന്നപ്പോൾ അദ്ദേഹം തന്റെ ചാരുകസേരയിൽ ശാന്തനായി ഉറങ്ങിക്കിടക്കുന്നതു കണ്ടു. പക്ഷേ അദ്ദേഹം എന്നെന്നേയ്ക്കുമായി കണ്ണടച്ചുകഴിഞ്ഞിരുന്നു.

ആ മനുഷ്യന്റെ മരണം മൂലം യൂറോപ്പിലേയും അമേരിക്കയിലേയും ഉശിരൻ തൊഴിലാളിവർഗ്ഗത്തിനെന്നപോലെതന്നെ ചരിത്രശാസ്ത്ര ത്തിനു അളക്കാനാവാത്തൊരു നഷ്ടമാണ സംഭവിച്ചിരിക്കുന്നത്. ആ പ്രബലചൈതന്യത്തിന്റെ വിയോഗം സൃഷ്ടിച്ച വിടവ് താമസിയാതെ അനുഭവവേദ്യമാകുന്നതാണ്.

ഡാർവിൻ ജൈവപ്രകൃതിയുടെ വികാസനിയമം കണ്ടുപിടിച്ചതുപോ ലെതന്നെ മാർക്സ് മാനവചരിത്രത്തിന്റെ വികാസനിയമം കണ്ടുപിടിച്ചു. പ്രത്യയശാസ്ത്രത്തിന്റെ അതിപ്രസരം മൂലം ഇതേവരെ മറഞ്ഞുകിടന്നിരു ന്ന ലളിതമായൊരു വസ്തുതയുണ്ട്. രാഷ്ട്രീയവും ശാസ്ത്രവും കലയും മതവും മറ്റും പിന്തുടരാൻ കഴിയുന്നതിനുമുൻപ് മാനവരാശിക്ക് ഭക്ഷണവും കിടപ്പാടവും ഉടുതുണിയും വേണം. അതുകൊണ്ട് നേരിട്ടുള്ള ഉപജീ വനോപാധികളുടെ ഉല്പാദനവും തൽഫലമായി അതാത കാലത്ത്, കൈവരിച്ചിട്ടുള്ള സാമ്പത്തികവികാസനിലവാരവുമാണ് ആ ജനതക ളുടെ ഭരണസ്ഥാപനങ്ങളും നിയമസങ്കല്പങ്ങളും കലയുമെന്നമാത്രമല്ല മതധാരണകൾപോലും രൂപംകൊള്ളുന്നതിനാധാരമായ അടിത്തറ യായി വർത്തിക്കുന്നത്. അതുകൊണ്ട് ഇതേവരെ ചെയ്തുപോന്നതിനു നേരെ വിപരീതമായി ഈ അടിത്തറയുടെ വെളിച്ചത്തിലാണ് അവയെ വിശദീകരിക്കേണ്ടത്. ഇതാണ് ലളിതമായ ആ വസ്തുത.

എന്നാൽ ഇത്രയും പറഞ്ഞതുകൊണ്ടായില്ല. ഇന്നത്തെ മുതലാളി ത്ത ഉല്പാദനരീതിയേയും ആ ഉല്പാദനരീതി സൃഷ്ടിച്ചിട്ടുള്ള ബൂർഷ്വാസ മൂഹത്തേയും നിയന്ത്രിക്കുന്ന പ്രത്യേക ചലനനിയമവും മാർക്സ് കണ്ടു പിടിച്ചു. നിരൂപകന്മാരുടെ മുൻകാലഗവേഷണങ്ങളെല്ലാം ഏതൊരു പ്രശ്നത്തിനു പരിഹാരം കാണാൻ വേണ്ടിയാണോ ഇരുട്ടിൽ തപ്പി ത്തടഞ്ഞത്, ആ പ്രശ്നത്തിന്റെ മേൽ മിച്ചമൂല്യത്തിന്റെ കണ്ടുപിടുത്തം പെട്ടെന്നു വെളിച്ചം വീശി.

ഇങ്ങനെയുള്ള രണ്ടു കണ്ടുപിടുത്തങ്ങൾ ഒരായുഷ്ക്കാലത്തിനു മതിയാകും. ഇത്തരം ഒരു കണ്ടുപിടുത്തം പോലും നടത്താൻ അവസരം കിട്ടിയ ആൾ ധന്യനാണ്. എന്നാൽ താൻ അന്വേഷണം നടത്തിയ ഓരോ രംഗത്തും, എന്തിന്, ഗണിതശാസ്ത്രരംഗത്തുപോലും, മാർക്സ് സ്വതന്ത്രമായ കണ്ടുപിടുത്തങ്ങൾ നടത്തി. അദ്ദേഹം അനേകം രംഗ ങ്ങളിൽ അന്വേഷണം നടത്തുകയുണ്ടായി. അവയിലൊന്നുപോലും ഉപരിപ്ലവമായിട്ടായിരുന്നുമില്ല.

അത്തരക്കാരനായിരുന്ന ആ ശാസ്ത്രജ്ഞൻ. പക്ഷേ ഇത് അദ്ദേഹ ത്തിന്റെ പകുതിപോലുമാകുന്നില്ല. മാർക്സിനെ സംബന്ധിച്ചിടത്തോളം ശാസ്ത്രം ചരിത്രപരമായ ഒരു ചാലകശക്തിയായിരുന്ന, ഒരു വിപ്ലവ ശക്തിയായിരുന്നു. പ്രയോഗക്ഷമതയെക്കുറിച്ച വിഭാവനംചെയ്യാൻ ഇനിയും ഒരുപക്ഷേ തികച്ചും അസാദ്ധ്യമായ ഏതെങ്കിലും സൈദ്ധാ ന്തികശാസ്ത്രത്തിലെ പുതിയൊരു കണ്ടുപിടുത്തത്തെ അദ്ദേഹം വലിയ

ആഹ്ലാദത്തോടെയാണ് സ്വാഗതം ചെയ്തതെങ്കിലും, വ്യവസായത്തിലും പൊതുവിൽ ചരിത്രവികാസത്തിലും വിപ്ലവകരമായ മാറ്റങ്ങൾ ഉടനടി വരുത്തുന്ന കണ്ടുപിടുത്തം നടക്കുമ്പോൾ അദ്ദേഹത്തിന്റെ ആനന്ദം ഒന്നു വേറെതന്നെയായിരുന്നു.

എന്തുകൊണ്ടെന്നാൽ മാർക്സ് സർവ്വോപരി ഒരു വിപ്ലവകാരിയായിരുന്നു. മുതലാളിത്തസമൂഹത്തേയും അത് നിലവിൽകൊണ്ടുവന്ന ഭരണ സ്ഥാപനങ്ങളേയും തകിടം മറിക്കുന്നതിന് ഒരു തരത്തിലല്ലെങ്കിൽ മറ്റൊരു തരത്തിൽ സഹായിക്കുക, ആധുനിക തൊഴിലാളിവർഗ്ഗത്തെ മോചിപ്പിക്കുന്നതിനു സഹായിക്കുക - ഇതായിരുന്നു അദ്ദേഹത്തിന്റെ യഥാർത്ഥജീവിതദൗത്യം. സ്വന്തം സ്ഥിതിയേയും ആവശ്യങ്ങളേയും വിമോചനോപാധികളേയും കുറിച്ച് തൊഴിലാളിവർഗ്ഗത്തിന് ആദ്യമായി ബോധമുണ്ടാക്കിക്കൊടുത്തത് അദ്ദേഹമാണ്. സമരം അദ്ദേഹത്തിന്റെ രക്തത്തിലുണ്ടായിരുന്നു. മറ്റധികം പേർക്ക് കിടപിടിക്കാനാവാത്തത്ര വാശിയോടെയും വീറോടെയും വിജയപ്രദമായും അദ്ദേഹം സമരം ചെയ്തു. ആദ്യകാലത്തെ "റൈനിഷെ സൈത്തുംഗി"ലേയും (1842) പാരീ സിൽനിന്നുള്ള "ഫോർവാർട്സി"ലേയും (1844) "ദൊയ്യെ ബ്രുസ്സെലെർ സൈത്തുംഗി"ലേയും (1847) "നോയെ റൈനിഷെ സൈത്തുംഗി"ലേയും (1848-49) "ന്യൂയോർക്ക് ട്രിബ്യൂണി"ലേയും (1852-61) പ്രവർത്തനം, ഇതിനു പുറമേ നിരവധി ഉശിരൻ ലഘുലേഖകൾ, പാരീസിലും ബ്രുസൽസിലും ലണ്ടനിലുമുള്ള സംഘടനകളിലെ പ്രവർത്തനം, അവസാനമായി, എല്ലാ അറിവിനും മകുടംചാർത്തുമാറ് മഹത്തായ ഇന്റർനാഷണൽ വർക്കിംഗ് മെൻസ് അസോസിയേഷേന്റെ രൂപീകരണം - മറ്റൊന്നും ചെയ്തില്ലെങ്കിലും ഇതുതന്നെ അതിന്റെ സ്ഥാപകന് അഭിമാനിക്കാൻ വകനൽകുന്ന ഒരു നേട്ടമായിരുന്നു.

അക്കാരണം കൊണ്ടുതന്നെ മാർക്സ് തന്റെ ജീവിതകാലത്ത് ഏറ്റവും കടുത്ത വിദ്വേഷത്തിനും അപവാദത്തിനും പാത്രമായിത്തീർന്നു. സ്വേച്ഛാധിപത്യ ഗവൺമെന്റുകളെന്ന പോലെ തന്നെ റിപ്പബ്ലിക്കൻ ഗവൺമെന്റുകളും അദ്ദേഹത്തെ നാട്ടുകടത്തി. അദ്ദേഹത്തിന്റെമേൽ അപവാദങ്ങൾ ചൊരിയാൻ യാഥാസ്ഥികരും അതിജനാധിപത്യവാ ദികളുമായ ബൂർഷ്വാകൾ പരസ്പരം മത്സരിച്ചു. അതെല്ലാം അദ്ദേഹം ഒരു ചിലന്തിവലയെന്നോണം തുത്തുകളഞ്ഞു. അദ്ദേഹം അത് അവഗ ണിച്ചു. ഗത്യന്തരമില്ലാത്തപ്പോൾ മാത്രമേ അദ്ദേഹം മറുപടി പറഞ്ഞു ള്ളൂ. സൈബീരിയയിലെ ഖനികൾ തൊട്ട് കാലിഫോർണിയവരെ



വെള്ളത്തിൽ മീനുകളെന്നപോൽ

യൂറോപ്പിലേയും അമേരിക്കയിലേയും എല്ലാ ഭാഗങ്ങളിൽനിന്നുമുള്ള വിപ്ലവകാരികളായ ലക്ഷോപലക്ഷം സഹോദരതൊഴിലാളികളുടെ സ്നേഹാദരങ്ങൾ ആർജ്ജിച്ചുകൊണ്ടാണ്, അവരെ ശോകാർത്തരാക്കിക്കൊണ്ടാണ്, അദ്ദേഹം അന്തരിച്ചത്. എതിരാളികൾ പലരുമുണ്ടായിരുന്നെങ്കിലും അദ്ദേഹത്തിന് വ്യക്തിപരമായി ഒരൊറ്റ ശത്രുപോല്യമുണ്ടായിരുന്നില്ലെന്ന് എനിക്ക ധൈര്യമായി പറയാൻ കഴിയും.

അദ്ദേഹത്തിന്റെ നാമവും കൃതികളും ചിരകാലം ജീവിക്കും!

# വ്ലാഡിമിർ ഇലിച്ച് ലെനിൻ

ലോകത്തിലെ വിപ്ലവ പ്രസ്ഥാനങ്ങൾ പ്രായോഗി കമായി അനുഭവിക്കുന്ന പ്രശ്നങ്ങളെ വിശകലനം ചെയ്യുന്ന കൃതി. സിദ്ധാന്തത്തെ പ്രയോഗവുമായി ബന്ധിപ്പിക്കുന്ന ലെനിനിസ്റ്റ് സമീപനത്തിന്റെ സാക്ഷ്യപത്രം.

# 'എന്തു ചെയ്യണം?'

മാർക്സിസ്റ്റ് ദർശനം വിമോചനത്തിനായി മാർക്സും ഏംഗൽസും മനുഷ്യരാശിക്കായി സംഭാവന ചെയ്തു. എന്നാൽ, ഈ ദർശ നത്തെ പിൽക്കാലത്ത് ചിലർ തെറ്റായി വ്യാഖ്യാനിച്ച് അതിന്റെ വിപ്ലവപരതയെ ഇല്ലാതാക്കുന്ന നില സ്വീകരിക്കുകയുണ്ടായി. രണ്ടാം ഇന്റർനാഷണലിൽ ഇത്തരം നേതൃത്വമായിരുന്ന കമ്മ്യൂണി സ്റ്റ് പ്രസ്ഥാനത്തിന് ഉണ്ടായിരുന്നത്. ഈ തെറ്റായ നിലപാട്ടുകൾ ക്കെതിരെ ആശയസമരം നടത്തി മാർക്സിസത്തെ അതിന്റെ വിപ്ലവ പരതയിലേക്ക് തിരിച്ചുകൊണ്ടുവരുന്നതിൽ നേതൃത്വപരമായ പങ്ക് വഹിച്ചത് ലെനിനായിരുന്നു. അദ്ദേഹം അവതരിപ്പിച്ച കാഴ്ചപ്പാടാണ് വിജയകരമായി റഷ്യയിൽ വിപ്ലവം നടത്തുന്നതിന് ഇടയാക്കിയത്.

റഷ്യയിൽ ആദ്യമായി ഒരു മാർക്സിസ്റ്റ് ഗ്രൂപ്പ് രൂപപ്പെടുന്നത് 1883-ലാണ്. 1884-ൽ സോഷ്യൽ ഡെമോക്രാറ്റിക് പാർട്ടി രൂപീകരിക്കാനുള്ള ശ്രമവും നടക്കുകയുണ്ടായി. അതിന് ഒരു സിദ്ധാന്തവും പരിപാടിയും ഉണ്ടാക്കപ്പെട്ടു. പിന്നീടാണ് ഒരു രാഷ്ട്രീയപ്പാർട്ടി എന്ന നിലയിൽ ഇത് പ്രവർത്തനമാരംഭിക്കുന്നത്. തുടർന്ന് അക്കാലത്ത് പാർടിക്കകത്ത് നിരവധി ആശയസമരങ്ങൾ നടന്നു. 1898 മാർച്ചിൽ മിൻസ്ക്കിൽ ചേർന്ന ഒന്നാം കോൺഗ്രസ്സിന്റെ സമയത്ത് ഇതിന് സംഘടനാപരമായ കെട്ടുറപ്പോ ആവശ്യമായ ചിട്ടകളോ ഉണ്ടായിരുന്നില്ല. ഇതിനു പുറമെ,

സ്വതന്ത്രമായ പത്രപ്രവർത്തനം എന്ന ആശയം ഉയർത്തിപ്പിടിച്ചുകൊ ണ്ട് നടത്തുന്ന ഇടപെടലും പാർടിക്കകത്ത് പ്രതിസന്ധി സൃഷ്ടിച്ചിരുന്നു.

റഷ്യയിൽ അക്കാലത്ത് സ്വതന്ത്രമായ പത്രപ്രവർത്തനം എന്ന പേരിൽ പ്രവർത്തിച്ചിരുന്ന രണ്ട് പത്രങ്ങളായിരുന്നു റബോച്ചയമീസിൽ (തൊഴിലാളികളുടെ ചിന്ത) എന്നതും റബോച്ചയ്ദ്യേല (തൊഴിലാളിക ളുടെ കാര്യം) എന്നതും. അന്ന് പാർടിക്കകത്തുണ്ടായിരുന്ന സംഘടനാപ രമായ ദൗർബല്യത്തെയും ശൈഥില്യത്തെയും ആശയക്കുഴപ്പങ്ങളെയും എല്ലാം ന്യായീകരിക്കുന്നതിനായിരുന്നു ഈ പത്രങ്ങൾ തുനിഞ്ഞത്. ഇതിനെതിരായി ശക്തമായ ആശയസമരം ലെനിൻ സംഘടിപ്പിച്ചു. ഇസ്ക്ര (തീപ്പൊരി) എന്ന പത്രം തന്നെ ലെനിൻ ആരംഭിച്ചു. ഇത്തരം ആശയക്കുഴപ്പങ്ങളിൽനിന്ന് ശരിയായ മാർക്സിസ്റ്റ് സമീപനത്തിലേ ക്ക് എത്തിക്കുന്നതിനുവേണ്ടിയുള്ള കാഴ്ചപ്പാട് അവതരിപ്പിച്ചുകൊണ്ട് എഴുതപ്പെട്ട പുസ്തകമാണ് എന്ത ചെയ്യണം? എന്നത്. കമ്മ്യൂണിസ്റ്റ് പാർടിയുടെ സംഘടനാപരമായ രീതിയുടെ കൂടി അടിത്തറ ഉറപ്പിക്കുന്ന കാഴ്ചപ്പാടുകൾ ഇതിൽ ലെനിൻ അവതരിപ്പിക്കുന്നു.

ഈ പുസ്തകത്തിൽ പ്രധാനമായും കടന്നുവരുന്ന ആശയങ്ങളെ സംബന്ധിച്ച് മുഖവുരയിൽ തന്നെ ലെനിൻ വ്യക്തമാക്കുന്നുണ്ട്.

"അതായത്, നമ്മുടെ രാഷ്ട്രീയ പ്രക്ഷോഭത്തിന്റെ സ്വഭാവത്തിന്റെയും ഉള്ളടക്കത്തിന്റെയും പ്രശ്നം, നമ്മുടെ സംഘടനാപരമായ കടമകൾ, പിന്നെ ഒരേസമയത്തുതന്നെ നാനാഭാഗത്തുനിന്നും ദേശവ്യാപിയായ ഒരു സമരസംഘടന കെട്ടിപ്പടുക്കണം എന്ന പ്രശ്നവും" ആണ് ലെനിൻ ഈ പുസ്തകത്തിൽ പൊതുവിൽ അഭിമുഖീകരിക്കാൻ ശ്രമിച്ചിട്ടുള്ളത്.

സംഘടനാപരമായ ഇത്തരം പ്രശ്നങ്ങൾ കൈകാര്യം ചെയ്യാൻ കഴിയണമെങ്കിൽ മറ്റ ചില കാര്യങ്ങൾ കൂടി ചർച്ച ചെയ്യേണ്ടതുണ്ട് എന്നും ലെനിൻ പറയുകയുണ്ടായി.

"മേൽപ്പറഞ്ഞ മൂന്ന് പ്രശ്നങ്ങളെയും പരിശോധിക്കുക എന്നതാണ് ഇപ്പോഴും ഈ ലഘുലേഖയിൽ പ്രധാനമായും ചെയ്തിട്ടുള്ളത്. എന്നാൽ, കൂടുതൽ പൊതുസ്വഭാവമുള്ള മറ്റ രണ്ട് പ്രശ്നങ്ങളുടെ ചർച്ചയോട്ടുകൂടി വേണം ഇത തന്നെ തുടങ്ങാൻ എന്നെനിക്ക് തോന്നി-അതായത്, എന്ത കൊണ്ടാണ് 'വിമർശനസ്വാതന്ത്ര്യം' വേണമെന്ന കേവലം 'നിരുപ ദ്രവ'വും 'സ്വാഭാവിക'വുമായ ഒരു മുദ്രാവാക്യം നമുക്കിപ്പോൾ ഒരു സമര ത്തിനുള്ള വെല്ലുവിളിയായിത്തന്നെ ഏറ്റെടുക്കേണ്ടിവന്നിരിക്കുന്നത്

എന്ന് നാം ചിന്തിക്കണം."

വിമർശനസ്വാതന്ത്ര്യത്തിന്റെ പ്രശ്നങ്ങൾ ഇത്തരത്തിൽ മുന്നോട്ട വച്ചുകൊണ്ടാണ് നേരത്തെ സൂചിപ്പിച്ച രണ്ട് പത്രങ്ങൾ ഉയർത്തിയ തെറ്റായ ആശയങ്ങളെ ലെനിൻ നേരിടുന്നത്. എന്തുകൊണ്ടാണ് ഇവർ മുന്നോട്ടവച്ച ആശയങ്ങളെ നേരിടുന്നതെന്ന് ലെനിൻ വിശദീകരിക്ക ന്നുണ്ട്.

"അത് വിട്ടുവീഴ്ച കൂടാതെ സാമ്പത്തിക സമരവാദത്തിനുവേണ്ടി വാദിച്ചു എന്നതുകൊണ്ട് ഉണ്ടായതല്ല. വെള്ളം കൂട്ടാത്ത വെറും സാമ്പ ത്തിക സമരവാദത്തിനല്ല, പിന്നെയോ? റഷ്യൻ സോഷ്യൽ ഡെമോ ക്രാറ്റിക് പ്രസ്ഥാനത്തിന്റെ ചരിത്രത്തിൽ ഒരു കാലഘട്ടത്തിന്റെ മുഴുവൻ പ്രത്യേക സ്വഭാവമായ ആശയക്കുഴപ്പങ്ങൾക്കും ചാഞ്ചാട്ടങ്ങൾക്കും അത് പൂർണ്ണമായും പ്രത്യക്ഷമായും പ്രകാശനം നൽകി എന്നതുകൊ ണ്ടുണ്ടായതാണ്. അതുകൊണ്ട്, 'റബോച്ചിയെ ജേല്യ'യുമായി നടത്തി യിട്ടുള്ള ഞങ്ങളുടെ വാദപ്രതിവാദം ആവശ്യത്തിലധികം വിശദാംശങ്ങ ളിലേക്ക് ഇറങ്ങിച്ചെല്ലുന്നുണ്ടെന്ന് പ്രഥമദൃഷ്ടിയിൽ തോന്നാമെങ്കിലും അതും അർത്ഥവത്തായിത്തീരുന്നുണ്ട്. കാരണം, ഈ കാലഘട്ടത്തിന് പൂർണ്ണവിരാമമിടാതെ നമുക്കിനി പുരോഗതി സാധ്യമല്ല."

ലെനിൻ മുഖവുരയിൽ സൂചിപ്പിക്കുന്നതുപോലെ ഒരു കാലഘട്ട ത്തിലെ ആശയസമരത്തിന്റെയും കമ്മ്യൂണിസ്റ്റ് രാഷ്ട്രീയ സംഘടനാ രീതിയുടെയും നിലപാടുകളുടെ നേർപത്രമാണിത്. അതിനാൽ ഇത് ചരിത്രത്തിൽ ഒരു സുപ്രധാന സ്ഥാനം നേടിയ പുസ്തകമാണ്. 1902 ഫെബ്രുവരി മാസത്തിലാണ് ലെനിൻ ഈ പുസ്തകം എഴുതുന്നത്. ഈ പുസ്തകത്തെ ശരിയായ രീതിയിൽ മനസ്സിലാക്കണമെങ്കിൽ സി.പി. എസ്.യു ചരിത്രത്തിലെ ആദ്യത്തെ രണ്ട് അധ്യായങ്ങൾ വായിച്ചതിന ശേഷം ഇതിലേക്ക് കടക്കുന്നതായിരിക്കും നന്നാവുക.

സൈദ്ധാന്തികമായ കെട്ടുറപ്പിന്റെയും ആശയസമരത്തിന്റെയും പ്രാധാന്യം ഈ പുസ്തകത്തിൽ ഊന്നിപ്പറയുന്നുണ്ട്. മറ്റള്ളവരുമായി ഉണ്ടാക്കേണ്ട ഐക്യത്തിന്റെ പേരിൽ ആശയസമരത്തെ പിന്നോട്ട മാറ്റിനിർത്തുന്ന പ്രവണതയെ ലെനിൻ ഇവിടെ വിമർശിക്കുന്നു.

"മറ്റള്ളവരുമായി നിങ്ങൾക്ക് യോജിക്കണമെങ്കിൽ പ്രസ്ഥാനത്തി ന്റെ പ്രായോഗികമായ കാര്യനിർവ്വഹണത്തിനുവേണ്ടി ഒത്തുതീർപ്പുക ളിൽ ഏർപ്പെട്ടുകൊള്ളുക. പക്ഷേ, തത്വങ്ങളുടെ മുകളിൽ വിലപേശൽ പാടില്ല. സിദ്ധാന്തപരമായി വിട്ടുവീഴ്ചകൾ ചെയ്യരുത്. ഇതാണ് പാർടി

നേതാക്കൾക്ക് മാർക്സ് എഴുതിയത്. ഇതായിരുന്ന മാർക്സിന്റെ ആശയം. എന്നിട്ടും സിദ്ധാന്തത്തിന്റെ പ്രാധാന്യത്തെ, അതും അദ്ദേഹത്തിന്റെ പേരിൽ, ലഘൂകരിക്കാനുള്ള ഒരു യജ്ഞമാണ് നമ്മുടെ ഇടയിൽ ചിലർ നടത്തുന്നത്.

ഒരു വിപ്ലവ സിദ്ധാന്തം കൂടാതെ ഒരു വിപ്ലവപ്രസ്ഥാനം സാധ്യമല്ല. അവസരവാദം പ്രസംഗിക്കൽ ഒരു ഫാഷനായി തീർന്നിട്ടുള്ളതോടൊ പ്പം അങ്ങേയറ്റം സങ്കുചിതമായ ഒരു പ്രായോഗിക പ്രവർത്തനങ്ങളിൽ മുഴുകാനുള്ള ഒരു അഭിനിവേശവും വളർന്നുവന്നിട്ടുള്ള ഒരു കാലഘട്ട ത്തിൽ ഈ ആശയം എത്ര ഊന്നിപ്പറഞ്ഞാലും അധികമാവില്ല."

ഏറ്റവും പുരോഗമനപരമായ ഒരു സിദ്ധാന്തത്താൽ നയിക്കപ്പെടുന്ന പാർടിക്ക മാത്രമേ മുന്നണിയിൽനിന്നുകൊണ്ട് പോരാടുന്നതിന് കഴി യുകയുള്ളവെന്ന് ആവർത്തിച്ച് അദ്ദേഹം പറയുന്നുണ്ട്.

കമ്മ്യൂണിസ്റ്റ് പ്രസ്ഥാനത്തെ സംബന്ധിച്ചിടത്തോളം സിദ്ധാന്തത്തി ന്റെ പ്രാധാന്യത്തെ സംബന്ധിച്ച് ഏംഗൽസ് പറഞ്ഞ കാര്യം ലെനിൻ ഉദ്ധരിക്കുന്നുണ്ട്. സൈദ്ധാന്തികം, രാഷ്ട്രീയം, സാമ്പത്തികം എന്നീ മൂന്ന് തലത്തിൽ സമരം നടത്തുകയും അവ അന്യോന്യം പൊരുത്തപ്പെടുത്തി യും കൂട്ടിയിണക്കിയും ക്രമീകൃതമായും നടത്തി മുന്നോട്ടുപോവുകയാണ് യഥാർത്ഥത്തിൽ ഒരു കമ്മ്യൂണിസ്റ്റ് പ്രസ്ഥാനം ചെയ്യേണ്ടത് എന്ന കാര്യം ഓർമ്മിപ്പിക്കുന്നു.

കേവലമായ ബഹുജനസംഘടനകളോ സാമ്പത്തികമായ സമര ങ്ങൾ നടത്തുന്ന ട്രേഡ് യൂണിയനുകളോ രൂപപ്പെട്ടുകൊണ്ട് മാത്രം ഒരു വിപ്ലവ പ്രസ്ഥാനം ഉണ്ടാവില്ല. അതിന് വ്യക്തമായ കാഴ്ചപ്പാടോ ടുകൂടി ജനങ്ങളെ നയിക്കുന്ന ഒരു വിപ്ലവ സംഘടന ഉണ്ടാകേണ്ടതുണ്ട്. ബഹുജനങ്ങൾ പൊതുവിൽ ആ കാലഘട്ടത്തിലെ വികാരങ്ങളെ അടി സ്ഥാനപ്പെടുത്തിയാണ് വിപ്ലവപ്രസ്ഥാനത്തിലേക്ക് കടന്ന് വരുന്നത്. പ്രസ്ഥാനം ഏത് ദിശയിലേക്ക് എത്തണമെന്നതിനെ സംബന്ധിച്ച വ്യക്തമായ കാഴ്ചപ്പാട് ഉണ്ടാക്കി കൊടുക്കുകയാണ് കമ്മ്യൂണിസ്റ്റുകാ രുടെ കടമ. ഇത് മനസ്സിലാക്കാതെ ഇടപെടുന്ന റഷ്യയിലെ അന്നത്തെ ചില ഗ്രൂപ്പുകളെ പേരെടുത്ത് ലെനിൻ വിമർശിക്കുന്നുണ്ട്. സോഷ്യലിസ്റ്റ് വിപ്ലവത്തെ സംബന്ധിച്ചുള്ള ശരിയായ കാഴ്ചപ്പാട് ഇല്ലാതെ വിപ്ലവ പ്രസ്ഥാനം രൂപീകരിക്കാൻ കഴിയില്ലെന്ന് ലെനിൻ ഓർമ്മിപ്പിക്കുന്നു.

അടുത്ത അധ്യായം ട്രേഡ് യൂണിയൻ രാഷ്ട്രീയവും സോഷ്യൽ ഡെമോക്രാറ്റിക് രാഷ്ട്രീയവും എന്ന പേരിലാണ്. ട്രേഡ് യൂണിയൻ

ഇല്ലാതെ വിപ്ലവ രാഷ്ട്രീയം രൂപപ്പെട്ടുകയില്ല. പക്ഷെ ട്രേഡ് യൂണിയൻ രാഷ്ട്രീയത്തോടൊപ്പം പൊതു ജനാധിപത്യത്തിന്റെ രാഷ്ട്രീയവും വളർ ത്തിയെടുക്കേണ്ടതുണ്ട്. അതായത് ഒരു വിപ്ലവകാരി കേവലമായ ഒരു ട്രേഡ് യൂണിയനിസ്റ്റ് അല്ലെന്നർത്ഥം. പൊതുവായി പൊരുതുന്ന രാഷ്ട്രീ യത്തെ ട്രേഡ് യൂണിയൻ രാഷ്ട്രീയവുമായി കൂട്ടിയിണക്കികൊണ്ടാണ് വിപ്ലവ രാഷ്ട്രീയം മുന്നോട്ട് പോകുന്നത്. അതായത് ട്രേഡ് യൂണിയനുകൾ മുന്നോട്ട് വെക്കുന്ന കേവലമായ സാമ്പത്തിക സമരങ്ങൾ മാത്രമല്ല അതോടൊപ്പം രാഷ്ട്രീയ സമരങ്ങൾ കൂടി കൂട്ടിയിണക്കി മുന്നോട്ട് കൊണ്ട് പോകേണ്ടതിന്റെ പ്രാധാന്യത്തെ ലെനിൻ വിശദീകരിക്കുന്നു. അങ്ങനെ ആകുമ്പോഴേ തൊഴിലാളി വർഗത്തിന്റെ മുൻകൈയിൽ വിപ്ലവ പ്രക്രിയ ശരിയായ രീതിയിൽ പൂർത്തീകരിക്കുകയുള്ളൂ. വിപ്ലവകരമായ പ്രവർത്ത നത്തിന് വേണ്ട പരിശീലനം തൊഴിലാളികൾക്ക് നൽകുക എന്നതും ഏറെ പ്രധാനമാണ്. അതിലൂടെ പൊതുവായ രാഷ്ട്രീയ സമരത്തിൽ തൊഴിലാളി വർഗത്തെ മുന്നണി പോരാളിയാക്കി മാറ്റി എടുക്കുകയും ചെയ്യണം. ഇത് ലെനിൻ ഇങ്ങനെ വിശദീകരിക്കുന്നു:

"യഥാർത്ഥത്തിൽ ദേശവ്യാപകമായ വിധം ഈ തുറന്ന് കാട്ടൽ സംഘടിപ്പിക്കുന്നതിന് തയ്യാറുള്ള ഒരു പാർടിക്കേ നമ്മുടെ കാലത്ത് വിപ്ലവ ശക്തികളുടെ മുന്നണിവിഭാഗമാകാൻ കഴിയുകയുള്ളൂ. ദേശവ്യാ പകം എന്ന വാക്കിന് വളരെ അഗാധമായ അർത്ഥമുണ്ട്. നാം മുന്നണി വിഭാഗമായി തീരണമെങ്കിൽ മറ്റവർഗങ്ങളേയും നാം ആകർഷിക്കണം. ഈ തുറന്ന് കാട്ടലിന്റെ ജോലിയിൽ ആകർഷിക്കപ്പെടുന്ന തൊഴിലാളി വർഗ ഇതരരായ രാഷ്ട്രീയ പ്രവർത്തകരിൽ അധികം പേരും സ്ഥിരചി ത്തരും കാര്യസാധ്യത്തിന് നല്ല തന്റേടമുള്ളവരും ആയിരിക്കും."

വിപ്ലമായ ജനവിഭാഗങ്ങളിലേക്ക് പടർന്നുകയറുന്ന പ്രസ്ഥാനം എന്ന നിലയിലാണ് കമ്മ്യൂണിസ്റ്റ് പാർടിയെ ലെനിൻ ഇവിടെ വിശേ ഷിപ്പിക്കുന്നത്. മറ്റ് വിഭാഗങ്ങളിൽ നിന്ന് വന്നവരെ കൂടി ഉൾക്കൊള്ളേ ണ്ടതിന്റെ പ്രാധാന്യത്തെ ഇങ്ങനെ വിവരിക്കുന്നു:

"സോഷ്യലിസ്റ്റ് സിദ്ധാന്തം വളർന്നുവന്നിട്ടുള്ളത് സ്വത്തുടമാ വർഗങ്ങളുടെ അഭ്യസ്ത വിദ്യരായ പ്രതിനിധികൾ - അതായത് ബുദ്ധി ജീവികൾ - വളർത്തി കൊണ്ട് വന്നിട്ടുള്ള ദർശനപരവും ചരിത്രബന്ധവും ധനശാസ്ത്രപരവുമായ സിദ്ധാന്തങ്ങളുടെ ഉള്ളിൽ നിന്നാണ്. ആധുനിക ശാസ്ത്രീയ സോഷ്യലിസത്തിന്റെ സ്ഥാപകരായ മാർക്സും ഏംഗൽസും തന്നെ അവരുടെ സാമൂഹ്യപദവി നോക്കിയാൽ ബൂർഷ്വാ ബുദ്ധി ജീവി കളായിരുന്നുവെന്ന് കാണാം."

വെള്ളത്തിൽ മീനുകളെന്നപോൽ 165

വ്ലാഡിമിർ ഇലിച്ച് ലെനിൻ

ഒരു തൊഴിലാളി വിപ്ലവകാരിയായി തീരണമെങ്കിൽ വരേണ്ട മാറ്റ
ങ്ങളെ സംബന്ധിച്ചും ലെനിൻ ഇതിൽ എടുത്ത് പറയുന്നുണ്ട്:

"ഒരു തൊഴിലാളി സോഷ്യൽ ഡെമോക്രാറ്റിക് ആയി തീരണമെ
ങ്കിൽ ജന്മിയുടേയും പുരോഹിതന്റേയും ഉയർന്ന ഉദ്യോഗസ്ഥന്റേയും
കൃഷിക്കാരന്റേയും വിദ്യാർത്ഥിയുടേയും തെരുവ് തെണ്ടിയുടേയും
സാമ്പത്തിക നിലയെ കുറിച്ചും സാമൂഹ്യ രാഷ്ട്രീയ നിലപാടുകളെ കുറിച്ചും
വ്യക്തമായ ഒരു ചിത്രം അയാളുടെ മനസ്സിൽ ഉണ്ടാവണം."

വിവിധ ജനവിഭാഗങ്ങളെ മനസ്സിലാക്കാനും അവരുടെ പ്രശ്നങ്ങ
ളിൽ ഇടപെടാനും കഴിയുന്ന രാഷ്ട്രീയ നേതൃത്വമായി മാറാൻ ഇത്തര
ത്തിൽ വിപ്ലവകാരികൾക്ക് കഴിയേണ്ടതുണ്ട് എന്ന കാര്യം ലെനിൻ
ഓർമ്മിപ്പിക്കുന്നു. ഈ രാഷ്ട്രീയ ലക്ഷ്യം നിറവേറ്റുന്നതിന് വേണ്ടിയാണ്
വർഗ്ഗ-ബഹുജനസംഘടനകളിൽ ഫ്രാക്ഷനുകൾ സംഘടിപ്പിക്കുന്ന പ്ര
വർത്തന ശൈലി കമ്മ്യൂണിസ്റ്റുകാർ മുന്നോട്ട് വെക്കുന്നത്. ദൈനംദിന
മായ ആവശ്യങ്ങൾക്കുവേണ്ടി പൊരുതുന്ന ജനവിഭാഗങ്ങളെ സൈദ്ധാ
ന്തികവും രാഷ്ട്രീയവും സംഘടനാപരവുമായ പ്രവർത്തനങ്ങളിലൂടെ
സോഷ്യലിസ്റ്റ് ബോധത്തിലേക്ക് ഉയർത്തുകയാണ് കമ്മ്യൂണിസ്റ്റ് പാർടി
ചെയ്യേണ്ടത് എന്നർത്ഥം. ഈ വസ്തുത മനസ്സിലാക്കാതെ സാമ്പത്തിക
സമരത്തിലൂടെയും വ്യക്തിഗതമായ ബലപ്രയോഗ രീതികളിലൂടെയും
മാറ്റം ഉണ്ടാക്കാം എന്ന് കരുതുന്നത് തെറ്റാണ്. ശരിയായ രാഷ്ട്രീയ കാഴ്ച
പ്പാടോടെയുള്ള ബഹുജനപ്രവർത്തനമാണ് സാമൂഹ്യമുന്നേറ്റത്തിന്
അനിവാര്യമെന്ന് ലെനിൻ വിശദീകരിക്കുന്നു.

വിപ്ലവപ്രവർത്തനം മുന്നോട്ട് കൊണ്ടുപോകുന്നതിന് ശരിയായ
സംഘടനാരൂപങ്ങളുടെ ആവശ്യമുണ്ട്. വിവിധ തലങ്ങളിലുള്ള പ്രശ്ന
ങ്ങളെ ഒരു വിപ്ലവപ്രസ്ഥാനമായി ഉയർത്തണമെങ്കിൽ പൂർണ്ണസമയ
പ്രവർത്തകരായ ഉശിരൻ കേഡർമാർ അനിവാര്യമാണ്. ദൈനംദിന
സമരങ്ങളിൽ കരുത്ത് കാണിക്കുന്ന കേഡർമാർക്ക് രാഷ്ട്രീയവിദ്യാ
ഭ്യാസം നൽകുകയും ദൈനംദിനമായ സമരങ്ങളെ രാഷ്ട്രീയതലത്തിലേ
ക്ക് ഉയർത്തുന്നതിനുള്ള പരിശീലനം നൽകേണ്ടതിന്റെ പ്രാധാന്യവും
വിവരിക്കുന്നുണ്ട്. മാത്രമല്ല, സജീവ പ്രവർത്തകരുടെ സംഘടനയായി
പാർടി മാറണമെന്ന കാര്യവും ഓർമ്മിപ്പിക്കുന്നു.

മേൽ വിവരിച്ച പ്രവർത്തനങ്ങൾ സംഘടിപ്പിക്കുന്നതിന് ഉതകുന്ന
ഒരു വിപ്ലവ പാർടി റഷ്യയിൽ രൂപീകരിക്കേണ്ടതിന്റെ പ്രാധാന്യത്തെ
ക്കുറിച്ചും പറയുന്നുണ്ട്. വിപ്ലവപാർടി കരുത്താർജ്ജിക്കണമെങ്കിൽ

 വെള്ളത്തിൽ മീനകളെന്നപോൽ

പത്രത്തിനം വലിയ പ്രാധാന്യമുണ്ട്. പാർടി പത്രവ്മായി ബന്ധപ്പെട്ട നനവരും അതിന്റെ വായനക്കാരും വിതരണക്കാരും എല്ലാം ചേർന്ന് റഷ്യൻ പാർടിയുടെ സംഘാടകരായി വളരുമെന്ന പ്രത്യാശ ഉയർത്തി പ്പിടിച്ചുകൊണ്ടാണ് ലെനിൻ തന്റെ പുസ്തകം അവസാനിപ്പിക്കുന്നത്. മാധ്യമരംഗത്തെ ഇടപെടലിന്റെ കാര്യത്തിൽ കമ്മ്യൂണിസ്റ്റ് പാർടി പുലർത്തേണ്ട ജാഗ്രതയും പ്രാധാന്യവ്മാണ് ലെനിൻ ഇവിടെ അവത രിപ്പിക്കുന്നത്.

ബൂർഷ്വാ പാർടികളിൽ നിന്നും വ്യത്യസ്തമായി തൊഴിലാളി വർഗത്തി ന്റെ ദൈനം ദിന സമരങ്ങൾക്ക് നേതൃത്വം നൽകുകയും സോഷ്യലിസ്റ്റ് വിപ്ലവമെന്ന മൗലികമായ കാഴ്ചപ്പാടോടെയുള്ള ഒരു സംഘടനയാണ് കമ്മ്യൂണിസ്റ്റ് പാർടി എന്ന് ഇതിലൂടെ ലെനിൻ വ്യക്തമാക്കുന്നു. തൊഴിലാളി വർഗത്തിന്റെ വിപ്ലവ പാർടിയാണ് കമ്മ്യൂണിസ്റ്റ് പാർടി എന്ന് ഇവിടെ ഊന്നി പറയുന്നുണ്ട്. മർദ്ദകരും ചൂഷകരുമായ എല്ലാ ജനവിഭാഗങ്ങളുടേയും പാർടി കൂടിയാണ് ഇത്. കേന്ദ്രീകൃതമായ നേതൃത്വവും ഉൾപാർടി ജനാധിപത്യവും പുലർത്തുന്ന ഒരു സംഘടനാ രീതിയെ ഇവിടെ പരിചയപ്പെടുത്തുന്നുണ്ട്. കമ്മ്യൂണിസ്റ്റ് പാർടിയുടെ ആശയപരവും സംഘടനാപരവുമായ കാഴ്ചപ്പാടുകളുടെ അടിസ്ഥാന ഗ്രന്ഥമായി ഈ പുസ്തകം മാറുകയാണ് ചെയ്യുന്നത്.

റഷ്യൻ കമ്മ്യൂണിസ്റ്റ് പാർടിയുടെ വളർച്ചയുടെ ഒരു സവിശേഷ ഘട്ട ത്തിൽ അഭിമുഖീകരിച്ച പ്രശ്നങ്ങളെയാണ് ഈ പുസ്തകം കൈകാര്യം ചെയ്യുന്നത്. അതേസമയം ഇത് ലോകത്തിലെ ഏത് വിപ്ലവപ്രസ്ഥാ നവും അഭിമുഖീകരിക്കേണ്ടിവരുന്ന പ്രശ്നങ്ങളും കൂടിയാണ് അഭിസം ബോധന ചെയ്യുന്നത്. അതിനാൽ തന്നെ, സിദ്ധാന്തത്തെ പ്രയോ ഗവ്മായി ബന്ധിപ്പിക്കുന്ന കാഴ്ചപ്പാടിന്റെ ഉജ്ജ്വല രേഖയായി 'എന്തു ചെയ്യണം' എന്ന ഈ പുസ്തകം മാറുന്നു.

മാറിവരുന്ന പരിതഃസ്ഥിതികൾക്കനുസരിച്ച് ശരിയായ രീതിയിലുള്ള തന്ത്രങ്ങളും അടവുകളും ആവിഷ്കരിക്കേണ്ടതുണ്ട്, ഇവ മൂർത്തമായ സാഹചര്യം നോക്കി എങ്ങനെ പ്രയോഗിക്കാമെന്ന് വ്യക്തമാക്കുന്ന കൃതി.

# ജനാധിപത്യ വിപ്ലവത്തിൽ സോഷ്യൽ ഡെമോക്രസിയുടെ രണ്ട് അടവുകൾ

മാർക്സ് വിപ്ലവത്തെക്കുറിച്ച് പറയുന്നത് ചരിത്രത്തിന്റെ ആവിയന്ത്രങ്ങളെന്നാണ്. വിപ്ലവങ്ങൾ മർദ്ദിതരുടേയും ചൂഷിതരുടേയും ഉത്സവമായാണ് ലെനിൻ വിശേഷിപ്പിക്കുന്നത്. വിപ്ലവം ഒരു രാജ്യത്ത് വിജയിക്കണമെങ്കിൽ ആ രാജ്യത്തിന്റെ പരിതസ്ഥിതി മനസ്സിലാക്കി നിശ്ചിത കാലഘട്ടത്തിൽ വിപ്ലവ ത്തിലെ തൊഴിലാളി വർഗത്തിന്റെ ശത്രുക്കളേയും മിത്രങ്ങളേയും നിർണ്ണയിക്കേണ്ടതുണ്ട്. ഈ തന്ത്രം ഒരു വിപ്ലവകാലഘട്ടത്തിൽ മുഴുവൻ സാധ്വവായിരിക്കുകയും ചെയ്യും. അതോടൊപ്പം മാറി വരുന്ന സാഹചര്യങ്ങൾക്കനുസൃതമായി രാഷ്ട്രീയ കൂട്ടുകെട്ടുകളിലും സമരമുഖ ങ്ങളിലും സംഘടനാ രീതികളിലും കാലാനുസൃതമായി എടുക്കേണ്ട നിലപാടുകളും ഉണ്ട്. അടവുകൾ എന്നറിയപ്പെടുന്ന ഈ രീതിയും ശാസ്ത്രീയമായി നിർണ്ണയിക്കപ്പെട്ടുക എന്നളും പ്രധാനമാണ്. ഇത് ഏത് തരത്തിലായിരിക്കണം എന്നതിനെ സംബന്ധിച്ച് ഓരോ രാജ്യത്തേയും കമ്മ്യൂണിസ്റ്റ് പാർടികൾക്കകത്ത് വലിയ ആശയസ മരങ്ങൾ രൂപപ്പെട്ടിട്ടുമുണ്ട്. കമ്മ്യൂണിസ്റ്റ് പാർടികളെ പിളർപ്പിലേക്ക്

# വ്ലാഡിമിർ ഇലിച്ച് ലെനിൻ

നയിക്കുന്നതിന് ഇടയാക്കിയിട്ടുള്ളതാണ് ഇത് സംബന്ധിച്ച അഭിപ്രായ ഭിന്നതകൾ.

റഷ്യയിലും ഇത്തരത്തിലുള്ള അഭിപ്രായ ഭിന്നതകൾ പ്രത്യക്ഷപ്പെട്ട കയും അതിന്റെ അടിസ്ഥാനത്തിൽ ആശയസമരം നടക്കുകയും ചെയ്തി ട്ടുണ്ട്. 1905-ൽ റഷ്യയിലെ പട്ടണപ്രദേശങ്ങളിലെ തൊഴിലാളികളും ഇടത്തരം ജനവിഭാഗങ്ങളും പെറ്റിബൂർഷ്വാ വിപ്ലവകാരികളും എല്ലാം ഉൾക്കൊള്ളുന്ന ജനവിഭാഗം സാർ ഭരണത്തിനെതിരായി രംഗത്ത് വന്നു. തങ്ങളുടെ ജീവിതത്തെ ബാധിക്കുന്ന അടിയന്തരമായ ആവശ്യ ങ്ങൾ ഉന്നയിച്ചുകൊണ്ട് മുന്നോട്ട് വന്ന തൊഴിലാളികളുടെ ഈ സമര പ്രസ്ഥാനം റഷ്യക്കൊരു പുതിയ ഭരണഘടന രൂപപ്പെടുത്താനുള്ള സമിതി സംഘടിപ്പിക്കുക എന്ന രാഷ്ട്രീയ ആവശ്യമായി ഉയർന്നുവന്നു. ഈ ആവശ്യത്തോട് റഷ്യൻ സോഷ്യൽ ഡെമോക്രേറ്റിക് ലേബർ പാർടി (അന്നത്തെ കമ്മ്യൂണിസ്റ്റ് പ്രസ്ഥാനം) എന്ത് നിലപാട് സ്വീക രിക്കണം എന്നത് പ്രധാനപ്പെട്ട രാഷ്ട്രീയ പ്രശ്നമായി ഉയർന്നുവരികയും ചെയ്തു. അത് സംബന്ധിച്ച് ഉള്ള കാഴ്ചപ്പാട് രൂപീകരിക്കുന്നതിൽ റഷ്യൻ കമ്മ്യൂണിസ്റ്റ് പാർടിക്കകത്ത് ഭിന്നത രൂപപ്പെട്ടു. മെൻഷെവിക്കകളും ബോൾഷെവിക്കുകളും എന്ന രണ്ട് ചേരികളായി പാർടി ഭിന്നിക്കുന്ന തിന് ഇത് കാരണമായി.

ഈ ആശയ സമരത്തിൽ ലെനിൻ ശക്തമായി ഇടപെട്ടു. ജനാധി പത്യത്തിനുവേണ്ടിയുള്ള ആവശ്യങ്ങൾക്ക് മുൻതൂക്കം നൽകിക്കൊണ്ട് വളർന്നുവരുന്ന ഈ പ്രസ്ഥാനത്തിൽ സോഷ്യൽ ഡെമോക്രേറ്റുകാർ (അക്കാലത്തെ കമ്മ്യൂണിസ്റ്റ് പാർടി) സജീവമായി പങ്കുകൊള്ളണമെ ന്നുമുള്ള നിലപാട് അദ്ദേഹം മുന്നോട്ട് വെച്ചു. ഇതിന്റെ തുടർച്ചയായി റഷ്യൻ സോഷ്യൽ ഡെമോക്രേറ്റിക് പാർടി ഭരണത്തിൽ പങ്കുകൊ ള്ളണം എന്ന കാഴ്ചപ്പാടും ലെനിൻ മുന്നോട്ട് വെച്ചു.

എന്നാൽ ബോൾഷെവിക്കുകളുടെ ഈ നിലപാട് മെൻഷെവി ക്കുകൾ അംഗീകരിച്ചില്ല. ബൂർഷ്വാ ജനാധിപത്യ വിപ്ലവത്തിൽ നിന്ന് ഉയർന്നുവരുന്ന പുതിയ ഭരണം ബൂർഷ്വാസിയുടേതാണ്. അതിനാൽ തൊഴിലാളി വർഗത്തിന്റെ വിപ്ലവ പാർടി അതിൽ പങ്കെടുക്കാൻ പാടില്ലെന്നായിരുന്നു ഇവരുടെ നിലപാട്. അങ്ങനെ പങ്കെടുക്കുന്നത് വർഗ വഞ്ചനയാണെന്നും അവർ പ്രഖ്യാപിച്ചു. രണ്ടാം ഇന്റർനാഷ ണലിൽ അംഗങ്ങളായിരുന്ന യൂറോപ്യൻ സോഷ്യൽ ഡെമോക്രേ റ്റിക് പാർടികൾ അതാത് രാജ്യത്തെ ബൂർഷ്വാ ഗവൺമെന്റുകളിൽ

പങ്കാളിത്തം വഹിക്കുന്നതിനെ നിരോധിച്ചുകൊണ്ടുള്ള രണ്ടാം ഇന്റർ നാഷണലിന്റെ പ്രമേയം അവർ ഉയർത്തിപിടിക്കുകയും ചെയ്തു.

മെൻഷെവിക്കുകൾ മുന്നോട്ട് വെച്ച ഈ വാദഗതിയെ ലെനിൻ എതിർത്തു. ബൂർഷ്വാ ജനാധിപത്യം സ്ഥാപിച്ചുകഴിഞ്ഞ രാജ്യങ്ങളിലെ ബൂർഷ്വാ ഗവൺമെന്റുകളിൽ പങ്കെടുക്കുന്നതിനാണ് ഈ വിലക്കെന്നും ഈ നിലപാട് വിശദീകരിച്ചുകൊണ്ട് ലെനിൻ വ്യക്തമാക്കി. റഷ്യയിൽ തൊഴിലാളി വർഗം കൂടി പങ്കെടുക്കുന്ന ബൂർഷ്വാ ജനാധിപത്യവിപ്ലവ മാണ് നടക്കുന്നത്. അതിന്റെ ഫലമായി ജന്മിത്വം തകരുകയാണ് ചെയ്യുന്നത്. ഇത് തൊഴിലാളികൾക്കും കർഷകർക്കും കൂടുതൽ ജനാധി പത്യ അവകാശം ലഭിക്കുന്നതിനുള്ള അവസരമാണ് സൃഷ്ടിക്കുക. ഇത് ഉപയോഗപ്പെടുത്തി അടുത്ത ഘട്ടമായ സോഷ്യലിസത്തിലേക്കുള്ള വിപ്ലവത്തിന് അധ്വാനിക്കുന്ന ബഹുജനങ്ങളെ തയ്യാറാക്കുന്നതിനുള്ള ഉത്തരവാദിത്വമാണ് തൊഴിലാളിവർഗ്ഗത്തിനുള്ളത്. സാറിസ്റ്റ് വിരുദ്ധ വിപ്ലവത്തിൽ സജീവ പങ്കാളിത്തം വഹിച്ച തൊഴിലാളി വർഗത്തിന് സോഷ്യലിസ്റ്റ് വിപ്ലവത്തിന് ജനങ്ങളെ സന്നദ്ധരാക്കാൻ താൽ ക്കാലിക വിപ്ലവ ഗവൺമെന്റിനെ ഉപയോഗിക്കാൻ കഴിയുമെന്ന നിലപാടിൽ ലെനിൻ ഉറച്ച നിന്നു. ഫ്യൂഡൽ വിരുദ്ധ വിപ്ലവത്തിന്റെ ഗുണഫലം റഷ്യൻ സോഷ്യൽ ഡെമോക്രേറ്റകൾക്ക് ലഭിക്കാതിരിക്കുന്ന തരത്തിൽ യൂറോപ്യൻ രാജ്യങ്ങളുടെ അനുഭവം എടുത്ത് കാണിക്കുന്നത് ശരിയല്ലെന്നും ലെനിൻ വാദിച്ചു.

ഫ്യൂഡലിസത്തിൽ നിന്ന് മുതലാളിത്തത്തിലേക്കും അതിൽ നിന്ന് സോഷ്യലിസത്തിലേക്കും ഉള്ള വികാസത്തിന്റെ വിവരണമാണ് കമ്മ്യൂ ണിസ്റ്റ് മാനിഫെസ്റ്റോവിൽ മാർക്സും ഏംഗൽസും നൽകിയിട്ടുള്ളത്. ഇതിന്റെ അടിസ്ഥാനത്തിൽ രാഷ്ട്രീയ പ്രസ്ഥാനം കെട്ടിപ്പടുക്കാനുള്ള പ്രവർത്തനങ്ങൾ നടത്തുന്നതിന്റെ ഭാഗമായി ഇടത്-വലത് പ്രവണ തകൾക്കെതിരായി നിരവധി രൂക്ഷമായ ആശയസമരങ്ങൾ ലെനിൻ നടത്തേണ്ടിവന്നിട്ടുണ്ട്.

ഇത്തരം നിരവധി തെറ്റായ ചിന്താഗതികൾ അതിന് മുമ്പ് തന്നെ റഷ്യയിലെ കമ്മ്യൂണിസ്റ്റുകാർക്കിടയിൽ രൂപപ്പെട്ടിരുന്നു. അവയ്ക്കെ ല്ലാം എതിരായി വിജയകരമായി സമരം നടത്താൻ റഷ്യയിലെ കമ്മ്യൂ ണിസ്റ്റുകാർക്ക് കഴിയുകയും ചെയ്തിരുന്നു. എന്നാൽ റഷ്യൻ സോഷ്യലിസ്റ്റ് ഡെമോക്രേറ്റിക് ലേബർ പാർട്ടിയുടെ മൂന്നാം കോൺഗ്രസ് ആവുമ്പോ ഴേക്കും തെറ്റായ വിവിധ ചിന്താഗതികൾ വീണ്ടും പ്രസ്ഥാനത്തിനകത്ത്

 വെള്ളത്തിൽ മീനുകളെന്നപോൽ

പ്രത്യക്ഷപ്പെട്ടു. ഇതിന് ഒരു പശ്ചാത്തലം കൂടി ഉണ്ടായിരുന്നു. ഈ കാലഘട്ടത്തിൽ മാർക്സിസത്തിന്റെ അടിസ്ഥാന നിലപാടുകൾ ആകമാനം തിരുത്തണം എന്നാവശ്യപ്പെട്ടുകൊണ്ട് ബേൺസ്റ്റൈന്റെ നേതൃത്വത്തിൽ ജർമ്മനിയിൽ റിവിഷനിസ്റ്റ് സമീപനം ഉയർന്നവന്നിരുന്നു. അത്തരം ആശയങ്ങളുടെ സ്വാധീനം റഷ്യയിലേക്ക് കടന്നുവരികയും ചെയ്തു. റഷ്യയിലെ കമ്മ്യൂണിസ്റ്റ് പാർടിയായ റഷ്യൻ സോഷ്യലിസ്റ്റ് ഡെമോക്രേറ്റിക് പാർടി സംഘടിപ്പിക്കുന്നതിൽ ഇവരുടെ സഹായവും ആദ്യഘട്ടത്തിൽ ഉണ്ടായിരുന്നു. പക്ഷെ പിന്നീട് റഷ്യൻ വിപ്ലവത്തി ന്റെ കാഴ്ചപ്പാടുകളും സമര തന്ത്രങ്ങളും ആവിഷ്കരിക്കുന്നതുമായി ബന്ധപ്പെട്ട് റിവിഷനിസ്റ്റ് നിലപാടെടുത്ത ഇവർക്കെതിരെ ലെനിന് ശക്തമായ നിലപാട് സ്വീകരിക്കേണ്ടി വന്നു. അതിന്റെ ഫലമായി അവർ പാർടിയിലെ ന്യൂനപക്ഷവിഭാഗമായി. അത്തരക്കാരാണ് പിന്നീട് മെൻഷെവിക് എന്ന പേരിൽ അറിയപ്പെട്ടത്.

റഷ്യയിലെ താൽക്കാലിക ഗവൺമെന്റിന്റെ വർഗസ്വഭാവവും രാഷ്ട്രീയ കടമകളും നിർണ്ണയിക്കുന്ന കാര്യത്തിൽ മെൻഷെവിക്കുകാ രും ലെനിന്റെ നേതൃത്വത്തിലുള്ള ബോൾഷേവിക്കുകളും തമ്മിലുള്ള അഭിപ്രായ വ്യത്യാസം ഈ കാലഘട്ടത്തിൽ രൂക്ഷമാവുകയും ചെയ്തു. റഷ്യൻ സോഷ്യലിസ്റ്റ് ഡെമോക്രേറ്റിക് ലേബർ പാർടിയിൽ ന്യൂന പക്ഷമായി മാറിയ മെൻഷെവിക്കുകാർ പ്രത്യേകമായി തന്നെ ഒരു സമ്മേളനം ജനീവയിൽ നടത്തുകയുണ്ടായി.

ഇതേ കാലഘട്ടത്തിൽ റഷ്യയിൽ സ്വീകരിക്കേണ്ട നിലപാടുകൾ ചർച്ച ചെയ്യുന്നതിന് ഈ ആശയസമരത്തിൽ ഇടപെടുന്നതിനുമായി ബോൾഷെവിക്കുകളുടെ കോൺഗ്രസ് 1905 ഏപ്രിൽ 12 മുതൽ 27 വരെ ലണ്ടനിൽവെച്ച് നടന്നു. അതിൽ വോട്ടവകാശമുള്ള 24 പ്രതിനിധികളും വോട്ടില്ലാതെ പങ്കെടുക്കാൻ അവകാശത്തോടുകൂടിയ 14 പ്രതിനിധി കളും സംബന്ധിച്ചിരുന്നു. ബോൾഷെവിക്കുകൾ എന്ന നിലയിലുള്ള ആദ്യത്തെ കോൺഗ്രസ്സായിരുന്നു ഇത്.

സായുധമുന്നേറ്റത്തെക്കുറിച്ചും താൽക്കാലിക ഗവൺമെന്റിൽ സോഷ്യൽ ഡെമോക്രാറ്റുകൾ പങ്കെടുക്കുന്നതിന്റെ പ്രശ്നങ്ങളെപ്പറ്റിയും കർഷകപ്രസ്ഥാനങ്ങളോടുള്ള സമീപനവും എല്ലാം അതിനകത്ത് ചർച്ച ചെയ്യപ്പെട്ടു. ബൂർഷ്വാ ജനാധിപത്യ വിപ്ലവത്തിന്റെ സമ്പൂർണ്ണ വിജയ ത്തിന്റെയും സോഷ്യലിസ്റ്റ് വിപ്ലവമായി അത് വികസിക്കുന്നതിന്റെ അടിസ്ഥാനത്തിലുള്ള ബോൾഷെവിക്കുകളുടെ തന്ത്ര സംബന്ധമായ

വ്ലാഡിമിർ ഇലിച്ച് ലെനിൻ

ലൈൻ ഈ കോൺഗ്രസ് മുന്നോട്ടുവെച്ചു. ഇതാണ് ഈ സമ്മേളന
ത്തിന്റെ ചരിത്രപരമായ പ്രാധാന്യം. സമ്മേളനത്തിലെ പ്രമേയങ്ങൾ
വിപ്ലവത്തിന്റെ നേതൃത്വം എന്ന നിലയിലുള്ള തൊഴിലാളിവർഗ്ഗത്തിന്റെ
കടമകളെയും ബൂർഷ്വാ ഡെമോക്രാറ്റിക് വിപ്ലവത്തിൽ പാർടിയുടെ
തന്ത്രപരമായ പദ്ധതിയെയും ചൂണ്ടിക്കാണിച്ചു. തൊഴിലാളിവർഗ്ഗം
ലിബറൽ ബൂർഷ്വാസിയെ ഒറ്റപ്പെടുത്തിക്കൊണ്ടും കർഷകരോട്
മൊത്തത്തിൽ സഖ്യം ചെയ്യുകൊണ്ടും വിപ്ലവത്തിന്റെ വിജയത്തിനായ്യ
ുള്ള സമരം കരുത്തോടെ മുന്നോട്ട് കൊണ്ട് പോവണം എന്നതായിരുന്ന
ഇവിടെ രൂപീകരിക്കപ്പെട്ട തന്ത്രത്തിന്റെ അടിസ്ഥാനം.

മെൻഷെവിക്കകളുടെ സമ്മേളനം നടന്ന ജനീവയിൽ വെച്ചാണ്
1905 ജൂലൈ മാസത്തിൽ സോഷ്യൽ ഡെമോക്രസിയുടെ രണ്ട്
അടവുകൾ എന്ന ലെനിന്റെ ഈ പുസ്തകം പ്രസിദ്ധീകരിക്കപ്പെട്ടത്.
അടവുകൾ എന്നാണ് പേരെങ്കിലും തന്ത്രത്തിന്റെ പ്രശ്നങ്ങൾ ഇതിലെ
മുഖ്യവിഷയമാണ്. ആർ.എസ്.ഡി.എൽ.പിയുടെ (റഷ്യൻ സോഷ്യൽ
ഡെമോക്രേറ്റിക് ലേബർ പാർടി) കേന്ദ്രകമ്മിറ്റിയാണ് ഇത് പ്രസി
ദ്ധീകരിച്ചത്. ആ കാലഘട്ടത്തിൽ ലെനിൻ ജനീവയിൽ താമസിച്ച്
പ്രവർത്തിക്കുകയായിരുന്നു. അതേവർഷം ഈ പുസ്തകം രണ്ടുതവണ
റഷ്യയിലും പ്രസിദ്ധീകരിക്കപ്പെടുകയുണ്ടായി. ഈ പുസ്തകത്തിന്റെ
പ്രസിദ്ധീകരണം അദ്ദേഹത്തിന്റെ ജീവിതത്തിലും റഷ്യൻ വിപ്ലവ പ്ര
വർത്തനത്തിലും സുപ്രധാനമായ ഒന്നാണ്. ഒളിവിലുള്ള പാർടി കമ്മിറ്റി
അംഗങ്ങളും തൊഴിലാളി ഗ്രൂപ്പുകളും ഈ പുസ്തകം വളരെ ഗൗരവപൂർവ്വം
പഠിക്കുന്ന നിലയുണ്ടായി. ബോൾഷെവിക്കകൾക്കെതിരായി അറസ്റ്റക
ളും അന്വേഷണങ്ങളും നടത്തിയ രഹസ്യപോലീസ് ഈ ഗ്രന്ഥത്തിന്റെ
പ്രതികൾ പിടിച്ചെടുക്കുകയും ചെയ്തു. 1907 ഫെബ്രുവരി 19-ാം തീയതി
സെന്റ് പീറ്റേഴ്സ് ബർഗ് പ്രസ് കമ്മിറ്റി ഈ ഗ്രന്ഥം കണ്ടുകെട്ടുകയും
സെന്റ് പീറ്റേഴ്സ് ബർഗ് കോടതി അത് നശിപ്പിക്കുവാൻ ഉത്തരവിടുക
യും ചെയ്തു. 1907 ൽ സെന്റ് പീറ്റേഴ്സ് ബർഗിൽ നിന്ന് പ്രസിദ്ധീകരിച്ച
ഈ സമാഹാരത്തിന്റെ പതിപ്പിൽ ലെനിൻ പുതിയ ഭാഗങ്ങൾ കൂട്ടി
ച്ചേർത്തു. ഒക്ടോബർ വിപ്ലവത്തിന് ശേഷം ഈ പുസ്തകം പലപ്രാവശ്യം
അച്ചടിക്കുകയും വിപുലമായ തോതിൽ വിതരണം ചെയ്യുകയുമുണ്ടായി.

ആദ്യത്തെ രണ്ട് അധ്യായങ്ങളിൽ ബോൾഷെവിക്കകാരുടെ
സമരതന്ത്രങ്ങളും അടവുകളും ലെനിൻ വിശദീകരിക്കുന്നു. പിന്നീടുള്ള
എട്ട് അധ്യായങ്ങളിൽ എതിരാളികളുടെ വാദങ്ങളെ ഖണ്ഡിക്കുകയാണ്
ചെയ്യുന്നത്. 11-ാം അധ്യായത്തിൽ റഷ്യൻ സോഷ്യൽ ഡെമോക്രേറ്റിക്

		വെള്ളത്തിൽ മീനുകളെന്നപോൽ

ലേബർ പാർടിയുടെ മൂന്നാം കോൺഗ്രസിന്റേയും തിരുത്തൽ വാദികളായ മെൻഷെവിക്കുകളുടെ പ്രമേയങ്ങളേയും താരതമ്യപ്പെടുത്തുന്നു. തുടർന്ന് വരുന്ന രണ്ട് അധ്യായം ബോൾഷെവിക് പരിപാടി നടപ്പിലായാൽ ഉണ്ടാകുന്ന ഫലം സംബന്ധിച്ച വ്യക്തമായ വിശദീകരണമാണ്. അതുവരെ ഈ പുസ്തകത്തിൽ വിശദീകരിച്ച വാദഗതികളെ ചുരുക്കി അവതരിപ്പിച്ചുകൊണ്ടാണ് പുസ്തകം അവസാനിക്കുന്നത്.

1905-ലെ റഷ്യൻ വിപ്ലവത്തെ സംബന്ധിച്ച് എന്ത് നിലപാട് സ്വീകരിക്കണം എന്നതിനെ ചുറ്റിപ്പറ്റിയാണല്ലോ മെൻഷെവിക്-ബോൾഷെവിക് ഭിന്നത രൂപപ്പെട്ട് വന്നത്. അതിൽ ഉയർന്നുവന്ന പ്രധാനപ്പെട്ട കാര്യം റഷ്യൻ ഭരണഘടന നിർണ്ണയിക്കുന്നതിന് റഷ്യൻ ജനതയുടെ യഥാർത്ഥ പ്രതിനിധികളെക്കൊണ്ട് നിറഞ്ഞ ഒരു ഭരണഘടനാ സമിതി രൂപപ്പെടുത്തണമെന്നായിരുന്നു. ഇത്തരത്തിലുള്ള ഒരു സമീപനത്തോട് എന്ത് നിലപാടാണ് സ്വീകരിക്കേണ്ടത് എന്ന കാര്യത്തിലുള്ള വ്യത്യസ്ത അഭിപ്രായങ്ങളാണ് മെൻഷെവിക്കുകളും ബോൾഷെവിക്കളും പ്രകടിപ്പിച്ചത്. ഈ രണ്ട് കാഴ്ചപ്പാടുകൾ തമ്മിലുള്ള അന്തരവും അതിൽ ശരിയായ മാർക്സിസ്റ്റ് സമീപനം ഏതാണ് എന്ന് വ്യക്തമാക്കാനുമാണ് ലെനിൻ മുതിരുന്നത്. അതിനായി ബോൾഷെവിക്കുകളുടെ നേതൃത്വത്തിൽ നടന്ന മൂന്നാം കോൺഗ്രസിന്റേയും മെൻഷെവിക്ക കളുടെ നേതൃത്വത്തിൽ നടന്ന സമ്മേളനത്തിന്റേയും ആധികാരിക രേഖകൾ പഠന വിഷയമാക്കി ശരിയായ നിലപാട് അവതരിപ്പിക്കുന്നു.

ഈ പുസ്തകത്തിൽ മാർക്സിസത്തെ തിരുത്തുന്ന റിവിഷനിസത്തിന്റെ പ്രതിനിധികളാണ് മെൻഷെവിക്കുകൾ എന്ന് ലെനിൻ വ്യക്തമാക്കി. അതേസമയം ബോൾഷെവിക്കുകളുടെ സമീപനം മാർക്സിസത്തിന്റേതാണെന്നും ലെനിൻ ഈ കൃതിയിലൂടെ സ്ഥാപിച്ചു. തന്റെ പുസ്തകത്തിന്റെ മുഖവുരയിൽ ലെനിൻ ഇങ്ങനെ എഴുതി: "വിപ്ലവത്തിന്റെ പരിണാമം നിർണ്ണയിക്കുന്നത് ഒരൊറ്റ കാര്യമാണ്. തൊഴിലാളി വർഗം ബൂർഷ്വാസി യുടെ ഉപഗ്രഹമായി പ്രവർത്തിക്കുമോ. ഏകാധിപത്യത്തിനെതിരായ സമരത്തിൽ ശക്തമായ നിലപാടെടുക്കുമ്പോൾ തന്നെ രാഷ്ട്രീയമായി ദുർബലമായി നിൽക്കുമോ, അതോ ജനകീയ വിപ്ലവത്തിൽ നേതൃത്വ പരമായ പങ്ക് വഹിക്കുമോ." ഈ കാഴ്ചപ്പാടിന്റെ അടിസ്ഥാനത്തിൽ തൊഴിലാളി വർഗത്തെ യൂറോപ്യൻ മുതലാളിത്തത്തിന് കീഴ്പ്പെടുത്തു കയാണ് ബേൺസ്റ്റെണിസം ചെയ്തത്. അതുതന്നെയാണ് റഷ്യയിൽ മെൻഷെവിക്കുകാരും ചെയ്തതെന്ന് ലെനിൻ ചൂണ്ടിക്കാണിച്ചു.

വ്ലാഡിമിർ ഇലിച്ച് ലെനിൻ

എങ്ങിനെയാണ് ഒരു ബൂർഷ്വാ സമൂഹത്തിൽ കമ്മ്യൂണിസ്റ്റുകാർ ഇടപെടേണ്ടത് എന്നതിനെ സംബന്ധിച്ച മാർക്സിസ്റ്റ് നിലപാട് ഇതിൽ വ്യക്തമാക്കുന്നുണ്ട്. "ഒരു ബൂർഷ്വാ സമൂഹത്തിൽ പ്രവർത്തിക്കുന്ന ഒരു സോഷ്യൽ ഡെമോക്രേറ്റിക് പാർടിക്ക് രാഷ്ട്രീയ കാര്യങ്ങളിൽ പങ്കെടു ക്കണമെങ്കിൽ ചിലപ്പോഴെങ്കിലും ബൂർഷ്വാ ഡെമോക്രസിയോട് ഒത്തു ചേർന്ന് മാർച്ച് ചെയ്യേണ്ടിവരും," എന്ന കാര്യം ഓർമ്മിപ്പിക്കുന്നുണ്ട്.

റഷ്യയിൽ അക്കാലത്ത് രൂപപ്പെട്ട ഈ പരിതസ്ഥിതികളെ വിശകലനം ചെയ്യുകൊണ്ട് ബോൾഷെവിക്കുകൾ എടുക്കേണ്ട നിലപാട് എന്ത് എന്ന് ലെനിൻ വ്യക്തമാക്കുന്നു. വിപ്ലവം മുന്നേറുമ്പോൾ ഓരോ ഘട്ടത്തിലും വിവിധ രാഷ്ട്രീയ ശക്തികൾ തമ്മിലുള്ള ബലാബലത്തിൽ എന്ത് മാറ്റം വരുമെന്ന് മുൻകൂട്ടി പ്രവചിക്കുക പ്രയാസമാണ്. സാർ ഭരണത്തെ അധികാരത്തിൽ നിന്ന് പുറന്തള്ളി ആ സ്ഥാനത്ത് താൽക്കാലിക ഗവൺമെന്റ് അധികാരത്തിൽ വന്നാൽ തൊഴിലാളി വർഗത്തിന്റെ വിപ്ലവ പാർടി അതിൽ പങ്കെടുക്കണം എന്ന നിലപാട് ബോൾഷെവിക്കുകളുടെ മൂന്നാം കോൺഗ്രസ് മുന്നോട്ട് വെച്ചു. പക്ഷെ അത്തരത്തിൽ ഇടപെടുന്നത് രണ്ട് നിബന്ധനകൾക്ക് അടിസ്ഥാന പ്പെട്ടുത്തിയായിരിക്കണം എന്നുമുള്ള ഉപാധിയും അത് മുന്നോട്ട് വെച്ചു. ഒന്നാമതായി, ഗവൺമെന്റിൽ പങ്കെടുക്കുന്ന തൊഴിലാളി വർഗ മന്ത്രിമാർ തൊഴിലാളി വർഗപാർടിയുടെ അച്ചടക്കത്തിന് വിധേയമാ യിരിക്കണം. രണ്ടാമതായി ഗവൺമെന്റിന് മാർഗനിർദ്ദേശം നൽകാനും സ്വതന്ത്രമായ ബഹുജനസമരങ്ങളിലൂടെ ഗവൺമെന്റിൽ സമ്മർദ്ദം ചെലുത്താനും തൊഴിലാളി വർഗ പാർടിക്ക് പൂർണ്ണമായ അധികാരം ഉണ്ടായിരിക്കണം.

ഈ നിലപാടിന്റെ അടിസ്ഥാനം സർക്കാരും താഴെ നിന്ന് സംഘടിത തൊഴിലാളി വർഗവും എടുക്കുന്ന നടപടികളിലൂടെ അധികാര ഭ്രഷ്ടമായ ഫ്യൂഡൽ പ്രഭുക്കളുടെ തിരിച്ചുവരവ് തടയുകയും അധ്വാനിക്കുന്ന ബഹുജനങ്ങൾക്ക് പരമാവധി നേട്ടമുണ്ടാവുകയും എന്നുമാണ്. തിരഞ്ഞെടുപ്പുകളേയും അതിലൂടെ രൂപം കൊള്ളുന്ന ഗവൺ മെന്റുകളേയും ബഹിഷ്കരിക്കുക എന്ന സെക്ടേറിയൻ നയത്തിനും ബഹുജനപ്രവർത്തനങ്ങളേയും വിപ്ലവ തൊഴിലാളി വർഗ പാർടിയേയും നിയമസഭാ പ്രവർത്തനത്തിനും മന്ത്രിസഭയ്ക്കും കീഴ്പ്പെടുത്തുക എന്ന വലതുപക്ഷ അവസരവാദത്തിനും ഒരേ സമയത്ത് എതിരായ നില പാടായിരുന്നു അത്. താൽക്കാലിക വിപ്ലവ ഗവൺമെന്റുകളിൽ പങ്ക്

     വെള്ളത്തിൽ മീനകളെന്നപോൽ

കൊണ്ടിട്ടാണെങ്കിലും അതിന് വെളിയിൽ നിന്നുകൊണ്ടാണെങ്കിലും ജനങ്ങൾക്ക് ആശ്വാസകരമായ പ്രവർത്തനങ്ങൾ ചെയ്യിക്കുകയാണ് വിപ്ലവ പാർടി ചെയ്യേണ്ടത് എന്ന് ലെനിൻ വ്യക്തമാക്കി.

ഇതിന്റെ അടിസ്ഥാനത്തിൽ റഷ്യയിലെ തൊഴിലാളി വർഗ പാർടിക്ക് ഉള്ള മിനിമം പരിപാടിയെ സംബന്ധിച്ചുള്ള കാഴ്ചപ്പാട് ലെനിൻ മുന്നോട്ട് വെച്ചു. അത് വിപ്ലവഗവൺമെന്റിൽ പങ്കെടുത്ത് ജനങ്ങൾക്ക് ആശ്വാസം നൽകുക എന്നതാണ്. അതേ സമയത്ത് തന്നെ ദീർഘകാല അടിസ്ഥാനത്തിലുള്ള പരിപാടിയും ഉണ്ട്. സാറിസ്റ്റ് സ്വേച്ഛാധിപത്യത്തെ തകർത്ത് വിപ്ലവഗവൺമെന്റ് രൂപപ്പെടുത്തി മിനിമം പരിപാടി നടപ്പിലാക്കുന്നതോടൊപ്പം തന്നെ സോഷ്യലിസ്റ്റ് സമൂഹ നിർമ്മാണത്തിനും കമ്മ്യൂണിസത്തിലേക്കുള്ള മുന്നേറ്റത്തിനും വേണ്ട തയ്യാറെടുപ്പുകൾ നടത്തുകയും വേണം.

ഈ രണ്ട് പരിപാടികളും തമ്മിൽ കൂട്ടി കുഴയ്ക്കുകയാണ് മെൻ ഷെവിക്കുകളും സോഷ്യലിസ്റ്റ് റെവല്യൂഷണി വിഭാഗവും ചെയ്യുന്നത് എന്നാണ് ലെനിൻ ചൂണ്ടിക്കാട്ടിയത്. താൽക്കാലിക വിപ്ലവഗവൺ മെന്റിൽ കിട്ടുന്ന പങ്കാളിത്തം ഉപയോഗിച്ച് ദീർഘകാല പദ്ധതിയായ സോഷ്യലിസ്റ്റ് നിർമ്മാണ പ്രക്രിയ നടത്തണം എന്ന രീതിയിലുള്ള തെറ്റായ സമീപനം ചിലർ ഉയർത്തുന്ന കാര്യവും ലെനിൻ ചൂണ്ടിക്കാട്ടി. അതേസമയം താൽക്കാലിക വിപ്ലവ ഗവൺമെന്റിൽ ബൂർഷ്വാസിക്ക് നേതൃത്വപരമായ പങ്കുള്ളതിനാൽ ആ ഗവൺമെന്റിൽ തൊഴിലാളി വർഗം പങ്കെടുക്കരുതെന്നും മെൻഷെവിക്കുകൾ വാദിക്കുന്നു. ഈ രണ്ട് നയങ്ങളും തൊഴിലാളി വർഗ പ്രസ്ഥാനത്തെ ദുർബലപ്പെടുത്താ നാണ് ഇടയാക്കുക. അതിന്റെ ഫലമായി അധ്വാനിക്കുന്ന ജനങ്ങൾക്ക് ആശ്വാസം ലഭിക്കുകയില്ല എന്ന് മാത്രമല്ല അതിലൂടെ അധ്വാനിക്കുന്ന ബഹുജനങ്ങളെ സുസംഘടിതരാക്കി സോഷ്യലിസവും കമ്മ്യൂണിസവും സ്ഥാപിക്കാനുള്ള പ്രവർത്തനം നടപ്പിലാക്കാനാവില്ലെന്നും ലെനിൻ വ്യക്തമാക്കുന്നു.

ബൂർഷ്വാ വിപ്ലവത്തെ കമ്മ്യൂണിസ്റ്റുകാർ എങ്ങിനെയാണ് സമീപി ക്കേണ്ടത് എന്നതിനെ സംബന്ധിച്ച കാഴ്ചപ്പാടും ലെനിൻ ഇവിടെ വ്യ ക്തമാക്കുന്നുണ്ട്. "ബൂർഷ്വാ വിപ്ലവം കൊണ്ടുള്ള മെച്ചം ബൂർഷ്വാസിക്ക് മാത്രമായിരിക്കുമെന്നുള്ളതാണ്. ഇതിനേക്കാൾ തെറ്റായ മറ്റൊരാശയ മില്ല. ബൂർഷ്വാ (എന്നുവെച്ചാൽ മുതലാളിത്തപരമായ) സാമൂഹ്യ-സാമ്പ ത്തിക വ്യവസ്ഥയുടെ ചട്ടക്കൂടിൽ നിന്ന് വ്യതിചലിക്കാത്ത ഒന്നാണ്

ബൂർഷ്വാ വിപ്ലവം. മുതലാളിത്ത വികാസത്തിന്റെ ആവശ്യങ്ങളെയാണ് ബൂർഷ്വാ വിപ്ലവം പ്രകടിപ്പിക്കുന്നത്. മുതലാളിത്തത്തിന്റെ അടിത്തറ നശിപ്പിക്കുകയല്ല, നേരെ മറിച്ച് അതിന് വിപുലപ്പെടുത്തുകയും അതിന് ആഴം കൂട്ടുകയുമാണ് അത് ചെയ്യുന്നത്. അതിനാൽ ഈ വിപ്ലവം തൊഴിലാളി വർഗത്തിന്റെ മാത്രമല്ല എല്ലാ ബൂർഷ്വാസിയുടേയും കൂടി താൽപര്യത്തെ പ്രതിനിധീകരിക്കുന്നതാണ്. മുതലാളിത്തത്തിൻ കീഴിൽ തൊഴിലാളിവർഗ്ഗത്തിൻമേലെ ബൂർഷ്വാഭരണം അനിവാര്യ മായതുകൊണ്ട് ബൂർഷ്വാസിയുടെ താൽപര്യമാണ്, തൊഴിലാളിവർ ഗ്ഗത്തിന്റെ താൽപര്യങ്ങളല്ല, ബൂർഷ്വാ വിപ്ലവം പ്രകടിപ്പിക്കുന്നതെന്ന് പറയുന്നത് നന്നായിരിക്കും. പക്ഷെ ഒരു ബൂർഷ്വാ വിപ്ലവത്തിൽ തൊഴിലാളി വർഗ താൽപര്യങ്ങൾ ഒട്ടും തന്നെ അടങ്ങിയിട്ടില്ലെന്ന് കരുതുന്നത് തികച്ചും അർത്ഥ ശൂന്യമാണ്. അർത്ഥശൂന്യമായ ഈ ആശയം അവസാനം ചെന്നെത്തുക ഒന്നുകിൽ തൊഴിലാളി വർഗ താൽപര്യങ്ങൾക്ക് എതിരാണ് ബൂർഷ്വാ വിപ്ലവമെന്നും അതിനാൽ നമുക്ക് ബൂർഷ്വാ രാഷ്ട്രീയ സ്വാതന്ത്ര്യം വേണ്ടെന്നുമുള്ള നരച്ച പഴകിയ നരോദിക്ക് സിദ്ധാന്തത്തിലായിരിക്കും. അല്ലെങ്കിൽ ബൂർഷ്വാ രാഷ്ട്രീ യത്തിൽ തൊഴിലാളി വർഗം പങ്കെടുക്കുന്നതിനെ നിഷേധിക്കുന്നതും ബൂർഷ്വാ വിപ്ലവത്തിലും ബൂർഷ്വാ പാർലമെന്ററി വ്യവസ്ഥയിലും തൊഴി ലാളിവർഗ്ഗം പങ്കെടുക്കരുതെന്ന് ശഠിക്കുന്നതുമായ അരാജകത്വത്തിൽ അത് ചെന്നെത്തും." ഇത്തരത്തിൽ പാർലമെന്ററി പ്രവർത്തനത്തിൽ നിന്ന് തന്നെ തൊഴിലാളി വർഗത്തെ മാറ്റി നിർത്തുന്ന ഈ നയത്തെ ലെനിൻ രൂക്ഷമായി വിമർശിക്കുന്നു.

ബൂർഷ്വാ വിപ്ലവങ്ങളിൽ തൊഴിലാളി വർഗം പങ്കെടുക്കുമ്പോൾ തൊഴിലാളി വർഗത്തിന്റെ സ്വതന്ത്രമായ പ്രവർത്തനം സംഘടിപ്പിക്ക ന്നതിനും അത്തരം ഒരു വേറിട്ട അസ്തിത്വം നിലനിർത്തുകയും ചെയ്യുക അത്യാവശ്യമാണ് എന്ന കാര്യവും ലെനിൻ ഓർമ്മിപ്പിക്കുന്നുണ്ട്. അദ്ദേഹം ഇങ്ങനെ പറയുന്നു: "സ്ഥിരതയില്ലാത്ത ബൂർഷ്വാ ജനാധിപ ത്യത്തിനെതിരായ സമരത്തിൽ സ്വന്തം കൈകൾ വരിഞ്ഞു കെട്ടപ്പെടാ തിരിക്കണമെങ്കിൽ തൊഴിലാളി വർഗത്തിനും വർഗബോധം വേണം. കർഷകജനതയെ വിപ്ലവകരമായ ബോധത്തിലേക്ക് ഉണർത്തി കൊണ്ടുവരാനും അവരുടെ കടന്നാക്രമണത്തെ നയിക്കുന്ന വിട്ടുവീഴ്ചയി ല്ലാതെ തൊഴിലാളിവർഗ ജനാധിപത്യത്തിന്റെ ലൈൻ സ്വതന്ത്രമായി നടപ്പിൽ വരുത്തുവാനും വേണ്ടത്ര ശക്തി അത് സമ്പാദിക്കണം." തൊഴിലാളി വർഗത്തിന്റെ സ്വതന്ത്ര രാഷ്ട്രീയ സമീപനത്തെ ഏത്

 വെള്ളത്തിൽ മീനകളെന്നപോൽ

രാഷ്ട്രീയ കൂട്ടുകെട്ടുകൾ രൂപപ്പെട്ടുത്തുമ്പോഴും ഹനിക്കാൻ പാടില്ലെന്ന കാര്യത്തിലും ലെനിൻ അടിവരയിടുന്നു.

അതോടൊപ്പം അതുമായി ബന്ധപ്പെട്ട മറ്റൊരു കാര്യവും ലെനിൻ എടുത്ത് പറയുന്നുണ്ട്. "തൊഴിലാളി-കർഷകവർഗങ്ങളുടെ വിപ്ലവ ജനാ ധിപത്യപരമായ സർവ്വാധിപത്യം നിർബാധമായും താൽക്കാലികവും ക്ഷണികവും മാത്രമായ ഒരു സോഷ്യലിസ്റ്റ് ലക്ഷ്യമാണ്. പക്ഷെ ജനാ ധിപത്യവിപ്ലവത്തിന്റെ കാലഘട്ടത്തിൽ ഈ ലക്ഷ്യം അവഗണിക്കുക എന്നുവെച്ചാൽ അത് തികച്ചും പിന്തിരിപ്പനായിരിക്കും." താൽക്കാലിക മുന്നണിയും സമരമുഖങ്ങളും രൂപപ്പെട്ടുത്തുമ്പോൾ ദീർഘകാല ലക്ഷ്യ ങ്ങൾ കൂടി മുന്നിൽ കണ്ടുകൊണ്ടുള്ള സമീപനം സ്വീകരിക്കണമെന്ന കാര്യം മറന്ന് പോവരുതെന്നും ലെനിൻ ഇവിടെ ഓർമ്മിപ്പിക്കുന്നുണ്ട്.

ബൂർഷ്വാ വിപ്ലവം പൂർത്തീകരിക്കപ്പെടുന്ന ഘട്ടങ്ങളിൽ കമ്മ്യൂണിസ്റ്റ് കാർ തങ്ങളുടെ തന്ത്രങ്ങൾക്ക് മാറ്റം വരുത്തേണ്ടതുണ്ടെന്ന് ലെനിൻ ഓർമ്മിപ്പിക്കുന്നു. "റഷ്യൻ സേച്ഛാധിപത്യത്തിനെതിരായ സമരം അവസാനിക്കുകയും ജനാധിപത്യ വിപ്ലവത്തിന്റെ ഘട്ടം റഷ്യയിൽ തീർന്നു കഴിയുകയും ചെയ്യുന്ന ഒരു സമയം സമാഗതമാകും. ആ ഘട്ടത്തിൽ തൊഴിലാളി-കർഷകവർഗങ്ങളുടെ ഇച്ഛാശക്തിയുടെ ഏകതയെ കുറിച്ചും ജനാധിപത്യസർവ്വാധിപത്യം തുടങ്ങിയ കാര്യങ്ങളെ കുറിച്ച് സംസാരിക്കുന്നത് പോലും പരിഹാസ്യമായിരിക്കും. ആ സമയം വരുമ്പോൾ തൊഴിലാളി വർഗത്തിന്റെ സോഷ്യലിസ്റ്റ് സർവ്വാധിപത്യ ത്തെ സംബന്ധിച്ച പ്രശ്നം നാം നേരിട്ട് കൈകാര്യം ചെയ്യും. അതിനെ പറ്റി കൂടുതൽ വിശദമായി സംസാരിക്കുകയും ചെയ്യും. ഇന്നത്തെ ഘട്ടത്തിൽ സാറിസ്റ്റ് ഭരണത്തിന്മേൽ ജനാധിപത്യ വിപ്ലവത്തിന്റെ നിർണ്ണായക വിജയത്തിന് വേണ്ടി ഏറ്റവും ഊർജ്ജസ്വലമായി ശ്രു മിക്കാതിരിക്കാൻ ഏറ്റവും മുൻപന്തിയിൽ നിൽക്കുന്ന വർഗത്തിന്റെ പാർടിക്ക് സാധ്യമല്ല. നിർണ്ണായക വിജയം എന്നു പറഞ്ഞാലോ ആവട്ടെ തൊഴിലാളി-കർഷക വിഭാഗങ്ങളുടെ ജനാധിപത്യപരമായ സർവ്വാധിപത്യമെന്നല്ലാതെ മറ്റൊരു അർത്ഥവുമില്ല താനും." ലോകത്ത് സോഷ്യലിസം സ്ഥാപിക്കുന്നതിന് വേണ്ടിയുള്ള സമരത്തിൽ ഓരോ ഘട്ടത്തിലും സ്വീകരിക്കേണ്ട തന്ത്രങ്ങളെ സംബന്ധിച്ച വ്യക്തമായ കാഴ്ച പ്പാടാണ് ഇതിലൂടെ ലെനിൻ മുന്നോട്ട് വെക്കുന്നത്. ദീർഘകാല ലക്ഷ്യം മുന്നിൽ കണ്ടുകൊണ്ടുള്ള സമീപനമാണ് ഇവിടെ വ്യക്തമാക്കുന്നത്.

മാർക്സിസം സ്ഥലകാലത്തിനനുസരിച്ച് പ്രയോഗിക്കപ്പെടേണ്ട

ഒന്നാണ് എന്ന കാര്യവും ലെനിൻ എടുത്ത് പറയുന്നുണ്ട്. "സമൂർത്ത സാഹചര്യങ്ങളിൽ സമൂർത്തമായ രാഷ്ട്രീയ ലക്ഷ്യങ്ങൾ വെക്കണം. എല്ലാകാര്യവും ആപേക്ഷികമാണ്. എല്ലാം ഒഴുകിക്കൊണ്ടിരിക്കുന്നു. എല്ലാം മാറിക്കൊണ്ടിരിക്കുന്നു." വരട്ടുതത്ത്വവാദപരമായ സമീപനങ്ങ ളിൽ നിന്ന് കമ്മ്യൂണിസ്റ്റുകാർ വിമോചിക്കപ്പെടേണ്ടതിന്റെ പ്രാധാന്യ വുമാണ് ലെനിൻ ഇവിടെ മുന്നോട്ടവയ്ക്കുന്നത്.

1967-ലെ സംസ്ഥാന സർക്കാരുകളെ കുറിച്ചുള്ള സി.പി.ഐ (എം) ന്റെ കാഴ്ചപ്പാട് രൂപപ്പെടുത്തിയിട്ടുള്ളത് ഇതിൽ മുന്നോട്ട് വെച്ചിട്ടുള്ള ലെനിനിസ്റ്റ് ആശയത്തിന്റെ അടിസ്ഥാനത്തിലാണ്. ജനകീയ ജനാ ധിപത്യ മുന്നണിയിലേക്ക് കൂടുതൽ ആളുകളെ ആകർഷിക്കാനുള്ള ആയുധങ്ങളായി സംസ്ഥാനത്ത് ലഭിക്കുന്ന അധികാരത്തെ ഉപയോ ഗപ്പെടുത്തുക എന്ന ആശയം രൂപം കൊള്ളുന്നത് ഇതിന്റെ അടിസ്ഥാ നത്തിലാണ്. ജാതിസംഘടനകളും പാർടിയും എന്ന സി.പി.ഐ (എം) ന്റെ രേഖയിൽ ഈ പുസ്തകത്തിലെ കാഴ്ചപാട് പ്രയോഗിച്ചിട്ടുണ്ട്. രേഖയിൽ ഇങ്ങനെ പറയുന്നു: "ജനാധിപത്യ വിപ്ലവത്തിൽ സോഷ്യൽ ഡെമോക്രസിയുടെ രണ്ട് അടവുകൾ" എന്ന വിശ്രുതമായ ഗ്രന്ഥത്തിൽ ലെനിൻ മുന്നോട്ട വച്ച കാഴ്ചപ്പാടാണ് ജാതി വ്യവസ്ഥയ്ക്കെതിരായ സമരം സംബന്ധിച്ച നമ്മുടെ സമീപനത്തിന്റെ അടിസ്ഥാനം. ജനാ ധിപത്യ വിപ്ലവത്തിനെ മുന്നോട്ട നയിക്കുന്നതിലും ബൂർഷ്വാസിയുടെ പരിമിതി മനസ്സിലാക്കിക്കൊണ്ട് തന്നെയാണ് ബൂർഷ്വാ ജനാധിപത്യ വിപ്ലവത്തിൽ തൊഴിലാളിവർഗ്ഗ പാർടി ഇടപെടുന്നത്. എന്നാൽ അതേ സമയം ബൂർഷ്വാ പരിമിതികളെ ലംഘിച്ച കൊണ്ട് പാർടി ജനാധി പത്യ വിപ്ലവത്തെ മുന്നോട്ട നയിക്കുന്നു. വിപ്ലവത്തിന്റെ കൊടിക്കൂറ ബൂർഷ്വാസി കൈ വെടിയുമ്പോൾ അതു ഉയർത്തി പിടിച്ച് മുന്നേറാൻ തൊഴിലാളിവർഗ്ഗ പാർടിക്ക് കഴിയണം."

റഷ്യൻ വിപ്ലവത്തെ സംബന്ധിച്ചും ലോക വിപ്ലവ പ്രസ്ഥാനത്തി ന്റെ മുന്നോട്ട് പോക്കിനും ഈ പുസ്തകം നൽകിയ സംഭാവന വളരെ വലുതാണ്. സോഷ്യലിസത്തിലേക്കും കമ്മ്യൂണിസത്തിലേക്കുമുള്ള പ്രയാണത്തെ സംബന്ധിച്ച പൊതു സമീപനം ഇത് മുന്നോട്ട വെക്ക ന്നുണ്ട്. മാറിവരുന്ന പരിതസ്ഥിതിയിൽ തൊഴിലാളി വർഗത്തിന്റെ നേതൃത്വത്തിൽ അധ്വാനിക്കുന്ന ബഹുജനങ്ങളേയും മറ്റ് പുരോഗമന വാദികളേയും അണിനിരത്തുന്നതിനുള്ള അടവുകൾ എങ്ങനെ രൂപീ കരിക്കണം എന്ന കാഴ്ചപ്പാടും ഇവിടെ പറയുന്നുണ്ട്. ലെനിൻ മുന്നോട്ട

     വെള്ളത്തിൽ മീനുകളെന്നപോൽ

വെച്ച ഈ കാഴ്ചപ്പാടിന്റെ അടിസ്ഥാനത്തിൽ റഷ്യയിൽ വിപ്ലവം നടന്നു. എന്നാൽ, മെൻഷെവിക്കുകളുടെ നേതൃത്വത്തിൽ ഉണ്ടായിരുന്ന ജർമ്മനിയിലും മറ്റും വിപ്ലവത്തെ വഞ്ചിക്കുകയാണ് മെൻഷെവിക്കുകൾ ചെയ്തത്.

മാർക്സിസ്റ്റ് കാഴ്ചപ്പാടിന്റെ അടിസ്ഥാനത്തിൽ മാറിവരുന്ന പരി തസ്ഥിതികളിൽ ശരിയായ രീതിയിലുള്ള തന്ത്രങ്ങളും അടവുകളും ആവിഷ്കരിക്കാൻ ലെനിന് നേതൃത്വപരമായ പങ്ക് നിർവ്വഹിക്കാൻ കഴിഞ്ഞതിനാലാണ് റഷ്യൻ വിപ്ലവം നടന്നത്. അത്തരത്തിൽ വിപ്ലവ പ്രവർത്തനത്തിന്റെ തന്ത്രങ്ങളേയും അടവുകളേയും മൂർത്ത സാഹചര്യത്തിൽ പ്രയോഗിക്കേണ്ടത് എങ്ങനെയെന്ന് ഈ പുസ്തകം വ്യക്തമാക്കുന്നു.

നാട്ടിൻപുറത്തെ വർഗ്ഗസമരം ഏത് രീതിയിലാണ് സംഘടിപ്പിക്കേണ്ടതെന്ന് ഇത് ഓർമ്മപ്പെടുത്തുന്നു. ജന്മിമാർ, കാർഷിക ബൂർഷ്വാസി, ഇടത്തരം കൃഷിക്കാർ, അർദ്ധ തൊഴിലാളികൾ എന്നിങ്ങനെ യുള്ള ഗ്രാമീണജനതയിലെ നാല്യവിഭാഗങ്ങളെ കുറിച്ചുള്ള പഠനമാണ് ഈ കൃതി.

# നാട്ടിൻപുറത്തെ
# പട്ടിണിപ്പാവങ്ങളോട്

റഷ്യയിലെ സോഷ്യലിസ്റ്റ് വിപ്ലവത്തിന് നേതൃത്വം നൽകിയ ലെനിൻ കാർഷികമേഖലയിൽ കമ്മ്യൂണിസ്റ്റ് പാർടി നടപ്പിലാ ക്കാനുദ്ദേശിക്കുന്ന പരിപാടിയുടെ ഹൃദയം വർഗസമരമാണെന്ന് വ്യ ക്തമാക്കി. ഈ ആശയം അവതരിപ്പിച്ചുകൊണ്ട് എഴുതപ്പെട്ടതാണ് നാട്ടിൻപുറത്തെ പട്ടിണിപ്പാവങ്ങളോട് എന്ന പുസ്തകം. നാട്ടിൻപു റത്തെ വർഗസമരം ഏതു രീതിയിലാണ് സംഘടിപ്പിക്കേണ്ടത് എന്നതിനെ സംബന്ധിച്ചുള്ള കാഴ്ചപ്പാടാണ് ഇതിൽ മുന്നോട്ടുവയ്ക്കു ന്നത്. ജന്മിമാർ, കാർഷിക ബൂർഷ്വാസി, ഇടത്തരം കൃഷിക്കാരൻ, അർദ്ധ തൊഴിലാളികൾ, തൊഴിലാളികൾ എന്നിങ്ങനെയുള്ള ഗ്രാമീണ ജനതയുടെ നാല് വിഭാഗങ്ങളെക്കുറിച്ചുള്ള വിശദമായ പഠനമാണ് ഇതിൽ ഉള്ളത്.

1903-ൽ ലെനിൻ എഴുതിയ ഈ പുസ്തകം വെളിയിൽനിന്ന് റഷ്യ യിലേക്ക് രഹസ്യമായി കടത്തുകയും വിവിധ പട്ടണങ്ങളിലേക്ക് അയയ്ക്കുകയും ചെയ്തു. അവിടെ നിന്ന് ഗ്രാമപ്രദേശങ്ങളിലേക്ക് വിതരണം നടത്തിക്കൊണ്ടാണ് ആശയപ്രചരണം അവിടെ സംഘടിപ്പിച്ചത്. 1904-ൽ വീണ്ടും ഈ ലഘുലേഖ പ്രസിദ്ധീകരിച്ചു. തുടർന്ന് അതിന്റെ

 വെള്ളത്തിൽ മീനുകളെന്നപോൽ

## വ്ലാഡിമിർ ഇലിച്ച് ലെനിൻ

നിരവധി പതിപ്പുകൾ റഷ്യയിലുടനീളം വിതരണം ചെയ്യുകയുണ്ടായി. 1905-ൽ ലഘുലേഖയുടെ നിയമവിധേയ പതിപ്പും പിന്നീട് തയ്യാറാക്കി. 1903-ൽ പ്രസിദ്ധീകരിച്ച് രഹസ്യമായി വിതരണം ചെയ്ത പുസ്തകമാണ് ഇവിടെ പരിചയപ്പെടുത്തുന്നതിനായി ഉപയോഗിച്ചിട്ടുള്ളത്.

ഈ പുസ്തകത്തെ ലെനിൻ പരിചയപ്പെടുത്തുന്നത് "സോഷ്യൽ ഡെമോക്രാറ്റുകാർ ആഗ്രഹിക്കുന്നത് എന്താണ് എന്നതിനെക്കുറിച്ച് കൃഷിക്കാർക്കുവേണ്ടിയുള്ള ഒരു വിശദീകരണം" എന്ന നിലയിലാണ്. പട്ടണ പ്രദേശങ്ങളിലെ തൊഴിലാളികളുടെ സംഘടിത സമരത്തെ പരാമർശിച്ചുകൊണ്ടാണ് ഈ പുസ്തകം ആരംഭിക്കുന്നത്. പണവും ദാരി ദ്ര്യവും, സ്വത്തുടമകളും തൊഴിലാളികളും തമ്മിലുള്ള വിഭജനം. നാട്ടിൻ പുറങ്ങളിൽ എങ്ങനെ നടക്കുന്നുവെന്ന് ഇത് വിവരിക്കുന്നുണ്ട്. നഗരപ്ര ദേശങ്ങളിലെ തൊഴിലാളികൾ പ്രക്ഷോഭസമരങ്ങളിൽ പങ്കെടുക്കുക യും അതിന്റെ ഫലമായി അവരിൽ പലർക്കുമെതിരെ സർക്കാർ നടപടി സ്വീകരിക്കുകയും ചെയ്ത പശ്ചാത്തലത്തിൽ നിന്നുകൊണ്ടാണ് ഈ പുസ്തകം ലെനിൻ ആരംഭിക്കുന്നത്. മുതലാളിമാർക്കെതിരായി നടന്ന പ്രക്ഷോഭങ്ങളുടെ മുദ്രാവാക്യങ്ങൾ ഇതിൽ ലെനിൻ വിശദീകരിക്കുന്നു ണ്ട്. എട്ടുമണിക്കൂർ ജോലിയാണ് അവർ അക്കാലത്ത് ആവശ്യപ്പെട്ടത്. വർക്ക്ഷോപ്പുകളുടെ സ്ഥിതി മെച്ചപ്പെടുത്തുക, തൊഴിലാളികൾ അംഗ ഭംഗപ്പെടാതിരിക്കാൻ വേണ്ടി യന്ത്രങ്ങൾക്ക് പ്രത്യേക ഉപകരണം കൊണ്ട് സംരക്ഷണം നൽകുക, കുട്ടികളെ സ്കൂളിൽ അയയ്ക്കുന്നതിനുള്ള സ്ഥിതി ഉണ്ടാക്കുക, രോഗികൾക്ക് ആശുപത്രികളിൽ തക്കതായ ശുശ്രൂഷ നൽകുക, തൊഴിലാളി ഭവനങ്ങൾ പന്നിത്തൊഴുത്തുകൾ പോലെയല്ലാതെ മനുഷ്യവാസ യോഗ്യമാക്കുക തുടങ്ങിയവയായിരുന്ന അന്നത്തെ മുദ്രാവാക്യങ്ങൾ.

ഈ പ്രക്ഷോഭങ്ങൾ പുതിയ ഒരു സമൂഹത്തിന്റെ രൂപീകരണത്തിന ുള്ളതാണെന്നും ലെനിൻ ഇവിടെ ഓർമ്മിപ്പിക്കുന്നു. അതിന്റെ ഭാഗമായി റഷ്യയിലെ കമ്മ്യൂണിസ്റ്റുകാർ പ്രവർത്തിക്കുന്നത് എന്തിനാണെന്ന് തുടർന്ന് വിശദീകരിക്കുന്നു.

"പുതുയും കൂടുതൽ മെച്ചപ്പെട്ടതുമായ ഒരു സാമൂഹ്യക്രമം നേടാനാണ് ഞങ്ങൾ ആഗ്രഹിക്കുന്നത്. പുതുയും കൂടുതൽ മെച്ചപ്പെട്ടതുമായ ആ സമുദായത്തിൽ പണക്കാരോ പാവങ്ങളോ ഉണ്ടായിരിക്കാൻ പാടില്ല. എല്ലാവരും പണിയെടുക്കണം. ഒരുപിടി പണക്കാരല്ല, പണിയെട ക്കുന്ന മുഴുവൻ ആളുകളുമാണ് അവരുടെ കൂട്ടായ അധ്യാനത്തിന്റെ

ഫലമനുഭവിക്കേണ്ടത്. യന്ത്രങ്ങളും മറ്റ പരിഷ്കാരങ്ങളും ഉപകരിക്കേ ണ്ടത് എല്ലാവരുടെയും അധ്വാനത്തെ ലഘൂകരിക്കാനാണ്. ലക്ഷക്ക ണക്കിനും കോടിക്കണക്കിനും ആളുകളുടെ ചെലവിൽ കുറച്ചുപേർക്ക് പണക്കാരാവാനല്ല. പുതിയ മെച്ചപ്പെട്ട ആ സമുദായത്തെ സോഷ്യലി സ്റ്റ് സമുദായം എന്ന വിളിക്കുന്നു. ആ സമുദായത്തെക്കുറിച്ചുള്ള അനു ശാസത്തെ സോഷ്യലിസമെന്നു വിളിക്കുന്നു. കൂടുതൽ മെച്ചപ്പെട്ട ഈ സാമൂഹ്യക്രമത്തിനുവേണ്ടി പൊരുതുന്ന തൊഴിലാളി യൂണിയനുകളെ സോഷ്യൽ ഡെമോക്രാറ്റിക് പാർട്ടികൾ എന്നു വിളിക്കുന്നു.''

ഇത്തരത്തിൽ നാട്ടിൻപുറത്തെ ജനങ്ങൾക്ക് തൊഴിലാളി സംഘട നകൾ നടത്തുന്ന പ്രവർത്തനത്തെയും അവർ ഉദ്ദേശിക്കുന്ന ലക്ഷ്യങ്ങ ളെയും പരിചയപ്പെടുത്തുന്നതിന് ആദ്യഭാഗത്ത് ലെനിൻ തയ്യാറാവുന്നു. യന്ത്രങ്ങളുടെ ഉപയോഗത്തെ സംബന്ധിച്ചുള്ള മാർക്സിസ്റ്റ് നിലപാട് ഈ ഘട്ടത്തിൽ തന്നെ ലെനിൻ വ്യക്തമാക്കുന്നുണ്ട്. യന്ത്രങ്ങളെയല്ല, മറിച്ച്, അവ തൊഴിലാളികളെ പിഴിയുന്നതിനായി ഉപയോഗിക്കുന്നതിനെ യാണ് ഇവിടെ ലെനിൻ എതിർക്കുന്നത്. യന്ത്രങ്ങൾ തൊഴിലാളികളുടെ അധ്വാനത്തെ ലഘൂകരിക്കാൻ ഉപയോഗിക്കുകയാണ് വേണ്ടതെന്ന് ലെനിൻ ഓർമ്മിപ്പിക്കുന്നു.

തൊഴിലാളി സംഘടനകൾ എന്താണ് ആഗ്രഹിക്കുന്നത് എന്ന കാര്യം ഇടർന്ന് വിശദീകരിക്കുന്നു. പ്രഥമവും പ്രധാനവുമായി രാഷ്ട്രീയ സ്വാതന്ത്ര്യമാണ് തൊഴിലാളികൾ ആഗ്രഹിക്കുന്നത്. അതായത്, കുടുംബകാര്യങ്ങളിലും സ്വകാര്യ ജീവിതത്തിലും സ്വത്ത് സംബന്ധ മായ കാര്യങ്ങളിലുമുള്ള സ്വാതന്ത്ര്യമാണ് ഇത്. തങ്ങളുടെ പൊതുവായ കാര്യങ്ങൾ നടത്തിക്കൊണ്ടുപോകുന്നതിനുള്ള സ്വാതന്ത്ര്യം അടിസ്ഥാന ജനവിഭാഗങ്ങൾക്ക് ലഭിച്ചില്ല. മുമ്പ് ജന്മിത്വമായിരുന്ന കൊടികുത്തി വാണതെങ്കിൽ ഇന്ന് റഷ്യയിലെ ഉദ്യോഗസ്ഥരുടെ അടിമകളായിത്തീ രേണ്ട അവസ്ഥ വന്നുചേർന്നിരിക്കുന്നു. തങ്ങളെ ഭരിക്കുന്നവരെ സ്വയം തെരഞ്ഞെടുക്കുന്നതിനും പുസ്തകങ്ങളും മറ്റും പ്രസിദ്ധപ്പെടുത്തുന്നതിനും ജനങ്ങൾക്ക് അവകാശമുണ്ടാകുന്ന നിലക്കുവേണ്ടിയാണ് തൊഴിലാ ളികൾ പ്രവർത്തിക്കുന്നത്. ഇത്തരത്തിലുള്ള രാഷ്ട്രീയ സ്വാതന്ത്ര്യം പാവപ്പെട്ടവരുടെ ജീവിതത്തെ ഗുണപരമായി മുന്നോട്ട് പോകുന്നതിന് അത്യന്താപേക്ഷിതമാണ്. അതുകൊണ്ട് രാഷ്ട്രീയമായ സ്വാതന്ത്ര്യത്തി നായുള്ള സമരം തൊഴിലാളി പ്രസ്ഥാനത്തിന് ഒഴിച്ചുകൂടാൻ പറ്റാത്ത താണെന്ന് ലെനിൻ അടിവരയിടുന്നു.

## വ്ലാഡിമിർ ഇലിച്ച് ലെനിൻ

റഷ്യയിൽ അക്കാലത്ത് പട്ടിണിയും ദാരിദ്ര്യവും കൂടിവരുന്ന പ്രശ്നം ഉന്നയിച്ചുകൊണ്ട് അതിന്റെ കാരണങ്ങൾ വിശദീകരിക്കുന്നുണ്ട്. ഇത് അവസാനിപ്പിക്കണമെങ്കിൽ നിലവില്ലുള്ള വ്യവസ്ഥിതിയെ മാറ്റി രാജ്യ മൊട്ടാകെ സോഷ്യലിസ്റ്റ് വ്യവസ്ഥ സ്ഥാപിക്കേണ്ടതിന്റെ ആവശ്യക തയിലേക്ക് ലെനിൻ വിരൽ ചൂണ്ടുന്നു. തൊഴിലാളി പ്രസ്ഥാനങ്ങൾ മുന്നോട്ടുവയ്ക്കുന്ന ഇത്തരം കാഴ്ചപ്പാടുകളോട് നാട്ടിൻപുറത്തെ ജനത ഐക്യപ്പെടേണ്ടതിന്റെ ആവശ്യകത തുടർന്ന് വിശദീകരിക്കുന്നു. ഇന്ന് നാട്ടിൻപുറത്ത് തങ്ങളുടെ ദുരിതത്തിനും പട്ടിണിക്കും കാരണമെന്തെ ന്നും ഇതിൽനിന്ന് കരകയറാനുള്ള വഴി എന്താണെന്ന് കർഷകർക്ക് അറിഞ്ഞുകൂടെന്നും ലെനിൻ വ്യക്തമാക്കുന്നു.

"ധനിക കൃഷിക്കാരനും ജന്മിയും കബളിപ്പിക്കാതിരിക്കാൻവേണ്ടി ചെയ്യേണ്ടത് എന്തെല്ലാമാണെന്ന് നാട്ടിൻപുറത്തെ പാവപ്പെട്ടവർക്ക് അറിയാൻ കഴിയില്ല."

അതിനായുള്ള വഴികൾ എന്തെന്നുള്ള വിശദീകരണമാണ് ലെനിൻ തുടർന്ന് നൽകുന്നത്.

ഭൂവുടമസ്ഥത ജന്മിമാരുടെ കൈകളിൽ കേന്ദ്രീകരിക്കപ്പെട്ടിട്ടുള്ളതി ന്റെ കണക്കുകൾ തുടർന്ന് നൽകുന്നു. ജന്മിമാർ തടിച്ചുകൊഴുക്കുമ്പോൾ നാട്ടിൻപുറത്തെ പാവങ്ങളെ ഏകോപിപ്പിച്ച് ഒരു പ്രബലശക്തിയായി മാറേണ്ടതുണ്ട്. നാട്ടിൻപുറത്തെ ജനജീവിതത്തിന്റെ സവിശേഷതക ളും വർഗ ബലാബലവും തുടർന്ന് ചർച്ച ചെയ്യുന്നു. ഈ സമരത്തിൽ ഇടത്തരം കൃഷിക്കാരന്റെ സ്ഥാനത്തെക്കുറിച്ച് ലെനിൻ പറയുന്ന കാര്യം ഇങ്ങനെയാണ്:

"പണക്കാരനും പാവപ്പെട്ടവനും തമ്മിൽ, സ്വത്തുടമകളും തൊഴിലാ ളികളും തമ്മിൽ സമരം തുടങ്ങുന്നിടത്തെല്ലാം ഇടത്തരം കൃഷിക്കാരൻ ആരുടെ ഭാഗം പിടിക്കണമെന്ന് നിശ്ചയമില്ലാതെ നടുക്ക് നിൽക്കുന്നു. പണക്കാർ അയാളെ അവരുടെ ഭാഗത്തേക്ക് വിളിക്കുന്നു. നിങ്ങളും യജമാനനാണ്, സ്വത്തുടമയാണ്. കാൽ കാശില്ലാത്ത തൊഴിലാളിയു മായി നിങ്ങൾക്കൊരു കാര്യവുമില്ല എന്ന് അവർ അയാളോട് പറയുന്നു. പക്ഷെ, തൊഴിലാളികൾ പറയുന്നു, പണക്കാർ നിങ്ങളെ ചതിക്കും, നിങ്ങളെ ഞെക്കിപ്പിഴിയും. എല്ലാ പണക്കാർക്കുമെതിരായുള്ള പോരാ ട്ടത്തിൽ ഞങ്ങളെ സഹായിക്കുകയല്ലാതെ നിങ്ങൾക്ക് വേറെ മോക്ഷ മില്ല. എല്ലായിടത്തും, എല്ലാ രാജ്യത്തും അധ്വാനിക്കുന്ന ജനങ്ങളുടെ മോചനത്തിനുവേണ്ടി സോഷ്യൽ ഡെമോക്രാറ്റിക് തൊഴിലാളികൾ

പോരാട്ടന്നിടത്തെല്ലാംതന്നെ ഇടത്തരം കൃഷിക്കാരന വേണ്ടിയുള്ള ഈ സമരം നടക്കുകയാണ്."

ഇടത്തരം കൃഷിക്കാരന്റെ ചാഞ്ചാട്ടത്തിന്റെ പ്രശ്നങ്ങളും അവരെ തൊഴിലാളി പക്ഷത്തോട് ചേർക്കുന്നതിനുള്ള സമീപനം എങ്ങനെ മുന്നോട്ടവയ്ക്കാം എന്നും ലെനിൻ വ്യക്തമാക്കുന്നു. വൻകിട ബൂർഷ്വാ സിയുടെ വളർച്ച ഇടത്തരം കൃഷിക്കാരന്റെ ജീവിതത്തിലുണ്ടാക്കുന്ന ദുരിതങ്ങളെ സംബന്ധിച്ചും അതിന്റെ പശ്ചാത്തലത്തിൽ നിന്നു കൊണ്ട് അവരെ തൊഴിലാളി പക്ഷത്തോട് അടുപ്പിക്കുന്നതിനെ സംബന്ധിച്ച നിലപാടുകളും ലെനിൻ പറയുന്നുണ്ട്. വൻകിടക്കാരോട് ചേർന്നുനിന്നാൽ ചിലർക്ക് ലാഭമുണ്ടാകാം. എന്നാൽ, അത് ലോട്ടറി എടുക്കുന്നതുപോലെയാണ്. അതായത്, അൻപത് റൂബിൾ വിലയുള്ള ഒരു പശുവിനെ ഭാഗ്യക്കുറിയിലൂടെ വിൽക്കുന്നു. പശുവിനെ കിട്ടാൻ ഒരു കർഷകൻ ഒരു റൂബിൾ കൊടുത്ത് നറുക്കെടുപ്പിൽ ചേരുന്നു. അങ്ങനെ 100 പേരാകുമ്പോൾ നറുക്കെടുക്കുന്നു. ഒരു റൂബിൾ കൊടുത്ത ഏതെങ്കിലുമൊരു കർഷകന് പശുവിനെ കിട്ടുന്നു. അയാളെ സംബ ന്ധിച്ചിടത്തോളം അയാൾക്ക് ഒരു റൂബിളിന് പശുവിനെ ലഭിച്ചു. അത് അയാൾക്ക് ലാഭമാണ്. എന്നാൽ, ബാക്കി 99 കർഷകർക്കും നഷ്ടമാണ്. മാത്രമല്ല, ലോട്ടറി നടത്തിയ ആൾക്കും ലാഭമുണ്ടാകുന്നു. വൻകിട കുത്തകകളുമായി ചേരുന്ന ഇടത്തരം കർഷകരുടെ ഗതി ഇത്തരത്തിലാണെന്ന് ലെനിൻ വിശദീകരിക്കുന്നുണ്ട്. സമരത്തിന്റെ ഘട്ടങ്ങൾക്കനുസരിച്ച് ഇടത്തരം-ധനിക കർഷകരുമായുള്ള തന്ത്രപര മായ ഐക്യം, തൊഴിലാളി പ്രസ്ഥാനമുണ്ടാക്കേണ്ടതിന്റെ പ്രാധാന്യവും ലെനിൻ വിശദീകരിക്കുന്നുണ്ട്.

പരോക്ഷനികുതി ഏർപ്പെടുത്തുന്നതിന്റെ ഫലമായി കർഷകർക്ക ണ്ടാകുന്ന നഷ്ടത്തെ സംബന്ധിച്ചും ലെനിൻ വിശദീകരിക്കുന്നു. വരുമാ നമനുസരിച്ച് നികുതി ചുമത്തുന്നതിനുവേണ്ടിയുള്ള സമരം എന്തുകൊ ണ്ടാണ് ന്യായമായിത്തീരുന്നത് എന്നും പിന്നീട് വിശദീകരിക്കുന്നുണ്ട്. കുട്ടികൾക്ക് സൗജന്യമായ വിദ്യാഭ്യാസം നേടുന്നതിനുള്ള മുദ്രാവാക്യം തൊഴിലാളി പ്രസ്ഥാനം മുന്നോട്ടവയ്ക്കുന്നതിന്റെ പ്രാധാന്യം വിശദീ കരിക്കുന്നുണ്ട്. മത സ്വാതന്ത്ര്യത്തിന്റെ പ്രശ്നം ഇന്ന് നമ്മുടെ നാട്ടിൽ കമ്മ്യൂണിസ്റ്റുകാർക്കെതിരായി വലതുപക്ഷ ശക്തികൾ ഉപയോഗിക്ക ന്ന ഒരായുധമാണ്. എന്നാൽ, ഇതു സംബന്ധിച്ച നിലപാട് 1903-ൽ തന്നെ അസന്ദിഗ്ദ്ധമായി ലെനിൻ പ്രഖ്യാപിക്കുന്നുണ്ട്.

"ഇഷ്ടമുള്ള മതത്തിൽ വിശ്വസിക്കാനുള്ള പൂർണ്ണവും അനിയന്ത്രിത വുമായ സ്വാതന്ത്ര്യം ഓരോരുത്തർക്കും ഉണ്ടായിരിക്കണമെന്നതാണ് സോഷ്യൽ ഡെമോക്രാറ്റുകൾ ഉന്നയിക്കുന്ന മറ്റൊരാവശ്യം. ഓർത്ത ഡോക്സ് സഭയൊഴിച്ചുള്ള അന്യമതസ്ഥർക്കെതിരെ, ആ സഭയിൽനിന്ന് പിരിഞ്ഞുപോയവർക്കും സെക്ടേറിയൻ പക്ഷക്കാർക്കും ജൂതന്മാർക്ക മെതിരെ ലജ്ജാകരമായ നിയമങ്ങൾ നിലനിർത്തിയിട്ടുള്ള യൂറോപ്യൻ രാജ്യങ്ങൾ ഇർക്കിയും റഷ്യയും മാത്രമാണ്. ഈ നിയമങ്ങൾ ഒരു നിശ്ചിത മതത്തെ പാടെ നിരോധിക്കുകയോ അതിന്റെ പ്രചരണം വിലക്കുകയോ അതിന്റെ വിശ്വാസികൾക്ക് ചില അവകാശങ്ങൾ നിഷേധിക്കുകയോ ചെയ്യുന്നു. ഈ നിയമങ്ങളെല്ലാംതന്നെ അങ്ങേയറ്റം അനീതികരവും അക്രമപരവും ലജ്ജാവഹവുമാണ്. ഇഷ്ടമുള്ള മതത്തിൽ വിശ്വസിക്കാൻ മാത്രമല്ല, തന്റെ മതം പ്രചരിപ്പിക്കവാനും മതം മാറാനും കൂടി ഓരോരുത്തർക്കും പരിപൂർണ്ണ സ്വാതന്ത്ര്യമുണ്ടായിരിക്കണം. ഒരാളോട് അയാളുടെ മതത്തെപ്പറ്റി ചോദിക്കാനുള്ള അവകാശം പോലും ഒരൊറ്റ ഉദ്യോഗസ്ഥനും ഉണ്ടായിരിക്കരുത്. അത് ഓരോരു ത്തരുടെയും അന്തഃകരണത്തിന്റെ കാര്യമാണ്. അതിൽ തലയിടാൻ ആർക്കും അവകാശമില്ല."

ഇത്തരത്തിൽ, മതത്തോടുള്ള സമീപനം എന്താണെന്ന് ലെനിൻ വ്യക്തമാക്കുന്നുണ്ട്. എന്നാൽ മതത്തെ രാഷ്ട്രീയ ആവശ്യത്തിന് ഉപയോഗിക്കുന്നതിനെ ശക്തമായി എതിർക്കുകയും ചെയ്യുന്നുണ്ട്.

തൊഴിലാളി സംഘടനകൾ കർഷകത്തൊഴിലാളികൾ ഉൾപ്പെടെ യുള്ള വിഭാഗങ്ങൾക്കുവേണ്ടി നിലകൊള്ളുന്ന കാര്യം തുടർന്ന് വിശദീ കരിക്കുന്നു.

"ഫാക്ടറികളിലും പട്ടണങ്ങളിലുമുള്ള തൊഴിലാളികൾക്കുവേണ്ടി മാത്രമല്ല, കർഷകത്തൊഴിലാളികൾക്കുവേണ്ടിയും എന്തെല്ലാം മെച്ചങ്ങൾ നേടാനാണ് അവർ പരിശ്രമിക്കുന്നത് എന്ന് നമുക്കിനി നോക്കാം," എന്നു പറഞ്ഞുകൊണ്ട് കർഷകത്തൊഴിലാളികളുടെ മേഖലയിൽ കമ്മ്യൂണിസ്റ്റ് പാർടി മുന്നോട്ടുവയ്ക്കുന്ന നിലപാടുകൾ വ്യ ക്തമാക്കുന്നു. കർഷകത്തൊഴിലാളി മേഖലയിൽ നടപ്പിലാക്കേണ്ട കാര്യങ്ങളെ സംബന്ധിച്ച നിലപാട് ലെനിൻ ഇങ്ങനെ വ്യക്തമാക്കുന്നു:

"തൊഴിൽദിനത്തിന്റെ ദൈർഘ്യം എട്ടുമണിക്കൂറിൽ കൂടരുത്. ആഴ്ചയിൽ ഒരുദിവസം എപ്പോഴും വിശ്രമ ദിവസമായിരിക്കണം. ഓവർടൈം ജോലിയും രാത്രിവേളയും നിരോധിക്കണം. 16

വയസ്സുവരെയുള്ള കുട്ടികൾക്ക് സൗജന്യ വിദ്യാഭ്യാസം നൽകേണ്ടതും അക്കാരണത്താൽ ആ പ്രായമെത്തുന്നതുവരെ കൂലിക്ക് നിർത്താൻ അനുവദിക്കരുതാത്തതുമാണ്. ആരോഗ്യത്തിന് ഹാനികരമായ തൊഴി ലുകളിൽ സ്ത്രീകളെ ഉപയോഗിക്കരുത്. പണിക്കിടയിൽ സംഭവിക്കുന്ന എല്ലാ അംഗഭംഗങ്ങൾക്കും, ഉദാഹരണത്തിന്, മെതിക്കാനും പാറ്റാൻ മുള്ള യന്ത്രങ്ങൾ പ്രവർത്തിപ്പിക്കുമ്പോഴും മറ്റുമുണ്ടാകുന്ന പരിക്കുകൾക്ക് തൊഴിലുടമ നഷ്ടപരിഹാരം നൽകണം. എല്ലാ കൂലിത്തൊഴിലാളികൾ ക്കും ആഴ്ചയിലൊരിക്കൽ കൂലി കൊടുക്കണം. കർഷകത്തൊഴിലാളി യുടെ കാര്യത്തിൽ പലപ്പോഴും പതിവുള്ളതുപോലെ രണ്ടുമാസത്തിലോ മൂന്നുമാസത്തിലൊരിക്കലോ ആകരുത്. തൊഴിലാളികൾക്ക് കൃത്യമായി ആഴ്ചതോറും കൂലി കൊടുക്കണമെന്നതും അതുതന്നെ ചരക്കായിട്ട ല്ലാതെ പണമായിട്ടുതന്നെ കൊടുക്കണമെന്നതും വളരെ പ്രധാനമാണ്. കൂലിയുടെ സ്ഥാനത്ത് ഒന്നിനും കൊള്ളാത്ത ചരക്കുകൾ വളരെ കൂടിയ വിലയ്ക്ക് തൊഴിലാളികളെക്കൊണ്ട് വാങ്ങിപ്പിക്കുക എന്നത് തൊഴിലുടമകൾക്ക് ഇഷ്ടപ്പെട്ടൊരു പതിവാണ്. ഈ ലജ്ജാവഹമായ സംവിധാനം നിർത്തലാക്കുന്നതിന് ചരക്കുകളുടെ രൂപത്തിൽ കൂലി കൊടുക്കുന്നത് നിയമം മുഖേന നിശേഷം നിരോധിക്കണം. കൂടാതെ, വാർദ്ധക്യം ബാധിച്ച തൊഴിലാളികൾക്ക് സർക്കാരിൽനിന്ന് പെൻഷൻ കൊടുക്കണം. തൊഴിലാളികൾ തങ്ങളുടെ അധ്വാനം കൊണ്ട് ധനിക വർഗങ്ങളെ മുഴുവനും രാഷ്ട്രത്തെ മുഴുവനും പുലർത്തുന്നു. അതുകൊണ്ട് പെൻഷൻ കിട്ടുന്ന സർക്കാർ ഉദ്യോഗസ്ഥരോളം തന്നെ പെൻഷൻ കിട്ടാൻ അവർക്കും അവകാശമുണ്ട്."

ഇത്തരത്തിലുള്ള നിരവധി കാര്യങ്ങൾ കർഷകത്തൊഴിലാളികള മായി ബന്ധപ്പെട്ട് മുന്നോട്ടുവയ്ക്കുന്നുണ്ട്. തുടർന്ന്, കാർഷികമേഖലയിൽ നടത്തുന്ന പ്രവർത്തനങ്ങൾ വിശദീകരിക്കുന്നു. അന്ന്, റഷ്യയിലെ കാർ ഷികമേഖലയിൽ പ്രഭുക്കൾക്കും കച്ചവടക്കാർക്കും നഗരവാസികൾക്കും ഭൂമി വിൽക്കാൻ അവകാശമുണ്ടായിരുന്നു. എന്നാൽ, കർഷകർക്ക് അതിനുള്ള അവകാശമുണ്ടായിരുന്നില്ല. അത് മാറ്റുന്നതിനുവേണ്ടിയുള്ള പോരാട്ടത്തിന്റെ ആവശ്യകത മുന്നോട്ട് വെക്കുന്നു. ഇത് ജനാധിപത്യ പരമായ അവകാശത്തിന്റെക്കൂടി പ്രശ്നമെന്ന നിലയിലാണ് അവതരി പ്പിക്കുന്നത്.

ഗ്രാമീണ മേഖലയിൽ രണ്ട് തരത്തിലുള്ള സമരം ഏറ്റെടുക്കേണ്ട തിന്റെ പ്രാധാന്യം ലെനിൻ വിശദീകരിക്കുന്നുണ്ട്. ഒരു കൈ കൊണ്ട് എല്ലാ തൊഴിലാളികളോടുമൊപ്പം സമരസഖ്യത്തിൽ ചേർന്ന്

 വെള്ളത്തിൽ മീനുകളെന്നപോൽ

സ്വത്തുടമസ്ഥന്മാരടക്കമുള്ള പോരാട്ടം. രണ്ടാമതായി എല്ലാ കൃഷിക്കാ രോട്ടുമൊപ്പം സമരസഖ്യത്തിൽ ചേർന്ന് ഗ്രാമങ്ങളിലെ സാറിന്റെ പ്രതി നിധികളായ ഉദ്യോഗസ്ഥന്മാരോടും നാട്ടുവാഴികളായ ജന്മിമാരോടുമുള്ള പോരാട്ടം. വ്യക്തിപരമായ ഭീകരപ്രവർത്തനത്തിന്റെതായ സമീപന ങ്ങളെ ലെനിൻ തള്ളിക്കളയുന്നു. പകരം ജനകീയമായ ഐക്യത്തി ന്റേയും കൂട്ടായ്മയുടേയും അടിസ്ഥാനത്തിലുള്ള ജനകീയ മുന്നേറ്റത്തിന്റെ പ്രാധാന്യം ഊന്നിപ്പറയുന്നു. വ്യക്തിപരമായ ഭീകരപ്രവർത്തനത്തിന്റെ പാത മുന്നോട്ട് വെക്കുന്ന നരോദിസ്റ്റുകളുടെ നിലപാടുകൾക്കെതിരെ ശരിയായ വിപ്ലവപാത ഇവിടെ ഉയർത്തി പിടിക്കുന്നു.

ഗ്രാമീണമേഖലയിൽ അടിയന്തരമായും നടപ്പിലാക്കേണ്ട പരിഷ്കാ രങ്ങളെകുറിച്ചുള്ള വിശദീകരണവും നൽകുന്നുണ്ട്. തിരഞ്ഞെടുക്കപ്പെട്ട കർഷകകമ്മിറ്റികളുടെ രൂപീകരണം, കർഷകരിൽ നിന്ന് പിരിച്ചെടു ക്കുന്ന നികുതികൾ നിർത്തലാക്കുന്നതിന് വേണ്ടിയുള്ള സമരം, സ്വന്തം നിലം ഇഷ്ടം പോലെ ക്രയവിക്രയം ചെയ്യാനുള്ള കൃഷിക്കാരന്റെ സ്വാത ന്ത്ര്യത്തെ തടയുന്ന നിയമങ്ങൾ റദ്ദുചെയ്യാനുള്ള സമരം തുടങ്ങിയവയെ ക്കുറിച്ച് ലെനിൻ വിശദീകരിക്കുന്നുണ്ട്. പ്രഭവർഗത്തിനും കച്ചവടക്കാർ ക്കും ലഭിക്കുന്ന എല്ലാ ആനുകൂല്യങ്ങളും കർഷകർക്കും ലഭിക്കുന്നതിന് വേണ്ടിയുള്ള സമരമെന്ന നിലയിലാണ് ഇത് വിഭാവനം ചെയ്യുന്നത്. കൃഷിക്കാരുടെ അടിമത്തം ഇല്ലാതാക്കാൻ ദാരിദ്ര്യമില്ലാതാവണം. അതില്ലാതാക്കണമെങ്കിൽ സ്വത്തുടമാ വർഗത്തിന്റെ കൈയിൽ നിന്ന് ഭൂമിയും ഫാക്ടറിയും മോചിപ്പിക്കണം. അത്തരം ഒരു സമരത്തിന്റെ പാതയിലേക്ക് ജനങ്ങളെ കൊണ്ടുവരാനുള്ള സമീപനങ്ങളാണ് ഇതിൽ മുന്നോട്ട് വെക്കുന്നത്. നാട്ടിൻപുറത്തെ തൊഴിലാളികളും അർദ്ധതൊ ഴിലാളികളും പട്ടണ തൊഴിലാളികളും തമ്മിലുള്ള സമരസഖ്യത്തെ ശക്തിപ്പെടുത്തുകയാണ് ഇതിനായുള്ള പ്രഥമവും മുഖ്യവുമായ കാര്യം.

ഗ്രാമീണ ദരിദ്രരെ പട്ടണപ്രദേശങ്ങളിലെ വ്യവസായ തൊഴിലാ ളികളുടെ സംഘടിത സമരവുമായി കൂട്ടിയിണക്കാനുള്ള ശ്രമമാണ് ഇതിലുടനീളമുള്ളത്. ലെനിന്റെ സജീവ പങ്കാളിത്തത്തോടെ രൂപ പ്പെട്ട റഷ്യൻ കമ്മ്യൂണിസ്റ്റുകാരുടെ പരിപാടിയും അതിന്റെ ഭാഗമായ കാർഷിക പ്രശ്നവും റഷ്യയിലേയും ആഗോളതലത്തിലേയും തൊഴി ലാളിവർഗ്ഗ വിപ്ലവ പ്രസ്ഥാനത്തിന്റെ ചരിത്രത്തിലെ പ്രധാനപ്പെട്ട രേഖകളാണ്. തൊഴിലാളി-കർഷക ഐക്യം എന്ന രാഷ്ട്രീയ സമീപന ത്തിന്റെ മാർഗരേഖ കൂടിയാണ് ഇത്. അതിന്റെ ഭാഗമായി തൊഴിലാളി

വർഗത്തിന്റെ നേതൃത്വത്തിൽ കർഷകനും കർഷക തൊഴിലാളികളും വിപ്ലവകരമായ സമരങ്ങളിലൂടെ ഫ്യൂഡൽ മേധാവിത്വത്തെ തകർത്ത് ജനാധിപത്യവ്യവസ്ഥ നിലവിൽ വരുത്താനതകുന്ന മുന്നണി രൂപപ്പെടുത്തുന്നതിന്റെ സൈദ്ധാന്തിക അടിത്തറ മുന്നോട്ട് വെക്കുന്നു. ഫ്യൂഡൽ ഘടന ശക്തമായി നിലനിൽക്കുന്ന സമൂഹത്തിൽ തൊഴിലാളി വർഗം മുന്നോട്ട് വെക്കേണ്ട സമരതന്ത്രം ഇതിൽ വ്യക്തമാക്കുന്നു. ജനകീയ ജനാധിപത്യവിപ്ലവവും അടുത്ത ഘട്ടമായ സോഷ്യലിസ്റ്റ് വിപ്ലവത്തിലേക്കും തുടർന്ന് കമ്മ്യൂണിസത്തിലേക്കുമുള്ള ഘട്ടങ്ങൾ വിശദീകരിക്കുന്നു എന്ന നിലയിൽ ഈ പുസ്തകം തൊഴിലാളി വർഗപ്രസ്ഥാനത്തിന്റെ ചരിത്രത്തിലെ സുപ്രധാനമായ രേഖയും വഴികാട്ടിയുമാണ്.

റഷ്യൻ കമ്മ്യൂണിസ്റ്റ് പാർടിയുടെ വികാസത്തിനിട
യിൽ തെറ്റായ നിരവധി ചിന്താഗതികൾക്കെതിരെ
ലെനിൻ പോരാടി. അവ ഇതിൽ വ്യക്തമാക്കുന്നുണ്ട്.
മാർക്സിസ്റ്റ് സിദ്ധാന്തത്തിന്റെ വികാസവും അതിന്റെ
സംഘടനാതത്ത്വവും അവതരിപ്പിക്കുന്ന കൃതി.

# ഒരടി മുന്നോട്ട് രണ്ടടി പിന്നോട്ട്

റഷ്യയിലെ കമ്മ്യൂണിസ്റ്റ് പാർടിയുടെ വികാസം നിരവധി
തരത്തിലുള്ള തെറ്റായ ചിന്താഗതികൾക്കെതിരായ സമര
ത്തിന്റെ ഭാഗമായി കൂടി ഉണ്ടായിട്ടുള്ളതാണ്. ഈ സമരങ്ങൾക്ക്
നേതൃത്വപരമായ പങ്ക് വഹിച്ചത് ലെനിനായിരുന്നു. 1903-ൽ
ജൂലൈ-ആഗസ്റ്റ് മാസങ്ങളിൽ റഷ്യൻ സോഷ്യൽ ഡെമോക്രേറ്റിക്
പാർടിയുടെ രണ്ടാം കോൺഗ്രസ് നടക്കുകയുണ്ടായി. ഈ സമ്മേ
ളനത്തിലെ ചർച്ചകളേയും അതിന്റെ പശ്ചാത്തലത്തിൽ ഉണ്ടാക്ക
പ്പെട്ട മിനട്സുകളേയും പരിശോധിച്ചുകൊണ്ട് ലെനിൻ എഴുതിയ
പുസ്തകമാണ് 'ഒരടി മുന്നോട്ട് രണ്ടടി പിന്നോട്ട്' അഥവാ നമ്മുടെ
പാർടിയിലെ പ്രതിസന്ധി എന്നത്.

1904 ലാണ് ഈ പുസ്തകം എഴുതപ്പെട്ടുന്നത്. ഈ പുസ്തകത്തിൽ
തൊഴിലാളി വർഗ വിപ്ലവ പാർടിയെ സംബന്ധിച്ച മാർക്സിസ്റ്റ് സിദ്ധാന്ത
ത്തെ വികസിപ്പിക്കുകയും അതിന്റെ സംഘടനാ തത്ത്വങ്ങൾ സവിസ്തരം
പ്രതിപാദിക്കുകയും ചെയ്യുന്നു. സംഘടനാപരമായ പ്രശ്നങ്ങളിന്മേലുള്ള
മെൻഷെവിക്കുകളുടെ അവസരവാദത്തെ അത് തുറന്ന് കാണിച്ചു.
സംഘടനയുടെ പ്രാധാന്യത്തെ കുറച്ചകാണുന്നതിന്റെ ഫലമായി
തൊഴിലാളി വർഗ പ്രസ്ഥാനത്തിനുണ്ടാകുന്ന ആപത്തുകളും ലെനിൻ
ചൂണ്ടിക്കാണിച്ചു. ലെനിന്റെ ഈ കൃതി മെൻഷെവിക്കുകളെ അരിശം

കൊള്ളിച്ചു. ഇതിന്റെ അച്ചടിയും വിതരണവും നിർത്തി വെക്കാൻ തന്നെ അന്നത്തെ കേന്ദ്രകമ്മിറ്റിയിൽ ആവശ്യവുമുണ്ടായി. അവസരവാദിക ളുടെ എല്ലാ എതിർപ്പുകൾ ഉണ്ടായിട്ടും ഈ കൃതി വിദേശത്ത് വെച്ച് പ്രസിദ്ധീകരിച്ചു.

അന്ന് റഷ്യയിലെ വിപ്ലവ പാർടിയായ ആർ.എസ്.ഡി.എൽ. പി (റെവല്യൂഷണറി സോഷ്യൽ ഡെമോക്രേറ്റിക് ലേബർ പാർടി) ക്കകത്ത് വിവിധങ്ങളായ ചിന്താധാരകളുണ്ടായിരുന്നു. ഈ ചിന്താധാ രകൾ പരസ്പരം ഏറ്റുമുട്ടിയാണ് പൊതുവായ ഒരു ധാരണയിൽ അവർ എത്തിച്ചേർന്നത്. ഈ ഏറ്റുമുട്ടലുകളുടെ അടിസ്ഥാന കാരണങ്ങൾ വിശകലനം ചെയ്യുകൊണ്ട് ശരിയായ വിപ്ലവപാർടിയായി മുന്നേറണ മെങ്കിൽ ഇനിയും എത്രത്തോളം മുന്നോട്ട് പോവേണ്ടതുണ്ട് എന്ന് ഈ പുസ്തകത്തിൽ വിശദീകരിക്കുന്നു. അതിനായി രണ്ടാം പാർടി കോൺ ഗ്രസിനെ വിശകലനം ചെയ്യുന്ന ഒന്നായി ഈ പുസ്തകം മാറ്റുന്നുണ്ട്. ഈ കോൺഗ്രസ്സിന്റെ പ്രാധാന്യത്തെ ലെനിൻ ഇങ്ങനെ വിശദീകരി ക്കുന്നുണ്ട്:

"റഷ്യൻ വിപ്ലവ പ്രസ്ഥാനത്തിന്റെ മുഴുവൻ ചരിത്രത്തിലും നമ്മുടെ പാർടി കോൺഗ്രസ് അമൂല്യവും അഭൂതപൂർവ്വവുമായിരുന്നു. ഒരു രഹസ്യ വിപ്ലവ പാർടി ഭൂഗർഭ ജീവിതത്തിന്റെ ഇരുട്ടിൽ നിന്ന് തുറന്ന പകൽ വെളിച്ചത്തിലേക്ക് വരുന്നതിൽ ആദ്യമായി വിജയിച്ചു. നമ്മുടെ പാർടി ക്കുള്ള സമരത്തിന്റെ മുഴുവൻ ഗതിയും പരിണാമവും നമ്മുടെ പാർടിയുടെ മുഴുവൻ സ്വഭാവവും പരിപാടി, അടവുകൾ, സംഘടന എന്നീ കാര്യങ്ങ ളിൽ ഏറെക്കുറെ ശ്രദ്ധേയമായ അതിന്റെ ഘടകങ്ങളുടെ സ്വഭാവവും ഏവരുടേയും മുന്നിൽ പ്രകടമാക്കി കൊണ്ടാണ് ആ വിപ്ലവ പാർടി വെളിയിൽ വന്നത്. സർക്കിൾ ശൈഥില്യത്തിന്റേയും വിപ്ലവവേഷം ചമയുന്ന ഫിലിസ്റ്റിനിസത്തിന്റേയും പാരമ്പര്യത്തെ വലിച്ചെറിയുന്നതി ലും ഡസൻ കണക്കിനുള്ള ഭിന്ന ഗ്രൂപ്പുകളെ ഒരുമിപ്പിക്കുന്നതിലും നാം ആദ്യമായി വിജയിച്ചു. ആ ഗ്രൂപ്പുകളിൽ പലതും ഭീകരമായി തമ്മിൽ പൊരുതുകയായിരുന്നു. ഒരാശയത്തിന്റെ ശക്തിമാത്രമേ അവയെ പരസ്പരം ബന്ധിച്ചിരുന്നുള്ളൂ. നാം യഥാർത്ഥത്തിൽ സൃഷ്ടിക്കുന്ന മഹത്തായ സാകല്യത്തിനുവേണ്ടി - പാർടിക്കുവേണ്ടി - തങ്ങളുടെ ഗ്രൂപ്പുകൾ എന്ന നിലയുള്ള ഒറ്റപ്പെട്ട നിൽക്കലും ഗ്രൂപ്പ് സ്വാതന്ത്ര്യവും ബലി കഴിക്കാൻ (അതായത്, തത്വത്തിൽ) ഇപ്പോൾ സന്നദ്ധമായി രിക്കുന്നു. പക്ഷെ രാഷ്ട്രീയത്യാഗങ്ങൾ സൗജന്യമായി ചെയ്ത് കിട്ടാറില്ല. അവ പൊരാടി നേടിയെടുക്കണം."

വ്ളാഡിമിർ ഇലിച്ച് ലെനിൻ

റഷ്യൻ കമ്മ്യൂണിസ്റ്റ് പാർടിക്കകത്ത് ഉണ്ടായിരുന്ന വിവിധ ഗ്രൂപ്പുകളെ ഏകീകരിച്ച് ഒരു കൊടിക്കീഴിൽ കൊണ്ട് വരുന്നതിനു ള്ള മഹത്തായ ശ്രമം എന്ന നിലയിലാണ് ഈ കോൺഗ്രസിന്റെ പ്രാധാന്യം. പാർടിയെ ശരിയായ ദിശയിലേക്ക് കൊണ്ട് വരണമെങ്കിൽ രാഷ്ട്രീയമായ സമരങ്ങൾ അനിവാര്യമാണെന്ന വസ്തുത ഇതിൽ ലെനിൻ ഓർമ്മിപ്പിക്കുന്നു.

രണ്ടാം കോൺഗ്രസിൽ ചർച്ച ചെയ്യപ്പെട്ട കാര്യങ്ങൾ പരിശോ ധിക്കുമ്പോൾ ഇതിന്റെ ഗൗരവം മനസ്സിലാകും. പാർടി പരിപാടിയും നിയമാവലിയും അംഗീകരിക്കുക, പ്രധാനപ്പെട്ട പാർടി കേന്ദ്രങ്ങളിലേ ക്ക് തിരഞ്ഞെടുപ്പ് നടത്തുക എന്നിവയായിരുന്നു അതിലെ പ്രധാന അജണ്ട. ഇത് പറയുമ്പോൾ ഈ കോൺഗ്രസിന്റെ പ്രാധാന്യം പ്രത്യേകം പറയേണ്ടതില്ലല്ലോ. ഈ കാര്യത്തെ സംബന്ധിച്ച് ലെനിൻ ഇങ്ങനെ വിശദീകരിക്കുന്നു: ഇവിടെ അവതരിപ്പിച്ചതും വിപുലീകരിച്ച തുമായ തത്വങ്ങളുടേയും സംഘടനാപരമായ ആശയങ്ങളുടേയും അടി സ്ഥാനത്തിൽ ഒരു യഥാർത്ഥ പാർടി രൂപീകരിക്കുക എന്നതായിരുന്നു ഇതിൽ നടന്നത്. അതിന്റെ ഫലമായി തൊഴിലാളി വർഗ സർവ്വാധി പത്യത്തിനുവേണ്ടിയുള്ള സമരം മുഖ്യമായി മുന്നോട്ട് വെച്ച് കൊണ്ടുള്ള ഒരു വിപ്ലവ പരിപാടിയും ലെനിൻ തയ്യാറാക്കിയ നിയമാവലിയും ചില ഭേദഗതികളോടെ അംഗീകരിക്കപ്പെട്ടു. ഇത്തരത്തിൽ കോൺഗ്രസിൽ നടന്ന ചർച്ചകളേയും അതിൽ പ്രത്യക്ഷപ്പെട്ട പ്രവണതകളേയും പരി ശോധിക്കുകയാണ് ഈ പുസ്തകത്തിൽ ചെയ്യുന്നത്. അത് സംബന്ധിച്ച് ലെനിൻ ഇങ്ങനെ പറയുന്നു:

"വിവിധ വിവാദ വിഷയങ്ങളിൽ കോൺഗ്രസിൽ പ്രത്യക്ഷപ്പെട്ട പ്രധാന കക്ഷിഭേദങ്ങളെ വിശദമായി കണ്ടുപിടിക്കാനും മിനട്സിലെ കൃത്യമായ വസ്തുതകളുടെ അടിസ്ഥാനത്തിൽ പ്രധാനപ്പെട്ട ഓരോ ഗ്രൂ പ്പിന്റേയും രാഷ്ട്രീയ സ്വഭാവം പുനസംവിധാനം ചെയ്യാനുമാണ് നമ്മുടെ ഇപ്പോഴത്തെ ശ്രമം."

രണ്ടാം കോൺഗ്രസിൽ പങ്കെടുത്ത പ്രതിനിധികളിൽ വ്യത്യസ്തമായ നിരവധി ചിന്താഗതിക്കാരുണ്ടായിരുന്നു. ഈ ചിന്താഗതിക്കാരുടെ എണ്ണവും അതിന്റെ സവിശേഷതകളുമെല്ലാം ചാർട്ട് വരച്ചുകൊണ്ട് തന്നെ ലെനിൻ രേഖപ്പെടുത്തുന്നുണ്ട്. വിവിധ ചിന്താഗതിക്കാർ സമ്മേ ളനത്തിൽ ഉണ്ടായിരുന്നു എന്നതിനാൽ ആശയപരമായ വമ്പിച്ച ഏറ്റുമുട്ടലിന് സമ്മേളനം സാക്ഷിയായി. പാർടി പരിപാടിയും അതിന്റെ

ഭാഗമായുള്ള കാർഷിക പ്രശ്നവും ദേശീയ പ്രശ്നവും സംബന്ധിച്ചുള്ള കാര്യങ്ങളിലും ഒരു പൊതുനിലപാട് രൂപപ്പെട്ടു. അതുപോലെ തന്നെ പാർട്ടിയുടെ ദൈനംദിന പ്രവർത്തനങ്ങളെ മുന്നോട്ട് നയിക്കുന്നതിനുള്ള ചട്ടങ്ങൾ രൂപപ്പെടുത്തുന്നതിനും സാധ്യമായി. ഒപ്പം ഒരു കേന്ദ്ര നേതൃ ത്വത്തെ തിരഞ്ഞെടുക്കാനുമായി. ഇതിലൂടെ പാർട്ടിയെ ഏകീകരിക്കുക എന്ന ലക്ഷ്യത്തിലേക്ക് എത്തിച്ചേരാനും കഴിഞ്ഞു.

രണ്ടാം പാർട്ടി കോൺഗ്രസിന്റെ ആരംഭത്തിന് മുമ്പ് തന്നെ ശാസ്ത്രീ യമായ ഒരു കാഴ്ചപ്പാട് രൂപീകരിക്കുന്നതിന് വേണ്ടിയുള്ള പ്രവർത്തന ങ്ങൾ ലെനിൻ ആരംഭിച്ചിരുന്നു. റഷ്യയിൽ മാർക്സിസ്റ്റ് സിദ്ധാന്തം പ്രചരി പ്പിക്കുന്നതിൽ ആദ്യകാലത്ത് മുമ്പിൽ നിന്നത് പ്ലഹനോവ് ആയിരുന്നു. ഇദ്ദേഹമാണ് റഷ്യൻ സോഷ്യൽ ഡെമോക്രേറ്റിക് പാർട്ടിയുടെ പരി പാടിയുടെ ആദ്യത്തെ കരട് തയ്യാറാക്കിയത്. ഇതിന്റെ പോരായ്മകൾ ചൂണ്ടിക്കാണിച്ചുകൊണ്ട് പ്ലഹനോവിന്റെ കാര്യപരിപാടി ലെനിൻ ഭേദഗതി ചെയ്തു. ലെനിന്റെ ഭേദഗതി കൂടി കണക്കിലെടുത്തുകൊണ്ട് പ്ലഹനോവ് ഒരു രണ്ടാം കാര്യപരിപാടി തയ്യാറാക്കുകയുണ്ടായി. ഇതുകൂടി കണക്കിലെടുത്തുകൊണ്ടാണ് റഷ്യയിലെ പാർട്ടിയിലെ പരി പാടിക്ക് അന്തിമരൂപം നൽകിയത്.

ഈ കോൺഗ്രസ്സിൽ അംഗീകരിച്ച നിഗമനങ്ങളെ ഇങ്ങനെ സംഗ്ര ഹിക്കാം. റഷ്യൻ വിപ്ലവത്തിന്റെ അന്തിമ ലക്ഷ്യം സോഷ്യലിസമാണെ ങ്കിലും സാറിന്റെ സ്വേച്ഛാധിപത്യവും ഭൂഉടമവ്യവസ്ഥയും തകർത്ത് കാർഷിക രംഗത്തെ ഉത്പാദനശക്തികളെ വളർത്തണം. ഇതിൽ സുപ്രധാനമായ പങ്ക് വഹിക്കാനുള്ളത് കർഷകർക്കാണ്. എന്നാൽ കർഷകർക്ക് ഒരു ഇരട്ട സ്വഭാവമുണ്ട്. അവർ സോഷ്യലിസത്തിനും സാറിസ്റ്റ് സ്വേച്ഛാധിപത്യത്തിനും എതിരാണ്. അതുകൊണ്ട് തന്നെ അവർക്ക് ജനാധിപത്യ വിപ്ലവത്തിൽ സുപ്രധാന പങ്ക് വഹിക്കാനാ വും. കർഷകജനസാമാന്യം ചെറുകിട സ്വത്ത് ഉടമകളമായി ബന്ധ പ്പെട്ട് കിടക്കുന്നതിനാൽ അടിയാള വ്യവസ്ഥ തകർത്ത് കൃഷിക്കാരെ ചെറുകിട ഭൂ ഉടമസ്ഥരാക്കി മാറ്റാനാണ് ആഗ്രഹിക്കുന്നത്.

തൊഴിലാളി വർഗവും റഷ്യയിലെ കമ്മ്യൂണിസ്റ്റുകാരും എല്ലാവിധ സ്വത്തുടമകൾക്കും എതിരാണ്. എങ്കിലും അടിയാള വ്യവസ്ഥ അവസാ നിപ്പിക്കുന്നതിനുള്ള പോരാട്ടത്തിൽ കർഷകജനസാമാന്യവുമായി കൂട്ടചേർന്ന് മുന്നോട്ട് പോവാൻ കഴിയും. അതുകൊണ്ട് കാർഷിക വിപ്ലവവും ജനാധിപത്യ വിപ്ലവവും വിജയിക്കണമെങ്കിൽ തൊഴിലാളി

വർഗവും അതിന്റെ രാഷ്ട്രീയ പാർട്ടിയായ സോഷ്യൽ ഡെമോക്രേ
റ്റിക് പാർട്ടിയും വളരണം. കർഷകജനസാമാന്യത്തിന്റെ പ്രശ്നങ്ങൾ
കൈകാര്യം ചെയ്യുന്നതിന് തൊഴിലാളി വർഗവും അതിന്റെ രാഷ്ട്രീയ
പാർട്ടിയും നേതൃത്വപരമായ പങ്ക് വഹിക്കേണ്ടതുണ്ട്.

ഈ കാഴ്ചപ്പാടുകൾ അവതരിപ്പിക്കപ്പെട്ടപ്പോൾ അന്ന് സോഷ്യലി
സ്റ്റ് വിപ്ലവകാരികൾ എന്നറിയപ്പെടുന്ന വിഭാഗം ഇതിനെ എതിർത്തു.
തൊഴിലാളി വർഗത്തിന്റെ നേതൃത്വത്തിൽ കർഷക ജനസാമാന്യം
വിപ്ലവ സമരത്തിൽ ഏർപ്പെടുക എന്ന നയത്തോട് അവർ യോജി
ച്ചില്ല. രണ്ടാമതായി, സാറിസ്റ്റ് സ്വേച്ഛാധിപത്യത്തിനും ഫ്യൂഡൽ പ്രഭു
ക്കൾക്കുമെതിരായ സമരത്തിൽ വ്യക്തിഗതമായ ബലപ്രയോഗത്തെ
അവർ പ്രധാനമായി കണ്ടു. ഈ രണ്ട് നയത്തിനെതിരേയും ലെനിൻ
പോരാടി. കാർഷിക പ്രശ്നങ്ങൾ കൈകാര്യം ചെയ്യുന്നതിനായി ഇതിന്റെ
ഭാഗമായി ശരിയായ നയം അദ്ദേഹം രൂപപ്പെടുത്തി. നാട്ടിൻ പുറത്തെ
പട്ടിണി പാവങ്ങളോട് എന്ന പുസ്തകം ഈ പശ്ചാത്തലത്തിലായിരുന്നു
എഴുതപ്പെട്ടത്. തൊഴിലാളി വർഗത്തിന്റെ നേതൃത്വത്തിൽ കർഷക
ജനസമാന്യം വിപ്ലവകരമായ സമരത്തിലൂടെ ഫ്യൂഡൽ ഭൂപ്രഭ മേധാ
വിത്വത്തെ തകർത്ത് ജനാധിപത്യ വ്യവസ്ഥ നിലവിൽ വരുത്തുകയും
അതിനകത്ത് തൊഴിലാളി വർഗത്തിന് മേൽക്കൈ നേടുക എന്ന
സമീപനവുമായിരുന്നു മുന്നോട്ട് വെച്ചത്. അതോടൊപ്പം തന്നെ
ദേശീയ പ്രശ്നത്തെ കുറിച്ചുള്ള കാഴ്ചപ്പാടും അവതരിപ്പിക്കപ്പെട്ടു. തെറ്റായ
നയങ്ങൾക്കെതിരായി വലിയ ആശയസമരങ്ങൾ നടത്തിക്കൊണ്ടിരി
ക്കുന്ന ഇത്തരം ഒരു പശ്ചാത്തലത്തിലാണ് രണ്ടാം കോൺഗ്രസിലേക്ക്
ലെനിൻ എത്തിപ്പെടുന്നത്.

രണ്ടാം പാർട്ടി കോൺഗ്രസിന്റെ ചർച്ചകളുടെ പശ്ചാത്തലത്തിൽ
അവിടുത്തെ അനുഭവങ്ങളേയും തീരുമാനങ്ങളേയും അടിസ്ഥാനപ്പെടു
ത്തിയാണ് ഈ പുസ്തകത്തിന് ഒരടി മുന്നോട് രണ്ടടി പിന്നോട്ട് എന്ന
പേര് തന്നെ അദ്ദേഹം നൽകുന്നത്. ഇതിനെ സംബന്ധിച്ച് ലെനിൻ
ഇങ്ങനെ പറയുന്നുണ്ട്:

"ഒരടി മുന്നോട്ട് രണ്ടടി പിന്നോട്ട്.... ഇത് വ്യക്തികളുടെ ജീവിത
ത്തിൽ സംഭവിക്കും. രാഷ്ട്രങ്ങളുടെ ചരിത്രത്തിലും പാർട്ടികളുടെ വളർ
ച്ചയിലും ഇത് സംഭവിക്കും, വിപ്ലവ സോഷ്യൽ ഡെമോക്രസിയുടേയും
തൊഴിലാളി വർഗ സംഘടനയുടേയും പാർട്ടി അച്ചടക്കത്തിന്റേയും
അനിവാര്യമായ സമ്പൂർണ്ണ വിജയത്തെ പറ്റി ഒരു നിമിഷ നേരത്തേക്ക്

പോല്യം സംശയിക്കുന്നത് അങ്ങേയറ്റം അപരാധകരമായ ഭീരുത്വമായി രിക്കും. ഇപ്പോൾ തന്നെ നാം വളരെയേറെ നേടിക്കഴിഞ്ഞിരിക്കുന്നു. തിരിച്ചടികൾ കൊണ്ട് സ്തബ്ധരാകാതേയും ഉറച്ച് നിന്ന് പോരാടിയും, സർക്കിൾ കലഹത്തിന്റെ സംസ്ക്കാരശൂന്യമായ രീതികളെ അപലപി ച്ചും, എല്ലാ റഷ്യൻ സോഷ്യൽ ഡെമോക്രേറ്റുകളേയും കൂട്ടിയിണക്കാൻ പോന്ന വിധം ഭഗീരഥപ്രയത്നം കൊണ്ട് നേടിയെടുത്ത ഒറ്റപ്പാർട്ടിയെന്ന ബന്ധം നിലനിർത്താൻ പരമാവധി പരിശ്രമിച്ചും, നാം നിരന്തരം സമരം ചെയ്യും.''

അതായത് നേടിയെടുത്ത നേട്ടങ്ങളെ സംരക്ഷിക്കുന്നതിനും വന്ന ദൗർബല്യങ്ങളെ ചൂണ്ടിക്കാണിച്ചുകൊണ്ടും കൂടുതൽ ശരിയിലേക്ക് കടക്കുന്നതിന് വേണ്ടിയാണ് രണ്ടാം കോൺഗ്രസിനെ കുറിച്ച് ഇത്തരം ഒരു പുസ്തകം രചിച്ചതെന്ന് ലെനിൻ ഓർമ്മിപ്പിക്കുന്നു.

ഒരടി മുന്നോട്ട് എന്ന തലവാചകം കൊണ്ട് ഉദ്ദേശിച്ചത് കാർഷിക പ്രശ്നം അടക്കമുള്ള പാർടി പരിപാടി അംഗീകരിക്കുന്നതിനെ സൂചിപ്പി ച്ചുകൊണ്ടാണ്. ഇതിലൂടെ ആശയപരവും രാഷ്ട്രീയവുമായ കാര്യങ്ങളിൽ വ്യക്തത രൂപപ്പെട്ടു. എന്നാൽ ഈ രാഷ്ട്രീയത്തെ പ്രയോഗിക്കുന്നതിന് പ്രധാനമായിട്ടുള്ളത് സംഘടനയാണ്. എന്നാൽ പരമപ്രധാനമായ സംഘടനാ കാര്യങ്ങളിൽ വ്യക്തത വരുത്തുന്നതിൽ കഴിയാതെ പോയിട്ടുണ്ട്. ഇതിനെ പരാമർശിച്ചുകൊണ്ടാണ് രണ്ടടി പിന്നോട്ട് എന്ന് ലെനിൻ പറയുന്നത്. സംഘടനാപരമായ രീതിയുടെ കരുത്താർജ്ജി ക്കേണ്ടതിന്റെ പ്രാധാന്യം ലെനിൻ ഈ പുസ്തകത്തിന്റെ അവസാന ത്തിൽ എടുത്ത് പറയുന്നുണ്ട്:

''രാഷ്ട്രീയ അധികാരം പിടിച്ചെടുക്കാനുള്ള സമരത്തിൽ തൊഴിലാളി വർഗത്തിനുള്ള ഒരേയൊരു ആയുധം സംഘടനയാണ്. ബൂർഷ്വാ സമൂ ഹത്തിൽ നടക്കുന്ന അന്യോന്യമത്സരം നിമിത്തം തൊഴിലാളി വർഗ ത്തിന്റെ ഐക്യം ശിഥിലമാണ്. മൂലധനത്തിനുവേണ്ടി അധ്വാനിക്കാൻ നിർബന്ധിക്കപ്പെട്ടത് നിമിത്തം ആ വർഗം ചതഞ്ഞ് അരഞ്ഞുകൊണ്ടി രിക്കുകയാണ്. പട്ടിണി, മർദനം, സാമൂഹ്യ അപചയം എന്നിവയുടെ അടിത്തട്ടിലേക്ക് ഇടരെ ഇടരെ എറിയപ്പെട്ടിരിക്കുകയാണ്. അത്തരം ഒരു തൊഴിലാളി വർഗത്തിന് അജയ്യസാമൂഹ്യശക്തിയായി ഉയരാൻ കഴിയണമെങ്കിൽ ആശയപരമായ ഏകീകരണം ഉണ്ടാവണം. മാർക്സി സത്തിന്റെ അടിസ്ഥാനത്തിൽ ഉണ്ടാക്കുന്ന ആ ആശയ ഏകീകരണം ശക്തിപ്പെടുത്തുന്നതിന് സംഘടനാപരമായ ഏകീകരണം ഉണ്ടാവണം.

അങ്ങനെ മാത്രമേ കോടിക്കണക്കിന് അധ്വാനിക്കുന്നവരെ ഒരു തൊഴിലാളി വർഗ സൈന്യമാക്കി സംഘടിപ്പിക്കാൻ കഴിയൂ. റഷ്യൻ ഏകാധിപത്യത്തിന്റെ ജീർണ്ണതയേയോ ആഗോളമുതലാളിത്തത്തിന്റെ നീചമായ മേധാവിത്വത്തേയോ തടഞ്ഞുനിർത്താൻ തൊഴിലാളി വർഗ ത്തിന് കഴിയണമെങ്കിൽ അതൊരു വിപ്ലവസേനയായി ഉയരണം. അതിന്റെ അണികളെ കൂടുതൽ കൂടുതൽ ഏകോപിപ്പിക്കണം. അതിലൂടെ മാത്രമേ പ്രസ്ഥാനത്തിന്റെ വളർച്ചയിലെ വളവ്-തിരിവു കളും ഇന്നത്തെ സോഷ്യൽ ഡമോക്രാറ്റിക് പ്രസ്ഥാനത്തിനകത്തുള്ള അവസരവാദപരമായ വാചകമടിയും ഗ്രൂപ്പിസം ഉയർത്തിക്കാട്ടുന്ന ആത്മസംതൃപ്തിയും ബുദ്ധിജീവികളുടെ അരാജകപ്രവണതകളും നേരിട്ട് പ്രസ്ഥാനത്തിന് മുന്നോട്ട് പോകാനാവൂ."

പാർടി കോൺഗ്രസിൽ മെൻഷെവിക്കുകളും ബോൾഷെവിക്കുകളും തമ്മിൽ അഭിപ്രായ വ്യത്യാസം ശക്തമായിരുന്നത് പാർടി അംഗത്വ ത്തിന്റെ വ്യവസ്ഥയെ സംബന്ധിച്ചുള്ള ഭരണഘടനാ വകുപ്പിലാണ്. പാർടിയുടെ നയവും പരിപാടിയും അംഗീകരിച്ച് പാർടിയുടെ നിയന്ത്ര ണത്തിൽ പ്രവർത്തിക്കുന്നവർക്ക് അംഗങ്ങളാകാം എന്ന വാദമാണ് മെൻഷെവിക്കുകൾ മുന്നോട്ട് വെച്ചത്. എന്നാൽ ഓരോ അംഗവും അവരുടെ പാർടി ഘടകത്തിന്റെ നിയന്ത്രണത്തിന് അനുസരിച്ചാണ് പ്രവർത്തിക്കേണ്ടതെന്ന വാദം ബോൾഷെവിക്കുകാരും മുന്നോട്ട് വെച്ച. ബോൾഷെവിക്കുകാർക്ക് ഭൂരിപക്ഷം ഉണ്ടെങ്കിലും മെൻഷെവിക്കുകാർ ഇവർക്കെതിരായി ഒരു ഗ്രൂപ്പെന്ന നിലയിൽ പ്രവർത്തിക്കുവാൻ തുടങ്ങി. ഇതിനെ ബൂർഷ്വാ അവസരവാദം എന്ന നിലപാടാണ് ലെനിൻ സ്ത്രീ കരിച്ചത്. തൊഴിലാളി വർഗത്തെ വർഗശത്രുക്കൾക്കെതിരായുള്ള, വിജയകരമായി പോരാടാൻ കെൽപ്പുള്ള, ഒരു സാമൂഹ്യശക്തിയായി വളർത്താൻ കഴിയണമെങ്കിൽ കരുത്തുറ്റ ഒരു സംഘടനാ സംവിധാന ത്തിന്റെ അനിവാര്യതയിലേക്ക് ലെനിൻ വിരൽ ചൂണ്ടി.

ഈ നിലപാടുകൾ പാർടി അംഗങ്ങളുടെ വ്യക്തി സ്വാതന്ത്ര്യത്തിനും ജനാധിപത്യത്തിനും എതിരാണെന്നായിരുന്ന മെൻഷെവിക്കുകൾ വാദിച്ചത്. അവരുടെ ഈ വാദത്തെ ലെനിൻ ഇങ്ങനെ വിശദീകരിച്ച്:

"അയഞ്ഞതും കെട്ടറപ്പില്ലാത്തതുമായ ഒരു പാർടി സംഘടനയ്ക്ക് വേണ്ടിയുള്ള അവരുടെ വാദം പാർടിയെ പാർടി കോൺഗ്രസിൽ നിന്നും അത് രൂപീകരിക്കുന്ന ഘടകങ്ങളിൽ നിന്നും കീഴോട്ട് കെട്ടി പ്പെടുക്കുക എന്ന ആശയത്തോട് (ഉദ്യോഗസ്ഥമേധാവിത്വപരമായ ആശയത്തോട്) അവർക്കുള്ള എതിർപ്പ്, പാർടി മെമ്പർമാർ എന്ന വെള്ളത്തിൽ മീനുകളെന്നപോൽ

സ്വയം പ്രഖ്യാപിക്കാൻ പ്രൊഫസർമാരേയും രണ്ട് ഹൈസ്ക്ൾ വിദ്യാർ
ത്ഥികളേയും എല്ലാ 'പണിമുടക്ക്'കാരേയും അനുവദിച്ചുകൊണ്ട്
അടിയിൽ നിന്ന് മുകളിലേക്ക് പോകുന്നതിനുള്ള അവരുടെ പ്രവണത,
ഒരു പാർടി മെമ്പർ പാർടിയുടെ അംഗീകാരമുള്ള ഒരു സംഘടനയിൽ
അംഗമായിരിക്കണമെന്ന് ആവശ്യപ്പെടുന്ന "ഫോർമലിസ" ത്തോടുള്ള
അവരുടെ എതിർപ്പ്, സംഘടനാപരമായ ബന്ധങ്ങളെ നിഷ്കളങ്ക
മായി അംഗീകരിക്കാൻ മാത്രം തയ്യാറുള്ള ബൂർഷ്വാ ബുദ്ധി ജീവികളോ
ടുള്ള മനോഭാവത്തോട് അവർക്കുള്ള ചായ്‌വ്, അവസരവാദപരമായ
ഗഹനതയിലും അരാജകത്വപരമായ പദപ്രയോഗങ്ങളിലും അവർ
ക്കുള്ള കൗതുകം, കേന്ദ്രീകരണത്തിനെതിരായി സ്വയം ശാസനയ്ക്ക്
അനുകൂലമായ അവരുടെ വാസന," എന്നിങ്ങനെ ഈ പ്രവണതയെ
ലെനിൻ വിശദീകരിക്കുന്നു.

വർഗസമരത്തിൽ തൊഴിലാളി വർഗത്തിന് വിജയം നേടാനുള്ള
അവശ്യമായ ഉപാധിയാണ് വ്യക്തി ഘടകത്തിനും ന്യൂനപക്ഷം ഭൂരിപ
ക്ഷത്തിനും കീഴ്ഘടകങ്ങൾ മേൽ ഘടകങ്ങൾക്കും കീഴ്പ്പെടേണ്ടതെ
ന്നും ബോൾഷെവിക്കുകൾ വാദിച്ചു. ഈ നിലപാടിനെയാണ് പിൽക്കാ
ലത്ത് ജനാധിപത്യ കേന്ദ്രീകരണം എന്ന രീതിയിൽ വിശദീകരിക്കപ്പെ
ട്ടത്. ഇതിനെ എതിർത്തുകൊണ്ട് സ്വന്തം ഘടകത്തെ മറികടക്കാൻ
വ്യക്തികളായ പാർടി മെമ്പർമാർക്ക് ഘടകത്തിന്റെ ഭൂരിപക്ഷത്തെ
വെല്ലുവിളിക്കാൻ ന്യൂനപക്ഷങ്ങൾക്കും മേൽഘടകങ്ങളെ ധിക്കരിക്കാൻ
കീഴ്ഘടകങ്ങൾക്കും അവകാശമുണ്ടെന്ന മെൻഷെവിക്കുകളുടെ
വാദത്തെ ലെനിൻ എതിർത്തു. ആശയപരവും രാഷ്ട്രീയവും നയപരവു
മായ ഐക്യത്തെ ബലപ്പെടുത്തുന്ന സംഘടനാപരമായ ഐക്യത്തിന്
കേന്ദ്രീകൃത ജനാധിപത്യത്തിന്റെ രീതി അനിവാര്യമാണെന്ന് ലെനിന്റെ
നേതൃത്വത്തിൽ ബോൾഷെവിക്കുകൾ വാദിച്ചു.

സിദ്ധാന്തപരമായി ശരിയായ നിലപാട് സ്വീകരിക്കുക എന്നത്
പ്രധാനമാണെന്ന് കണ്ടുകൊണ്ട് ആശയപരമായ കാര്യങ്ങളിൽ
വിട്ടുവീഴ്ചയില്ലാതെ പ്രവർത്തനപദ്ധതികൾ ആവിഷ്കരിച്ച് ലെനിൻ
നടപ്പിലാക്കി. അതേ സമയം മൗലിക പ്രശ്നങ്ങളിൽ അടിയുറച്ച് നിൽ
ക്കുമ്പോഴും ദൈനംദിനമായ പ്രായോഗിക പ്രശ്നങ്ങളിൽ അയവേറിയ
നയവും സ്വീകരിച്ചു. ലെനിനിസത്തിന്റേതായ ഈ സംഘടനാ തത്വത്തെ
വിശദീകരിക്കുന്നു എന്നതും ഈ പുസ്തകത്തിന്റെ സുപ്രധാനമായ സവി
ശേഷതയാണ്.

## വ്ലാഡിമിർ ഇലിച്ച് ലെനിൻ

ലെനിൻ ഈ പുസ്തകത്തിൽ വ്യക്തമാക്കുന്നതുപോലെ വിവിധ വിഭാഗങ്ങളെ ഏകീകരിക്കുക എന്ന വിപ്ലവകരമായ കടമ പൂർത്തീ കരിക്കുന്നതിന് ഈ പാർടി കോൺഗ്രസിന് കഴിഞ്ഞു എന്നത് വസ്തുതയാണ്. എന്നാൽ ഈ കോൺഗ്രസിനകത്ത് രൂപപ്പെട്ട് വന്ന അഭിപ്രായ ഭിന്നത ബോൾഷെവിക്കുകൾ-മെൻഷെവിക്കുകൾ എന്ന നിലയിൽ മാറുന്നതിന് അടിസ്ഥാനമിട്ടുകയുമുണ്ടായി. ഭൂരിപക്ഷക്കാർ എന്ന അർത്ഥത്തിൽ ബോൾഷെവിക്കുകൾ എന്നും ന്യൂനപക്ഷക്കാർ എന്ന അർത്ഥത്തിൽ മെൻഷെവിക്കുകൾ എന്ന പ്രയോഗവും ഉണ്ടായി. ഈ രണ്ട് വിഭാഗങ്ങൾ തമ്മിലുള്ള സംഘർഷങ്ങളും അവയ്ക്ക് ഇടയിൽ നിൽക്കുന്ന സോഷ്യലിസ്റ്റ് വിപ്ലവകാരികളുടെ പ്രവർത്തനം എന്നിവ യിലൂടെയാണ് റഷ്യൻ കമ്മ്യൂണിസ്റ്റ് പാർടിയുടെ പ്രവർത്തനം മുന്നോട്ട് പോയത്. ഇത്തരം വൈരുദ്ധ്യങ്ങളേയും സംഘർഷങ്ങളേയും മനസ്സിലാ ക്കുന്നതിനുള്ള ചരിത്ര രേഖ കൂടിയാണ് ഇത്.

മാർക്സിസത്തെ പ്രായോഗികമാക്കുന്നതിനുള്ള പ്രവർത്തന പദ്ധ തികൾ ഓരോ രാജ്യത്തിന്റേയും സവിശേഷ സാഹചര്യത്തിനനുസരിച്ച് രൂപപ്പെടുത്തേണ്ട ഒന്നാണ്. റഷ്യൻ സാഹചര്യത്തിനനുസരിച്ച് ഒരു വിപ്ലവ പരിപാടി രൂപപ്പെട്ട് വന്നതിന്റെ രേഖയാണ് ഈ പുസ്തകം. മാർക്സിസത്തെ പ്രായോഗികമാക്കുന്നതിന് ഉറച്ച ഒരു സംഘടനാ സംവിധാനം ഉണ്ടാവുക എന്നത് അനിവാര്യമാണ്. ഈ സംഘടനാ സംവിധാനത്തെ സംബന്ധിച്ച കാഴ്ചപ്പാടുകളും അതിനെതിരായി ഉയർന്ന വരുന്ന വിമർശനങ്ങളെ തുറന്ന് കാട്ടുകയും ചെയ്യുന്നവെ ന്നത് ഈ പുസ്തകത്തിന്റെ മറ്റൊരു സവിശേഷതയാണ്. റഷ്യയിലെ പാർടിയുടെ പരിപാടിയുടെ രൂപീകരണത്തെ സംബന്ധിച്ച് വിശദീക രിക്കുന്നു എന്ന നിലയിലും ലെനിനിസ്റ്റ് സംഘടനാ തത്വം വ്യക്തമാ ക്കുന്നു എന്നതിനാലും ഈ പുസ്തകത്തിന് മാർകിസ്റ്റ് ക്ലാസിക്കുകളുടെ കൂട്ടത്തിൽ പ്രധാനസ്ഥാനം ഉണ്ട്.

ഇടതുതീവ്രവാദപരമായ സമീപനം വിപ്ലവ പ്രസ്ഥാ നത്തെ എങ്ങനെ ദുർബലപ്പെടുത്തുന്നു എന്ന വ്യ ക്തമാക്കുന്ന കൃതി. വലതുപക്ഷ സമീപനത്തെയും വിവിധ രാജ്യങ്ങളിലെ വിപ്ലവ പ്രസ്ഥാനത്തിൽ അക്കാലത്ത് നിലനിന്ന ശക്തി ദൗർബല്യങ്ങളെ യും ഇതിൽ വിശകലനവിധേയമാക്കുന്നു.

<h2 align="center">ഇടതുപക്ഷ കമ്മ്യൂണിസം<br>ഒരു ബാലാരിഷ്ടത</h2>

**സോ**വിയറ്റ് റഷ്യയിലെ വിപ്ലവം കഴിഞ്ഞശേഷം ലെനിൻ എഴുതിയ പുസ്തകമാണ് ഇടതുപക്ഷ കമ്മ്യൂണിസം ഒരു ബാലാരിഷ്ടത എന്നത്. ഇതിൽ പൊതുവിൽ ഇടതു തീവ്രവാദപരമായ സമീപനം വിപ്ലവ പ്രസ്ഥാനത്തെ ഏത തരത്തിലാണ് ദുർബ്ബലപ്പെടുത്തുന്നത് എന്ന പ്രശ്നമാണ് മുഖ്യമായും കൈകാര്യം ചെയ്യുന്നത്. അതോടൊപ്പം വലതുപക്ഷ അവസരവാദ പരമായ നയത്തെയും വിവിധ രാജ്യങ്ങളിലെ വിപ്ലവ പ്രസ്ഥാനത്തി ന്റെ അന്നത്തെ ശക്തി ദൗർബ്ബല്യങ്ങളെയും ഇതിൽ പരിശോധനാ വിഷയമാക്കുന്നു.

ലെനിന്റെ ജ്യേഷ്ഠൻ തീവ്രവാദപരമായ രാഷ്ട്രീയത്തിന്റെ വക്താ വായിരുന്നു. സർചക്രവർത്തിക്ക് എതിരായ സമരത്തിന് നേതൃത്വം കൊടുത്തതിന്റെ പേരിൽ അദ്ദേഹത്തെ അന്നത്തെ റഷ്യൻ സർക്കാർ തൂക്കിക്കൊന്നു. ഇദ്ദേഹത്തിന്റെ ശേഖരത്തിൽ നിന്ന് ലഭിച്ച പുസ്തക ങ്ങൾ ലെനിനെ മാർക്സിയൻ ആശയഗതികളിലേക്ക് നയിക്കുന്നതിന് ഇടയാക്കിയിട്ടുണ്ട്.

പുസ്തകത്തിന്റെ ആദ്യത്തെ അദ്ധ്യായം റഷ്യൻ വിപ്ലവത്തിന്റെ സാർവ്വദേശീയ പ്രധാന്യത്തെക്കുറിച്ചാണ്. അതിൽ ലെനിൻ ഇങ്ങനെ പറയുന്നു.

"അതായത് ഞങ്ങളുടെ രാജ്യത്തുനടന്ന സംഭവങ്ങളുടെ സാർവ്വദേ ശീയ പ്രാബല്യത്തേയോ സാർവ്വദേശീയമായ തോതിൽ അവ ആവർ ത്തിക്കപ്പെടുമെന്നതിന്റെ ചരിത്രപരമായ അനിവാര്യതയെയോ ആണ് സാർവ്വദേശീയ പ്രാധാന്യമെന്നത് കൊണ്ട് ഉദ്ദേശിക്കുന്നതെങ്കിൽ, ഞങ്ങളുടെ വിപ്ലവത്തിന്റെ മൗലികമായ ഏതാനും സവിശേഷതകൾക്ക് ഈ പ്രധാന്യമുണ്ടെന്നു സമ്മതിച്ചേ തീരൂ."

റഷ്യൻ വിപ്ലവം നാഗരികലോകത്താകെയുള്ള വിപ്ലവ മുന്നേറ്റത്തെ പോഷിപ്പിക്കുകയും കൂടുതൽ സമൃദ്ധമായും ത്വരിതമായും വളർത്തുന്ന തിന് ഇടയാക്കുകയും ചെയ്തിട്ടുണ്ട്. ഈ കാഴ്ചപ്പാട് അക്ഷരംപ്രതി ശരിയായിരുന്നുവെന്ന് ഇന്ത്യ പോലെയുള്ള രാജ്യങ്ങളിൽ കമ്മ്യൂണി സ്റ്റ് പ്രസ്ഥാനം രൂപീകരിച്ച ചരിത്രം പരിശോധിച്ചാൽ വ്യക്തമാകും. സോവിയറ്റ് വിപ്ലവത്തെ കുറിച്ച് കേട്ടറിയുകയും അതിൽ ആവേശം കൊള്ളുകയും ചെയ്തവരാണ് ലോകത്ത് പലയിടങ്ങളിലും കമ്മ്യൂണിസ്റ്റ് പാർട്ടി കെട്ടിപ്പടുക്കുന്നതിന് നേതൃത്വം നൽകിയത്.

റഷ്യയിൽ ബോൾഷവിക്കുകൾക്ക് വിജയം നേടാനായത് എന്ന തിന്റെ കാരണങ്ങൾ തുടർന്ന് അവതരിപ്പിക്കുന്നു. ഒന്നാമത്തെ കാരണമായി പറയുന്നത് പാർട്ടിയിൽ അന്ന് നിലനിന്ന അച്ചടക്കവും അതിന് ജനങ്ങൾ നൽകിയ ശക്തമായ പിന്തുണയുമാണ്. തൊഴിലാ ളിവർഗ പാർട്ടിയിൽ അച്ചടക്കം നിലനിൽക്കുന്നതിന്റെ അടിസ്ഥാന കാരണങ്ങളിലേക്ക് തുടർന്ന് ലെനിൻ വിരൽ ചൂണ്ടുന്നു.

"തൊഴിലാളി വർഗത്തിന്റെ വിപ്ലവ പാർട്ടിയുടെ അച്ചടക്കം നിലനിർത്തുന്നത് എങ്ങനെയാണ്? എങ്ങനെയാണത് പരീക്ഷിച്ച് നോക്കുന്നത്? എങ്ങനെയാണ് അതിനെ പരിപോഷിപ്പിക്കുന്നത്? ഒന്നാമതായി, തൊഴിലാളിവർഗ്ഗ മുന്നണി വിഭാഗത്തിന്റെ വർഗ്ഗബോ ധവും വിപ്ലവത്തോട്ടുള്ള അതിന്റെ കൂറും അതിന്റെ സ്ഥിരോത്സാഹവും ത്യാഗസന്നദ്ധതയും ധീരോദാത്തതയും കൊണ്ട്. രണ്ടാമതായി, അദ്ധ്വാനിക്കുന്ന ജനങ്ങളിൽ ഏറ്റവും വിപ്ലവമായ വിഭാഗങ്ങളുമായി - മുഖ്യമായും തൊഴിലാളി വർഗ്ഗമായും എന്നാൽ അതിനപ്പുറമേ തൊഴിലാളി വർഗ്ഗത്തിൽപ്പെടാത്ത, പണിയെടുക്കുന്ന ബഹുജനങ്ങളുമാ യും - സ്വയം ബന്ധപ്പെടാനും അടുത്ത സമ്പർക്കത്തിൽ കഴിയാനും ഒരു

പരിധിവരെ അവരിൽ ലയിച്ചചേരാനം (എന്തുവേണമെങ്കിൽ പറയാം) ഉള്ള അതിന്റെ കഴിവുകൊണ്ട്, മൂന്നാമതായി, ഈ മുന്നണി വിഭാഗം നൽകുന്ന നേതൃത്വം ശരിയായിരിക്കുന്നതിൽക്കൂടി, അതിന്റെ രാഷ്ട്രീയത ന്ത്രവും അടവുകളും ശരിയായിരിക്കുന്നതിൽക്കൂടി (അവ ശരിയാണെന്ന സ്വാനുഭവത്തിൽക്കൂടി ഏറ്റവും വിപുലമായ തോതിൽ ബഹുജനങ്ങൾക്ക് ബോദ്ധ്യമായിട്ടുണ്ടെങ്കിൽ). ഈ ഉപാധികളില്ലാതെ ബൂർഷ്വാസിയെ അട്ടിമറിക്കുകയും സമൂഹത്തെയാകെ പരിവർത്തനം ചെയ്യുകയുമെന്ന ബോദ്ധ്യമുള്ള, മുന്നണിവർഗ്ഗത്തിന്റെ പാർടിയാകാൻ യഥാർത്ഥത്തിൽ പ്രാപ്തിയുള്ള ഒരു വിപ്ലവപാർടിയിൽ അച്ചടക്കം സ്ഥാപിക്കൽ സാധ്യമ ല്ല. ഈ ഉപാധികളില്ലാതെ, അച്ചടക്കം സ്ഥാപിക്കാനുള്ള എല്ലാ ശ്രമ ങ്ങളും അനിവാര്യമായും തോൽവിയടയുകയും വായാടിത്തത്തിലും വിഡ്ഢി വേഷംകെട്ടുന്നതിലും കലാശിക്കുകയും ചെയ്യുന്നതാണ്. അതേ സമയം, ഈ ഉപാധികൾ ഞൊടിയിടയിൽ ഉൾഭ്രുതമാകാൻ നിർവ്വാഹമില്ല, സുദീർഘമായ പരിശ്രമവും ബുദ്ധിമുട്ടി സമ്പാദിച്ച അനുഭവങ്ങളിലും കൂടി മാത്രമേ അവ സൃഷ്ടിക്കുകയുള്ളൂ. ശരിയായ വിപ്ലവസിദ്ധാന്തം അവയുടെ സൃഷ്ടി സുഗമമാക്കുന്നു. ഈ സിദ്ധാന്തമാകട്ടെ ഒരു മാമൂൽ പ്രമാണമല്ല; യഥാർത്ഥത്തിൽ ബഹുജനസ്വഭാവമുള്ളതും യഥാർത്ഥത്തിൽ വിപ്ലവാ ത്മകവുമായ ഒരു പ്രസ്ഥാനത്തിന്റെ പ്രായോഗിക പ്രവർത്തനവുമായു ള്ള അടുത്ത സമ്പർക്കത്തിൽക്കൂടി മാത്രമേ അതിനു അവസാനരൂപം സിദ്ധിക്കുകയുള്ളൂ.''

സിദ്ധാന്തത്തെയും പ്രയോഗത്തെയും പരസ്പരം ബന്ധിപ്പിച്ചുകൊണ്ട് നടത്തുന്ന പ്രവർത്തനത്തിലൂടെ ഈ ലക്ഷ്യത്തിലേക്ക് എത്തിച്ചേരാൻ കഴികയുള്ളൂ എന്ന് ലെനിൻ ഇവിടെ ഊന്നിപ്പറയുന്നു. ബോൾഷവിക്ക് വിപ്ലവകാരികൾ പിന്നിട്ട നിരവധി വഴിത്താരകൾ തുടർന്ന് ലെനിൻ വിശദീകരിക്കുന്നുണ്ട്. പാർലമെന്റും പാർലമെന്റേതരുവ്വമായ സമര മാർ ഗ്ഗങ്ങളെ കൂട്ടിയോജിപ്പിച്ച് മുന്നോട്ട് പോകാൻ കഴിഞ്ഞത് കൊണ്ടാണ് വിപ്ലവം പൂർത്തീകരിക്കാനും എല്ലാതരത്തിലുള്ള വ്യതിയാനങ്ങളിൽ നിന്നും വിമുക്തമാകാൻ പാർടിക്ക് കഴിഞ്ഞതെന്നും ലെനിൻ ഇവിടെ വ്യക്തമാക്കുന്നു.

നിയമവിരുദ്ധ പ്രവർത്തനവും നിയമവിധേയ സാധ്യതകൾ ഉപയോ ഗപ്പെട്ടത്തലും കൂട്ടിയോജിപ്പിച്ച് കൊണ്ടുപോവുക എന്ന ശരിയായ അടവുകൾ അവർ പിന്തുടർന്നില്ലായിരുന്നില്ലെങ്കിൽ ബോൾഷവി ക്കുകൾക്ക് മെൻഷവിക്കുകളെ തുരത്തുന്നതിന് കഴിയുമായിരുന്നില്ല.

ബോൾഷെവിക്കുകാർ സ്വീകരിച്ച സമീപനത്തെ ഇങ്ങനെ രേഖപ്പെ
ടുത്തുന്നു.

"ആരംഭത്തിൽ ഗവൺമെന്റിനെ മറിച്ചിടാനുള്ള ആഹ്വാനം ഞങ്ങൾ
നൽകിയില്ല. ആദ്യമേതന്നെ സോവിയറ്റുകളുടെ ഘടനയും ചിന്താഗതി
യും മാറ്റാതെ അതിനെ മറിച്ചിടാൻ സാധ്യമല്ലെന്ന് വിശദീകരിക്കുക
യാണ് ഞങ്ങൾ ചെയ്തത്. ബൂർഷ്വാ പാർലമെന്റ് അതായത് കോൺ
സ്റ്റിറ്റുവന്റ് അസംബ്ലി ബഹിഷ്കരിക്കുന്നു എന്നും ഞങ്ങൾ വിളംബരം
ചെയ്യില്ല, ഒരു കോൺസ്റ്റിറ്റുവന്റ് അസംബ്ലിയുള്ള ബൂർഷ്വാ റിപ്പബ്ലിക്
കോൺസ്റ്റിറ്റുവന്റ് അംസബ്ലിയില്ലാത്ത ബൂർഷ്വാ റിപ്പബ്ലിക്കിനേക്കാൾ
ഭേദമാണെന്നും, എന്നാൽ തൊഴിലാളികളുടെയും കർഷകരുടേതുമായ
ഒരു റിപ്പബ്ലിക് ഏതു ബൂർഷ്വാ ജനാധിപത്യ പാർലമെന്ററി റിപ്പബ്ലിക്കി
നേക്കാളും മെച്ചമായിരിക്കും എന്നാണ് ഞങ്ങൾ പറഞ്ഞത്."

ഇതിലൂടെ പാർലമെന്ററി പ്രവർത്തനത്തോട് ബോൾഷെവിക്കുകൾ
സ്വീകരിച്ച നിലപാടാണ് വ്യക്തമാകുന്നത്.

പാർലമെന്ററി പ്രവർത്തനത്തെ സംബന്ധിച്ച് അക്കാലത്ത്
ഉയർന്നുവന്ന തെറ്റായ നയസമീപനങ്ങളെ തുറന്നുകാട്ടാനും ലെനിൻ
ഇവിടെ ശ്രമിക്കുന്നു. ജർമ്മനിയിലെ കമ്മ്യൂണിസ്റ്റ് പാർടി ചെന്നുപെട്ട
പ്രതിസന്ധികളെ വ്യക്തമാക്കി പാർലമെന്റിനെ പ്രവർത്തനത്തിന്റെ
ശരിയായ സമീപനത്തെ തുടർന്ന് വിശദീകരിക്കുന്നു.

"ജർമ്മനിയിലെ കമ്മ്യൂണിസ്റ്റുകാരെ സംബന്ധിച്ചെടുത്തോളം
പാർലമെന്ററി സമ്പ്രദായം തീർച്ചയായും രാഷ്ട്രീയമായി കാലഹരണ
പെട്ടതാണെന്നതിൽ സംശയമില്ല. പക്ഷെ ഇതാണ് പ്രധാനപ്പെട്ട
സംഗതി. നമുക്ക് കാലഹരണപ്പെട്ടത് വർഗത്തിന് ബഹുജനങ്ങൾക്ക്
കാലഹരണപ്പെട്ടതാണെന്ന് നാം കരുതാൻ പാടില്ല. ഇക്കാര്യത്തിലും
ന്യായവിചാരം ചെയ്യേണ്ടത് എങ്ങനെയെന്ന്, വർഗത്തിന്റെയും ബഹു
ജനങ്ങളുടെയും പാർടിയായി പ്രവർത്തിക്കേണ്ടത് എങ്ങനെയെന്ന്
ഇടതുപക്ഷക്കാർക്ക് അറിഞ്ഞുകൂടെന്ന് നാം കാണുന്നു."

ഇങ്ങനെ ജർമ്മനിയിലെ കമ്മ്യൂണിസ്റ്റ്പാർടിയിലെ ഇടതുതീവ്രവാദ
നിലപാടുകളെ തുറന്നുകാണിക്കുന്നതിന് ലെനിൻ തയ്യാറാവുന്നു. പാർല
മെന്ററി രാഷ്ട്രീയത്തിൽ ഇടപെടുന്ന പ്രശ്നം ജനങ്ങളുടെ ബോധവുമായി
ബന്ധിപ്പിച്ചുകൊണ്ട് ഇങ്ങനെ വിശദീകരിക്കുന്നുണ്ട്.

"വ്യവസായ തൊഴിലാളികൾ ലക്ഷക്കണക്കിനും വമ്പിച്ച പടയാ
യിട്ടും അല്ലെങ്കിൽ അവരിൽ സാമാന്യം നല്ലൊരു ന്യൂനപക്ഷം

കത്തോലിക്കാ പുരോഹിതന്മാരുടെയും, നാട്ടിൻപുറത്തെ തൊഴിലാളി കളിൽ അതുപോലൊരു ന്യൂനപക്ഷം ഭ്രൂവടമകളേയും കുലാക്കുകളേയും പിന്തുടരുന്നുണ്ടെങ്കിൽ നിസ്സംശയമായും അതിനർത്ഥം പാർലിമെന്ററി സമ്പ്രദായത്തിന് ജർമ്മനിയിൽ ഇനിയും കാലഹരണം വന്നുകഴി ഞ്ഞിട്ടില്ലെന്നാണ്, സ്വന്തം വർഗ്ഗത്തിന്റെ പിന്നണിയിൽ പെട്ടവരെ പഠിപ്പിക്കാനും വളർച്ചയില്ലാത്ത മർദ്ദിതരും അജ്ഞതരുമായി കഴിയുന്ന ഗ്രാമീണ ബഹുജനങ്ങളെ തട്ടിയുണർത്താനും പ്രബുദ്ധരാക്കാനും വേണ്ടിതന്നെ വിപ്ലവ തൊഴിലാളിവർഗ്ഗത്തിന്റെ പാർടി പാർലമെ ന്റിലേക്കുള്ള തെരഞ്ഞെടുപ്പിലും പാർലമെന്റിന്റെ വേദിയിൽ നിന്നുള്ള സമരത്തിനും പങ്കെടുക്കാൻ ബാധ്യസ്ഥരാണെന്നാണ്. ബൂർഷ്വാ പാർലമെന്റുകളെയും മറ്റെല്ലാ തരത്തിലുമുള്ള പിന്തിരിപ്പൻ സ്ഥാപന ങ്ങളെയും ഇല്ലാതാക്കാനുള്ള കരുത്ത് നിങ്ങൾക്ക് ഇല്ലാത്തിടത്തോളം കാലം നിങ്ങൾ അവയ്ക്കുള്ളിൽ പ്രവർത്തിക്കുകയാണ് വേണ്ടത്. കാരണം പുരോഹിതൻമാരാൽ കബളിപ്പിക്കപ്പെട്ടവരും ഗ്രാമീണ ജീവിതത്തിന്റെ സാഹചര്യങ്ങളിൽ മുരടിച്ച് പോയവരുമായ തൊഴിലാളികൾ ഇപ്പോഴും അവയിൽ ഉണ്ടെന്നതുതന്നെ. ഇതു ചെയ്തില്ലെങ്കിൽ നിങ്ങൾ വെറും വായാടികളായിത്തീരും.''

ഇങ്ങനെ ജനങ്ങളുടെ ബോധനിലവാരത്തെ മനസ്സിലാക്കിക്കൊണ്ട് നിലപാടെടുക്കണമെന്ന കാര്യം എടുത്ത് പറയുന്നു. പിന്തിരിപ്പനായ ട്രേഡ് യൂണിയനുകളിൽപോലും വിപ്ലവകാരികൾ ചിലഘട്ടങ്ങളിൽ പ്രവർത്തിക്കേണ്ടിവരും. ഒത്തുതീർപ്പുകൾ ചില ഘട്ടങ്ങളിൽ ആവശ്യ മായിവരുമെന്നും സന്ധികൾ ഉണ്ടാക്കേണ്ടതുണ്ടെന്നും ലെനിൻ വ്യക്ത മാക്കുന്നു.

"ഒത്തുതീർപ്പുകൾ പാടില്ല, തന്ത്രപരമായ നീക്കങ്ങൾ പാടില്ലയെന്ന് തിട്ടക്കത്തിൽ എടുക്കുന്ന തീരുമാനം വിപ്ലവകാരിയായ തൊഴിലാളിവർ ഗ്ഗത്തിന്റെ സ്വാധീന ശക്തി വർദ്ധിപ്പിക്കുകയും അതിന്റെ ശക്തികളെ വിപുലീകരിക്കുകയും ചെയ്യുക എന്ന ജോലിക്ക് ഹാനിവരുത്താനേ പര്യാപ്തമാകൂ,"എന്ന കാര്യവും ലെനിൻ ഇതിൽ എടുത്തുപറയുന്നു.

അടവുകൾ രൂപപ്പെടുത്തുമ്പോൾ ചില കാര്യം ശ്രദ്ധിക്കേണ്ടതിന്റെ പ്രധാന്യത്തെക്കുറിച്ച് ലെനിൻ പറയുന്നുണ്ട്. "തൊഴിലാളികളുടെ വർഗ ബോധത്തിന്റെയും വിപ്ലവ വീര്യത്തിന്റെയും പൊരുതിജയിക്കാനുള്ള കഴിവിന്റേയും പൊതുനിലവാരം താഴ്ത്താനല്ല, ഉയർത്താൻവേണ്ടി ഈ അടവുകൾ പ്രയോഗിക്കേണ്ടത് എങ്ങനെയെന്ന് അറിയണമെന്നത്

മാത്രമാണ് പ്രശ്നം.'' പ്രസ്ഥാനത്തിന് മുന്നോട്ട് പോകുന്നതിന് സഹായകരമാകുന്ന തരത്തിലാകണം അടവുകൾ രൂപീകരിക്കേണ്ടത്. സൂത്രപ്പണികൾ അടവുകളല്ല, അവയ്ക്ക് തന്ത്രങ്ങളുമായി ബന്ധമുണ്ടാകണമെന്നർത്ഥം.

വിപ്ലവം ഏതുഘട്ടത്തിലാണ് നടക്കുകയെന്നകാര്യം ഇതിൽ ചർച്ച ചെയ്യുന്നുണ്ട്. ''ചൂഷിതരേയും ചൂഷകരേയും ബാധിക്കുന്ന ദേശവ്യാപകമായ ഒരു പ്രതിസന്ധിഘട്ടമില്ലാതെ വിപ്ലവം സാധ്യമല്ല. അപ്പോൾ വിപ്ലവം നടക്കണമെങ്കിൽ ചിലതെല്ലാം അനുപേക്ഷണീയമാണെന്ന് ഇതിൽനിന്നും വരുന്നു. ഒന്നാമത് വിപ്ലവം ആവശ്യമാണെന്ന് ഭൂരിപക്ഷം തൊഴിലാളികൾക്കും ബോധ്യമാവണം,'' എന്നതും ലെനിൻ ഓർമ്മപ്പെടുത്തുന്നുണ്ട്.

വിപ്ലവത്തിനുശേഷം ബൂർഷ്വാസി പതിന്മടങ്ങ് ശക്തിയോടെ തിരിച്ചടിക്കാൻ ശേഷിയുള്ളവരാണെന്ന കാഴ്ചപ്പാടും അവതരിപ്പിക്കുന്നു.

''തൊഴിലാളി വർഗത്തിന്റെ ആദ്യത്തെ സോഷ്യലിസ്റ്റ് വിപ്ലവത്തിന് ശേഷം, ഒരു രാജ്യത്ത് ബൂർഷ്വാസി അട്ടിമറിക്കപ്പെട്ടതിന്ശേഷം ഒരു നീണ്ടകാലത്തേക്ക് ആ രാജ്യത്തെ തൊഴിലാളി വർഗം ബൂർഷ്വാസിയേക്കാൾ ദുർബലമായിത്തീരും. ബൂർഷ്വാസിയുടെ വിപുലമായ സാർവ്വദേശീയ ബന്ധങ്ങൾ മാത്രമാണ് ഇതിന് കാരണം.''

ഇങ്ങനെ ബൂർഷ്വാസികളുടെ ശേഷിയെ അതിന്റെ ശരിയായ അർത്ഥത്തിൽ മനസ്സിലാക്കിക്കൊണ്ടുള്ള നിഗമനമാണ് ഇവിടെ ലെനിൻ നടത്തുന്നത്. ഈ നിഗമനം മനസ്സിലാക്കി മുന്നോട്ടുപോകുന്നതിൽ റഷ്യൻ കമ്മ്യൂണിസ്റ്റ് പാർട്ടിക്ക് വന്ന പോരായ്മയാണ് സോവിയറ്റ് സോഷ്യലിസ്റ്റ് വ്യവസ്ഥയെ തകർക്കുന്നതിലേക്ക് നയിച്ച ഒരു പ്രധാന കാരണം.

മാർക്സിസം സ്ഥലത്തേയും കാലത്തേയും ശരിയായി മനസ്സിലാക്കിക്കൊണ്ട് പ്രയോഗിക്കുകയാണ് വേണ്ടത് എന്നതിന്റെ പ്രാധാന്യവും ഇവിടെ കടന്നു വരുന്നുണ്ട്. ''നമ്മുടെ സിദ്ധാന്തം ഒരു മാമൂൽ പ്രമാണമല്ല, പ്രത്യുത പ്രവർത്തനത്തിലുള്ള വഴികാട്ടിയാണെന്ന് മാർക്സും, ഏംഗൽസും പറഞ്ഞിട്ടുണ്ട്,'' എന്ന കാര്യം ലെനിൻ ഇവിടെ ഓർമ്മിപ്പിക്കുന്നു.

വിപ്ലവം നടക്കണമെങ്കിൽ ചിലതെല്ലാം അനുപേക്ഷണീയമാണെന്ന്

ലെനിൻ എടുത്തു പറയുന്നു.

"ഒന്നാമത്, വിപ്ലവം ആവശ്യമാണെന്ന് ഭൂരിപക്ഷം തൊഴിലാ ളികൾക്ക് (ച്രുരുങ്ങിയത് വർഗബോധമുള്ളവരും ചിന്തിക്കുന്നവരും രാഷ്ട്രീയമായി സജീവമായിട്ടുള്ളവരുമായ തൊഴിലാളികളുടെ ഭൂരിപക്ഷ ത്തിനെങ്കിലും) ബോധ്യം വരണം, അതിന് വേണ്ടി പ്രവർത്തിക്കാൻ അവർ സന്നദ്ധരായിരിക്കണം. രണ്ടാമത്, ഭരണാധികാരി വർഗങ്ങൾ ഒരു ഭരണക്കുഴപ്പത്തിൽ അകപ്പെട്ടിരിക്കണം,"എന്ന സുപ്രധാനമായ കാര്യം ചൂണ്ടിക്കാണിക്കുന്നു.

വിപ്ലവം പൂർത്തീകരിക്കണമെങ്കിൽ ചില കാര്യങ്ങൾ നടക്കേണ്ട തുണ്ടെന്ന് ബ്രിട്ടനിലെ സംഭവവികാസങ്ങളെ വിശദീകരിച്ച കൊണ്ട് ഇക്കാര്യം ബോധ്യപ്പെടുത്താനാണ് ശ്രമിക്കുന്നത്. വിപ്ലവ തന്ത്രങ്ങൾ പ്ലാൻ ആവിഷ്കരിക്കുമ്പോൾ ശ്രദ്ധിക്കേണ്ട കാര്യങ്ങളും ഓർമ്മപ്പെ ടുത്തുന്നു. ഓരോ രാജ്യത്തിന്റെയും സാമ്പത്തിക-രാഷ്ട്രീയ-സാംസ്ക്കാ രിക-സവിശേഷതകൾ, ദേശീയ ഘടന, മതപരമായ വിഭജനങ്ങൾ തുടങ്ങിയവ നാം കണക്കിലെടുക്കണം. പ്രചരണവും പ്രക്ഷോഭവും കൊണ്ട് മാത്രം വിപ്ലവം നടക്കില്ല ബഹുജനങ്ങളുടെ സ്വന്തം രാഷ്ട്രീയ അനുഭവം ഇതിന് ആവശ്യമാണ്. വിപ്ലവം നടക്കണമെങ്കിൽ സാമൂഹ്യ പ്രവർത്തിനത്തിന്റെ ഒന്നൊഴിയാതെയുള്ള എല്ലാ രൂപങ്ങളും വിപ്ലവ പാർടി സ്വായത്തമാക്കേണ്ടതുണ്ട്. ഒരു രൂപത്തിൽ നിന്ന് മറ്റൊന്നി ലേക്ക് അതിവേഗത്തിലും പൊടുന്നനെയും മാറാൻ വിപ്ലവ വർഗം തയ്യാറായിരിക്കേണ്ടതിന്റെ ആവശ്യകത ലെനിൻ എടുത്ത് പറയുന്നു.

മാർക്സിസ്റ്റ് ചിന്തകരിൽ ചിലർ ഒരു കാലത്ത് ആ കാഴ്ചപ്പാട് മുന്നോട്ട് വെക്കുകയും പിന്നീട് തെറ്റായ സിദ്ധാന്തങ്ങളിലേക്ക് വഴിതെറ്റിയും പോകുന്ന സ്ഥിതി ഉണ്ടായിട്ടുണ്ട്. കൗട്സ്കിയെ ഉദാഹരണമായി എടുത്ത് ഈ കാര്യം വ്യക്തമാക്കുന്നു.

"മാർക്സിസ്റ്റ് വൈരുദ്ധ്യ ദർശനത്തെക്കുറിച്ച് അവർ സ്വയം പഠിക്കുക യും മറ്റുള്ളവരെ പഠിപ്പിക്കുകയും ചെയ്തു. (ഈ രംഗത്ത് അവർ ചെയ്തിട്ട ുള്ളത് ഒട്ടുമുക്കാലും സോഷ്യലിസ്റ്റ് സാഹിത്യത്തിന് ഒരു മുതൽക്കൂട്ടായി ഇന്നും നിലകൊള്ളുന്നതാണ്.) എന്നാൽ ഈ വൈരുദ്ധ്യ ദർശനം പ്രയോഗിക്കുന്നകാര്യത്തിൽ അവർക്ക് സാരമായ തെറ്റുപറ്റി. അതായത് പ്രയോഗത്തിലവർ വൈരുദ്ധ്യാത്മകമായിട്ടല്ല കാര്യങ്ങൾ കണ്ടതെന്ന് തെളിഞ്ഞു. രൂപങ്ങൾ അതിവേഗം മാറുന്നതിനെയും പഴയരൂപങ്ങൾ ക്ക് പുതിയ ഉള്ളടക്കം സൃഷ്ടിക്കുന്നതിനെയും കണക്കിലെടുക്കാൻ

അവർതീരെ അപ്രാപ്യരാണെന്ന് തെളിഞ്ഞു.''

ഇത്തരത്തിൽ കേവല സിദ്ധാന്തം കൊണ്ട മാത്രം കാര്യമില്ല. അതിനെ പ്രയോഗവ്യമായി ശരിയായ തരത്തിൽ കൂട്ടിയോജിപ്പിച്ചുകൊ ണ്ട് മുന്നോട്ടുപോവേണ്ടതിന്റെ പ്രാധാന്യം ലെനിൻ എടുത്തുപറയുന്നു.

വിപ്ലവത്തിന്റെ മുന്നേറ്റത്തിനിടയിൽ സംഭവിക്കുന്ന ഇടതു-വലതു വ്യതിയാനങ്ങളെ തുറന്ന കാട്ടികൊണ്ട് ഈ പുസ്തകത്തിൽ ഇങ്ങനെ പറയുന്നുണ്ട്.

"വലതുപക്ഷ സിന്താദ്ധഭ്രാന്ത് പഴയരൂപങ്ങളെ മാത്രമേ അംഗീകരി ക്കുകയുള്ള എന്ന് വാശിപിടിച്ചു. അത് നിശേഷം പാപ്പരാവുകയും ചെയ്തു. കാരണം പുതിയ ഉള്ളടക്കത്തെ അതുകണ്ടില്ല. ഇടതുപക്ഷ സിദ്ധാന്ത ഭ്രാന്താകട്ടെ ചില പഴയരൂപങ്ങൾ നിരുപാധികം നിരാകരിക്കണമെന്ന് വാശിപിടിക്കുകയാണ്. പുതിയ ഉള്ളടക്കം എല്ലാത്തരം രൂപങ്ങളിലൂടെ യും തള്ളി പുറത്ത് വരുന്നുണ്ടെന്ന് അവർ കാണുന്നില്ല.''

ഇടതുപക്ഷ കമ്മ്യൂണിസം എന്ന ബാലാരിഷ്ത മറികടന്ന് ലോക കമ്മ്യൂണിസം മുന്നോട്ടുപോകുമെന്ന പ്രതീക്ഷ പ്രകടിപ്പിച്ച് കൊണ്ടാണ് ലെനിൻ ഈ പുസ്തകം അവസാനിപ്പിക്കുന്നത്. അനുബന്ധമായി, ജർമ്മനിയിലെയും ഇറ്റലിയിലെയും കമ്മ്യൂണിസ്റ്റ് പാർടിയിലെ വ്യ തിയാനങ്ങളെ ലെനിൻ എടുത്തു പറയുന്നുണ്ട്. ഡെച്ച് കമ്മ്യൂണിസ്റ്റ് പാർടിയുടെ സാർവ്വദേശീയനയത്തെ സംബന്ധിച്ച് നടത്തിയ ചില തെറ്റായ പരാമർശങ്ങളെ ചൂണ്ടികാണിച്ച് കൊണ്ട് ഡെച്ച് കമ്മ്യൂണിസ്റ്റ് പാർടി സഖാക്കളയച്ച കത്ത് പ്രസിദ്ധീകരിച്ചുകൊണ്ടുമാണ് ലെനിൻ അനുബന്ധം അവസാനിപ്പിക്കുന്നത്.

കമ്മ്യൂണിസ്റ്റ് പ്രസ്ഥാനത്തിനകത്ത് പ്രത്യക്ഷപ്പെടുന്ന വ്യതിയാന ങ്ങളെ ചൂണ്ടിക്കാണിക്കുകയാണ് ഈ പുസ്തകത്തിൽ ലെനിൻ ചെയ്ത ന്നത്. ഇടതുപക്ഷ സാഹസിക നിലപാടുകൾ എങ്ങനെയാണ് വിപ്ലവ പ്രസ്ഥാനത്തെ ജനങ്ങളിൽ നിന്ന് അകറ്റിക്കളയുന്നത് എന്ന് ഇതിൽ സവിസ്തരം പ്രതിപാദിക്കപ്പെടുന്നു. പാർലമെന്റിനെ കമ്മ്യൂണിസ്റ്റുകാർ ഏതു തരത്തിലാണ് ഉപയോഗിക്കേണ്ടത് എന്നതിനെ സംബന്ധിച്ചും വ്യക്തമായ കാഴ്ചപ്പാട് നൽകുന്നതാണ് ഇത്. മാവോയിസത്തിന്റെ പേരിൽ ഇടതു തീവ്രവാദികൾ വിപ്ലവ പ്രസ്ഥാനത്തെ ആക്രമിക്കുന്ന വർത്തമാനകാലത്ത് ഈ കാഴ്ചപ്പാടുകൾക്ക് ഏറെ പ്രസക്തിയുണ്ട്.

ഭരണകൂടത്തിന്റെ വിവിധ രൂപങ്ങളെ സംബന്ധിച്ചും അതിന്റെ വർഗപരമായ താല്പര്യങ്ങളെ സംബന്ധിച്ചുമുള്ള മാർക്സിസ്റ്റ് വിശകലനം ഇത് മുന്നോട്ട് വയ്ക്കുന്നു. വിപ്ലവാനന്തര സമൂഹത്തിലെ ഭരണകൂട ഇടപെടലുകളും വിശദമാക്കുന്ന കൃതി.

# ഭരണകൂടവും വിപ്ലവവും

മാർക്സിയൻ ദർശനത്തെ വികസിപ്പിക്കുന്നതിന് അമൂല്യമായ സംഭാവന നൽകിയ ലെനിന് മാർക്സിസത്തെ പ്രായോഗികമാക്കുന്നതിനുള്ള വിപ്ലവത്തിന് നേതൃത്വം നൽകിയ അനുഭവവും ഉണ്ട്. മാർക്സും ഏംഗൽസും മുന്നോട്ട് വെച്ച ആശയത്തെ അതിന്റെ അടിസ്ഥാനനിലപാടുകളിൽ നിന്നുകൊണ്ട് വികസിപ്പിക്കുന്നതിനും ഇടത്-വലത് പ്രവണതകളിൽ നിന്നും അതിനെ സംരക്ഷിച്ച് നിർത്തുന്നതിനുള്ള പോരാട്ടത്തിലും, ഒപ്പം ലെനിൻ പങ്കെടുത്തു നേതൃത്വം നൽകി. അവരുടെ ഈ സംഭാവനകളുടെ നേർ സാക്ഷ്യപത്രമാണ് ഭരണകൂടവും വിപ്ലവവും എന്ന ഈ കൃതി.

സോവിയറ്റ് വിപ്ലവം നടന്നുകഴിഞ്ഞ ശേഷമാണ് ഇത് എഴുതപ്പെട്ടത്. വർഗ സമുദായവും ഭരണകൂടവും എന്ന ഒന്നാം അദ്ധ്യായത്തിൽ ഭരണകൂടത്തെ സംബന്ധിച്ചുള്ള മാർക്സിന്റേയും ഏംഗൽസിന്റേയും നിഗമനങ്ങളെ ക്രോഡീകരിച്ച് കാലത്തിന്റെ ആവശ്യം കണക്കിലെടുത്ത് വിശദീകരിക്കുകയുമാണ് ചെയ്യുന്നത്. വർഗ വൈരുദ്ധ്യങ്ങളെ കൂട്ടിയിണക്കാൻ സാധിക്കാത്തതുകൊണ്ടാണ് ഭരണകൂടം ഉണ്ടായത്. അത് മർദ്ദിത വർഗ്ഗത്തെ ചൂഷണം ചെയ്യുന്നതിനുള്ള ഉപകരണമായാണ് പ്രവർത്തിക്കുന്നത്. വിപ്ലവത്തിലൂടെ അധികാരം പിടിക്കുന്ന തൊഴിലാളി വർഗം ഭരണകൂടത്തെ ഇല്ലാതാക്കുന്നത് എങ്ങനെ എന്നതിന്റെ

സൂചനയും ഇതിൽ നൽകുന്നുണ്ട്. ഏംഗൽസ് ഭരണകൂടത്തിന്റെ ഉൽഭവ ത്തെ സംബന്ധിച്ച് കുടുംബം, സ്വകാര്യസ്വത്ത്, ഭരണകൂടം എന്നിവയുടെ ഉൽഭവത്തിൽ വിശദീകരിച്ച ധാരണകളെ ഊന്നിപ്പറയുന്നുമുണ്ട്.

ഭരണകൂടത്തെ സംബന്ധിച്ചുള്ള ഈ കാഴ്ചപ്പാട് വിശദീകരിച്ച ശേഷം 1848 ലേയും 1951 ലേയും വിപ്ലവ അനുഭവങ്ങളെ തുടർന്ന് വിലയിരു ത്തുന്നു. ഭരണകൂടത്തെ തൊഴിലാളിവർഗ്ഗം ഏത് തരത്തിലാണ് മാറ്റി മറിക്കുന്നത് എന്ന മാർക്സിസ്റ്റ് കാഴ്ചപ്പാട് ഇതിൽ വിശദീകരിക്കുന്നു. വർഗ്ഗങ്ങൾ ഇല്ലാതാവുന്നതോടുകൂടി ഭരണകൂടവും ഇല്ലാതാവുമെന്ന ആശയത്തെയാണ് ഇവിടെ ഊന്നിപ്പറയുന്നത്. അതിനിടയിൽ ഇടക്കാല സംവിധാനം എന്ന നിലയിലാണ് തൊഴിലാളിവർഗ്ഗ സർവ്വാധിപത്യത്തെ കാണുന്നത്. അതായത്, മാർക്സിന്റെ ഭാഷയിൽ പറഞ്ഞാൽ "ഭരണാധികാരവർഗ്ഗമായി സംഘടിപ്പിക്കപ്പെട്ടിട്ടുള്ള തൊഴിലാളി വർഗമാണ് ഈ ഭരണകൂട"ത്തെ നിയന്ത്രിക്കുന്നത്.

തൊഴിലാളിവർഗ്ഗ സർവ്വാധിപത്യത്തെ സംബന്ധിച്ചുള്ള വിശദീകര ണമാണ് പിന്നീട് നൽകുന്നത്. എല്ലാ ചൂഷണത്തേയും അവസാനിപ്പിക്ക ണമെങ്കിൽ ചൂഷണം ചെയ്യപ്പെട്ടുന്നവർക്കായി ഒരു ഭരണകൂടത്തിന്റെ ആവശ്യം ഉണ്ട്. ഈ കാര്യം ലെനിൻ ഇങ്ങനെ വ്യക്തമാക്കുന്നു.

"ചൂഷണം ചെയ്യപ്പെട്ടുന്ന വർഗ്ഗങ്ങൾക്കും രാഷ്ട്രീയ ആധിപത്യം വേണം - എല്ലാ ചൂഷണത്തേയും നിശേഷം നശിപ്പിക്കാൻ, ബഹുജനങ്ങ ളിൽ വമ്പിച്ച ഭൂരിപക്ഷത്തിന്റെ താൽപര്യങ്ങൾക്ക് വേണ്ടി, ആധുനിക യുഗത്തിലെ അടിമ ഉടമസ്ഥനായ ഭൂഉടമകളും മുതലാളികളും ഉൾപ്പെ ടുന്ന നിസ്സാരമായൊരു ന്യൂനപക്ഷത്തിനെതിരായിട്ടാണത്."

ഇങ്ങനെ ഈ ഭരണകൂടം ഏത് വർഗ്ഗത്തിന് വേണ്ടിയാണ് പ്രവർ ത്തിക്കുന്നത് എന്ന വസ്തുത ഇവിടെ എടുത്തു പറയുന്നു.

തൊഴിലാളിവർഗ്ഗ വിപ്ലവത്തിന് മുമ്പ് നടന്ന വിപ്ലവങ്ങളെല്ലാം ഭരണകൂടമെന്ന യന്ത്രത്തെ മികവ്വറ്റതാക്കുകയേ ചെയ്തിട്ടുള്ളൂ. അതിനെ തച്ചുടച്ചിട്ടില്ല എന്ന ല്യുയി ബോണപ്പാർട്ടിന്റെ പതിനെട്ടാമത്തെ ബ്രൂമര എന്ന പുസ്തകത്തിൽ മാർക്സ് പറഞ്ഞ കാര്യം ലെനിൻ ഉദ്ധരിക്കുന്നു. എന്നിട്ട് ലെനിൻ ഇങ്ങനെ വിശദീകരിക്കുന്നു.

"അതായത് ഇതുവരെ നടന്നിട്ടുള്ള എല്ലാ വിപ്ലവങ്ങളും ഭരണയന്ത്ര ത്തെ കൂടുതൽ കുറ്റമറ്റതാക്കുകയേ ചെയ്തിട്ടുള്ളൂ. വാസ്തവത്തിൽ വേണ്ടത് അതിനെ തകർക്കുകയാണ്, ഉടയ്ക്കുകയാണ്."

മൂന്നാം അദ്ധ്യായത്തിൽ ലെനിൻ വിശദീകരിക്കുന്നത് 1871 ലെ വെള്ളത്തിൽ മീനകളെന്നപോൽ

പാരീസ് കമ്യൂണിന്റെ അനുഭവത്തെ കുറിച്ചുള്ള മാർക്സിന്റെ നിഗമന ങ്ങളെയാണ്. 1870-ൽ ഗവൺമെന്റിനെ അട്ടിമറിക്കാൻ പാരീസിലെ തൊഴിലാളികൾ ശ്രമിക്കുന്നത് വിസ്സിത്തരമാണെന്ന് മാർക്സ് പറഞ്ഞ കാര്യം ലെനിൻ പറയുന്നുണ്ട്. 1871 മാർച്ചിൽ,

"തൊഴിലാളിവർഗ്ഗത്തിന് ഒരു ജീവൻ മരണ സമരത്തിനിറങ്ങാതെ ഗത്യന്തരമില്ലെന്ന് വന്നപ്പോൾ അവർ ആ വെല്ലുവിളി സ്വീകരിച്ച, കലാപം യാഥാർത്ഥ്യമായിത്തീർന്നപ്പോൾ"

മാർക്സ് ആ തൊഴിലാളി വർഗ വിപ്ലവത്തെ ഉത്സാഹത്തോടെ സ്വാഗതം ചെയ്ത കാര്യവും ലെനിൻ പറയുന്നുണ്ട്. നിലവില്ലുള്ള ഭരണ സംവിധാനത്തെ അതേപടി നിലനിർത്തി തൊഴിലാളിവർഗ്ഗത്തിന് മുന്നോട്ട് പോകാനാവില്ലെന്ന മാർക്സിന്റെ കാഴ്ചപ്പാടും പരിചയപ്പെടുത്തു ന്നു. ഏതൊരു യഥാർത്ഥ ജനകീയ വിപ്ലവത്തിന്റേയും ആദ്യോപാധി ഭരണകൂടത്തിന്റെ ഉദ്യോഗസ്ഥമേധാവിത്വത്തേയും പട്ടാളയന്ത്രത്തെയും തകർക്കുകയാണ് എന്ന ആശയത്തെ വിശദീകരിക്കുന്നു. ഇവയുടെ സ്ഥാനത്ത് കമ്യൂണലുകൾ അധികാരമേറ്റെടുക്കേണ്ടതിന്റെ പ്രാധാന്യ വും എടുത്തുപറയേണ്ടതുണ്ട്. പാർലമെന്ററി ജനാധിപത്യമെന്നത് ഒരു പ്രത്യേക വർഗ്ഗത്തിന് വേണ്ടി രൂപീകരിച്ച ഒന്നാണ്, എന്നാൽ കമ്യൂൺ അതിൽ നിന്ന് വ്യത്യസ്തമാണ്.

"കമ്യൂൺ ഭരണനടത്തിപ്പും നിയമനിർമ്മാണവും ഒരേ സമയം ചെയ്യുന്ന, കാര്യങ്ങൾ നടത്തുന്ന ഒരു സ്ഥാപനമാണ്. വെറും പാർല മെന്ററി സ്ഥാപനമല്ല."

പാർലമെന്ററി സ്ഥാപനം കുറെ കൊല്ലങ്ങൾ കൂടുമ്പോൾ ഒരിക്കൽ ഭരണം നടത്തുന്ന വർഗ്ഗത്തിൽപെട്ട ആരെല്ലാമാണ് പാർലമെന്റിൽ പോയി ജനങ്ങളെ മർദ്ദിക്കുകയും അമർത്തുകയും ചെയ്യേണ്ടത് എന്ന് തീരുമാനിക്കുകയുമാണ് ചെയ്യുന്നത്. ഇത്തരത്തിൽ പാർലമെന്റും കമ്യൂ ണലുകളും തമ്മില്ലുള്ള വ്യത്യാസത്തെ വ്യക്തമാക്കുന്നു.

ഈ വിമർശനം ഉന്നയിക്കുമ്പോഴും പാർലമെന്ററി സ്ഥാപനങ്ങളെ ഉപേക്ഷിക്കുന്ന നിലപാട് ലെനിൻ മുന്നോട്ട് വെക്കുന്നില്ല.

"തീർച്ചയായും ജനപ്രതിനിധി സ്ഥാപനങ്ങളേയോ തെരഞ്ഞെടുപ്പ് തത്വത്തേയോ ഉപേക്ഷിക്കുന്നതിലല്ല, നേരെ മറിച്ച്, ജനപ്രതിനിധി സ്ഥാപനങ്ങളെ വെറും "സൊള്ളൽക്കട" കളിൽ നിന്ന് "കാര്യങ്ങൾ നടത്തുന്ന സ്ഥാപനങ്ങളായി" മാറ്റുന്ന തരത്തിൽ ഇടപെടുകയാണ് വേണ്ടത് എന്ന് ഊന്നിപറയുന്നു.

# വ്ലാഡിമിർ ഇലിച്ച് ലെനിൻ

പാരീസ് കമ്മ്യൂണിന്റെ അനുഭവപാഠങ്ങളെ വിശകലനം ചെയ്യുന്ന മാർക്സ് പക്ഷെ ഭാവി കാലഘട്ടത്തിലെ രാഷ്ട്രീയ സംഘടനാ രൂപം മുന്നോട്ട് വെച്ചില്ല. പകരം ഫ്രെഞ്ച് ചരിത്രത്തെ ശരിയായ രീതിയിൽ നിരീക്ഷിക്കുകയും അതിനെ അപഗ്രഥിക്കുകയും സംഭവഗതികൾ ആകെ ബൂർഷ്വാ ഭരണയന്ത്രത്തെ തകർക്കുന്നതിലേക്കാണ് നീങ്ങിക്കൊണ്ടി രിക്കുന്നത് എന്നും വ്യക്തമാക്കുകയാണ് ചെയ്യുന്നത്. പാരീസ് കമ്മ്യൂ ണിന്റെ അനുഭവത്തിൽ നിന്നുകൊണ്ട് അത് പുറത്തേക്ക് കൊണ്ടുവന്ന രാഷ്ട്രീയ സംഘടനയുടെ രൂപങ്ങളെ മാർക്സ് പഠിക്കാൻ തുടങ്ങി. ഇതിൽ നിന്ന് അദ്ദേഹം എത്തിയ നിഗമനം തൊഴിലാളി വിപ്ലവം അവസാ നമായി മുന്നോട്ട് വെച്ച രാഷ്ട്രീയ സംഘടനാ രൂപം കമ്മ്യൂൺ ആണ് എന്ന നിഗമനമാണ്.

നാലാമധ്യായത്തിൽ ഏംഗൽസിന്റെ വിശദീകരണങ്ങളിലേക്കാണ് ലെനിൻ കടക്കുന്നത്. പാർപ്പിടപ്രശ്നവുമായി ബന്ധപ്പെട്ടുത്തി ചില സൈദ്ധാന്തിക പ്രശ്നങ്ങളെ ഇതിൽ വിശകലനം ചെയ്യുന്നു. തൊഴിലാളി വർഗ്ഗ വിപ്ലവം നടന്ന ഉടനെ തന്നെ മുതലാളിത്തത്തിന്റെ രീതികളെല്ലാം അവസാനിപ്പിച്ചുകളയാം എന്ന് കരുതുന്നത് വ്യാമോഹമാണ്. അതിന്റെ വിവിധ രൂപങ്ങളെ തിരിച്ചറിഞ്ഞും ഉൾക്കൊണ്ടും ചെറുത്തുനിന്നുമാണ് മുന്നോട്ട് പോവേണ്ടത്. സിദ്ധാന്തത്തെ പ്രയോഗവുമായി ബന്ധിപ്പിക്ക ന്ന നിലപാട് ഇവിടെ ഒരിക്കൽ കൂടി ലെനിൻ സ്പഷ്ടമാക്കുന്നു.

ഇത്തരം വിശദീകരണങ്ങളിൽ നിന്ന് ലെനിൻ എത്തിച്ചേരുന്ന നിഗമനം:

"തൊഴിലാളിവർഗ്ഗം എല്ലാ ഭരണകൂടത്തേയും അതായത് സംഘടി തമായ എല്ലാ ബലപ്രയോഗത്തേയും പൊതുവിൽ മനുഷ്യനെതിരായ എല്ലാ ബലപ്രയോഗത്തേയും നശിപ്പിക്കുക എന്നതാണ് നാം സ്വീകരി ച്ചിട്ടുള്ള പരമമായ ലക്ഷ്യം," എന്ന കാഴ്ചപ്പാടാണ്. ഒരു ഇടക്കാലസംവി ധാനം എന്ന നിലയിലാണ് തൊഴിലാളിവർഗ്ഗ ഭരണകൂടത്തെ ലെനിൻ വീക്ഷിക്കുന്നത്. തൊഴിലാളിവർഗ്ഗ ഭരണസംവിധാനം നിലവിൽ വരികയും എല്ലാവിധ ആധിപത്യങ്ങളും ഇല്ലാതായിക്കഴിഞ്ഞാൽ ഭരണകൂടം ഇല്ലാതാകുന്ന നിലയുണ്ടാകും എന്ന സമീപനം ലെനിൻ ഇവിടെ ഒന്നുകൂടി ആവർത്തിക്കുന്നു.

ഭരണകൂടത്തിന്റെ കൊഴിഞ്ഞ് പോകലിന്റെ സാമ്പത്തിക അടി ത്തറയെയാണ് പിന്നീട് ലെനിൻ വിശദീകരിക്കുന്നത്. സോഷ്യലിസ ത്തെ കമ്മ്യൂണിസ്റ്റ് സമുദായത്തിന്റെ ഒന്നാം ഘട്ടം എന്നാണ് ഇതിൽ

വിശേഷിപ്പിക്കുന്നത്. കമ്മ്യൂണിസവും സോഷ്യലിസവും തമ്മിലുള്ള വ്യത്യാസത്തെ കുറിച്ച് ലെനിൻ ഇങ്ങനെ പറയുന്നു.

"കമ്മ്യൂണിസ്റ്റ് സമുദായത്തിന്റെ ഒന്നാം ഘട്ടത്തിൽ 'ബൂർഷ്വാ അവകാശ'ത്തെ അപ്പാടെ നശിപ്പിക്കുന്നില്ല. അതുവരെ നേടിയ സാമ്പത്തിക പരിവർത്തനത്തിന്റെ തോതനുസരിച്ച് മാത്രം - ഉത്പാ ദനോപാധികളെ സംബന്ധിച്ചിടത്തോളം മാത്രം - ഒരു ഭാഗം ഇല്ലാ താവുന്നു. "ബൂർഷ്വാ അവകാശം" ഉത്പാദനോപാധികളെ പ്രത്യേക വ്യക്തികളുടെ സ്വകാര്യസ്വത്തായി കണക്കാക്കുന്നു. സോഷ്യലിസം അവയെ പൊതുസ്വത്തായി മാറ്റുന്നു. അത്രത്തോളം, അത്രത്തോളം മാത്രം, "ബൂർഷ്വാ അവകാശം" അപ്രത്യക്ഷമാവുന്നു."

സമന്മാരല്ലാത്ത വ്യക്തികൾ ചെയ്യുന്ന ജോലിയുടെ സമം അല്ലാത്ത തുകയ്ക്ക് ഉൽപന്നങ്ങളിൽ സമമായ തുക കൊടുക്കുന്ന "ബൂർഷ്വാ അവകാശത്തെ അപ്പോഴും ഉച്ചാടനം ചെയ്യുന്നില്ല. ഇതൊരു കുറവാ ണെന്ന് മാർക്സ് പറയുന്ന കാര്യവും ലെനിൻ എടുത്തുപറയുന്നുണ്ട്. പക്ഷെ കമ്മ്യൂണിസത്തിന്റെ ഒന്നാമത്തെ ഘട്ടത്തിൽ, അതായത് സോഷ്യലിസത്തിൽ, ഇത് ഒഴിച്ചുകൂടാൻ പറ്റാത്ത ഒന്നാണ്. കാരണം മുതലാളിത്തത്തിന്റെ ഉച്ചാടനം തൽക്ഷണം കമ്മ്യൂണിസ്റ്റ് രീതിയിലുള്ള സാമ്പത്തിക അടിസ്ഥാനം സൃഷ്ടിക്കുന്നില്ല.

എന്നാൽ കമ്മ്യൂണിസത്തിന്റെ രണ്ടാം ഘട്ടമെന്ന് വിശേഷിപ്പിക്കുന്ന കമ്മ്യൂണിസ്റ്റ് ലോകത്തിൽ ഈ സ്ഥിതിക്ക് മാറ്റം വരുന്നു. ഉത്പാദന ക്ഷമത വൻതോതിൽ വർദ്ധിക്കുകയും ജനങ്ങളുടെ മനോഭാവത്തിൽ വലിയ മാറ്റം രൂപപ്പെട്ടുകയും ചെയ്യുന്നു. അതോട്ടുകൂടി സമൂഹത്തിൽ വരുന്ന മാറ്റത്തെ കുറിച്ച് മാർക്സ് പറയുന്ന കാര്യം ലെനിൻ എടുത്തു പറയുന്നുണ്ട്.

"അധ്വാനം വെറും ഉപജീവനമാർഗ്ഗം മാത്രമല്ലാതെ, ജീവിതത്തിന്റെ പ്രാഥമിക ആവശ്യങ്ങളിൽ ഒന്നായിത്തീരുമ്പോൾ എല്ലാ അർത്ഥത്തി ലും വ്യക്തികൾ വളരുന്നതോടൊപ്പം ഉത്പാദനശക്തികളും വളരുകയും സാമൂഹ്യ സമ്പത്തിന്റെ എല്ലാ ഉറവുകളും കൂടുതൽ സമൃദ്ധമായി പ്രവ ഹിക്കാൻ ഇടങ്ങുകയും ചെയ്യുമ്പോൾ - അങ്ങനെയുള്ള ഘട്ടത്തിൽ മാത്രമേ ബൂർഷ്വാ അവകാശങ്ങളുടെ സങ്കുചിത പരിധിയിൽ നിന്നും തികച്ചും അപ്പുറത്തേക്ക് പോകാൻ സാധിക്കുകയുള്ളൂ, സമുദായത്തിന് 'ഓരോരുത്തരിൽ നിന്നും അയാളുടെ കഴിവ് അനുസരിച്ച്; ഓരോരു ത്തർക്കും അയാളുടെ ആവശ്യങ്ങൾ അനുസരിച്ച്' എന്ന് അതിന്റെ

 വെള്ളത്തിൽ മീനുകളെന്നപോൽ

കൊടിക്കുറമേൽ കുറിക്കാൻ സാധിക്കുകയുള്ളൂ.''

ഇങ്ങനെ കമ്മ്യൂണിസത്തിലേക്കുള്ള വളർച്ച ഉത്പാദനശക്തിക ളുടെ വികാസമായും സാംസ്കാരിക മുന്നേറ്റമായും ബന്ധിപ്പിക്കുകയാണ് ലെനിൻ ചെയ്യുന്നത്.

മനുഷ്യസമൂഹത്തിൽ സ്വാതന്ത്ര്യം ഉണ്ടാവണമെങ്കിൽ എല്ലാവിധ മർദ്ദനങ്ങളും അവസാനിപ്പിക്കേണ്ടതുണ്ട്. ലെനിൻ പറഞ്ഞു:

"എവിടെ മർദ്ദനമുണ്ടോ, എവിടെ നിർബന്ധമുണ്ടോ അവിടെ സ്വാ തന്ത്ര്യമില്ല, ജനാധിപത്യമില്ല.''

ഇങ്ങനെ സ്വാതന്ത്ര്യത്തിന്റേയും ജനാധിപത്യത്തിന്റേയും ഉയർന്ന തലത്തിലേക്ക് മനുഷ്യനെ ഉയർത്താൻ എല്ലാ ആധിപത്യങ്ങളിൽ നിന്നും അവരെ മോചിപ്പിക്കുവാനുമുള്ള സംവിധാനമാണ് തൊഴിലാ ളിവർഗ്ഗത്തിന്റെ ഈ ഭരണക്കൂടം. മാത്രമല്ല അത് ഭൂരിപക്ഷത്തിന്റെ ജനാധിപത്യം കൂടിയാണ്. ഭരണക്കൂടത്തെ ഇല്ലാതാക്കാനുള്ള ഉപാധി ആവുക എന്നതുകൂടിയാണ് ഇതിന്റെ ഉത്തരവാദിത്വം. ഇങ്ങനെയൊന്ന് ഉണ്ടാക്കാതെ അടിച്ചമർത്തലില്ലാത്ത ഭരണക്കൂടമില്ലാത്ത ലോകത്തി ലേക്ക് നമുക്ക് പ്രവേശിക്കാനാവില്ലെന്ന് ലെനിൻ വ്യക്തമാക്കുന്നു.

ഇത്തരം വിശദീകരണത്തിന് ശേഷം ഈ നിലപാടുകളിൽ നിന്ന് വിഭിന്നമായി കൗട്സ്കി, ബാബ്യൽ, പ്ലക്കനോവ്, പന്നൂക്ക് തുടങ്ങിയവർ മുന്നോട്ട് വെക്കുന്ന ആശയങ്ങളുടെ ദൗർബല്യങ്ങളും പോരായ്മകളും വിശദീകരിക്കുന്നുണ്ട്. ഇങ്ങനെ ഭരണക്കൂടത്തിന്റെ വിവിധ രൂപങ്ങളെ സംബന്ധിച്ചും അതിന്റെ വർഗ്ഗപരമായ താൽപര്യങ്ങളെ സംബന്ധി ച്ചും ഉള്ള മാർക്സിസ്റ്റ് വിശകലനം ഭരണക്കൂടവും വിപ്ലവവും എന്ന ഈ പുസ്തകത്തിൽ കടന്നുവരുന്നു. വിപ്ലവാനന്തര സമൂഹത്തിൽ ഭരണക്കൂട ത്തിന്റെ ഇടപെടലിന്റെ പ്രത്യേകതകളെ ഇത് വിശകലനം ചെയ്യുന്നു. ഭരണക്കൂടവിമർശനവും മൂലധനവിമർശനവും മാറ്റി നിർത്തികൊണ്ട് സാമൂഹ്യവിപ്ലവത്തെ കുറിച്ചുള്ള ചർച്ചകൾ വർത്തമാന കാലത്ത് ഉയർ ന്നുവരുന്നുണ്ട്. ഈ ഘട്ടത്തിൽ ഭരണക്കൂടത്തെ കുറിച്ചുള്ള മാർക്സിസ്റ്റ് നിലപാട് വ്യക്തമാക്കുന്ന ഈ പുസ്തകത്തിന് ഏറെ പ്രാധാന്യമുണ്ട്.

മുതലാളിത്തം വളർന്ന സാമ്രാജ്യത്വമായിത്തീരു ന്ന പ്രക്രിയയെ വിശകലനം ചെയ്യുന്ന ലെനിന്റെ ക്ലാസിക്ക്. ലെനിനിസത്തെ സാമ്രാജ്യത്വ കാലത്തെ മാർക്സിസം എന്ന വിശേഷണത്തിലേക്ക് നയിച്ച കൃതി.

# സാമ്രാജ്യത്വം മുതലാളിത്തത്തിന്റെ പരമോന്നത ഘട്ടം

മാർക്സിസ്റ്റ് സമീപനത്തെ വികസിപ്പിക്കുന്ന തരത്തിലുള്ള ഉജ്ജ്വല സംഭാവനകളാണ് ലെനിന്റെ ഭാഗത്തുനിന്ന് ഉണ്ടാ യിട്ടുള്ളത്. സൈദ്ധാന്തികവും പ്രായോഗികവുമായ രംഗത്ത് നൽകിയ ഈ സംഭാവനയുടെ അടിസ്ഥാനത്തിലാണ് മാർക്സിസം-ലെനി നിസം എന്ന പ്രയോഗം തന്നെ നിലവിൽവന്നത്. ഇത്തരത്തിലുള്ള സൈദ്ധാന്തിക സംഭാവനകളിൽ പ്രമുഖമായിട്ടുള്ളതാണ് മുതലാളി ത്തം വളർന്ന് സാമ്രാജ്യത്വമായിത്തീരുന്ന പ്രക്രിയയെ വിശകലനം ചെയ്യുകൊണ്ട് ലെനിൻ മുന്നോട്ട് വെച്ച ആശയങ്ങൾ. അതുകൊണ്ട് ലെനിനിസത്തെ സാമ്രാജ്യത്വകാലത്തെ മാർക്സിസം എന്ന് വിശേ ഷിപ്പിക്കുന്നു.

സാമ്രാജ്യത്വം മുതലാളിത്തത്തിന്റെ പരമോന്നതഘട്ടം എന്ന പുസ്തകത്തിലാണ് ലെനിൻ ഈ കാഴ്ചപ്പാട് വിശദീകരിക്കുന്നത്. സോവിയറ്റ് വിപ്ലവം പൂർത്തീകരിക്കുന്നതിന മുമ്പ് 1916-ൽ സാറിസ്റ്റ് റഷ്യയിലാണ് ഈ പുസ്തകം എഴുതപ്പെട്ടത്. അതുകൊണ്ട് തന്നെ സെൻ സർഷിപ്പിനെ മറികടക്കുന്നവിധമാണ് അന്ന് ഇത് തയ്യാറാക്കിയിരു ന്നത്. എന്നാൽ വിപ്ലവാനന്തര കാലത്തിനശേഷം ഈ പുസ്തകത്തിൽ കൂട്ടിച്ചേർക്കേണ്ട ഭാഗം മുഖവുര എന്ന നിലയിൽ ചേർത്ത് പുസ്തകത്തെ

വിപുലപ്പെടുത്തിയിട്ടുണ്ട്.

മാർക്സിന്റെയും ഏംഗൽസിന്റെയും സംഭാവനകളിൽ ഒന്ന് മുതലാളി ത്ത സമൂഹത്തെ വിശകലനം ചെയ്ത് അതിന്റെ ശക്തിദൗർബല്യങ്ങളെ വെളിപ്പെടുത്തി എന്നതാണ്. എന്നാൽ, സാമ്രാജ്യത്വം എന്ന തലത്തിലു ള്ള മുതലാളിത്തത്തിന്റെ വികാസത്തെ അവർ വിപ്ലമായ രീതിയിൽ പരിശോധിച്ചിരുന്നില്ല. അക്കാലത്ത് അത്തരം വിശദാംശങ്ങളിലേക്ക് കടക്കേണ്ട സ്ഥിതി ഉണ്ടായിരുന്നില്ല. ലെനിന്റെ കാലമാകുമ്പോഴേക്കും ഇത്തരം വികാസമുണ്ടാവുകയും അതിനെ മനസ്സിലാക്കേണ്ടത് അനി വാര്യമായിത്തീരുകയും ചെയ്തു. അതിനാൽ മാർക്സിസത്തിന്റെ വികാസം എന്ന നിലയിൽ ഇത്തരം പ്രശ്നം പരിശോധിക്കുകയും ചെയ്തു. കമ്മ്യൂണി സ്റ്റ് മാനിഫെസ്റ്റോയിൽ മുതലാളിത്തത്തിന്റെ ഈ വികാസ രീതികളുടെ അനിവാര്യതയെപ്പറ്റി പറയുന്നുണ്ട്.

"ഉത്പന്നങ്ങൾക്ക് അനുസ്യൂതം വിപുലപ്പെടുന്ന ഒരു കമ്പോളം കണ്ടുപിടിക്കേണ്ടതിന്റെ ആവശ്യം ബൂർഷ്വാസിയെ ഭൂമണ്ഡലമെങ്ങും ഓടിക്കുന്നു. അതിന് എല്ലായിടത്തും കൂട് കെട്ടണം. എല്ലായിടത്തും പാർപ്പ് ഉറപ്പിക്കണം. എല്ലായിടത്തും ബന്ധങ്ങൾ സ്ഥാപിക്കണം."

മുതലാളിത്തത്തിന്റെ ഈ സവിശേഷതയെ വിശകലനം ചെയ്തുകൊ ണ്ട് അത് സാമ്രാജ്യത്വവുമായി വളർന്നു വികസിക്കുന്ന തലത്തെയാണ് ലെനിൻ തന്റെ സാമ്രാജ്യത്വം മുതലാളിത്തത്തിന്റെ പരമോന്നത ഘട്ടം എന്ന പുസ്തകത്തിൽ വിശദീകരിക്കുന്നത്.

മുതലാളിത്തം വളർന്ന് അവ കുത്തകയായി മാറുന്നതിന്റെ ചിത്രമാണ് 'ഉത്പാദനത്തിന്റെ കേന്ദ്രീകരണവും കുത്തകകളും' എന്ന ഒന്നാമത്തെ അധ്യായത്തിൽ സൂചിപ്പിക്കുന്നത്. സ്വതന്ത്ര മത്സരം ഉത്പാദനത്തിന്റെ കേന്ദ്രീകരണത്തിന് ഇടയാക്കുന്നു. ആ കേന്ദ്രീകരണം ഒരു നിശ്ചിത വികാസ ഘട്ടത്തിൽ കുത്തകകൾക്ക് വഴി തെളിയിക്കുമെന്ന മാർക്സിന്റെ സമീപനത്തെ ലെനിൻ ഇവിടെ ചൂണ്ടിക്കാട്ടുന്നുണ്ട്. കുത്തകകളായി ത്തീരുന്ന മുതലാളിത്തത്തിന്റെ വികാസത്തിന് മൂന്ന് ഘട്ടങ്ങളുണ്ടെന്ന് ലെനിൻ വിശദീകരിക്കുന്നുണ്ട്. 1860-70 ആണ് ആദ്യഘട്ടം. 19-ാം നൂറ്റാ ണ്ടിന്റെ ഒടുവിലാകുമ്പോഴേക്കും മുതലാളിത്തം സാമ്രാജ്യത്തമായി മാറുന്ന പ്രക്രിയ വിശദീകരിക്കുന്നു.

ഫിനാൻസ് മൂലധനത്തിന്റെ രൂപീകരണവും മൂലധന കേന്ദ്രീകര ണത്തിന്റെയും കുത്തകകളുടെ രൂപീകരണവും ബാങ്കിംഗ് രീതികളുടെ അടിസ്ഥാനത്തിൽ വിശദീകരിക്കുകയാണ് രണ്ടാമധ്യായത്തിൽ. ഈ

അധ്യായത്തിൽ പഴയ മുതലാളിത്തത്തിൽനിന്ന് പുതിയ മുതലാളിത്ത ത്തിലേക്കുള്ള, അതായത് ഫിനാൻസ് മൂലധനത്തിന്റെ ആധിപത്യത്തി ലേക്കുള്ള മാറ്റത്തെയാണ് ലെനിൻ വിശകലനം ചെയ്യുന്നത്.

മൂന്നാം അധ്യായത്തിന്റെ പേര് 'ഫിനാൻസ് മൂലധനവും ഫിനാൻസ് പ്രഭുക്കന്മാരുടെ വാഴ്ചയും' എന്നാണ്. ഇതിൽ എന്താണ് ഫിനാൻസ് മൂലധനമെന്ന് ലെനിൻ പറയുന്നുണ്ട്.

"അതായത്, പണരൂപത്തിലുള്ള മൂലധനത്തെയാണ് ഞാൻ ഫിനാൻസ് മൂലധനമെന്ന വിളിക്കുന്നത്. ബാങ്കുകൾ നിയന്ത്രിക്കുന്നതും വ്യവസായികൾ ഉപയോഗിക്കുന്നതുമായ മൂലധനമാണ് ഫിനാൻസ് മൂലധനം."

ഇങ്ങനെ ഫിനാൻസ് മൂലധനത്തെ സംബന്ധിച്ച് വിശദീകരിക്കാനും അതിന്റെ രീതികൾ ഉണ്ടാക്കുന്ന പ്രത്യാഘാതങ്ങളെ തുറന്ന് കാണി ക്കുന്നതിനും ഈ ഭാഗം ഉപയോഗിക്കുന്നു. ഈ ഫിനാൻസ് മൂലധനം കമ്പനികളുടെ രൂപീകരണത്തിലേക്കും അതിൽ നിന്ന് സാമ്രാജ്യത്വ ത്തിന്റെ തലത്തിലേക്കും വികസിക്കുന്ന കാര്യമാണ് തുടർന്ന് ചർച്ച ചെയ്യുന്നത്. ഇത് ജനജീവിതത്തിൽ ഉണ്ടാക്കുന്ന മാറ്റങ്ങളെ തുടർന്ന് വിശദീകരിക്കുന്നുണ്ട്.

ഇവിടെ റിയൽ എസ്റ്റേറ്റിന്റെ വികാസത്തെക്കുറിച്ചും അതിൽ ഫിനാൻസ് മൂലധനം ഇടപെടുന്ന രീതിയെ സംബന്ധിച്ചും ലെനിൻ വ്യക്തമാക്കുന്നുണ്ട്.

"അതിവേഗം വളരുന്ന വലിയ നഗരങ്ങളുടെ പ്രാന്തങ്ങളിലുള്ള ഭൂമിയിന്മേൽ ഊഹക്കച്ചവടം നടത്തുന്നത് ഫിനാൻസ് മൂലധനത്തിന് വിശേഷിച്ചും ലാഭകരമായ ഒരു ഇടപാടാണ്. ഇവിടെ ബാങ്കുകളുടെ കുത്തക, തറപ്പാട്ടത്തിന്റെ കുത്തകയുമായും ഗതാഗത സൗകര്യങ്ങളുടെ കുത്തകയുമായും ലയിച്ചുചേരുന്നു. കാരണം, ഭൂമിയുടെ വില വർദ്ധന വും അവ തുണ്ടുകളായും മറ്റും ലാഭത്തിൽ വിൽക്കാനുള്ള സാധ്യതയും മുഖ്യമായും ആശ്രയിച്ചിരിക്കുന്നത് നഗരമധ്യവുമായുള്ള നല്ല ഗതാഗത ബന്ധത്തെയാണ്."

ഇങ്ങനെ സമകാലീനമായ പ്രതിഭാസങ്ങളെപ്പോലും വിശദീകരി ക്കാവുന്ന തരത്തിൽ ലെനിന്റെ വിശകലനം എത്തിച്ചേരുകയാണ്.

നാലാം അധ്യായം മൂലധനത്തിന്റെ കയറ്റുമതിയെ സംബന്ധിച്ചാണ്. മൂലധനകയറ്റുമതിയെ മുതലാളിത്തത്തിന്റെ സവിശേഷഘട്ടം എന്ന

നിലയിലാണ് ലെനിൻ കാണുന്നത്. ചരക്കുകളുടെ കയറ്റുമതിയിൽ നിന്ന് മൂലധനത്തിന്റെ കയറ്റുമതിയിലേക്കുള്ള ഈ മാറ്റം സൂക്ഷ്മമായ വിശകല നത്തിന് ഇവിടെ വിധേയമാക്കുന്നുണ്ട്. ഇതിലൂടെ സാമ്രാജ്യത്വത്തിന്റെ ഘട്ടത്തിലേക്ക് വികസിച്ചവരുന്ന മുതലാളിത്തത്തിന്റെ സ്വഭാവങ്ങളെ വിശകലനം ചെയ്യുന്നു. മുതലാളിത്തത്തിന്റെ വികാസത്തിന്റെ ഫലമായി വന്നിട്ടുള്ള മാറ്റങ്ങൾ രാഷ്ട്രീയതലത്തിൽ എങ്ങനെ ഇടപെടുന്ന എന്ന് ഈ അധ്യായത്തിന്റെ അവസാന ഖണ്ഡികയിൽ വിശദീകരിക്കുന്നുണ്ട്. "മൂലധനം കയറ്റുമതി ചെയ്യുന്ന രാജ്യങ്ങൾ ലോകത്തെ പങ്കിട്ടെടുത്തി രിക്കുകയാണെന്ന് ആലങ്കാരികമായി പറയാവുന്നതാണ്. എന്നാൽ ഫിനാൻസ് മൂലധനം ലോകത്തിന്റെ നേരിട്ടുള്ള പങ്കിടലിനുതന്നെ വഴി തെളിയിച്ചിരിക്കുകയാണ്."

മുതലാളിത്ത ശക്തികൾ എങ്ങനെയാണ് ലോകത്തിന്റെ വിവിധ കമ്പോളങ്ങൾ കൈവശം വെച്ചിരിക്കുന്നത് എന്നും അത് സാമ്രാജ്യ ത്വത്തിന്റെ തലത്തിലേക്ക് വികസിച്ചതിന്റേയും അടിസ്ഥാനങ്ങളാണ് പിന്നീട് വിശദീകരിക്കുന്നത്. ആറാമധ്യായത്തിൽ വിശദീകരിക്കപ്പെട്ട ന്നത് സാമ്രാജ്യത്വ ശക്തികൾ എപ്രകാരമാണ് കോളനികൾ കൈവശം വെയ്ക്കുന്നത് എന്നതാണ്.

സാമ്രാജ്യത്വം എന്ന പ്രതിഭാസം മുതലാളിത്തത്തിന്റെ ഈ ഘട്ട ത്തിന് മുമ്പ് തന്നെ ഉണ്ടായിരുന്നു. അടിമത്വത്തിൽ അധിഷ്ഠിതമായ റോമാ സാമ്രാജ്യത്വത്തിന്റെ കാലത്ത് പോലും ഇത് ഉണ്ടായിരുന്നു. എന്നാൽ ഇന്നത്തെ സാമ്രാജ്യത്വവും അന്നത്തെ രീതികളും തമ്മിൽ സാമൂഹ്യ-സാമ്പത്തിക വ്യവസ്ഥകൾ എന്ന നിലയിൽ തന്നെ മൗലികമായ വ്യത്യാസമുണ്ടായിരുന്നു. മുതലാളിത്തത്തിന്റെ മുൻഘട്ട ങ്ങളിലെ മുതലാളിത്തപരമായ കോളനി നയംപോലും ഫിനാൻസ് മൂലധനത്തിന്റെ കോളനി നയത്തിൽ നിന്ന് സാരാംശത്തിൽ വ്യത്യ സ്തമായിരുന്നു എന്ന കാര്യവും ഇവിടെ ലെനിൻ എടുത്തു പറയുന്നുണ്ട്.

ഇത് കേവലമായ ഒരു സാമ്പത്തിക പ്രശ്നം എന്ന നിലയിൽ മാത്രമല്ല, അതിനപ്പുറത്തിലുള്ള തലത്തിലേക്കും വികസിക്കുന്നതായി ലെനിൻ വിലയിരുത്തുന്നുണ്ട്. "ഫിനാൻസ് മൂലധനത്തിന്റെ അടിത്തറ യിൻമേൽ വളർന്നുവരുന്ന സാമ്പത്തികേതരമായ മേൽപുര - അതിന്റെ രാഷ്ട്രതന്ത്രവും പ്രത്യയശാസ്ത്രവും - കോളനികൾ വെട്ടിപ്പിടിക്കാനുള്ള ശ്രമത്തിന് ഉത്തേജനം നൽകുന്നു. "ഫിനാൻസ് മൂലധനത്തിന് വേണ്ടത് സ്വാതന്ത്ര്യമല്ല മേധാവിത്വമാണ് എന്ന് ഹിൽഫെർഡിംഗ് പറഞ്ഞത്

എത്രയും ശരിയാണ്." ഇങ്ങനെ സാമ്രാജ്യത്വത്തെ ഒരു സമഗ്രമായ പ്രതിഭാസം എന്ന നിലയിലാണ് ലെനിൻ കാണുന്നത്.

ഏഴാം അദ്ധ്യായത്തിന്റെ പേര് തന്നെ 'സാമ്രാജ്യത്വം മുതലാളിത്തത്തിന്റെ സവിശേഷഘട്ടം' എന്നാണ്. ഈ അദ്ധ്യായത്തിൽ സാമ്രാജ്യത്വത്തെ ചുരുക്കി നിർവ്വചിക്കണമെന്നുണ്ടെങ്കിൽ മുതലാളിത്തത്തിന്റെ കുത്തകദശയാണെന്ന് വ്യക്തമാക്കുന്നു. സാമ്രാജ്യത്വത്തിന് മൗലികമായ അഞ്ച് സവിശേഷതകൾ ലെനിൻ ഇവിടെ നൽകുന്നുണ്ട്.

1. സാമ്പത്തിക ജീവിതത്തിൽ നിർണ്ണായകമായ പങ്ക് വഹിക്കുന്ന കുത്തകകളെ സൃഷ്ടിക്കത്തക്കവണ്ണം ഉയർന്ന ഘട്ടത്തിലേക്ക് ഉത്പാദനത്തിന്റേയും മൂലധനത്തിന്റേയും കേന്ദ്രീകരണം വളർന്നിരിക്കുന്നു.

2. ബാങ്ക് മൂലധനവും വ്യാവസായിക മൂലധനവും തമ്മിൽ ലയിച്ച് ചേരുകയും ഈ ഫിനാൻസ് മൂലധനത്തിന്റെ അടിസ്ഥാനത്തിൽ ഒരു ഫിനാൻസ് പ്രഭുത്വം സൃഷ്ടിക്കപ്പെടുകയും ചെയ്തിരിക്കുന്നു.

3. ചരക്കുകളുടെ കയറ്റമതിയിൽ നിന്ന് വ്യത്യസ്തമായി മൂലധനത്തിന്റെ കയറ്റമതി അസാമാന്യമായ പ്രാധാന്യം അർഹിക്കുന്നു.

4. സാർവ്വദേശീയ കുത്തകമുതലാളി കൂട്ടുകെട്ടുകൾ രൂപമെടുക്കുകയും അവ ലോകം പങ്കിട്ടെടുക്കുകയും ചെയ്യുന്നു.

5. ഏറ്റവും വലിയ മുതലാളിത്ത ശക്തികൾ ലോകത്തെയാകെ പങ്കിട്ടെടുക്കുന്ന പ്രക്രിയ പൂർത്തിയാക്കിരിക്കുന്നു.

ഈ സവിശേഷതകളോടു കൂടി വികാസദശയിലെത്തിയ മുതലാളിത്തമാണ് സാമ്രാജ്യത്വം എന്ന് അദ്ദേഹം വിശദീകരിക്കുന്നു. ഈ അദ്ധ്യായത്തിൽ തന്നെ കൗട്സ്കി സാമ്രാജ്യത്വത്തിന്റെ രാഷ്ട്രീയനയത്തെ അതിന്റെ സാമ്പത്തിക നയത്തിൽ നിന്നും വേർതിരിച്ചുകൊണ്ട് കാണുന്നു എന്ന വിമർശനം ലെനിൻ മുന്നോട്ട് വെക്കുന്നുണ്ട്.

എട്ടാം അദ്ധ്യായം 'മുതലാളിത്തത്തിന്റെ ഇത്തിൾക്കണ്ണി സ്വഭാവവും ജീർണ്ണതയും' എന്ന പേരിലാണ്. തൊഴിലാളി വർഗത്തിലും ലോകത്തിലൊട്ടാകെയും ഉണ്ടാക്കുന്ന പ്രത്യാഘാതങ്ങൾ ഇവിടെ വിശദീകരിക്കുന്നുണ്ട്. സാമ്രാജ്യത്വത്തെ കുറിച്ചുള്ള നിരൂപണം എന്ന ഒൻപതാം അദ്ധ്യായം സമൂഹത്തിലെ വിവിധ വർഗങ്ങൾ സാമ്രാജ്യത്വത്തിന്റെ പ്രത്യയശാസ്ത്രത്തോട് കൈക്കൊള്ളുന്ന നിലപാടിനെ വിശകലനം ചെയ്യുന്നുണ്ട്. ഇവിടെ കൗട്സ്കിയുടെ സമീപനം എങ്ങനെ പിന്തിരപ്പനാകുന്നവെന്നകാര്യവും എടുത്ത് പറയുന്നു. ചരിത്രത്തിൽ സാമ്രാജ്യത്വത്തിന്

ഉള്ള സ്ഥാനം എന്ന അവസാന അദ്ധ്യായത്തിൽ ചരിത്രഘട്ടത്തിൽ അത് മുതലാളിത്തത്തിന്റെ ഉയർന്നരൂപമാണ് വ്യക്തമാക്കുന്നത്. അതുകൊണ്ടതന്നെ അതിന് അനിവാര്യമായ തകർച്ച ഉണ്ടാകും എന്നും ലെനിൻ വ്യക്തമാക്കുന്നുണ്ട്. മാത്രമല്ല, ക്ഷയോന്മുഖമായ മുതലാളിത്ത മാണ് ഇതെന്നും വിശദീകരിക്കുന്നുണ്ട്.

സാമ്രാജ്യത്വത്തിന്റെ ശക്തികൾ അതിന്റെ ച്ചൂഷണ സമ്പ്രദായം ശക്തിപ്പെടുത്തി കൊണ്ടിരിക്കുന്ന വർത്തമാനകാലത്ത് സാമ്രാജ്യത്വ ത്തെ കുറിച്ചുള്ള ലെനിന്റെ നിരീക്ഷണങ്ങൾക്ക് ഏറെ പ്രസക്തിയുണ്ട്. എന്നാൽ അന്നത്തെ കാലത്തെ സാമ്രാജ്യത്വം കോളനികൾക്ക് വേണ്ടി പരസ്പരം ഏറ്റുമുട്ടുന്ന തലത്തിൽ കൂടി ഉള്ളതായിരുന്നു. എന്നാൽ ഇന്ന് അത്തരം പ്രവണത പ്രകടമല്ല. എന്നാൽ സാമ്രാജ്യത്വ ച്ചൂഷണം കൂടുതൽ തീവ്രമായി ഇടപെടുന്നുണ്ട്. മുതലാളിത്തത്തിന്റെ വികാസത്തി ന്റെ ഇത്തരം ഘട്ടങ്ങളെ വിശകലനം ചെയ്യുന്നു എന്നതാണ് ഇതിന്റെ പ്രധാന്യം. സാമ്രാജ്യത്വം കേവലം സാമ്പത്തിക പ്രതിഭാസം എന്ന നിലയിൽ മാത്രമല്ലെന്നും അത് പ്രത്യയ ശാസ്ത്രപരമായും സാംസ്കാരി കമായും മർദ്ദനം നടത്തുന്ന ഒന്നാണെന്നും ഉള്ള സമഗ്രതയോടുകൂടി തന്നെ ഇത് കാണാൻ ലെനിന് സാധിക്കുന്നുമുണ്ട്. അന്നത്തെ കാലത്ത് നിലനിന്നിരുന്ന ബൂർഷ്വാ ചിന്തകരുടെ കാഴ്ചപ്പാടുകളെ കൂടി പരിശോധി ച്ചുകൊണ്ടാണ് ഈ പുസ്തകം തയ്യാറാക്കിയത്. സിദ്ധാന്തത്തെ പ്രയോഗ ത്തിനുള്ള വഴികാട്ടിയായി കാണുന്ന സമീപനം ഇതിനെ അക്കാദമിക് ചർച്ചകളിൽനിന്ന് വ്യത്യസ്ത തലത്തിലേക്ക് ഉയർത്തുന്നു.

കൗട്സ്കി മുന്നോട്ടുവച്ച തെറ്റായ കാഴ്ചപ്പാടുകളെ ഇതിൽ തുറന്നുകാട്ടുന്നു. ലിബറൽ നിലപാടുകൾ ക്കെതിരെ നിതാന്ത ജാഗ്രത കമ്യൂണിസ്റ്റുകാർ പുലർത്തേണ്ടത്തിന്റെ പ്രാധാന്യം ഓർമ്മപ്പെടുത്തു ന്ന കൃതി.

## തൊഴിലാളിവർഗ്ഗ വിപ്ലവവും വഞ്ചകനായ കൗട്സ്കിയും

**ലോ**ക കമ്മ്യൂണിസ്റ്റ് പ്രസ്ഥാനത്തിന്റെ ചരിത്രത്തിൽ ഇടത്-വലത് വ്യതിയാനങ്ങൾക്കെതിരെ വിപ്ലവകാ രികൾക്ക് പോരാടേണ്ടി വന്നിട്ടുണ്ട്. അതിന്റെ ഭാഗമായി ലെനിൻ എഴുതിയ പ്രസിദ്ധമായ പുസ്തകമാണ് തൊഴിലാളി വർഗ വിപ്ലവവും വഞ്ചകനായ കൗട്സ്കിയും എന്നത്. 'തൊഴിലാളി വർഗ സർവ്വാധിപ ത്യം' എന്ന പേരിൽ കൗട്സ്കി വിയന്നയിൽ ഒരു പുസ്തകം പ്രസിദ്ധീ കരിക്കുകയുണ്ടായി. ഇത് വലതുപക്ഷ വ്യതിയാനത്തിന്റെ ഭാഗമായി രൂപപ്പെട്ടതാണ് എന്ന കാഴ്ചപ്പാട് ലെനിൻ മുന്നോട്ട് വെച്ചു. അതിന്റെ അടിസ്ഥാനത്തിൽ ഇതിലെ ആശയങ്ങൾ വലതുപക്ഷ അവസര വാദപരമായ നിലപാട്ടമായി ബന്ധപ്പെട്ടതാണെന്ന് ലെനിൻ തുറ നുകാട്ടുകയുണ്ടായി. യഥാർത്ഥത്തിൽ കൗട്സ്കി മുന്നോട്ട് വെക്കുന്ന വലതുപക്ഷ അവസരവാദത്തെ കുറിച്ച് ഈ പുസ്തകം എഴുതുന്നതിന് മുമ്പ് തന്നെ ലെനിൻ മുന്നറിയിപ്പ് നൽകിയിരുന്നു.

1917-ൽ പ്രസിദ്ധപ്പെടുത്തിയ സാമ്രാജ്യത്വം മുതലാളിത്തത്തിന്റെ ഉയർന്ന ഘട്ടം എന്ന പുസ്തകത്തിൽ സാമ്രാജ്യത്വത്തെ കുറിച്ച് കൗട്സ്കി മുന്നോട്ട് വെച്ച വാദഗതികളിലെ ന്യൂനതകളെ ലെനിൻ പരിശോധി ച്ചിരുന്നു. 1917-ൽ ലെനിൻ എഴുതിയ 'ഭരണകൂടവും വിപ്ലവവും' എന്ന

പുസ്തകത്തിൽ കൗട്സ്കിയുടെ ആശയങ്ങളുടെ പൊള്ളത്തരങ്ങൾ ലെനിൻ വ്യക്തമാക്കുകയുണ്ടായി. ആ പുസ്തകത്തിന്റെ ആറാം അധ്യാ യത്തിൽ മാർക്സിനെ അവസരവാദികൾ വികൃതപ്പെടുത്തുന്നു എന്ന തലവാചകത്തിൽ കൗട്സ്കിയുടെ പോരായ്മകൾ ലെനിൻ അക്കമിട്ട് പറയുന്നുണ്ട്. തൊഴിലാളി വർഗ സർവ്വാധിപത്യത്തെ കുറിച്ച് കൗട്സ്കി ക്ക് പറ്റിയ തെറ്റ് സിദ്ധാന്തപരമായി തന്നെയുള്ളതായിരുന്നു. ഭരണ കൂടത്തെ കുറിച്ചുള്ള മാർക്സിന്റെ ആശയങ്ങളെ അവസരവാദപരമായി വളച്ചൊടിച്ചുകൊണ്ടാണ് ഇത്തരം വ്യതിയാനങ്ങളിലേക്ക് കൗട്സ്കി നീങ്ങുന്നതെന്ന് ലെനിൻ വ്യക്തമാക്കി.

കൗട്സ്കിയുടെ വലതുപക്ഷ കാഴ്ചപ്പാടുകൾക്കെതിരായി ലെനിൻ നടത്തിയ തുടർച്ചയായ ആശയസമരത്തിന്റെ ഭാഗമാണ് 'തൊഴിലാളി വർഗ വിപ്ലവവും വഞ്ചകനായ കൗട്സ്കി'യും എന്ന ഈ പുസ്തകം. വിപ്ലവാനന്തരം സോഷ്യലിസ്റ്റ് ഭരണകൂടം സോവിയറ്റ് യൂണിയനിൽ നടത്തിയ പരിഷ്കാരങ്ങൾക്കെതിരെ ശക്തമായ ആക്രമണമാണ് കൗട്സ്കി മുന്നോട്ട് വെക്കുന്നത്. ബോൾഷെവിക്കുകൾ റഷ്യയിൽ അധി കാരത്തിൽ എത്തിയപ്പോൾ ജനാധിപത്യത്തിന്റെ പേര് പറഞ്ഞ് സ്ഥാപിക്കപ്പെട്ട ബൂർഷ്വാ സർവാധിപത്യത്തിന്റെ ഉപകരണമായ ഭരണഘടനാ സമിതിയെ പിരിച്ചുവിട്ടു. പകരം തൊഴിലാളികളുടേയും പടയാളികളുടേയും കർഷകജനസാമാന്യത്തിന്റേയും സോവിയറ്റുകൾ ക്ക് അധികാരം നൽകുകയും ചെയ്തു. ബോൾഷെവിക്കുകൾ നടത്തിയ ഈ നടപടി ജനാധിപത്യത്തെ ചവിട്ടി മെതിക്കുന്നതായിരുന്നു എന്നായിരുന്നു കൗട്സ്കിയുടെ ആരോപണം. എന്നാൽ ഈ വിമർശനം തെറ്റാണെന്നും ഈ നിലപാട് മാർക്സിനെ ബൂർഷ്വാ രാഷ്ട്രീയമായി മാറ്റുന്നതിലേക്കാണ് എത്തിച്ചേരുക എന്നും ലെനിൻ തന്റെ സൈദ്ധാ ന്തിക നിലപാടുകൾ വ്യക്തമാക്കി കൊണ്ട് ഇങ്ങനെ രേഖപ്പെടുത്തി:

"പൊതുവിൽ ജനാധിപത്യമെന്നൊന്നില്ല. ജനാധിപത്യം ഏത് വർഗ ത്തിന് - ബൂർഷ്വാസിക്കോ തൊഴിലാളി വർഗത്തിനോ - എന്നതാണ് പ്രശ്നം. നവംബർ 7-ന് സോവിയറ്റ് റഷ്യയിൽ ഉയർന്നു വന്ന ജനാധിപ ത്യം തൊഴിലാളി വർഗത്തിന്റെ ജനാധിപത്യമാണ്. ബൂർഷ്വാസിയുടെ 'ജനാധിപത്യ'ത്തിന് വിരുദ്ധമാണത്."

ഈ കാഴ്ചപ്പാട് മുന്നോട്ട് വെച്ചുകൊണ്ട് ഭരണകൂടത്തിന്റെ വർഗ സ്വഭാവത്തെ വിലയിരുത്തുകയാണ് ലെനിൻ ചെയ്യുന്നത്. ഭരണകൂടവും വിപ്ലവവുമെന്ന പുസ്തകത്തിൽ മുന്നോട്ട് വെച്ച ആശയങ്ങളെ മറ്റൊരു

തരത്തിൽ ഇവിടെ അവതരിപ്പിക്കുന്നു.

റഷ്യൻ സോഷ്യൽ ഡെമോക്രാറ്റിക് ലേബർ പാർടിയിലെ അവസര വാദികളും വിപ്ലവകാരികളും തമ്മിൽ നടന്ന ദീർഘമായ സമരത്തിന്റെ അനുഭവം കൂടി ഈ പുസ്തകത്തിൽ വിശദീകരിക്കുന്നുണ്ട്. 1917 ൽ നടന്ന ജനാധിപത്യ വിപ്ലവത്തെ സോഷ്യലിസ്റ്റ് വിപ്ലവമാക്കി മാറ്റുന്നതിന് വേണ്ടി ബോൾഷേവിക്കുകാർ നടത്തിയ സമരത്തിന്റെ ചരിത്രവും തുടർന്ന് വ്യക്തമാക്കുന്നുണ്ട്. സോവിയറ്റ് റഷ്യയെ ജനാധിപത്യത്തിന്റെ പേരുപറഞ്ഞ് ആക്രമിക്കുന്ന കൗട്സ്കി ബൂർഷ്വാ ജനാധിപത്യത്തെ ന്യാ യീകരിക്കുകയാണെന്ന് ലെനിൻ ഇതിൽ വ്യക്തമാക്കുന്നു. ഇതിലൂടെ ബൂർഷ്വാസിക്കുവേണ്ടി കൗട്സ്കി വിട്ടുപണി ചെയ്യുകയാണെന്ന രൂക്ഷമായ വിമർശനവും മുന്നോട്ട് വെക്കുന്നുണ്ട്.

ലെനിൻ തന്റെ പുസ്തകത്തിന്റെ തുടക്കത്തിൽ തന്നെ കൗട്സ്കിയുടെ നിലപാട് തുറന്നുകാട്ടുന്നുണ്ട്. കൗട്സ്കി പ്രതിപാദിക്കുന്ന മൗലിക പ്രശ്നം തൊഴിലാളി വിപ്ലവത്തിന്റെ അന്തഃസത്തയായ തൊഴിലാളി വർഗ സർവ്വാധിപത്യത്തെ കുറിച്ചാണ്. തൊഴിലാളി വർഗ സർവ്വാധിപത്യ ത്തെ ആക്രമിക്കുന്ന കൗട്സ്കി ഫലത്തിൽ നിർവ്വഹിക്കുന്ന കാര്യത്തെ സംബന്ധിച്ച് ലെനിൻ ഇങ്ങനെ പറയുന്നു:

"ബൂർഷ്വാ ജനാധിപത്യത്തിന് നിറം കൂട്ടാനും തൊഴിലാളി വിപ്ലവ ത്തിന് മങ്ങൽ ചേർക്കാനും മാത്രം ഉപകരിക്കുന്നതും അക്കാരണത്താൽ ബൂർഷ്വാസിക്ക് പ്രിയങ്കരവുമായ ഇത്തരം പ്രലോഭനങ്ങൾക്കുവേണ്ടി യാണ് തന്റെ ലഘുലേഖയുടെ ഏതാണ്ട് മൂന്നിലൊരു ഭാഗം - അറുപത്തി മൂന്ന് പേജിൽ ഇരുപതും - ഈ വായാടി ചെലവാക്കിയിട്ടുള്ളത്."

മാർക്സ് എഴുതിയ വാക്കുകളെല്ലാം കൗട്സ്കിക്ക് മനഃപാഠമാണ് എന്ന് ലെനിൻ തുടർന്നെഴുതുന്നുണ്ട്. എന്നാൽ അതിന്റെ യഥാർത്ഥ സത്തയെ മനസ്സിലാക്കുന്നതിനെ അദ്ദേഹത്തിന് കഴിഞ്ഞിട്ടില്ലെന്നതും ലെനിൻ വിശദീകരിക്കുന്നു. തൊഴിലാളി വർഗ സർവാധിപത്യത്തെകുറിച്ച് മാർക്സ് പറഞ്ഞിട്ടുള്ള ചെറുവാക്കിനേയാണ് ബോൾഷേവിക്കുകൾ ഉപയോഗി ക്കുന്നത് എന്ന കൗട്സ്കിയുടെ വാദത്തെ ഖണ്ഡിക്കുന്ന ഘട്ടത്തിലാണ് ലെനിൻ ഇത് സൂചിപ്പിച്ചിരിക്കുന്നത്. കൗട്സ്കി പറയുന്ന ചെറുവാക്ക് ഇതാണ്:

"മുതലാളിത്ത സമുദായത്തിനും കമ്മ്യൂണിസ്റ്റ് സമുദായത്തിനും ഇടയ്ക്ക് രൂപാന്തരപ്പെടുന്ന ഒരു കാലഘട്ടമുണ്ട്. തദനുസാരമായി രാഷ്ട്രീയമാ യും ഒരു ഇടക്കാല ഘട്ടമുണ്ട്. അക്കാലത്തെ ഭരണകൂടം തൊഴിലാളി

 വെള്ളത്തിൽ മീനുകളെന്നപോൽ

വർഗത്തിന്റെ വിപ്ലവകരമായ സർവ്വാധിപത്യമല്ലാതെ മറ്റൊന്നാകാൻ തരമില്ല.''

യഥാർത്ഥത്തിൽ കൗട്സ്കി സൂചിപ്പിക്കുന്നതുപോലെ ഇതൊരു ചെറുവാക്ക് മാത്രമല്ലെന്ന് ലെനിൻ വിശദീകരിക്കുന്നു. ഇതിനെ സംബ സ്ധിച്ച് 1852 മുതൽ 1891 വരെയുള്ള 40 കൊല്ലക്കാലം തുടർച്ചയായി മാർക്സ് പ്രസ്താവിച്ച കാര്യവും ലെനിൻ ഇവിടെ വിശദീകരിക്കുന്നുണ്ട്.

ജനാധിപത്യമെന്ന പേരിൽ കൗട്സ്കി മുന്നോട്ട് വെക്കുന്ന ആശയ ങ്ങൾ യഥാർത്ഥത്തിൽ ബൂർഷ്വാസിയുടെ ജനാധിപത്യമാണെന്ന് ലെനിൻ വിശദീകരിക്കുന്നു:

"തൊഴിലാളികൾക്കെതിരായി പട്ടാളത്തെ അയയ്ക്കാനും പട്ടാളനി യമം പ്രഖ്യാപിക്കാനും ബൂർഷ്വാസിക്ക് ഉറപ്പ് നൽകുന്ന വ്യവസ്ഥകളും പഴുതുകളും ഉൾക്കൊള്ളാത്ത ഒറ്റ ഭരണഘടനപോലും ആധുനിക ഭരണ ഘടങ്ങളിൽ ഇല്ല. കൗട്സ്കി ലജ്ജയില്ലാതെ ബൂർഷ്വാ ജനാധിപത്യത്തെ തേച്ച് മിനുക്കി കാട്ടുകയാണ്. ഉദാഹരണത്തിന് ഏറ്റവും വലിയ ജനാ ധിപത്യ റിപ്പബ്ലിക്കായ അമേരിക്കയിലേയോ സ്വിറ്റ്സർലാണ്ടിലേയോ ബൂർഷ്വാസി പണിമുടക്കുന്ന അവിടത്തെ തൊഴിലാളികളോട് എങ്ങനെ പെരുമാറുന്നു എന്നതിനെ പറ്റി അദ്ദേഹം മിണ്ടുന്നേയില്ല.''

ഇതിലൂടെ കൗട്സ്കി ഫലത്തിൽ വലതുപക്ഷ അവസരവാദ നയത്തെയാണ് മുന്നോട്ട് വെക്കുന്നതെന്ന് ലെനിൻ വിശദീകരിക്കുന്നു.

പാർലമെന്ററി ജനാധിപത്യത്തെ ജനാധിപത്യത്തിന്റെ ഉയർന്ന രൂപമായി തന്നെയാണ് കൗട്സ്കി കാണുന്നത്. അതിനായി അദ്ദേഹ ത്തിന്റെ യുക്തി ഇതാണ്. ചൂഷകർ എല്ലാ ഘട്ടത്തിലും ന്യൂനപക്ഷമാണ്. ചൂഷിതരാവട്ടെ ഭൂരിപക്ഷവും. അപ്പോൾ ജനാധിപത്യ സമ്പ്രദായം നടപ്പിലാക്കപ്പെടുമ്പോൾ ഭൂരിപക്ഷം വരുന്ന ചൂഷിതർക്ക് അതായത് അടിച്ചമർത്തപ്പെട്ടവർക്ക് അധികാരം കയ്യാളാനും അതുവഴി ബഹുഭൂരി പക്ഷത്തിന്റെ താൽപര്യം സംരക്ഷിക്കുന്നതിന് ബുദ്ധിമുട്ടുണ്ടാകില്ലെന്നു മാണ് കൗട്സ്കി പറയുന്നത്.

കൗട്സ്കി മുന്നോട്ട് വെക്കുന്ന ഈ വാദത്തെ ലെനിൻ ഖണ്ഡിക്കുന്നു:

"ചൂഷകർ അനിവാര്യമായി ഭരണകൂടത്തെ (ഇവിടെ ജനാധിപത്യ മാണ് വിഷയമായിട്ടുള്ളത്; അതാണെങ്കിൽ ഭരണകൂടത്തിന്റെ ഒരു രൂപവുമാണ്.) ചൂഷിതരുടെ മേൽ സ്വന്തം വർഗത്തിന്റെ, ചൂഷകരുടെ ജനാധിപത്യമായിത്തന്നെ ഇരിക്കണം. അനിവാര്യമായി ചൂഷകരുടെ

ജനാധിപത്യമായി തന്നെ ഇരിക്കണം. ചൂഷിതരുടെ ഭരണക്കൂടം മേൽ പ്രസ്താവിച്ച രീതിയിലുള്ള ഭരണക്കൂടത്തിൽ നിന്ന് മൗലികമായി വിഭിന്ന മായിരിക്കും. അത് ചൂഷിതരുടെ ജനാധിപത്യമായിരിക്കണം. ചൂഷകരെ അടിച്ചമർത്തുന്നതിനുള്ള ഉപകരണവുമായിരിക്കണം. ഒരു വർഗത്തെ അടിച്ചമർത്തുക എന്നുവെച്ചാൽ ആ വർഗത്തിന്റെ അസമത്വം അതിനെ ജനാധിപത്യത്തിൽ നിന്നും ഒഴിച്ച നിർത്തൽ എന്നത്രേ അർത്ഥം.''

മാർക്സിസത്തിന്റെ ഈ കാഴ്ചപ്പാട് കൈയ്യൊഴിഞ്ഞു കൊണ്ടാണ് കൗട്സ്കി മുന്നോട്ട് പോകുന്നത്. ഇതിനെ കുറിച്ച് ലെനിൻ ഇങ്ങനെ പറയുന്നുണ്ട്:

''ചൂഷകരും ചൂഷിതരും തമ്മിലുള്ള ബന്ധം കൗട്സ്കിയുടെ വാദ ങ്ങൾക്കിടയിൽ നിന്ന് അപ്രത്യക്ഷമായിരിക്കുകയാണ്. അവശേഷിക്ക ന്നത് പൊതുവിൽ ഭൂരിപക്ഷം, പൊതുവിൽ ന്യൂനപക്ഷം, പൊതുവിൽ ജനാധിപത്യം, നമുക്ക് ചിരപരിചിതമായിട്ടുള്ള ''ശുദ്ധ ജനാധിപത്യം'' ഇത്രമാത്രം.''

വർഗപരമായ സമീപനം കൈയ്യൊഴിഞ്ഞ് ഒരു ലിബറലായി തീരുന്ന കൗട്സ്കിയുടെ മുഖം ഇവിടെ തുറന്ന് കാട്ടുകയാണ് ചെയ്യുന്നത്. ചൂഷിതർ ഭൂരിപക്ഷമായിരുന്നിട്ടും തൊഴിലാളി വർഗത്തിന്റെ സർവാ ധിപത്യം എന്തിനാണ് എന്ന കൗട്സ്കി ഉയർത്തിയ ചോദ്യത്തിന് മാർക്സിന്റേയും ഏംഗൽസിന്റേയും കാഴ്ചപ്പാടിന്റെ അടിസ്ഥാനത്തിൽ നിന്നുകൊണ്ട് ലെനിൻ മറുപടി പറയുന്നു:

''ഭൂരിപക്ഷം നമ്മുടെ ഭാഗത്തുള്ളപ്പോൾ സർവ്വാധിപത്യം എന്തിന് എന്ന്. മാർക്സും ഏംഗൽസും ഇങ്ങനെ വിശദീകരിക്കുന്നു:

ബൂർഷ്വാസിയുടെ എതിർപ്പ് തച്ച് തകർക്കുന്നതിന് വേണ്ടി;

പിന്തിരിപ്പൻമാരിൽ ഭീതിയുളവാക്കുന്നതിനുവേണ്ടി;

ബൂർഷ്വാസിക്കെതിരായി ആയുധമെടുത്ത ജനങ്ങളുടെ ആധിപത്യം നിലനിർത്തുന്നതിന് വേണ്ടി;

തൊഴിലാളിവർഗ്ഗത്തിന് എതിരാളികളെ ബലം പ്രയോഗിച്ച് കീഴൊ തുക്കുവാൻ വേണ്ടി.''

ഇത്തരത്തിൽ കേവല ജനാധിപത്യത്തിന് പകരം തൊഴിലാളി വർഗ്ഗസർവാധിപത്യം അനിവാര്യമായതിന്റെ കാരണങ്ങളാണ് ഇവിടെ വിശദീകരിക്കപ്പെടുന്നത്. ഒരു വർഗത്തിന് മറ്റൊരു വർഗ ത്തിന്റെ മേൽ ചൂഷണം നടത്തുവാനുള്ള സാധ്യത പരിപൂർണ്ണമായി

അവസാനിക്കുന്നത് വരെ യഥാർത്ഥ സമത്വം പ്രാവർത്തികമാക്കാൻ നിവർത്തിയില്ല. എന്തുകൊണ്ടാണ് ഇങ്ങനെയൊരു ആധിപത്യം അനിവാര്യമായി തീരുന്നതെന്ന് ലെനിൻ വിശദീകരിക്കുന്നുണ്ട്:

"കേന്ദ്രത്തിൽ വിജയകരമായി വിപ്ലവം നടക്കുകയോ സൈന്യത്തിൽ കലാപമുണ്ടാക്കുകയോ ചെയ്യുകയാണെങ്കിൽ ചൂഷകരെ ഒറ്റയടിക്ക് പരാജയപ്പെടുത്താവുന്നതാണ്. എന്നാൽ വളരെ അപൂർവ്വമായേ അങ്ങനെ സംഭവിക്കുന്നുള്ളൂ. മിക്ക സന്ദർഭങ്ങളിലും ഒറ്റയടിക്ക് അവരെ പരാജയപ്പെടുത്തുക സാധ്യമല്ല. ഒരു വലിയ രാജ്യത്ത് ഭൂഉടമകളുടേയും മുതലാളിമാരുടേയും സ്വത്തുക്കൾ ഒറ്റയടിക്ക് പിടിച്ചെടുക്കുക അസാധ്യമാണ്. മാത്രമല്ല, പിടിച്ചെടുക്കൽ നിയമപരവും രാഷ്ട്രീയവുമായ ഒരു നടപടി എന്ന നിലയിൽ എഴുതി പിടിപ്പിക്കുന്നതുകൊണ്ട് മാത്രം പ്രശ്നത്തിന് പരിഹാരമാകുന്നില്ല. കാരണം ഭൂഉടമകളേയും മുതലാളിമാരേയും അധികാരത്തിൽ നിന്ന് യഥാർത്ഥത്തിൽ പുറന്തള്ളേണ്ടത് ആവശ്യമാണ്. എസ്റ്റേറ്റുകളിലും ഫാക്ടറികളിലും അവരുടെ മാനേജ്മെന്റിന് പകരം മറ്റൊരു മാനേജ്മെന്റ്, തൊഴിലാളികളുടെ മാനേജ്മെന്റ് യഥാർത്ഥത്തിൽ നടപ്പിലാക്കേണ്ടത് ആവശ്യമാണ്. പല തലമുറകളിലായി വിദ്യാഭ്യാസം കൊണ്ടും സമ്പത്ത് കൊണ്ടും മറ്റ സാഹചര്യങ്ങൾകൊണ്ടും വളരെ നല്ല നിലയിൽ ജീവിച്ച് പോരുന്ന ചൂഷകരും, ഏറ്റവും പുരോഗമിച്ചിട്ടുള്ള ബൂർഷ്വാ ജനാധിപത്യ രാജ്യങ്ങളിൽ പോലും ചവിട്ടി താഴ്ത്തപ്പെട്ടവരും അവശരും അജ്ഞരും ഭയവിഹ്വലരും ഐക്യമില്ലാത്തവരുമായി കഴിയുന്ന ഭൂരിപക്ഷക്കാരായ ചൂഷകരും, തമ്മിൽ സമത്വമുണ്ടാക്കുക വയ്യ. വിപ്ലവത്തിന് ശേഷം വളരെ കാലത്തേക്ക് ചൂഷിതർക്ക് പ്രായോഗികമായി പല ആനുകൂല്യങ്ങളും നിലനിന്ന് കിട്ടുന്നുണ്ട്. അവരുടെ കൈവശം പണമുണ്ട്. (വളരെ പെട്ടെന്ന് പണം ഇല്ലാതാക്കാൻ സാധ്യമല്ലല്ലോ) അവർക്ക് ജംഗമ സ്വത്തുക്കൾ ഉണ്ട് - മിക്കപ്പോഴും ഗണ്യമായ നിലയിൽ. പിന്നെയും അവർക്ക് പല പല ബന്ധങ്ങളും സംഘടനാ ശീലങ്ങളും മാനേജ്മെന്റിന്റെ സ്വഭാവങ്ങളും നിലനിർത്താം. മാനേജ്മെന്റിനെ സംബന്ധിച്ച എല്ലാ "രഹസ്യങ്ങളും" (പതിവുകളും സമ്പ്രദായങ്ങളും ഉപായങ്ങളും സാധ്യതകളും) അവർക്ക് അറിവുള്ളതാണ്. മെച്ചപ്പെട്ട വിദ്യാഭ്യാസം അവർക്കുണ്ട്. സാങ്കേതിക ജീവനക്കാരുമായി (ബൂർഷ്വാസിയുടെ ജീവിത രീതിയും ചിന്താഗതിയുമാണ് അവർക്കുള്ളത്) അടുത്ത ബന്ധം അവർ പുലർത്തുന്നു. യുദ്ധ കാര്യങ്ങളിൽ താരതമ്യപ്പെടുത്താൻ വയ്യാത്തവിധം അത്രയധികം അനുഭവ സമ്പത്തും അവർക്കുണ്ട്. (വളരെ പ്രധാനപ്പെട്ട ഒരു സംഗതിയാണിത്)

ചൂഷകരെ ഒരു രാജ്യത്ത് മാത്രം പരാജയപ്പെടുത്തി കഴിഞ്ഞാൽ മിക്കപ്പോഴും അങ്ങിനെയാണ് സംഭവിക്കുന്നത്. ഒരേ കാലത്ത് പല രാജ്യങ്ങളിലും വിപ്ലവം നടക്കുക അപൂർവമാണ് - പിന്നെയും അവരുടെ ശക്തി ഇടരുന്നുണ്ട്. സാർവ്വദേശീയമായി അവർക്കുള്ള ബന്ധങ്ങൾ അത്രയ്ക്ക് വർദ്ധിച്ചതാണ്. വളരെ പിന്നോക്കം നിൽക്കുന്ന രാജ്യങ്ങളിൽ ഇടത്തരം കൃഷിക്കാരിലും കൈവേലക്കാരിലും മറ്റ് ജനവിഭാഗങ്ങളിലും ഒരു വിഭാഗം ചൂഷകരെ പിന്തുടരുന്ന പാരീസ് കമ്മ്യൂൺ ഉൾപ്പെടെ എല്ലാ വിപ്ലവങ്ങളും ഇത് തെളിയിച്ചിട്ടുണ്ട്. (വാർസെയിൽസ് പട്ടാള ത്തിൽ ഒരു വിഭാഗം തൊഴിലാളികളായിരുന്ന ഈ വസ്തുത കൗട്സ്കി വിസ്മരിച്ചിരിക്കുകയാണ്)''

ഇങ്ങനെ ഗഹനമായ പ്രശ്നത്തെ കേവലമായ ഭൂരിപക്ഷവും ന്യൂ നപക്ഷവും തമ്മിലുള്ള ബന്ധത്തിന്റെ അടിസ്ഥാനത്തിൽ കാണുന്ന കൗട്സ്കിയുടെ സമീപനം മാർക്സിസ്റ്റ് നിലപാടിൽ നിന്ന് ഏറെ അകലെ യാണെന്ന് ലെനിൻ വ്യക്തമാക്കുന്നു. മുതലാളിത്തത്തിൽ നിന്ന് സോഷ്യലിസത്തിലേക്കുള്ള പരിവർത്തനത്തിനിടയിൽ ഉള്ള ഇടക്കാല ഘട്ടത്തിൽ ആധിപത്യം വഹിച്ച വർഗത്തിന്റെ മേധാവിത്വം തകർക്ക ന്നതിനായുള്ള ഇടക്കാല ഭരണകൂടം എന്ന നിലയിൽ തൊഴിലാളി വർഗത്തിന്റെ സർവാധിപത്യം അനിവാര്യമാണെന്ന് ലെനിൻ അടിവ രയിട്ട് പറയുന്നു. ഈ സമീപനം നിഷേധിക്കുന്ന കൗട്സ്കി യഥാർത്ഥ ജനാധിപത്യം കെട്ടിപ്പടുക്കുന്ന കാഴ്ചകളിൽ നിന്ന് ഏറെ അകലെയാ ണെന്നാണ് ലെനിന്റെ അഭിപ്രായം.

തൊഴിലാളിവർഗ്ഗ സർവ്വാധിപത്യത്തെ കുറിച്ചുള്ള മാർക്സിസ്റ്റ് കാഴ്ചപ്പാട് വിശദീകരിച്ച് ഉറപ്പിച്ച ശേഷം സോവിയറ്റ് യൂണിയനിൽ സോഷ്യലിസം കെട്ടിപ്പടുക്കുന്നതിന്റേയും ജനാധിപത്യം സ്ഥാപിക്ക ന്നതിനുമുള്ള പ്രവർത്തനങ്ങൾ സംബന്ധിച്ചുള്ള വിശദീകരണമാണ് പിന്നീട് ലെനിൻ നടത്തുന്നത്. സോവിയറ്റ് യൂണിയനിൽ തൊഴിലാളി വർഗ സർവാധിപത്യം സ്ഥാപിക്കുന്നതിന് വേണ്ടി നടത്തുന്ന പ്രവർ ത്തനങ്ങൾ ജനാധിപത്യവിരുദ്ധമാണ് എന്ന കൗട്സ്കിയുടെ വാദങ്ങൾ ക്കാണ് ലെനിൻ പിന്നീട് മറുപടി പറയുന്നത്.

കൗട്സ്കിയുടെ വാദങ്ങളെ ഖണ്ഡിക്കുമ്പോഴും അദ്ദേഹത്തിന്റെ കഴി വുകളേയും ചെയ്ത സംഭാവനകളേയും അംഗീകരിക്കുന്നതിനും ലെനിന് മടിയില്ല.

"ഒരു മാർക്സിസ്റ്റ് ചരിത്രകാരനെന്ന നിലയിൽ കൗട്സ്കിക്കുള്ള കഴിവ്

അദ്ദേഹത്തിന്റെ പല ഗ്രന്ഥങ്ങളിൽ നിന്നും നമുക്ക് മനസ്സിലായിട്ടുള്ള താണ്. പിന്നീട് കുറ് മാറിയെങ്കിലും അദ്ദേഹത്തിന്റെ ആ വക ഗ്രന്ഥ ങ്ങൾ എക്കാലത്തും തൊഴിലാളി വർഗത്തിന്റെ സ്വത്തായിരിക്കുമെന്നത് തീർച്ചയാണ്."

ഇത് പറഞ്ഞ ശേഷം സോവിയറ്റ് യൂണിയനിൽ നടപ്പിലാക്കപ്പെട്ട ജനാധിപത്യപരമായ പ്രവർത്തനങ്ങളെ കുറിച്ച് കൗട്സ്കി ഉന്നയിച്ച ആരോപണങ്ങൾ ഇറന്ന് കാട്ടുകയാണ്.

"വിപ്ലവം തുടർച്ചയായി നടക്കുന്ന ഒരു സമരമാണ്. തൊഴിലാളി വർഗമാവട്ടെ എല്ലാ മർദ്ദിത വർഗങ്ങളടേയും മുന്നണി പടയാണ്. സ്വന്തം വിമോചനത്തിന് വേണ്ടിയുള്ള എല്ലാ മർദ്ദിത ജനതയുടേയും ആശയ അഭിലാഷങ്ങളുടെ കേന്ദ്രവും സങ്കേതവുമാണ്. ആകയാൽ സ്വാഭാവികമായി സോവിയറ്റുകൾ ആ ജനതയുടെ ഭാവമാറ്റങ്ങളും അഭിപ്രായ മാറ്റങ്ങളും മറ്റ് സംഘടനകളേക്കാൾ എത്രയോ കൂടുതൽ വേഗത്തിലും പൂർണ്ണമായും സത്യസന്ധമായും ആവിഷ്കരിക്കുകയും പ്രതിഫലിപ്പിക്കുകയും ചെയ്യു."

എന്ന് പറഞ്ഞുകൊണ്ട് ജനാധിപത്യത്തിന്റെ ഏറ്റവും ഉയർന്ന രൂപം സോവിയറ്റ് ജനാധിപത്യമാവുന്നതിന്റെ കാരണങ്ങളെ ലെനിൻ വ്യക്തമാക്കുന്നു.

സോവിയറ്റ് ഭരണഘടനയെ സംബന്ധിച്ച് മുന്നോട്ട് വെച്ച വിമർ ശനങ്ങൾക്ക് തുടർന്ന് മറുപടി പറയുന്നുണ്ട്. സാർവ്വദേശീയതയെ സംബന്ധിച്ചും അതുമായി ബന്ധപ്പെട്ട നിലപാടുകളിൽ കൗട്സ്കിക്ക് വരുന്ന പൊരായ്മയും വിശദീകരിക്കുന്നുണ്ട്. ഭരണകൂടത്തെ വിപ്ലവ കരമായ രീതിയിൽ പരിഷ്കരിക്കാതിരിക്കുക എന്നത് ഫലത്തിൽ ബൂർഷ്വാ ആധിപത്യത്തിന് സഹായകമായി വർത്തിക്കുക എന്നതാണ് അർത്ഥം. ഭരണകൂടത്തെ വിപ്ലവകരമായി പരിഷ്കരിക്കാതെ ബൂർഷ്വാ പരിഷ്കരണരീതിയിൽ മാറ്റാനാണ് എല്ലാ കാലത്തും ബൂർഷ്വാസി പരിശ്രമിക്കുക. തൊഴിലാളി വർഗമാവട്ടെ ബൂർഷ്വാ ജനാധിപത്യ വിപ്ല വത്തെ അതിന്റെ അവസാനം വരെ കൊണ്ട് പോവേണ്ടതുണ്ട്. തുടർന്ന് തൊഴിലാളി വർഗം കർഷകർ ഉൾപ്പെടെയുള്ള ജനവിഭാഗങ്ങളെ സംഘടിപ്പിച്ച് ബൂർഷ്വാ ജനാധിപത്യവിപ്ലവത്തിൽ നിന്ന് സോഷ്യലിസ്റ്റ് വിപ്ലവത്തിലേക്ക് നയിക്കുകയും ചെയ്യേണ്ടതുണ്ട്. ബോൾഷേവിക്കുക ളുടെ ഈ നിലപാടാണ് സോവിയറ്റ് യൂണിയനിൽ വിപ്ലവം യാഥാർ ത്ഥ്യമാക്കിയതെന്ന് ലെനിൻ ഓർമ്മിപ്പിക്കുന്നു. ബോൾഷേവിക്കുകളുടെ ഈ ശരിയായ നിലപാടുകൾക്കെതിരായിട്ടാണ് മെൻഷേവിക്കുകൾ

പ്രവർത്തിച്ചത് എന്നും ലെനിൻ ഓർമ്മിപ്പിക്കുന്നു. ശരിയായ ഇത്തരം നിലപാടുകൾ ബോൾഷെവിക്കുകാർക്ക് ജനപിന്തുണ വർദ്ധിപ്പിച്ചു. സോവിയറ്റുകളുടെ അഞ്ചാം കോൺഗ്രസിൽ ബോൾഷെവിക്കുകാർ കിട്ടിയ 63 ശതമാനം വോട്ടുകൾ ജനസംഖ്യയിൽ ഭൂരിപക്ഷത്തെ ബോൾ ഷെവിക്കുകൾ പ്രതിനിധാനം ചെയ്യുന്നു എന്നതിന്റെ തെളിവാണെന്നും തുടർന്ന് രേഖപ്പെടുത്തുന്നു.

ബോൾഷെവിക്കുകൾക്ക് വിജയം വരിക്കാനായതിന്റെ കാരണം ശരിയായ രാഷ്ട്രീയ നിലപാട് മുന്നോട്ട് വെച്ചതുകൊണ്ടാണെന്ന് ലെനിൻ പറയുന്നു:

"ബൂർഷ്വാ ജനാധിപത്യവിപ്ലവത്തേയും സോഷ്യലിസ്റ്റ് വിപ്ലവത്തേ യും ശരിക്ക് വേർതിരിച്ച് കണ്ടത് ബോൾഷെവിക്കുകാർ മാത്രമാണ്. ആദ്യത്തേത് പൂർത്തീകരിച്ചുകൊണ്ട് രണ്ടാമത്തേതിലേക്കുള്ള പരിവർ ത്തന കവാടം അവർ തുറന്ന് കൊടുത്തു. വിപ്ലവകരമായ മാർക്സിസ്റ്റ് നയം ഇത് മാത്രമായിരുന്നു."

ഈ ശരിയായ നയം സ്വീകരിച്ചതുകൊണ്ടാണ് റഷ്യൻ വിപ്ലവം നടന്നത് എന്നതും കൗട്സ്കിയെ ലെനിൻ ഓർമ്മിപ്പിക്കുന്നുണ്ട്.

ഈ പുസ്തകത്തിന്റെ അനുബന്ധമായി വാന്ദർവെൽദിന്റെ പുസ്തക മായ സോഷ്യലിസം ഭരണകൂടത്തിനെതിരെ എന്നതിനെ കുറിച്ചുള്ള ലെനിന്റെ വിമർശനവും കൊടുത്തിട്ടുണ്ട്. ഇന്റർനാഷണൽ സോഷ്യ ലിസ്റ്റ് ബ്യൂറോവിന്റെ അധ്യക്ഷനായ വാന്ദർവെൽദിന്റെ വലതുപക്ഷ വ്യതിയാനമാണ് ഇവിടെ വിമർശനവിധേയമാവുന്നത്. ഭരണകൂട ത്തേയും തൊഴിലാളി വർഗ സർവ്വാധിപത്യത്തേയും പറ്റിയുള്ള മാർ ക്സിന്റെ നിഗമനങ്ങളെ ഇദ്ദേഹം വികൃതപ്പെടുത്തുന്നതായി ലെനിൻ നിരീക്ഷിക്കുന്നു. കൗട്സ്കിയെ പോലെ ഇദ്ദേഹവും തൊഴിലാളി വർഗ സർവ്വാധിപത്യത്തെ കുറിച്ച് പറയുന്നത് അതിൽ നിന്ന് ഒഴിഞ്ഞ് മാറാനാണെന്നും ലെനിൻ പറയുന്നു. ഭരണകൂടത്തെ സംബന്ധിച്ചുള്ള നിഗമനത്തിലെ വ്യതിയാനവും വിമർശന വിധേയമാകുന്നുണ്ട്. ഈ രണ്ട് പുസ്തകങ്ങളുടേയും പോരായ്മകൾ തുറന്ന് കാട്ടിയ ശേഷം ലെനിൻ ഇങ്ങനെ വ്യക്തമാക്കുന്നു:

"മുതലാളി വർഗത്തിന്റെ അധികാര ശക്തിയായ ഭരണകൂടത്തി നും തൊഴിലാളി വർഗത്തിന്റെ അധികാര ശക്തിയായ ഭരണകൂട ത്തിനും ഇടയ്ക്കുള്ള പരിവർത്തനഘട്ടം വിപ്ലവമാണ്. എന്ന് വെച്ചാൽ

ബൂർഷ്വാസിയെ മറിച്ചിടലാണ്. അവരുടെ ഭരണയന്ത്രത്തെ തച്ചുടയ്ക്കലാണ് - ഇതിനെ പറ്റിയൊന്നും കൗട്സ്കിമാർക്കും വാന്ദർവെൽദുമാർക്കും യാതൊന്നും പറയാനില്ല.''

ഈ രണ്ട് പേരുടേയും സമീപനം എങ്ങനെ മാർക്സിസ്റ്റ് വിരുദ്ധമാകുന്നു എന്നാണ് ഇതിലൂടെ ലെനിൻ പറയുന്നത്. അനുബന്ധമായി കമ്മ്യൂണിസ്റ്റ് ഇന്റർനാഷണലിന്റെ ഒന്നാം കോൺഗ്രസിൽ അവതരിപ്പിച്ച ബൂർഷ്വാ ജനാധിപത്യത്തെ പറ്റിയും തൊഴിലാളി വർഗ സർവാധിപത്യത്തെ പറ്റിയും ഉള്ള തീസിസും റിപ്പോർട്ടും നൽകിയിട്ടുണ്ട്. നേരത്തെ വിശദീകരിച്ച കാര്യങ്ങളെ കൃത്യതയോടെ അവതരിപ്പിക്കുകയാണ് ഈ പ്രമേയത്തിൽ ചെയ്യുന്നത്. ഈ കോൺഗ്രസ് ഉദ്ഘാടനം ചെയ്തത് ലെനിനായിരുന്നു. വിവിധ രാജ്യങ്ങളിൽ നിന്നുള്ള റിപ്പോർട്ടുകൾക്ക് ശേഷം കമ്മ്യൂണിസ്റ്റ് ഇന്റർനാഷണലിന്റെ പരിപാടി ചർച്ച ചെയ്യുകയും അംഗീകരിക്കുകയും ചെയ്തത് ഈ സമ്മേളനത്തിലായിരുന്നു. ബൂർഷ്വാ ജനാധിപത്യത്തിന്റേയും തൊഴിലാളി വർഗ സർവ്വാധിപത്യത്തിന്റേയും പ്രശ്നമായിരുന്നു ചർച്ചയിലെ മുഖ്യ ഇനം.

തൊഴിലാളിവർഗ വിപ്ലവവും വഞ്ചകനായ കൗട്സ്കിയും എന്നത് തൊഴിലാളി വർഗ സർവ്വാധിപത്യത്തേയും ഭരണകൂടത്തേയും സംബന്ധിച്ച മാർക്സിസ്റ്റ് ധാരണകൾ ഒന്നു കൂടി വ്യക്തമാക്കുന്നതാണ്. ജനാധിപത്യത്തിന്റെ പ്രശ്നങ്ങളെ വിപ്ലവാനന്തര സമൂഹത്തിൽ ഏത് തരം ഉൾക്കാഴ്ചയോടെയാണ് ലെനിൻ കൈകാര്യം ചെയ്തത് എന്ന് മനസ്സിലാക്കുന്നതിനും ഈ പുസ്തകം പര്യാപ്തമാണ്. ലിബറൽ നിലപാടുകൾക്ക് നേരെ നിതാന്ത ജാഗ്രത കമ്മ്യൂണിസ്റ്റുകാർ പുലർത്തേണ്ടതിന്റെ പ്രാധാന്യം ഇത് ഊന്നിപ്പറയുന്നു.

ദേശീയപ്രശ്നത്തെ ഓരോ രാജ്യത്തിന്റെയും സാഹ ചര്യങ്ങളുടെ അടിസ്ഥാനത്തിൽ സമീപിക്കേണ്ടതാ ണെന്ന് ഓർമ്മപ്പെടുത്തുന്ന കൃതി. റോസ ലക്ഷം ബർഗ് ദേശീയപ്രശ്നത്തിൽ സ്വീകരിച്ച സമീപനത്തെ അവരെ ബഹുമാനിച്ച് കൊണ്ടുതന്നെ ലെനിൻ വിമർശന വിധേയമാക്കുന്ന പുസ്തകം.

# രാഷ്ട്രങ്ങളുടെ സ്വയം നിർണ്ണയാവകാശം

**ലെ**നിന്റെ പ്രസിദ്ധമായ പുസ്തകമാണ് രാഷ്ട്രങ്ങളുടെ സ്വയം നിർണ്ണയാവകാശം എന്നത്. 1914-ൽ ഫെബ്രുവരി-മെയ് മാസക്കാലത്താണ് ഈ പുസ്തകം എഴുതിയത്. റഷ്യൻ കമ്മ്യൂണി സ്റ്റ് പാർടി മുന്നോട്ട് വെച്ച പരിപാടിയുടെ ഒമ്പതാം ഖണ്ഡികയിൽ രാഷ്ട്രങ്ങളുടെ സ്വയം നിർണ്ണയാവകാശത്തെ സംബന്ധിച്ചുള്ള കാഴ്ച പ്പാട് അവതരിപ്പിച്ചിരുന്നു. റഷ്യൻ സാഹചര്യത്തെ വിലയിരുത്തി ക്കൊണ്ട് കമ്മ്യൂണിസ്റ്റ് പാർടി സ്വീകരിച്ച നിലപാടായിരുന്നു അത്.

റഷ്യൻ കമ്മ്യൂണിസ്റ്റ് പാർടിയുടെ ഒമ്പതാം ഖണ്ഡികയിലെ സ്വയം നിർണ്ണയാവകാശത്തെ കുറിച്ചുള്ള ചർച്ചകൾ അന്ന് ലോക കമ്മ്യൂണിസ്റ്റ് പ്രസ്ഥാനത്തിനകത്ത് തന്നെ ഉയർന്നുവരികയുണ്ടായി. കമ്മ്യൂണിസ്റ്റ് പാർടിയുടെ ഈ പരിപാടിക്കെതിരായി റോസ ലക്ഷംബർഗ് ശക്തമായ നിലപാട് സ്വീകരിച്ചു. റോസാ ലക്ഷംബർഗ് ജന്മം കൊണ്ട് പോളണ്ടുകാ രിയാണെങ്കിലും അവിടത്തെ ഭീകര മർദ്ദനം കാരണം തന്റെ രാജ്യം വിട്ട് ജർമ്മനിയിൽ വിപ്ലവപ്രസ്ഥാനം കെട്ടിപ്പടുക്കുന്നതിൽ വ്യാപ്ത യായി. ജർമ്മനിയിലെ സോഷ്യൽ ഡെമോക്രേറ്റിക് പാർടി (അതായത് അവിടത്തെ കമ്മ്യൂണിസ്റ്റ് പാർടി)ക്കുള്ളിലെ റിവിഷനിസ്റ്റുകൾക്കെതിരെ

ശക്തമായി റോസ പോരാടി. തൊഴിലാളി വർഗത്തിന് നേരെയുള്ള വഞ്ചനാപരമായ നയങ്ങളെ തുറന്ന് കാട്ടിയ റോസ ലക്സംബർഗിനെ ഗവൺമെന്റിലെ സോഷ്യൽ ഡെമോക്രേറ്റിക് നേതാക്കന്മാർ കൊല പ്പെടുത്തുകയാണുണ്ടായത്. റോസയെ ലെനിൻ ബഹുമാനത്തോടെ യാണ് കണ്ടത്. തൊഴിലാളിവർഗ്ഗത്തിന്റെ വഴികാട്ടി എന്നാണ് ലെനിൻ ഇവരെ വിശേഷിപ്പിച്ചത്.

തന്റെ ജീവിതത്തിലുടനീളം സാർവദേശീയ തൊഴിലാളിവർഗ്ഗ ത്തിന് വേണ്ടി പ്രവർത്തിച്ച റോസയ്ക്ക് ചില പ്രശ്നങ്ങളിൽ ലെനിനുമായി അഭിപ്രായ ഭിന്നത ഉണ്ടായിരുന്നു. സോഷ്യലിസ്റ്റ് വിപ്ലവത്തെ നയി ക്കുന്നതിന് ഒരു കേന്ദ്രീകൃത തൊഴിലാളി വർഗ പാർട്ടി ആവശ്യമാണ് എന്ന ലെനിന്റെ സിദ്ധാന്തത്തെ അവർ എതിർത്തു. ഇത് സംബന്ധിച്ച തർക്കത്തിൽ ലെനിന്റെ നിലപാടായിരുന്നു ശരിയെന്ന് പിന്നീട് വ്യക്ത മായി. റഷ്യൻ വിപ്ലവം വിജയിപ്പിക്കാൻ ലെനിന് സാധ്യമായത് ഈ കാഴ്ചപ്പാടിന്റെ ഫലമായിരുന്നു. 1918 ൽ ജർമ്മനിയിൽ നടന്ന വിപ്ലവം വിജയിക്കാതെ പോയത് റഷ്യയിൽ ലെനിൻ കെട്ടിപ്പടുത്തതുപോലെ ഒരു കേന്ദ്രീകൃത പാർട്ടി ജർമ്മനിയിൽ ഇല്ലാത്തതുകൊണ്ട് കൂടിയായി രുന്നു.

റോസയ്ക്ക് ലെനിനുമായി അഭിപ്രായ ഭിന്നത ഉണ്ടായിരുന്ന പ്രശ്നങ്ങ ളിൽ ഒന്നാണ് രാഷ്ട്രങ്ങളുടെ സ്വയം നിർണ്ണയാവകാശവുമായി ബന്ധ പ്പെട്ടത്. റഷ്യൻ കമ്മ്യൂണിസ്റ്റ് പാർട്ടി പരിപാടിയിലെ രാഷ്ട്രങ്ങളുടെ സ്വയം നിർണ്ണയാവകാശം എന്ന ആശയത്തെ റോസ ലക്സംബർഗ് ശക്തമായ രീതിയിൽ വിമർശിക്കുകയുണ്ടായി. ഈ വിമർശനത്തിന് മറുപടി പറഞ്ഞുകൊണ്ട് റഷ്യൻ സാഹചര്യത്തിൽ എന്തുകൊണ്ട് ഇത്തരം ഒരു കാഴ്ചപ്പാട് മുന്നോട്ട് വയ്ക്കേണ്ടി വരുന്നുവെന്നും വിശദീകരി ച്ചുകൊണ്ട് എഴുതപ്പെട്ട പുസ്തകമാണ് 'രാഷ്ട്രങ്ങളുടെ സ്വയം നിർണ്ണയാ വകാശം' എന്നത്. റോസ തന്റെ വിമർശനത്തിൽ സ്വയം നിർണ്ണയാവ കാശത്തെ സംബന്ധിച്ച കമ്മ്യൂണിസ്റ്റ് പാർട്ടി പരിപാടിയിലെ ഖണ്ഡിക അമ്മർത്തവും കേവലം സാങ്കൽപികവുമാണെന്ന് വ്യക്തമാക്കുന്നുണ്ട്. ഈ കാഴ്ചപ്പാടിനെയാണ് ലെനിൻ ശക്തമായി വിമർശിക്കുന്നത്.

രാഷ്ട്രങ്ങളുടെ സ്വയം നിർണ്ണയാവകാശം സംബന്ധിച്ചുള്ള ചർച്ച കമ്മ്യൂണിസ്റ്റ് പ്രസ്ഥാനത്തിനകത്ത് മുമ്പേ രൂപപ്പെട്ട ഒന്നാണെന്ന് ലെനിൻ ഈ പുസ്തകത്തിന്റെ ആദ്യ ഭാഗത്ത് വിശദീകരിക്കുന്നുണ്ട്. 1896 ലെ ലണ്ടൻ സാർവദേശീയ കോൺഗ്രസിന്റെ പ്രമേയത്തിൽ ഈ കാര്യം സൂചിപ്പിച്ചതായി ലെനിൻ ഓർമ്മിപ്പിക്കുന്നുണ്ട്. തുടർന്ന്

റോസയുടെ ലേഖനത്തെ വിമർശിച്ചുകൊണ്ടുള്ള പരാമർശങ്ങളാണ് കടന്നുവരുന്നത്. ദേശീയത എന്ന ആധുനിക കാഴ്ചപ്പാട് ഫ്യൂഡലിസത്തിന് മുകളിൽ മുതലാളിത്തം നേടിയ വിജയത്തിന്റെ കാലഘട്ടവുമായി ബന്ധപ്പെട്ടുകൊണ്ടാണ് നിൽക്കുന്നത്. ഇക്കാര്യം ഈ വിധത്തിൽ വിശദീകരിക്കുന്നുണ്ട്:

"ചരക്കൽപാദനം പരിപൂർണ്ണവിജയം നേടണമെങ്കിൽ ബൂർഷ്വാസി ആഭ്യന്തര വിപണി കയ്യടക്കണം. ഒരേ ഭാഷ സംസാരിക്കുന്ന ജനസംഖ്യയോട്ടുകൂടി പ്രദേശങ്ങൾ രാഷ്ട്രീയമായി ഏകീകരിക്കണം. ആ ഭാഷ വികസിക്കുന്നതിനു സാഹിത്യത്തിൽ അത് വേരൂന്നുന്നതിനും തടസമായി നിൽക്കുന്ന എല്ലാ പ്രതിബന്ധങ്ങളേയും തട്ടിമാറ്റണം. ഇതിനെല്ലാമാണ് ദേശീയ പ്രസ്ഥാനങ്ങളുടെ സാമ്പത്തിക അടിത്തറ നിലകൊള്ളുന്നത്."

ഇങ്ങനെ വിശദീകരിച്ചിട്ട് പരിഷ്കൃത ലോകത്തിന് മുഴുവൻ തന്നെ മുതലാളിത്ത കാലഘട്ടത്തിൽ സവിശേഷവും സ്വാഭാവികവുമായിട്ടുള്ള ഒന്നാണ് ദേശീയ രാഷ്ട്ര സങ്കൽപം എന്ന് ലെനിൻ വ്യക്തമാക്കുന്നു. ഈ പശ്ചാത്തലത്തിൽ നിന്നുകൊണ്ട് രാഷ്ട്രങ്ങളുടെ സ്വയം നിർണ്ണയം എന്നതിന്റെ അർത്ഥം പ്രസ്തുത രാഷ്ട്രങ്ങൾ അന്യദേശീയ സമൂഹങ്ങളിൽ നിന്നും രാഷ്ട്രീയമായി വേറിട്ടുപോവുക എന്നതാണെന്നും വിശദീകരിക്കുന്നു.

ഒരു ദേശീയ രാഷ്ട്രം രൂപീകരിക്കാനുള്ള ജനങ്ങളുടെ അഭിലാഷം ആഴമേറിയ സാമ്പത്തിക ഘടകങ്ങളിന്മേൽ അധിഷ്ഠിതമാണ്. ഈ നിഗമനത്തെ തള്ളിക്കളയുന്നതിനുള്ള റോസ ലക്സംബർഗിന്റെ ശ്രമത്തെ ലെനിൻ പരിശോധനയ്ക്ക് വിധേയമാക്കുന്നു. എന്നിട്ട് അന്നത്തെ ഏഷ്യയിലെ ഉദാഹരണങ്ങൾ ലെനിൻ മുന്നോട്ട് വയ്ക്കുന്നുണ്ട്. ഇവിടുത്തെ രാജ്യങ്ങൾ ജനബാഹുല്യത്തിൽ മുമ്പിൽ നിൽക്കുകയും വൻകിട ശക്തികളുടെ കോളനികളോ അല്ലെങ്കിൽ ദേശീയമായി അങ്ങേയറ്റത്തെ ആശ്രിതത്വത്തിലും മർദ്ദനത്തിലും കഴിയുന്ന രാഷ്ട്രങ്ങളാണെന്നതിൽ സംശയമില്ല. മുതലാളിത്തം ഏഷ്യയെ തട്ടി ഉണർത്തുന്ന സ്ഥിതിക്ക് അത് ഭൂമണ്ഡലത്തിലെ ദേശീയ പ്രസ്ഥാനത്തെ എല്ലായിടത്തും ഇളക്കി വിട്ടിട്ടുണ്ട്. ഏഷ്യയിൽ ദേശീയ രാഷ്ട്രങ്ങൾക്ക് രൂപം നൽകുക എന്നത് ഈ പ്രസ്ഥാനങ്ങളുടെ പ്രവണതയാണെന്നും ലെനിൻ വിശദീകരിക്കുന്നു. മുതലാളിത്തത്തിന് വളരാനുള്ള സാഹചര്യങ്ങൾ ഇത്തരം രാഷ്ട്രങ്ങളാണ് ഉറപ്പിക്കുക എന്ന കാര്യവും തർക്കമറ്റ

കാര്യമാണ്. ഇതിലൂടെ ദേശീയ രാഷ്ട്ര രൂപീകരണത്തിന് പിന്നിലുള്ള സാമ്പത്തിക ഘടകങ്ങളെ ലെനിൻ അനാവരണം ചെയ്യുന്നു. ദേശീയ രാഷ്ട്രത്തിന്റെ രൂപീകരണത്തിന് പിന്നിലുള്ള സാമ്പത്തിക ഘടകങ്ങളെ ഒരു മാർക്സിസ്റ്റിന് കാണാതിരിക്കാനാവില്ലെന്നും, റോസ മുന്നോട്ട് വെച്ച വാദങ്ങളെ ഖണ്ഡിച്ചുകൊണ്ട് ലെനിൻ പറയുന്നുണ്ട്. വൃത്യസ്ത നാട്ടുരാ ജ്യങ്ങളിൽ കിടന്ന ഇന്ത്യയിലും ദേശീയ പ്രസ്ഥാനം ഉയർന്നുവന്നത് ബ്രിട്ടീഷ് വിരുദ്ധ കലാപത്തിന്റെ പശ്ചാത്തലത്തിലാണ് എന്ന കാര്യം ഇവിടെ കൂട്ടി വായിക്കണം.

ഏതൊരു സാമൂഹ്യ പ്രശ്നത്തേയും അതിന്റെ ചരിത്രത്തിന്റെ വ്യക്ത മായ പരിധിക്കുള്ളിൽ പരിശോധിക്കേണ്ടതുണ്ട് എന്ന പ്രധാനപ്പെട്ട കാര്യം ലെനിൻ മുന്നോട്ട് വെയ്ക്കുന്നു. ഒരേ ചരിത്ര കാലഘട്ടത്തിനുള്ളിൽ തന്നെ ആണെങ്കിലും ആ രാജ്യത്തെ മറ്റ രാജ്യങ്ങളിൽ നിന്ന് വേർതി രിച്ച് കാണുന്ന സവിശേഷതകൾ കണക്കിലെടുക്കണം എന്നതാണ് മാർക്സിസ്റ്റ് നിലപാടെന്നും ലെനിൻ ഓർമ്മിപ്പിക്കുന്നു.

ദേശീയ പ്രസ്ഥാനത്തെ സംബന്ധിച്ച് മുതലാളിത്തത്തിന്റെ രണ്ടഘ ട്ടങ്ങളായി ഇവിടെ വേർതിരിച്ച് കാണുന്നുണ്ട്. ഒന്നാമത്ത്, ഫ്യൂഡലിസ ത്തിന്റേയും ഏകാധിപത്യത്തിന്റേയും തകർച്ചയുടേയും, ബൂർഷ്വാ ജനാ ധിപത്യത്തിന്റെ സമുദായവും രാഷ്ട്രവും രൂപം കൊള്ളുന്ന ഘട്ടമാണ്. രണ്ടാമത്തതാവട്ടെ തൊഴിലാളി വർഗവും ബൂർഷ്വാസിയും തമ്മിലുള്ള വൈരുദ്ധ്യത്തിന് മൂപ്പെത്തിയതിന്റെ ഫലമായി മുതലാളിത്തത്തിന്റെ തകർച്ചയുടെ നാന്ദികുറിക്കുന്ന കാലഘട്ടം കൂടിയാണത്.

ആദ്യകാലഘട്ടത്തിൽ ദേശീയ പ്രസ്ഥാനങ്ങൾ ഉയർന്നുവരികയും കർഷകവർഗം ഉൾപ്പെടെയുള്ള വിഭാഗങ്ങൾ ഇതിൽ ആകർഷിക്ക പ്പെട്ടുകയും ചെയ്യുന്നു. എന്നാൽ രണ്ടാമത്തെ കാലഘട്ടത്തിലാവട്ടെ സാർവദേശീയമായി ഏകോപിപ്പിച്ചിട്ടുള്ള മൂലധനവും സാർവ്വദേശീയ തൊഴിലാളി പ്രസ്ഥാനവും തമ്മിലുള്ള വൈരുദ്ധ്യം അത് മുമ്പിൽ കൊണ്ടുവരും. രണ്ട് കാലഘട്ടത്തേയും വിഭജിക്കുന്ന ഭിത്തികളില്ല. അസംഖ്യം കണ്ണികൾ അവരെ തമ്മിൽ ബന്ധിപ്പിക്കുന്നുമുണ്ട്. എന്നാൽ ദേശീയ വികാസത്തിന്റെ വേഗതയിലും ജനസംഖ്യയുടെ ദേശീയ ഘടനയിലും ജനാധിവാസ വിതരണത്തിലും മറ്റും വിവിധ രാജ്യങ്ങൾ തമ്മിൽ വ്യത്യാസമുണ്ട്. ഇതിന്റെ അടിസ്ഥാനത്തിൽ ലെനിൻ ഇങ്ങനെ വിശദീകരിക്കുന്നു.

"ഈ പൊതു ചരിത്ര സാഹചര്യങ്ങളും രാഷ്ട്രത്തെ ബാധിക്കുന്ന

മൂർത്ത സാഹചര്യങ്ങളും ആകെ കണക്കിലെടുക്കാതെ ഒരു രാജ്യത്തെ മാർക്സിസ്റ്റുകാർക്ക് അവരുടെ ദേശീയ പരിപാടി ആവിഷ്കരിക്കാൻ സാധ്യമല്ല തന്നെ.''

ഓരോ രാജ്യത്തിന്റേയും പരിതസ്ഥിതിക്കനുസരിച്ചാണ് നിലപാ ടുകൾ സ്വീകരിക്കേണ്ടത്. ഈ യാഥാർത്ഥ്യം റോസ മനസ്സിലാക്കുന്നില്ല എന്ന് ലെനിൻ വ്യക്തമാക്കുന്നു.

"എന്നാൽ ഏത് ചരിത്ര ഘട്ടത്തിലൂടെയാണ് റഷ്യ കടന്നുപോ യിക്കൊണ്ടിരിക്കുന്നതെന്നോ  നിർദ്ദിഷ്ടകാലഘട്ടത്തിൽ  നിർദ്ദിഷ്ട രാജ്യത്തിലെ ദേശീയ പ്രശ്നത്തിന്റേയും ദേശീയ പ്രസ്ഥാനങ്ങളുടേയും വ്യക്തമായ സവിശേഷതകൾ എന്തെല്ലാമാണെന്നോ ഉള്ള പ്രശ്നം റോസ ലക്സംബർഗ് ഉന്നയിക്കുന്നുണ്ടോ?

ഇല്ല! അവർ അതിനെപറ്റി യാതൊന്നും മിണ്ടുന്നില്ല! റഷ്യയിൽ ഇന്നത്തെ ചരിത്ര കാലഘട്ടത്തിൽ ദേശീയ പ്രശ്നം ഏത് നിലയിൽ ഇരിക്കുന്നുവെന്നതിനെപ്പറ്റിയോ, ഈ പ്രത്യേക കാര്യത്തിൽ റഷ്യയ്ക്കുള്ള സവിശേഷത എന്തെല്ലാമാണെന്നതിനെപ്പറ്റിയോ ഉള്ള അപഗ്രഥന ത്തിന്റെ ഒരു നേരിയ നിഴൽ പോലും കണ്ടെത്തുകയുമില്ല!''

പോളണ്ടിലേയും മറ്റും ദേശീയ പ്രശ്നത്തെ അടിസ്ഥാനപ്പെടുത്തി റഷ്യയിലെ ദേശീയ പ്രശ്നത്തെ കാണുന്നതിനെ ഇവിടെ ലെനിൻ എതിർക്കുന്നു. രണ്ടും രണ്ട് തരത്തിൽ എത്തി നിൽക്കുന്ന അവസ്ഥ യാണുള്ളതെന്ന് ആ യാഥാർത്ഥ്യം കാണാതെ നിലപാടെടുക്കുന്നത് ശരിയല്ലെന്നും ലെനിൻ ഓർമ്മിപ്പിക്കുന്നു.

"ബൂർഷ്വാ ജനാധിപത്യ പരിഷ്കരണം പണ്ടുപണ്ടേ മുഴമിപ്പിച്ച രാജ്യ ങ്ങളും അതിനിയും മുഴമിപ്പിക്കാത്ത രാജ്യങ്ങളും തമ്മിലുള്ള വ്യത്യാസം റോസ ലക്സംബർഗിന്റെ കണ്ണിൽ പെട്ടതേ ഇല്ല. ഈ വ്യത്യാസമാണ് പ്രശ്നത്തിന്റെ കാതലായ ഭാഗം. ഈ വ്യത്യാസത്തെ റോസ ലക്സം ബർഗ് പരിപൂർണ്ണമായി അവഗണിച്ചതിന്റെ ഫലമായി സുദീർഘമായ അവരുടെ ലേഖനം കഴമ്പില്ലാത്തയും നിരർത്ഥകവുമായ കുറെ വാക്ക കളുടെ ഒരു സമാഹാരമായി പരിണമിച്ചിരിക്കുകയാണ്.''

ചരിത്രപരമായ പശ്ചാത്തലത്തിൽ നിന്നുകൊണ്ട് പടിഞ്ഞാറൻ യൂറോപ്പിന്റേയും റഷ്യയിടേയും വ്യത്യാസത്തെ ലെനിൻ ഇങ്ങനെ വിലയിരുത്തുന്നു. "പടിഞ്ഞാറൻ യൂറോപ്പ് സാധാരണ ഗതിയിൽ ദേശീയമായി ഐകരൂപമുള്ള ബൂർഷ്വാ രാഷ്ടങ്ങളുടെ ഭദ്രമായൊരു

വ്യവസ്ഥയായി മാറിക്കഴിഞ്ഞിരുന്നു. അതുകൊണ്ട് ഇന്നത്തെ പടി ഞ്ഞാറൻ യൂറോപ്പിലെ സോഷ്യലിസ്റ്റുകാരുടെ പരിപാടികളിൽ സ്വയം നിർണ്ണയാവകാശത്തിന് വേണ്ടി ആരെങ്കിലും തെരയുന്നവെങ്കിൽ അവർക്ക് മാർക്സിസത്തിന്റെ ഹരിശ്രീ അറിഞ്ഞുകൂടെന്ന് മാത്രമാണ് അർത്ഥം.''

ദേശീയ പ്രശ്നത്തെ സംബന്ധിച്ച് പടിഞ്ഞാറൻ യൂറോപ്പിൽ എടു ക്കുന്ന നയസമീപനം കിഴക്കൻ യൂറോപ്പിൽ എടുക്കാൻ സാധ്യമല്ല. ഒരേ വൻകരയ്ക്കകത്തെ രാഷ്ട്രങ്ങൾക്കകത്ത് പോലും ഇക്കാര്യത്തിൽ സമാനതകളില്ല. അതുകൊണ്ടാണ് റഷ്യൻ കമ്മ്യൂണിസ്റ്റ് പാർടിയുടെ പരിപാടിയിൽ സ്വയം നിർണ്ണയാവകാശത്തെ സംബന്ധിച്ച കാര്യങ്ങൾ ഉൾപ്പെടുത്തിയിരിക്കുന്നത്. മറ്റ രാഷ്ട്രങ്ങളുടെ സ്ഥിതി വിശേഷത്തെ വില യിരുത്തിയ ശേഷം ഈ പ്രശ്നത്തെ ലെനിൻ ഇങ്ങനെ വിശദീകരിക്കുന്നു: ''റഷ്യയിലെ ദേശീയ പ്രശ്നത്തിന്റെ മൂർത്തവും ചരിത്രപരവുമായ സവി ശേഷതകൾ നിമിത്തമാണ് രാഷ്ട്രങ്ങളുടെ സ്വയം നിർണ്ണയവകാശം അംഗീകരിക്കുക എന്നത് ഈ കാലഘട്ടത്തിൽ, നമ്മുടെ രാജ്യത്ത് വിശേഷിച്ച്, അടിയന്തിര പ്രാധാന്യമുള്ള ഒന്നായിത്തീർന്നിരിക്കുന്നത്.''

സ്വയംനിർണ്ണയാവകാശമെന്നത് അന്യരാജ്യങ്ങളുടെ മർദ്ദനത്തെ ചെറുക്കുന്നതിൽ കവിഞ്ഞൊന്നുമല്ലെങ്കിൽ ആ പരിപാടിയിൽ അത്തരം ഒരു പ്രത്യേക ഖണ്ഡിക ആവശ്യമില്ലെന്നും റോസ പറയുന്നുണ്ട്. ഈ വാദത്തേയും ലെനിൻ ഖണ്ഡിക്കുന്നു. സ്വയം നിർണ്ണയാവകാശത്തെ പ്രോത്സാഹിപ്പിക്കുന്നവർ ശിഥിലീകരണത്തെ പ്രോത്സാഹിപ്പിക്കുക യാണ് എന്ന് പറയുന്നത് ശരിയല്ല. അങ്ങനെയാണ് പറയുന്നതെങ്കിൽ വിവാഹമോചന സ്വാതന്ത്ര്യത്തിന് വേണ്ടി വാദിക്കുന്നവർ കുടുംബബ ന്ധങ്ങളുടെ ശൈഥില്യത്തെ പ്രോത്സാഹിപ്പിക്കുന്നുവെന്ന് പറഞ്ഞു കുറ്റപ്പെടുത്തുന്നതുപോലെ തന്നെ അസംബന്ധമാണെന്ന് ലെനിൻ പറയുന്നു. ഗ്രേറ്റ് റഷ്യൻ എന്ന മർദ്ദക ദേശീയതയെ കുറിച്ചും മറ്റമർദ്ദിത ദേശീയതകളെ കുറിച്ചും തുടർന്ന് പറയുന്നുണ്ട്. അതായത് റഷ്യയിൽ മർദ്ദിത ദേശീയതയെന്നും മർദ്ദക ദേശീയതയെന്നും തിരിച്ചറിയാവുന്ന സ്ഥിതി വിശേഷം ഉണ്ടെന്ന് ലെനിൻ ഓർമ്മിപ്പിക്കുന്നു.

നോർവെ സ്വീഡനിൽ നിന്ന് വിട്ടുപോയ പ്രശ്നം ഇവിടെ ചർച്ചയ്ക്ക് വിധേയമാക്കുന്നുണ്ട്. യഥാർത്ഥത്തിൽ നോർവെയിലെ ജനതയ്ക്ക് സ്വീഡന്റെ കീഴിൽ നിൽക്കാൻ താൽപര്യമുണ്ടായിരുന്നില്ല; ആയുധ മെടുത്തുകൊണ്ട് അവരെ അത്തരത്തിലേക്ക് കൊണ്ടുവന്നതാണ്.

നോർവെയ്ക്ക് വിട്ടുപോവാനുള്ള അവകാശം സ്വീഡിഷ് തൊഴിലാളികൾ അംഗീകരിച്ചതുകൊണ്ട് നോർവെക്കാരും സ്വീഡൻകാരുമായ തൊഴിലാളികൾ തമ്മിലുള്ള ഐക്യം ശക്തിപ്പെടുകയാണ് ചെയ്തത്. റഷ്യയിൽ സ്വയം നിർണ്ണയാവകാശത്തിനുള്ള പ്രാധാന്യം പോളണ്ടിൽ ഇല്ലെന്നുള്ള കാര്യവും ലെനിൻ വ്യക്തമാക്കുന്നുണ്ട്.

തന്റെ നിലപാടുകൾ സാർവദേശീയ കമ്മ്യൂണിസ്റ്റ് പ്രസ്ഥാനത്തിന്റെ നയങ്ങളിൽ നിന്ന് വിഭിന്നമല്ലെന്നും സ്ഥാപിക്കുന്നുമുണ്ട്. അതിനായി, 1896 ലെ ലണ്ടൻ സാർവദേശീയ കോൺഗ്രസിന്റെ പ്രമേയത്തിലെ ചില ഭാഗങ്ങൾ ലെനിൻ ഉദ്ധരിക്കുന്നുമുണ്ട്:

"എല്ലാ രാഷ്ട്രങ്ങൾക്കും സ്വയം നിർണ്ണയത്തിനുള്ള പരിപൂർണ്ണമായ അവകാശത്തെ ഉയർത്തിപ്പിടിക്കുന്നതിനായി ഈ കോൺഗ്രസ് പ്രഖ്യാപിക്കുകയും സൈനികമോ ദേശീയമോ ആയ മറ്റേതെങ്കിലും രൂപത്തിലുള്ളതോ ആയ സ്വേച്ഛാധിപത്യത്തിന്റെ കീഴിൽ ഇന്ന് കഷ്ട പ്പെട്ടുകൊണ്ടിരിക്കുന്ന എല്ലാ രാജ്യങ്ങളിലേയും തൊഴിലാളികളോട്ടുള്ള അനുഭാവം രേഖപ്പെടുത്തുകയും ചെയ്യുന്നു."

മാർക്സിന്റെ സിദ്ധാന്തങ്ങളെ ആ പരിതസ്ഥിതിയിൽ കണ്ടുകൊ ണ്ടാണ് വിലയിരുത്തേണ്ടത്. 1840 കളിലും 1860 കളിലും സ്വീകരിച്ച നയസമീപനം ഇന്നത്തെ കാലത്ത് സ്വീകാര്യമല്ലെന്ന് ലെനിൻ പറയു ന്നുണ്ട്:

"ഒരു വ്യത്യസ്ത കാലഘട്ടത്തിൽ മാർക്സ് സ്വീകരിച്ച നിലപാട് എക്കാലത്തേക്കുമെന്നോണം ഉറപ്പിക്കാൻ വേണ്ടി 1896 ൽ പി.എസ്. പി (പോളിഷ് സോഷ്യലിസ്റ്റ് പാർടി) നടത്തിയ ശ്രമം മാർക്സിസത്തിന്റെ അക്ഷരത്തെ മാർക്സിന്റെ അർത്ഥത്തിനെതിരായി പ്രയോഗിക്കാനുള്ള ഒരു ശ്രമമായിരുന്നു''വെന്നും വിലയിരുത്തുന്നുണ്ട്. മാർക്സിസത്തെ അതിന്റെ യാന്ത്രികതയിൽ നിന്നുകൊണ്ട് വിമോചിപ്പിക്കുന്ന ലെനിന്റെ നിലപാടാണ് ഇവിടെ വ്യക്തമാകുന്നത്.

ദേശീയ പ്രശ്നത്തെ സംബന്ധിച്ചുള്ള മാർക്സിന്റെ നിലപാടിനെ സംബ ന്ധിച്ച് ലെനിൻ ഇങ്ങനെ പറയുന്നുണ്ട്:

"ദേശീയ പ്രശ്നത്തോട്ടുള്ള മാർക്സിന്റേയും ഏംഗൽസിന്റേയും മനോഭാവം പൊതുവിൽ കർശനവും വിമർശനാത്മകവുമായിരുന്നു. ചരിത്രപരമായ ഉപാധികൾക്ക് വിധേയമാണ് അതിന്റെ പ്രാധാന്യ മെന്ന് അവർ അംഗീകരിച്ചു." ഈ കാഴ്ചപ്പാടിന്റെ അടിസ്ഥാനത്തിൽ

അയർലണ്ടിന്റെ ദേശീയ പ്രശ്നനവും ഇതിൽ ചർച്ച ചെയ്യപ്പെടുന്നുണ്ട്. ദേശീയ പ്രശ്നത്തെ എത്തരത്തിലാണ് വീക്ഷിക്കേണ്ടത് എന്ന് ലെനിൻ ഇങ്ങനെ പ്രസ്താവിക്കുന്നുണ്ട്: "എല്ലാ രാഷ്ട്രങ്ങൾക്കും പരിപൂർണ്ണമായ അവകാശ സമത്വം, രാഷ്ട്രങ്ങളുടെ സ്വയം നിർണ്ണയാവകാശം; എല്ലാ രാഷ്ട്രങ്ങളിലുംപെട്ട തൊഴിലാളികളെ ഒന്നിച്ച ചേർക്കൽ ഇതാണ് മാർക്സിസം. ലോകത്തിന്റെ ഏതൊരു അനുഭവവും റഷ്യയുടെ അനുഭവവും തൊഴിലാളികളോട് അനുശാസിക്കുന്ന ദേശീയ പരിപാടി."

റോസ ലക്സംബർഗിനെ വിമർശിക്കുമ്പോഴും അവരെ മറ്റ പിന്തിരി പ്പൻമാരുടെ കൂട്ടത്തിൽ പെടുത്തിക്കൂടെന്ന് ലെനിൻ പറയുന്നു.

"തീർച്ചയായും റോസ ലക്സംബർഗിനെ ലീവന്മാരുടേയും യ്യർക്യേവി ച്ഭമാരുടേയും സിംകോവ്സ്കിമാരുടേയും കൂട്ടത്തിൽ പരിഗണിച്ചുകൂടാ. എങ്കിലും അവരുടെ പിശകിനെ ഇവർ ഉപയോഗപ്പെടുത്തുന്നുണ്ടെന്ന വസ്തുത അവർ അകപ്പെട്ട് പോയിട്ടുള്ള അവസരവാദത്തെ വിശേഷിച്ചും വ്യക്തമായി തെളിയിച്ച കാട്ടുന്നു."

നിലപാട്ടുകളിൽ പോരായ്മകൾ റോസയ്ക്കുണ്ടെയിരുന്നെങ്കിലും അതെല്ലാം മനസ്സിലാക്കിക്കൊണ്ട് തന്നെയാണ് റോസയെ അംഗീക രിക്കുവാൻ ലെനിൻ തയ്യാറായത്. വലതുപക്ഷാശയങ്ങൾക്കെതിരായി ലോക കമ്മ്യൂണിസ്റ്റ് പ്രസ്ഥാനത്തിനകത്ത് പോരാടിയ റോസയെ തൊഴിലാളി വർഗത്തിന്റെ വഴികാട്ടി എന്നാണ് ലെനിൻ വിശേഷിപ്പി ച്ചത്.

ഓരോ രാജ്യത്തിന്റേയും സാഹചര്യമനുസരിച്ചാണ് ഏത് പ്രശ്നത്തി ലും നിലപാട് സ്വീകരിക്കേണ്ടത് എന്നതിന്റെ മറ്റൊരുദാഹരണമാണ് ദേശീയ പ്രശ്നവുമായി ബന്ധപ്പെട്ട് നിൽക്കുന്നത്. ലെനിൻ റഷ്യയിൽ മുന്നോട്ട് വെച്ച ദേശീയതകളുടെ സ്വയം നിർണ്ണയാവകാശം അതേ പോലെ ഇന്ത്യൻ സാഹചര്യത്തിൽ പ്രയോഗിക്കാൻ ആവില്ല. അങ്ങനെ ചെയ്യുന്നത് ലെനിന്റെ അക്ഷരത്തെ ലെനിന്റെ അർത്ഥത്തിനെതിരായി പ്രയോഗിക്കുന്നതിന് തുല്യമാണ്. മാർക്സിന്റെ കാഴ്ചകളെ യാന്ത്രികമായി പ്രയോഗിക്കാനുള്ള ശ്രമത്തിനെതിരെ ലെനിൻ ഉപയോഗിച്ച പ്രയോ ഗമാണ് മേൽ കൊടുത്തിട്ടുള്ളത്.

ഇന്ത്യയിലെ ദേശീയപ്രശ്നം കൈകാര്യം ചെയ്യമ്പോൾ സി.പി.ഐ (എം)ന്റെ മധുര പാർട്ടി കോൺഗ്രസിന്റെ പ്രമേയം യാന്ത്രികപര മായ ഇത്തരം കാഴ്ചപ്പാടിൽ നിന്ന് വ്യതിചലിക്കുന്നുണ്ട്. ലെനിന്റെ

ദേശീയതകളുടെ സ്വയംനിർണ്ണയാവകാശം എന്ന കാഴ്ചപ്പാട് ഇന്ത്യൻ സാഹചര്യത്തിൽ പ്രയോഗിക്കുന്നതിന്റെ പ്രശ്നം മുന്നോട്ട് വെക്കുന്നുണ്ട്. ഇന്ത്യയുടെ സാഹചര്യത്തിൽ ഏതാണ് മർദ്ദക രാഷ്ട്രമെന്നും ഏതൊക്കെയാണ് മർദ്ദിത രാഷ്ട്രമെന്നും വേർതിരിച്ച് കാണാൻ കഴിയില്ല. (റഷ്യയിൽ ഗ്രേറ്റ് റഷ്യൻ എന്ന മർദ്ദക ദേശീയതയും മർദ്ദിതമായ മറ്റ് ദേശീയതകളും അന്നുണ്ടായിരുന്നതുപോലെ) സ്വയം നിർണ്ണയാവകാശവും വിട്ടു പോകലിനുള്ള അവകാശവും അംഗീകരിച്ച് കഴിഞ്ഞാൽ അത് ഇന്ത്യൻ സാഹചര്യത്തിൽ തൊഴിലാളി വർഗത്തിന്റെ യോജിച്ച സമരത്തിന് ദൗർബല്യമുണ്ടാക്കും. വർത്തമാനകാലത്ത് രാഷ്ട്രങ്ങളെ ശിഥിലമാക്കുകയും ശിഥിലമായ രാഷ്ട്രങ്ങളിലെ ഓരോ ഭാഗത്തും തങ്ങളുടെ കമ്പോളം സ്ഥാപിക്കുവാനുള്ള ഇടപെടലാണ് സാമ്രാജ്യത്വ ശക്തികൾ നടത്തുന്നത്. ഭീകരവാദത്തിന്റേയും സ്വത്വവാദത്തിന്റേയും രാഷ്ട്രീയവും ഇത്തരം നിലപാട് ഇന്ന് സ്വീകരിക്കുന്നുണ്ട്. ഇത് തൊഴിലാളി വർഗ ഐക്യത്തെ ശിഥിലമാക്കുന്നു എന്ന പ്രശ്നവും നിലനിൽക്കുന്നുണ്ട്. എല്ലാ വിഭാഗങ്ങൾക്കും അവരുടേതായ അവകാശങ്ങൾ ഉറപ്പുവരുത്തിക്കൊണ്ട് നാനാത്വത്തിൽ ഏകത്വമെന്ന സമീപനമാണ് ഇന്ത്യയിലെ ദേശീയ പ്രശ്നങ്ങളോടുള്ള മാർക്സിസ്റ്റ് സമീപനം.

രാഷ്ട്രങ്ങളുടെ സ്വയം നിർണ്ണയാവകാശം എന്ന ഈ പുസ്തകം ദേശീയ പ്രശ്നത്തെ ഓരോ രാജ്യത്തിന്റേയും സാഹചര്യത്തിന്റെ അടിസ്ഥാനത്തിൽ കൈകാര്യം ചെയ്യപ്പെടേണ്ട ഒന്നാണ് എന്ന് വ്യക്തമാക്കുന്നു. ഇത് രൂപപ്പെടുന്നതിന് പിന്നിലുള്ള സാമൂഹ്യ സാമ്പത്തിക ഘടകങ്ങളെ അത് വിശകലനം ചെയ്യുന്നു. മാർക്സിസ്റ്റ് പ്രയോഗം സ്ഥലകാലത്തിനനുസരിച്ച് രൂപപ്പെടുത്തേണ്ട ഒന്നാണ് എന്ന പാഠം ഇത് നൽകുകയും ചെയ്യുന്നു.

സോഷ്യലിസ്റ്റ് സമൂഹം കെട്ടിപ്പടുക്കുന്നതിന്റെ ഭാഗമായി പുത്തൻ സാമ്പത്തിക നയം ലെനിൻ മുന്നോട്ടുവച്ചു. ഇത് കാർഷിക മേഖലയിൽ എങ്ങനെ പ്രാവർത്തികമാക്കാം എന്ന് വ്യക്തമാക്കുന്ന കൃതി.

# ധാന്യ നികുതി

സോ ഷ്യലിസ്റ്റ് വ്യവസ്ഥ കെട്ടിപ്പടുക്കുന്നതിനായി വൈവിദ്ധ്യമാർന്ന പദ്ധതികൾ നടപ്പിലാക്കുന്ന തിന് സോവിയറ്റ് റഷ്യയിൽ ലെനിൻ നേതൃത്വം നൽകിയിട്ടുണ്ട്. സമൂഹത്തിന്റെ മാറ്റങ്ങളെ ഉൾക്കൊണ്ടുകൊണ്ട് കാലത്തിന് അനു യോജ്യമായ തന്ത്രങ്ങളും അടവുകളും രൂപപ്പെടുത്തുന്നതിൽ ചടുലമായ നേതൃത്വപാടവമാണ് ലെനിൻ കാണിച്ചത്. ബോൾഷെവിക് വിപ്ലവം നടന്നശേഷം അതിനെ ഞെക്കി കൊല്ലുന്നതിന് എല്ലാ ഭാഗത്തുനി ന്നും ശ്രമങ്ങളുണ്ടായി. ഈ ഘട്ടത്തിൽ വിപ്ലവത്തെ സംരക്ഷിക്കുന്ന തിന് ഉതകുന്ന നിലപാട് എടുക്കുക എന്നതായിരുന്നു പ്രധാനം. ഈ കാലഘട്ടത്തെ ലെനിൻ വിശേഷിപ്പിച്ചത് യുദ്ധകാല കമ്മ്യൂണിസം എന്നായിരുന്നു. ഈ പരിതഃസ്ഥിതിയ്ക്ക് മാറ്റം വന്നതോടെ പുതിയ നയങ്ങൾ രൂപപ്പെടുത്തുക എന്നത് പ്രധാനപ്പെട്ട ഒന്നായി തീർന്നു. അതിന്റെ ഭാഗമായിട്ടാണ് എൻ.ഇ.പി എന്നറിയപ്പെടുന്ന പുത്തൻ സാമ്പത്തിക നയം ലെനിൻ മുന്നോട്ടുവെച്ചത്. ഈ നയം കാർഷി കമേഖലയിൽ എങ്ങനെ പ്രവർത്തിക്കുന്നുവെന്ന് വിശദമാക്കുന്ന പുസ്തകമാണ് ധാന്യനികുതി.

സോഷ്യലിസ്റ്റ് സമൂഹം കെട്ടിപ്പടുക്കുന്നതിനുവേണ്ടിയുള്ള സമരം വർഗസമരത്തിന്റെ ഒരു രൂപമാണ്. ഈ സമരത്തിൽ കയറി അടി ക്കലിന്റെയും താൽക്കാലികമായി പിൻവാങ്ങലിന്റെയും ഒക്കെയുള്ള സമീപനം സ്വീകരിക്കേണ്ടിവരും. ഇ.എം.എസ് സൂചിപ്പിച്ചയപോലെ

റഷ്യയിലെ കയറി അടിക്കലിന്റെ ആദ്യഘട്ടമായിരുന്ന യുദ്ധകാല കമ്മ്യൂണിസം. പിൻവാങ്ങലിന്റേതായിരുന്ന പുത്തൻ സാമ്പത്തിക നയം.

യുദ്ധകാലഘട്ടത്തിനശേഷം സമാധാനപരമായ അന്തരീക്ഷം റഷ്യയിൽ രൂപപ്പെട്ടു. ഈ ഘട്ടത്തിൽ സോവിയറ്റ് റഷ്യയിലെ തൊഴിലാളിവർഗ്ഗ ഭരണക്കൂടം വിദേശീയർ അടക്കമുള്ള മുതലാളിമാരുമായി സന്ധിയിലേർപ്പെടുന്നത് സോഷ്യലിസ്റ്റ് നിർമ്മാണത്തിന് ആവശ്യമാണ് എന്ന് ലെനിൻ കരുതി. ഈ കാഴ്ചപ്പാടിന്റെ അടിസ്ഥാനത്തിൽ കെട്ടിപ്പടുക്കുന്ന സമൂഹം മുതലാളിത്തത്തിന്റേതാണ്, സോഷ്യലിസത്തിന്റേതല്ല. അതേസമയം ഭരണക്കൂടത്തിന്റെ വർഗസ്വഭാവം സോഷ്യലിസത്തിന്റേതാണ്. തൊഴിലാളിവർഗ്ഗ ഭരണക്കൂടത്തിന്റെ കർശനമായ നിയന്ത്രണത്തിലാണ് വിദേശിയും സ്വദേശിയുമായ മുതലാളിമാരും റഷ്യക്കാരായ കൃഷിക്കാരും ഉൾപ്പെടെയുള്ളവർ മുതലാളിത്തം കെട്ടിപ്പടുക്കുന്നത്. തൊഴിലാളിവർഗ്ഗ ഭരണക്കൂടത്തിന്റെ കർശനമായ നിയന്ത്രണത്തിലുള്ള ഈ മുതലാളിത്തത്തെ സ്റ്റേറ്റ് ക്യാപ്പിറ്റലിസം എന്ന് ലെനിൻ വിശേഷിപ്പിച്ചു. (സ്റ്റേറ്റ് ക്യാപ്പിറ്റലിസം എന്ത് എന്നത് കൃത്യമായി മനസ്സിലാക്കിയാലേ തുടർന്നുള്ള ഭാഗം ഉൾക്കൊള്ളാനാവൂ)

തൊഴിലാളിവർഗ്ഗ ഭരണക്കൂടത്തിന്റെ കർശനമായ നിയന്ത്രണത്തിൽ കെട്ടിപ്പടുക്കുന്ന ഇത്തരം രീതിയിൽ നിന്ന് സോഷ്യലിസത്തിലേക്ക് മുന്നേറാൻ കഴിയുമെന്ന് ലെനിൻ വ്യക്തമാക്കി. യുദ്ധകാല കമ്മ്യൂണിസത്തിൽനിന്നും സ്റ്റേറ്റ് മുതലാളിത്തത്തിലേക്കുള്ള പോക്ക് ഒരു മടങ്ങിപ്പോക്ക് തന്നെയാണെങ്കിലും അതിനെ സോഷ്യലിസം കെട്ടിപ്പടുക്കുന്നതിനുള്ള മുന്നേറ്റത്തിന്റെ ആദ്യപടിയായി ഉപയോഗിക്കാനാവുമെന്നുമുള്ള കണ്ടെത്തൽ അവതരിപ്പിച്ചു.

സോഷ്യലിസ്റ്റ് വ്യവസ്ഥ മുന്നോട്ട് കൊണ്ട് പോവണമെങ്കിൽ ഉത്പാദനം വർദ്ധിപ്പിക്കുക എന്നത് പ്രധാനമാണെന്ന് ലെനിൻ നിരീക്ഷിച്ചു. ഈ യാഥാർത്ഥ്യം റഷ്യൻ തൊഴിലാളിവർഗ്ഗത്തെയും ജനസമൂഹത്തെ ആകമാനവും പഠിപ്പിക്കുന്നതിനുള്ള ശ്രമമാണ് അവസാന കാലത്ത് ലെനിൻ നടത്തിയത്. ഈ നയം കാർഷികമേഖലയിൽ പ്രയോഗിക്കുന്നതുമായി ബന്ധപ്പെട്ട കാര്യമാണ് 'ധാന്യനികുതി' എന്ന പുസ്തകത്തിൽ ലെനിൻ പറയുന്നത്.

1917-ലെ വിപ്ലവത്തിൽ ബൂർഷ്വാ-ഫ്യൂഡൽ പ്രഭവർഗത്തെ രാഷ്ട്രീയമായി പരാജയപ്പെടുത്താൻ തൊഴിലാളിവർഗ്ഗത്തിന് കഴിഞ്ഞു. എന്നാൽ, സാമ്പത്തിക മേഖലയിൽ ബൂർഷ്വാസിക്കുള്ള മേധാവിത്വം

പിന്നെയും തുടരുകയായിരുന്നു. ആ സാമ്പത്തിക മേധാവിത്തം ഉപയോ ഗിച്ച് രാഷ്ട്രീയ തലത്തിൽ കൂടി മേധാവിത്തം സ്ഥാപിക്കാനാണ് ബൂർഷ്വാ സിയുടെ ശ്രമം. രാഷ്ട്രീയ മേഖലയില്ലുള്ള മേധാവിത്വത്തെ ഉപയോഗിച്ച് സാമ്പത്തിക രംഗത്തു കൂടി മേൽക്കൈ നേടാനാണ് തൊഴിലാളിവർഗ്ഗം ശ്രമിച്ചത്. ഇതിന്റെ ഭാഗമായാണ് പുത്തൻ സാമ്പത്തികനയം ലെനിൻ മുന്നോട്ട് വെച്ചത്. റഷ്യൻ കമ്മ്യൂണിസ്റ്റ് പാർടിയുടെ പത്താം കോൺഗ്ര സ്സിൽ ഈ പ്രശ്നം വളരെ ഗൗരവമായി ഉയർന്നുവരികയുണ്ടായി. ഈ സമീപനത്തിനെതിരായ ചർച്ചകളും ആ കോൺഗ്രസിൽ ഉയർന്നുവന്നു. ഇത് സോഷ്യലിസ്റ്റ് വ്യവസ്ഥയെ പിന്നോട്ട് വലിക്കുമെന്ന ആശങ്കയും പങ്ക് വെക്കപ്പെട്ടു. ഇത് വലിയ ആശയസമരങ്ങൾക്ക് അക്കാലത്ത് തിരികൊളുത്തി. ഇതിനെയൊക്കെ നേരിട്ടുകൊണ്ടാണ് തന്റെ നയം ലെനിൻ ഉയർത്തിപിടിച്ചത്.

റഷ്യൻ കമ്മ്യൂണിസ്റ്റ് പാർടിയുടെ പത്താം കോൺഗ്രസ്സിൽ സംഘടനാ പ്രശ്നത്തോടൊപ്പം തന്നെ കൈകാര്യം ചെയ്യപ്പെട്ട ഒന്നാണ് ധാന്യനികുതിയുമായി ബന്ധപ്പെട്ടത്. കൃഷിക്കാർ ഉൽപ്പാദി പ്പിക്കുന്ന ധാന്യങ്ങളിൽ അവരുടെ ചെലവിന് ആവശ്യമുള്ളതു കഴിച്ച് ബാക്കി മുഴുവൻ സർക്കാരിന് നൽകുക എന്നതായിരുന്നു യുദ്ധകാല കമ്മ്യൂണിസത്തിന്റെ കാലത്ത് റഷ്യയിൽ നടപ്പിലാക്കിയിരുന്നത്. ഉത്പന്നങ്ങളുടെ മിച്ചം മുഴുവൻ സർക്കാരിനു കൊടുക്കുന്നതിനു പകരം സർക്കാരിന് നികുതിയായി കുറച്ചഭാഗം നൽകുകയും അവശേഷിക്കുന്ന ധാന്യം കൃഷിക്കാർക്ക് കമ്പോളത്തിൽ വിൽക്കാം എന്നതുമായിരുന്നു ഇതിന്റെ ഉള്ളടക്കം.

പുത്തൻ സാമ്പത്തിക നയത്തിന്റെ പ്രയോഗം കൂടിയായിരുന്നു അത്. യുദ്ധകാല കമ്മ്യൂണിസത്തിന്റെ കാലത്തെ കർക്കശതയിൽ അയവു വരുത്തി കർഷക ജനസാമാന്യത്തെ തൊഴിലാളിവർഗ്ഗത്തിന്റെ കൂടെ നിർത്തുക എന്ന ചരിത്രപരമായ കടമ നിർവ്വഹിക്കുന്നതിനാണ് ലെനിൻ ഇത് ചെയ്തത്. ഈ നയം സ്വീകരിക്കുമ്പോൾ അതിനെ ഒരു സന്ധിയായി തന്നെ കാണണമെന്ന് ലെനിൻ നിർദ്ദേശിക്കുന്നുണ്ട്. ഇതിനെ തൊഴിലാളിവർഗ്ഗത്തിന്റെ താൽപര്യങ്ങൾക്കും സോഷ്യലിസ്റ്റ് വ്യവസ്ഥയുടെ മുന്നോട്ടുപോക്കിനും സഹായിക്കുന്ന വിധം ഇടപെടേ ണ്ടതിന്റെ പ്രാധാന്യവും എടുത്ത് പറയുന്നുണ്ട്. പുത്തൻ സാമ്പത്തിക നയം എന്നത് ഒരു മുന്നോട്ട് പോക്കല്ല. അതേ അവസരത്തിൽ തന്നെ ദീർഘമായ മുന്നേറ്റത്തിന് അത്തരം രീതികൾ അനിവാര്യമാണെന്നും ലെനിൻ കരുതി. കയറി അടിക്കൽ മാത്രമല്ല പിന്നോട്ടടിയും സന്ധിയും

മുന്നോട്ട് പോക്കിന് അനിവാര്യമാണെന്ന വസ്തുതയുമാണ് ഇതില്ലൂടെ അവതരിപ്പിക്കുന്നത്.

ധാന്യനികുതിയുമായി ബന്ധപ്പെട്ട പ്രശ്നത്തെ പ്രധാനപ്പെട്ട നയപ്ര ശ്നങ്ങളിലൊന്നായിട്ടാണ് ലെനിൻ വിലയിരുത്തുന്നത്. ഈ നയം സോഷ്യലിസത്തെ വഞ്ചിക്കലാവില്ലേ എന്ന ചോദ്യം സ്വയം ചോദിച്ച് അതിന് വിശദമായ മറുപടി ലെനിൻ നൽകുന്നുണ്ട്. മൂന്ന് പ്രധാനപ്പെട്ട കാര്യങ്ങൾ ഇതിന്റെ ഉത്തരത്തിനായി ലെനിൻ അവതരിപ്പിക്കുന്നു.

"ഒന്നാമത്, മുതലാളിത്തത്തിൽ നിന്ന് സോഷ്യലിസത്തിലേക്കുള്ള ഏതു തരം പരിവർത്തനമാണ് സോവിയറ്റുകളുടെ സോഷ്യലിസ്റ്റ് റിപ്പ ബ്ലിക് എന്ന നമ്മുടെ രാജ്യത്തെ വിളിക്കാനുള്ള അവകാശവും അടിസ്ഥാ നവും നമുക്ക് നൽകുന്നതെന്ന് നാം പരിശോധിച്ചനോക്കണം. രണ്ടാമത്, നമ്മുടെ രാജ്യത്തിൽ സോഷ്യലിസത്തിന്റെ മുഖ്യശത്രു പെറ്റിബ്ബർഷ്വാ സാമ്പത്തിക സാഹചര്യങ്ങളും പെറ്റിബ്ബർഷ്വാ ഘടകങ്ങളുമാണെന്ന് കാണാൻ കൂട്ടാക്കാത്തവരുടെ തെറ്റിനെ നാം തുറന്നുകാണിക്കണം. മൂന്നാമത്, സോവിയറ്റ് ഭരണകൂടവും ബൂർഷ്വാ ഭരണകൂടവും തമ്മിലുള്ള വ്യതിരേകത്തിന്റെ സാമ്പത്തികമായ അർത്ഥം നാം പൂർണ്ണമായും മനസ്സിലാക്കണം."

ഇതു പറഞ്ഞതിനുശേഷം റഷ്യൻ സാമൂഹ്യ-സാമ്പത്തിക ഘടനയിൽ ഉള്ള വിവിധ ഘടകങ്ങളെ പരിശോധിക്കുന്നു. അവയെ അഞ്ചെണ്ണമായാണ് ലെനിൻ വർഗീകരിച്ചത്.

1. ഗോത്രാധിപത്യ വ്യവസ്ഥ - അതായത്, ഗണ്യമായ അതിർത്തി വരെ പ്രാകൃത രീതിയിലുള്ള കൃഷിരീതി.

2. ചെറുകിട ചരക്കുൽപ്പാദനം (തങ്ങൾ ഉൽപ്പാദിപ്പിക്കുന്ന ധാന്യം വിൽപ്പന നടത്തുന്ന ഭൂരിപക്ഷം കൃഷിക്കാരും ഇതിൽ ഉൾപ്പെ ടുന്നു.)

3. സ്വകാര്യ മുതലാളിത്തം

4. സ്റ്റേറ്റ് മുതലാളിത്തം

5. സോഷ്യലിസം

ഈ സാമ്പത്തിക ഘടകങ്ങളെല്ലാം പരസ്പരം കൂടിക്കലർന്ന് നിൽക്കുന്നതാണ് റഷ്യൻ സാഹചര്യമെന്ന് കണ്ടെത്തുന്നു. ഇതിൽ ഏത് ഘടകം മേധാവിത്വം സ്ഥാപിക്കുന്നു എന്ന കാര്യവും ലെനിൻ വിശദീകരിക്കുന്നുണ്ട്.

"അപ്പോൾ ഒരു ചോദ്യം ഉത്ഭവിക്കുന്നു. ഏതെല്ലാം ഘടകങ്ങളാണ് വെള്ളത്തിൽ മീനുകളെന്നപോൽ

ആധിപത്യം വഹിക്കുന്നത്? തീർച്ചയായും ഒരു ചെറുകിട കർഷക രാജ്യത്തിൽ പെറ്റിബൂർഷ്വാ ഘടകത്തിനാണ് മുൻതൂക്കം. അങ്ങനെ വരാനേ നിവൃത്തിയുള്ളൂ. കാരണം, ഭൂമിയിൽ പണിയെടുക്കുന്ന വലിയ ഭൂരിപക്ഷം ആളുകളും ചെറുകിട ചരക്കുൽപ്പാദകരാണ്. നമ്മുടെ സ്റ്റേറ്റ് മുതലാളിത്തത്തിന്റെ (ധാന്യക്കുത്തക സർക്കാരിന്റെ നിയന്ത്രണത്തിനു വിധേയരായ വ്യവസായികളും വ്യാപാരികളും ബൂർഷ്വാ സഹകാരികളും) പുറം തൊണ്ടിന് ചിലപ്പോൾ ഒരിടത്തും മറ്റ ചിലപ്പോൾ വേറൊരിടത്തും കൊള്ളലാഭക്കൊതിയന്മാർ തുളയ്ക്കുന്നു.കൊള്ളലാഭമടിക്കാനുള്ള മുഖ്യ പദാർത്ഥം ധാന്യമാണ്."

സോഷ്യലിസ്റ്റ് പ്രക്രിയയുടെ മുന്നോട്ട് പോക്കിന് തടസം സൃഷ്ടിക്കുന്ന പ്രധാനപ്പെട്ട ഘടകമായി അക്കാലത്തെ റഷ്യയിലെ പെറ്റി ബൂർഷ്വാ സിയെയാണ് ലെനിൻ കാണുന്നത്. ഈ അവസ്ഥയിൽ സോഷ്യലി സത്തെ മുന്നോട്ട് നയിക്കുന്നതിന് ഇത്തരം ശക്തികളെ എതിർക്കുക എന്നത് അടിയന്തരകടമയാണെന്ന കാഴ്ചപ്പാടാണ് ലെനിന്റേത്.

റഷ്യയിലെ അന്നത്തെ പെറ്റി ബൂർഷ്വാസിയുടെ സ്വഭാവ സവിശേ ഷതകളും തുടർന്ന് രേഖപ്പെടുത്തുന്നു. ഇവരുടെ പ്രധാന സവിശേഷത അത് എല്ലാ തരത്തിലുമുള്ള സർക്കാർ ഇടപെടലിനേയും എതിർക്കുന്നു എന്നതാണ്. കൊള്ളലാഭവും പൂഴ്ചിവെപ്പും അതുപോലുള്ള തെറ്റായ സമീപനത്തിന്റേയും വക്താക്കളാണിവർ. ഇവർ സോഷ്യലിസ്റ്റ് വ്യവ സ്ഥയുടെ മുന്നോട്ട് പോക്കിന് തടസം സൃഷ്ടിക്കുകയാണ് ചെയ്യുന്നത്. ഈ ശക്തികൾ വ്യാപാരമുതലാളിത്തവുമായി സന്ധി ചെയ്യുന്നു. തന്റെ കൈവശമുള്ള പണം തനിക്കുവേണ്ടി പാവപ്പെട്ടവർക്കെതി രായി സർക്കാരിന്റെ യാതൊരു നിയന്ത്രണവുമില്ലാതെ ഉപയോഗി ക്കാൻ അവർ ആഗ്രഹിക്കുന്നു. ആയിരങ്ങൾ വരുന്ന ഇവരുടെ ഈ തുക ചേർത്താൽ അനേകലക്ഷങ്ങൾ ഉണ്ടാവും. ഇത്തരത്തിലുള്ള കൊള്ളയടിക്കലിനായി സോഷ്യലിസ്റ്റ് നിർമ്മാണപ്രക്രിയയെ തുരങ്കം വയ്ക്കുന്നതായി പെറ്റിബൂർഷ്വാസി ഇടപെടുന്നതായി ലെനിൻ അഭിപ്രാ യപ്പെടുന്നു.

സ്റ്റേറ്റ് മുതലാളിത്തമാണെങ്കിൽ ഉത്പാദനപരമായി റഷ്യയിൽ അക്കാലത്ത് നിലനിൽക്കുന്ന സമ്പദ്ഘടനയെക്കാൾ മെച്ചമാണ്.രാഷ്ട്രീ യമായി തൊഴിലാളികളുടെ മേധാവിത്തം ഈ സമ്പദ്ഘടനയ്ക്കു മുകളിൽ ഉള്ളതിനാൽ പാവപ്പെട്ടവരുടെ അധികാരം സുനിശ്ചിതമായി നിൽ ക്കുകയും ചെയ്യും. അതോടൊപ്പം തന്നെ ശാസ്ത്ര-സാങ്കേതികവിദ്യയെ

ഉത്പാദനരംഗത്ത് ഉപയോഗിക്കുന്നതിന്റെ പ്രാധാന്യവും ലെനിൻ ഇങ്ങനെ വിശദീകരിക്കുന്നു:

"ആധുനിക ശാസ്ത്രത്തിന്റെ ഏറ്റവും പുതിയ കണ്ടുപിടുത്തത്തിൽ അധിഷ്ഠിതമായ വൻതോതില്ലള്ള മുതലാളിത്ത എഞ്ചിനീയറിംഗ് കൂടാതെ സോഷ്യലിസം നടപ്പാക്കാൻ സാധ്യമല്ല. ദശലക്ഷക്കണക്കിന് ജനങ്ങളെക്കൊണ്ട് ഉത്പാദനത്തിലും വിതരണത്തിലും ഏകീകൃതമായ ഒരു നിലവാരം ഏറ്റവും കർശനമായി അനുഷ്ഠിക്കുന്ന ആസൂത്രിതമായ സ്റ്റേറ്റ് സംഘടന കൂടാതെ സോഷ്യലിസം നടപ്പിലാക്കാൻ സാധ്യമല്ല."

ഇത്തരത്തിൽ ശാസ്ത്ര-സാങ്കേതിക വിദ്യയുടെയും അതോടൊപ്പംത ന്നെ അതിനെ ഉപയോഗപ്പെടുത്താൻ പറ്റുന്ന തരത്തില്ലള്ള സർക്കാരി ന്റെ ഇടപെടലിന്റെ പ്രാധാന്യവുമാണ് ഇവിടെ വിശദീകരിക്കപ്പെടുന്നത്. സോവിയറ്റ് യൂണിയന്റെ തകർച്ചയ്ക്ക് ശേഷം അതിന് കാരണമായി പറയുന്ന ഒരു ഘടകം റഷ്യയിലെ ശാസ്ത്രസാങ്കേതിക രംഗത്തെ വികാസത്തെ ഉപയോഗിച്ച് ഉത്പന്നങ്ങൾ നിർമ്മിച്ച് ജനജീവിതം മെച്ചപ്പെടുത്താൻ കഴിഞ്ഞില്ല എന്നതാണ്. ഇത് സംബന്ധിച്ച് അക്കാ ലത്ത് ലെനിൻ മുന്നോട്ട് വെച്ച ആശയങ്ങൾ എത്ര പ്രധാനമുള്ളതാണ് എന്ന് വ്യക്തമാകും.

അക്കാലത്തെ വിവിധ രാജ്യങ്ങളിലെ വളർച്ചയുടെ ഘട്ടങ്ങളെ ഇവിടെ ലെനിൻ പരിശോധിക്കുന്നുണ്ട്. ജർമ്മനിയുടെയും ബ്രിട്ടന്റെയും റഷ്യയുടേയും രാഷ്ട്രീയ സ്ഥിതിഗതികളെ താരതമ്യപ്പെടുത്തുന്നുമുണ്ട്. സാമ്പത്തികമായും ഉത്പാദനപരമായും ബ്രിട്ടനും ജർമ്മനിയും റഷ്യ യേക്കാൾ മുന്നിലാണെന്ന് ലെനിൻ വിലയിരുത്തുന്നു. എന്നാൽ,

"രാഷ്ട്രീയ വ്യവസ്ഥയെ സംബന്ധിച്ചിടത്തോളം തൊഴിലാളികളുടെ രാഷ്ട്രീയാധികാരത്തിന്റെ ശക്തിയെ സംബന്ധിച്ചിടത്തോളം നാം റഷ്യൻ തൊഴിലാളിവർഗ്ഗം ഏതു ബ്രിട്ടനേക്കാളും ഏതു ജർമ്മനിയേ ക്കാളും പുരോഗമിച്ചിരിക്കുന്നു. എന്നാൽ ഒരു നല്ല സ്റ്റേറ്റ് മുതലാളി ത്തം സംഘടിപ്പിക്കുന്ന കാര്യത്തെ സംബന്ധിച്ചിടത്തോളം നമ്മുടെ സാംസ്കാരിക നിലവാരത്തെയും സോഷ്യലിസം നടപ്പിലാക്കുന്നതി നുവേണ്ടിയുള്ള ഭൗതികവും ഉത്പാദനപരവുമായ സന്നദ്ധതയെ സംബന്ധിച്ചിടത്തോളം ഏറ്റവും പിന്നോക്കാവസ്ഥയില്ലള്ള പശ്ചിമ യൂറോപ്യൻ രാജ്യത്തേക്കാളും പിന്നിലുമാണ്. ഇതൊരു അപൂർവ്വ സ്ഥി തിവിശേഷമത്രെ."

അതായത്, രാഷ്ട്രീയമായി സോഷ്യലിസ്റ്റ് വ്യവസ്ഥയെ സംരക്ഷി ക്കുന്നതിനോടൊപ്പം തന്നെ സാമ്പത്തികമായ പിന്നോക്കാവസ്ഥ

 വെള്ളത്തിൽ മീനുകളെന്നപോൽ

പരിഹരിക്കണം എന്നമുള്ള കാഴ്ചപ്പാട് ലെനിൻ മുന്നോട്ട് വെക്കുന്നു.

സാമ്പത്തിക വളർച്ചയ്ക്കായി മുതലാളിത്തത്തിന്റേതായ ഘടകങ്ങളെ യും രീതികളെയും ആശ്രയിക്കുന്നത് തെറ്റാണെന്ന വാദത്തെ ലെനിൻ തള്ളിക്കളയുന്നു:

"മുതലാളിത്തം പരിശീലിപ്പിച്ച ഏറ്റവും പ്രാപ്തരായ ആളുകളെ നമ്മുടെ പക്ഷത്തേക്ക് കൊണ്ടുവരാനും ചെറുകിട സ്വത്തുടമസ്ഥതയുടെ ശിഥിലീ കരണത്തിനെതിരായി അവരെ നമ്മുടെ സേവനത്തിലേക്കെടുക്കുവാ നും നാം ശ്രമിക്കുന്നു എന്ന വസ്തുതയെ ഒറ്റുതീർപ്പെന്നു വിവരിക്കുന്നത് സോഷ്യലിസ്റ്റ് നിർമ്മാണത്തിന്റെ സാമ്പത്തികമായ കടമകളെപ്പറ്റി ചിന്തിക്കാനുള്ള തികഞ്ഞ കഴിവില്ലായ്മയെയാണ് വെളിപ്പെടുത്തുന്നത്."

ഇങ്ങനെ പുത്തൻ സാമ്പത്തികനയത്തിനെതിരായി സ്വാഭാവി കമായും ഉയർന്നുവരാവുന്ന വിമർശനങ്ങൾക്ക് മറുപടി നൽകാനും ശ്രമിക്കുന്നു. അതേസമയം രാഷ്ട്രീയ രംഗത്ത് ഇത്തരത്തിലുള്ള സന്ധി ഉണ്ടാവരുത് എന്ന കാര്യവും എടുത്തുപറയുന്നുണ്ട്.

ആ കാലഘട്ടത്തെ സംബന്ധിച്ചിടത്തോളം ഇങ്ങനെയൊരു നിലപാട് പ്രധാനമാണ് എന്ന് അക്കാലത്ത് സ്ഥിതിവിശേഷത്തെ വിലയിരുത്തിക്കൊണ്ട് ലെനിൻ സൂചിപ്പിക്കുന്നു. എന്നാൽ ഇത് ശാശ്വ തമായി നിൽക്കേണ്ട ഒന്നല്ലെന്നും വ്യക്തമാക്കുന്നുണ്ട്. 1918 മുതൽ 1920 വരെ നടന്ന ആഭ്യന്തര യുദ്ധം ഉത്പാദനശക്തികളുടെ വികാസത്തെ തടസ്സപ്പെടുത്തി. തൊഴിലാളിവർഗ്ഗത്തിന്റെ ജീവിതനിലവാരം തകർത്തു. ഇതിനു പുറമെ, 1920-ൽ വിളനാശവും കാലിത്തീറ്റയ്ക്ക് ക്ഷാമവും നേരിട്ടു. കന്നുകാലി സമ്പത്തിനും നഷ്ടം സംഭവിച്ചു. ഗതാഗതത്തിന്റെയും വ്യവ സായത്തിന്റെയും പുനരുദ്ധാരണം മന്ദീഭവിക്കുകയും ചെയ്തു. ഇത്തരം ഒരു സാഹചര്യത്തിൽ കർഷകരുടെ നില മെച്ചപ്പെടുത്തുകയാണ് പ്രധാനമെന്ന് ലെനിൻ എടുത്ത് പറയുന്നു. തുടർന്ന് എന്തുകൊണ്ടാണ് അത്തരം നിലപാട് സ്വീകരിക്കുന്നത് എന്ന കാര്യം രേഖപ്പെടുത്തുന്നു.

കർഷകരുടെ സ്ഥിതി അഭിവൃദ്ധിപ്പെടുത്തുകയും അവരുടെ ഉത്പാ ദനശക്തികളെ ഉയർത്തുകയും ചെയ്താലല്ലാതെ ധാന്യത്തിന്റെ ഉത്പാ ദനവും സംഭരണവും ഇന്ധനത്തിന്റെ സംഭരണവും മെച്ചപ്പെടുത്താൻ സാധ്യമല്ല. കർഷകർക്ക് പ്രാധാന്യം നൽകുമ്പോൾ തൊഴിലാളി വർഗത്തെ മറക്കുന്നു എന്ന വിമർശനത്തിനും ലെനിൻ മറുപടി പറയു ന്നുണ്ട്:

"തൊഴിലാളിവർഗ്ഗ സർവാധിപത്യമെന്നാൽ, തൊഴിലാളിവർഗ്ഗം

നയപരമായ മാർഗനിർദ്ദേശം നൽകുക എന്നാണർത്ഥം. ഏറ്റവും അടി യന്തരവും വിഷമം പിടിച്ചതുമായ പ്രശ്നം ആദ്യം പരിഹരിക്കാൻ വേണ്ട നയപരമായ മാർഗനിർദ്ദേശം നൽകാൻ നേതൃവർഗമെന്ന നിലയിൽ, ഭരണാധികാരിവർഗമെന്ന നിലയിൽ, തൊഴിലാളിവർഗ്ഗത്തിന് പ്രാപ്തി യുണ്ടായിരിക്കണം. ഇന്നത്തെ ഏറ്റവും അടിയന്തരമായ കടമ കർഷ കരുടെ ഉത്പാദനശക്തികളെ സത്വരമായി വർദ്ധിപ്പിക്കാനതകുന്ന നടപടികൾ സ്വീകരിക്കുക എന്നതാണ്. ഈ വിധത്തിൽ മാത്രമേ തൊഴിലാളികളുടെ സ്ഥിതി അഭിവൃദ്ധിപ്പെടുത്താനും തൊഴിലാളികളും കർഷകരും തമ്മിലുള്ള സഖ്യത്തെ ശക്തിപ്പെടുത്താനും തൊഴിലാളി വർഗ്ഗ സർവാധിപത്യം ഉറപ്പിക്കാനും കഴിയൂ."

കർഷകരുടെ ഉത്പാദനശക്തികൾ വർദ്ധിപ്പിക്കുന്നതിനുവേണ്ടി സത്വരവും ധീരവുമായ നടപടികൾ സ്വീകരിക്കുന്നതിന്റെ ഭാഗമാണ് ധാന്യനികുതിയിലേക്കുള്ള മാറ്റം. തൊഴിലാളിവർഗ്ഗം ഒരു ചെറുകിട കാർ ഷികരാജ്യത്ത് ആധിപത്യം സ്ഥാപിക്കുന്നതിന് അനുവർത്തിക്കേണ്ട നയത്തിന്റെ ഭാഗമാണ് ഇതെന്നും ലെനിൻ വ്യക്തമാക്കുന്നു.

"ഒരു ചെറുകിട കർഷകരാജ്യത്ത് സ്വന്തം സർവാധിപത്യം നടത്തു ന്ന തൊഴിലാളിവർഗ്ഗം അനുവർത്തിക്കേണ്ട നയം കർഷകർക്ക് ആവശ്യമുള്ള വ്യവസായ ഉത്പന്നങ്ങൾ നൽകി അതിനുപകരം ധാന്യം വാങ്ങുക എന്നതാണ്. തൊഴിലാളിവർഗ്ഗത്തിന്റെ കടമയുമായി പൊരു ത്തപ്പെടുന്നയും സോഷ്യലിസത്തിന്റെ അടിത്തറ ശക്തിപ്പെടുത്താനും അതിന്റെ പൂർണ്ണമായ വിജയത്തിലേക്ക് രാജ്യത്തെ നയിക്കാനും കഴിയുന്നതുമായ," ഇത്തരമൊരു നയം അനിവാര്യമാണെന്ന് ലെനിൻ ഊന്നിപ്പറയുന്നു. കർഷകർക്ക് എല്ലാ വ്യാവസായിക ഉത്പന്നങ്ങളും ധാന്യത്തിനു പകരമായി നൽകാൻ റഷ്യയ്ക്ക് കഴിയില്ലെന്ന വസ്തുനിഷ്ഠ യാഥാർത്ഥ്യത്തെ കണക്കിലെടുത്തുകൊണ്ടാണ് ധാന്യനികുതി ഏർപ്പെ ടുത്തുന്നത്. അതിലൂടെ രാജ്യത്തിന് ആവശ്യമുള്ള ധാന്യം നികുതിയില്ല ടെയും ബാക്കി ഈടാക്കുന്ന ധാന്യത്തിന് വ്യവസായ ഉത്പന്നങ്ങൾ പകരമായി നൽകുകയും ചെയ്യുന്ന രീതി സ്വീകരിക്കുന്നതാണ് അക്കാല ത്തെ ഏറ്റവും ശരിയായ രീതി. തൊഴിലാളിവർഗ്ഗത്തിന് പിന്തുടരാവുന്ന നയങ്ങളെ സംബന്ധിച്ചും ഉത്പാദന വർദ്ധനവിന്റെ പ്രാധാന്യത്തിലേ ക്കും സ്റ്റേറ്റ് മുതലാളിത്തത്തിന്റെ വിവിധ വശങ്ങളെക്കുറിച്ചും തുടർന്ന് വിശദീകരിക്കുന്നു.

ഉത്പാദനശക്തികളെ വികസിപ്പിക്കാനുള്ള ഒരു മാർഗവും രീതിയും എന്ന നിലയിൽ തൊഴിലാളി വർഗത്തിന്റെ രാഷ്ട്രീയ മേധാവിത്വത്തിന്

കീഴിൽ നിന്നുകൊണ്ടാണ് അത്തരം പ്രവർത്തനം ആവിഷ്കരിക്കേ ണ്ടത്. സോഷ്യലിസത്തിന്റെ വികാസത്തിന് സ്വകാര്യമൂലധനത്തെ ഇടക്കാല രീതി എന്ന നിലയിൽ ഉപയോഗിക്കപ്പെടേണ്ടി വരുന്ന പ്രശ്നവും അവതരിപ്പിക്കുന്നുണ്ട്. വികേന്ദ്രീകരിക്കപ്പെട്ട ഉത്പാദനരീതി കളെയും പ്രോത്സാഹിപ്പിക്കേണ്ടതിന്റെ പ്രാധാന്യവും ലെനിൻ തുടർന്ന് പറയുന്നുണ്ട്:

"പ്രാദേശിക പ്രവർത്തനത്തിന്റെ മാതൃകാപരമായ സംഘടനയ്ക്ക് ഏറ്റവും ചെറിയ തോതില്ലുള്ളതാണെങ്കിൽ പോലും ചില പ്രത്യേക സാഹചര്യങ്ങളിൽ, കേന്ദ്ര സർക്കാർ പ്രവർത്തനത്തിന്റെ നിരവധി ശാഖകളേക്കാൾ വളരെ കൂടുതൽ ദേശീയ പ്രാധാന്യമുണ്ട്."

അന്ന് നടന്ന പ്രസിദ്ധമായ പ്രതിവിപ്ലവമായ ക്രൺസ്റ്റാഡ്റ്റ് സംഭ വങ്ങളെ വിശദീകരിച്ചുകൊണ്ട് പെറ്റിബ്ബർഷ്വാ വിഭാഗത്തിൽപ്പെട്ട ആളുകളുടെ ചാഞ്ചാട്ടമായിരുന്ന കാരണമെന്നും വ്യക്തമാക്കുന്നുണ്ട്.

സോഷ്യലിസത്തിന്റെ പ്രാഥമിക ഘട്ടത്തിൽ നടപ്പിലാക്കേണ്ടി വരുന്ന നിരവധി പ്രായോഗിക പ്രശ്നങ്ങളെ കൈകാര്യം ചെയ്യുന്ന എന്നതാണ് ഈ പുസ്തകത്തിന്റെ സവിശേഷത. ചൈനയിൽ ഇന്ന് നടക്കുന്ന സോഷ്യലിസ്റ്റ് നിർമ്മാണ പ്രക്രിയയുമായി ബന്ധപ്പെട്ട ചില നിലപാടുകളുടെ അടിസ്ഥാനം ഇതിൽ കാണാം. സോഷ്യലിസ്റ്റ് വ്യവസ്ഥ കെട്ടിപ്പടുക്കുന്നതുമായി ബന്ധപ്പെട്ട പ്രശ്നങ്ങളെ അവതരിപ്പി ക്കുകയും അന്നത്തെ റഷ്യൻ സാഹചര്യത്തിൽ അതിനുള്ള പ്രതിവിധി തേടുകയും ചെയ്യുന്ന എന്നതാണ് ഇതിന്റെ പ്രാധാന്യം.

അന്നത്തെ മൂർത്തമായ സാഹചര്യത്തിൽ നിന്നുകൊണ്ടാണ് ഇത്തരമൊരു നിലപാട് ലെനിൻ സ്വീകരിക്കുന്നത് എന്ന് നാം മറന്നുപോവരുത്. ലെനിൻ ഈ പുസ്തകത്തിൽ പല തവണ ആവർ ത്തിക്കുന്നതുപോലെ നമ്മുടെ മുമ്പിലുള്ള മൂർത്ത സാഹചര്യത്തെ പരി ശോധിച്ചുകൊണ്ട് പരിഹരിക്കേണ്ടത് എന്താണ് എന്ന് തിരിച്ചറിഞ്ഞു കൊണ്ടാണ് ഇത്തരം ഇടപെടൽ നടത്തേണ്ടത്. അല്ലാതെ യാന്ത്രിക മായി പിന്തുടരുന്നത് കൂടുതൽ പ്രതിസന്ധി ഉണ്ടാക്കാനേ ഇടയാക്കൂ. ഒരു രാജ്യത്തെ സോഷ്യലിസം കെട്ടിപ്പടുക്കുന്ന പാത അതുപോലെ തന്നെ മറ്റൊരു രാജ്യത്തിനും സ്വീകരിക്കാൻ ആവില്ല. അതേ സമയം ഇത്തരം അനുഭവങ്ങളെ പഠിക്കുന്നത് സോഷ്യലിസ്റ്റ് വ്യവസ്ഥ കെട്ടി പ്പടുക്കുന്നതിന് സഹായകമായി തീരുകയും ചെയ്യും.

മാർക്സിന്റെ ജീവിതത്തെയും നൽകിയ സംഭാവനക
ളെയും ഇതിൽ വിലയിരുത്തുന്നു.

# കാൾ മാർക്സ്

മാർക്സിനെ കുറിച്ച് ലെനിൻ എഴുതിയ ചെറുപുസ്തകമാണ് കാൾ മാർക്സ്. ഗ്രനാത്ത് സഹോദരന്മാർ പ്രസിദ്ധീകരിച്ച ബൃഹത് വിജ്ഞാന നിഘണ്ടുവിന് വേണ്ടിയാണ് ലെനിൻ ഇതെഴുതിയത്. മാർക്സിന്റെ ജീവിതത്തേയും നൽകിയ സംഭാവനകളേയും വിലയി രുത്തുകയാണ് ഇതിൽ. 1914-ലെ വസന്തകാലത്ത് പെറോണിൽ വെച്ച് ഇതിന്റെ രചന ആരംഭിക്കുകയും ആ വർഷം നവംബറിൽ സ്വിറ്റ്സർലണ്ടിലെ ബേർണിൽ വെച്ച് പൂർത്തിയാക്കുകയും ചെയ്തു. 1915-ലാണ് ഇത് പുസ്തകരൂപത്തിൽ പ്രസിദ്ധീകരിച്ചത്. ഇതൊരു പുസ്തകം എന്നതിനേക്കാൾ നീണ്ട ലേഖനത്തിന്റെ സ്വഭാവമാണ് ഇതിനുള്ളത്.

കാൾ മാർക്സിന്റെ ജീവിതത്തെ ആദ്യം ലെനിൻ പരിചയപ്പെടുത്തു ന്നു. 1818-ൽ ജർമ്മനിയിലെ തീർ നഗരത്തിലാണ് മാർക്സിന്റെ ജനനം. ജൂതമതത്തിൽ നിന്ന് പിന്നീട് പ്രൊട്ടസ്റ്റന്റ് മതത്തിലേക്ക് മാറിയ ഒരു അഭിഭാഷകനായിരുന്നു മാർക്സിന്റെ പിതാവ്. വിപ്ലവപാരമ്പര്യമൊന്നും ഈ കുടുംബത്തിന് അവകാശപ്പെടാനുണ്ടായിരുന്നില്ല. കാൾമാർക്സ് ബേൺ സർവകലാശാലയിലും പിന്നീട് ബെർലിൻ സർവകലാശാ ലയിലും ചേർന്നാണ് പഠിച്ചത്. നിയമപഠനം നടത്തിക്കൊണ്ടിരിക്കെ ചരിത്രത്തിലും തത്വശാസ്ത്രത്തിലും പ്രാവീണ്യം നേടുന്നതിനും അദ്ദേഹം ശ്രദ്ധിച്ചു. 1841-ൽ എപ്പിക്യൂറിക്ലിന്റെ ദർശനത്തെ കുറിച്ച് എഴുതിയ തിസീസിന് അദ്ദേഹത്തിന് ഡോക്ടറേറ്റ് ലഭിച്ചു.

ഹെഗലിന്റെ ആശയവാദമായിരുന്ന ഈ കാലഘട്ടത്തിൽ അദ്ദേഹത്തെ സ്വാധീനിച്ചിരുന്നത്. ഇടത് ഹെഗലിയന്മാർ എന്ന വെള്ളത്തിൽ മീനുകളെന്നപോൽ

അറിയപ്പെടുന്നവരുടെ കൂട്ടത്തിലാണ് മാർക്സ് ഉൾപ്പെട്ടിരുന്നത്. (19-ാം നൂറ്റാണ്ടിലെ 4-ാം ദശകത്തിലും 5-ാം ദശകത്തിലും നിലനിന്നിരുന്ന ചിന്താഗതിയാണ് ഇത്. ജർമ്മനിയിൽ ബൂർഷ്വാരീതിയിൽ പരിഷ്ക്കരിക്കേണ്ടതിന്റെ ആവശ്യകത തെളിയിക്കാൻ വേണ്ടി ഹെഗലിന്റെ ദർശനത്തിൽ നിന്നും തീവ്രവാദപരമായ ചിന്താഗതികൾ മെനഞ്ഞെടുക്കുന്നതിനാണ് ഇവർ ശ്രമിച്ചത്.) എന്നാൽ പിന്നീട് മാർക്സ് ഇവരുമായി തെറ്റിപ്പിരിഞ്ഞു. ഈ പ്രവണതയുടെ ആശയവാദപരമായ പെറ്റിബൂർഷ്വാ അന്തഃസത്തയെ മാർക്സ് വിശുദ്ധ കുടുംബത്തിലും ജർമ്മൻ പ്രത്യയശാസ്ത്രത്തിലും വിമർശിക്കുകയും ചെയ്തു.

ഉപരി വിദ്യാഭ്യാസം പൂർത്തിയാക്കിയ ശേഷം മാർക്സ് ബോണിലേക്കാണ് പോയി. അവിടെ ഒരു പ്രൊഫസറാവാനായിരുന്നു അദ്ദേഹം ശ്രമിച്ചത്. എന്നാൽ ഫൊയർബാഹിനേയും ബ്രൂണോ ബോവറിനേയും പ്രൊഫസർ തസ്തികയിൽ നിലനിർത്താൻ അന്നത്തെ സർക്കാർ തയ്യാറായിരുന്നില്ല. അതുകൊണ്ടുതന്നെ പ്രൊഫസർ ഉദ്യോഗം വേണമെന്ന ആഗ്രഹം മാർക്സ് ഉപേക്ഷിക്കുകയായിരുന്നു.

മതതത്വശാസ്ത്രത്തെ വിമർശിക്കാൻ തുടങ്ങിയ ഫൊയർബാഹമായി അവിടെവെച്ച് കൂടുതൽ ബന്ധം സ്ഥാപിച്ചു. ഫൊയർബാഹ് 1843-ൽ എഴുതിയ ഭാവി തത്വശാസ്ത്രത്തിന്റെ മൗലിക സിദ്ധാന്തങ്ങൾ എന്ന കൃതി മാർക്സിൽ വലിയ സ്വാധീനം ചെലുത്തി. ഇക്കാല ഘട്ടത്തിൽ ചില ബൂർഷ്വാ തീവ്രവാദികൾ ഇടത് ഹെഗലിയന്മാരുമായി ചേർന്ന് "റൈനീഷെ തസൈത്തുങ്ങ്" എന്ന പേരിൽ ഒരു പ്രതിപക്ഷ പത്രം കൊളോൺ നഗരത്തിൽ വെച്ച് പ്രസിദ്ധീകരിച്ചിരുന്നു. അതിന്റെ പ്രധാന പത്രാധിപരായി മാർക്സ് പ്രവർത്തിച്ചു. പിന്നീട് ഈ പത്രത്തിന്റെ പ്രസിദ്ധീകരണം തന്നെ സർക്കാർ നിരോധിച്ചു. ഇതിന് മുമ്പ് തന്നെ അതിന്റെ പത്രാധിപസ്ഥാനം മാർക്സ് രാജിവെച്ചിരുന്നു. ഈ കാലഘട്ടത്തിൽ നിരവധി സുപ്രധാനമായ ലേഖനങ്ങൾ മാർക്സ് എഴുതിയിരുന്നു. പത്രപ്രവർത്തനപരമായ തന്റെ ജോലിക്കിടയിലാണ് തനിക്ക് അർത്ഥശാസ്ത്രത്തെ കുറിച്ചുള്ള അറിവ് അപര്യാപ്തമാണെന്ന് അദ്ദേഹത്തിന് ബോധ്യപ്പെട്ടത്. അതിനാൽ അർത്ഥശാസ്ത്രം വിശദമായി പഠിക്കുന്നതിന് അദ്ദേഹം തയ്യാറായി.

ഈ കാലത്താണ് മാർക്സ് തന്റെ ബാല്യകാലസഖിയായ ജെന്നി ഫൊൺ വെസ്റ്റ് ഫാലനെ വിവാഹം ചെയ്തത്. അവരുടെ ജ്യേഷ്ഠ സഹോദരനാവട്ടെ പ്രഷ്യയുടെ രാഷ്ട്രീയ ചരിത്രത്തിൽ ഏറ്റവും പിന്തിരപ്പൻ

സ്വഭാവമുള്ള ഒരു കാലഘട്ടത്തിൽ അവിടത്തെ ആഭ്യന്തരമന്ത്രിയായിരു ന്നു. വിവാഹത്തിന് ശേഷം മാർക്സ് പാരീസിലേക്ക് പോയി. അവിടെ ഒരു പത്രം പ്രസിദ്ധീകരിക്കുന്നതിന് പ്രവർത്തിക്കുകയും ചെയ്തു. ഈ പത്ര ത്തിൽ മാർക്സ് എഴുതിയ ലേഖനങ്ങൾ ബഹുജനങ്ങളേയും തൊഴിലാളി വർഗത്തേയും അഭിസംബോധന ചെയ്തുകൊണ്ടുള്ളതായിരുന്നു.

1844 സെപ്തംബറിൽ ഏംഗൽസ് പാരീസിലേക്ക് വരികയും അവിടെ താമസിക്കുകയും ചെയ്തു. അവിടെ വെച്ച് മാർക്സും ഏംഗൽസും തമ്മിൽ കണ്ടുമുട്ടുകയും അടുത്ത സുഹൃത്തുക്കളായി തീരുകയും ചെയ്തു. പെറ്റിബൂർ ഷ്വാ ചിന്താധാരകളെ എതിരിട്ടുകൊണ്ട് കമ്മ്യൂണിസത്തിന്റെ സിദ്ധാന്ത ങ്ങളും തന്ത്രങ്ങളും ആവിഷ്കൃതമാകുന്നത് ഈ കാലഘട്ടത്തിലാണ്. ഫ്രഞ്ച് ഗവൺമെന്റ് മാർക്സിനെ അപകടകാരിയായ വിപ്ലവകാരി എന്ന് മുദ്രകുത്തി 1845-ൽ പാരീസിൽ നിന്ന് നാട് കടത്തി. 1847-ൽ കമ്മ്യൂണിസ്റ്റ് ലീഗിൽ അംഗമായി ചേർന്നു. (കമ്മ്യൂണിസ്റ്റ് ലീഗ് എന്നത് വിപ്ലവകാരിയായ തൊഴിലാളികളുടെ ആദ്യത്തെ അന്തർദേശീയ സംഘടനയായിരുന്നു. ഇതിന്റെ പരിപാടി എന്ന നിലയിലാണ് കമ്മ്യൂ ണിസ്റ്റ് മാനിഫെസ്റ്റോ എഴുതിയത്. ഈ സംഘടന 1852 നവംബർ വരെ നിലനിന്നിരുന്നു.)

1848-ൽ മാർക്സ് വീണ്ടും പാരീസിലേക്ക് എത്തുന്നു. ഇക്കാലത്ത് മാർക്സ് ദീനോയെ റൈനീഷെ തസൈത്തുങ്ങ് എന്ന പത്രം പ്രസിദ്ധീകരിച്ചു. ഈ പത്രം മാർക്സിനെ നാട് കടത്തിയതിനാലും മറ്റ് പത്രാധിപരെ ശിക്ഷി ച്ചതുകൊണ്ടും 1849 മെയ് 19-ാം തീയതി അവസാനലക്കം പ്രസിദ്ധീക രിച്ചുകൊണ്ട് അവസാനിപ്പിച്ചു. അവസാനലക്കം ചുവപ്പ് മഷിയിലാണ് അച്ചടിച്ചിരുന്നത്. വിടവാങ്ങി കൊണ്ട് അതിൽ തൊഴിലാളികളോട് നടത്തിയ ഉൽബോധനത്തിൽ ഇങ്ങനെ പറയുകയുണ്ടായി:

"തങ്ങളുടെ അവസാനവാക്ക് എല്ലായ്പ്പോഴും എവിടേയും തൊഴി ലാളിവർഗ്ഗത്തിന്റെ മോചനമായിരിക്കും."

പാരീസിൽ നിന്ന് ലണ്ടനിലേക്ക് പോയ മാർക്സ് മരിക്കുന്നതുവരെ അവിടെയാണ് താമസിച്ചത്. രാജ്യഭ്രഷ്ടനായ ഒരു രാഷ്ട്രീയ പ്രവർ ത്തകൻ എന്ന നിലയ്ക്കുള്ള മാർക്സിന്റെ ജീവിതം വളരെ ക്ലേശകരമായി രുന്നു. ഏംഗൽസിന്റെ നിരന്തരമായ സഹായം കൊണ്ടാണ് മാർക്സ് പിടിച്ച നിന്നത്.

1855 മുതൽ 70 വരെയുള്ള കാലഘട്ടത്തിൽ ജനാധിപത്യപ്രസ്ഥാ നങ്ങൾ പുനരുജ്ജീവിച്ചതോടെ മാർക്സും ഏംഗൽസും തങ്ങളുടെ

പ്രായോഗിക പ്രവർത്തനങ്ങൾ ആരംഭിച്ചു. 1864-ൽ സെപ്റ്റംബർ 28-ന് സാർവദേശീയ തൊഴിലാളി സംഘടന എന്ന ചരിത്ര പ്രസിദ്ധമായ ഒന്നാം ഇന്റർനാഷണൽ ലണ്ടനിൽ സംഘടിപ്പിക്കപ്പെട്ടു. വിവിധ രാജ്യ ങ്ങളിലെ തൊഴിലാളി പ്രസ്ഥാനങ്ങളെ ഏകോപിപ്പിക്കുക, തൊഴിലാളി വർഗേതരവും മാർക്സിസത്തിന് മുമ്പുണ്ടായിരുന്ന സോഷ്യലിസത്തിന്റെ വിവിധ രൂപങ്ങളെ സംയുക്ത പ്രവർത്തനത്തിലൂടെ ഒരേ ഒരു പ്രവാഹ മാക്കാൻ ശ്രമിക്കുക, അതോടൊപ്പം ഈ വിവിധ ഗ്രൂപ്പുകളും പ്രവണത ക്കാരും ആവിഷ്ക്കരിക്കുന്ന സിദ്ധാന്തങ്ങളോട് പോരാട്ടുക ഇതെല്ലാം നിർവഹിച്ചുകൊണ്ട് വിവിധ രാജ്യങ്ങളിൽ അനുവർത്തിക്കേണ്ട വർഗ സമരത്തിന്റെ ഏകീകൃത സമരതന്ത്രം മാർക്സ് ആവിഷ്കരിച്ചതായി ലെനിൻ ഇതിൽ രേഖപ്പെടുത്തുന്നു.

1871-ൽ പാരീസ് കമ്മ്യൂൺ തകരുകയും കമ്മ്യൂണിസ്റ്റ് ഇന്റർനാഷ ണലിൽ ബക്കുനിനും കൂട്ടരും പ്രതിസന്ധി സൃഷ്ടിക്കുകയും ചെയ്തതോടെ ആ സംഘടനയ്ക്ക് യൂറോപ്പിൽ നിലനിൽക്കാൻ കഴിയാത്ത സാഹചര്യം ഉണ്ടായി. (ബക്കുനിസ്റ്റ് സിദ്ധാന്തം എന്നത് തൊഴിലാളി വർഗസര് വാധിപത്യം ഉൾപ്പെടെയുള്ള എല്ലാ രൂപങ്ങളിലും ഉള്ള ഭരണകൂട ത്തിന്റെ നിഷേധമാണ്. തൊഴിലാളി വർഗത്തിന്റെ ചരിത്രപരമായ പങ്കിനെപ്പറ്റി ഇവർ മനസ്സിലാക്കിയിരുന്നില്ല. പ്രശസ്തരായ വ്യക്തികൾ അടങ്ങിയിരിക്കുന്ന രഹസ്യ വിപ്ലവ സംഘടന ബഹുജനകലാപങ്ങളെ നയിക്കുന്നതായിരിക്കും എന്ന നിലപാടാണ് അദ്ദേഹം സ്വീകരിച്ചത്. ഗൂഢാലോചനയിലും അടിയന്തര കലാപങ്ങളിലും ഭീകര പ്രവർത്ത നങ്ങളിലും കേന്ദ്രീകരിച്ച് നിന്നിരുന്ന ഈ ആശയം യഥാർത്ഥത്തിൽ റഷ്യയിലെ നരോധിസ്റ്റുകൾ ഉൾപ്പെടെയുള്ള ഇടത് തീവ്രവാദികൾക്ക് പിൽക്കാലത്ത് പ്രചോദനമായതായിരുന്നു.) 1872-ൽ ഹേഗിൽ വെച്ച് ചേർന്ന ഇന്റർനാഷണൽ കോൺഗ്രസിന് ശേഷം ആ സംഘടനയുടെ ജനറൽ കൗൺസിലിന്റെ ആസ്ഥാനം ന്യൂയോർക്കിലേക്ക് മാറ്റാൻ മാർക്സ് നടപടിയെടുത്തു.

ഇന്റർനാഷണലിന് വേണ്ടി മാർക്സ് നടത്തിയ പ്രവർത്തനം മാർക്സി ന്റെ ആരോഗ്യത്തെ ക്ഷയിപ്പിച്ചിരുന്നു. മൂലധനത്തിന് വേണ്ടി നിരവധി വസ്തുതകൾ ശേഖരിച്ചു എന്നുമാത്രമല്ല നിരവധി ഭാഷകൾ പുതുതായി പഠിക്കുന്നതിനും അദ്ദേഹം തയ്യാറാവുകയുണ്ടായി. ഈ കാലത്താണ് മാർക്സ് റഷ്യൻ ഭാഷ പഠിച്ചത്. 1881-ൽ ഡിസംബർ 2-ന് അദ്ദേഹത്തി ന്റെ എല്ലാ ദുരിതങ്ങളിലും അന്വേഷണങ്ങളിലും തുണയായി നിന്ന

സഹധർമ്മിണിയും മരണപ്പെട്ടു. 1883 മാർച്ച് 14-ന് മാർക്സ് തന്റെ കസേ രയിലിരുന്നുകൊണ്ട് മരണത്തെ പുൽകി. ലണ്ടനിലുള്ള ഹൈഗേറ്റ് സെമിത്തേരിയിൽ തന്റെ ഭാര്യയുടെ അടുത്ത് തന്നെ അദ്ദേഹത്തേയും അടക്കം ചെയ്തു.

മാർക്സിന്റെ ജീവചരിത്രം ഇത്തരത്തിൽ വിശദീകരിച്ചശേഷം മാർ ക്സിന്റെ സംഭാവനകളെയാണ് പിന്നീട് ലെനിൻ വിശദീകരിക്കുന്നത്. മാർക്സിനെ ലെനിൻ ഇങ്ങനെ വിശേഷിപ്പിക്കുന്നുണ്ട്. "ജർമ്മനിയിലെ ക്ലാസിക്കൽ തത്വശാസ്ത്രത്തേയും ഇംഗ്ലണ്ടിലെ ക്ലാസിക്കൽ അർത്ഥശാ സ്ത്രത്തേയും ഫ്രാൻസിൽ പൊതുവിൽ ഉണ്ടായിരുന്ന വിപ്ലവ സിദ്ധാന്ത മടക്കം ഫ്രഞ്ച് സോഷ്യലിസത്തേയും കൂടുതൽ വളർത്തിയെടുത്ത് പൂർ ണ്ണരൂപത്തിൽ എത്തിച്ച അത്ഭുത പ്രതിഭാശാലിയായിരുന്ന മാർക്സ്." മാർക്സിന്റെ സിദ്ധാന്തങ്ങൾ എന്തായിരുന്നുവെന്ന് അത് രൂപപ്പെടുത്തു ന്നതിന് ഇടയായ സൈദ്ധാന്തിക ചലനങ്ങളേയും സംബന്ധിച്ചാണ് പിന്നീട് ലെനിൻ വിശകലനം ചെയ്യുന്നത്.

1844-45 എന്നീ വർഷങ്ങളിലാണ് മാർക്സിയൻ ദർശനത്തിന്റെ അടിസ്ഥാന കാഴ്ചപ്പാടുകൾ രൂപപ്പെടുന്നത്. ഈ കാലത്ത് അദ്ദേഹം ഭൗതികവാദിയും ഫൊയർബാഗിന്റെ അനുയായിയുമായിത്തീർന്നു. എന്നാൽ പിന്നീട് ഫൊയർബാഗിന്റെ ഭൗതികവാദത്തിന് സമഗ്രതയും ആന്തരികമായ പൊരുത്തവും ഇല്ലെന്ന് കണ്ട് ആ സിദ്ധാന്തങ്ങളെ അദ്ദേഹം ഉപേക്ഷിച്ചു. ഹെഗലിന്റെ സിദ്ധാന്തത്തെ വിശദീകരിച്ചുകൊ ണ്ട് മാർക്സ് എഴുതിയ കാര്യം ലെനിൻ ഇങ്ങനെ കുറിക്കുന്നുണ്ട്:

"ഹെഗലിന്റെ ദൃഷ്ടിയിൽ ചിന്തയുടെ പ്രക്രിയ (ആശയമെന്ന പേരിൽ അതിനെ ഒരു സ്വതന്ത്രഘടകമാക്കി അദ്ദേഹം രൂപാന്തരപ്പെടുത്തുന്നു.) യഥാർത്ഥലോകത്തിന്റെ ജനയിതാവാണ്. എന്റെ ദൃഷ്ടിയിലാവട്ടെ മറിച്ച് ആശയലോകം എന്നത് മനുഷ്യമനസ്സിൽ പ്രതിഫലിച്ച് ചിന്തയുടെ രൂപങ്ങളായി മാറുന്ന ഭൗതികലോകമല്ലാതെ മറ്റൊന്നുമല്ല."

ചിന്തയും ബോധവും മനുഷ്യന്റെ തലച്ചോറിന്റെ സൃഷ്ടിയാണെന്നും മനുഷ്യൻ തന്നെ പ്രകൃതിയുടെ സൃഷ്ടിയാണെന്നും അയാൾ വളർന്നി ട്ടുള്ളതും അതിന്റെ ചുറ്റുപാടുകളിലും ചുറ്റുപാടുകൾക്കൊപ്പവുമാണ്. അതുകൊണ്ട് പ്രകൃതിയുടെ സൃഷ്ടിയായ മനുഷ്യന്റെ തലച്ചോറിന്റെ ഉത്പന്നങ്ങൾ അവസാന വിശകലനത്തിൽ പ്രകൃതിയുടെ തന്നെ ഉൽപന്നങ്ങളാണ്. അവ പ്രകൃതിയ്ക്കകത്തുള്ള ഇതര പരസ്പര ബദ്ധങ്ങൾ ക്ക് വിരുദ്ധമായിട്ടല്ല മറിച്ച് അവർക്ക് അനുരൂപമായിട്ടാണ് വർത്തിക്ക ന്നത് എന്നും പറഞ്ഞു.

 വെള്ളത്തിൽ മീനുകളെന്നപോൽ

# വ്ലാഡിമിർ ഇലിച്ച് ലെനിൻ

എല്ലാ തത്വശാസ്ത്രത്തിന്റേയും മൗലികമായ പ്രശ്നം ആത്മാവാണോ പ്രകൃതിയാണോ ആദ്യം ഉണ്ടായത് എന്നാണ്. പ്രകൃതിയാണ് ആദ്യം ഉണ്ടായത് എന്ന് കരുതുന്നവരാവട്ടെ ഭൗതികവാദികളായും ആത്മാവാണ് ആദ്യം ഉണ്ടായത് എന്നും പ്രകൃതി സൃഷ്ടിക്കപ്പെട്ടതാണ് എന്നും കരുതുന്നവർ ആശയവാദികളായും അറിയപ്പെടുന്നു. ഇത്തരത്തിലുള്ള ആശയവാദത്തെ മാത്രമല്ല അക്കാലത്ത് ഉയർന്നുവന്ന ഹ്യൂമിന്റേയും കാന്റിന്റേയും ജ്ഞാനസന്ദേഹവാദം, വിമർശനവാദം, പോസിറ്റീവിസം എന്നീ വിവിധ രൂപങ്ങളിലുള്ള സിദ്ധാന്തങ്ങളേയും മാർക്സ് തള്ളിക്കളഞ്ഞതായി ലെനിൻ രേഖപ്പെടുത്തുന്നു.

ഭൗതികവാദത്തിന്റെ പോരായ്മകളിലേക്കും അദ്ദേഹം വിരൽ ചൂണ്ടി. അക്കാലത്തെ ഭൗതികവാദം യാന്ത്രികമാണെന്നും അവ ചരിത്രാധിഷ്ഠി തമോ വൈരുദ്ധ്യാധിഷ്ഠിതമോ അല്ലായെന്നുമുള്ള മാർക്സിന്റെ നിഗമനം ലെനിൻ ഇവിടെ രേഖപ്പെടുത്തുന്നു. മനുഷ്യസത്തയെ അത് അമൂർത്ത മായിട്ടാണ് പരിഗണിച്ചത്. മാത്രമല്ല മനുഷ്യസത്തയെ ചരിത്രത്താൽ നിർമ്മിക്കപ്പെട്ടതുമായ എല്ലാ സാമൂഹിക ബന്ധങ്ങളുടേയും സങ്കീർണ്ണ തകളുടേയും ആകെത്തുകയായിട്ടല്ല വിലയിരുത്തിയത്. അതുകൊണ്ട് അക്കാലത്തെ ഭൗതികവാദം ലോകത്തെ വ്യാഖ്യാനിക്കുക മാത്രമേ ചെയ്തിട്ടുള്ള എന്നും അത് ലോകത്തെ മാറ്റുക എന്ന പ്രശ്നത്തിലേക്ക് എത്തിയിട്ടില്ല എന്ന യാന്ത്രിക ഭൗതികവാദത്തോടുള്ള മാർക്സിന്റെ വിമർശനം ലെനിൻ ഇവിടെ മുന്നോട്ടുവയ്ക്കുന്നു.

ജർമ്മൻ തത്വശാസ്ത്രത്തിന്റെ അത്യുൽകൃഷ്ടമായൊരു സിദ്ധിയായി ഹെഗലിന്റെ വൈരുദ്ധ്യവാദത്തെ മാർക്സ് കണ്ടു. വൈരുദ്ധ്യവാദതത്വശാ സ്ത്രത്തിന് ഒന്നും തന്നെ അന്തിമവും കേവലവുമല്ല, പാവനവുമല്ല. എല്ലാ വസ്തുക്കളിലും പ്രതിഭാസങ്ങളിലും അടങ്ങിയിരിക്കുന്ന മാറ്റത്തിന്റെ സ്വഭാവത്തെ വൈരുദ്ധ്യദർശനം വെളിപ്പെടുത്തുന്നു. വൈരുദ്ധ്യവാദ തത്വശാസ്ത്രം തന്നെ നമ്മുടെ ചിന്തിക്കുന്ന തലച്ചോറിലുള്ള ഈ പ്രക്രി യയുടെ പ്രതിഫലനമല്ലാതെ മറ്റൊന്നല്ല. വൈരുദ്ധ്യവാദത്തെ ചിന്താ മണ്ഡലത്തിലേക്ക് ഒതുക്കി നിർത്തിയ ആശയവാദ അടിത്തറയെ മാർക്സ് മാറ്റിപ്പണിതു. എന്നിട്ട് അതിനെ ഭൗതികവാദ അടിത്തറയിൽ പ്രതിഷ്ഠിച്ചു എന്നതാണ് യഥാർത്ഥത്തിൽ മാർക്സ് നടത്തിയ സംഭാവന.

പഴയ ഭൗതികവാദ സിദ്ധാന്തത്തിന്റെ അപൂർണ്ണതയും ഏകപ ക്ഷീയതയും മാർക്സിന് മനസ്സിലായി. അതിനാൽ, സാമൂഹ്യശാസ്ത്രത്തെ ഭൗതികവാദത്തിന്റെ അടിത്തറയുമായി പൊരുത്തപ്പെടുത്തണമെന്നും

അതിന്റെ അടിസ്ഥാനത്തിൽ ചരിത്രപരമായ കാഴ്ചപ്പാടുകളെ പുനർക്ര മീകരിക്കേണ്ടതുണ്ടെന്നും അദ്ദേഹത്തിന് ബോധ്യമായി. മനുഷ്യന്റെ ജീവ സന്ധാരണത്തിന് ആവശ്യമായ ഉത്പാദനബന്ധങ്ങളിൽ മനുഷ്യൻ ഏർപ്പെടുന്നു. ഈ ഉത്പാദന ബദ്ധങ്ങളുടെ ആകെത്തുകയാണ് സമൂ ഹത്തിന്റെ സാമ്പത്തിക ഘടന. അതിന്റെ മേലിലാണ് നിയമപരവും രാഷ്ട്രീയവുമായ മേൽപ്പുരയും അതിന് യോജിച്ച രൂപത്തിലുള്ള സാമൂഹ്യ ബോധങ്ങളും ഉയർന്നുവരുന്നത് എന്ന് മാർക്സ് നിരീക്ഷിച്ചതായി ലെനിൻ പറയുന്നു. അതായത് മനുഷ്യരുടെ ബോധം അവരുടെ അസ്തിത്വത്തെ നിർണ്ണയിക്കുകയല്ല ചെയ്യുന്നത്. മറിച്ച് അവരുടെ സാമൂഹ്യമായ അസ്തിത്വം അവരുടെ ബോധത്തെ നിർണ്ണയിക്കുകയാണ് ചെയ്യുന്നത് എന്ന കാഴ്ചപ്പാടിലേക്കും അദ്ദേഹം എത്തുന്നു.

ഉത്പാദനശക്തികളുടെ വളർച്ച ഒരു പ്രത്യേക ഘട്ടത്തിൽ എത്തു മ്പോൾ അവ നിലവിലുള്ള ഉത്പാദന ബന്ധങ്ങളുമായി ഏറ്റുമുട്ടുന്നു. അപ്പോൾ ഉത്പാദനശക്തികളുടെ വളർച്ചയ്ക്ക് തടസമായി നിൽക്കുന്ന ഉത്പാദനബന്ധങ്ങളെ തകർത്ത് പുതിയ ഉത്പാദന ബന്ധങ്ങൾ രൂപീകരിക്കപ്പെടുന്നു. ഇത്തരത്തിൽ ചരിത്രം മുന്നോട്ട് പോകുന്നു. ചരി ത്രപരമായ ഭൗതികവാദത്തിന്റെ അടിസ്ഥാന ധാരണകളാണ് ഇവിടെ അവതരിപ്പിക്കപ്പെട്ടുന്നത്.

ജനങ്ങളാണ് ചരിത്രം നിർമ്മിക്കുന്നത്. എന്നാൽ അത്തരം നിർമ്മാ ണത്തിനുള്ള ജനങ്ങളുടെ ആന്തരിക പ്രേരണകളെ നിർണ്ണയിക്കുന്നതെ ന്താണ്? പരസ്പര വിരുദ്ധങ്ങളായ ആശയങ്ങളും മറ്റും ഏറ്റുമുട്ടുന്നതെന്തു കൊണ്ടാണ്? മനുഷ്യ സമൂഹത്തിൽ നടക്കുന്ന ഇത്തരം ഏറ്റുമുട്ടലുകളുടെ ആകെ യുക എന്താണ്? മനുഷ്യന്റെ പ്രവർത്തനങ്ങൾക്ക് അടിസ്ഥാന മായി നിൽക്കുന്ന ഭൗതിക ജീവിത ഉത്പാദനത്തിന്റെ വസ്തുനിഷ്ഠമായ ഉപാധികൾ എന്താണ്? ഈ ഉപാധികളുടെ വളർച്ചയുടെ നിയമം എന്താണ്? ഈ കാര്യങ്ങളെ സംബന്ധിച്ച് പരിശോധിക്കുകയും അത് വ്യക്തമായ നിയമങ്ങൾക്ക് വിധേയമായാണ് പ്രവർത്തിക്കുന്നത് എന്നും മാർക്സ് കണ്ടെത്തി. ഇക്കാര്യം ലെനിൻ ഇതിൽ വിശദീകരിക്കുന്നു.

ഓരോ സമൂഹത്തിനകത്തും വിരുദ്ധ താൽപര്യങ്ങൾ തമ്മിലുള്ള ഏറ്റുമുട്ടൽ ഉണ്ടാകുന്നുണ്ട്. അത് എന്തുകൊണ്ടാണെന്നും അതിന്റെ കാരണങ്ങൾ എന്താണ് എന്നും കണ്ടെത്തുന്നതിനുള്ള ശ്രമങ്ങൾ മാർക്സ് നടത്തി. പ്രത്യക്ഷത്തിൽ കുഴഞ്ഞു മറിഞ്ഞതെന്നും അരാജക ത്വപരമായി തോന്നുകയും ചെയ്യുന്ന ഇതിനെയെല്ലാം നിയന്ത്രിക്കുന്ന

നിയമങ്ങൾ കണ്ട്പിടിക്കുന്നതിന്മാർഗദർശകമായിട്ടാണ്വർഗസമര സിദ്ധാന്തത്തെ മാർക്സ് കാണുന്നത്. ആധുനിക സമൂഹത്തിൽ ഓരോ വർഗത്തിനുമുള്ള സ്ഥാനം അപഗ്രഥിക്കണമെങ്കിൽ സാമൂഹ്യശാസ്ത്രം അതാത് വർഗങ്ങളുടെ വളർച്ചയ്ക്കുള്ള സാഹചര്യങ്ങളെ കുറിച്ച് അപഗ്ര ഥിക്കണമെന്നാണ്മാർക്സ് പറഞ്ഞിട്ടുള്ളത്. ഇങ്ങനെ പഠിച്ചതിന്റെ അടി സ്ഥാനത്തിൽ വിവിധ വ്യവസ്ഥകളായി സമൂഹത്തെ കാണുന്നതിനും അതിനെ സാമൂഹ്യവികാസ പ്രക്രിയയുമായി ബന്ധിപ്പിക്കുന്നതിനും മാർക്സിന് കഴിയുകയുണ്ടായി. മാർക്സിന്റെ മഹത്തായ സംഭാവനകളിൽ ഒന്നായാണ് ലെനിൻ ചരിത്രപരമായ ഭൗതികവാദത്തെ കാണുന്നത്.

മാർക്സിയൻ ദർശനത്തിന്റെ ഏറ്റവും അഗാധവും സമഗ്രവും സവി സ്തരവുമായ സാധൂകരണവും പ്രയോഗവുമായി ലെനിൻ കാണുന്നത് മാർക്സിന്റെ സാമ്പത്തിക സിദ്ധാന്തമാണ്. മുതലാളിത്ത സമൂഹത്തിന്റെ അടിസ്ഥാനം നിലനിൽക്കുന്നത് ചരക്കുകളുടെ ഉത്പാദനവുമായി ബന്ധപ്പെട്ട് കൊണ്ടാണ് എന്ന മാർക്സിന്റെ കാഴ്ചപ്പാടുകൾ ഇതിൽ വിശദീകരിക്കുന്നുണ്ട്. ഒരു ചരക്ക്മനുഷ്യന്റെ ആവശ്യം തൃപ്തിപ്പെടുത്തുന്ന സാധനമാണ്. മാത്രമല്ല അത് കൈമാറ്റം ചെയ്യപ്പെടുന്ന ഒന്നുമാണ്. ഓരോ ചരക്കിന്റേയും മൂല്യം നിർണ്ണയിക്കുന്നത് അത് നിർമ്മിക്കുന്നതിന് സാമൂഹ്യമായി ആവശ്യമുള്ള അധ്വാനസമയത്തെയാണ് എന്നും മാർക്സ് വ്യക്തമാക്കുന്നു. പണം കൊടുത്ത് ചരക്ക് വാങ്ങുകയും ചരക്ക് കൊടുത്ത് പണം നേടുകയും ചെയ്യുക എന്നത് മുതലാളിത്തത്തിന്റെ സവിശേഷത യാണ്. തൊഴിലാളിയുടെ അധ്വാനശക്തി പ്രദാനം ചെയ്യുന്ന മൂല്യത്തിൽ നിന്ന് അധ്വാനശക്തിയുടെ മൂല്യം കിഴിക്കുമ്പോൾ മിച്ച മൂല്യം എത്രയാ ണെന്ന് ലഭിക്കും. ഇങ്ങനെ മുതലാളിക്ക് ലഭിക്കുന്ന മിച്ചമൂല്യത്തിന്റെ ഒരു ഭാഗം അയാൾ സമ്പാദിച്ച് പുനർനിക്ഷേപം നടത്തുന്നു. ഇങ്ങനെ മിച്ച മൂല്യത്തെ മൂലധനത്തോട് കൂട്ടിച്ചേർത്ത് അത് വർദ്ധിപ്പിക്കുന്നു. മൂലധന സഞ്ചയത്തെ കുറിച്ച് മാത്രമല്ല മൂലധനത്തിൽ തുറപാട്ടത്തെ സംബന്ധിച്ച്മാർക്സ് വിശദീകരിച്ച കാര്യവും ലെനിൻ വിശദീകരിക്കുന്നു.

ഇവിടെ തൊഴിലാളികളുടെ ചൂഷണത്തെ കുറിച്ച് മാത്രമല്ല പ്രകൃ തിയുടെ ചൂഷണത്തെ കുറിച്ചുള്ള ഭാഗത്തേക്കും കടക്കുന്നുണ്ട്. മൂലധന ത്തിലെ താഴെ പറയുന്ന ഭാഗത്തെ ലെനിൻ ഉദ്ധരിക്കുന്നുണ്ട്:

"എല്ലാ സമ്പത്തിന്റേയും ഉൽഭവ കേന്ദ്രങ്ങളായ മണ്ണിനേയും വേല ക്കാരനേയും ഊറ്റിപ്പിഴിഞ്ഞുകൊണ്ട്മാത്രമേ മുതലാളിത്ത ഉത്പാദനം സാങ്കേതിക ശാസ്ത്രത്തെ വികസിപ്പിക്കുകയും വിവിധ പ്രക്രിയകളെ

സാമൂഹ്യമായും ഒന്നിച്ച് സംയോജിപ്പിക്കുകയും ചെയ്യുന്നുള്ളൂ.''

ആധുനിക സമൂഹത്തിന്റെ വളർച്ചയെ സംബന്ധിച്ചുള്ള സാമ്പത്തിക നിയമങ്ങൾ മനസ്സിലാക്കിക്കൊണ്ട് മാത്രമേ ആധുനിക ലോകത്ത് നടക്കുന്ന പ്രക്രിയകളെ മനസ്സിലാക്കാനാകൂ. മുതലാളിത്തത്തിന്റെ പ്രവർത്തനരീതികളിലെ സവിശേഷതകളും ദൗർബല്യങ്ങളും മൂലധനത്തിലൂടെ വ്യക്തമാക്കിയശേഷം അത് സോഷ്യലിസ്റ്റ് സമൂഹമായി മാറുമെന്ന കാര്യം മാർക്സ് അടിവരയിട്ട് സൂചിപ്പിക്കുന്നു. മുതലാളിത്തത്തിന്റെ ദൗർബല്യങ്ങൾ അതിൽ തന്നെ അടങ്ങിയിരിക്കുന്നുണ്ട്. അവ ഒരിക്കലും പരിഹരിക്കാനാവില്ല. അതിനാൽ മുതലാളിത്തത്തിന്റെ പ്രശ്നങ്ങൾ പരിഹരിക്കണമെങ്കിൽ ആ വ്യവസ്ഥയെ തന്നെ മാറ്റേണ്ടതുണ്ട് എന്ന കാഴ്ചപ്പാടിലേക്ക് മാർക്സ് എത്തിയതിന്റെ കാരണങ്ങളെ കുറിച്ചും ലെനിൻ വിശദീകരിക്കുന്നു. മുതലാളിത്ത സമൂഹം സ്ത്രീകൾ, കുട്ടികൾ, പ്രകൃതി, ഗ്രാമീണ മേഖല എന്നിവയെയെല്ലാം ചൂഷണം ചെയ്യുന്ന രീതികളെ കുറിച്ചുള്ള മാർക്സിന്റെ നിഗമനങ്ങളെ തുടർന്ന് വിശദീകരിക്കുന്നുണ്ട്. ദേശീയ പ്രശ്നത്തോടുള്ള സമീപനവും വ്യക്തമാക്കുന്നു.

സോഷ്യലിസ്റ്റ് സമൂഹം രൂപീകരിക്കപ്പെടുക എന്നത് ചരിത്രത്തിന്റെ അനിവാര്യതയാണ്. ഇത് ശാസ്ത്രീയമായി തെളിയിച്ച കാര്യം വ്യക്തമാക്കിയശേഷം അതിനായുള്ള മാർക്സിന്റെ പ്രായോഗിക പ്രവർത്തനങ്ങളെ കുറിച്ചും ലെനിൻ വിശദീകരിക്കുന്നുണ്ടുണ്ട്. തന്റെ സിദ്ധാന്തപരമായ പ്രവർത്തനങ്ങളോടൊപ്പം വർഗസമരത്തെ സംബന്ധിച്ച തന്ത്രപരമായ പ്രശ്നങ്ങൾ കൂടി കൈകാര്യം ചെയ്യുന്നതിൽ മാർക്സ് തന്റെ ജീവിതം മുഴുവൻ അക്ഷീണപരിശ്രമം നടത്തുകയുണ്ടായി. അതിന്റെ വിവിധ വശങ്ങൾ മനസ്സിലാക്കുന്നതിന് ഏറ്റവും ഉപകരിക്കുക മാർക്സിന്റെ കത്തുകളാണെന്ന് ലെനിൻ ഇതിൽ പറയുന്നുണ്ട്.

ഒരു സമൂഹത്തെ പരിവർത്തിപ്പിക്കണമെങ്കിൽ ആ സമൂഹത്തിന്റെ വളർച്ചയെ കുറിച്ച് വസ്തുനിഷ്ഠമായി വിലയിരുത്തണമെന്ന് മാർക്സ് ഓർമ്മിപ്പിച്ചുകൊണ്ടിരുന്നു. ഇത് ചെയ്താൽ മാത്രമേ തൊഴിലാളി വർഗം സ്വീകരിക്കേണ്ട ശരിയായ തന്ത്രങ്ങളെ കുറിച്ച് നമുക്ക് വ്യക്തമാവുകയുള്ളൂ. എല്ലാ രാജ്യങ്ങളിലേയും സ്ഥിതികളെ പരിശോധിക്കേണ്ടത് ചലനാത്മകമായിട്ടാണ്. അല്ലാതെ വരട്ടുവാദപരമായ രീതിയിലല്ല. സമൂഹത്തിലെ ചലനങ്ങളെ ഭൂതകാലത്തിന്റെ നിലപാടുകളിൽ നിന്ന് മാത്രമല്ല ഭാവിയിൽ നിന്ന് കൂടി വീക്ഷിക്കണമെന്നുമുള്ള കാഴ്ചപ്പാട് മാർക്സ് സ്വീകരിച്ചതായി ലെനിൻ ചൂണ്ടിക്കാണിക്കുന്നു.

ഓരോ രാജ്യത്തും സ്വീകരിച്ച സമീപനങ്ങളേയും അവയെ ശക്തി പ്പെടുത്തുന്നതിനായി മാർക്സ് സ്വീകരിച്ച നയങ്ങളേയും ഈ കാഴ്ചപ്പാടി ന്റെ അടിസ്ഥാനത്തിൽ ലെനിൻ വിശദീകരിക്കുന്നുണ്ട്. രാഷ്ട്രീയമായ നിശ്ചലത ഉണ്ടാകുന്ന ഘട്ടങ്ങളിൽ ബൂർഷ്വാ നിയമവാഴ്ചയേയും നിയമവിധേയമായ സമരമാർഗങ്ങൾ ഉപയോഗിക്കേണ്ടതിന്റെ പ്രാധാന്യ ത്തെ മാർക്സ് തികച്ചും വിലമതിച്ചിരുന്നതായും ലെനിൻ രേഖപ്പെടുത്തുന്നു.

മാർക്സിന്റെ ജീവിതത്തേയും സിദ്ധാന്തങ്ങളേയും പ്രായോഗിക പ്രവർ ത്തനങ്ങളേയും ഹ്രസ്വമെങ്കിലും കാര്യമാത്ര പ്രസക്തമായാണ് ലെനിൻ വിശദീകരിച്ചിട്ടുള്ളത്. ഇതിന്റെ ഓരോ ഖണ്ഡികകളിലും കൂടുതൽ പഠന ത്തിനും അന്വേഷണത്തിനും ഉതകുന്ന നിരവധി കാര്യങ്ങൾ ലെനിൻ മുന്നോട്ടുവയ്ക്കുന്നുണ്ട്. പരിസ്ഥിതി, ദേശീയത, സ്ത്രീ പ്രശ്നങ്ങൾ തുടങ്ങിയ നിരവധി കാര്യങ്ങളെ സംബന്ധിച്ചുള്ള മാർക്സിന്റെ നിഗമനങ്ങളിലേക്ക് വിരൽ ചൂണ്ടുന്നതിന് ഈ പുസ്തകത്തിൽ ശ്രമിക്കുന്നുണ്ട്. ആധുനിക കാലത്തെ സങ്കീർണ്ണതകളിലേക്ക് കൂടി വെളിച്ചം വീശുന്ന തരത്തിൽ ഇതിലെ പല നിഗമനങ്ങളേയും വികസിപ്പിച്ചെടുക്കാവുന്നതാണ്. മാർ ക്സിന്റെ സംഭാവനകളെ സൂക്ഷ്മ ദൃഷ്ടിയോടെ വിശകലനം ചെയ്യുന്ന കൃതി എന്ന നിലയിൽ മാർക്സിസത്തെ സമഗ്രതയിൽ മനസ്സിലാക്കാൻ ശ്രമി ക്കുന്നവർക്ക് ഈ പുസ്തകം ഏറെ സഹായകമായിരിക്കും. മാർക്സിന്റെ നിഗമനങ്ങളെ വിശദീകരിക്കുന്നതിന് ഏംഗൽസിന്റെ ഉദ്ധരണികൾ ലെനിൻ ഇതിൽ യഥേഷ്ടം ഉപയോഗിക്കുന്നുണ്ട്. ഒരു സിദ്ധാന്തത്തിന്റെ രണ്ട് പ്രയോക്താക്കൾ എന്ന നിലയിലാണ് ഇവരെ ലെനിൻ കാണു ന്നതെന്ന് ഇതിൽ വ്യക്തമാണ്.

ഏംഗൽസിന്റെ ജീവിതത്തെ സംബന്ധിച്ചും മാർക്സും ഏംഗൽസും തമ്മിലുള്ള ഭൗതികമായ അടുപ്പത്തെക്കുറിച്ചും ചർച്ച ചെയ്യുന്ന കൃതി.

# ഫ്രെഡറിക് ഏംഗൽസ്

മാർക്സിനെക്കുറിച്ച് ലെനിൻ എഴുതിയ കാൾ മാർക്സ് എന്ന പുസ്തകത്തിൽ മാർക്സിന്റെ സംഭാവനകളെ വിശദീകരിച്ചതു പോലെ തന്നെ ഏംഗൽസിന്റെ സംഭാവനകളേയും ലെനിൻ വിലയി രുത്തിയിട്ടുണ്ട്. ഏംഗൽസിന്റെ ജീവിതത്തെ സംബന്ധിച്ചും മാർക്സും ഏംഗൽസും തമ്മിലുള്ള ബൗദ്ധികമായ അടുപ്പത്തിന്റേയും തലങ്ങളും ഇതിൽ ചർച്ച ചെയ്യപ്പെടുന്നുണ്ട്.

ഏംഗൽസിന്റെ ജീവിതത്തെ പരിചയപ്പെടുത്തിക്കൊണ്ടാണ് ലെനിൻ ഇത് ആരംഭിക്കുന്നത്. ഇന്നത്തെ ജർമ്മനിയുടെ ഭാഗമായ പ്രഷ്യയിലെ റെയിൻ സംസ്ഥാനത്തിലുള്ള ബാർമെൻ എന്ന സ്ഥല ത്താണ് ഏംഗൽസ് ജനിച്ചത്. അദ്ദേഹത്തിന്റെ പിതാവ് ഒരു വ്യവ സായിയായിരുന്നു. ഹൈസ്കൂൾ വിദ്യാഭ്യാസം പൂർത്തിയാക്കുന്നതിന് മുമ്പ് 1838 ൽ ഏംഗൽസ് ഒരു വാണിജ്യ സ്ഥാപനത്തിൽ ക്ലാർക്കായി ജോലി ചെയ്യുന്നതിന് നിർബന്ധിതനായി. ഈ ഉത്തരവാദിത്തങ്ങളൊ ന്നും ശാസ്ത്രീയവും രാഷ്ട്രീയവുമായ കാര്യങ്ങളെ മനസ്സിലാക്കുന്നതിന് അദ്ദേഹത്തിന് തടസമായില്ല. ഹൈസ്കൂൾ വിദ്യാർത്ഥിയായിരിക്കുന്ന കാലത്ത് തന്നെ ഏകാധിപത്യത്തേയും ഉദ്യോഗസ്ഥ പ്രഭുക്കളുടെ മർദ്ദന വാഴ്ചയേയും അദ്ദേഹം വെറുത്തു തുടങ്ങിയിരുന്നു.

പിന്നീട് തത്വശാസ്ത്രപഠനത്തിലേക്ക് നീങ്ങിയ ഏംഗൽസ് ജർമ്മൻ തത്വശാസ്ത്രരംഗത്ത് മേധാവിത്വം സ്ഥാപിച്ചിരുന്ന ഹെഗലിന്റെ ചിന്താഗ തികളിൽ ആകൃഷ്ടനാവുകയും ചെയ്തു. അന്നത്തെ പ്രഷ്യയിലെ ഏകാധി പത്യഭരണക്കൂടത്തിന്റെ ആരാധകനും ബെർലിൻ യൂണിവേഴ്സിറ്റിയിലെ

 വെള്ളത്തിൽ മീനുകളെന്നപോൽ

പ്രൊഫസറുമായിരുന്നു അന്ന് ഹെഗൽ. പക്ഷെ അദ്ദേഹത്തിന്റെ പ്രബോധനങ്ങളിൽ വിപ്ലവകരമായ ചില അംശങ്ങൾ കൂടി ഉൾചേർന്നി രുന്നു. മനുഷ്യന്റെ യുക്തിബോധത്തിലും അവരുടെ അവകാശത്തിലും ഹെഗൽ വിശ്വസിച്ചിരുന്നു. പരിണാമത്തിന്റേയും വികാസത്തിന്റേതു മായ നിരന്തര പ്രക്രിയയിലൂടെയാണ് പ്രപഞ്ചം മുന്നോട്ട് നീങ്ങുന്നതെ ന്നതായിരുന്നു അദ്ദേഹത്തിന്റെ സിദ്ധാന്തത്തിന്റെ അടിസ്ഥാനം.

എല്ലാ വസ്തുക്കളും വികസിക്കുകയാണെന്നും ഒരുതരം സ്ഥാപന ങ്ങൾ മറ്റ് ചിലതിന് വഴിമാറിക്കൊടുക്കണമെന്നും ഹെഗൽ വ്യക്തമാ ക്കി. അങ്ങനെയെങ്കിൽ പ്രഷ്യൻ രാജാവിന്റേയോ റഷ്യൻ സാറിന്റേയോ ഏകാധിപത്യവും ബഹുഭൂരിപക്ഷത്തിന്റെ ചെലവിൽ ഒരു നിസ്സാര ന്യൂ നപക്ഷം സമ്പത്താർജ്ജിക്കുന്നതും ജനങ്ങളുടെ മേൽ ബൂർഷ്വാവർഗം തേർവാഴ്ച നടത്തുന്നതും എങ്ങനെ നിലനിൽക്കുമെന്ന് ഏംഗൽസിനെ പോലുള്ളവർ ഈ സിദ്ധാന്തത്തിന്റെ പശ്ചാത്തലത്തിൽ ചോദിച്ചു. ഹെഗൽ ഇവിടെ വികാസം എന്നതുകൊണ്ട് ലക്ഷ്യം വെച്ചത് മനസ്സി ന്റേയും ആശയങ്ങളുടേയും വികാസത്തെക്കുറിച്ചായിരുന്നു. അതുകൊണ്ട് തന്നെ ഈ കാഴ്ചപ്പാട് തികച്ചും ആശയവാദപരമായിരുന്നു.

ഭൗതികവാദത്തിന്റെ അടിത്തറയിൽ നിന്നുകൊണ്ട് ഹെഗലിന്റെ ആശയഗതികളെ പരിശോധിക്കുകയാണ് മാർക്സും ഏംഗൽസും ചെയ്തത്. മനസ്സിന്റെ വികാസം പ്രകൃതിയുടെ പരിണാമത്തെ വിശദീക രിക്കുകയല്ല ചെയ്യുന്നത്. മറിച്ച് പ്രകൃതിയിൽ നിന്ന്, അതായത് ഭൗതിക പദാർത്ഥത്തിൽ നിന്നാണ്, മനസ്സിനുള്ള വിശദീകരണം ചികഞ്ഞെട ക്കേണ്ടതെന്നും ജീവിതത്തിലേക്ക് തിരിഞ്ഞ് നോക്കിയപ്പോൾ മാർക്സും ഏംഗൽസും മനസ്സിലാക്കുകയുണ്ടായി. ഹെഗലിന്റെ മറ്റ് അനുയായിക ളിൽ നിന്ന് വ്യത്യസ്തരായി ഇവർ ഭൗതികവാദികളായിരുന്നതിനാൽ ഹെഗലിന്റെ സിദ്ധാന്തങ്ങളെ ഭൗതികവാദ അടിത്തറയിൽ നിന്നുകൊ ണ്ട് ഇവർ നിരീക്ഷിച്ചതായി ലെനിൻ രേഖപ്പെടുത്തുന്നു.

മനുഷ്യസമുദായത്തിന്റെ വികാസത്തിന്റെ അടിത്തറയായി പ്രവർ ത്തിക്കുന്നത് ഭൗതിക ശക്തികളുടെ അഥവാ ഉത്പാദന ശക്തികളുടെ വികാസമാണെന്ന് ഇവർ തിരിച്ചറിഞ്ഞു. മനുഷ്യരുടെ ആവശ്യങ്ങൾ തൃപ്തിപ്പെടുത്തുന്നതിന് മനുഷ്യർ പരസ്പരം ചില ബന്ധങ്ങളിൽ ഏർപ്പെ ടുന്നു. ഈ ബന്ധങ്ങൾ ഉത്പാദനശക്തികളുടെ വികാസത്തെ ആശ്രയി ച്ചാണ് നിലകൊള്ളുന്നത്. (ഉത്പാദന ശക്തി എന്നാൽ മൂന്ന് ഘടകങ്ങൾ ചേർന്നതാണ്. 1) മനുഷ്യന്റെ അദ്ധ്വാനശേഷി. 2) മനുഷ്യാദ്ധ്വാനത്തിനു

വിധേയമാകുന്ന അദ്ധ്വാനവസ്തുക്കൾ. 3) മനുഷ്യാദ്ധ്വാനം പ്രയോഗിക്കാ നുപയോഗിക്കുന്ന അദ്ധ്വാനോപകരണങ്ങൾ എന്നിവ.)

ഉത്പാദനശക്തികളുടെ വികാസം പുതിയ സാമൂഹ്യബന്ധങ്ങൾ സൃഷ്ടിക്കുന്നു. ഉത്പാദനശക്തികളുടെ വികാസം ഏറെ മുന്നോട്ട് നീങ്ങുമ്പോൾ സ്വകാര്യസ്വത്തുടമാ സമ്പ്രദായത്തെ തന്നെ അത് നിഷേധിക്കുമെന്നും അവർ വ്യക്തമാക്കി. സോഷ്യലിസം നിലവിൽ വരുത്തുന്നതിന് ഏത് സാമൂഹ്യശക്തിക്കാണ് കഴിയുക എന്ന് തിരിച്ച റിയുകയും ആ ശക്തിയെ വളർത്തുന്നതിനും വേണ്ടിയുള്ള പ്രവർത്തന ങ്ങളിൽ ഏംഗൽസ് ഇടപെടുകയും ചെയ്തതായി ലെനിൻ പറയുന്നുണ്ട്. അതിലൂടെയാണ് തൊഴിലാളി വർഗ രാഷ്ട്രീയവുമായി അദ്ദേഹം ബന്ധം സ്ഥാപിച്ചതെന്ന് ലെനിൻ സൂചിപ്പിക്കുന്നു.

അക്കാലത്തെ ഇംഗ്ലണ്ടിലെ വ്യവസായത്തിന്റെ കേന്ദ്രമായിരുന്ന മാഞ്ചസ്റ്ററിൽ 1842 മുതൽ ഏംഗൽസ് താമസമുറപ്പിക്കുന്നു. അവിടെ ഓഫീസിലിരിക്കുക മാത്രമല്ല തൊഴിലാളികളെ തിങ്ങിപ്പാർപ്പിച്ചിരുന്ന ചേരികളിൽ അലഞ്ഞു നടക്കുകയും അവരുടെ ദാരിദ്ര്യവും കഷ്ടപ്പാടു കളും നേരിട്ട് കണ്ട് മനസ്സിലാക്കുകയും ചെയ്തിരുന്നു. എന്നാൽ തന്റെ വ്യക്തിപരമായ നിരീക്ഷണങ്ങളിൽ നിന്നുകൊണ്ട് തന്റെ പഠനം പരിമിതപ്പെടുത്തുന്നതിനല്ല ഏംഗൽസ് പരിശ്രമിച്ചത്. തനിക്ക് മുമ്പ് ബ്രിട്ടീഷ് തൊഴിലാളി വർഗത്തെ സംബന്ധിച്ച് വെളിപ്പെടുത്തപ്പെട്ട വസ്തു തകളെല്ലാം അദ്ദേഹം വായിച്ച് മനസ്സിലാക്കി. തന്റെ കൈയിൽ കിട്ടിയ എല്ലാ ഔദ്യോഗിക രേഖകളും പഠനത്തിന് വിധേയമാക്കി. അതിന്റെ അടിസ്ഥാനത്തിൽ 1845-ൽ ഇംഗ്ലണ്ടിലെ തൊഴിലാളി വർഗത്തിന്റെ സ്ഥിതി എന്ന പുസ്തകം പ്രസിദ്ധീകരിച്ചു.

തൊഴിലാളി വർഗത്തിന്റെ കഷ്ടതകൾ അതിനുമുമ്പ് തന്നെ പലരും വിവരിക്കുകയും വെളിപ്പെടുത്തുകയും ചെയ്തിരുന്നു. അവരെ സഹായിക്കേ ണ്ടതിന്റെ ആവശ്യകത വ്യക്തമാക്കിയുമിരുന്നു. എന്നാൽ തൊഴിലാളി വർഗം കഷ്ടത അനുഭവിക്കുന്ന കേവലമായ ഒരു വർഗം മാത്രമല്ലെന്നും യഥാർത്ഥത്തിൽ തൊഴിലാളി വർഗത്തിന്റെ അപമാനകരമായ സാമ്പ ത്തിക നില ആ വർഗത്തെ അനിവാര്യമായും മുന്നോട്ട് നയിക്കുമെന്നും ഏംഗൽസ് വ്യക്തമാക്കി. ഈ ദുരിതങ്ങൾ തൊഴിലാളികളുടെ ആത്യ ന്തിക മോചനത്തിന് വേണ്ടി പൊരുതാൻ ആ വർഗത്തെ നിർബന്ധി ക്കുകയും ചെയ്യുമെന്ന് ആദ്യമായി വെളിപ്പെടുത്തിയത് ഏംഗൽസാണ്. അതിന്റെ ഏക മുക്തിമാർഗം സോഷ്യലിസമാണെന്ന് മനസ്സിലാക്കി തൊഴിലാളിവർഗ്ഗത്തിന്റെ രാഷ്ട്രീയ പ്രസ്ഥാനം അതിനെ നയിക്കുകയും

   വെള്ളത്തിൽ മീനുകളെന്നപോൽ

ചെയ്യുമെന്ന് ഏംഗൽസ് വ്യക്തമാക്കി. ശാസ്ത്രീയ ചിന്തയുടേയും പഠന ത്തിന്റേയും അടിസ്ഥാനത്തിൽ അദ്ദേഹം മുന്നോട്ട് വെച്ച ആശയങ്ങൾ അക്കാലത്തെ സംബന്ധിച്ചിടത്തോളം പുതുമയുള്ളതായിരുന്നു. ഇത് മുതലാളിത്തത്തിന്റേയും ബൂർഷ്വാസിയുടേയും നേർക്കുള്ള ഭയാനകമായ ഒരു കുറ്റപത്രമായി തീരുന്നതായി ലെനിൻ പറയുന്നുണ്ട്.

ഇംഗ്ലണ്ടിൽ എത്തിയതിനുശേഷമാണ് ഏംഗൽസ് സോഷ്യലി സ്റ്റായി തീരുന്നത്. മാഞ്ചസ്റ്ററിൽവെച്ച് അദ്ദേഹം തൊഴിലാളിവർഗ്ഗ പ്ര വർത്തകരുമായി ബന്ധം സ്ഥാപിക്കുകയും ഇംഗ്ലണ്ടിലെ സോഷ്യലിസ്റ്റ് പ്രസിദ്ധീകരണങ്ങൾക്കായി എഴുതുകയും ചെയ്തിരുന്നു. 1844-ൽ ജർമ്മ നിയിലേക്ക് മടങ്ങിപ്പോകുന്ന വഴിയാണ് പാരീസിൽ വെച്ച് അദ്ദേഹം മാർക്സുമായി പരിചയപ്പെട്ടുന്നത്. അതിനുമുമ്പ് അവർ തമ്മിൽ ചില കത്തിടപാടുകൾ ഉണ്ടായിരുന്നു. പിന്നീട് ഇവർ രണ്ടുപേരും ചേർന്ന് ഒരു പുസ്തകമെഴുതി. 'വിശുദ്ധകുടുംബം അഥവാ വിമർശനാത്മക വിമർ ശനത്തിന്റെ ഒരു വിമർശനം' എന്നായിരുന്നു അതിന്റെ പേര്. 'ഇംഗ്ല ണ്ടിലെ തൊഴിലാളിവർഗ്ഗം' എന്ന പുസ്തകം പ്രസിദ്ധീകരിക്കുന്നതിന് ഒരു വർഷം മുമ്പ് തന്നെ ഈ പുസ്തകം പുറത്തുവന്നു.

തൊഴിലാളിവർഗ്ഗത്തെ പുച്ഛത്തോട്ടുക്കൂടി കണ്ടിരുന്ന ബൗവർ മാർക്കെതിരായുള്ള വിമർശനമായിരുന്നു വിശുദ്ധകുടുംബം. എല്ലാ പ്രായോഗിക പ്രവർത്തനങ്ങളേയും തള്ളിക്കളയുകയും വിവേചന ശക്തിയില്ലാത്ത ഒരു പുരുഷാരം എന്ന നിലയിൽ പുച്ഛത്തോട്ടുക്കൂടി തൊഴിലാളിവർഗ്ഗത്തെ കണ്ടിരുന്ന ഇത്തരക്കാർക്കെതിരായുള്ള വിമർ ശനമായിരുന്നു ഈ പുസ്തകത്തിൽ ഉണ്ടായിരുന്നത്.

ഒരു മനുഷ്യവ്യക്തിയുടെ പേരിൽ ഭരണാധികാരിവർഗങ്ങളും ഭരണക്കൂടവും ചവിട്ടി മെതിക്കുന്ന തൊഴിലാളിയുടെ പേരിൽ ധ്യാനമല്ല മറിച്ച് കൂടുതൽ നല്ലൊരു സാമൂഹ്യക്രമത്തിന് വേണ്ടിയുള്ള സമരമാണ് ആവശ്യമെന്ന് അവർ വാദിച്ചു. ഈ സമരം ചെയ്യുന്നതിന് കഴിവുള്ള ശക്തിയായി അവർ കണക്കാക്കിയത് തൊഴിലാളിവർഗ്ഗത്തേയാണ്. തൊഴിലാളിവർഗ്ഗത്തിന്റെ ഈ സവിശേഷതകളെ സംബന്ധിച്ച് ഏംഗൽസ് നേരത്തെ തന്നെ തന്റെ ലേഖനങ്ങളിൽ വ്യക്തമാക്കിയി രുന്നു. അർത്ഥശാസ്ത്രരംഗത്ത് ആഴത്തിലുള്ള അറിവ് സ്വായത്തമാക്കിയ ഏംഗൽസുമായുള്ള സമ്പർക്കമായിരുന്ന അർത്ഥശാസ്ത്രം പഠിക്കാനുള്ള മാർക്സിന്റെ തീരുമാനത്തിന് പിന്നിലെന്ന് ഇവിടെ ലെനിൻ തെളിയി ക്കുന്നുണ്ട്. അതേസമയം, മാർക്സിന്റെ സുപ്രധാനമായ സംഭാവന

അർത്ഥശാസ്ത്രരംഗത്താണെന്ന് ഊന്നിപ്പറയുകയും ചെയ്യുന്നു.

1845 മുതൽ 1847 വരെ ഏംഗൽസ് താമസിച്ചത് ബ്രസൽസിലും പാരീസിലുമായിരുന്നു ഈ നഗരങ്ങളിലെ ജർമ്മൻ തൊഴിലാളികൾ ക്കിടയിലുള്ള പ്രായോഗിക പ്രവർത്തനങ്ങളുമായി തന്റെ ശാസ്ത്രീയ നിരീ ക്ഷണങ്ങളെ ഏംഗൽസ് ബന്ധപ്പെടുത്തി. ഇവിടെ വെച്ചാണ് ജർമ്മൻ കമ്മ്യൂണിസ്റ്റ് ലീഗ് എന്ന രഹസ്യ സംഘടനയുമായി മാർക്സും ഏംഗൽസും ബന്ധം സ്ഥാപിക്കുന്നത്. ഈ കമ്മ്യൂണിസ്റ്റ് ലീഗ് മാർക്സും ഏംഗൽസും ആവിഷ്കരിച്ച സോഷ്യലിസ്റ്റ് സിദ്ധാന്തങ്ങൾ വിശദീകരിക്കുവാൻ ആവശ്യപ്പെട്ടു. അങ്ങനെയുണ്ടായതാണ് 1848 ൽ പ്രസിദ്ധീകരിക്കപ്പെട്ട കമ്മ്യൂണിസ്റ്റ് മാനിഫെസ്റ്റോ.

1848-ൽ ഫ്രാൻസിൽ പൊട്ടിപ്പുറപ്പെട്ടുകയും പിന്നീട് പടിഞ്ഞാറൻ യൂറോപ്യൻ രാജ്യങ്ങളിലെല്ലാം വ്യാപിക്കുകയും ചെയ്ത വിപ്ലവ പോരാ ട്ടങ്ങളിൽ പങ്കെടുക്കുന്നതിന് ഏംഗൽസ് യാത്രയായി. അവിടെ കൊളോണിൽ നിന്ന് പ്രസിദ്ധം ചെയ്തിരുന്ന 'നോയെ റൈനിഷെ സൈയ്യുങ്' എന്ന പത്രത്തിന്റെ ചുമതല ഏറ്റെടുത്തുകൊണ്ട് അവർ ആശയ പ്രചരണം ആരംഭിച്ചു. പിന്തിരിപ്പൻ ശക്തികൾക്കെതിരായി സ്വാതന്ത്ര്യ ത്തേയും ജനകീയ താൽപര്യങ്ങളേയും സംരക്ഷിക്കുവാൻ ഏംഗൽസ് പൊരുതി. ഏംഗൽസ് സായുധ കലാപത്തിൽ പങ്കെടുത്തുവെങ്കിലും വിപ്ലവകക്ഷി തോറ്റതിന് ശേഷം സ്വിറ്റ്സർലണ്ടിലൂടെ ലണ്ടനിലേക്ക് പലായനം ചെയ്തു. മാഞ്ചസ്റ്ററിൽ ക്ലാർക്കായി അദ്ദേഹം ജോലി ചെയ്തു. മാർക്സും ഏംഗൽസും തമ്മിലുള്ള ഗാഢമായ ബൗദ്ധിക സൗഹൃദം ഇവിടെ കൂടുതൽ ശക്തിപ്പെട്ടു. 1870-ൽ ഏംഗൽസ് ലണ്ടനിലേക്ക് തന്നെ താമസം മാറ്റി.

ഈ കാലഘട്ടത്തിൽ മുതലാളിത്ത സമ്പദ്‌വ്യവസ്ഥയുടെ അപഗ്ര ഥനത്തിൽ മാർക്സ് കേന്ദ്രീകരിച്ചപ്പോൾ ഏംഗൽസാവട്ടെ ചരിത്രത്തെ സംബന്ധിച്ച ഭൗതിക ധാരണയേയും അടിസ്ഥാനപ്പെടുത്തിയുള്ള ബൗദ്ധിക പ്രവർത്തനങ്ങളിലാണ് ഏർപ്പെട്ടത്. മാർക്സിന്റെ സാമ്പ ത്തിക സിദ്ധാന്തത്തിന്റെ കാഴ്ചപ്പാടുകൾ ഉൾക്കൊണ്ടുകൊണ്ട് കുറേക്കൂടി സാമാന്യ സ്വഭാവമുള്ള ശാസ്ത്രീയ പ്രശ്നങ്ങളെ പറ്റിയും ഭൂതകാലത്തിലേ യും വർത്തമാനകാലത്തിലേയും പലവിധ പ്രതിഭാസങ്ങളെപ്പറ്റിയും ലളിതമായും പലപ്പോഴും വിവാദാത്മകമായ ശൈലിയിലും എഴുതുന്ന തിനും കൂടി ശ്രദ്ധിച്ചിരുന്നു. ഇതിൽ ആന്റി ഡ്യൂറിങ്, കുടുംബം സ്വകാര്യ സ്വത്ത്, ഭരണകൂടം എന്നിവയുടെ ഉൽഭവം, ല്യൂഡ്‌വിഷ് ഫെയർബാഗ്,

പാർപ്പിട പ്രശ്നത്തെപ്പറ്റിയുള്ള ഉജ്ജ്വലമായ ലേഖനങ്ങൾ, റഷ്യയുടെ സാമ്പത്തിക വികാസത്തെ പറ്റി ചെറുതെങ്കിലും ഏറ്റവും വില പിടിച്ച രണ്ട് ലേഖനങ്ങൾ എന്നിവ പ്രധാനമാണെന്ന് ലെനിൻ എടുത്ത് പറയു ന്നുണ്ട്. റഷ്യയെ കുറിച്ച് ഏംഗൽസ് എഴുതിയ ലേഖനത്തിന്റെ പേര് 'റഷ്യയിലെ സാമൂഹ്യബന്ധങ്ങൾ' എന്നാണ്.

ഈ ലേഖനങ്ങൾ എഴുതി എന്ന് മാത്രമല്ല മൂലധനത്തിന്റെ രണ്ടും മൂന്നും വോള്യങ്ങൾ പ്രസിദ്ധീകരിക്കുന്നതിന് നേതൃത്വം നൽകിയത് ഏംഗൽസാണ്. ഒന്നാം വോള്യം തയ്യാറാക്കി കഴിയുമ്പോഴേക്കും മാർക്സ് മരിച്ചിരുന്നല്ലോ. നാലാം വോള്യം തയ്യാറാക്കുന്നതിനുള്ള പരിശ്രമങ്ങളിൽ ഏംഗൽസിന്റെ മരണം അദ്ദേഹത്തെ തടയുകയും ചെയ്തു. മൂലധനം മാർക്സിന്റെ പേരിലാണ് അറിയപ്പെടുന്നതെങ്കിലും ഏംഗൽസിന്റെ കൂടി പരിശ്രമങ്ങൾ അതിന് പിന്നിലുണ്ടെന്ന കാര്യം ലെനിൻ ഉറപ്പിക്കുന്നു. ഏംഗൽസ് എല്ലായ്പ്പോഴും മാർക്സിന് ശേഷമുള്ള രണ്ടാം സ്ഥാനമേ സ്വയം ഏറ്റെടുത്തിരുന്നുള്ളൂ. അതുകൊണ്ടാണ് തന്റെ സുഹൃത്തിനെഴുതിയ കത്തിൽ മാർക്സ് ജീവിച്ചിരുന്ന കാലമത്രയും ഞാൻ അദ്ദേഹത്തിന് ശിങ്കിടി പാട്ടുകയാണ് ചെയ്തതെന്ന് വ്യക്തമാക്കിയത്. മാർക്സും ഏംഗൽസും തമ്മിലുള്ള സൗഹൃദത്തെ ലെനിൻ ഇങ്ങനെ വിശേഷിപ്പിക്കുന്നുണ്ട്:

"പഴയ ഐതീഹ്യങ്ങളിൽ സൗഹാർദ്ദത്തിന്റെ വിവിധങ്ങളും ഹൃദയ സ്പർശികളുമായ പല ദൃഷ്ടാന്തങ്ങളും ഉണ്ടല്ലോ. എന്നാൽ മനുഷ്യർക്കി ടയിലെ സൗഹാർദ്ദത്തെ പറ്റിയുള്ള ഏറ്റവും ഹൃദയ സ്പർശിയായ ഏത് പ്രാചീന കഥയേയും കടത്തിവെയ്ക്കുന്ന പരസ്പര സൗഹാർദ്ദ ബന്ധത്തോ ടുകൂടിയ രണ്ട് പണ്ഡിത യോദ്ധാക്കളാണ് യൂറോപ്യൻ തൊഴിലാളിവർ ഗ്ഗത്തിന്റെ ശാസ്ത്രം നിർമ്മിച്ചിട്ടുള്ളതെന്ന് അവർക്ക് പറയാവുന്നതാണ്."

1864-ൽ മാർക്സ് സാർവദേശീയ തൊഴിലാളി സംഘടന സ്ഥാപിച്ചു. പത്ത് വർഷക്കാലത്തോളം ആ സംഘത്തെ നയിക്കുന്നതിന് അദ്ദേഹം പരിശ്രമിച്ചു. മാർക്സിന്റെ മരണശേഷം യൂറോപ്യൻ സോഷ്യലിസ്റ്റുകളുടെ ഉപദേഷ്ടാവും നേതാവും എന്ന നിലയ്ക്ക് ഏംഗൽസിന് ഒറ്റയ്ക്ക് അത്തരം ഉത്തരവാദിത്തങ്ങൾ നിർവഹിക്കേണ്ടി വന്നു. സർക്കാരിന്റെ മർദ്ദനങ്ങ ളെല്ലാം ഉണ്ടായിട്ടും ശീഘ്രമായും നിരന്തരമായും ശക്തിയാർജ്ജിച്ചുവന്ന ജർമ്മനിയിലെ സോഷ്യലിസ്റ്റുകളും സ്പെയിൻ, റുമേനിയ, റഷ്യ മുതലായ രാജ്യങ്ങളിലെ പ്രതിനിധികളും അദ്ദേഹത്തിൽ നിന്ന് ഉപദേശ-നിർ ദ്ദേശം ഏറ്റുവാങ്ങുകയുണ്ടായി.

റഷ്യൻ ഭാഷ അറിയാമായിരുന്ന മാർക്സും ഏംഗൽസും റഷ്യൻ വെള്ളത്തിൽ മീനുകളെന്നപോൽ

പുസ്തകങ്ങൾ വായിക്കുകയും റഷ്യൻ കാര്യങ്ങളിൽ സജീവമായി ഇടപെ
ടുകയും ചെയ്തു. ഈ കാര്യം വിശദീകരിച്ചശേഷം ഏംഗൽസിന്റേയും
മാർക്സിന്റേയും ഒരു പ്രത്യേകത ലെനിൻ എടുത്ത് പറയുന്നുണ്ട്.

"ജനാധിപത്യവാദികളായതിന് ശേഷമാണ് രണ്ടുപേരും സോഷ്യലി
സ്റ്റുകളായത്. രാഷ്ട്രീയമായ ഏകാധിപത്യത്തോടുള്ള വെറുപ്പ് അവരിൽ
അത്യന്തം ശക്തമായ ഒരു ജനാധിപത്യവികാരമായിരുന്നു. പ്രത്യക്ഷ
മായ ഈ രാഷ്ട്രീയ വികാരത്തോടൊപ്പം രാഷ്ട്രീയമായ ഏകാധിപത്യവും
സാമ്പത്തിക മർദ്ദനവും തമ്മിലുള്ള ബന്ധത്തെക്കുറിച്ച് താത്വികമായി
അഗാധമായ അറിവും സമർത്ഥമായ ജീവിത അനുഭവവും എല്ലാം
മാർക്സിലും ഏംഗൽസിലും കൂടിച്ചേർന്നതിന്റെ ഫലമായിട്ടാണ് അവർക്ക്
രാഷ്ട്രീയ പ്രതികരണത്തിന് അസാമാന്യമായ കഴിവുണ്ടായത്."

റഷ്യൻ സംഭവവികാസങ്ങളിൽ ഏംഗൽസിന് ഉണ്ടായിരുന്ന
ജാഗ്രതയെ കുറിച്ചും ലെനിൻ സൂചിപ്പിക്കുന്നുണ്ട്. പാശ്ചാത്യരാജ്യങ്ങ
ളിലെ തൊഴിലാളി വർഗ പ്രസ്ഥാനത്തിന്റെ കൂടി പുരോഗതിക്കായി
റഷ്യയിൽ രാഷ്ട്രീയ സ്വാതന്ത്ര്യം സ്ഥാപിതമാവണമെന്ന് ഏംഗൽസ്
ആഗ്രഹിച്ച കാര്യം ലെനിൻ എടുത്ത് പറയുന്നുണ്ട്. ലോകത്തിലെ
തൊഴിലാളി വർഗത്തിന്റെ മുന്നേറ്റത്തിന് റഷ്യൻ വിപ്ലവം എത്രയേറെ
സഹായിച്ചുവെന്ന് നാം മനസ്സിലാക്കിയിട്ടുള്ളതാണ്. ഏംഗൽസിന്റെ
ദീർഘവീക്ഷണം എത്രമാത്രം ശരിയായിരുന്നുവെന്ന് ഇത് വ്യക്തമാ
ക്കുന്നുണ്ട്.

1895 ആഗസ്റ്റ് 5-ന് ലണ്ടനിൽ വെച്ചാണ് ഏംഗൽസ് മരണപ്പെട്ട
ന്നത്. സോഷ്യലിസം മനുഷ്യരാശിയെ മർദ്ദിച്ചുകൊണ്ടിരിക്കുന്ന തിന്മ
കളിൽ നിന്ന് മോചിപ്പിക്കുന്നത് സംഘടിതരായ തൊഴിലാളികളുടെ
വർഗസമരമായിരിക്കുമെന്നും ഏംഗൽസ് വ്യക്തമാക്കി. അല്ലാതെ
ഉദാത്തചിത്തരായ ഏതാനും വ്യക്തികളുടെ സദുദ്ദേശപൂർണ്ണങ്ങളായ
പ്രയത്നങ്ങളായിരിക്കുകയില്ലെന്ന് ശാസ്ത്രീയമായി തെളിയിച്ചു. ആധുനിക
സമുദായത്തിലെ ഉത്പാദനശക്തികളുടെ വികാസത്തിന്റെ അന്തിമല
ക്ഷ്യവും അവശ്യഫലവും സോഷ്യലിസം സ്ഥാപിക്കുവാനുള്ള പ്രയാണ
ത്തിന്റെ ഭാഗമാണ് എന്ന് സ്ഥാപിക്കുകയും ചെയ്തു. മാർക്സിസ്റ്റ് ആചാര്യ
ന്മാരുടെ ഈ സംഭാവനകളെ ലെനിൻ ഇതിൽ രേഖപ്പെടുത്തുന്നുണ്ട്.

ഏംഗൽസിന്റെ സംഭാവനകളെ ലെനിൻ പരിചയപ്പെടുത്തുമ്പോൾ
ചില സുപ്രധാനമായ കാര്യങ്ങൾ വിശകലനത്തിന് വിധേയമാ
വാതെ പോകുന്നുണ്ട്. അതിൽ പ്രധാനപ്പെട്ടതാണ് ഏംഗൽസിന്റെ

പ്രകൃതിയിലെ വൈരുദ്ധ്യാത്മകത എന്ന പുസ്തകം. പാരിസ്ഥിതിക പ്രശ്നത്തേയും നവോത്ഥാനത്തേയും എല്ലാം വിശകലനം ചെയ്യുന്ന കൃതി എന്ന നിലയിൽ ഈ പുസ്തകത്തിന്റെ സ്ഥാനം വർത്തമാനകാലത്ത് ഏറെ പ്രാധാന്യമുള്ളതാണ്. ഇത് ലെനിൻ വിട്ടുപോയതിന് കാരണം; ലെനിൻ ഈ പുസ്തകം കണ്ടിരുന്നില്ല. അദ്ദേഹത്തിന്റെ മരണശേഷ മാണ് ഇത് പ്രസിദ്ധീകരിച്ചത്.

ഏംഗൽസിന്റെ സംഭാവനകളെ ലെനിൻ വിലയിരുത്തുന്ന എന്ന നിലയിൽ ഈ പുസ്തകത്തിന് പ്രാധാന്യമുണ്ട്. മാർക്സിന്റേയും ഏംഗൽ സിന്റേയും സംഭാവനകളെക്കുറിച്ചുള്ള ലെനിന്റെ വിലയിരുത്തൽ മാർക്സിസത്തെ കുറിച്ച് പഠിക്കുന്ന ഒരു വിദ്യാർത്ഥിക്കും ഒഴിച്ചുകൂടാനാ വാത്തതാണ്. ചരിത്രപരമായി ഇവർ നിർവഹിച്ച പങ്ക് വ്യക്തമാക്കുന്ന എന്നതാണ് ഇതിന്റെ സവിശേഷത.

# ജോസഫ് സ്റ്റാലിൻ



വെള്ളത്തിൽ മീനകളെന്നപോൽ

ഭാഷയെ മേൽപ്പുരയായി കാണേണ്ടതില്ലെന്ന കാഴ്ച
പ്പാടാണ് ഇതിൽ സ്റ്റാലിൻ മുന്നോട്ടുവെക്കുന്നത്.
വിവിധ കാലഘട്ടങ്ങളിലായി ഒരു ജനത രൂപപ്പെടു
ത്തിയ വ്യാകരണങ്ങളുടേയും, പദാവലികളുടേയും
സഞ്ചയമായാണ് അതിനെ കാണേണ്ടതെന്നും
ഇതിൽ വ്യക്തമാക്കുന്നു.

# മാർക്സിസവും, ഭാഷാശാസ്ത്രവും

ഭാഷാശാസ്ത്രവുമായി ബന്ധപ്പെട്ട മാർക്സിസ്റ്റ് സിദ്ധാന്തത്തെ
സംബന്ധിച്ച് സ്റ്റാലിൻ നടത്തിയ പ്രതികരണമാണ് മാർ
ക്സിസവും, ഭാഷാ ശാസ്ത്രവും എന്ന പേരിൽ പ്രസിദ്ധീകരിച്ചിട്ടുള്ളത്.
ഈ മേഖലയുമായി ബന്ധപ്പെട്ട നിരവധി ചോദ്യങ്ങൾക്കുള്ള മറുപ
ടിയെന്ന നിലയിലാണ് ഇത് തയ്യാറാക്കിയിട്ടുള്ളത്.

സാമ്പത്തിക അടിത്തറയിന്മേൽ തയ്യാറാക്കപ്പെട്ട മേൽക്കൂരയാണ്
ഭാഷ എന്ന കാഴ്ചപ്പാടിനോടുള്ള പ്രതികരണമാണ് സ്റ്റാലിൻ ആദ്യമായി
നടത്തുന്നത്. ഓരോ സമൂഹത്തിന്റേയും അടിത്തറ സാമ്പത്തിക വ്യവ
സ്ഥയാണെന്നും, അതിൽ നിന്നുയരുന്ന രാഷ്ട്രീയവും, നിയമപരവും,
മതപരവും, കലാപരവും തത്വശാസ്ത്രപരവും, ആശയപരവുമായവയാണ്
മേൽക്കൂരകളെന്ന് സ്റ്റാലിൻ ഇവിടെ ഓർമ്മപ്പെടുത്തുന്നു. എന്നാൽ
അനവധി ആറ്റാണ്ടുകളായി നീണ്ടുകിടക്കുന്ന സമൂഹത്തിന്റെ അടിത്ത
റകളുടെ ഒട്ടാകെയുള്ള ചരിത്രത്തിൽ നിന്നാണ് ഭാഷ ഉടലെടുക്കുന്നത്.
ഒരു വർഗ്ഗമായല്ല സമുദായമൊട്ടാകെയാണ് അത് സൃഷ്ടിക്കുന്നത്. അത്
ഒരു പ്രത്യേക വർഗ്ഗത്തിന്റെയല്ല. സമൂഹത്തിന്റെ മുഴുവൻ ആവശ്യങ്ങൾ
നിറവേറ്റാനാണ് അത് സൃഷ്ടിക്കപ്പെട്ടിട്ടുള്ളത് എന്ന കാര്യവും അദ്ദേഹം
ഓർമ്മിക്കുന്നു.

മേൽപ്പുരകൾ എന്നുള്ളത് ഏതെങ്കിലുമൊരു സാമ്പത്തിക

അടിത്തറയിന്മേൽ നിലനിൽക്കുന്നതാണ്. ആ അടിത്തറ നശിച്ചു കഴിഞ്ഞാൽ മേൽപ്പുര തന്നെ നശിക്കും. എന്നാൽ ഭാഷയാകട്ടെ നിരവധി കാലഘട്ടങ്ങളുടെ കൂട്ടായ ഉത്പന്നമാണ്. നീണ്ട കാലയളവി നുള്ളിൽ അത് രൂപപ്പെടുകയും, സമ്പന്നമാകുകയും, സംസ്കരിക്കപ്പെട്ട കയും ചെയ്യുന്നു. അതുകൊണ്ട് ഭാഷയുടെ ജീവിതകാലം എന്നത് ഏത് അടിത്തറയുടേയും, മേൽപ്പുരയുടേയും ജീവിതകാലവുമായി താരതമ്യ പ്പെടുത്താൻ പറ്റാത്തവയാണ്.

കാലത്തിന്റെ മാറ്റങ്ങൾക്കനെസരിച്ച് ഭാഷയ്ക്ക് മാറ്റം വരാം. പദസ മ്പത്ത് വർദ്ധിച്ചുവെന്ന് വരാം. പഴകിയ പദങ്ങൾ പലതരത്തിൽ മാറിയേക്കാം. വ്യാകരണ വ്യവസ്ഥ കൂടുതൽ നന്നായി എന്നും വരാം. എന്നാൽ ഭാഷയുടെ ആഭ്യന്തര ഘടനയിൽ വ്യാകരണവും, മൗലികമായ പദാവലിയും പ്രധാന അംശങ്ങളുമെല്ലാം നേരത്തെയുള്ളതായിരിക്കും. മേൽപ്പുരക്ക് ഉത്പാദനവുമായി നേരിട്ട് ബന്ധമില്ല. എന്നാൽ മനുഷ്യ ന്റെ ഭാഷ ഉത്പാദന പ്രവർത്തനവുമായി നേരിട്ട് ബന്ധപ്പെട്ടിരിക്കുന്നു. മനുഷ്യന്റെ പ്രവർത്തനങ്ങളിൽ അതിന് പ്രത്യക്ഷ ബന്ധമുണ്ട്.

ഭാഷയ്ക്ക് വർഗ്ഗ സ്വഭാവം ഉണ്ടായിരുന്നുവെന്നും, വർഗ്ഗ സ്വഭാവമി ല്ലാത്ത ഭാഷ ഇല്ലെന്നും പറയുന്നത് ശരിയാണോ എന്ന ചോദ്യത്തിനും സ്റ്റാലിൻ മറുപടി പറയുന്നുണ്ട്. പ്രാകൃത സമൂഹത്തിനകത്ത് വർഗ്ഗ ങ്ങളില്ലാത്തതിനാൽ പൊതുവായ ഭാഷയാണ് ഉണ്ടാവുക. ഇത്തരം ഭാഷ ഗോത്ര ഭാഷയായും, അതിൽ നിന്ന് ദേശീയ ജനസമൂഹം എന്ന ഭാഷയായും വികസിക്കുകയാണ് ചെയ്യുന്നത്. പിന്നീട് അത് രാഷ്ട്രങ്ങ ളുടെ ഭാഷയായും തീരുന്നു. ഇങ്ങനെ ഒരു ഭാഷയായി മാറണമെങ്കിൽ അവ പരസ്പരം ആശയവിനിമയം നടത്തുന്നതിനുള്ള ഉപകരണമായി മാറേണ്ടതാണ്. അതുകൊണ്ട് തന്നെ സാമൂഹ്യ നില പരിഗണിക്കാതെ ഒരുപോലെ സേവിക്കുമ്പോൾ മാത്രമേ പൊതുവായ ഭാഷ ഉണ്ടാവുക യുള്ളൂ. ഏതെങ്കിലും ഒരു വിഭാഗത്തിന്റെ മാത്രമായി ഭാഷ തീരുമ്പോൾ അത് പൊതുഭാഷ അല്ലാതായി മാറുന്നു. ഗ്രാമീണമായ വ്യത്യസ്ത ഭാഷകളുണ്ടാകാം. എന്നാൽ അവയെയെല്ലാം പിന്നീട് പൊതുഭാഷ കീഴ്പ്പെടുത്തുകയാണ് ചെയ്യുന്നത്. പ്രാദേശിക ഭാഷാമൊഴികൾ ദേശീയ ഭാഷയുടെ ചില്ലകളെന്ന നിലയിലാണ് കാണേണ്ടത്. എന്നാൽ ഇവ പരസ്പര വിനിമയത്തില്ലൂടെ പൊതുവായി ഉയർന്നുവരികയാണ് ചെയ്യുന്നത്. അല്ലാതെ അടിച്ചേൽപ്പിച്ചുകൊണ്ടല്ല എന്ന കാഴ്ചയിലേക്കും ഇത് എത്തിച്ചേരുന്നു.

ഓരോ വർഗ്ഗത്തിനും ഭാഷകളുണ്ടെന്ന് അംഗീകരിച്ചാൽ അതിന്റെ അടിസ്ഥാനത്തിലുള്ള വർഗ്ഗ ഭാഷകളും ഉണ്ടാകണം. ഭാഷ നില നിൽക്കുന്നത് വ്യാകരണത്തിന്റെ അടിസ്ഥാനത്തിലാണ്. അങ്ങനെ കാണുമ്പോൾ തൊഴിലാളി വർഗ്ഗ വ്യാകരണമെന്നും, ബൂർഷ്വാ വ്യാക രണമെന്നും പറയേണ്ട സ്ഥിതിയുണ്ടാകുമെന്നും അദ്ദേഹം ഓർമ്മിപ്പി ക്കുന്നു.

വർഗ്ഗങ്ങൾ ഭാഷയുടെ മേൽ സ്വാധീനം ചെലുത്തുന്നുണ്ട്. അവയുടേ തായ പ്രത്യേകം, പ്രത്യേകം വാക്കുകളും, ശൈലികളും ഭാഷയ്ക്ക് പ്രധാനം ചെയ്യുന്നുണ്ട്. ചിലപ്പോൾ ഓരോ വാക്കുകൾക്കും, ശൈലികൾക്കും വ്യത്യസ്തമായ അർത്ഥം കൽപ്പിക്കുന്നുണ്ട്. എന്നാൽ ഇത്തരത്തിലുള്ള വാക്കുകളും, ശൈലികളും, അതുപോലെ അർത്ഥത്തിലുള്ള വ്യത്യാസവും ഒരു ജനവിഭാഗത്തിന്റെ മുഴുവൻ പൊതുസ്വത്തായ ഭാഷയെ സാരമായി ബാധിക്കുന്നുവെന്ന് അർത്ഥമാക്കേണ്ടതില്ലെന്നും സ്റ്റാലിൻ പറയുന്നുണ്ട്.

പ്രാദേശികമായി രൂപപ്പെടുന്ന പലതരം വാക്കുകൾ സമൂഹ ത്തിലെ ഒരു വിഭാഗത്തിനെ മാത്രമേ സേവിക്കുകയുള്ളൂ. അവയ്ക്കാവട്ടെ സ്വന്തമായ വ്യാകരണ വ്യവസ്ഥയും, മൗലികമായ പദാവലിയുമില്ല. അതിനാൽ അവയ്ക്ക് സ്വതന്ത്ര ഭാഷയായി വളരാനാവില്ല എന്നും സ്റ്റാലിൻ നിരക്ഷിക്കുന്നു. ഏക ഭാഷയായി അവസരം ലഭിച്ചു കഴിഞ്ഞി ട്ടില്ലാത്ത പ്രാദേശിക ഭാഷാ മൊഴികൾ പുതുതായി രൂപപ്പെടുകയും, വേറെ സ്വതന്ത്ര ഭാഷയുടെ രൂപീകരണത്തിന് കാരണമാവുകയും ചെയ്യുന്നു. മംഗോൾ ഭാഷയെ സംബന്ധിച്ച് പറഞ്ഞുകൊണ്ടാണ് ഇക്കാര്യം വിശദീകരിക്കുന്നത്.

ഭാഷയുടെ സ്വഭാവ ലക്ഷണങ്ങളെ സംബന്ധിച്ച ചോദ്യത്തിനും സ്റ്റാലിൻ മറുപടി നൽകുന്നുണ്ട്. സമൂഹം നിലനിൽക്കുന്നിടത്തോളം കാലം പ്രവർത്തിച്ചുകൊണ്ടിരിക്കുന്ന ഒന്നാണ് ഭാഷ. സമൂഹത്തോ ടൊപ്പം ഉടലെടുക്കുകയും, അതോടൊപ്പം വളരുകയും, സമൂഹത്തിന്റെ നാശത്തോടൊപ്പം നശിച്ച് പോവുകയും ചെയ്യുന്ന ഒന്നാണ് ഭാഷ. ഭാഷ ഒരു മധ്യവർത്തിയായ ഉപകരണമാണ്. ഭാഷ ചിന്തയുമായി നേരിട്ട് ബന്ധപ്പെട്ട് കിടക്കുന്നതുകൊണ്ട് മനസ്സിന്റെ കാഴ്ചപ്പാടുകളേ യും, അറിവിനേയും പദങ്ങളിലും, വാക്യങ്ങളിലും, പദസമൂഹങ്ങളിലും രേഖപ്പെടുത്തിവെക്കുന്നു. അതിനെ നിലനിർത്തിപ്പോരുകയും ചെയ്യുന്നു. ഭാഷ പരസ്പര സംസർഗ്ഗത്തിന്റേയും, സമൂഹത്തിന്റെ സമരത്തിന്റേയും,

വളർച്ചയുടെയും കൂടി ഉപകരണമാണെന്നും സ്റ്റാലിൻ നിരീക്ഷിക്കുന്നു.

പദസമ്പത്തുകൊണ്ട് മാത്രം ഭാഷയുണ്ടാകില്ല. പദസമ്പത്ത് വ്യാക രണത്തിന് വിധേയമാക്കപ്പെട്ടുമ്പോഴാണ് അത് അർത്ഥപൂർണ്ണമായി ത്തീരുന്നത്. വ്യാകരണത്തിന്റെ പ്രയോഗം കൊണ്ട് മാത്രമാണ് ഭാഷയ്ക്ക് മനുഷ്യരുടെ ചിന്തക്ക് ബൗദ്ധികവും, പ്രത്യക്ഷവും, ഭാഷാപരവുമായ രൂപം നൽകാൻ കഴിയുന്നത്.

ഭാഷയുടെ പദസമ്പത്ത് മേൽപ്പുരയെപ്പോലെ പഴയതിനെ നശിപ്പി ച്ച് പുതിയതിനെ സൃഷ്ടിക്കുന്ന രൂപത്തിലല്ല മാറിവരുന്നത്. മറിച്ച് സാമൂ ഹ്യാവസ്ഥയിലെ മാറ്റങ്ങൾ, ഉത്പാദന വളർച്ച, സംസ്കാരത്തിന്റേയും, ശാസ്ത്രത്തിന്റേയും മറ്റ് വികാസം എന്നിവയോട് ബന്ധപ്പെട്ടുണ്ടാകുന്ന നവീന പദങ്ങൾ ഉൾക്കൊണ്ടുകൊണ്ടാണ്. ഇതിന് പുറമേ പദസമ്പ ത്തിനെ ലുബ്ധ പ്രചാരങ്ങളായ ഒട്ടേറെ വാക്കുകൾ നഷ്ടപ്പെടുന്നുണ്ടെങ്കി ലും അതിലും എത്രയോ അധികം വാക്കുകൾ ലഭിക്കുന്നുണ്ട്. മൗലിക പദാവലിയാവട്ടെ മിക്കവാറും മുഴുവൻ തന്നെ സൂക്ഷിക്കപ്പെടുകയും, പദസമ്പത്തിന്റെ അടിസ്ഥാനമായി മാറുകയും ചെയ്യുന്നു.

നിലവില്ലുള്ള ഒരു ഭാഷയെ നശിപ്പിച്ച് പുതിയൊരു ദേശീയ ഭാഷയെ സൃഷ്ടിക്കാനാവില്ല. പുതിയ ഗുണത്തിന്റെ ഘടകങ്ങൾ ക്രമത്തിൽ കൂട്ടം കൂടിവരികയും തൽഫലമായി പഴയ ഗുണത്തിന്റെ ഘടകങ്ങൾ ക്രമത്തിൽ മാഞ്ഞുപോകുകയും ചെയ്യുകയാണ് ഉണ്ടാകുന്നത്. പഴയ ഗുണത്തിൽ നിന്നും പുതിയതിലേക്കുള്ള ഭാഷയുടെ പരിവർത്തനമാണ് സംഭവിക്കുന്നത്. വമ്പിച്ച പൊട്ടിത്തെറിയിലൂടെ മാറ്റമുണ്ടാകുകയെന്നത് വർഗ്ഗങ്ങളായി തിരിഞ്ഞിരിക്കുന്ന സമൂഹത്തിന്റെ കുതിച്ച് ചാട്ടത്തെ സംബന്ധിച്ചെടുത്തോളം പ്രധാനമാണ്.

ഭാഷയുടെ കൂടിച്ചേരൽ എന്നത് രണ്ട് ഭാഷകളിൽ നിന്ന് വിജയിക്കു ന്നവയുടെ, സ്വന്തം വ്യാകരണ ഘടനയേയും, മൗലിക പദാവലികളേയും നിലനിർത്തുകയും, സ്വവികാസത്തിന്റെ ആന്തരിക നിയമങ്ങളനുസരിച്ച് പുരോഗമിക്കുകയും ചെയ്യുന്നു. മറ്റേ ഭാഷയാവട്ടെ ക്രമത്തിൽ സ്വഗുണം നഷ്ടപ്പെട്ട് അപ്രത്യക്ഷമാകുന്നു. അതുകൊണ്ട് കൂടിച്ചേരൽ മൂന്നാമത് ഒരു ഭാഷയെ സൃഷ്ടിക്കുകയില്ല. രണ്ടിലൊരു ഭാഷയെ അതിന്റെ വ്യാകരണ ഘടനയോട്ടും, മൗലിക പദാവലിയോട്ടും കൂടി ഭദ്രമായി സംരക്ഷിക്ക കയും, ആന്തരിക വികാസ നിയമങ്ങളനുസരിച്ച് വളരുവാൻ അനുവ ദിക്കുകയുമാണ് ചെയ്യുന്നത്. ഇത്തരത്തിൽ ഭാഷാപരമായ നിരവധി പ്രശ്നങ്ങൾ സ്റ്റാലിൻ ഇതിൽ കൈകാര്യം ചെയ്യുന്നുണ്ട്.

ചിന്തയുമായി അഭേദ്യമായ ബന്ധമുള്ള ഒന്നാണ് ഭാഷ. ചിന്തയുടെ പ്രത്യക്ഷ പ്രകടനമായി ഭാഷയെ കാണേണ്ടതുണ്ട്. ചിന്തയെ ഭാഷയിൽ നിന്ന് പുറന്തള്ളുന്ന കാഴ്ചപ്പാടും ശരിയായിട്ടുള്ളതല്ല. ഭാഷയിലൂടെ പ്രകടമാകുന്നതിന് മുമ്പ് ചിന്തകൾ മനുഷ്യന്റെ മനസ്സിലുദിക്കുന്നവെന്ന് പറയുന്നുണ്ട്. ഭാഷയാകുന്ന പദാർത്ഥമില്ലാതെ, ഭാഷയാകുന്ന പുറന്ത ണ്ടില്ലാതെ ചിന്തകൾ ഉയരുന്നുവെന്ന വാദക്കാരുണ്ട്. ഈ ആശയഗ തിയെ സ്റ്റാലിൻ ശക്തമായി എതിർക്കുന്നു.

മനുഷ്യന്റെ മനസ്സിൽ എന്തെല്ലാം ചിന്തകളുണ്ടെങ്കിലും ഭാഷയാ കുന്ന പദാർത്ഥത്തിന്റെ അടിസ്ഥാനത്തിലല്ലാതെ, വാക്കുകളുടേയും, ശബ്ദത്തിന്റേയും അടിസ്ഥാനത്തിലല്ലാതെ അവയ്ക്ക് ആവിർഭവിക്കാനും, നിലനിൽക്കാനും സാധ്യമല്ല. ഭാഷാ പദാർത്ഥത്തിൽ നിന്നും സ്വതന്ത്ര മായി ചിന്തയ്ക്ക് ഒറ്റക്ക് നിലനിൽക്കാനാവില്ല. ഇവിടെ സ്റ്റാലിൻ ''ഭാഷ ചിന്തയുടെ പ്രത്യക്ഷ പ്രകടനമാണെന്ന്'' മാർക്സിന്റെ ഉദ്ധരണി എടു ത്തുപറയുന്നുണ്ട്. ഒരു ചിന്തയ്ക്കും ഭാഷയുടെ അടിത്തറയിൽ നിന്നുകൊണ്ട് മാത്രമേ വികസിക്കാനാവൂ. ഇത്തരത്തിൽ നിരവധി ഭാഷ പ്രശ്നങ്ങളെ ഇതിൽ സ്റ്റാലിൻ ഇതിൽ അഭിമുഖീകരിക്കുന്നുണ്ട്.

ഭാഷ ശാസ്ത്രത്തിന്റെ വികാസത്തിന്റെ ഭാഗമായി സ്റ്റാലിൻ മുന്നോ ട്ടുവെച്ച സമീപനങ്ങളിൽ പല മാറ്റങ്ങളും ഉയർന്നുവന്നിട്ടുണ്ടാകും. എന്നാൽ ഭാഷയെ സംബന്ധിച്ച പൊതുവായ മാർക്സിസ്റ്റ് നിലപാട് കളിലെ അടിത്തറ ഇതിലുണ്ട്. ഈ തന്റെ കാഴ്ചപ്പാടുകൾ ചിലപ്പോൾ ഭാവിയിൽ തിരുത്തേണ്ടിവരാം എന്ന കാര്യവും സ്റ്റാലിൻ എടുത്തുപറയു ന്നുണ്ട്. ചോദ്യോത്തരം അവസാനിക്കുന്നത് ഇങ്ങനെയാണ്:

"മാർക്സിസം പ്രകൃതിയുടേയും സമൂഹത്തിന്റേയും വികാസ നിയമ ങ്ങളുടെ ശാസ്ത്രമാണ്; അത്, മർദ്ദിതരും ചൂഷിതരുമായവരുടെ വിപ്ലവ ത്തിന്റെ, എല്ലാ രാജ്യങ്ങളിലും സോഷ്യലിസം വിജയിക്കുന്നതിന്റെ, കമ്യൂണിസ്റ്റ് സമൂഹം പടുത്തുയർത്തുന്നതിന്റെ ശാസ്ത്രമാണ്. ശാസ്ത്രമെന്ന നിലയിൽ അതിന് നിശ്ചലമായിനിൽക്കാൻ കഴിയില്ല, വളരുകയും കൂടുതൽ പൂർണമാവുകയും ചെയ്യുന്നു. അതു വളർച്ചയിൽ പുതിയ അനു ഭവങ്ങളും വിജ്ഞാനവും ഉൾക്കൊണ്ടുകൊണ്ട് കൂടുതൽ പുഷ്ടിപ്പെടുന്നു. ഇതിന്റെ ഫലമായി അതിന്റെ ചില പ്രമാണ വിധികൾക്കും നിഗമന ങ്ങൾക്കും കാലഗതിയിൽ മാറ്റം വരാതെയും തൽസ്ഥാനത്തു ചരിത്രപ രമായ പുതിയ കടമകൾക്ക് യോജിച്ച പ്രമാണവിധികളും നിഗമനങ്ങളും ഉണ്ടാകതേയും നിവൃത്തിയില്ല. മാർക്സിസം എല്ലാ കാലഘട്ടങ്ങൾക്കും

ബാധകമായ, മാറ്റമില്ലാത്തതും സനാതനവുമായ, പ്രമാണങ്ങളേയും നിഗമനങ്ങളേയും അംഗീകരിക്കുന്നില്ല. മാർക്സിസം എല്ലാത്തരം വരട്ട തത്ത്വവാദത്തിന്റെയും ശത്രുവാണ്."

ഇക്കാര്യം ഓർമ്മപ്പെടുത്തിയാണ് ഈ ചോദ്യോത്തരങ്ങൾ സ്റ്റാലിൻ അവസാനിപ്പിക്കുന്നത്.

മാവോ സെ തുങ്

മാവോയുടെ സൈദ്ധാന്തികമായ സമീപനമാണ് ഇതിൽ വ്യക്തമാകുന്നത്. ചൈനീസ് കമ്യൂണിസ്റ്റ് പാർട്ടിയിൽ അന്ന് നിലനിന്ന ഗുരുതരമായ തെറ്റുകളെ ഉന്മൂലനം ചെയ്യുക എന്ന ലക്ഷ്യത്തോടെ എഴുതപ്പെട്ടത്. വിപരീതങ്ങളുടെ ഐക്യത്തിന്റെ നിയമമമാണ് വൈരുദ്ധ്യാത്മിക ഭൗതിക വാദത്തിന്റെ അടിസ്ഥാനമെന്ന് ഉറപ്പിച്ച് പറയുന്ന പുസ്തകം.

# വൈരുദ്ധ്യത്തെക്കുറിച്ച്

**ചൈ**നീസ് വിപ്ലവത്തിന് നേതൃത്വം നൽകിയ മാവോയുടെ സൈദ്ധാന്തികമായ ഉപന്യാസമാണ് വൈരുദ്ധ്യത്തെക്കുറിച്ച് എന്നുള്ളത്. ചൈനീസ് കമ്മ്യൂണിസ്റ്റ് പാർടിയിൽ അന്ന് നിലനിന്നിരുന്ന വരട്ടതത്വവാദപരമായ ഗുരുത രമായ തെറ്റിനെ ഉന്മൂലനം ചെയ്യുക എന്ന ലക്ഷ്യത്തോടെയാണ് ഇത് എഴുതിയത്. 1937 ൽ യെനാനിലെ ജാപ്പ് വിരുദ്ധ സൈനിക രാഷ്ട്രീയ കോളേജിൽ ചെയ്ത പ്രസംഗത്തിലാണ് ഈ ആശയം ആദ്യമായി അവതരിപ്പിച്ചത്. പിന്നീട് അത് പരിഷ്കരിച്ചാണ് പുസ്തക രൂപത്തിൽ പ്രസിദ്ധീകരിച്ചത്. വിവിധ വസ്തുക്കളിലും പ്രതിഭാസ ങ്ങളിലും നിലനിൽക്കുന്ന വൈരുദ്ധ്യത്തെക്കുറിച്ചുള്ള വിശകലനവും തെറ്റായ ചിന്താഗതികൾക്കെതിരായിട്ടുള്ള നിലപാടുകളുമാണ് ഈ പുസ്തകത്തിലുള്ളത്. വിപരീതങ്ങളുടെ ഐക്യത്തിന്റെ നിയമമമാണ് ഭൗതിക വൈരുദ്ധ്യവാദത്തിന്റെ അടിസ്ഥാനനിയമം എന്ന് മാവോ തുടക്കത്തിലേ ഓർമ്മിപ്പിക്കുന്നുണ്ട്.

മനുഷ്യ വിജ്ഞാനത്തിന്റെ ചരിത്രത്തിൽ ഉടനീളം പ്രപഞ്ചത്തിന്റെ വികാസ നിയമത്തെ സംബന്ധിച്ച് രണ്ട് വീക്ഷണ ഗതികൾ ഉണ്ടായി ട്ടുണ്ടെന്ന് മാവോ വിശദീകരിക്കുന്നു. ഒന്നാമത്തേത് അതിഭൗതികവാദ

വീക്ഷണവും രണ്ടാമത്തേത് വൈരുദ്ധ്യാത്മക വീക്ഷണവും. ചൈനയിലെ അതിഭൗതിക വാദത്തിനുള്ള മറ്റൊരു പേരാണ് സ്വാൻ സ്യെ എന്ന് അദ്ദേഹം പറയുന്നു. ഇത് ആശയവാദപരമായ ലോകവീക്ഷണത്തിന്റെ അവാന്തര ഭാഗമായ ചിന്താഗതിയാണ്. യൂറോപ്പിൽ ആദ്യകാലത്തെ ഭൗതികവാദത്തിനും ഈ സ്വഭാവമുണ്ടായിരുന്നു. ഇതിന് മാറ്റം വരാനി ടയായ സാഹചര്യം മാവോ ഇങ്ങനെ വിശദീകരിക്കുന്നു:

"യൂറോപ്പിൽ ബൂർഷ്വാസിയുടെ ആദ്യകാലത്തെ ഭൗതികവാദം അതിഭൗതികവാദപരമായിരുന്നു. പല യൂറോപ്യൻ രാജ്യങ്ങളിലേയും സാമൂഹ്യ-സമ്പദ്‌വ്യവസ്ഥ ഉയർന്നതോതിൽ വികസിച്ച മുതലാളിത്ത ത്തിന്റെ ഘട്ടത്തിലേക്ക് മുന്നേറുകയും, ഉത്പാദനശക്തികളും വർഗസ മരവും ശാസ്ത്രശാഖകളും ഇന്നേ വരെ ചരിത്രത്തിൽ ദർശിക്കാത്ത ഒരു നിലവാരത്തിലേക്ക് വികസിക്കുകയും, വ്യവസായ തൊഴിലാളിവർഗ്ഗം ചരിത്രപരമായ വികാസത്തിലെ ഏറ്റവും വലിയ പ്രേരകശക്തിയായി തീരുകയും ചെയ്തതോടെ ഭൗതികവൈരുദ്ധ്യവാദം എന്ന ലോകവീ ക്ഷണം ഉയർന്നുവന്നു. അപ്പോൾ ഭൗതികവാദത്തെ എതിർക്കുന്നതിന് പരസ്യവും മറയില്ലാത്തതുമായ പിന്തിരിപ്പൻ ആശയവാദത്തിന് പുറമെ മുതലാളിത്ത വർഗത്തിനിടയിൽ കൂടുതലായി വികൃതപരിണാമവാദവും ആവിർഭവിക്കുകയുണ്ടായി."

അതിഭൗതികവാദപരമായ ചിന്താഗതിയുടെ പ്രത്യേകതകളെ യാണ് തുടർന്ന് വിശദീകരിക്കുന്നത്. അവ വസ്തുക്കളെ കാണുന്നത് ഒറ്റപ്പെട്ടവയും ചലനാത്മകമല്ലാത്തവയും ഏകപക്ഷീയവുമായിട്ടാണ്. പ്രപഞ്ചത്തിലെ എല്ലാ വസ്തുക്കളേയും അവയുടെ രൂപങ്ങളേയും ഇനങ്ങ ളേയും എന്നെന്നും പരസ്പരം ഒറ്റപ്പെട്ട് നിൽക്കുന്നവയും പരിവർത്തന വിധേയമല്ലാത്തമായിട്ടാണ് അത് ദർശിക്കുന്നത്. മാറ്റങ്ങൾ ഉണ്ടാകുന്ന ണ്ടെങ്കിൽ തന്നെ അവ അളവില്ലുള്ള ഏറ്റക്കുറച്ചിലുകളോ സ്ഥാനമാറ്റ ങ്ങളോ മാത്രമാണെന്നം അത് കരുതുന്നു. കൂടാതെ അത്തരം ഏറ്റക്ക റച്ചിലുകൾക്കും സ്ഥാനമാറ്റങ്ങൾക്കോ അത് കാരണം കണ്ടെത്തുന്നത് വസ്തുക്കളുടെ അകത്തല്ല മറിച്ച് പുറത്താണ്. അതായത് മാറ്റത്തിന്റെ പ്രേരകശക്തി ബാഹ്യമാണ് എന്ന നിലപാട് അത് സ്വീകരിക്കും.

ഇതിന്റെ പശ്ചാത്തലത്തിൽ നിന്നുകൊണ്ട് നിലനിൽക്കുന്ന ലോകഗതിയെ ഇത്തരക്കാർ എങ്ങനെ കാണുന്നു എന്ന കാര്യവും മാവോ വ്യക്തമാക്കുന്നുണ്ട്.

"അവരുടെ അഭിപ്രായത്തിൽ മുതലാളിത്ത ചൂഷണവും മുത ലാളിത്ത മത്സരവും മുതലാളിത്ത സമൂഹത്തിലെ വ്യക്ത്യാധിഷ്ഠിത


വെള്ളത്തിൽ മീനുകളെന്നപോൽ

പ്രത്യയശാസ്ത്രവുമെല്ലാം പുരാതന അടിമ സമൂഹത്തിലോ, പ്രാകൃത സമൂ
ഹത്തിൽ പോല്യമോ കാണാൻ കഴിയും. അവ മാറ്റമില്ലാതെ എന്നെന്നും
നിലനിൽക്കുകയും ചെയ്യും. ഭൂപ്രകൃതിയും കാലാവസ്ഥയും പോല്യള്ള
സമൂഹത്തിന് ബാഹ്യമായ ഘടകങ്ങളെയാണ് അവർ സാമൂഹ്യവിക
സനത്തിനുള്ള കാരണങ്ങളായി കണ്ടെത്തുന്നത്."

ഒരു വസ്തുവിന്റെ വികസനത്തിന് വേണ്ടിയുള്ള കാരണങ്ങൾ
അറിയുന്നതിന് അതിന്റെ വെളിയിൽ തപ്പി നടക്കുന്ന ഈ സിദ്ധാന്തം
വസ്തുവിനുള്ളിലുള്ള വൈരുദ്ധ്യങ്ങളിൽ നിന്നാണ് അതിന്റെ വികാസം
ഉയർന്നുവരുന്നതെന്ന ഭൗതികവാദ സിദ്ധാന്തത്തെ നിഷേധിക്കുന്നു.
അതുകൊണ്ട് തന്നെ വസ്തുക്കളുടെ ഗുണപരമായ വൈവിദ്ധ്യത്തെയോ
ഒരു ഗുണം മറ്റൊന്നായി രൂപപ്പെടുന്ന പ്രതിഭാസത്തേയോ വിശദീകരി
ക്കാൻ അവർക്ക് കഴിയുന്നില്ല. ഇത്തരം ചിന്താഗതികൾ 17, 18 നൂറ്റാണ്ട
കളിൽ യാന്ത്രിക ഭൗതികവാദം എന്ന നിലയിലും 19-ാം നൂറ്റാണ്ടിന്റെ
അന്ത്യത്തിലും 20-ാം നൂറ്റാണ്ടിന്റെ ആരംഭത്തിലും വികൃത പരിണാമ
വാദം എന്ന നിലയിലും നിലനിന്നതായി മാവോ പറയുന്നു.

ഇത്തരം കാഴ്ചപ്പാടുകൾക്ക് വിരുദ്ധമായി ഒരു വസ്തുവിന്റെ വികാസ
ത്തിന്റെ അടിസ്ഥാന കാരണം മാവോ ഇങ്ങനെ രേഖപ്പെടുത്തുന്നു:

"ഒരു വസ്തുവിന്റെ വികാസത്തിനുള്ള അടിസ്ഥാനകാരണം
ബാഹ്യമല്ല, ആന്തരികമാണ്. അത് ആ വസ്തുവിനുള്ളിലുള്ള വൈര
ദ്ധ്യാത്മകതയിൽ നിക്ഷിപ്തമാണ്. ഈ ആഭ്യന്തര വൈരുദ്ധ്യം ഓരോ
വസ്തുതയിലുമുണ്ട്. അതുകൊണ്ടാണ് അതിന് ചലനവും വികാസവും
ഉണ്ടാകുന്നത്. ഒരു വസ്തുവിന്റെ വികാസത്തിനുള്ള അടിസ്ഥാന കാരണം
അതിനുള്ളിലുള്ള വൈരുദ്ധ്യാത്മകതയാണ്. അതേസമയം മറ്റ വസ്തു
ക്കളുമായി അതിനുള്ള പരസ്പര ബന്ധങ്ങളും പ്രതിപ്രവർത്തനങ്ങളും
ദ്വിതീയ കാരണങ്ങളാണ്."

ആന്തരിക കാരണങ്ങളിലൂടെയാണ് ബാഹ്യകാരണങ്ങൾ പ്രവർ
ത്തനക്ഷമമാകുന്നതെന്ന് കാണാം. അനുയോജ്യമായ ചൂടിൽ ഒരു
മുട്ട കോഴിക്കുഞ്ഞായി രൂപാന്തരപ്പെടും. എന്നാൽ എത്ര ചൂടാക്കിയാ
ലും ശരി ഒരു കല്ല് കോഴിക്കുഞ്ഞായി രൂപാന്തരപ്പെടില്ല. കാരണം
ഓരോന്നിനും വ്യത്യസ്തമായ അടിസ്ഥാനമുണ്ട്.

വൈരുദ്ധ്യാത്മക ലോകവീക്ഷണം ചൈനയിലും യൂറോപ്പിലും മുമ്പും
ഉയർന്നുവന്നിട്ടുണ്ട്. എന്നിരുന്നാലും പ്രാചീനവൈരുദ്ധ്യവാദത്തിന്
ഏതാണ്ട് സ്വയോത്ഭവപരവും അതിസരളവുമായ സ്വഭാവമാണ്

ഉണ്ടായിരുന്നത്. ഒരു സൈദ്ധാന്തിക വ്യവസ്ഥയ്ക്ക് രൂപം നൽകാൻ അന്ന് നിലനിന്നിരുന്ന സാമൂഹ്യചരിത്ര പശ്ചാത്തലത്തിൽ അതിന് കഴിഞ്ഞിരുന്നില്ല. അതുകൊണ്ട് ലോകത്തെ പൂർണ്ണമായി വ്യാഖാനി ക്കാൻ അതിന് കഴിയാതെ വരികയും അതിഭൗതികവാദം അതിനെ സ്ഥാനഭ്രഷ്ടമാക്കുകയും ചെയ്തു.

ഇത്തരം കാര്യങ്ങൾ വിശദീകരിച്ചശേഷം വൈരുദ്ധ്യവാദത്തിന്റെ സാർവ്വത്രികതയെ കുറിച്ചും പിന്നീട് വൈരുദ്ധ്യവാദത്തിന്റെ പ്രത്യേകത യിലേക്കുമാണ് മാവോ കടക്കുന്നത്. വൈരുദ്ധ്യത്തിന്റെ സാർവ്വത്രികത അല്ലെങ്കിൽ കേവലത്വത്തിന് രണ്ട് അർത്ഥമുണ്ട്. 1) എല്ലാ വസ്തുക്കളുടേ യും വികാസപ്രക്രിയയിൽ വൈരുദ്ധ്യം നിലനിൽക്കുന്നുണ്ട്. 2) ഓരോ വസ്തുവിന്റേയും വികാസ പ്രക്രിയയിൽ ആരംഭം മുതൽ അവസാനം വരെ വിരുദ്ധ ശക്തികളുടെ ഒരു ചലനം നിലനിൽക്കുന്ന എന്നതുമാണ്. എല്ലാ വസ്തുക്കളിലുമുള്ള വിരുദ്ധങ്ങളുടെ പരസ്പര ആശ്രിതത്വവും അവ തമ്മിലുള്ള സമരവും എല്ലാ വസ്തുക്കളുടേയും ജീവിതത്തെ നിർണ്ണയിക്ക കയും അവയുടെ വികാസത്തെ മുന്നോട്ട് തള്ളി നീക്കുകയും ചെയ്യുന്ന. വൈരുദ്ധ്യം ഉൾക്കൊണ്ടിട്ടില്ലാത്ത ഒന്നുമില്ല. ഇതിന് ശേഷം വിവിധ മണ്ഡലങ്ങളിലെ വൈരുദ്ധ്യങ്ങളെ സംബന്ധിച്ച് മാവോ വിശകലനം ചെയ്യുന്നു.

വൈരുദ്ധ്യങ്ങളുടെ പ്രാധാന്യത്തെ വിശകലനം ചെയ്യുശേഷം ഒരു പ്രക്രിയയുടെ തുടക്കത്തിലല്ല മറിച്ച് ഒരു നിശ്ചിത ഘട്ടം വരെ അത് വികാസം പ്രാപിച്ചതിന് ശേഷമാണ് വൈരുദ്ധ്യം പ്രത്യക്ഷപ്പെടുന്നത് എന്ന ഡെബോറിയൻ ചിന്താഗതികളെ എതിർക്കുന്നു.

ഗുണപരമായി വ്യത്യസ്തമായ വൈരുദ്ധ്യങ്ങളെ വ്യത്യസ്തമായ രീതി ഉപയോഗിച്ച് മാത്രമേ പരിഹരിക്കാൻ കഴിയൂ. ഉദാഹരണത്തിന് തൊഴിലാളി വർഗവും മുതലാളി വർഗവും തമ്മിലുള്ള വൈരുദ്ധ്യം പരി ഹരിക്കപ്പെടുന്നത് സോഷ്യലിസ്റ്റ് വിപ്ലവത്തിന്റെ രീതിയിലാണ്. ബഹു ഭൂരിപക്ഷം വരുന്ന ജനങ്ങളും നാട്ടുവാഴിത്ത വ്യവസ്ഥയും തമ്മിലുള്ള വൈരുദ്ധ്യം പരിഹരിക്കപ്പെടുന്നത് ജനാധിപത്യ വിപ്ലവത്തിന്റെ രീതി യിലൂടെയാണ്. എന്നീ തരത്തിൽ പ്രശ്നങ്ങളെ വിശകലനം ചെയ്തശേഷം മറ്റ് ചില വൈരുദ്ധ്യങ്ങളുടെ പ്രശ്നങ്ങളും വിശദീകരിക്കുന്നുണ്ട്.

"സോഷ്യലിസ്റ്റ് സമൂഹത്തിൽ തൊഴിലാളി വർഗവും കർഷക വർഗവും തമ്മിലുള്ള വൈരുദ്ധ്യം പരിഹരിക്കപ്പെടുന്നത് കാർഷിക രംഗത്ത് കൂട്ടുകൃഷിയും യന്ത്രവൽക്കരണവും നടപ്പിലാക്കുന്നതിന്റെ

രീതിയില്ലൂടെയാണ്. കമ്മ്യൂണിസ്റ്റ് പാർടിക്കകത്ത് വൈരുദ്ധ്യം പരി ഹരിക്കപ്പെടുന്നത് വിമർശന-സ്വയംവിമർശനത്തിന്റെ രീതിയിലാണ്. സമൂഹവും പ്രകൃതിയും തമ്മിലുള്ള വൈരുദ്ധ്യം പരിഹരിക്കപ്പെടുന്നത് ഉത്പാദനശക്തികളെ വികസിപ്പിക്കുന്ന രീതിയില്ലൂടെയാണ്.''

ഇത്തരത്തിൽ വൈരുദ്ധ്യങ്ങൾ പരിഹരിക്കപ്പെടുന്നതിന് ഓരോ ഘട്ടത്തിലും എടുക്കേണ്ട വൈവിധ്യങ്ങളെ വ്യക്തമാക്കിയശേഷം ഇത് സംബന്ധിച്ച കാഴ്ചപ്പാടും മാവോ മുന്നോട്ട് വെക്കുന്നുണ്ട്.

''പ്രക്രിയകൾക്ക് മാറ്റം സംഭവിക്കുന്നു. പഴയ പ്രക്രിയകളും പഴയ വൈരുദ്ധ്യങ്ങളും അപ്രത്യക്ഷമാകുന്നു. പുതിയ പ്രക്രിയകളും പുതിയ വൈരുദ്ധ്യങ്ങളും ആവിർഭവിക്കുന്നു. ഇതിന് അനുസൃതമായി വൈരുദ്ധ്യങ്ങൾ പരിഹരിക്കുന്ന രീതികൾക്കും മാറ്റം സംഭവിക്കുന്നു. റഷ്യയിൽ ഫെബ്രുവരി വിപ്ലവത്തില്ലൂടെ പരിഹരിക്കപ്പെട്ട വൈരുദ്ധ്യവും ഒക്ടോബർ വിപ്ലവത്തില്ലൂടെ പരിഹരിക്കപ്പെട്ട വൈരുദ്ധ്യവും തമ്മിലും, അതുപോലെ തന്നെ അവ പരിഹരിക്കാൻ ഉപയോഗിച്ച രീതികൾ തമ്മിലും അടിസ്ഥാനപരമായി വ്യത്യാസമുണ്ടായിരുന്നു. വ്യത്യസ്ത വൈരുദ്ധ്യങ്ങൾ പരിഹരിക്കുന്നതിന് വ്യത്യസ്ത രീതികൾ ഉപയോഗി ക്കുന്ന തത്വം മാർക്സിസ്റ്റ്-ലെനിനിസ്റ്റുകൾ കർശനമായി പാലിക്കണം. വരട്ടുതത്വവാദികൾ ഇത് അംഗീകരിക്കുന്നില്ല.''

നിരന്തരം മാറിക്കൊണ്ടിരിക്കുന്നതും വ്യത്യസ്തവുമായ ചലനങ്ങളെ ഉൾക്കൊണ്ടുകൊണ്ട് മുന്നോട്ട് പോവേണ്ട ഒന്നാണ് വിപ്ലവ പ്രക്രിയ എന്നാണ് മാവോ പറയുന്നത്.

മാർക്സിസത്തിന്റെ ഏറ്റവും സാരവത്തായ കാര്യം മാർക്സിസത്തിന്റെ ജീവത്തായ ആത്മാവ് സമൂർത്ത സാഹചര്യങ്ങളുടെ സമൂർത്ത വിശക ലനമാണ് എന്ന ലെനിന്റെ പ്രസിദ്ധമായ വാക്കുകൾ ഉദ്ധരിച്ചുകൊണ്ട് ഓരോ ഘട്ടത്തിലും അക്കാലത്തെ വൈരുദ്ധ്യത്തെ മനസ്സിലാക്കി ഇടപെടുകയാണ് പ്രധാനമെന്ന് മാവോ ഓർമ്മിപ്പിക്കുന്നു.

അങ്ങനെ സമൂർത്ത സാഹചര്യത്തെ പഠിക്കുമ്പോൾ നാം ആത്മ നിഷ്ഠതയും ഏകപക്ഷീയതയും ഉപരിവിപ്ലവതയും ഒഴിവാക്കണം. ആത്മനിഷ്ഠമാക്കുക എന്നതിനർത്ഥം പ്രശ്നങ്ങളെ വസ്തുനിഷ്ഠമായി നോക്കി കാണാതിരിക്കുക എന്നതാണ്. അതായത് പ്രശ്നങ്ങളെ സമീപി ക്കുന്നതിൽ ഭൗതികവാദപരമായ വീക്ഷണം ഉപയോഗിക്കാതിരിക്കുക എന്നതാണ്. ഏകപക്ഷീയമാവുക എന്നത് പ്രശ്നങ്ങളെ എല്ലാ വശങ്ങ ളില്ലൂടെയും നോക്കി കാണാതിരിക്കുക എന്നതാണ്. ഇടർന്ന് നിരവധി

ഉദാഹരണങ്ങൾ അദ്ദേഹം രേഖപ്പെടുത്തുന്നുണ്ട്.

"തൊഴിലാളി വർഗത്തെ മാത്രം മനസ്സിലാക്കുകയും മുതലാളിത്ത വർഗത്തെ മനസ്സിലാക്കാതിരിക്കുകയും ചെയ്യുക, കർഷകരെ മാത്രം മനസ്സിലാക്കുകയും ജന്മിമാരെ മനസ്സിലാക്കാതിരിക്കുകയും ചെയ്യുക, അനുകൂല സാഹചര്യങ്ങളെ മാത്രം മനസ്സിലാക്കുകയും പ്രതികൂല സാഹചര്യങ്ങളെ മനസ്സിലാക്കാതിരിക്കുകയും ചെയ്യുക, ഭൂതകാലം മാത്രം മനസ്സിലാക്കുകയും ഭാവി മനസ്സിലാക്കാതിരിക്കുകയും ചെയ്യുക, ഒറ്റയ്ക്കൊറ്റയ്ക്കുള്ള ഭാഗങ്ങൾ മനസ്സിലാക്കുകയും മുഴുവനായത് മനസ്സി ലാക്കാതിരിക്കുകയും ചെയ്യുക, പോരായ്മകൾ മാത്രം മനസ്സിലാക്കുകയും നേട്ടങ്ങൾ മനസ്സിലാക്കാതിരിക്കുകയും ചെയ്യുക, വാദിഭാഗം മാത്രം മനസ്സിലാക്കുകയും പ്രതിഭാഗം മനസ്സിലാക്കാതിരിക്കുകയും ചെയ്യുക, രഹസ്യമായ വിപ്ലവപ്രവർത്തനം മാത്രം മനസ്സിലാക്കുകയും പരസ്യ മായ വിപ്ലവപ്രവർത്തനം മനസ്സിലാക്കാതിരിക്കുകയും ചെയ്യുക എന്നി ങ്ങനെ ചുരുങ്ങി പറഞ്ഞാൽ വൈരുദ്ധ്യത്തിന്റെ രണ്ടു വശങ്ങളുടേയും സവിശേഷതകൾ മനസ്സിലാക്കാതിരിക്കുക എന്നതാണ് ഇതിനർത്ഥം. ഒരു പ്രശ്നത്തെ ഏകപക്ഷീയമായി വീക്ഷിക്കുക എന്നതുകൊണ്ട് അർത്ഥമാക്കുന്നത് ഇതാണ്. അഥവാ ഒരു ഭാഗം മാത്രം കാണുകയും മുഴുവനായത് കാണാതിരിക്കുകയും ചെയ്യുക എന്നും മരങ്ങൾ മാത്രം കാണുകയും വനം കാണാതിരിക്കുകയും ചെയ്യുക എന്നും ഇതിനെ വിശേഷിപ്പിക്കാം. ഈ മാർഗം അവലംബിച്ചാൽ ഒരു വൈരുദ്ധ്യം പരി ഹരിക്കുന്നതിനുള്ള രീതി കണ്ടെത്തുക അസാധ്യമാണ്. വിപ്ലവത്തിന്റെ കടമകൾ പൂർത്തീകരിക്കുക അസാധ്യമാണ്."

ചൈനയിലെ ഉദാഹരണങ്ങൾ മുന്നോട്ട് വെച്ചുകൊണ്ട് ഈ കാര്യം മാവോ വ്യക്തമാക്കുന്നുണ്ട്. ചൈനയിലെ ഒരു കഥയിലെ ഭാഗം മാവോ ഉദ്ധരിക്കുന്നു.

"രണ്ട് ഭാഗക്കാരും പറയുന്നത് ശ്രദ്ധിച്ചാൽ നിങ്ങൾ പ്രബുദ്ധരായി ത്തീരും. ഒന്നുമാത്രം ശ്രദ്ധിച്ചാൽ ഇരുട്ടിലായിത്തീരും."

ഇത് പറഞ്ഞ ശേഷം ചൈനയിലെ പാർടി സഖാക്കൾ പലപ്പോഴും പ്രശ്നങ്ങളെ ഏകപക്ഷീയമായിട്ടാണ് വീക്ഷിക്കാറുള്ളത്. അതുകൊണ്ട് അവർ പലപ്പോഴും തടസങ്ങളിൽ കുടുങ്ങി പോവാറുണ്ടെന്നും മാവോ തുടർന്ന് പറയുന്നു.

ഒരു വസ്തുവിന്റെ വികാസപ്രക്രിയയിൽ രൂപപ്പെടുന്ന വിവിധ ഘട്ടങ്ങ ളെക്കുറിച്ച് ശ്രദ്ധിക്കുന്നില്ലെങ്കിൽ അതിന്റെ വൈരുദ്ധ്യങ്ങളെ ശരിയായ

രീതിയിൽ കൈകാര്യം ചെയ്യാൻ കഴിയില്ല. മുതലാളിത്തം സാമ്രാജ്യ ത്വമായി വികാസം പ്രാപിച്ചപ്പോൾ അത് വ്യക്തമായി മനസ്സിലാക്കി യതുകൊണ്ടാണ് ലെനിനിസം സാമ്രാജ്യത്വത്തിന്റേയും തൊഴിലാളി വർഗവിപ്ലവത്തിന്റെ യുഗത്തിലെ മാർക്സിസമാകുന്നത് എന്നം മാവോ പറയുന്നുണ്ട്. ഇതിന്റെ പശ്ചാത്തലത്തിൽ ചൈനയിലെ ബൂർഷ്വാ ജനാ ധിപത്യ വിപ്ലവത്തിന്റെ പ്രക്രിയകളെ പരിശോധിക്കുകയും ചെയ്യുന്നുണ്ട്.

ഒരു വസ്തുവിന്റെ വികാസപ്രക്രിയയിലെ ഓരോ ഘട്ടത്തിലും, വൈരു ദ്ധ്യങ്ങളുടെ പ്രത്യേകതകൾ പഠിക്കുമ്പോൾ, അവയുടെ ആകെ മൊത്ത ത്തിൽ മാത്രം നിരീക്ഷിച്ചാൽ പോര, ഓരോ വൈരുദ്ധ്യത്തിന്റേയും രണ്ട് വശങ്ങളെക്കൂടി പരിശോധിക്കേണ്ടതുണ്ടെന്നം മാവോ വ്യക്തമാക്കുന്നു. സമൂർത്ത സാഹചര്യങ്ങളിലെ വൈരുദ്ധ്യങ്ങളെ പരിഗണിക്കുന്നതിന്റെ ഉത്തമ മാതൃക ആദ്യം നൽകിയത് മാർക്സും ഏംഗൽസും ആയിരുന്നുവെ ന്ന് മാവോ വ്യക്തമാക്കുന്നു.

"മാർക്സും ഏംഗൽസും വസ്തുക്കളിലെ വൈരുദ്ധ്യനിയമം സാമൂ ഹ്യ-ചരിത്ര പ്രക്രിയയുടെ പഠനത്തിൽ പ്രയോഗിച്ചപ്പോൾ, അവർ ഉത്പാദനശക്തികളും ഉത്പാദന ബന്ധങ്ങളും തമ്മിലുള്ള വൈരുദ്ധ്യം ചൂഷക-ചൂഷിത വർഗങ്ങൾ തമ്മിലുള്ള വൈരുദ്ധ്യം അതുമൂലം സാമ്പ ത്തിക അടിത്തറയും അതിന്റെ ഉപരിഘടനയും (രാഷ്ട്രീയം, പ്രത്യയ ശാസ്ത്രം) തമ്മിലുണ്ടാകുന്ന വൈരുദ്ധ്യം കണ്ടുപിടിക്കുകയും വ്യത്യസ്ത തരത്തിലുള്ള വർഗസമൂഹങ്ങളിൽ ഈ വൈരുദ്ധ്യങ്ങൾ വ്യത്യസ്ത തരത്തിലുള്ള സാമൂഹ്യവിപ്ലവങ്ങളിലേക്ക് അനിവാര്യമായും നയിക്ക ന്നതെങ്ങനെയെന്ന് കണ്ടുപിടിക്കുകയും ചെയ്തു.

മാർക്സ് ഈ നിയമം മുതലാളിത്ത സമൂഹത്തിലെ സാമ്പത്തിക ഘടനയിൽ പ്രയോഗിച്ചപ്പോൾ ഈ സമൂഹത്തിലെ അടിസ്ഥാന വൈരുദ്ധ്യം ഉത്പാദനത്തിന്റെ സാമൂഹ്യസ്വഭാവവും ഉടമസ്ഥതയുടെ സ്വകാര്യസ്വഭാവവും തമ്മിലുള്ള വൈരുദ്ധ്യമാണെന്ന് കണ്ടെത്തി."

വൈരുദ്ധ്യത്തിന്റെ പ്രശ്നം ചർച്ച ചെയ്യുമ്പോൾ വേർതിരിച്ചെടുക്കേണ്ട രണ്ട് പ്രശ്നങ്ങൾ കൂടി മാവോ വിശദീകരിക്കുന്നുണ്ട്. അവ മുഖ്യവൈരുദ്ധ്യ വും വൈരുദ്ധ്യത്തിന്റെ മുഖ്യവശവുമാണ്. സങ്കീർണ്ണമായ ഒരു വസ്തുവിന്റെ വികാസ പ്രക്രിയയിൽ നിരവധി വൈരുദ്ധ്യങ്ങളുണ്ട്. അവയിലൊന്ന് അവശ്യമായി മുഖ്യവൈരുദ്ധ്യമായിരിക്കും. അതിന്റെ നിലനിൽപ്പം വികാസവും മറ്റ വൈരുദ്ധ്യങ്ങളുടെ നിലനിൽപിനേയും വികാസത്തേ യും നിർണ്ണയിക്കുകയും സ്വാധീനിക്കുകയും ചെയ്യുന്നു. ഉദാഹരണത്തിന്

മുതലാളിത്ത സമൂഹത്തിൽ വൈരുദ്ധ്യത്തിൽ ഏർപ്പെട്ടിട്ടുള്ള രണ്ട് ശക്തികൾ തൊഴിലാളി വർഗവും മുതലാളി വർഗവും തമ്മിലാണ്. ഇത് മുഖ്യവൈരുദ്ധ്യത്തിന് രൂപം നൽകുന്നു. മറ്റെല്ലാ വൈരുദ്ധ്യങ്ങ ളേയും ഈ മുഖ്യവൈരുദ്ധ്യം നിർണ്ണയിക്കുകയോ സ്വാധീനിക്കുകയോ ചെയ്യുന്നു. ഒരു പ്രക്രിയയുടെ വികാസത്തിന്റെ ഓരോ ഘട്ടത്തിലും നേതൃത്വപരമായ പങ്ക് വഹിക്കുന്ന ഒരൊറ്റ മുഖ്യവൈരുദ്ധ്യമേ ഉണ്ടാകൂ. അതുകൊണ്ട് ഏതെങ്കിലും പ്രക്രിയയിൽ നിരവധി വൈരുദ്ധ്യങ്ങൾ ഉണ്ടെങ്കിൽ അവയിലൊന്ന് നേതൃത്വപരവും നിർണ്ണായകവുമായ പങ്ക് വഹിക്കുന്ന മുഖ്യവൈരുദ്ധ്യവുമായിരിക്കണം. അതേസമയം ശേഷിക്കു ന്നവ രണ്ടാം സ്ഥാനത്തും കീഴ് സ്ഥാനത്തുമായിരിക്കും. രണ്ടോ അതില ധികമോ വൈരുദ്ധ്യങ്ങളുള്ള ഏതെങ്കിലും സങ്കീർണ്ണ പ്രക്രിയയെ കുറിച്ച് പഠിക്കുമ്പോൾ അതിലെ മുഖ്യവൈരുദ്ധ്യം കണ്ടെത്താൻ എല്ലാവിധ ശ്രമവും നടത്തണം. ഒരിക്കൽ ഈ മുഖ്യവൈരുദ്ധ്യം കണ്ടെത്തി ജയിച്ച കഴിഞ്ഞാൽ എല്ലാ പ്രശ്നങ്ങളും എളുപ്പത്തിൽ പരിഹരിക്കാൻ കഴിയും. ഇതാണ് മുതലാളിത്ത സമൂഹത്തെ കുറിച്ചുള്ള തന്റെ പഠനത്തിലൂടെ മാർക്സ് പഠിപ്പിച്ചതന്ന രീതി എന്ന് മാവോ വ്യക്തമാക്കുന്നു.

വൈരുദ്ധ്യത്തെ വിശകലനം ചെയ്യുമ്പോൾ നാം കൈവെടിയേണ്ട ചില യാന്ത്രികവാദങ്ങളെ മാവോ എടുത്ത് കാണിക്കുന്നുണ്ട്. ഉത്പാദ നശക്തികളും പ്രയോഗവും സാമ്പത്തിക അടിത്തറയും സാമാന്യേന പ്രധാനവും നിർണ്ണായകവുമായ പങ്ക് വഹിക്കുന്നുവെന്നത് ശരിതന്നെ ഇതിനെ നിഷേധിക്കുന്നവർ ഭൗതികവാദികളല്ല. പക്ഷെ ഉത്പാദക ബന്ധങ്ങളും സിദ്ധാന്തവും ഉപരിഘടനയും പോലുള്ള വശങ്ങൾ ചില പ്രത്യേക സാഹചര്യങ്ങളിൽ പ്രധാനവും നിർണ്ണായകവുമായ സ്ഥാന ത്തേക്ക് സ്വയമേവ മാറിവരാറുണ്ടെന്നതും സമ്മതിക്കേണ്ടതുണ്ട്. ഉത്പാ ദനബന്ധങ്ങളിൽ ഒരു മാറ്റവും കൂടാതെ ഉത്പാദനശക്തികൾക്ക് സാധ്യമല്ലാതായി തീരുമ്പോൾ പിന്നെ ഉത്പാദനബന്ധങ്ങളിലെ മാറ്റം പ്രധാനവും നിർണ്ണായകവുമായി തീരുന്നു. വിപ്ലവസിദ്ധാന്തമില്ലാതെ വിപ്ലവ പ്രസ്ഥാനം ഉണ്ടാക്കുക സാധ്യമല്ലെന്ന് ലെനിൻ പറഞ്ഞത് ഇത്തരമൊരു സാഹചര്യത്തിലാണ്. ഈ പശ്ചാത്തലത്തിൽ നിന്നു കൊണ്ട് മാവോ ഇങ്ങനെ പറയുന്നു:

"സാമ്പത്തിക അടിത്തറയുടെ വികാസത്തിന് ഉപരിഘടന (രാഷ്ട്രീയം, സംസ്കാരം തുടങ്ങിയവ) തടസമായി നിൽക്കുമ്പോൾ രാഷ്ട്രീയവും സാംസ്കാരികവുമായ പരിവർത്തനങ്ങൾ പ്രധാനവും നിർണ്ണായകവുമായിത്തീരുന്നു. നമ്മൾ ഇത് ചെയ്യുമ്പോൾ നാം

 വെള്ളത്തിൽ മീനകളെന്നപോൽ

ഭൗതികവാദത്തിനെതിരായാണോ നീങ്ങുന്നത്? അല്ല കാരണം ചരി ത്രത്തിന്റെ പൊതുവികാസഗതിയിൽ ഭൗതിക മാനസികതയേയും സാമൂഹ്യ അസ്തിത്വം സാമൂഹ്യ ബോധത്തേയും നിർണ്ണയിക്കുന്നുവെന്ന് അംഗീകരിക്കുമ്പോൾ തന്നെ മാനസികത ഭൗതിക കാര്യങ്ങളിന്മേലും സാമൂഹ്യബോധം സാമൂഹ്യ അസ്തിത്വത്തിന്മേലും ഉപരിഘടന സാമ്പ ത്തിക ഘടനയിന്മേലും നടത്തുന്ന പ്രതിപ്രവർത്തനത്തേയും നാം അംഗീകരിക്കുന്നു. യഥാർത്ഥത്തിൽ അങ്ങനെ വേണം താനും ഇത് ഭൗതിക വാദത്തിന് എതിരായി നീങ്ങലല്ല. നേരെ മറിച്ച് യാന്ത്രിക ഭൗതിക വാദത്തെ കൈവെടിയലും വൈരുദ്ധ്യാധിഷ്ഠിത ഭൗതികവാ ദത്തെ ഉറപ്പോടെ ഉയർത്തിപ്പിടിക്കലുമാണ്."

വൈരുദ്ധ്യത്തിന്റെ സാർവ്വത്രികതയേയും പ്രത്യേകതയും മനസ്സിലാ ക്കിക്കഴിഞ്ഞാൽ വൈരുദ്ധ്യത്തിന്റെ ഇരുവശങ്ങളുടെ അനന്യതയേയും സമരത്തേയും കുറിച്ചുള്ള പ്രശ്നത്തിന്റെ പഠനത്തിലേക്കാണ് കടക്കേ ണ്ടതെന്നും മാവോ പറയുന്നു. വിപരീതമില്ലാത്തപക്ഷം ഓരോന്നും അതിന്റെ നിലനിൽപിനുള്ള ഉപാധി തന്നെ ഇല്ലാതാവും. ഒരു സംഗ തിയുടേയോ മാനവ-മാനസിക പരികൽപനയുടേയോ ഏതെങ്കിലും ഒരു വൈരുദ്ധ്യാത്മക വശത്തിന് പരാശ്രയം കൂടാതെ നിലനിൽക്കാൻ കഴിയില്ല. ജീവിതമില്ലെങ്കിൽ മരണമില്ല. മരണമില്ലെങ്കിൽ ജീവിതവുമില്ല. മേലെ ഇല്ലാത്തപക്ഷം കീഴെ എന്നൊന്ന് ഉണ്ടാവില്ല. ഭൂപ്രഭുക്കളില്ലെ ങ്കിൽ പാട്ടകൃഷിക്കാർ ഉണ്ടാവില്ല. ബൂർഷ്വാസി ഇല്ലെങ്കിൽ തൊഴിലാളി വർഗം ഉണ്ടാവില്ല. കോളനികളോ അർദ്ധ കോളനികളോ ഇല്ലെങ്കിൽ ദേശീയതയ്ക്കുമേൽ സാമ്രാജ്യത്വ അടിത്തറ ഉണ്ടാവില്ല. നിർദ്ദിഷ്ടപരിത സ്ഥിതികളിൽ ഒരുവശത്ത് അവ പരസ്പരം എതിർക്കുന്നു. മറ്റവശത്താവ ട്ടെ അവ പരസ്പര ബന്ധിതവും പരസ്പര വേധിതവും പരസ്പര വ്യാപ്തവും പരസ്പര ആശ്രിതവുമാണ്. ഈ സ്വഭാവത്തെയാണ് അനന്യത എന്ന തുകൊണ്ട് വിശേഷിപ്പിക്കുന്നത്.

നിർദ്ദിഷ്ട പരിതസ്ഥിതിയിൽ ഒരു സംഗതിക്കകത്തുള്ള ഓരോ വൈരുദ്ധ്യാത്മക വശവും സ്വയം അതിന്റെ വിപരീതമായി രൂപാ ന്തരപ്പെടുന്നു. അതിന്റെ വിപരീതത്വത്തിലേക്ക് സ്ഥാനം മാറുന്നു. ഇതാണ് വൈരുദ്ധ്യത്തിന്റെ രണ്ടാമത്തെ അർത്ഥം. ഉദാഹരണമായി ഒരു കാലത്ത് ഭരിക്കപ്പെട്ടിരുന്ന തൊഴിലാളി വർഗം വിപ്ലവം വഴി ഭരണാധികാരിയായി രൂപാന്തരപ്പെടുന്നു. അതേ സമയം തന്നെ കഴിഞ്ഞ കാലത്തെ ഭരണാധികാരികളായിരുന്ന ബൂർഷ്വാസി

ഭരിക്കപ്പെട്ടുന്നവരായി രൂപാന്തരപ്പെടുകയും തുടക്കത്തിൽ അതിന്റെ വിപരീതം നിലനിന്നിരുന്ന സ്ഥാനത്തേക്ക് അത് മാറുകയും ചെയ്യുന്നു. വിപരീതങ്ങളുടെ പരസ്പരബന്ധവും അനന്യതയും ഇല്ലാതിരുന്നുവെ ങ്കിൽ ഇങ്ങനെയൊരുമാറ്റം സംഭവിക്കില്ലായിരുന്നു.

ഒരു കോഴിമുട്ടയെ മാത്രമല്ലാതെ ഒരു കല്ലിനെ കോഴിയാക്കാൻ കഴിയാത്തത് എന്തുകൊണ്ടാണ്? അവശ്യമായ ചില നിർദ്ദിഷ്ട സാഹ ചര്യങ്ങളിൽ മാത്രമാണ് വിപരീതങ്ങളുടെ അന്യത നിലനിൽക്കുന്ന എന്നതാണ് ഇതിന്റെ ഏക കാരണം. അവശ്യമായ ഈ നിർദ്ദിഷ്ട സാഹചര്യങ്ങളെ കൂടാതെ യാതൊരു അന്യതയും ഉണ്ടായിരിക്കുക സാധ്യമല്ല. നിർദ്ദിഷ്ട സാഹചര്യങ്ങളിൽ രണ്ട് വൈരുദ്ധ്യാത്മക സംഗതികളെ ഐക്യപ്പെടുത്താനും പരസ്പരം അതിനെ തന്നെ രൂപപ്പെ ടുത്താനും കഴിയുമെന്നിരിക്കെ ഈ സാഹചര്യങ്ങളുടെ അഭാവത്തിൽ അവയ്ക്ക് വൈരുദ്ധ്യമാവാൻ കഴിയില്ല. ഒരേ സത്തയിൽ സഹാസ്തിത്ത്വം ഉണ്ടാക്കാൻ കഴിയുകയില്ല. ഒന്ന് മറ്റൊന്നായി അതിൽ തന്നെ രൂപാ ന്തരപ്പെടുത്താൻ കഴിയില്ല.

വൈരുദ്ധ്യത്തിൽ ശത്രുതയുടെ സ്ഥാനവും തുടർന്ന് വിശദീകരിക്ക പ്പെടുന്നു. വിപരീതങ്ങളുടെ സമരത്തിന്റെ പ്രശ്നത്തിൽ എന്താണ് ശത്രുത എന്ന പ്രശ്നവും അടങ്ങിയിരിക്കുന്നു. വിപരീതങ്ങളുടെ സമരത്തിന്റെ ഒരു രൂപമാണ്. എന്നാൽ ഒരേ ഒരു രൂപമല്ല ശത്രുത എന്നതാണ് നമ്മുടെ ഉത്തരം.

വിപരീതങ്ങളുടെ ഐക്യത്തിന്റെ നിയമം പ്രകൃതിയുടേയും സമൂഹ ത്തിന്റേയും മൗലിക നിയമമാണ്. അതുകൊണ്ട് അത് ചിന്തയുടേയും മൗലിക നിയമമാണ്. അത് അതിഭൗതിക ലോക വീക്ഷണത്തി നെതിരായി നിലകൊള്ളുന്നു. മാനവിക വിജ്ഞാന ചരിത്രത്തിൽ ഒരു മഹത്തായ വിപ്ലവത്തെ അത് പ്രതിനിധീകരിക്കുന്നു. ഇങ്ങനെ വൈരുദ്ധ്യത്തെ കുറിച്ചുള്ള കണ്ടെത്തലുകൾ മാനവിക ചരിത്രത്തിലെ മഹത്തായ സംഭാവനയാണെന്ന് കണ്ടുകൊണ്ട് അതിനെ പ്രായോഗി കമായി പരിചയപ്പെടുത്തുന്നതിന് ശ്രമിക്കുന്ന പുസ്തകമാണ് ഇത്.

സാർവലൗകികമായ നിയമങ്ങളെക്കുറിച്ച് പറഞ്ഞശേഷം ചൈനീസ് സാഹചര്യത്തിലെ വൈരുദ്ധ്യങ്ങളെ വിശകലനം ചെയ്യ ന്നതിനും അതിന്റെ അടിസ്ഥാനത്തിൽ പ്രായോഗിക പദ്ധതികൾ ആവിഷ്കരിക്കുന്ന രീതിയും ഇതിൽ വിശദീകരിക്കുന്നുണ്ട്. ചൈനീസ് സാഹചര്യത്തിനനുസരിച്ചുള്ള വൈരുദ്ധ്യാത്മക രീതിയുടെ പ്രയോഗം

ഇതിലൂടെ വ്യക്തമാകുന്നുണ്ട്. ചൈനീസ് സാഹചര്യത്തിനനുസരിച്ച് വിപ്ലവ തന്ത്രം രൂപീകരിച്ച മാവോയുടെ സൈദ്ധാന്തികമായ ഉൾക്കാ ഴ്ചയും അതിനെ പ്രായോഗികതയുമായി ബന്ധിപ്പിക്കുന്നതിനുമുള്ള ഒരു മാർക്സിസ്റ്റിന്റെ ദീർഘവീക്ഷണം ഇതിലുടനീളം കാണാവുന്നതാണ്. അതു കൊണ്ടുതന്നെ മാവോയുടെ അപൂർവ്വമായ സൈദ്ധാന്തിക കൃതികളിൽ ഒന്നായ ഇത് മാർക്സിസ്റ്റ് ക്ലാസിക്കുകളിൽ ശ്രദ്ധേയമായതുമാണ്.

ചൈനീസ് വിപ്ലവത്തിന്റെ തന്ത്രങ്ങളെ വിലയിരുത്തി
ക്കൊണ്ട് എഴുതിയ പുസ്തകം. മാവോ മുന്നോട്ട് വെച്ച
വിപ്ലവകാഴ്ചപ്പാടുകളെ വിലയിരുത്തുന്ന കൃതി.

# പുത്തൻ ജനാധിപത്യത്തെപ്പറ്റി

ലോകവിപ്ലവ പ്രസ്ഥാനത്തിന് മഹത്തായ സംഭാവനകൾ മാവോ സെ തുങ്ങ് നൽകിയിട്ടുണ്ട്. ചൈനയിലെ സ്ഥിതിവിശേഷത്തെ മനസ്സിലാക്കി അതിനനുസൃതമായി വിപ്ലവ തന്ത്രം ആവിഷ്കരിച്ച് മുന്നോട്ടുപോകുന്നതിൽ മാവോ കാണിച്ച പാടവം എടുത്തുപറയേണ്ടതാണ്. ഇതിലൂടെ ലോക കമ്മ്യൂണിസ്റ്റ് പ്രസ്ഥാനത്തിന് പുതിയ പന്ഥാവ് തുറന്നുകൊടുക്കുന്നതിനും മാവോയ്ക്ക് കഴിഞ്ഞു. ചൈനീസ് വിപ്ലവത്തിന്റെ ഏറ്റവും മഹത്തായ സവിശേഷത ബൂർഷ്വാ ജനാധിപത്യവിപ്ലവവും സോഷ്യലിസ്റ്റ് വിപ്ലവവും തമ്മിൽ കൂട്ടിയിണക്കി ജനകീയ ജനാധിപത്യ വിപ്ലവം വിജയകരമായി സംഘടിപ്പിക്കാൻ സാധിച്ചു എന്നതാണ്. ആഗോളതലത്തിൽ ഇതിന്റെ പ്രാധാന്യം പരിശോധിക്കുമ്പോൾ വർഗശക്തികളുടെ ബലാബലത്തിൽ വലിയ മാറ്റം വരുത്തിയ മൂന്ന് സംഭവങ്ങളിൽ ഒന്നായാണ് വിലയിരുത്തപ്പെടുന്നത്. മറ്റ രണ്ടെണ്ണം ഒക്ടോബർ വിപ്ലവവും ഫാസിസത്തിനെതിരായുള്ള വിജയവുമാണ്.

ചൈനീസ് വിപ്ലവത്തിന്റെ തന്ത്രങ്ങളെ വിലയിരുത്തിക്കൊണ്ട് എഴ തപ്പെട്ടിട്ടുള്ള പുസ്തകമാണ് പുത്തൻ ജനാധിപത്യത്തെപ്പറ്റി എന്നത്. 1940-ലാണ് മാവോ ഈ പുസ്തകം എഴുതിയത്. അന്നത്തെ വിപ്ലവത്തി ന്റെ തന്ത്രങ്ങളെ സംബന്ധിച്ച് വളരെ വ്യക്തമായി മനസ്സിലാക്കുന്നതിന് ഇത് സഹായിക്കുന്നു. ചൈനീസ് വിപ്ലവത്തിന് നാല് ഘട്ടങ്ങളുണ്ട്.

1. 1924 മുതൽ 1927 വരെ നീണ്ടുനിൽക്കുന്ന പിന്തിരിപ്പൻ പ്ര ഭുക്കൾക്കെതിരായി കമ്മ്യൂണിസ്റ്റ് പാർടിയും കുമിന്താങ്ങും വെള്ളത്തിൽ മീനുകളെന്നപോൽ

ചേർന്നുള്ള ഐക്യമുന്നണി നടത്തിയ പോരാട്ടത്തിന്റെ കാലം.

2. പിന്തിരിപ്പൻ ക്ഷമിന്താങ്ങിനെതിരെ കമ്മ്യൂണിസ്റ്റ് പാർടിയുടെ നേതൃത്വത്തിൽ നടത്തിയ ജനകീയ പോരാട്ടത്തിന്റെ കാലം. ഇത് 1927 മുതൽ 1936 വരെ നീണ്ടുനിന്നു.

3. ജപ്പാനെതിരെ കമ്മ്യൂണിസ്റ്റ് പാർടിയും ക്ഷമിന്താങ്ങും നടത്തിയ പോരാട്ടം. 1936 മുതൽ 1945 വരെ ഈ സമരം നീണ്ടുനിന്നു.

4. ക്ഷമിന്താങ്ങിനും അമേരിക്കൻ സാമ്രാജ്യത്വത്തിനുമെതിരായി നടത്തിയ സമരത്തിന്റെ ഘട്ടമാണ്. വിപ്ലവം വിജയം വരിച്ച നാലാമത്തെ ഘട്ടം 1946 മുതൽ 1950 വരെ നീണ്ടുനിന്നു.

വിപ്ലവത്തിന്റെ ആദ്യ രണ്ട ഘട്ടങ്ങളെ പരിചയപ്പെടുത്തുകയും മൂന്നാം ഘട്ടത്തിന്റെ വിപ്ലവ തന്ത്രത്തെ വിശദീകരിക്കുകയുമാണ് മാവോ ഈ പുസ്തകത്തിൽ ചെയ്യുന്നത്. അതോടൊപ്പംതന്നെ ഭാവി വിപ്ലവ തന്ത്ര ത്തെപ്പറ്റിയുള്ള സൂചന നൽകുകയും ചെയ്യുന്നു.

ഭാവി ചൈന ഏതു തരത്തിലാണ് രൂപപ്പെടുത്തേണ്ടത് എന്നുള്ള കാര്യം പറഞ്ഞുകൊണ്ടാണ് ഇത് ആരംഭിക്കുന്നത്. ചൈനീസ് വിപ്ല വത്തിന്റെ ചരിത്രപരമായ സ്വഭാവത്തിന്റെ അടിസ്ഥാനത്തിൽ രണ്ട് ഘട്ടമായി ഇതിനെ വിഭജിക്കാമെന്നും മാവോ വ്യക്തമാക്കുന്നു.

"ആദ്യത്തെ നടപടി സമൂഹത്തിന്റെ ഈ കൊളോണിയൽ-അർദ്ധ കൊളോണിയൽ, അർദ്ധ നാട്ടുവാഴിത്ത രൂപത്തെ സ്വതന്ത്രവും ജനാ ധിപത്യപരവുമായ ഒരു സമൂഹമായി മാറ്റിത്തീർക്കലാണ്. രണ്ടാമത്തെ നടപടി വിപ്ലവത്തെ മുന്നോട്ടുകൊണ്ടുപോകലും ഒരു സോഷ്യലിസ്റ്റ് സമൂഹം കെട്ടിപ്പടുക്കലുമാണ്. ഇപ്പോൾ ചൈനീസ് വിപ്ലവം ആദ്യത്തെ നടപടി കൈക്കൊണ്ടിരിക്കുകയാണ്."

ഇവിടെ മാവോ ചെയ്യുന്നത്, 1923-ൽ ചേർന്ന മൂന്നാം പാർടി കോൺഗ്രസ് മുതൽ മുന്നോട്ടുവയ്ക്കപ്പെട്ട ആശയങ്ങൾ വിശദീകരിക്ക യാണ്. ചൈനയിലെ ദീർഘകാല ചരിത്രത്തെയും സാമൂഹ്യവ്യവസ്ഥ യെയും വിപ്ലവ സമരങ്ങളെയുമെല്ലാം വിശദീകരിച്ചശേഷം ലെനിന്റെയും സ്റ്റാലിന്റെയും പുസ്തകത്തിലെ ഉദ്ധരണികൾ മുന്നോട്ടുവച്ചശേഷം മാവോ സെ തുങ് ഇങ്ങനെ സമർത്ഥിക്കുന്നുണ്ട്.

"ചൈനീസ് വിപ്ലവത്തിന് അതിന്റെ ചരിത്രഗതിയിൽ രണ്ട് ഘട്ടങ്ങ ളിൽക്കൂടി കടന്നുപോകേണ്ടതുണ്ട്. ഒന്ന്, ജനാധിപത്യ വിപ്ലവം, രണ്ട്, സോഷ്യലിസ്റ്റ് വിപ്ലവം. ഇവ രണ്ടും സ്വഭാവേനതന്നെ വ്യത്യസ്തമായ

രണ്ട് വിപ്ലവ പ്രക്രിയകളാണ്. ഇവിടെ ജനാധിപത്യം പഴയ വകുപ്പിൽ പെട്ടതല്ല. പഴയ ജനാധിപത്യമല്ല. അത് പുതിയ വകുപ്പിൽ പെടുന്നു. പുത്തൻ ജനാധിപത്യം."

ഈ പുത്തൻ ജനാധിപത്യത്തിന്റെ സ്വഭാവവിശേഷത്തെയാണ് മാവോ പിന്നീട് വിശദീകരിക്കുന്നത്.

"1914-ൽ ഒന്നാം സാമ്രാജ്യത്വയുദ്ധം പൊട്ടിപ്പുറപ്പെട്ടതിനശേഷം, 1917-ലെ റഷ്യൻ ഒക്ടോബർ വിപ്ലവത്തിന്റെ ഫലമായി ആറിലൊന്ന് പ്രദേശത്ത് സോഷ്യലിസ്റ്റ് ഭരണകൂടം സ്ഥാപിച്ചതിനെത്തുടർന്ന് ചൈനയുടെ ബൂർഷ്വാ ജനാധിപത്യ വിപ്ലവത്തിൽ ഒരു മാറ്റം വന്നു.

ഈ സംഭവങ്ങൾക്കു മുമ്പ് ചൈനീസ് ബൂർഷ്വാ വിപ്ലവവും പഴയ ലോകബൂർഷ്വാ ജനാധിപത്യ വിപ്ലവത്തിന്റെ വകുപ്പിൽപ്പെട്ടതായിരു ന്നു, അതിന്റെ ഭാഗമായിരുന്നു. ഈ സംഭവങ്ങൾക്കുശേഷം ചൈനീസ് ബൂർഷ്വാ ജനാധിപത്യ വിപ്ലവത്തിന് മാറ്റം വന്നിരിക്കുന്നു. അത് പുതിയ ബൂർഷ്വാ ജനാധിപത്യ വിപ്ലവങ്ങളുടെ വകുപ്പിൽ പെട്ടിരിക്കുന്നു. വിപ്ലവ ശക്തികളുടെ ചേരിതിരിവിനെ അടിസ്ഥാനപ്പെടുത്തി പറഞ്ഞാൽ അത് ലോക തൊഴിലാളിവർഗ്ഗ സോഷ്യലിസ്റ്റ് വിപ്ലവത്തിന്റെ ഭാഗമായി മാറിയിരിക്കുന്നു.

എന്തുകൊണ്ട്? ഒന്നാം സാമ്രാജ്യത്വയുദ്ധവും ഒന്നാം സോഷ്യലിസ്റ്റ് വിപ്ലവവും അതായത്, ഒന്നാം സോഷ്യലിസ്റ്റ് ഒക്ടോബർ വിപ്ലവവും ലോക ചരിത്രഗതിയാകെ മാറ്റി ഒരു പുതിയ യുഗം ഉദ്ഘാടനം ചെയ്തി രിക്കുന്നു. ഈ യുഗത്തിൽ ഏതെങ്കിലും കോളനിയിലെയും അർദ്ധ കോളനിയിലെയും ഏതു വിപ്ലവവും സാമ്രാജ്യത്വത്തിന്, അതായത് സാർവ്വദേശീയ മുതലാളിത്തത്തിന് എതിരായിരിക്കും. അത് ബൂർഷ്വാ ജനാധിപത്യ ലോക വിപ്ലവമെന്ന പഴയ വകുപ്പിലല്ല പെടുക. പുതിയ വകുപ്പിലാണ്. അത് പുതിയ ലോക വിപ്ലവത്തിന്റെ, ലോക തൊഴി ലാളി-സോഷ്യലിസ്റ്റ് വിപ്ലവത്തിന്റെ ഭാഗമായിരിക്കും."

ബൂർഷ്വാ ജനാധിപത്യ വിപ്ലവത്തിന്റെ സവിശേഷതകളെ അന്നത്തെ സാഹചര്യത്തിൽ നിന്നുകൊണ്ട് വിശദീകരിക്കുകയാണ് ഇവിടെ ചെയ്യുന്നത്. ബൂർഷ്വാസി ഓരോ രാജ്യത്തും നിർവ്വഹിക്കുന്ന കടമകളെ അവിടത്തെ സാഹചര്യങ്ങളമായി ബന്ധപ്പെടുത്തി വ്യവ ച്ഛേദിച്ച് കാണുക എന്നത് മർമ്മപ്രധാനമാണെന്ന് മാവോ ഇവിടെ ഓർമ്മിപ്പിക്കുന്നു. റഷ്യയിലെ സാറിസ്റ്റ് ബൂർഷ്വാസിക്ക് വിപ്ലവപരമായ ഗുണമൊന്നും ഉണ്ടായിരുന്നില്ല. എന്നാൽ, ചൈനീസ് ബൂർഷ്വാസിക്ക്

തങ്ങളുടെ ശത്രുക്കൾക്കെതിരായി, തൊഴിലാളിവർഗ്ഗവുമായും പെറ്റി ബൂർഷ്വാസിയുമായും സഖ്യം സ്ഥാപിക്കാൻ കഴിഞ്ഞിരുന്നു. ചൈനീസ് ബൂർഷ്വാസിയും യൂറോപ്യൻ ബൂർഷ്വാസിയും തമ്മിലുള്ള വ്യത്യാസത്തെ തുടർന്ന് ഇങ്ങനെ രേഖപ്പെടുത്തുന്നുണ്ട്.

"ചൈനീസ് ബൂർഷ്വാസിയും യൂറോപ്യൻ അമേരിക്കൻ നാട്ടുകളിലെ, പ്രത്യേകിച്ച് ഫ്രാൻസിലെ ബൂർഷ്വാസി താരതമ്യേന പൂർണ്ണമായും വിപ്ലവം നടപ്പിലാക്കിയിരുന്നു. ചൈനയിലെ ബൂർഷ്വാസി ഒരു പരിധിവരെ അതിന് തയ്യാറായിരുന്നില്ല."

ചൈനീസ് ബൂർഷ്വാസിയുടെ മറ്റൊരു സവിശേഷതയെക്കുറിച്ചും ഇവിടെ മാവോ പറയുന്നുണ്ട്. സാമ്രാജ്യത്വ-ഫ്യൂഡൽ ശക്തികൾക്കെ തിരായുള്ള പോരാട്ടത്തിൽ തൊഴിലാളിവർഗ്ഗവുമായി ഐക്യപ്പെടുന്ന പ്രവണത ഇവർക്കുണ്ട്. മാവോയുടെ ഭാഷയിൽ പറഞ്ഞാൽ,

"ശക്തനായ ഒരു ശത്രുവിനെ നേരിടേണ്ടിവരുമ്പോൾ അവരെ എതിർക്കുന്നതിന് തൊഴിലാളികളുമായും കൃഷിക്കാരുമായും യോജിക്കും. പക്ഷേ, തൊഴിലാളികളും കൃഷിക്കാരും ഉയർത്തെഴുന്നേൽക്കുമ്പോൾ അവരെ എതിർക്കുന്നതിന് അവർ ശത്രുവുമായി യോജിക്കും. ഇതാണ് എല്ലാ രാജ്യങ്ങളിലെയും ബൂർഷ്വാസിയെ നയിക്കുന്ന പൊതു നിയമം. ചൈനീസ് ബൂർഷ്വാസിക്കിടയിൽ പക്ഷേ ഈ സ്വഭാവവിശേഷം കുറെക്കൂടി പ്രകടമാണ്."

ഇങ്ങനെ ബൂർഷ്വാസിയുടെ പൊതു സവിശേഷത വ്യക്തമാക്കി ചൈനയിലെ സ്ഥിതിവിശേഷത്തിനനുസരിച്ച് അവർ എങ്ങനെ പെരു മാറുന്നു എന്ന കാര്യം മാവോ വ്യക്തമാക്കുകയാണ്. യഥാർത്ഥത്തിൽ കമ്മ്യൂണിസ്റ്റ് മാനിഫെസ്റ്റോയിൽ ബൂർഷ്വാസിയുടെ വിപ്ലവാത്മകമായ മുഖത്തെയും പിന്തിരിപ്പനായ സമീപനത്തെയും തുറന്നുകാണിച്ച മാർക്സിന്റെ കാഴ്ചപ്പാടിന്റെ പ്രയോഗം തന്നെയാണ് ഇവിടെ മാവോ നടത്തുന്നത്.

ജനാധിപത്യ വിപ്ലവം പൂർത്തിയായ ഒരിടത്ത് ജനാധിപത്യ റിപ്പ ബ്ലിക് സ്ഥാപിക്കുന്നതിന്റെ ഭാഗമായി എടുക്കുന്ന സമീപനം രണ്ടാം ഘട്ടമായ സോഷ്യലിസ്റ്റ് വിപ്ലവത്തിന്റെ ഘട്ടത്തിൽനിന്ന് വ്യത്യസ്തമാ ണെന്ന് തിരിച്ചറിയണം. സോഷ്യലിസ്റ്റ് പദ്ധതികൾ ഈ കാലത്ത് നടപ്പിലാക്കാൻ തുനിയുന്നത് സെക്ടേറിയൻ രീതിയാണ്. ഇത്തരമൊരു കാലഘട്ടത്തിൽ എന്തായിരിക്കണം സർക്കാരിന്റെ സമീപനം എന്ന് മാവോ വ്യക്തമാക്കുന്നു.

"വൻകിട ബാങ്കുകളും വൻകിട വ്യാപാരസ്ഥാപനങ്ങളും പ്രസ്തുത റിപ്പബ്ലിക്കിന്റെ ഉടമസ്ഥതയിലായിരിക്കണം." തുടർന്ന് സ്വകാര്യസ്വത്തിനെ ഉന്മൂലനം ചെയ്യാൻ നിലകൊള്ളുന്ന കമ്മ്യൂണിസ്റ്റുകാർ ആ ഘട്ടത്തിൽ എന്തു നിലപാടാണ് സ്വീകരിക്കേണ്ടത് എന്ന് മാവോ വ്യക്തമാക്കുന്നുണ്ട്.

"പക്ഷേ ഈ റിപ്പബ്ലിക് മറ്റ രൂപത്തിലുള്ള മുതലാളിത്ത സ്വകാര്യ സ്വത്ത് ഏറ്റെടുക്കുകയോ ജനങ്ങളുടെ ജീവിതോപാധിയിന്മേൽ മേധാവിത്വം വഹിക്കാൻ കഴിയാത്ത മുതലാളിത്ത ഉത്പാദന വളർച്ചയെ നിരോധിക്കുകയോ ഇല്ല. കാരണം, ചൈനീസ് സമ്പദ്‌വ്യവസ്ഥ ഇപ്പോഴും വളരെയധികം പിന്നോക്കാവസ്ഥയിലാണ്."

മാർക്സിസത്തിന്റെ പ്രയോഗം ഏതു സ്ഥലകാലത്ത് എന്നത് നോക്കിയാവണം എന്നതിന്റെ ഉദാഹരണം കൂടിയാണിത്. സിദ്ധാന്തത്തെ പ്രയോഗവുമായി കൂട്ടിയോജിപ്പിക്കുന്നതിന്റെ തലം കൂടിയാണ് ഇവിടെ വ്യക്തമാകുന്നത്.

കാർഷിക മേഖലയിൽ ഈ ഘട്ടത്തിൽ തുടരേണ്ട നയത്തെ സംബന്ധിച്ചും മാവോ പറയുന്നുണ്ട്.

"ഭൂപ്രഭുക്കളുടെ ഭൂമി കണ്ടുകെട്ടുന്നതിനും ഭൂമി ഇല്ലാത്തതോ വളരെ കുറച്ചമാത്രം ഭൂമിയുള്ളതോ ആയ കൃഷിക്കാർക്ക് അവ വിതരണം നടത്തുന്നതിനാവശ്യമായ നടപടികൾ ഈ റിപ്പബ്ലിക് കൈക്കൊള്ളുന്നതാണ്. കൃഷിഭൂമി കൃഷിക്കാരന് എന്ന സണ്യാത്‌സെന്നിന്റെ മുദ്രാവാക്യം നടപ്പാക്കുന്നതാണ്. നാട്ടിൻപുറങ്ങളിലെ നാട്ടുവാഴിത്തം അവസാനിപ്പിക്കുന്നതിനും ഭൂമി കൃഷിക്കാരുടെ സ്വകാര്യ സ്വത്താക്കി മാറ്റുന്നതുമാണ്. നാട്ടിൻപുറങ്ങളിൽ ധനികകൃഷിക്കാരുടെ സാമ്പത്തിക പ്രവർത്തനങ്ങൾ തുടരാൻ അനുവദിക്കും. 'ഭൂവുടമസ്ഥതയുടെ തുല്യവൽക്കരണമെന്ന' നയമാണിത്. ഈ നയത്തിന്റെ ശരിയായ മുദ്രാവാക്യമാണ് കൃഷിഭൂമി കൃഷിക്കാരന്. ഈ മുദ്രാവാക്യത്തിന്റെ അടിസ്ഥാനത്തിൽ പല രൂപത്തിലുമുള്ള സഹകരണ സ്ഥാപനങ്ങൾ വളർച്ച പ്രാപിക്കുമെങ്കിലും ഈ ഘട്ടത്തിൽ സോഷ്യലിസ്റ്റ് കൃഷിസമ്പ്രദായം സ്ഥാപിക്കപ്പെടുകയില്ല. സോഷ്യലിസത്തിന്റെ ചില അംശങ്ങൾ അതിനകത്ത് അടങ്ങിയിരിക്കാമെങ്കിലും."

ജനാധിപത്യ വിപ്ലവം പൂർത്തിയാക്കുന്ന ഒരു സമൂഹത്തിനകത്ത് കമ്മ്യൂണിസ്റ്റ് പാർട്ടി നിർവ്വഹിക്കുന്ന നിലപാടുകളാണ് ഇവിടെ മാവോ വിശദീകരിക്കുന്നത്. ഇന്ത്യൻ സാഹചര്യത്തിൽ നിന്നുകൊണ്ട്

നാം ഇത് പരിശോധിക്കുമ്പോൾ ഇടതുപക്ഷ തീവ്രവാദികൾ കേരള ത്തിൽ ഉൾപ്പെടെയുള്ള ഇടതുപക്ഷ നേതൃത്വത്തിലുള്ള സംസ്ഥാന സർക്കാരുകൾക്കെതിരെ ഇപ്പോൾ ഉയർത്തുന്ന വിമർശനങ്ങളുമായി താരതമ്യപ്പെടുത്തി കാണേണ്ടതുണ്ട്. ജനാധിപത്യ വിപ്ലവം പോലും പൂർത്തീകരിക്കപ്പെടാത്ത രാജ്യമാണ് നമ്മുടേത്. അവിടെ ഒരു സംസ്ഥാ നത്ത് ലഭിച്ച അധികാരം ഉപയോഗിച്ച് സോഷ്യലിസ്റ്റ് പരിപാടികൾ നടപ്പിലാക്കുന്നില്ല എന്നു പറഞ്ഞ് വിമർശിക്കുന്നവർ മാവോയുടെ ഈ കാഴ്ചപ്പാടുകൾ വായിച്ചിരിക്കേണ്ടതാണ്.

മാവോ തുടർന്ന് വലതുപക്ഷ കാഴ്ചപ്പാടുകളുടെ ദുർബ്ബലതയും വിശദീകരിക്കുന്നുണ്ട്. ജനാധിപത്യ വിപ്ലവം വിജയിച്ചശേഷം മുതലാ ളിത്ത ഭരണത്തിന്റെയും മുതലാളിത്ത വികസനത്തിന്റേയുമായ ഒരു ദീർഘകാലം പിന്നിട്ടതിനുശേഷമേ തൊഴിലാളി-സോഷ്യലിസ്റ്റ് വിപ്ല വത്തിന് കാലമാകൂ എന്നുള്ള വാദത്തെയും മാവോ ഇതിൽ ഖണ്ഡിക്ക ന്നുണ്ട്. രണ്ടാം കമ്മ്യൂണിസ്റ്റ് ഇന്റർനാഷണലിൽ ലെനിൻ നൽകിയ റിപ്പോർട്ടിലെ 'മുതലാളിത്തേതര മാർഗമ'മെന്ന ആശയത്തെയാണ് മാവോ സ്വീകരിക്കുന്നത്.

ഇടതു തീവ്രവാദത്തെയും മാവോ ശക്തമായി എതിർക്കുന്നുണ്ട്. തൊഴിലാളിവർഗ്ഗത്തെ ബൂർഷ്വാസിയുടെ തൊഴുത്തിൽ തളച്ച് ദുർബ്ബല മാക്കാനാണ് വലതുപക്ഷ അവസരവാദം ശ്രമിച്ചതെങ്കിൽ സഖ്യശക്തി കളായ കർഷക-ഇടത്തരം ബൂർഷ്വാ വർഗങ്ങളിൽനിന്ന് ഒറ്റപ്പെടുത്തി തൊഴിലാളിവർഗ്ഗത്തെ ദുർബ്ബലമാക്കാനാണ് ഇടതുപക്ഷ തീവ്രവാദം ശ്രമിച്ചത് എന്നും മാവോ വിലയിരുത്തുന്നുണ്ട്. ഗ്രേറ്റ് മാർച്ചിന്റെ ഘട്ട ത്തിൽ 1935 ജനുവരിയിൽ സുൻയിയിൽ ചേർന്ന പാർടി കേന്ദ്രകമ്മിറ്റി യിൽ മാവോ തന്റെ ആശയത്തിന്റെ മേൽക്കൈ സ്ഥാപിക്കുകയാണ് ചെയ്യുന്നത്.

ഇടതു-വലതു പ്രവണതകളെ വിലയിരുത്തിക്കൊണ്ട് മാവോ പറഞ്ഞു:

"ഒരു കൂട്ടർ ഐക്യം മാത്രം കാണുന്നു. സമരത്തെ അവഗണിക്കുന്നു. മറ്റുള്ളവരാവട്ടെ, സമരം മാത്രം കാണുന്നു, ഐക്യം കാണുന്നില്ല."

വൈരുധ്യാത്മക രീതിയിൽ പ്രശ്നത്തെ അപഗ്രഥിക്കുന്ന മാർക്സി സത്തിന്റെ ഉൾക്കാഴ്ചയാണ് ഇവിടെ കാണാനാവുന്നത്. അതിന്റെ ഭാഗമായി എല്ലാ തെറ്റായ പ്രവണതകൾക്കെതിരെയും നിതാന്ത ജാഗ്രത പുലർത്തിക്കൊണ്ട് പോരാടുന്ന സമീപനം ഇവിടെ മുന്നോട്ടുവയ്ക്കുന്നു.

തെറ്റായ പ്രവണതകളെ തുറന്നുകാട്ടിയശേഷം ജനകീയമായ തത്വ ങ്ങളെ മുന്നോട്ടുവച്ചുകൊണ്ടാണ് മാവോ തുടർന്ന് വിശദീകരിക്കുന്നത്.

ചൈനയുടെ സാംസ്കാരികമായ സവിശേഷതകളെയും തുടർന്ന് ചർച്ചയ്ക്ക് വിധേയമാക്കുന്നുണ്ട്. പുതിയ സംസ്കാരം കെട്ടിപ്പടുക്കണമെ ങ്കിൽ സാമൂഹ്യ-സാമ്പത്തിക രംഗത്ത് അതിന് അനുയോജ്യമായ അഴിച്ചപണികൾ വരുത്തേണ്ടതിന്റെ പ്രാധാന്യം മാവോ എടുത്തുപറ യുന്നുണ്ട്. "പുതിയ ജനാധിപത്യത്തിന്റെ രാഷ്ട്രീയവും സമ്പദ്‌വ്യവസ്ഥയും സംസ്കാരവും തമ്മിൽ സംയോജിപ്പിക്കുമ്പോൾ നമുക്ക് പുതിയൊരു റിപ്പബ്ലിക് ഉണ്ടാകുന്നു" എന്ന് പറഞ്ഞുകൊണ്ട്, പുതിയ ചൈനയ്ക്ക് വേണ്ടിയുള്ള പോരാട്ടം വിപ്ലവ മുന്നേറ്റത്തിലൂടെയാണ് എന്ന് മാവോ എടുത്തുപറയുന്നു. പുത്തൻ സംസ്കാരത്തിന്റെ രൂപീകരണത്തിന് ഇത് അനിവാര്യമാണ്. സാമ്പത്തിക-രാഷ്ട്രീയ ഘടനകളും സംസ്കാരവും തമ്മിലുള്ള പാരസ്പര്യബന്ധത്തെയാണ് ഇവിടെ മാവോ വിശദീകരിക്ക ന്നത്. സാമൂഹ്യമാറ്റം അനിവാര്യമാണെന്ന ഉറച്ച ആത്മവിശ്വാസത്തോ ടെയാണ് ഈ പുസ്തകം മാവോ അവസാനിപ്പിക്കുന്നത്. "നിങ്ങളുടെ കൈ രണ്ടും ഉയർത്തൂ. പുതിയ ചൈന നമ്മുടേതാണ്" എന്ന പ്രയോഗം ഇതിന്റെ പ്രതിഫലനമാണ്.

മാവോ ചെയ്തത് ചൈനയിലെ സാഹചര്യമനുസരിച്ച് മാർക്സിസത്തെ യും ലെനിനിസത്തെയും പ്രയോഗിക്കുകയാണ്. ഇന്ത്യയിൽനിന്നും വ്യത്യസ്തമായി വ്യാവസായിക വളർച്ച എത്താത്തതും വിദേശ സാമ്രാ ജ്യത്വത്തിന്റെ ദല്ലാൾപ്പണി എടുക്കുന്നവരുമായ കോമ്പ്രദോർമാരാണ് അവിടെ ഉണ്ടായിരുന്നത്. എന്നാൽ, ഇന്ത്യയിൽ താരതമ്യേന വികസിച്ച മുതലാളിത്തമാണ് നിലനിന്നിരുന്നത്. ഇന്ത്യയിലേതുപോലുള്ള വികസിച്ച മുതലാളിത്തമാണ് ചൈനയിലുള്ളത് എന്നു വാദിച്ച് അവിടെ മാവോ വികസിപ്പിച്ച പുതിയ ജനാധിപത്യ ഘട്ടത്തെ മറികടക്കാൻ ട്രോട്സ്കിയിസ്റ്റുകൾ ശ്രമിച്ചിരുന്നു. അതിനെതിരെ മാവോയുടെ നേതൃ ത്വത്തിൽ ആശയസമരം നടത്തി. എന്നാൽ, ചൈനയിലേതുപോലെ ഇവിടെയും കോമ്പ്രദോർ വർഗമേ ഉള്ളുവെന്നും ടാറ്റയും ബിർളയും ഉൾപ്പെടെയുള്ള കുത്തകകൾക്കെതിരായുള്ള സമരത്തിനു നേരെ കണ്ണടച്ച് തൊഴിലാളിവർഗ്ഗത്തെ അവർക്ക് ഇരയാക്കിക്കൊടുക്കുന്ന തരത്തിലുള്ളതായിരുന്നു നക്സലൈറ്റുകളുടെ നിലപാട്.

മാവോ ആവിഷ്കരിച്ച പുത്തൻ ജനാധിപത്യത്തിന്റെ വിജയമാണ് ചൈനീസ് വിപ്ലവത്തിൽ നാം കാണുന്നത്. എന്നാൽ, എട്ടാം

കോൺഗ്രസ്സിനശേഷം ചൈനീസ് കമ്മ്യൂണിസ്റ്റ് പാർട്ടിയുടെ നേതൃത്വ ത്തിൽ ഇടതുപക്ഷ പ്രവണത പ്രത്യക്ഷപ്പെടുകയുണ്ടായി. ഈ സമീപനം സ്വീകരിച്ചവർ സോഷ്യലിസത്തിലേക്കുള്ള പരിവർത്തനത്തിൽ വേഗത യില്ലാത്തതിൽ അസംതൃപ്തരായിരുന്നു. അതിനായി വേഗത കൂട്ടാനെന്ന പേരിൽ പുതിയ സമീപനം സ്വീകരിച്ചു. "മഹത്തായ കുതിച്ചചാട്ട"ത്തി ന്റെയും "സാംസ്കാരിക വിപ്ലവ"ത്തിന്റെയും പ്രസ്ഥാനങ്ങൾ ഇതിന്റെ ഭാഗമായാണ് രൂപപ്പെട്ടുവന്നത്. 1966 മുതൽ 1976 വരെയുള്ള ഒരു പതിറ്റാണ്ടുകാലം ചൈനീസ് കമ്മ്യൂണിസ്റ്റ് പാർട്ടിയുടെ ചരിത്രത്തിൽ ഇത്തരം പാളിച്ചയുടെ ഘട്ടമായാണ് വിലയിരുത്തപ്പെട്ടിട്ടുള്ളത്. ഈ ഇടതുപക്ഷ തീവ്രവാദ പ്രവണത സൈദ്ധാന്തിക രാഷ്ട്രീയരംഗത്തും സംഘടനാരംഗത്തും രാഷ്ട്രീയ പ്രവർത്തനത്തിലുമെല്ലാം ഈ ഘട്ട ത്തിൽ നിറഞ്ഞുനിന്നിരുന്നു.

സാർവദേശീയ വിഷയങ്ങളെ മനസ്സിലാക്കുന്നതിന് ഈ കാലത്ത് വലിയ പോരായ്മ അവർക്കുണ്ടായി. മൂന്ന് ലോകസിദ്ധാന്തത്തെ സംബ ന്ധിച്ചുള്ള കാഴ്ചപ്പാടിൽ ഇത് പ്രകടമായിരുന്നു. അമേരിക്കൻ സാമ്രാ ജ്യത്വത്തെയും സോഷ്യലിസ്റ്റ് രാജ്യങ്ങളെയും ഒന്നാം ലോകമെന്നും വികസിത മുതലാളിത്ത രാജ്യങ്ങളെ രണ്ടാംലോകമെന്നും വികസ്വര രാഷ്ട്രങ്ങളെ മൂന്നാംലോകമെന്നും ഇതിലൂടെ വിശേഷിപ്പിക്കപ്പെട്ടു. സോഷ്യലിസത്തിന്റെ അസ്തിത്വം തന്നെ നിഷേധിക്കപ്പെടുന്ന നിലയാണ് ഈ സമീപനത്തിലൂടെ ഉണ്ടായത്.

ഇത്തരം തെറ്റായ പല സിദ്ധാന്തങ്ങൾക്കും നേതൃത്വപരമായ പങ്കുവഹിച്ചത് ഇടത്-വലത് പ്രവണതകൾക്കെതിരായി ശക്തമായി പൊരുതിയ മാവോസെ തുങ്ങ് തന്നെയായിരുന്നു. എങ്കിലും തന്റെ അനു യായികൾ ഈ കാലത്ത് നടത്തിയ അതിക്രമങ്ങളിൽ ചിലത് തടയാൻ മാവോ ശ്രമിച്ചു എന്നതും വസ്തുതയാണ്. എന്നാൽ ചൈനീസ് കമ്മ്യൂണി സ്റ്റ് പാർട്ടിയുടെ 11-ാം കേന്ദ്രകമ്മിറ്റിയുടെ ആറാം പ്ലീനറി യോഗം ഈ പ്രശ്നങ്ങളെ ശരിയായ തരത്തിൽ വിലയിരുത്തുകയുണ്ടായി. മാവോസെ തുങ്ങിന്റെ നിഷേധാത്മകവും ക്രിയാത്മകവുമായ സവിശേഷതകളെ ആ പ്രമേയം വിശദീകരിച്ചു. സ്റ്റാലിനെ സംബന്ധിച്ച് ക്രൂഷ്ചേവും ഗോർബ ച്ചേവും നടത്തിയ വിമർശനങ്ങളിൽനിന്ന് വ്യത്യസ്തമായി ചൈനീസ് കമ്മ്യൂണിസ്റ്റ് പാർട്ടി നടത്തിയ വിലയിരുത്തൽ സന്തുലിതമായിരുന്ന എന്ന് ഈ രേഖകൾ വായിച്ചാൽ നമുക്ക് വ്യക്തമാകും.

പിന്നോക്ക രാജ്യങ്ങളിൽ സോഷ്യലിസം കെട്ടിപ്പടുക്കാനുള്ള മഹത്തായ അനുഭവമാണ് ചൈന ഇന്നും നൽകിക്കൊണ്ടിരിക്കു ന്നത്. സി.പി.ഐ (എം) മുന്നോട്ടുവയ്ക്കുന്ന ജനകീയ ജനാധിപത്യ

വിപ്ലവത്തിന്റെയും അടുത്ത ഘട്ടമായ സോഷ്യലിസ്റ്റ് വിപ്ലവത്തിന്റെയും സമീപനങ്ങൾ വ്യക്തമാക്കുന്നു എന്നതാണ് ഇന്ത്യൻ സാഹചര്യത്തിൽ ഈ പുസ്തകത്തിന്റെ പ്രസക്തി. ചൈനീസ് വിപ്ലവം ലോകത്തെ കമ്മ്യൂണിസ്റ്റ് പ്രസ്ഥാനത്തെ സംബന്ധിച്ചിടത്തോളം ആവേശകരവും പഠനാത്മകവുമാണ്. രാഷ്ട്രീയ വിദ്യാർത്ഥികൾക്ക് ഈ വിപ്ലവത്തെ സംബന്ധിച്ചുള്ള പഠനത്തിന് ഈ പുസ്തകം ഏറെ സഹായകമാകും.

# പോൾ ലഫാർഗ്

മാർക്സിസത്തിന്റെ ഏറ്റവും പ്രതിഭാശാലിയും അവഗ്രാ
ഹമതിയുമായ പ്രവാചകരിൽ ഒരാളെന്ന് ലെനിൻ
വിശേഷിപ്പിച്ച വ്യക്തിയാണ് പോൾ ലഫാർഗ്. ചരി
ത്രപരമായ ഭൗതിക വാദത്തിന്റെ അടിത്തറയിൽ
നിന്നുകൊണ്ട് സ്വത്ത് എങ്ങനെ പരിണമിച്ച എന്ന്
വ്യക്തമാക്കുന്ന മാർക്സിസ്റ്റ് ക്ലാസിക്ക്.

# സ്വത്തിന്റെ പരിണാമ ചരിത്രം

**ലോ**കതൊഴിലാളി വർഗത്തിന്റെ നേതാവായിരുന്ന
പോൾ ലഫാർഗ്. ക്യൂബയിലാണ് ഇദ്ദേഹത്തിന്റെ
ജനനം. പിന്നീട് പാരീസ് മെഡിക്കൽ അക്കാദമിയിൽ ചേർന്നുവെ
ങ്കിലും നെപ്പോളിയൻ മൂന്നാമന്റെ ഭരണത്തിനെതിരായി പ്രവർത്തി
ച്ചതിനാൽ അക്കാദമിയിൽ നിന്ന് പുറത്താക്കപ്പെട്ടു. 1866-ൽ ലണ്ട
നിലെത്തി ഒന്നാം ഇന്റർനാഷണലിൽ അംഗമായി. 1868-ൽ കാൾ
മാർക്സിന്റെ പുത്രി ലാറയെ വിവാഹം ചെയ്തു. 1871-ൽ പാരീസിലെ
കമ്മ്യൂണാർഡ്ഡുകളുടെ സംരക്ഷിക്കുന്നതിനായി തൊഴിലാളികളുടെ
കലാപം സംഘടിപ്പിച്ചു. പാരീസ് കമ്മ്യൂണലിന്റെ പതനത്തിന്
ശേഷം സ്പെയിനിലേക്ക് രക്ഷപ്പെട്ടു. 1880-ൽ മാർക്സിന്റേയും
ഏംഗൽസിന്റേയും നേതൃത്വത്തിൽ ലഫാർഗം ഗദ്ദേയും കൂടി ഫ്രഞ്ച്
പാർട്ടിയുടെ പരിപാടിക്ക് രൂപം കൊടുത്തു. രണ്ടാം ഇന്റർനാഷണ
ലിന്റെ രൂപീകരണത്തിലും പ്രധാനപ്പെട്ട പങ്ക് വഹിച്ചു.

'മാർക്സിസത്തിന്റെ ഏറ്റവും പ്രതിഭാശാലിയും അവഗ്രാഹമതിയുമായ
പ്രവാചകരിൽ ഒരാൾ' എന്നാണ് ലെനിൻ ഇദ്ദേഹത്തെ വിശേഷിപ്പി
ച്ചത്. ദർശനം, അർത്ഥശാസ്ത്രം, ഭാഷാ ശാസ്ത്രം, സാഹിത്യം എന്നീ
രംഗങ്ങളിലെല്ലാം വിലപിടിച്ച സംഭാവനയാണ് ഇദ്ദേഹത്തിൽ നിന്നും
ഉണ്ടായത്. അദ്ദേഹത്തിന്റെ പ്രധാനപ്പെട്ട പഠനങ്ങളിൽ ഒന്നാണ്

'സ്വത്തിന്റെ പരിണാമ ചരിത്രം' എന്നത്. 'കുടുംബം സ്വകാര്യസ്വത്ത്, ഭരണക്കൂടം എന്നിവയുടെ ഉത്ഭവം' എന്ന ഏംഗൽസിന്റെ പ്രസിദ്ധമായ കൃതിക്കൊപ്പം ചേർത്തുവായിക്കേണ്ടതാണ്. ചരിത്രപരമായ ഭൗതിക വാദത്തിന്റെ അടിത്തറയിൽ നിന്നുകൊണ്ട് സ്വത്ത് എങ്ങനെ പരിണ മിച്ചു എന്നാണ് ഇതിൽ വ്യക്തമാക്കുന്നത്. കാർഷികമേഖലയുമായി ബന്ധപ്പെട്ട് ഉയർന്നുവരുന്ന വർത്തമാനകാലത്തെ പല പ്രശ്നങ്ങളേയും കുറിച്ചുള്ള സൂചനകളും ഈ പുസ്തകത്തിലുണ്ട്.

മുതലാളിത്ത കാലഘട്ടത്തിലെ സ്വത്തിന്റെ രൂപങ്ങളെയാണ് ആദ്യ അധ്യായത്തിൽ പരിചയപ്പെടുത്തുന്നത്. ഈ കാലഘട്ടത്തിലെ സ്വത്തിന്റെ രൂപമായ മൂലധനം എന്നത് ആദിമ കാലം തൊട്ടേ ഉള്ളതാ ണെന്നും അതിന് മാറ്റം ഉണ്ടാവുകയില്ല എന്നുമുള്ള വലതുപക്ഷ സാമ്പ ത്തിക ശാസ്ത്രജ്ഞന്മാരുടെ കാഴ്ചപ്പാടുകളെ പരിഹസിച്ചുകൊണ്ടാണ് ഇത് ആരംഭിക്കുന്നത് തന്നെ. മൂലധനം അടുത്ത കാലത്താണ് പ്രത്യ ക്ഷപ്പെട്ടത്. അത് മറ്റ് എല്ലാ പ്രതിഭാസങ്ങളേയും പോലെ നിരന്തരം മാറിക്കൊണ്ടിരിക്കുന്ന ഒന്നാണ്. അത് ഒന്നിൽ നിന്ന് മറ്റൊന്നിലേക്ക് രൂപാന്തരപ്പെടുകയും പുതിയ രൂപ പരമ്പരയിലൂടെ കടന്നുപോവുകയും ചെയ്യുകയാണ്. സ്വത്തിന്റെ പരിണാമം ചരിത്രപരമായ വികാസത്തി ന്റെ കൂടി അടിസ്ഥാനത്തിൽ രൂപപ്പെടുന്ന ഒന്നാണ്.

ഇതിനെ സംബന്ധിച്ച് ഈ പുസ്തകത്തിൽ മുന്നോട്ട് വെക്കുന്ന ആശയം ചുരുക്കി ഇങ്ങനെ പറയാം. മനുഷ്യന്റെ ആദ്യ കാലഘട്ട ത്തിലെ സ്വത്ത് എന്നത് വനഭ്രമിയുടേയും മേച്ചിൽ സ്ഥലങ്ങളുടേയും വില ഭ്രമിയുടേയും രൂപത്തിൽ ആയിരുന്നു. മാത്രമല്ല, അവയെല്ലാം ഗോത്ര ത്തിനാകെ അവകാശപ്പെട്ട പൊതുസ്വത്തുമായിരുന്നു. അതായത്, സ്വകാര്യസ്വത്ത് എന്ന രീതി ഉണ്ടായിരുന്നില്ല. പിന്നീട് ഗോത്രം തായ്‌വ ഴിയായോ (അമ്മ വഴിയുള്ള ബന്ധം) പിതൃവഴിയായോ കുടുംബങ്ങളായി പിരിഞ്ഞപ്പോൾ ഭൂസ്വത്ത് കൂട്ടുകുടുംബ സ്വത്തായി പരിവർത്തനം ചെയ്യപ്പെടുകയായിരുന്നു. കൂട്ടു കുടുംബസ്വത്തായിരിക്കുമ്പോൾ ആ കുടുംബത്തിന്റെ ആകെ ഗുണത്തിനായി ഉപയോഗിക്കുക എന്നല്ലാതെ സ്വന്തമായി അവ ഉപയോഗിക്കാൻ ആർക്കും അവകാശമുണ്ടായിരു ന്നില്ല. പിന്നീട് കൂട്ടുകുടുംബങ്ങൾ ശിഥിലമാവുകയും ആധുനിക കുടുംബം രൂപീകൃതമാവുകയും ചെയ്യതോടെ അത് ഇന്നത്തെ രീതിയിലുള്ള സ്വത്തായി തീരുകയാണ് ഉണ്ടായത്. ആധുനിക കുടുംബം എന്നത് അച്ഛനും അമ്മയും കുട്ടികളും ഉൾപ്പെടുന്നതാണ്. അവരെ കൂടാതെ

ചിലപ്പോൾ മുത്തച്ഛനും മുത്തച്ഛിയോ സ്വന്തമായി കുടുംബം ഉണ്ടാക്കാൻ കഴിയാതെ പോയ അമ്മാവനോ അമ്മായിയോ ഉണ്ടായി എന്നും വരാം. പലപ്പോഴും അവരെ താമസിപ്പിക്കുന്നത് തന്നെയും അവരുടെ സ്വത്തി നോട്ടുള്ള കൊതികൊണ്ടാണെന്നും ലഫാർഗ് നിരീക്ഷിക്കുന്നുണ്ട്.

സ്വത്തിന്റെ ഈ പരിണാമത്തെ സംബന്ധിച്ച കാഴ്ചപ്പാട് അദ്ദേഹം രൂപീകരിക്കുന്നത് അക്കാലത്തെ നരവംശ ശാസ്ത്ര പഠനങ്ങളേയും മറ്റും അടിസ്ഥാനപ്പെടുത്തിയാണ്. മോർഗന്റെ പഠനങ്ങളിൽ നിന്ന് കുടുംബത്തേയും സ്വകാര്യ സ്വത്തിന്റേയും ഭരണകൂടത്തിന്റേയും ഉൽഭവത്തെക്കുറിച്ച് പഠിച്ച ഏംഗൽസിന്റെ കാഴ്ചപ്പാട് തന്നെയാണ് ഇവിടെ അവതരിപ്പിക്കപ്പെടുന്നത്. പ്രാചീന കാലത്ത് ഉണ്ടായിരുന്ന ജീവിതമെന്തായിരുന്നു എന്ന് അക്കാലത്ത് നിലനിന്ന പല ഗോത്ര ങ്ങളുടേയും ജീവിത രീതിയേയും അതിനെ സംബന്ധിച്ച് എഴുതിയ അനുഭവ കുറിപ്പുകളുടേയും പിൻപറ്റിയാണ് വിശദീകരിക്കുന്നത്. പ്രാചീന കാലത്തെ ചില ഗോത്രങ്ങളുടെ ജീവിതത്തെ ഈ പഠനത്തിനായി അദ്ദേഹം ഉപയോഗിക്കുന്നു. ഉദാഹരണമായി ഫ്യൂജിയൻ വർഗത്തി ന്റെ തിമിംഗലവേട്ടയെക്കുറിച്ച് ഇങ്ങനെ രേഖപ്പെടുത്തുന്നു. "ഫ്യൂജിയൻ വർഗത്തിൽപെട്ട ചെറുപ്പക്കാർ ക്ഷാമകാലത്ത് കടൽതീരത്ത് ഇരതേടി നടക്കും. തിമിംഗല വർഗത്തിൽപെട്ട ഏതെങ്കിലും ജീവി (അതവർക്ക് സ്വാദിഷ്ടമായ ഭക്ഷണമാണ്) കണ്ണിൽപെട്ടാൽ അതിൽ തൊടുക പോലും ചെയ്യാതെ അവർ ഓടിച്ചെന്ന് വിവരം തങ്ങളുടെ സഖാക്കളെ അറിയിക്കും. അപ്പോൾ തന്നെ എല്ലാവരും ഒച്ചചേർന്ന് ഇരയെ കണ്ട സ്ഥലത്തേക്ക് കുതിക്കുകയായി. സംഘത്തിലെ ഏറ്റവും പ്രായം കൂടിയ ആൾ ഇരയെ എല്ലാവർക്കും തുല്യമായി പങ്കിട്ട് കൊടുക്കും." മനുഷ്യന്റെ ആദ്യകാലത്തെ ഭക്ഷണ സമ്പാദന രീതിയായ വേട്ടയാടലും മീൻപിടി ത്തവും ഉൾപ്പെടെ എല്ലാം കൂട്ടായിട്ടാണ് ചെയ്ത് പോന്നിട്ടുള്ളത്. ഇതിന്റെ രൂപങ്ങൾ വ്യത്യസ്ത രീതിയിൽ ലോകത്ത് പലയിടത്തും കാണുന്നതിന്റെ നിരവധി ഉദാഹരണങ്ങൾ വിശദീകരിക്കുന്നുണ്ട്.

കാർഷിക മേഖലയിൽ ഇത് എങ്ങനെ പ്രവർത്തിക്കുന്നു എന്നതു സംബന്ധിച്ച് ബി.സി നാലാം നൂറ്റാണ്ടിൽ ഇന്ത്യയിലെത്തിയ അലക്സാണ്ടറുടെ പടനായകന്മാരിൽ ഒരാളായ സിയാർക്കസ് പറയുന്ന കാര്യം അദ്ദേഹം വിശദീകരിക്കുന്നു. "ഇന്ത്യയുടെ ചില ഭാഗങ്ങളിൽ ഭൂമി കൃഷി ചെയ്യുന്നത് ഗോത്ര അംഗങ്ങളോ ബന്ധുക്കൾ ചെറുസംഘങ്ങളായോ ഒന്നിച്ചായിരുന്നു. വർഷാവസാനത്തിൽ അവർ വീതിച്ചെടുക്കുകയും ചെയ്തിരുന്നു." ഇന്ത്യയിലെ അക്കാലത്തെ വെള്ളത്തിൽ മീനുകളെന്നപോൽ

അധിവാസകേന്ദ്രങ്ങളെക്കുറിച്ച് സ്റ്റീഫൻ രേഖപ്പെടുത്തിയതും അദ്ദേഹം ഉദ്ധരിക്കുന്നുണ്ട്. "ഭൂമിയുടെ ഉടമാവകാശം പൊതുവും കൃഷിപ്പണി ഒന്നിച്ചുമാണെന്നും വിള പങ്കിട്ടെടുക്കുകയുമാണെന്നും" ഇതിൽ പറയുന്നുണ്ട്.

ഇങ്ങനെ കൂട്ടായ്മയുടെ അടിസ്ഥാനത്തിൽ കൃഷി ചെയ്തിരുന്ന ഭൂമി സാവധാനമായി ഉടമാവകാശത്തിന്റെ രീതിയിലേക്ക് മാറുന്നു. അക്കാലത്ത് പുരുഷൻ വേട്ടക്കാരനും പോരാളിയുമായിരുന്നു. അതുകൊണ്ട് കുതിരകളും ആയുധങ്ങളും അവന് അവകാശപ്പെട്ടതായി. അതേസമയം, വീട്ടുപകരണങ്ങളും അതുമായി ബന്ധപ്പെട്ട കൃഷിയുമെല്ലാം സ്ത്രീകളുടെ ഉത്തരവാദിത്വമായിരുന്നു. ഒരു സാധനം ആര് ഉപയോഗിക്കുന്നുവോ ആ ആൾക്കാണ് അതിന്റെ ഉടമാവകാശം എന്ന തത്ത്വത്തിന്റെ അടിസ്ഥാനത്തിൽ ആദ്യമായി ഭൂസ്വത്ത് രൂപപ്പെട്ടപ്പോൾ അതിന്റെ ഉടമാവകാശം സ്ത്രീകൾക്ക് നൽകപ്പെട്ടു. മരുമക്കത്തായ കുടുംബം നിലനിന്നിരുന്ന എല്ലാ സമൂഹങ്ങളിലും ഭൂസ്വത്തിന്റെ അവകാശം സ്ത്രീകൾക്കായി മാറുന്നതിന്റെ ഉദാഹരണം അദ്ദേഹം വ്യക്തമാക്കുന്നുണ്ട്. ഈജിപ്തുകാരെയും നായന്മാരെയും ആഫ്രിക്കൻ മരുഭൂമിയിലെ ആദിവാസികൾക്കിടയിലെയും ഇത്തരം രീതികളെ പരാമർശിച്ചുകൊണ്ട് ഇത് വ്യക്തമാക്കുകയാണ് പോൾ ലഫാർഗ് ചെയ്യുന്നത്. അരിസ്റ്റോട്ടിലിന്റെ കാലത്ത് സ്പാർട്ടയുടെ മൂന്നിൽ രണ്ട് ഭാഗത്തിന്റെ ഉടമകൾ സ്ത്രീകളായതിന കാരണവും ഇത്തരമൊരു രീതി മുമ്പ് നിലനിന്നതുകൊണ്ടാണെന്നും വിശദീകരിക്കുന്നു.

കുടുംബത്തിന്റെ രൂപീകരണത്തിന്റെ ആദ്യഘട്ടം മാതാവ് ഉന്ന തസ്ഥാനം വഹിച്ചിരുന്ന തായ്‌വഴി രീതിയിലായിരുന്നു. പിന്നീട്, പിതാവ് കുടുംബത്തലവനും വസ്തുവകകളുടെ അവകാശിയായിരിക്കുകയും ചെയ്യുന്ന നിലയുണ്ടായി. തന്റെ സ്ഥാനമാനങ്ങൾ കുട്ടികൾക്ക് കൈമാറുകയും ചെയ്യുന്ന പിതൃരൂപത്തിലുള്ള കുടുംബം രൂപീകരിക്കപ്പെട്ടതോടെ പൊതുവായ സ്വത്ത് എന്ന കാഴ്ചപ്പാട് തകരുകയാണ് ചെയ്തത്. ഗോത്രം കുടുംബങ്ങളായി തിരിഞ്ഞതോടെ പൊതു ഭൂമികൾ സാവധാനം കുടുംബഭൂമികളായി മാറ്റപ്പെടുന്നു. ഓരോ കുടുംബത്തിനും കിട്ടിയ ഭൂമി കുടുംബാംഗങ്ങൾ കുടുംബനാഥന്റെയും ഗ്രാമസമിതിയുടെയും മേൽനോട്ടത്തിൽ കൃഷി ചെയ്യപ്പെടുന്നു. എന്നാൽ, ഈ കൃഷിക്ക പോലും നിയന്ത്രണമുണ്ടായിരുന്നു. "സമൂഹത്തിലെ മറ്റ കുടുംബങ്ങൾ വിതയ്ക്കുന്ന ധാന്യം തന്നെ അവരുടെ വയലുകളിൽ വിതയ്ക്കണം." ഇങ്ങനെ പൊതുവായ നിയന്ത്രണത്തിന്റെ അടിസ്ഥാനത്തിലായിരുന്നു കാര്യങ്ങൾ മുന്നോട്ടുപോയത്. യുദ്ധത്തിലൂടെയും മറ്റും കീഴടക്കപ്പെട്ട ജനവിഭാഗങ്ങൾ അടിമകളായി മാറ്റപ്പെടുന്നു. അവർക്ക് സ്വത്ത്



വെള്ളത്തിൽ മീനുകളെന്നപോൽ

ലഭിക്കുന്നതിനുള്ള സാഹചര്യവും ഉണ്ടായിരുന്നില്ല. അടിമകളെ തന്നെ സ്വത്തായി നിർത്തുന്ന സ്ഥിതിയാണ് ഉണ്ടായിരുന്നത്.

പള്ളിയ്ക്ക് സ്വത്തുക്കൾ ലഭിക്കുന്നതിന് ഇടയായ സാഹചര്യം ലഫാർഗ് ഇങ്ങനെ വിശദീകരിക്കുന്നു.

"കലാപകലുഷമായ അക്കാലങ്ങളിൽ ആളുകൾ ആത്മരക്ഷാർ ത്ഥം പ്രഭുക്കളുടെ കോട്ടകളിൽ എന്നപോലെ പള്ളികളിലും അഭയം തേടിയിരുന്നു. എന്നതന്നെയല്ല പുരോഹിതത്തിന്റെ ശക്തി പ്രഭവി ന്റെതിനെക്കാൾ വളരെ കൂടുതൽ ആയിരുന്നു. മരണകിടക്കയിൽ കിട ക്കുന്ന ആളുകൾ സ്വർഗത്തിൽ സ്ഥാനം നേടാമെന്ന പ്രതീക്ഷയോടെ തങ്ങളുടെ വസ്തുക്കൾ പള്ളിക്ക് ഇഷ്ടദാനം ചെയ്ത് കൊണ്ടുള്ള വിൽപത്രം എഴുതി വയ്ക്കുന്ന നിലയുണ്ടായി..... സമ്പത്തിന്റെ ഒരു പങ്ക് പള്ളിക്ക് നീക്കിവെക്കാത്തവന് അന്ത്യക്രൂദാശയും സെമിത്തേരിയിൽ വിലക്കും ഏർപ്പെടുത്തിയിരുന്നു... ഒന്നാം സഹസ്രാബ്ദത്തോട്ടുകൂടി ലോകം അവസാനിക്കുമെന്ന ഭയം പട്ടക്കാർക്കും സന്യാസി മഠങ്ങൾക്കുമുള്ള സംഭാവനകൾ ഗുണീഭവിക്കാനും സഹായകമായി..."

അത്രത്തോളം മലീനസമല്ലാത്ത മാർഗ്ഗങ്ങളിലൂടെയും പള്ളികൾക്ക് സ്വത്ത് വന്ന് ചേർന്നിട്ടുണ്ട്. മതങ്ങൾ ശക്തമായ സ്ഥാപനങ്ങളായി യ്യൂറോപ്പിൽ ഉയർന്ന് വന്നതിന്റെ പിന്നിലുള്ള വസ്തുതകളിലേക്കാണ് ഇവിടെ വിരൽ ചൂണ്ടപ്പെടുന്നത്.

ഗ്രാമത്തിൽ കർഷകർ ഉപയോഗിക്കുന്നതെല്ലാം അവിടെത്തന്നെ ഉത്പാദിപ്പിക്കുകയാണ് പതിവ്. കൈത്തൊഴിൽ ചെയ്യുന്നവരെ അവരുടെ പണി ആവശ്യമുള്ളപ്പോൾ മാത്രം ഗ്രാമത്തിലേക്ക് കടത്തി വിട്ടുകയാണ് പതിവ്. ജനവാസകേന്ദ്രങ്ങൾക്ക് സമീപമായി ഇവർ താമസിക്കും. അവർക്കുവേണ്ട അസംസ്കൃത വസ്തുക്കളും മറ്റും ഗ്രാമവാ സികൾ തന്നെ നൽകും. ആവശ്യക്കാരുടെ വീട്ടുകളിൽ വെച്ച് അവർ പണി ചെയ്ത് കൊടുക്കും. ഇവർക്കുള്ള പ്രതിഫലം സാധനങ്ങളായോ സേവനങ്ങളായോ ആയാണ് നൽകപ്പെട്ടത്.

കച്ചവടസംഘങ്ങൾ കടന്നുപോകുന്ന ഗ്രാമങ്ങളിൽ താൽകാലിക കമ്പോളങ്ങൾ സ്ഥാപിക്കപ്പെട്ടുകയും ആ കമ്പോളങ്ങൾക്കുവേണ്ടി കൈത്തൊഴിലാളികൾ ഉത്പാദനം നടത്തുകയും ചെയ്യുന്ന രീതി ഉയർന്നു വന്നു. പിന്നീട് ഇവിടങ്ങളിൽ കൂടുതൽ പേർ വന്നു ചേരുകയും അവിടെ സ്ഥിരമായ ഒരു കമ്പോളം സ്ഥാപിക്കുകയും ചെയ്തു. ഇതോടെ പണിക്കുവേണ്ട അസംസ്കൃത വസ്തുക്കൾ കൈത്തൊഴിലാളികൾ തന്നെ

ഉണ്ടാക്കുന്ന നിലവന്നു. ആവശ്യപ്പെടുന്നതിനനുസരിച്ച് ഉത്പാദനം നടത്തുക എന്നത് മാറി വിൽപനയ്ക്ക് വേണ്ടി ഉത്പാദനം നടത്തുന്ന നില വന്നു.

ഉത്പാദകൻ എന്നതിലുപരി വ്യാപാരി എന്ന സ്ഥാനംകൂടി അവരിൽ അർപ്പിതമായി. പിന്നീട് ഇവ വിപുലീകരിച്ച് തൊഴിൽ പരി ശീലകരേയും കൂലിപ്പണിക്കാരേയും നിയോഗിക്കുകയും ചെയ്തു. എന്നാൽ ആ കാലത്ത് ഭൂമിയും അധികാരവും പട്ടണത്തിലെ കുലീനന്മാരുടെ കൈകളിൽ ആയിരുന്നു. ഇവരുടെ ആധിപത്യത്തെ നേരിടുന്നതിനായി കൈത്തൊഴിലാളികൾ ഗ്രിൽഡുകൾ എന്ന നിലയിൽ സംഘടിക്കാൻ തുടങ്ങി. പിന്നീട് സഞ്ചാരമാർഗങ്ങൾ തുറന്ന് കിട്ടുകയും രാജവീഥികൾ സുരക്ഷിതമായി തീരുകയും ചെയ്തതോടെ വിവിധ പ്രവിശ്യകൾ തമ്മിൽ വ്യാപാര ഇടപാടുകൾ സാധ്യമായി. കൈത്തൊഴിൽ ഉത്പാദനത്തി ന്റെ വലിയ കേന്ദ്രങ്ങൾ തുടർന്ന് രൂപപ്പെട്ടു. വ്യാവസായികമായി അഭിവൃദ്ധി പ്രാപിച്ച പട്ടണങ്ങളിൽ കൈത്തൊഴിൽ തലവന്മാർ കൂട്ട് സ്ഥാപനങ്ങൾ ആരംഭിച്ചു. ഉത്പാദനത്തിന്റെ വർദ്ധനവ് കൊണ്ട് സമ്പന്നരായി തീർന്ന തൊഴിൽ തലവന്മാർ പരിശീലനക്കാരേയും കൂലിപ്പണിക്കാരേയും നേരിടുന്നതിന് വേണ്ടി നാഗരികന്മാരായ സമ്പ ന്നരെ കൂട്ടുപിടിക്കാൻ തുടങ്ങി. മധ്യകാലങ്ങളിലെ എല്ലാ വ്യാവസായിക പട്ടണങ്ങളിലും കൂലിപണിക്കാരും തൊഴിൽ തലവന്മാരും തമ്മിലുള്ള ഏറ്റുമുട്ടലുകൾ നടക്കുകയുണ്ടായി.

പുതിയ ഭൂഖണ്ഡങ്ങൾ കണ്ടുപിടിക്കപ്പെട്ടതോടെ കമ്പോളങ്ങൾ വിപുലമായ തോതിൽ ലഭിക്കുകയുണ്ടായി. നിർമ്മാണ ശാലകൾ സ്ഥാപിക്കുന്നതിനുള്ള പണം സ്വരൂപിക്കാൻ സ്വകാര്യവ്യക്തികൾക്ക് കഴിഞ്ഞു. ഈ പണിശാലകൾ പഴയ തരത്തിലുള്ള തൊഴിൽ കൂട്ടായ്മ കളുടെ രീതികൾക്കനുസരിച്ച് പ്രവർത്തിക്കാൻ പറ്റുന്നതായിരുന്നില്ല. നിലവില്ലുള്ള നഗരത്തിനകത്ത് ഇത്തരം സ്ഥാപനങ്ങൾ ആരംഭിക്ക ന്നതിന് അവിടുത്തെ തൊഴിൽ കൂട്ടായ്മകൾ അനുവദിക്കാത്ത നിലയും ഉണ്ടായിരുന്നു. അതിനാൽ അവ പട്ടണങ്ങളിലോ പുതുതായി രൂപം കൊണ്ട തുറമുഖ നഗരങ്ങളിലോ സ്ഥാപിക്കേണ്ടി വന്നു. ഇത്തരത്തിൽ കോളനിയിലെ കച്ചവടം വഴി സമ്പന്നരായി തീർന്ന വ്യാപാരികളാണ് അവ സ്ഥാപിച്ചത്. ഇവ കൂട്ട സ്ഥാപനങ്ങളെ തകർക്കുകയും നില വില്ലുള്ള തൊഴിൽ കൂട്ടായ്മകളെ ഇല്ലാതാക്കുകയും പകരം വൻകിട നിർമ്മാണ ശാലകൾ രൂപപ്പെട്ടുകയും ചെയ്തു. ഇങ്ങനെ വ്യാവസായിക

വികസനവും നിലവിൽ വന്നു. അക്കാലത്ത് ഉത്പാദനത്തിനുള്ള പലതരം നിയന്ത്രണങ്ങൾ ഇവർക്ക് തടസമായിത്തീർന്നപ്പോൾ അതിനെതിരായി കലാപങ്ങൾ ഉയർന്നു വന്നു. 1789 ൽ ഫ്രഞ്ച് വിപ്ലവം ഉൾപ്പെടെയുള്ള വിപ്ലവങ്ങളിലൂടെയാണ് ഫ്യൂഡലിസത്തിന്റെ ചങ്ങല കെട്ടുകൾ പൊട്ടിച്ച് ബൂർഷ്വാസ്വത്തവകാശത്തിന് വേരുറപ്പിക്കാനുള്ള സാഹചര്യം ഉണ്ടായത്. കർഷക ജനതയെ ഭൂമികളിൽ നിന്ന് ഒഴിപ്പിച്ച് ബൂർഷ്വാസികളുടെ കൈവശമാക്കുന്ന പ്രവർത്തനവും ഈ കാലഘട്ട ത്തിൽ രൂപപ്പെട്ടു.

ഇത്തരത്തിൽ ഉള്ള വ്യാവസായിക മുന്നേറ്റം കാർഷികമേഖലയിൽ പ്രതിഫലിക്കാൻ തുടങ്ങി. വാണിജ്യവൽക്കരിക്കപ്പെട്ടതോടെ കാർ ഷികമേഖലയിൽ ഉയർന്നുവന്ന പുതിയ പ്രശ്നങ്ങൾ ലഫാർഗ് എടുത്ത് പറയുന്നുണ്ട്. "1577 ലെ ഒരു ശാസനം ഫ്രാൻസിൽ ആണ്ടുതോറും പ്രാധാന്യമേറിവന്നുകൊണ്ടിരിക്കുന്ന വൈൻ കൃഷി നിയന്ത്രിക്കുകയും വൈൻ കൃഷി ചെയ്യുന്ന ഭൂമിയുടെ ഇരട്ടി ഭൂമി ധാന്യക്കൃഷിക്കായി നീക്കിവയ്ക്കണമെന്ന് നിഷ്കർഷിക്കുകയുമുണ്ടായി." അതായത്, വാണി ജ്യ-കൃഷിയുടെ വളർച്ചയുടെ ഭാഗമായി ഭക്ഷ്യധാന്യത്തിന് ഉണ്ടാകുന്ന പ്രശ്നങ്ങളെ സംബന്ധിച്ച ആശങ്ക മുമ്പേ രൂപപ്പെട്ടുവന്ന ഒന്നായിരുന്നു എന്നും അതിനെതിരെ അന്നത്തെ സർക്കാരുകൾ പോലും ജാഗ്രത കാണിച്ച കാര്യമാണ് ഇത് വ്യക്തമാക്കുന്നത്.

മുതലാളിത്ത കൃഷി സമ്പ്രദായങ്ങൾ ഉണ്ടാക്കുന്ന പ്രശ്നങ്ങളെ സംബ ന്ധിച്ചും ലഫാർഗ് ഇതിൽ സൂചിപ്പിക്കുന്നുണ്ട്. അതിന്റെ ദൗർബല്യങ്ങളെ അദ്ദേഹം ഇങ്ങനെ വിശദീകരിക്കുന്നു: "ആധുനിക കൃഷി വിനാശക രമാണ്. വിളവുകളുടെ ആധിക്യവും അവയുടെ കയറ്റുമതിയും രണ്ടും ഒരുപോലെ മണ്ണിന്റെ വീര്യം കെടുത്തുന്നു. പട്ടണങ്ങളിലെ അവയുടെ ഉപഭോഗം പദാർത്ഥത്തിന്റെ സ്വാഭാവികമായ ചംക്രമണത്തെ തടസ്സപ്പെടുത്തുന്നു. മണ്ണിൽനിന്നും ഇറച്ചി, ധാന്യം, പഴം ആദിയായവ യുടെ രൂപത്തിൽ മൃഗങ്ങളിലേക്കും മനുഷ്യനിലേക്കും അവരിൽനിന്ന് വിസർജ്യങ്ങളുടെ രൂപത്തിൽ തിരിച്ച് മണ്ണിലേക്കും. ഈ ചംക്രമണം മുമ്പ് കൃത്യമായി നടന്നുകൊണ്ടിരിക്കുന്നു. ധാന്യങ്ങളുടെ ഉപഭോഗം അവ ഉൽപ്പാദിപ്പിക്കുന്ന അതേ സ്ഥലത്തു നടക്കുമ്പോൾ ചംക്രമണം പൂർണ്ണമാണ്. പദാർത്ഥ ചംക്രമണത്തിൽ ഇന്ന് അനുഭവപ്പെടുന്ന തകരാറ് പരിഹരിക്കുന്നതിന് കൃത്രിമ മാർഗങ്ങളിലൂടെ മണ്ണിന്റെ ഉത്പാ ദനശേഷി വീണ്ടെടുക്കേണ്ടിവന്നിരിക്കുന്നു. ദൂരപ്രദേശങ്ങളിൽനിന്നും

തെക്കേ അമേരിക്കയിൽനിന്നും നെപ്പോളിയന്റെ യുദ്ധക്കളങ്ങളിൽനി
ന്നും വരുത്തുന്ന വളങ്ങളും രാസവളങ്ങളും കൊണ്ട് വയലുകൾ കുത്തി
നിറയ്ക്കേണ്ടിവന്നിരിക്കുന്നു.'' ഇങ്ങനെ ആധുനിക കൃഷി സമ്പ്രദായ
ത്തിന്റെ ചില ദൗർബല്യങ്ങളിലേക്ക് വിരൽചൂണ്ടുന്നതും കാണാം.

വ്യവസായത്തിന്റെ വികാസം കാർഷിക മേഖലയിലുണ്ടാക്കുന്ന
പ്രതിസന്ധികളെ സംബന്ധിച്ച് അക്കാലത്തുനിന്നുകൊണ്ടുതന്നെ
അദ്ദേഹം എഴുതുന്നുണ്ട്. "വ്യാവസായിക പട്ടണങ്ങൾ തൊഴിലാളികളെ
അങ്ങോട്ട് ആകർഷിച്ചതുകൊണ്ട് നാട്ടിൻപുറങ്ങളിൽ അവരുടെ എണ്ണം
കുറഞ്ഞു. 'കർഷകത്തൊഴിലാളികളെ കിട്ടാനില്ല' എന്നതാണ് കഴിഞ്ഞ
അമ്പതു വർഷമായി പൊതുവെ ഉയർന്നുകൊണ്ടിരിക്കുന്ന മുറവിളി.
കർഷകത്തൊഴിലാളികളുടെ ഈ കുറവാണ് അധ്വാനോപാധികൾ
ധാരാളമായി കേന്ദ്രീകരിക്കുന്നതിന് പ്രേരണ നൽകിയത്. കാർഷിക
അധ്വാനത്തിന് യന്ത്രങ്ങൾ ഉപയോഗിക്കുക എന്നത് അനിവാര്യമായ
ഒരാവശ്യമായിത്തീർന്നു." ഇത്തരത്തിൽ വ്യവസായവൽക്കരണം കാർ
ഷികമേഖലയിലുണ്ടാക്കുന്ന പ്രയാസങ്ങളെ സംബന്ധിച്ചും അദ്ദേഹം
വിശദീകരിക്കുന്നു.

മധ്യകാലങ്ങളിലെ ഗ്രാമം ഒരു സാമ്പത്തിക യൂണിറ്റായിരുന്നു.
കാരണം, ഗ്രാമീണർക്ക് ആവശ്യമുള്ള കൈത്തൊഴിലുകളെല്ലാം
അതിനകത്തുതന്നെ നടത്തിയിരുന്നു. ഈ സാമ്പത്തിക യൂണിറ്റിനെ
തകർത്തുകൊണ്ടാണ് മുതലാളിത്ത ഉത്പാദനം രൂപപ്പെട്ടുവന്നത്.
അതിലൂടെ പ്രാദേശികമായ ഐക്യത്തെ മുതലാളിത്ത ഉത്പാദനം
തകർത്തുകളഞ്ഞു. ദേശീയതലത്തിലുള്ള ഐക്യത്തെയും അതിന്റെ
കൂടുതൽ വിശാലമായ സാർവദേശീയ തലത്തിലേക്കും വികസിച്ചുവരുന്ന
കാര്യം സൂചിപ്പിച്ചുകൊണ്ടാണ് പുസ്തകം അവസാനിക്കുന്നത്. മുതലാളി
ത്തം അതുപോലെത്തന്നെ മാനുഷിക മൂല്യങ്ങളെ നശിപ്പിക്കുന്നതിന്റെ
നിരവധി സൂചനകൾ ഇതിനകത്ത് പറഞ്ഞിട്ടുണ്ട്. "പലിശ കൊട്ടപ്പ്
മാന്യമല്ലാത്ത ഏർപ്പാടായിട്ടാണ് അന്നോളം കരുതിപ്പോന്നിരുന്നത്.
ശത്രുക്കളായ അന്യന്മാർക്ക് കൊടുക്കുമ്പോൾ മാത്രമേ അത് സാധൂ
കരിക്കാനാകൂ എന്നാണ് ജൂതന്മാരുടെ ദൈവം പോലും പറയുന്നത്.
ലാഭത്തിനുവേണ്ടി കടം കൊടുക്കുന്നതിനെ മാർപ്പാപ്പയും സഭകളും
അപലപിച്ചിരുന്നു. ഈ സമ്പ്രദായത്തെ പുനഃസ്ഥാപിക്കുകയും പലിശ
കൊടുപ്പുകാർക്ക് 'പരിഷ്കൃത ലോകത്തിലെ' ഏറ്റവും ആദായകരവും
മാന്യവുമായ ജീവിതവൃത്തികളിലൊന്നായി അവരോധിക്കുകയും ചെയ്തു''
എന്ന് പറയുകയും ചെയ്യുന്നുണ്ട്.

മുതലാളിത്തം തൊഴിലാളിയെ അന്യവൽക്കരണത്തിലേക്ക് നയിക്ക
ന്നതിന്റെ പ്രശ്നവും ഇതിൽ വിശദീകരിക്കുന്നുണ്ട്. കൈത്തൊഴിലുകാരന്
അവൻ ചെയ്യുന്ന പ്രവൃത്തിയെ നേരിട്ട് കാണുകയും ഉത്പാദനത്തിൽ
ഇടപെടുകയും ചെയ്യാമായിരുന്നു. എന്നാൽ, ഓരോന്നിന്റെയും പ്രത്യേക
ഭാഗം മാത്രം നിർമ്മിക്കേണ്ടിവരുന്ന വ്യവസായകാലത്തെ മുതലാളി
അതിൽനിന്ന് അന്യവൽക്കരിക്കുന്ന കാര്യമാണ് അദ്ദേഹം സൂചിപ്പി
ക്കുന്നത്. "പ്രാകൃത കാലങ്ങളിലെപ്പോലെ കൂട്ടായ അധ്വാനമാണ് ഇന്ന്
നടക്കുന്നത്. അധ്വാനിക്കുന്നവന് അധ്വാനോപകരണങ്ങളുടെ ഉടമ
സ്ഥതയോ അധ്വാനഫലത്തിൽ അവകാശമോ ഇല്ലതാനും. എന്നാൽ
കിരാതവർഗങ്ങൾക്കിടയിൽ നിലവില്ലുണ്ടായിരുന്നതുപോലെ അധ്വാന
ഫലം പൊതുവിൽ പങ്കിടുന്ന ഏർപ്പാട് ഇനിയും തുടങ്ങിക്കഴിഞ്ഞിട്ടില്ല."
അത്തരത്തിലേക്ക് സമൂഹത്തെ വളർത്തിക്കൊണ്ടുവരികയാണ് നാം
ചെയ്യേണ്ടതെന്നും അതിനായി പ്രാകൃത കമ്മ്യൂണിസത്തിന്റെ തലത്തിൽ
നിന്ന് ശാസ്ത്രീയ കമ്മ്യൂണിസത്തിന്റെ തലത്തിലേക്ക് ലോകത്തിനെ
വളർത്തിയെടുക്കുകയാണ് സ്വത്തിന്റെ സാമൂഹ്യവൽക്കരണത്തിന്
അനിവാര്യമെന്നും ഗ്രന്ഥകാരൻ ചൂണ്ടിക്കാണിക്കുന്നു. എന്നാൽ ഇത്
പഴയലോകത്തേക്കുള്ള തിരിച്ച് പോക്കല്ല. മറിച്ച് ഓരോരുത്തരും
അവന്റെ ശേഷിക്കനുസരിച്ച് അധ്വാനിച്ച് ആവശ്യമുള്ളത് ലഭിക്കുന്ന
സമത്വസുന്ദരമായ ലോകത്തേക്കുള്ള പ്രയാണമാണ്. സാമൂഹ്യ ഘടന
യ്ക്ക് അനുസരിച്ച് മാറ്റപ്പെടുന്ന ഒന്നാണ് മറ്റെല്ലാം പോലെ സ്വത്ത് എന്നും
പാൾ ലഫാർഗ് ഇതിൽ സ്ഥാപിക്കുന്നു.

ജോർജി ദിമിത്രോവ്

ഫാസിസം ലോകത്ത് രൂപപ്പെടുന്നതിന് ഇടയായിട്ടു
ള്ള സാഹചര്യവും അതിന്റെ അടിത്തറയും ഇതിൽ വ്യ
ക്തമാക്കുന്നു. അതിനെ പ്രതിരോധിക്കാൻ രൂപപ്പെ
ടേണ്ട ഐക്യമുന്നണിയെക്കുറിച്ചുള്ള കാഴ്ചപ്പാടുകൂടി
പ്രതിപാദിക്കുന്ന വർത്തമാനകാല പ്രസക്തമായ
കൃതി.

# ഫാസിസത്തിനെതിരായ ഐക്യമുന്നണി

കമ്മ്യൂണിസ്റ്റ് ഇന്റർനാഷണലിന്റെ ജനറൽ സെക്രട്ടറിയായി
രുന്ന ജോർജി മിഖാലിയോവിച്ച് ദിമിത്രോവ് കമ്മ്യൂണിസ്റ്റ്
ഇന്റർനാഷണലിന്റെ ഏഴാം കോൺഗ്രസ്സിൽ അവതരിപ്പിച്ച
റിപ്പോർട്ടും ചർച്ചയും മറുപടിയുമാണ് ഫാസിസത്തിനെതിരായ
ഐക്യമുന്നണി എന്ന പുസ്തകത്തിന്റെ ഉള്ളടക്കം.

ഫാസിസം ലോകത്ത് രൂപപ്പെടുന്നതിന് ഇടയായിട്ടുള്ള സാഹചര്യ
വും അതിന്റെ അടിത്തറയും അതിനെതിരായി രൂപപ്പെടേണ്ട ഐക്യമു
ന്നണിയെക്കുറിച്ചുമുള്ള കാഴ്ചപ്പാടുമാണ് ഇതിൽ അവതരിപ്പിക്കപ്പെട്ടിട്ടു
ള്ളത്. കമ്മ്യൂണിസ്റ്റ് ഇന്റർനാഷണലിൽ ഈ റിപ്പോർട്ട് അവതരിപ്പിച്ച
ദിമിത്രോവ് ബൾഗേറിയയിൽ കമ്മ്യൂണിസ്റ്റ് പാർടി കെട്ടിപ്പടുക്കുന്നതിൽ
നിർണ്ണായകമായ പങ്കാണ് വഹിച്ചിട്ടുള്ളത്. മൂന്നാം ഇന്റർനാഷണ
ലിൽ അതിന്റെ എക്സിക്യൂടീവിലേക്ക് അദ്ദേഹം തെരഞ്ഞെടുക്കപ്പെട്ടു.
1929-ൽ ബർലിനിൽ സെൻട്രൽ യൂറോപ്യൻ സെലക്ഷൻ കമ്മിറ്റിയുടെ
തലവനായി നിയമിക്കപ്പെടുകയുണ്ടായി. 1933-ൽ ഹിറ്റ്ലർ അദ്ദേഹ
ത്തെ ചോദ്യം ചെയ്യാൻ ഉത്തരവിറക്കുകയും അതിന് വിധേയമാക്ക
കയും ചെയ്യുകയുണ്ടായി. ഇതിനുശേഷവും നാസികൾക്കെതിരായ

സമരത്തില്‍ സജീവമായി ദിമിത്രോവ് പങ്കെടുത്തു.

ഫാസിസത്തിനെതിരായി പോരാട്ടുന്ന കമ്മ്യൂണിസ്റ്റ് പാര്‍ടികള്‍ക്ക് മാര്‍ഗനിര്‍ദ്ദേശകമായ ഈ രേഖയുടെ ആദ്യഭാഗം 'ഫാസിസവും തൊഴിലാളിവര്‍ഗ്ഗവും' എന്ന പേരിലാണ്. അക്കാലത്തെ ഫാസിസത്തിന്റെ വളര്‍ച്ചയെ സംബന്ധിച്ചും അതിന്റെ അടിത്തറയെ സംബന്ധിച്ചും വിശകലനം ചെയ്യുകൊണ്ടുമാണ് രേഖ ആരംഭിക്കുന്നത്. അതില്‍ ദിമിത്രോവ് ഇങ്ങനെ പറയുന്നുണ്ട്:

"ഇപ്പോഴത്തെ ഏറ്റവും അഗാധമായ സാമ്പത്തികക്കുഴപ്പം പൊട്ടിപ്പുറപ്പെടുകയും മുതലാളിത്തത്തിന്റെ പൊതു കുഴപ്പം നിശിതമായി മൂര്‍ച്ഛിക്കുകയും അധ്വാനിക്കുന്ന ജനവിഭാഗങ്ങള്‍ വിപ്ലവവല്‍ക്കരിക്കപ്പെടുകയും ചെയ്തതോടുകൂടി, ഫാസിസം വിപ്ലമായ ആക്രമണത്തിന് മുതിര്‍ന്നിരിക്കുകയാണ്."

സാമ്പത്തിക പ്രതിസന്ധിയില്‍നിന്ന് മുതലാളിത്തത്തെ സംരക്ഷിക്കുന്നതിനും തൊഴിലാളിവര്‍ഗ്ഗത്തിന്റെ മുന്നേറ്റത്തെ തടയുന്നതിനും രൂപംകൊള്ളുന്ന ഫാസിസം നിര്‍വ്വഹിക്കുന്ന സാമ്പത്തിക ദൗത്യത്തെ സംബന്ധിച്ചും തുടര്‍ന്ന് വ്യക്തമാക്കപ്പെടുന്നുണ്ട്:

"ഈ കുഴപ്പത്തിന്റെ എല്ലാ ഭാരവും അധ്വാനിക്കുന്ന ജനവിഭാഗത്തിന്റെ മുതുകത്ത് കയറ്റിവയ്ക്കാനാണ് സാമ്രാജ്യത്വവൃത്തങ്ങള്‍ ശ്രമിച്ചുകൊണ്ടിരിക്കുന്നത്. അതുകൊണ്ടാണ് അവര്‍ക്ക് ഫാസിസം ആവശ്യമായിട്ടുള്ളത്. യുദ്ധത്തില്‍ക്കൂടി ദുര്‍ബലരാഷ്ട്രങ്ങളെ അടിമപ്പെടുത്തിയും കോളനി മര്‍ദ്ദനങ്ങള്‍ തീവ്രമാക്കിയും ലോകത്തെ പുതുതായി പുനര്‍വിഭജിച്ചും അവര്‍ കമ്പോളങ്ങളെ സംബന്ധിക്കുന്ന പ്രശ്നം പരിശോധിക്കുവാന്‍ ശ്രമിക്കുകയാണ്. അതുകൊണ്ടാണ് അവര്‍ക്ക് ഫാസിസം ആവശ്യമായിട്ടുള്ളത്."

ഭരണവര്‍ഗം പ്രതിസന്ധിയില്‍നിന്ന് കരകയറുന്നതിനുള്ള ഒരു മാര്‍ഗം എന്ന നിലയിലാണ് ഫാസിസത്തെ കാണുന്നത് എന്ന് ഇവിടെ ദിമിത്രോവ് വ്യക്തമാക്കുന്നു.

ഇത്തരം സാഹചര്യത്തില്‍ രൂപപ്പെട്ടുവരുന്ന ഫാസിസത്തിന് വിജയമൊരുക്കുന്നതിന് ഇടയാക്കുന്ന സവിശേഷതകളെ സംബന്ധിച്ചും ഇതില്‍ വ്യക്തമാക്കുന്നുണ്ട്:

"ഒരു ഭാഗത്ത് ബൂര്‍ഷ്വാസിയുമായി വര്‍ഗസഹകരണം വേണമെന്ന സോഷ്യല്‍ ഡെമോക്രാറ്റുകളുടെ ശിഥിലീകരണ നയം മൂലം സംഘടനാശേഷി നശിച്ചതും മരവിച്ചതുമായ തൊഴിലാളിവര്‍ഗ്ഗത്തിന്റെ ദൗര്‍ബല്യം

ഈ വിജയത്തിന് വഴിയൊരുക്കുന്നു. മറുഭാഗത്ത്, തൊഴിലാളിവർഗ്ഗ ത്തിന്റെ ഏകോപിപ്പിച്ച സമരത്തിന്റെ സാക്ഷാത്കാരത്തെയും വിപ്ലവ ത്തെയും ഭയന്ന് പണ്ടത്തെപ്പോലെ ബൂർഷ്വാ ജനാധിപത്യത്തിന്റെയും പാർലമെന്ററി വ്യവസ്ഥയുടെയും രൂപത്തിൽ ബഹുജനങ്ങളുടെമേൽ തങ്ങളുടെ സ്വേച്ഛാധിപത്യം നിലനിർത്തുവാനുള്ള ബൂർഷ്വാസിയുടെ തന്നെ കഴിവുകേടിനെയും ഇത് പ്രകടമാക്കുന്നു.''

ഇത്തരത്തിൽ ഫാസിസത്തിന്റെ വിജയത്തിന് അടിത്തറ ഒരുക്കുന്ന ഘടനാപരമായ പ്രശ്നങ്ങളെ ദിമിത്രോവ് അവതരിപ്പിക്കുകയാണ്.

ഫാസിസത്തിന്റെ വർഗസ്വഭാവം തുടർന്ന് ദിമിത്രോവ് വ്യക്തമാ ക്കുന്നു:

"ഫിനാൻസ് മൂലധനക്കാരിൽവച്ച് ഏറ്റവും പിന്തിരിപ്പനും അങ്ങേയറ്റ ത്തെ സങ്കുചിത ദേശീയത്വവാദികളും കടുത്ത സാമ്രാജ്യത്വവാദികളുമായ ശക്തികളുടെ പരസ്യവും ഭീകരവുമായ സ്വേച്ഛാധിപത്യമാണ് അധികാ രത്തിലേറിയ ഫാസിസം'' എന്ന കമ്മ്യൂണിസ്റ്റ് ഇന്റർനാഷണലിന്റെ നിലപാട് ഇവിടെ ആവർത്തിക്കുകയും ചെയ്യുന്നു. തുടർന്ന് അതിന്റെ മറ്റ് മുഖങ്ങളും ദിമിത്രോവ് വ്യക്തമാക്കുന്നു: "ഫിനാൻസ് മൂലധനത്തിന്റെ അധികാരശക്തി തന്നെയാണ് ഫാസിസം. തൊഴിലാളിവർഗ്ഗത്തിനും കൃഷിക്കാരിലെ വിപ്ലവബോധമുള്ള വിഭാഗത്തിനും ബുദ്ധിജീവികൾക്കും എതിരായ ഭീകരമായ പ്രതികാരത്തിനുള്ള സംഘടനയാണ് അത്. വിദേശനയത്തിൽ മറ്റ രാഷ്ട്രങ്ങളോട് മൃഗീയമായ പക വളർത്തുന്ന ഫാസിസം സങ്കുചിത ദേശീയത്വത്തിന്റെ ഏറ്റവും പ്രാകൃതമായ രൂപ മാണെന്ന്'' വ്യക്തമാക്കുകയും ചെയ്യുന്നു.

ഓരോ രാജ്യത്തിന്റെയും ചരിത്രപരവും സാമൂഹ്യവും സാമ്പത്തിക വുമായ പരിതഃസ്ഥിതികൾക്ക് അനുസൃതമായി എങ്ങനെ പ്രത്യേക രൂപങ്ങൾ കൈക്കൊള്ളുന്നു എന്ന കാര്യം രേഖപ്പെടുത്തുന്നു. ഒരു ബൂർഷ്വാ ഗവൺമെന്റിന്റെ പിന്തുടർച്ചയായി മറ്റൊരു ബൂർഷ്വാ ഗവൺ മെന്റ് വരുന്നതാണ് ഫാസിസമെന്ന് കരുതരുത് എന്നും ദിമിത്രോവ് ഓർമ്മിപ്പിക്കുന്നു. ബൂർഷ്വാ വർഗാധിപത്യ ഭരണകൂടത്തിന്റെ ഒരു രൂപമായ ബൂർഷ്വാ ജനാധിപത്യത്തെ പരസ്യവും ഭീകരവുമായ സ്വേ ച്ഛാധിപത്യം എന്ന വേറൊരു രൂപം കൊണ്ട് മാറ്റി പ്രതിഷ്ഠിക്കുകയാണ് യഥാർത്ഥത്തിൽ ഇവിടെ നടക്കുന്നത്. ഈ വ്യത്യാസം അവഗണിക്ക ന്നത് ഗൗരവകരമായ തെറ്റാണ്. ഇങ്ങനെ സംഭവിക്കുമ്പോൾ ഫാസിസ ത്തിനെതിരായ സമരത്തിൽ അദ്ധ്വാനിക്കുന്ന ബഹുജനങ്ങൾക്കൊപ്പം

ബ്ര്ഷ്വാസികൾക്കെത്തുള്ള വൈരുധ്യങ്ങളെ ഉപയോഗപ്പെടുത്തുന്ന തിന് കഴിയാതെ പോകുന്ന നിലയുണ്ടാകുമെന്ന് വ്യക്തമാക്കുന്നു.

ഫാസിസം അധികാരത്തിൽ വരുന്നത് പഴയ ബൂർഷ്വാ പാർടികൾ ക്കെതിരായ പരസ്പര സമരത്തില്ലൂടെയും ഫാസിസ്റ്റ് ക്യാമ്പിനുള്ളിൽ തന്നെയുള്ള സമരത്തില്ലൂടെയുമാണ്. ഫാസിസത്തിന് പൊതുജനങ്ങൾ ക്കു മുകളിൽ സ്വാധീനം ചെലുത്താൻ കഴിയുന്നത് പൊതുജനങ്ങളുടെ ഏറ്റവും അടിയന്തരമായ ആവശ്യങ്ങളെയും അവകാശങ്ങളെയും ഫാസിസം വഞ്ചനാപരമായ വാചാലതയോടെ സമീപിക്കുന്നതുകൊ ണ്ടാണ്. പൊതുജനങ്ങളിൽ അടിയുറച്ചുപോയ പക്ഷപാതിത്വങ്ങളെ ആളിക്കത്തിക്കുക മാത്രമല്ല, അവരുടെ നല്ല വികാരങ്ങളെയും വിപ്ലവ പാരമ്പര്യങ്ങളെയും നീതിബോധത്തെയും അത് ഉപയോഗപ്പെടുത്തു കയും ചെയ്യുന്നു. രക്ഷകന്റെ വേഷത്തിൽ പൊതുജനങ്ങൾക്കു മുമ്പിൽ പ്രത്യക്ഷപ്പെടുകയും അപമാനിതമായ ദേശീയ വികാരങ്ങളെ ആകർ ഷിക്കുകയും ചെയ്യുന്നു. ഉദാഹരണമായി, 'വേർസെയിൽസ് ഉടമ്പടി ക്കെതിരെ' എന്ന മുദ്രാവാക്യത്തിൽ നിന്നാണ് ജർമ്മൻ ഫാസിസം പൊതുജന പിന്തുണ നേടിയിട്ടുള്ളത്.

ബൂർഷ്വാ ഗവൺമെന്റുകളുടെ തെറ്റായ പ്രവർത്തനങ്ങളുടെ ഫലമായി പഴയ ബൂർഷ്വാ പാർടികൾ ജനങ്ങൾ ഉപേക്ഷിക്കുമ്പോൾ ഫാസിസം അവരെ പിടിക്കൂടി ബൂർഷ്വാസിയിലെ തന്നെ ഏറ്റവും പിന്തിരിപ്പനായ വൃത്തങ്ങളുടെ താൽപ്പര്യങ്ങൾ സംരക്ഷിക്കുകയാണ് ചെയ്യുന്നത്. ദാരിദ്ര്യം കൊണ്ടും, തൊഴിലില്ലായ്മ കൊണ്ടും, തങ്ങളുടെ അസ്തിത്വത്തിന്റെ അരക്ഷിതത്വം കൊണ്ടും തീവ്ര നൈരാശ്യത്തിലേക്ക് തള്ളപ്പെട്ട പെറ്റിബൂർഷ്വാ ബഹുജനങ്ങളും, തൊഴിലാളികളിൽ ഒരു വിഭാഗം പോലും ഫാസിസത്തിന്റെ വഞ്ചനാപരമായ സാമൂഹ്യ-സങ്കു ചിത്വ-ദേശീയത്വ വായാടിത്തത്തിന് ഇരയാകുന്നു.

ഇത്തരം വികാരങ്ങളെ ഉപയോഗപ്പെടുത്തി അധികാരത്തിലെത്തു ന്ന ഫാസിസം ബഹുജനങ്ങൾക്ക് ഒന്നും നൽകുന്നില്ല എന്ന വസ്തുത ഉദാഹരണ സഹിതം ജർമ്മനിയിലെയും മറ്റും അനുഭവങ്ങൾ ചൂണ്ടിക്കാ ണിച്ചുകൊണ്ട് വ്യക്തമാക്കുന്നുണ്ട്.

ഫാസിസം വിജയിക്കുന്നതിന് മറ്റൊരു പ്രധാനപ്പെട്ട കാരണമായി ദിമിത്രോവ് പറയുന്നത് തൊഴിലാളിവർഗ്ഗം അതിന്റെ സ്വാഭാവികമായ സുഹൃത്തുക്കളായ കർഷകരിൽനിന്ന് ഒറ്റപ്പെട്ടുപോയതുകൊണ്ടാണ്. ജർമ്മനിയിലെ സോഷ്യൽ ഡെമോക്രാറ്റുകൾ ജന്മിമാർക്കെതിരായി

നടപടികളൊന്നും സ്വീകരിച്ചില്ല. എന്നാൽ, കർഷകത്തൊഴിലാളിക
ളുടെ പണിമുടക്കുകളെ നേരിടുകയും ചെയ്തു. ഇത് ഫാസിസ്റ്റ് ശക്തികൾ
ക്ക് വളരുന്നതിന് സഹായകമായി. മാത്രമല്ല, യുവജനങ്ങൾക്കിടയിൽ
നുഴഞ്ഞുകയറാനും ഇവർക്ക് കഴിയുകയുണ്ടായി. യുവജനങ്ങളെ ഒന്നിപ്പി
ച്ചുനിർത്തേണ്ടതിന്റെയും വർഗസമരത്തിൽ അവരെ ഭാഗഭാക്കാക്കേണ്ട
തിന്റെ പ്രാധാന്യവും സോഷ്യൽ ഡെമോക്രാറ്റുകൾ മനസ്സിലാക്കിയില്ല.

കമ്മ്യൂണിസ്റ്റുകാരാവട്ടെ, ഈ കാലഘട്ടത്തിൽ ഫാസിസത്തിന്റെ
വിപത്തിനെ ശരിയായ തോതിൽ മനസ്സിലാക്കുന്നതിൽ പരാജയപ്പെ
ട്ടു. ഫാസിസം ഇറ്റലിയിൽ വിജയിച്ചിരിക്കാമെങ്കിലും ജർമ്മനിയിൽ
നടക്കില്ലെന്നായിരുന്നു അവരുടെ വാദം. മാത്രമല്ല, ജർമ്മനിയിലെ
കമ്മ്യൂണിസ്റ്റുകാർക്ക് വ്രണിതമായ ദേശീയ വികാരവും വേഴ്സേയിൽസ്
ഉടമ്പടിയോട് പൊതുജനങ്ങൾക്ക് ഉണ്ടായിരുന്ന വിദ്വേഷവും വളരെ
ക്കാലത്തേക്ക് ഉൾക്കൊള്ളാൻ കഴിഞ്ഞതുമില്ല. കൃഷിക്കാരുടെയും
പെറ്റിബ്യൂർഷ്വാസിയുടെയും ചാഞ്ചാട്ടത്തെ അവർ ഗൗരവമായി കണ്ട
തുമില്ല. സാമൂഹ്യവും ദേശീയവുമായ വിമോചനത്തിനുള്ള തങ്ങളുടെ
പരിപാടി തയ്യാറാക്കുന്നതിൽ അവർ വളരെ താമസിക്കുകയും ചെയ്തു.
പൊതുജനങ്ങളുടെ നിലവാരത്തോടും അവരുടെ ആവശ്യങ്ങളോടും
പൊരുത്തപ്പെടാൻ അവർക്ക് കഴിഞ്ഞതുമില്ല. പല രാജ്യങ്ങളിലും
ഫാസിസത്തിനെതിരായ പൊതുജന സമരങ്ങൾ വളർത്തിക്കൊണ്ട്
വരുന്നതിനു പകരം ഫാസിസത്തിന്റെ പൊതുവായ സ്വഭാവത്തെക്ക
റിച്ചുള്ള വന്ധ്യമായ ചർച്ചകൾ നടത്തുക മാത്രമാണ് ചെയ്തത്.

തുടർന്ന് ഫാസിസത്തിന്റെ വിജയത്തെ തടുക്കാൻ കഴിയുമോ
എന്ന കാര്യമാണ് ദിമിത്രോവ് വിശദീകരിക്കുന്നത്. ഫാസിസത്തെ
തടുക്കുക എന്നത് തൊഴിലാളിവർഗ്ഗം പ്രദർശിപ്പിക്കുന്ന സമരോത്സു
കതയെയും തൊഴിലാളിവർഗ്ഗ ശക്തികൾ സന്നദ്ധസേനയായി നില
നിൽക്കുന്നുണ്ടോ എന്നതിനെയും ആശ്രയിച്ചിരിക്കുന്നു. രണ്ടാമതായി,
ഫാസിസത്തിനെതിരായി അധ്വാനിക്കുന്ന ജനങ്ങളുടെ സമരത്തെ
ശരിയായി നയിക്കുന്ന സുശക്തമായ വിപ്ലവ പാർടിയുടെ അസ്തിത്വത്തെ
ആശ്രയിച്ചുമിരിക്കുന്നു. മൂന്നാമതായി, തൊഴിലാളിവർഗ്ഗം കൃഷിക്കാരോ
ടും പട്ടണങ്ങളിലെ പെറ്റിബ്യൂർഷ്വാ ജനവിഭാഗങ്ങളോടും ശരിയായ
നയമാണോ അനുവർത്തിക്കുന്നത് എന്നതിനെയും ആശ്രയിച്ചിരിക്കു
ന്നു. നാലാമതായി, തൊഴിലാളിവർഗ്ഗം ജാഗ്രത കാണിക്കുന്നതിനെയും
വേണ്ടസമയത്ത് തക്ക നടപടികൾ എടുക്കുന്നതിനെയും ആശ്രയിച്ചുമി
രിക്കുന്നു.

ഫാസിസത്തിന്റെ അസ്ഥിരതയ്ക്കുള്ള വേറൊരു കാരണം ഫാസിസ ത്തിന്റെ വഞ്ചനാപരമായ മുതലാളിത്തവിരുദ്ധവായാടിത്തവും ഏറ്റവും ഭീകരമായ കൂട്ടായ്മകവർച്ചയുടെ രീതിയിൽ കുത്തക ബൂർഷ്വാസിയെ സമ്പന്നമാക്കാനുള്ള അതിന്റെ നയവും തമ്മിലുള്ള വൈരുധ്യമാണ്. മാത്രമല്ല, ഫാസിസത്തിന്റെ വിജയം പൊതുജനങ്ങളിൽ അഗാധമായ ശത്രുതയും ധാർമ്മിക രോഷവും ഉണ്ടാക്കുന്നു. ഒരു സാമ്പത്തിക ദേശീയ നയം (ഏകാധിപത്യം) പിന്തുടരുന്നതുകൊണ്ടും യുദ്ധത്തിന് തയ്യാറാ കുക എന്ന ലക്ഷ്യം വച്ചുകൊണ്ടും ദേശീയ വരുമാനത്തിന്റെ ഏറിയ ഭാഗവും പിടിച്ചെടുത്തുകൊണ്ടും ഫാസിസം രാജ്യത്തിന്റെ സാമ്പത്തിക ജീവിതം മുഴുവൻ ഉരുക്കം വയ്ക്കുന്നു. മുതലാളിത്ത രാജ്യങ്ങൾ തമ്മിലുള്ള സാമ്പത്തിക സമരത്തെ മൂർച്ഛിപ്പിക്കുന്നു. ബൂർഷ്വാസിക്കിടയിലുണ്ടാ കുന്ന ഏറ്റുമുട്ടലുകൾക്ക് രൂക്ഷവും ചിലപ്പോൾ രക്തരൂക്ഷിതവുമായ സംഘട്ടനങ്ങളുടെ സ്വഭാവം ഫാസിസം നൽകുന്നു. പൊതുജനദൃഷ്ടി യിൽ ഫാസിസ്റ്റ് ഭരണശക്തിയുടെ സുസ്ഥിരതയെ ഉരുക്കം വയ്ക്കുന്നു.

'ഫാസിസത്തിനെതിരായി തൊഴിലാളിവർഗ്ഗത്തിന്റെ ഐക്യമു ന്നണി' എന്ന അടുത്ത ഭാഗത്ത് ഫാസിസത്തെ തടയുന്നതിന് ചെയ്യേണ്ട നടപടികളെ സംബന്ധിച്ച് വിശദീകരിക്കുന്നുണ്ട്. ഫാസിസത്തെ കീഴ്പ്പെടുത്തുന്നതിന് ആദ്യം ചെയ്യേണ്ട സംഗതി അടിത്തട്ടിൽനിന്നു തന്നെ ഐക്യമുന്നണി കെട്ടിപ്പടുക്കുക എന്നതാണ്. ഫാസിസത്തെ ചെറുത്തുനിൽക്കുന്നതിനും വിജയകരമായി പ്രത്യാക്രമണം നടത്തുന്ന തിനും ഇത് അനിവാര്യമാണെന്ന് ദിമിത്രോവ് ഓർമ്മിപ്പിക്കുന്നു. തുടർന്ന് ഐക്യമുന്നണിയുടെ പ്രാധാന്യത്തെക്കുറിച്ച് വിശദീകരിക്കുകയാണ് ദിമിത്രോവ് ചെയ്യുന്നത്.

ഐക്യമുന്നണി കെട്ടിപ്പടുക്കുമ്പോൾ അതിന്റെ ഉള്ളടക്കവും രൂപവും എന്തായിരിക്കണം എന്ന കാര്യവും ദിമിത്രോവ് വ്യക്തമാ ക്കുന്നുണ്ട്. "തൊഴിലാളിവർഗ്ഗത്തിന്റെ അടിയന്തര പ്രാധാന്യമുള്ള സാമ്പത്തിക-രാഷ്ട്രീയ താൽപ്പര്യങ്ങളെ സംരക്ഷിക്കുകയും ഫാസിസ ത്തിനെതിരായി തൊഴിലാളിവർഗ്ഗത്തെ കാത്ത് സംരക്ഷിക്കുക എന്നത് എല്ലാ മുതലാളിത്ത രാജ്യങ്ങളിലെയും ഐക്യമുന്നണിയുടെ ആരംഭ ബിന്ദുവും മുഖ്യ ഉള്ളടക്കവും ആയിത്തീരണം" എന്ന് വ്യക്തമാക്കുന്നുണ്ട്. എന്നാൽ, ഇത്തരം പ്രവർത്തനം കേവലം ആഹ്വാനത്തിൽ മാത്രം ഒതുങ്ങരുത് എന്നും അവരുടെ സമരശേഷിക്ക് അനുസൃതമായ മുദ്രാ വാക്യങ്ങളും സമരരൂപങ്ങളും നാം കണ്ടെത്തുകയും മുന്നോട്ടുവയ്ക്കുകയും വേണമെന്ന് നിഷ്കർഷിക്കുകയും ചെയ്യുന്നുണ്ട്.

 വെള്ളത്തിൽ മീനുകളെന്നപോൽ

ജോർജി ദിമിത്രോവ്

ഐക്യമുന്നണി രൂപീകരിക്കപ്പെടുമ്പോൾ ഏതു തരത്തിലുള്ള സമരരൂപങ്ങളാണ് കെട്ടിപ്പടുക്കേണ്ടത് എന്നും ദിമിത്രോവ് വ്യക്തമാ ക്കുന്നുണ്ട്.

1. പ്രതിസന്ധിയുടെ അനന്തരഫലങ്ങളുടെ ഭാരം, ഭരണവർഗങ്ങ ളുടെ ചുമലുകളിലേക്ക്, മുതലാളിമാരുടെയും ജന്മിമാരുടെയും ചുമലുകളിലേക്ക് മാറ്റാനുള്ള സംയുക്ത സമരങ്ങൾ.

2. എല്ലാ വിധത്തിലുമുള്ള ഫാസിസ്റ്റ് കടന്നാക്രമണങ്ങൾക്കുമെ തിരായി ബൂർഷ്വാ ജനാധിപത്യ സ്വാതന്ത്ര്യങ്ങളെ ഹനിക്കുന്ന തിനെതിരായി അധ്വാനിക്കുന്നവരുടെ അവകാശങ്ങളെയും നേട്ടങ്ങളെയും സംരക്ഷിക്കുന്നതിനുവേണ്ടിയുള്ള സംയുക്ത സമരങ്ങൾ.

3. സാമ്രാജ്യത്വയുദ്ധത്തിന്റെ ആസന്നമായ അപകടത്തിനെതി രായി അത്തരമൊരു യുദ്ധത്തിന്റെ ഒരുക്കങ്ങളെ തടയുന്ന സംയുക്ത സമരം.

ഇത്തരത്തിൽ സമരത്തിലും രൂപത്തിലും പരിതഃസ്ഥിതിക്കനുസരി ച്ച് മാറ്റമുണ്ടാക്കുന്നതിന് ശ്രദ്ധിക്കണമെന്ന് ദിമിത്രോവ് ഓർമ്മിപ്പിക്കുന്നു. അതേ അവസരത്തിൽത്തന്നെ ബഹുജനങ്ങളെ സംഘടിപ്പിക്കുകയും കമ്മ്യൂണിസ്റ്റ് വിദ്യാഭ്യാസം നൽകുകയും ചെയ്യുക എന്ന തങ്ങളുടെ തന്നെ സ്വന്തമായ ജോലി കമ്മ്യൂണിസ്റ്റുകാർക്ക് ഒരു നിമിഷത്തേക്കുപോലും ഉപേക്ഷിക്കാൻ സാധ്യമല്ല എന്ന കാര്യവും ദിമിത്രോവ് ഓർമ്മിപ്പി ക്കുന്നുണ്ട്.

ഫാസിസ്റ്റ് വിരുദ്ധ ജനകീയ മുന്നണി രൂപകരിക്കപ്പെടുമ്പോൾ വ്യാവസായികമായി വികസിച്ച രാജ്യങ്ങളിൽപ്പോലും ഭൂരിപക്ഷം വരുന്ന കർഷകത്തൊഴിലാളികളും ഗ്രാമീണ പെറ്റിബൂർഷ്വാസിയുടെ അടിസ്ഥാന ജനതയും ചേർന്നുള്ള സമരൈക്യം സ്ഥാപിക്കുക എന്ന ള്ളത് മർമ്മപ്രധാനമാണ് എന്ന് ഓർമ്മിപ്പിക്കുന്നുണ്ട്. വ്യത്യസ്ത രാജ്യ ങ്ങളിലെ ഐക്യമുന്നണികൾ എങ്ങനെ രൂപീകരിക്കണം എന്ന കാര്യം ഇതിൽ പ്രതിപാദിക്കുന്നുണ്ട്.

ഫാസിസ്റ്റ് സർവാധിപത്യത്തിന് തകർപ്പൻ പ്രഹരമേൽപ്പിക്കുന്ന തിന് ഏറ്റവും ദുർബലമായ വശത്തെ കണ്ടുപിടിക്കേണ്ടതുണ്ട്. ഫാസിസ്റ്റ് സർവാധിപത്യത്തിന്റെ ഏറ്റവും ദുർബലമായ വശം അതിന്റെ സാമൂഹ്യ അടിത്തറയാണെന്ന് ദിമിത്രോവ് പറയുന്നു. സമൂഹത്തിലെ വിവിധ വർഗങ്ങളും വിവിധ വിഭാഗങ്ങളും അടങ്ങുന്നതാണ് അത്. ഇവരുടെ

എല്ലാം ഒരേയൊരു പ്രതിനിധിയാണ് എന്ന് ഫാസിസം സ്വയം പ്ര ഖ്യാപിക്കുന്നു. ഫാസിസം എന്നത് വൻകിട ബൂർഷ്വാസിയുടെ സർവാ ധിപത്യമായതുകൊണ്ട് സ്വന്തം ബഹുജന സാമൂഹ്യ അടിത്തറയുമായി അതിന് അനിവാര്യമായും സംഘട്ടനത്തിന് ഏർപ്പെടേണ്ടിവരും. ഫാസിസ്റ്റ് സംഘടനകളിൽ ചേരാൻ നിർബന്ധിതരായ തൊഴിലാളി കളെ പ്രാഥമികമായ സാമ്പത്തിക-രാഷ്ട്രീയ താൽപ്പര്യങ്ങൾ സംരക്ഷി ക്കുന്നതിനുള്ള പ്രസ്ഥാനത്തിൽ ചേർക്കുന്നതിലൂടെ മാത്രമേ ഫാസിസ്റ്റ് സർവാധിപത്യത്തെ പരാജയപ്പെടുത്തുന്നതിനുള്ള നിർണ്ണായക സമര ത്തിൽ ബഹുജനങ്ങളെ നമുക്ക് അണിനിരത്താനാവൂ.

സോഷ്യൽ ഡെമോക്രേറ്റുകൾ അധികാരത്തിൽ ഇരിക്കുന്ന രാജ്യ ങ്ങളിൽ ഐക്യമുന്നണി ഉണ്ടാക്കുന്നതിന്റെ സമ്പ്രദായങ്ങളെ കുറിച്ചും ട്രേഡ് യൂണിയൻ ഐക്യത്തിന്റെ പ്രാധാന്യത്തെ കുറിച്ചും വ്യക്തമാക്കു ന്നുണ്ട്. യുവജനങ്ങളെ പരമാവധി മുതലെടുക്കുകയും അസാധാരണ മായ കാർക്കശ്യത്തോടെയും ഹൃദയശൂന്യതയോട്ടും കൂടി അത് സ്ത്രീകളെ അടിമയാക്കുന്ന രീതിയെ കുറിച്ചും പിന്നീട് വിശദീകരിക്കുന്നുണ്ട്.

സാമ്രാജ്യത്വവിരുദ്ധ ഐക്യമുന്നണി കെട്ടിപ്പടുക്കുന്നതിന്റെ പ്രശ്ന ങ്ങൾ പിന്നീട് വിശദീകരിക്കുന്നു. അതിൽ അക്കാലത്ത് ഇന്ത്യയിൽ എടുക്കേണ്ട നിലപാടുകളെ കുറിച്ച് ഇങ്ങനെ പറയുന്നുണ്ട്. "ഇന്ത്യയിൽ ദേശീയ പരിഷ്കരണവാദികളുടെ നേതൃത്വത്തിൻ കീഴിലുള്ളതടക്കം എല്ലാ സാമ്രാജ്യത്വവിരുദ്ധ ബഹുജനപ്രവർത്തനങ്ങളിലും കമ്മ്യൂണിസ്റ്റു കാർ പങ്കെടുക്കുകയും അവർക്ക് പിന്തുണ നൽകുകയും അവയെ വിപു ലപ്പെടുത്തുകയും വേണം. തങ്ങളുടെ രാഷ്ട്രീയ സംഘടനാ സ്വാതന്ത്ര്യം നിലനിർത്തുമ്പോൾ തന്നെ ഇന്ത്യൻ നാഷണൽ കോൺഗ്രസിൽ പങ്കെ ടുക്കുന്ന സംഘടനകൾക്കുള്ളിൽ അവർ സജീവമായി പ്രവർത്തനം നടത്തുകയും വേണം. ബ്രിട്ടീഷ് സാമ്രാജ്യത്വത്തിനെതിരായ ഇന്ത്യൻ ജനതയുടെ ദേശീയ വിമോചന പ്രസ്ഥാനം കൂടുതൽ വളർത്തി എടു ക്കുന്നതിന് വേണ്ടി കോൺഗ്രസിനുള്ളിൽ ഒരു ദേശീയ വിപ്ലവ വിഭാഗം ഉരുത്തിരിഞ്ഞു വരുന്ന പ്രക്രിയ എളുപ്പമാക്കുന്നതിനാണ് ഇത്."

തൊഴിലാളി വർഗത്തിന്റെ ഐക്യമുന്നണി ഗവൺമെന്റ് സ്ഥാപി ക്കുന്നതിന്റെ മൂന്ന് ഉപാധികളെ സംബന്ധിച്ചും പിന്നീട് വിശദീകരിക്കു ന്നുണ്ട്. ഫാസിസത്തിനെതിരായ സമരത്തിന്റെ മറ്റൊരു പ്രധാനപ്പെട്ട ഭാഗം പ്രത്യയശാസ്ത്രപരമായ സമരമാണ്. പ്രത്യയശാസ്ത്രപരമായി മുന്നോട്ട് പോകുന്നതിനുള്ള ഫാസിസത്തിന്റെ ശേഷിയെ തിരിച്ചറിഞ്ഞ് ഇടപെടുന്നതിന്റെ പ്രാധാന്യം പ്രത്യേകം എടുത്ത് പറയുന്നുണ്ട്.

 വെള്ളത്തിൽ മീനുകളെന്നപോൽ

"പണ്ട് ശ്രേഷ്ഠവും വീരോചിതവുമായി എന്തെല്ലാമുണ്ടായിരുന്നവോ അതിന്റെയെല്ലാം പിന്തുടർച്ചാവകാശികളാണ് തങ്ങളെന്ന് ഭാവിക്കുന്ന തിനുവേണ്ടി ലോകത്തെമ്പാടുമുള്ള ഫാസിസ്റ്റുകൾ തങ്ങളുടെ രാജ്യത്തി ന്റെ ചരിത്രം മുഴുവൻ ചികഞ്ഞുകൊണ്ടിരിക്കുകയാണ്." ഇത്തരമൊരു സാഹചര്യത്തിൽ പാരമ്പര്യത്തിന്റെ അംശങ്ങളെ പോരാട്ടത്തിന്റെ ഭാഗമായി ഏറ്റെടുക്കേണ്ടതുണ്ടെന്ന് ദിമിത്രോവ് ഓർമ്മിപ്പിക്കുന്നു. "തൊഴിലാളി വർഗത്തിന്റെ താൽപര്യവുമായി ഇതിനൊന്നും ഒരു ബന്ധവുമില്ലെന്ന് കരുതുന്നവരും, തങ്ങളുടെ സ്വന്തം പൂർവ്വികരെ കുറിച്ച് ബഹുജനങ്ങളെ ഉൽബുദ്ധരാക്കാൻ ചരിത്രപരമായി ശരിയായ രീതിയിൽ ശരിക്കും മാർക്സിസ്റ്റ്, മാർക്സിസ്റ്റ്-ലെനിനിസ്റ്റ്, ലെനിനി സ്റ്റ്-സ്റ്റാലിനിസ്റ്റ് അടിസ്ഥാനത്തിൽ ഒന്നും ചെയ്യാത്തവരും തങ്ങളുടെ ഇപ്പോഴത്തെ സമരത്തെ അതിന്റെ വിപ്ലവകരമായ പാരമ്പര്യത്തോടും ഭ്രതകാലത്തോട് ബന്ധിപ്പിക്കാൻ ഒന്നും ചെയ്യാത്തവരുമായ കമ്മ്യൂണി സ്റ്റുകാർ രാഷ്ട്രത്തിന്റെ കഴിഞ്ഞകാല ചരിത്രത്തിൽ വിലപിടിച്ചതെ ല്ലാം ഫാസിസ്റ്റ് നണയന്മാർക്ക് സ്വമേധയാ വിട്ടുകൊടുക്കുകയാണ്. ജനങ്ങളെ വഞ്ചിക്കാൻ ഫാസിസ്റ്റുകൾക്ക് അവസരം നൽകുകയാണ് ചെയ്യുന്നത്."

ഇതുപറഞ്ഞ ശേഷം സ്വന്തം ജനതയുടേയും ഇന്നത്തേയും ഭാവിയിലേയും മാത്രമല്ല ഭ്രതകാലത്തേയും കൂടി എല്ലാ പ്രധാനപ്രശ്നങ്ങ ളും കമ്മ്യൂണിസ്റ്റുകാർക്ക് താൽപര്യമുണ്ട് എന്ന കാര്യം ഓർമ്മിപ്പിക്കുന്നു.

ഫാസിസത്തിനെതിരായ ഐക്യമുന്നണി സ്ഥാപിക്കാനുള്ള ശ്രമത്തിൽ തൊഴിലാളി വർഗ ഐക്യമുന്നണിയുടെ സംരംഭകനും സംഘാടകനും ചാലക ശക്തിയും കമ്മ്യൂണിസ്റ്റ് പാർടിയാണ് എന്ന് ഓർമ്മിപ്പിച്ചുകൊണ്ടാണ് "കമ്മ്യൂണിസ്റ്റ് പാർടികളുടെ ഏകീകരണവും തൊഴിലാളി വർഗത്തിന്റെ രാഷ്ട്രീയ ഐക്യത്തിനുള്ള സമര"വുമെന്ന ഭാഗം ഇടങ്ങുന്നത് തന്നെ.

ഇവിടെ ഒരു കാര്യം ദിമിത്രോവ് ഓർമ്മിപ്പിക്കുന്നുണ്ട്. "ഇത് സാധി ക്കുന്നതിന് കമ്മ്യൂണിസ്റ്റുകാരുടെ നേതൃത്വപരമായ പങ്കിനെക്കുറിച്ച് വാചകമടിച്ചതുകൊണ്ടായില്ല. ദിവസം തോറുമുള്ള ബഹുജനപ്രവർ ത്തനംകൊണ്ടും ശരിയായ നയംകൊണ്ടും അധ്വാനിക്കുന്ന ബഹുജ നങ്ങളുടെ വിശ്വാസത്തിന് പാത്രമാകണം. അത് നേടിയെടുക്കണം. ഇത് സാധിക്കണമെങ്കിൽ കമ്മ്യൂണിസ്റ്റുകാരായ നാം നമ്മുടെ രാഷ്ട്രീയ പ്രവർത്തനത്തിൽ ബഹുജനങ്ങളുടെ വർഗബോധത്തിന്റെ ശരിയായ നിലവാരം ഇവർ എത്രത്തോളം വിപ്ലവവൽക്കരിക്കപ്പെട്ടിട്ടുണ്ടെന്ന വെള്ളത്തിൽ മീനുകളെന്നപോൽ

വസ്തുത, ഗൗരവപൂർവ്വം കണക്കിലെടുക്കണം. നമ്മുടെ ആഗ്രഹങ്ങളുടെ അടിസ്ഥാനത്തിലല്ല സ്ഥിതിഗതികളുടെ അടിസ്ഥാനത്തിൽ മൂർത്ത മായ യാഥാർത്ഥ്യത്തിലുള്ള സ്ഥിതി വിശേഷത്തെ നാം ശാന്തരായി വില യിരുത്തണം. ക്ഷമാപൂർവ്വം പടിപടിയായ കമ്മ്യൂണിസ്റ്റ് നിലപാടിലേക്ക് ഉയരാൻ വിപ്ലവമായ ജനവിഭാഗങ്ങൾക്ക് എളുപ്പമാക്കി കൊടുക്കണം.'' ഇത്തരത്തിൽ കമ്മ്യൂണിസ്റ്റ് പാർടി വഹിക്കേണ്ട പ്രായോഗിക സമീപ നങ്ങളെ ദിമിത്രോവ് ഊന്നിപ്പറയുന്നു. ഇത്തരത്തിലുള്ള കാഴ്ചപ്പാടുകൾ പ്രായോഗികമാക്കുന്നതിൽ അക്കാലത്തെ കമ്മ്യൂണിസ്റ്റ് പാർടിക്ക് ഉണ്ടായിട്ടുള്ള പോരായ്മകളെ അക്കമിട്ട് നിരത്തുന്നുണ്ട്.

ഫാസിസത്തിനെതിരായുള്ള പോരാട്ടത്തിൽ കേന്ദ്രീകൃത ജനാ ധിപത്യത്തിന്റെ പ്രാധാന്യം ദിമിത്രോവ് എടുത്ത് പറയുന്നുണ്ട്. ''ജനാ ധിപത്യ കേന്ദ്രീകരണത്തിന്റെ അടിസ്ഥാനത്തിൽ കെട്ടിപ്പടുക്കപ്പെട്ട ഒരു പാർടിക്കുമാത്രമേ ഇച്ഛയിലും പ്രവർത്തനത്തിലും ഐക്യം ഉറപ്പ് വരുത്താനൊക്കൂ. കേന്ദ്രീകൃത ഭരണസംവിധാനം പോലെ അത്ര ശക്ത മായൊരു ആയുധം കൈവശമുള്ള ബൂർഷ്വാസിയുടെ മേൽ തൊഴിലാളി വർഗത്തിന് വിജയം കൈവരിക്കാൻ ഇതുകൊണ്ടേ കഴിയൂ.'' എന്ന് ഓർമ്മിപ്പിക്കുന്നുമുണ്ട്.

ഏഴാം ഇന്റർനാഷണലിൽ ഈ റിപ്പോർട്ട് അവതരിപ്പിച്ചശേഷം ഇത് സംബന്ധിച്ച് വിപ്ലവമായ ചർച്ച നടക്കുകയുണ്ടായി. ഈ ചർച്ച യിൽ മുഖ്യമായ നിർദ്ദേശങ്ങളെല്ലാം സമ്മേളനം അംഗീകരിച്ചു. എട്ട് ദിവസത്തെ ചർച്ചയാണ് ഉണ്ടായിരുന്നത്. റിപ്പോർട്ടിൽ നിർദ്ദേശിക്ക പ്പെട്ട അടവുകളോടെ സമർപ്പിക്കപ്പെട്ട പ്രമേയത്തോട് പ്രാസംഗികാ രാരും എതിർപ്പ് പ്രകടിപ്പിച്ചില്ല.

ഈ കാഴ്ചപ്പാട് പ്രായോഗികമാക്കണമെങ്കിൽ മാർക്സിസ്റ്റ്-ലെനി നിസ്റ്റ് അപഗ്രഥനത്തിന് അനുസരിച്ചുള്ള പ്രവർത്തനങ്ങളും സമരവും ആസൂത്രണം ചെയ്യേണ്ടതുണ്ട്. അത് നടപ്പിലാക്കുന്നതിന് മാർക്സി സ്റ്റ്-ലെനിനിസ്റ്റ് സിദ്ധാന്തങ്ങളാകുന്ന ആയുധങ്ങൾ കൊണ്ട് സജ്ജീ കരിക്കപ്പെട്ട ഊർജ്ജസ്വലരായ കേഡർമാരെ ആവശ്യമായുണ്ട്. അതോടൊപ്പം തന്നെ തീരുമാനങ്ങളെ പ്രയോഗത്തിൽ വരുത്താൻ ബഹുജനസംഘടനകളും ആവശ്യമുണ്ട് എന്ന കാര്യവും വിശദീകരിക്ക ന്നു. പുസ്തകത്തിന്റെ സൂത്രവാക്യങ്ങളുടെ ഭാഷയിലല്ലാതെ ജനങ്ങൾ ക്കുവേണ്ടി സമരം ചെയ്യുന്നവരുടെ ഭാഷയിൽ അവരോട് സംസാരി ക്കാൻ പഠിക്കേണ്ടതിന്റെ പ്രാധാന്യവും വിശദീകരിക്കുന്നുണ്ട്. നമ്മുടെ ഓരോ വാക്കും ആശയവും പതിനായിരങ്ങളുടെ അന്തരംഗങ്ങളിലെ

 വെള്ളത്തിൽ മീനുകളെന്നപോൽ

ജോർജി ദിമിത്രോവ്

ചിന്തകളേയും വികാരങ്ങളേയും പ്രതിഫലിപ്പിക്കണമെന്നും ദിമിത്രോവ് ഓർമ്മിപ്പിക്കുന്നു. മറുപടി പ്രസംഗത്തിൽ ദിമിത്രോവ് പ്രധാനമായും ഊന്നി നിന്നത് ഈ പ്രശ്നങ്ങളിലാണ്. ശരിയായ നയം മാത്രം ഉണ്ടാ യതുകൊണ്ട് കാര്യമായില്ലെന്നും അത് പ്രായോഗികമാക്കുന്നതിനും ഇടപെടൽ ഉണ്ടാവണമെന്നും ദിമിത്രോവ് ഓർമ്മിപ്പിക്കുന്നുണ്ട്.

തന്റെ തിസീസ് അവതരിപ്പിക്കുമ്പോൾ കിട്ടിയ ഒരു കുറിപ്പിന് മറുപടി എന്ന നിലയിൽ ദിമിത്രോവ് ഇങ്ങനെ പറയുന്നുണ്ട്.

"ശബ്ദ ധോരണിയേറിയ വാക്കുകളും ബഹുജനങ്ങൾക്ക് മനസ്സിലാ വാത്ത തിസീസുകളും എത്രത്തോളം കൂടുതൽ ഉപയോഗിക്കുന്നുവോ അത്രത്തോളം തങ്ങളുടെ പ്രക്ഷോഭവും പ്രചരണവും മെച്ചപ്പെട്ടതാണെ ന്ന ധാരണയാണ് നമ്മുടെ പല സഖാക്കൾക്കും. നമ്മുടെ യുഗത്തിലെ തൊഴിലാളി വർഗത്തിന്റെ ഏറ്റവും മഹാന്മാരായ നേതാക്കളും സൈദ്ധാന്തികന്മാരുമായ ലെനിനും സ്റ്റാലിനും ബഹുജനങ്ങൾക്ക് എളുപ്പം മനസ്സിലാവുന്ന ഭാഷയിലാണ് എല്ലായ്പ്പോഴും സംസാരിക്ക യും എഴുതുകയും ചെയ്തിട്ടുള്ളതെന്ന കാര്യം അവിടെ മറക്കുന്നു. നാം ഓരോരുത്തരും ഈ ലഘുവായ നിബന്ധന ഒരു ബോൾഷെവിക്ക് നിയമമായി അംഗീകരിക്കണം. എഴുതുമ്പോഴും പ്രസംഗിക്കുമ്പോഴും നിങ്ങൾ പറഞ്ഞത് മനസ്സിലാക്കേണ്ട, നിങ്ങളെ പിന്തുടരാൻ തയ്യാറാ വേണ്ട സാധാരണ തൊഴിലാളികളെ കുറിച്ച് എപ്പോഴും ഓർക്കണം, നിങ്ങൾ ആർക്കുവേണ്ടിയാണോ എഴുതുന്നത് അവരെ നിങ്ങൾ ഓർമ്മി ക്കണം."

തുടർന്ന് കേഡർമാരെ തെരഞ്ഞെടുക്കുന്നതിനെ സംബന്ധിച്ച പ്രധാനപ്പെട്ട മാനദണ്ഡങ്ങളെ കുറിച്ച് വ്യക്തമാക്കുന്നുണ്ട്.

"തോൽവിയുടെ നിമിഷങ്ങളെ നിരാശബാധിക്കാത്തവനും, വിജയത്തിന്റെ നിമിഷങ്ങളിൽ തലക്കനം വരാത്തവനും തീരുമാനം നടപ്പിലാക്കുന്നതിൽ വിട്ടുവീഴ്ച ഇല്ലാത്ത ദൃഢത കാണിക്കുന്നവനും മാത്രമാണ് ഒരു യഥാർത്ഥ ബോൾഷെവിക് നേതാവ്. സമര രംഗങ്ങ ളിൽ ഉണ്ടാവുന്ന വ്യക്തമായ പ്രശ്നങ്ങൾ തന്നത്താൻ പരിഹരിക്കേണ്ടി വരുന്ന വിധത്തിലുള്ള സ്ഥാനങ്ങളിൽ പ്രതിഷ്ഠിക്കപ്പെടുകയും തങ്ങൾ എടുക്കുന്ന തീരുമാനങ്ങൾക്ക് തങ്ങൾ പൂർണ്ണമായും ഉത്തരവാദിക ളാണെന്ന് അവർക്ക് ബോധ്യമുണ്ടാവുകയും ചെയ്യുന്ന ഘട്ടത്തിലാണ് കേഡറുകൾ ഉണ്ടാവുകയും വളരുകയും ചെയ്യുന്നത്" എന്ന കാര്യവും ദിമിത്രോവ് ഓർമ്മിപ്പിക്കുന്നു.

പാർടി സ്കൂളുകളിൽനിന്ന് തൊഴിലാളിവർഗ്ഗത്തിന് വേണ്ടിയുള്ള സമരത്തിലെ പ്രായോഗിക മുന്നണി പടയാളികളെയാണ് പുറത്തിറ ങ്ങേണ്ടത് എന്ന് എടുത്ത് പറയുന്നുണ്ട്.

ദിമിത്രോവ് മുന്നോട്ട് വെച്ച 'ഫാസിസത്തിനെതിരായ ഐക്യമു ന്നണി' എന്ന തിസീസിന്റെ അവതരണത്തിനും ചർച്ചകൾക്കും മറുപ ടിക്കും ശേഷം കമ്മ്യൂണിസ്റ്റ് ഇന്റർനാഷണലിന്റെ ഏഴാം കോൺഗ്രസ് 1935 ആഗസ്റ്റ് 20 ന് ഒരു പ്രമേയം തന്നെ അംഗീകരിക്കുകയുണ്ടായി. അന്നത്തെ ലോക സാഹചര്യത്തേയും ഫാസിസത്തിനെതിരായ പോരാട്ടത്തിന്റെ സവിശേഷതകളേയും വിശദീകരിച്ചശേഷം 7-ാം കോൺഗ്രസ് ഇങ്ങനെ പ്രഖ്യാപിച്ചു. "ഈ ചരിത്ര ഘട്ടത്തിൽ സാർവദേ ശീയ തൊഴിലാളി പ്രസ്ഥാനത്തിന്റെ പ്രാധാന്യവും അടിയന്തരവുമായ കടമ തൊഴിലാളി വർഗത്തിന്റെ പൊരുളുന്ന ഐക്യമുന്നണി സ്ഥാ പിക്കലാണ്" എന്ന് ആഹ്വാനം ചെയ്തു. തുടർന്ന് ഐക്യമുന്നണിയുടെ അടവുകൾ നടപ്പിലാക്കുമ്പോൾ ഉള്ള നിർദ്ദേശങ്ങളും അത് മുന്നോട്ട് വെച്ചു. ഫാസിസത്തിനെതിരായുള്ള പോരാട്ടത്തിൽ കമ്മ്യൂണിസ്റ്റുകാർ ഓരോ വിഭാഗത്തിനും നടത്തേണ്ട കടമകളെ അത് വിശദീകരിച്ചു.

യുവജനങ്ങളുടെ ഇടയിൽ നിന്ന് ഫാസിസം തങ്ങളുടെ അണിക ളിലേക്ക് പ്രധാനമായും ആളുകളെ റിക്രൂട്ട് ചെയ്യുന്നത് എന്ന കാര്യവും ഓർമ്മിപ്പിക്കുകയുണ്ടായി. ഇത്തരത്തിൽ ഓരോ വിഭാഗത്തേയും നടത്തേണ്ട ഇടപെടലുകളെ കുറിച്ചും വിശദീകരിച്ച പ്രമേയം അവസാ നിക്കുന്നത് ഇങ്ങനെയാണ്. "വിപ്ലവത്തിന്റെ വിജയം താനെ ഉണ്ടാവു കയില്ല. തയ്യാറെട്ടുക്കേണ്ട ഒന്നാണത്. ശക്തമായ ഒരു തൊഴിലാളി വർഗവിപ്ലവ പാർടിക്കുമാത്രമേ വിജയത്തിനുവേണ്ടി തയ്യാറെട്ടുക്കാനും വിജയം കൈവരിക്കാനും കഴിയൂ."

ഫാസിസത്തിനെതിരായ ഐക്യമുന്നണി എന്ന ദിമിത്രോവിന്റെ തിസീസ് ഫാസിസത്തിനെതിരായ പോരാട്ടത്തിൽ കമ്മ്യൂണിസ്റ്റുകാർ ക്ക് എന്നും വഴികാട്ടിയാണ്. എന്നാൽ 1935 ലെ സാഹചര്യങ്ങൾക്കന സരിച്ചാണ് ഇതിൽ വിലയിരുത്തിയിട്ടുള്ളത് എന്നത് നാം മറക്കേണ്ട തില്ല. അന്നത്തെ മൂർത്ത സാഹചര്യത്തിൽ മുന്നോട്ട് വെക്കപ്പെട്ട ഈ സമീപനം വർത്തമാനകാല സാഹചര്യങ്ങൾക്ക് അനുയോജ്യമായി പ്രയോഗിക്കുന്ന രീതിയാണ് ഉണ്ടാവേണ്ടത്. വള്ളി പുള്ളി തെറ്റാതെ പകർത്തുകയില്ല, ദിമിത്രോവ് പറഞ്ഞ ഒരു കാര്യം ഏറെ പ്രസക്ത മാണ്. സൈദ്ധാന്തിക ചർച്ചകൾ പ്രധാനമാണ് എന്നാൽ അവ

പ്രയോഗത്തിന് ഉതകുന്ന തരത്തിൽ ഉള്ളതായിരിക്കും. ജനങ്ങൾക്ക് മനസ്സിലാവുന്നതുമായിരിക്കണം. തന്റെ തിസീസിൽ ദിമിത്രോവ് ഊന്നി പ്പറഞ്ഞ ഈ കാര്യം ഏറെ പ്രസക്തമാണ്. ഫാസിസത്തിനെതിരായു ള്ള സമരത്തിൽ ഇത് മർമ്മപ്രധാനമാണ് താനും.

# അനുബന്ധം
## വിപ്ലവ കാഴ്ചപ്പാടുകൾ
## മാർക്സിന്റേയും, ലെനിനിന്റേയും

മാർക്സും, ഏംഗൽസും മുന്നോട്ടുവെച്ച വിപ്ലവത്തെക്കുറിച്ചുള്ള കാഴ്ചപ്പാട് പ്രായോഗികമാക്കിയത് ലെനിനാണ്. മാർക്സിന്റെ കാഴ്ചപ്പാടുകളും, അതിനെ പ്രായോഗികമാക്കാൻ ലെനിൻ മുന്നോട്ടുവെച്ച സമീപനങ്ങളേയും ചേർത്തുകൊണ്ടാണ് മാർക്സിസത്തെ മാർക്സിസം-ലെനിനിസം എന്ന രീതിയിൽ വിശേഷിപ്പിക്കുന്നത്. സാമ്രാജ്യത്വകാലത്ത് നിന്നുകൊണ്ട് മാർക്സിസത്തെ വികസിപ്പിച്ചതിനാണ് സാമ്രാജ്യത്വകാലഘട്ടത്തിലെ മാർക്സിസമെന്നും ലെനിനിസത്തെ വിശേഷിപ്പിക്കാറുണ്ട്.

മുതലാളിത്തം വികസിക്കുമ്പോൾ സമ്പത്തിൽ കേന്ദ്രീകരിക്കപ്പെടും. അത് ഭൂരിപക്ഷം വരുന്ന ജനതയെ പ്രതിസന്ധിയിലാക്കും. ഈ സാഹചര്യത്തിൽ സാധാരണ ജനങ്ങൾ തൊഴിലാളിവർഗ്ഗത്തിന്റെ നേതൃത്വത്തിൽ പോരാട്ടം. അങ്ങനെ അവർ അധികാരത്തിലേക്കെത്തും. തൊഴിലാളികൾ അവർ ലോകത്ത് സമത്വമുണ്ടാക്കുന്നതിന് നേതൃത്വം നൽകുമെന്നും മാർക്സും, ഏംഗൽസും വ്യക്തമാക്കി. മുതലാളിത്തം കൂടുതൽ വികസിച്ചവരുന്ന ലോകത്താണ് വിപ്ലവത്തിന് കൂടുതൽ സാധ്യതയുള്ളതെന്നും വ്യക്തമാക്കി. ഓരോ രാജ്യത്തിന്റേയും സവിശേഷ സാഹചര്യമാണ് വിപ്ലവത്തെ രൂപപ്പെടുത്തുന്നതിന് പ്രധാനമെന്നും അദ്ദേഹം ഓർമ്മപ്പെടുത്തി.

മുതലാളിത്തത്തിന്റെ ദുർബലമായ കണ്ണിയിലും അടിച്ച് വിപ്ലവമുണ്ടാക്കാമെന്ന് ലെനിൻ വാദിച്ചു. അങ്ങനെ സോവിയറ്റ് വിപ്ലവത്തിന്

  വെള്ളത്തിൽ മീനകളെന്നപോൽ

ലെനിൻ നേതൃത്വം നൽകി. വിപ്ലവാനന്തര സമൂഹത്തിൽ നിന്നുകൊണ്ട് കമ്മ്യൂണിസമെന്ന അടുത്തഘട്ടത്തിലേക്ക് പ്രയാണം ചെയ്യുന്നതിനുള്ള നടപടികൾ സ്വീകരിച്ചു. അതിനായി ലോകമെമ്പാടും സോഷ്യലിസ്റ്റ് വ്യവസ്ഥയിലേക്ക് എത്തണമെന്നും അദ്ദേഹം നിരീക്ഷിച്ചു. അതിന്റെ അടിസ്ഥാനത്തിൽ മറ്റ് രാജ്യങ്ങളിലും വിപ്ലവങ്ങൾ രൂപപ്പെടുത്തുന്ന തിനുള്ള ഇടപെടൽ നടത്തി.

മുതലാളിത്തം ഏറ്റവും ഉന്നതിയിലെത്തിയ ജർമ്മനിയിലും വിപ്ലവ മുണ്ടാകുമെന്നാണ് പൊതുവിൽ എല്ലാവരും പ്രതീക്ഷിച്ചത്. യുദ്ധകാല കമ്മ്യൂണിസം പോലുള്ള നയങ്ങളിൽ നിന്നുകൊണ്ട് സോഷ്യലിസ്റ്റ് വ്യവ സ്ഥയെ സംരക്ഷിക്കാനും, മുതലാളിത്തവുമായി തുറന്ന ഏറ്റുമുട്ടുകയെന്ന രീതി അവർ സ്വീകരിച്ചു. ഇവിടെ നാം മനസ്സിലാക്കേണ്ട പ്രധാന കാര്യം സോഷ്യലിസത്തിന്റെ ദുർബലമായ കണ്ണിയിൽ വിപ്ലവമുണ്ടാക്കിയ ലെനിൻ മുതലാളിത്തം വികസിച്ച ജർമ്മനിയിലും വിപ്ലവമുണ്ടാകുമെ ന്ന് ഉറപ്പിച്ചിരുന്നുവെന്നതാണ്. അതായത് വ്യത്യസ്തമായ സാഹചര്യ ങ്ങളിലൂടെ വിപ്ലവത്തിന്റെ സാധ്യതകളിലേക്കാണ് ലെനിൻ വിരൽ ച്ചൂണ്ടിയതെന്നർത്ഥം. മാർക്സിന്റെ സിദ്ധാന്തത്തിന്റെ അടിസ്ഥാന കാഴ്ചപ്പാടുകളിൽ നിലയുറപ്പിച്ചുകൊണ്ട് അവയെ കൂടുതൽ വികസിപ്പി ക്കുകയാണ് അദ്ദേഹം ചെയ്തതെന്നർത്ഥം.

മാർക്സിന്റെ നിലപാടുകളിൽ ഇത്തരം കാര്യങ്ങൾ മനസ്സിലാക്കണ മെങ്കിൽ റഷ്യയിലെ പ്രവർത്തകരുമായി അദ്ദേഹം നടത്തിയ ആശയ വിനിമയങ്ങൾ മനസ്സിലാക്കേണ്ടതുണ്ട്. 1881 ഫെബ്രുവരി 6-ാം തീയ്യതി വെരാ സസുലിച്ച് റഷ്യയിൽ നിന്ന് മാർക്സിന് എഴുതിയ കത്തിന്റെ മറുപടി പരിശോധിച്ചാൽ വ്യക്തമാകും. വികസിത മുതലാളിത്ത രാഷ്ട്ര ങ്ങളിലാണ് വിപ്ലവമുണ്ടാവുകയെന്ന കാഴ്ചപ്പാട് റഷ്യപോലുള്ള രാജ്യ ങ്ങളിലെ വിപ്ലവ പ്രവർത്തനത്തെ ദുർബലപ്പെടുത്തുന്നുവെന്നായിരുന്ന അവരുടെ പരാതി. റഷ്യയിലെ ഗ്രാമീണ കമ്മ്യൂണലുകൾക്ക് അമിതമായ നികുതി ആവശ്യങ്ങളിൽ നിന്നും പ്രഭുക്കന്മാർക്ക് പണം നൽകുന്നതിൽ നിന്നും മുക്തമായ ഒരു ഭരണസംവിധാനം രൂപപ്പെടുത്താൻ കഴിയണം. അങ്ങനെ വന്നാൽ അവയ്ക്ക് സോഷ്യലിസത്തിലേക്ക് വികസിക്കാനുള്ള വഴികളുണ്ടെന്ന് അഭിപ്രായമാണ് അവർക്കുണ്ടായിരുന്നത്.

മാർക്സ് നൽകിയ മറുപടി തന്റെ പഠനത്തിൽ ഊന്നിയത് പടി ഞ്ഞാറൻ യൂറോപ്പിലെ രാജ്യങ്ങളെ സംബന്ധിച്ചാണ്. പ്രത്യേകിച്ചും ഇംഗ്ലണ്ടിലേത്. ഇതിന്റെ അടിസ്ഥാനത്തിലുള്ള മൂലധനത്തിലെ

വിശകലനം റഷ്യയിലെ സാഹചര്യത്തെ അതുപോലെ പ്രായോഗിക മാകണമെന്നില്ല. ഓരോ രാജ്യത്തിന്റേയും സവിശേഷമായ സാഹച ര്യമാണ് വിപ്ലവം രൂപപ്പെടുത്തുന്നതിന് അടിസ്ഥാനമായി അദ്ദേഹം വിലയിരുത്തിയത്. അതിനാൽ റഷ്യയിലെ വിപ്ലവം മാർക്സിന്റെ പൊതുവായ കാഴ്ചപ്പാടുകളിൽ നിന്ന് വ്യത്യസ്തമായിത്തീരുന്നില്ല.

ലോകത്തെ വിവിധ രാജ്യങ്ങളിലെ സ്ഥിതിവിശേഷങ്ങളെ സംബ ന്ധിച്ച് സവിശേഷമായി അദ്ദേഹം മനസിലാക്കിയിരുന്നു. ഇന്ത്യൻ സമൂഹത്തെ ഏഷ്യാറ്റിക് സമൂഹം എന്നായിരുന്നു അദ്ദേഹം വിശേഷി പ്പിച്ചത്. കൊളോണിയൽ ചൂഷണത്തിന് എന്തുകൊണ്ടാണ് ഇന്ത്യയും, ആഫ്രിക്കയും പോലുള്ള രാജ്യങ്ങൾ വിധേയമാകുന്നത് ഉൾപ്പടെയുള്ള കാര്യങ്ങൾ അദ്ദേഹം വിശകലനം ചെയ്തിരുന്നു. മാർക്സിസ്റ്റ് കാഴ്ചപാട്ട കൾക്ക് അനുസരിച്ച് ഓരോ സമൂഹത്തിന്റെയും പ്രത്യേകതകളെ മനസിലാക്കാൻ ശ്രമിച്ചിരുന്നു. ഇത്തരത്തിലുള്ള പഠനത്തെ അടിസ്ഥാ നപ്പെടുത്തി മാർക്സിസത്തെ കൂടുതൽ വികസിപ്പിക്കുകയാണ് പിൽക്കാല മാർക്സിസ്റ്റുകൾ ചെയ്തത്. അത്തരത്തിൽ നവീകരിക്കപ്പെട്ടന്ന ഒന്നായി മാർക്സിസം വികസിക്കുകയായിരുന്നു.

ചൈനയിലെ വിപ്ലവത്തിന്റെ രീതിയും ഇതോടൊപ്പം കൂട്ടിവായി ക്കേണ്ടതാണ്. പിന്നോക്ക സമ്പദ്ഘടനയിൽ വിപ്ലവം എങ്ങനെ രൂപപ്പെടുത്തിയെടുക്കാമെന്ന പ്രശ്നമാണ് മാവോ അവതരിപ്പിച്ചത്. മുതലാളിത്തം വികസിക്കാത്ത ചൈനയിൽ തൊഴിലാളിവർഗ്ഗത്തെ മുൻനിർത്തിക്കൊണ്ട് വിപ്ലവ പ്രവർത്തനത്തിന് മാവോ നേതൃത്വം നൽകി. എന്നാൽ അത് അടിച്ചമർത്തപ്പെട്ടു. ഇതിന്റെ അടിസ്ഥാനത്തി ലാണ് പിന്നോക്കമായിക്കിടക്കുന്ന ചൈനയിൽ അതിനാവശ്യമായ വിപ്ലവ തന്ത്രം അദ്ദേഹം രൂപപ്പെടുത്തുന്നത്. ജന്മിത്വ രീതി മേൽകൈ നേടുന്ന ഇവിടെ കർഷകരെ കേന്ദ്രീകരിച്ചുകൊണ്ടുള്ള വിപ്ലവ പ്രവ ർത്തനമാണ് അഭികാമ്യമെന്ന് അദ്ദേഹം നിരീക്ഷിക്കുന്നു. അതിന്റെ അടിസ്ഥാനത്തിലാണ് ഗ്രാമങ്ങളിൽ നിന്ന് നഗരങ്ങളെ വളയുകയെന്ന കാഴ്ചപ്പാടിലേക്ക് മാവോ എത്തിച്ചേരുന്നത്.

റഷ്യയിലെ പിന്നോക്ക സമ്പദ്ഘടനയായയുകൊണ്ട് ശാസ്ത്ര സാങ്കേതിക രംഗം അത്രയേറെ വികസിച്ചിരുന്നില്ല. അതുകൊണ്ട് തന്നെ വൻതോതിലുള്ള ഉൽപ്പാദനം നടത്താനുള്ള സാധ്യതയുണ്ടാ യിരുന്നില്ല. വൻതോതിലുള്ള ഉൽപ്പാദനം ഉണ്ടായെങ്കിൽ മാത്രമേ ജനജീവിതം മെച്ചപ്പെടുകയുള്ളുവെന്ന് ലെനിൻ നിരീക്ഷിക്കുന്നു.

     വെള്ളത്തിൽ മീനകളെന്നപോൽ

മുതലാളിത്തത്തിന് മറ്റേത് കാലത്തേക്കാൾ പുരോഗതി ലോകത്തിന് സംഭാവന ചെയ്യാൻ കഴിഞ്ഞത് അവർക്ക് മികച്ച സാങ്കേതികവിദ്യ കൈവശമുള്ളതുകൊണ്ടാണ്. ഇക്കാര്യം കമ്മ്യൂണിസ്റ്റ് മാനിഫെസ്റ്റോയിൽ വ്യക്തമാക്കുന്നുണ്ട്. സോഷ്യലിസ്റ്റ് നിർമ്മാണ പ്രക്രിയയിലെ ഉൽപ്പാദനം വിർദ്ധിപ്പിക്കുന്നതിന് ഇത്തരം സാങ്കേതിക വിദ്യ അനിവാര്യമാണെന്ന് ലെനിൻ കണ്ടെത്തുന്നു. അതിനാൽ മുതലാ ളിത്ത രാജ്യങ്ങളിൽ നിന്ന് അവ ലഭിക്കുന്നതിനുള്ള നടപടികളിലേക്ക് അദ്ദേഹം മുന്നോട്ടുവെക്കുന്നു. അങ്ങനെയാണ് പുത്തൻ സാമ്പത്തിക നയം രൂപപ്പെടുന്നത്.

മുതലാളിത്തം സാങ്കേതികവിദ്യയെ ഉപയോഗിക്കുന്നത് മണ്ണിനേയും, മനുഷ്യനേയും ചൂഷണം ചെയ്യാനാണെന്ന് മൂലധനത്തിൽ മാർക്സ് വ്യക്തമാക്കുന്നുണ്ട്. പിന്നോക്ക സമ്പദ്ഘടനയ്ക്കകത്ത് വിപ്ല വാനന്തരം ഉൽപ്പാദന വർദ്ധനവിന് പുതിയ സാങ്കേതികവിദ്യ കൂടി അനിവാര്യമാണ്. അതിനാലാണ് അത് കൈവശമുള്ള കോർപ്പറേ റ്റുകളെയുൾപ്പെടെ ക്ഷണിക്കുന്ന നയം ലെനിൻ സ്വീകരിച്ചത്. ധാന്യ നികുതി പോലുള്ള ലഘുലേഖകളിൽ ഇതിന്റെ തുടർച്ചയായി റഷ്യയിൽ വരുത്തേണ്ട മാറ്റങ്ങളെ ഓർമ്മപ്പെടുത്തുന്നുണ്ട്.

മുതലാളിത്തത്തെ സ്വീകരിക്കുന്ന ഈ നയം നടപ്പിലാക്കുമ്പോൾ നല്ല ജാഗ്രതവേണമെന്ന് ലെനിൻ പറയുകയുണ്ടായി. ''വിനിമയം എന്നത് വ്യാപാര സ്വാതന്ത്ര്യമാണ്. അത് മുതലാളിത്തമാണ്. ചെറുകിട ഉൽപ്പാദകരുടെ ചിതറിപ്പോകലിനെ മറികടക്കാനും ഒരു പരിധിവരെ ബ്യൂറോക്രസിയുടെ തിന്മകളെ ചെറുക്കാനും ഇത് സഹായിക്കും എന്ന തിനാൽ ഇത് നമുക്കുപകാരപ്രദമാണ്. എത്രത്തോളമാകാമെന്നത് പ്രായോഗിക അനുഭവം തെളിയിക്കും. തൊഴിലാളിവർഗ്ഗം അധികാരം കൈകളിൽ മുറുകെപിടിക്കുകയും, ഗതാഗതത്തിന്റേയും, വൻകിട വ്യവ സായത്തിന്റേയും പൂർണ്ണ നിയന്ത്രണം കൈവശംവയ്ക്കുകയും ചെയ്യുന്ന കാലത്തോളം തൊഴിലാളിവർഗ്ഗത്തിന് അപകടമില്ല''.

റഷ്യയിലെ കമ്മ്യൂണിസ്റ്റ് പാർട്ടി അനുഭവിച്ച സമാനമായ പ്രശ്നം തന്നെയാണ് ചൈനീസ് കമ്മ്യൂണിസ്റ്റ് പാർട്ടിയും അഭിമുഖീകരിച്ചത്. ഈ സാഹചര്യത്തിലാണ് ലെനിൻ റഷ്യയിൽ ചെയ്തതുപോലെ തന്നെ പുതിയ സാങ്കേതികവിദ്യകൾ ലഭിക്കുന്നതിനായി വിദേശ നിക്ഷേപം കൊണ്ടുവന്നത്. ലെനിൻ മുന്നോട്ടുവെച്ച നയം ചൈനീസ് സാഹചര്യ ത്തിനനുസരിച്ച് വികസിപ്പിക്കുകയാണ് ദേൻസിയാപിങ് ചെയ്തത്.

പുത്തൻ സാമ്പത്തിക നയവും, തുറന്ന വാതിൽ നയവും സമാനമായ പ്രശ്നങ്ങൾ മറികടക്കാനുള്ള ഇടപെടലായിരുന്നു. വിയറ്റ്നാം കമ്മ്യൂണിസ്റ്റ് പാർടി നടത്തിക്കൊണ്ടിരിക്കുന്ന ഇടപെടലുകളും ഈ ദിശയിൽ തന്നെയുള്ളതാണ്.

അമേരിക്കൻ ഉപരോധത്തെ നേരിടുന്ന ക്യൂബൻ സമ്പദ്ഘടനയെ മുന്നോട്ടുകൊണ്ടുപോകുന്നതിൽ ഇത്തരമൊരു നിലപാട് സ്വീകരിച്ചി രുന്നുവെങ്കിൽ നിക്ഷേപങ്ങൾക്ക് തയ്യാറാവാത്ത സ്ഥിതിയുണ്ടായി. നേരത്തെ സോവിയറ്റ് റഷ്യയുടെ പിന്തുണയും, സഹായങ്ങളും ഇവർക്ക് സഹായകമായിരുന്നുവെങ്കിലും അതില്ലാതായി എന്ന് മാത്രമല്ല ഉപരോ ധങ്ങളെ നേരിടേണ്ട അവസ്ഥയേയും നേരിട്ടുകൊണ്ടാണ് അവർ മുന്നോട്ടുപോകുന്നത്.

ചൈനയിലേയും, റഷ്യയിലേയും, വിയറ്റ്നാമിലേയും അനുഭവങ്ങൾ വ്യക്തമാക്കുന്ന പിന്നോക്ക സമ്പദ്ഘടനയിൽ വിപ്ലവം നടന്നുകഴി ഞ്ഞാൽ തുടർന്ന് ചെയ്യേണ്ട ഇടപെടലുകളെക്കുറിച്ചുള്ളതാണ്. ഈ പ്രശ്നം പരിഹരിക്കുന്നതിനാണ് മുതലാളിത്തത്തിന്റെ നിക്ഷേപങ്ങളും, അവരുടെ സാങ്കേതികവിദ്യകളേയും കൊണ്ടുവരികയെന്ന നയമാണ് മുന്നോട്ടുവയ്ക്കുന്നത്. പിന്നോക്ക രാജ്യങ്ങളിൽ വിപ്ലവം നടന്നുകഴിഞ്ഞാൽ ഇത്തരമൊരു പ്രശ്നം ഉണ്ടാകുമെന്നും അത് മനസ്സിലാക്കി ഇടപെ ട്ടുപോകുകയാണ് ചെയ്യേണ്ടതെന്നും ഈ അനുഭവ പാഠങ്ങൾ നമ്മെ പഠിപ്പിക്കുന്നത്.

മാർക്സ് കമ്മ്യൂണിസ്റ്റ് വ്യവസ്ഥയെ വിശകലനം ചെയ്തത് ഓരോ രുത്തരും അവരവരുടെ ശേഷിക്കനുസരിച്ച് അധ്വാനിച്ചാൽ ആവശ്യ മായതെല്ലാം കിട്ടുമെന്നാണ്. ഇത് സാധ്യമാണോയെന്ന ചോദ്യങ്ങൾ ഉയർന്നുവരാറുണ്ട്. നിർമ്മിത ബുദ്ധിയുൾപ്പെടേയുള്ള സാങ്കേതിക വികാസം കാണിക്കുന്നത് കുറഞ്ഞ അധ്വാനത്തിന്റെ പശ്ചാത്തലത്തിൽ തന്നെ വലിയ ഉൽപ്പാദനം നമുക്ക് സാധ്യമാകും എന്നതാണ്. അത്തര മൊരു കാലത്ത് ശേഷിക്കനുസരിച്ച് അധ്വാനിച്ചാൽ ആവശ്യമുള്ളതെ ല്ലാം ലഭിക്കുന്ന ലോകം സാധ്യമാവുകയും ചെയ്യും.

സാങ്കേതികവിദ്യയുടെ വികാസം കൊണ്ട് മാത്രം അതിന്റെ നേട്ട ങ്ങൾ ജനങ്ങൾക്കാകെ ലഭിക്കുന്ന സ്ഥിതിവിശേഷം ഉണ്ടാകില്ല. അതിനായി സമൂഹത്തിന്റെ അധികാരമല്ല ഭരണക്രമം രൂപപ്പെടുക യെന്നത്. സാങ്കേതികവിദ്യ ആരുടെ നേട്ടങ്ങൾക്കുപയോഗിക്കുന്ന വെന്നതാണ് ഇവിടെ ഉയർന്നുവരുന്ന പ്രശ്നം. ജനങ്ങൾക്ക് ലഭിച്ച

     വെള്ളത്തിൽ മീനുകളെന്നപോൽ

സാങ്കേതികവിദ്യ എന്ന പ്രശ്നം ഇവിടെ ഉയർന്നുവരുന്നുണ്ട്.

ഉയർന്ന സാങ്കേതികവിദ്യ വികസിച്ചിടത്ത് ജനകീയ ഭരണ സംവിധാനം രൂപപ്പെടുത്തുമ്പോഴാണ് സോഷ്യലിസത്തിന്റെ സാധ്യ തകൾ കൂടുതൽ സജീവമാകുന്നത്. പിന്നോക്ക സമ്പദ്ഘടനയിൽ സോഷ്യലിസ്റ്റ് വിപ്ലവം നടന്നുകഴിഞ്ഞാൽ ഉൽപ്പാദന വർദ്ധനവ് നടത്തി നീതിയുക്തമായി വിതരണം ചെയ്യാനുള്ള സംവിധാനമൊരു ക്കുകയെന്നതാണ് വേണ്ടത്.

മുതലാളിത്തത്തിനകത്തുള്ള വൈരുദ്ധ്യങ്ങൾ പരിഹരിച്ച് മുന്നോട്ടു പോകുന്നതിന് സോഷ്യലിസ്റ്റ് ലോകം അനിവാര്യമാണ്. സോഷ്യലിസ്റ്റ് വ്യവസ്ഥ കൂടുതൽ ജനപിന്തുണയാർജ്ജിച്ച് മുന്നോട്ടുപോകണമെങ്കിൽ ജീവിതത്തെ അനുദിനം മെച്ചപ്പെടുത്തുന്നതിനുള്ള നടപടികൾ സ്വീക രിക്കേണ്ടതുണ്ട്. അതിനായി പുതിയ സാങ്കേതികവിദ്യയും, ഉൽപ്പാദന ങ്ങളും ഉണ്ടാവേണ്ടതുണ്ട്. ജനങ്ങളുടെ ജീവിതത്തെ സർഗ്ഗാത്മകവും, ജനാധിപത്യപരവുമായി വികസിക്കുന്നതിന് സോഷ്യലിസ്റ്റ് അടിത്തറ യിൽ നിന്നുകൊണ്ടുള്ള ഉൽപ്പാദന വർദ്ധനവുണ്ടാകണം. പ്രകൃതിയുടെ സാധ്യതകൂടി മനസ്സിലാക്കി ഇത് മുന്നോട്ടുകൊണ്ടുപോകാനാവണം. അത്തരം നിലപാടുകളിലേക്ക് ലോകം എത്തിച്ചേരുമെന്നാണ് ഈ അനുഭവങ്ങളെല്ലാം വ്യക്തമാക്കുന്നത്.